గోపీచంద్

రచనా సర్వస్వం

ఆరవ సంపుటం

నవల

చీకటి గదులు

గోపీచంద్ శత జయంతి (1910 - 2010)
సందర్భముగా పది సంపుటాలుగా ప్రచురింపబడిన రచనా సర్వస్వం

కూర్పు
కృష్ణాబాయి
చలసాని ప్రసాద్

అ

అలకనంద ప్రచురణలు

59-6-15, కంచుకోట వీధి,
మేరిస్ స్టెల్లా కాలేజి ఎదురుగా, విజయవాడ - 520 008

CHEEKATI GADULU
by Gopichand

www.kathasamrat.com

Complete works of Gopichand :
Published as Volume - 6 of 10 Volumes
on the Occassion of Birth Centenary.

Published by
ALAKANANDA PRACHURANALU
(Publications wing of Ashok Book Centre)
59-6-15, Kanchukota Street,
Opp. Maris Stella College, Vijayawada 520 008
Phones: (0866) 2476966, 2472096
e-mail: vjwabcbooks@sancharnet.in

8th September 2009
Reprint March 2012

Cover Design :
BAPU

DTP at
Sri Sai Graphics, Vijayawada 520 010
and
Aravind, Hyderabad.

Printed at
SRI CHAITANYA OFFSET PRINTERS
Vijayawada 520 002

ISBN: 978-81-8294-052-9

Price
Rs. 275/-

Copies can also be had from

ASHOK BOOK CENTRE
13-1-1C, St. Anthony Church Compound
Jagadamba Junction
Visakhapatnam 530 002
Phones: (0891) 2565995, 2561055

AKSHARA
Hyderabad - 500 033
Ph: 040-23554096

పూర్వాపరాలు

గోపీచంద్ తల్లిదండ్రులు పున్నమాంబ, త్రిపురనేని రామస్వామి చౌదరి. కృష్ణాజిల్లా గుడివాడ చేరువలోని చౌవుటపల్లిలో 1910లో జన్మించారు. అంగలూరు, రామాపురం ఊళ్ళల్లో ఆయన బాల్యం గడిచింది.

రామస్వామి చౌదరి గారు తెనాలి వెళ్ళి (1922) స్థిరపడ్డారు. ఆయన అక్కడి మునిసిపల్ ఛైర్మన్. మన దేశంలో వేల ఏళ్ళనించి వేళ్ళూని ఉన్న వర్ణ వ్యవస్థనీ, కులపునాదులనీ, మత మౌఢ్యాన్ని కూకటివేళ్ళతో పెకలించడానికి హేతువాద ఉద్యమాన్ని సమరశీలంగా నడిపిన సామాజిక విప్లవకారుడు కవిరాజు. సహజంగానే తొలినించీ గోపీచంద్ ఆ ప్రభావంలో ఉన్నాడు.

గోపీచంద్ బడి చదువులు తెనాలిలోనే మొదలయ్యాయి. కాని అప్పుడే ఆయన ప్రేమ్‌చంద్, శరత్ నవలలూ, మపాసా కథలు చదువుతూ ఉండేవాడు. అయినా ఎస్.ఎస్.యల్.సి (1926) పాసయ్యాడు. గుంటూరు ఎ.సి. కాలేజ్‌లో ఇంటర్, బియ్యే చదివాడు. రామస్వామి గారిని అక్కడ ఎవరో బెర్నార్డు షా తో పోల్చడం విని, ఆబగా షా రచనలు చదివాడు. ముఖ్యంగా షా నాటకం 'బ్యాక్ టు మెథుసెలా' గోపీచంద్‌ని బాగా ఆకట్టుకుంది. ఈ రకంగా క్లాసు పుస్తకాలు వదిలేసి ఇతర పుస్తకాలు చదివినా, పెళ్ళయినా (1932) గాని బి.ఎ. పాసయ్యాడు (1933), ఆయన భార్య శకుంతలాదేవి ఉన్నవ వారి 'శారదా నికేతన్'లో విద్వాన్ పాసయింది. పెళ్ళయినాక గోపీచంద్ లా చదివి (1937) తెనాలిలో ప్రాక్టీసు పెట్టాడు. అయితే, అటు బడి చదువులు గానీ, ఇటు కచేరీ కేసులుగాని గోపీచంద్‌ని కట్టిపడవేయలేక పోయాయి. తొలినాటి నించి గోపీచంద్‌కి రాజకీయాలపట్లా, రచనలపట్లా, సినిమాలపట్ల ఆసక్తి ఎక్కువ. సినిమా రంగప్రవేశం (1939) చేసి రచనా వ్యాసాంగాన్నీ, సినిమా దర్శక రంగాన్నీ జమిలిగా కొనసాగించాడు.

'రైతుబిడ్డ' సినిమాకి సహకార దర్శకుడిగా పని చేయడమేగాక స్క్రిప్టు కూడా తానే రాశాడు (1939). 'మాయాలోకం' (1945) సినిమాకీ, 'గృహప్రవేశం' (1946)

సినిమాకి మాటలు తనవే. 'ధర్మ దేవత' (1952) సినిమాకి డైరెక్టర్ పి. పుల్లయ్యగారి తోనూ, కె.వి. రెడ్డిగారితోనూ కలిసి స్క్రీన్‌ప్లే రాశాడు గోపీచంద్. 'ధర్మదేవత' రాగిణీ సంస్థ నిర్మించిన చిత్రం. అప్పట్లో అది విజయవంతంగా నడిచిన జానపద చిత్రం. సంస్కృతపదాలనీ, తెలుగు మాటలనీ, గ్రాంధిక భాషనీ, వాడుక భాషనీ కలగాపులగం చేసి సంభాషణా చాతుర్యాన్ని ఒలికించారు. చిన్న చిన్న ఉదాహరణలు - కంటికి కన్ను, పంటికి పన్ను, రక్తానికి రక్తం - ఈ మాటలు ఆ సినిమాలోవే. "అస్మదీయ మాతా! మదీయ ఉల్లంబున ముల్లు గుచ్చితివిగదే?" ఈ వరవడి ఈ సినిమాతోనే మొదలయింది. 'మాయా బజార్' సినిమా (1957) లో ఘటోత్కజుడి పాత్ర - యస్.వి.రంగారావు, తన తల్లి హిడింబ - సూర్యకాంతం - తో ఈ వరవడిలోనే మాట్లాడతాడు. ఇవి అందరూ విన్నవే.

గోపీచంద్ మూడు సినిమాలకి స్వయంగా దర్శకత్వం బాధ్యత వహించాడు. అవి లక్ష్మమ్మ (1950), పేరంటాలు (1951), ప్రియురాలు (1952). ఈ మూడో చిత్రంలోనే జగ్గయ్య హీరోగా రంగప్రవేశం చేశాడు. అది వేరే కథ. 1962 లో కలిమి లేములు, చదువుకున్న అమ్మాయిలకి మాటలు వ్రాశారు.

1953 లో రాష్ట్రప్రభుత్వ కొలువు చేరాడు. ఆ పిమ్మట, అంటే 1957లో ఆలిండియా రేడియోలో ప్రయోక్తగా పనిచేసి చివరిదాకా - 1962 - అక్కడే కొనసాగారు.

గోపీచంద్

(08-09-1910 - 02-11-1962)

తెలుగు కథతో పాటే పుట్టిన కథకుడు గోపీచంద్. అటు తొలితరం తెలుగు కథకుల్లోనూ, ఇటు తెనాలి కథకత్రయంలోను కూడా ఆయన స్థానం పదిలం. ఇంటా, బయటా అప్పుడు వీస్తున్న గాలులు - కవిరాజు త్రిపురనేని రామస్వామి చౌదరి హేతువాద ఉద్యమం, గోరా నాస్తికవాద ఉద్యమం, చలం స్వేచ్ఛా ప్రభంజనం. ఇవి గోపీచంద్‌ని ప్రభావితం చేశాయి. సహజంగానే ఆయన తొలి గురువు ఆయన తండ్రి, మలి గురువు మార్క్స్, మూడవ గురువు ఎమ్.ఎన్. రాయ్, ఆఖరి గురువు అరవిందులు. రాజకీయంగా జలియన్‌వాలాబాగ్ దారుణ మారణకాండ, వలస వ్యతిరేక ఉద్యమానికి ఆజ్యం పోసింది. అటు తరువాత వెలువడిన ఉన్నవ మాలపల్లి గొప్ప కనువిప్పు.

ఇక బయటి ప్రపంచాన్ని చూద్దామంటే అప్పటికే రష్యన్ విప్లవం విజయవంతం అయింది. దాన్ని ఆహ్వానిస్తూ జాన్ రీడ్ అనే అమెరికన్ రచయిత ఒక పుస్తకం రాశాడు. 'ప్రపంచాన్ని కుదిపిన పదిరోజులు' దాని పేరు.

'ఆ పది రోజులే నన్నుమాటేమిటి? అది ప్రపంచాన్ని ఇంకా కుదుపుతూనే వుంది' అంటూ సవరించాడు ఎమ్.ఎన్. రాయ్. ఆయన గోపీచంద్‌కు గురుతుల్యుడు. గొప్ప మార్క్సిస్టు మేధావి. ఆలోచనాశీలి. విదేశాలకు వెళ్ళి అక్కడ కమ్యూనిస్టు పార్టీలకు అంకురార్పణ చేసినవాడు. మనదేశంలో కమ్యూనిస్టు పార్టీకి ఆద్యుడని కూడా చెప్పవచ్చు అయితే అటు తర్వాతది వేరే కథ.

రెండు ప్రపంచ యుద్ధాల మధ్య ప్రపంచాన్ని బాగా ఆకళింపు చేసుకున్నవాడు గోపీచంద్. ప్రపంచవ్యాప్తంగానే పెట్టుబడిదారీ వ్యవస్థ కుడితిలోపడ్డ ఎలుకల లాగా కొట్టుకుంది. ఆర్థికమాంద్యం (1929-33) సమాజాన్ని అతలాకుతలం చేసింది. నడిమి తరగతి నడుం విరిగింది. నిరుద్యోగం నింగినంటింది. ధరలు పాతాళంలో కూరుకుపోయాయి. ఎవరిచేతుల్లోనూ ఎర్రని ఏగాని లేదు. దినదిన గండం నూరేళ్ళాయుసులాగా కాలం కుంటి నడక నడుస్తోంది. సోవియట్ రష్యా మాత్రం ప్రణాళికాబద్ధ ఆర్థిక విధానాల ద్వారా తువ్వాయిలా చెంగు చెంగున గెంతుతుంది.

వీటి మధ్య జర్మనీలో ఫాసిజం పడగ విప్పింది. హిరణ్యాక్ష, హిరణ్యకశిపుల వారసుడిగా ప్రపంచ రంగం మీదకు హిట్లర్ దూసుకు వచ్చాడు. సామ్రాజ్యవాద దేశాల మధ్య అంతర్గత వైరుధ్యాలు కళాపెళా ఉడుకుతున్నాయి. స్పెయిన్ అంతర్యుద్ధం (1934-36) ప్రపంచ వ్యాప్తంగా మేధావులనీ, రచయితలనీ, కళాకారులనీ, సాంస్కృతిక వేత్తలనీ తీవ్రంగా కలవరపరిచింది. ప్రపంచం మొత్తం రెండు శత్రుశిబిరాలుగా చీలిపోయింది. తటస్థత అనే మాటకు తావులేకుండా పోయింది. ఈ స్పెయిన్ అంతర్యుద్ధాన్ని రాబోయే రెండో ప్రపంచయుద్ధానికి (1939-45) డ్రెస్ రిహార్సల్ అని ఆనాటి చరిత్రకారులు అభివర్ణించారు.

ఈ పరిణామాలన్నీ తెలుగు సాహిత్యానికి ఒక అంతర్జాతీయ తత్వాన్ని సంతరించి పెట్టాయి. ఈ తత్వమే గోపీచంద్ కలం నుంచి జాలువారింది.

గోపీచంద్‌కి ఇంత నేపథ్యం వుంది. మొదటినించీ, చివరిదాకా రచయితగానే తన మనుగడ సాగించాడు. జీవితంలో ఆటుపోట్లు, ఒడిదుడుకులు ఎదుర్కొన్నాడు. ఎన్నో రకాల ఉద్యోగాలు చేశాడు. వ్యాపకాల్లో మునిగి తేలాడు. అయినా జీవితాంతం రచయితగానే తెలుగు సాహిత్యంలో తన స్థానాన్ని స్థిరపరుచుకున్నాడు. గోపీచంద్‌ది బడి పలుకుల భాష కాదు. పలుకుబడుల భాష. ప్రజల గుండెలు వాళ్ళ గొంతుల్లో కొట్లాడుతాయి. వాటిని బాగా ఆకళింపుచేసుకున్నవాడు గోపీచంద్. ఈ విషయంలో ఆయనను శ్రీపాదతో పోల్చవచ్చు. వీరిద్దరూ పాత్రల భాషనే పెంపొందించారు.

రెండవ ప్రపంచ యుద్ధం ముగిశాక అప్పటి మన దేశ పరిస్థితిని, సమస్యలని చిత్రిస్తూ 'దేశం ఏమయ్యేట్టు?' ' గోడమీద మూడోవాడు' వగయిరా కథలు రాశాడు. అప్పట్లో ఆయన కలం నించి కొన్ని కమ్యూనిస్టు కథలు వెలువడ్డాయి. 'పిత్రార్జితం', 'కార్యశూరుడు', 'సంపెంగ పువ్వు'. ఒక కథలో గోపీచంద్ 'ఏమండీ! కామ్రేడ్ ఇంటి పేరుతో చాలామంది వున్నారే? మీరు లేనప్పుడు వచ్చి మీ కోసం అడగి వెళ్ళారు" అంటూ ఒక ఇల్లాలితో అనిపిస్తాడు.

చలం, కుటుంబరావు, గోపీచంద్ ముగ్గురూ గొప్ప కథకులు. చిన్నకథ ఆనుపానులు బాగా ఔపోసన పట్టినవారు కూడా. అయితే ముఖ్యంగా కథలే రాసినా నవలలూ, నాటికలు కూడా రాసి సాహిత్యాన్ని సుసంపన్నం చేశారు. సాహిత్యంలో వివిధ ప్రక్రియలు సమర్థవంతంగా వాడిన వీరు ముగ్గురు ఎనలేని వ్యాస సాహిత్యాన్ని మనకు వారసత్వంగా అందించారు. ఎన్నెన్నో విషయాలమీదా, అన్ని సామాజిక తాత్త్విక అంశాల మీద పుంఖాను పుంఖాలుగా వ్యాసాలు వెలువరించారు. వీళ్ళు ముగ్గురూ మంచి Thinkers కూడా. ఇది నిస్సందేహంగా మనం గర్వించవలసిన అంశం.

కుటుంబరావు, గోపీచంద్ ఇద్దరూ కూడా వచనం అలవోకగా రాసేస్తారు. ప్రయత్నపూర్వకంగా ఏదీరాసినట్టు అనిపించదు.

చిన్నకథ స్వరూప స్వభావాలని బాగా ఆకళింపు చేసుకున్నవాడు గోపీచంద్. దాని అనుపానులు ఆయనకి బాగా అవగతమయ్యాయి. అంతేకాదు. తెలుగు కథ పుట్టుక గురించి అటు దేశ దేశాల కథలనీ, ఇటు దేశీయ కథలను తరచి చూశారు. కథకుల ఒడుపునీ, చాతుర్యాన్నీ, చాకచక్యాన్ని పసికట్టాడు. కథలు రాయడంతో పాటు కథలెలా రాయాలో కూడా తేటతెల్లం చేసినవాడు గోపీచంద్. అందులో అతను అందెవేసిన చేయి. కథ అల్లడంలో ఆయన చాతుర్యం మనని అబ్బురపరుస్తుంది.

చిన్న కథ గురించి గోపీచంద్ చాలా థీరీ రాశాడు. అందరూ లబ్ధిపొందేందుకు వీలుగా ఆయన రాసిన థీరీని (చిత్తజల్లు) కథాసంపుటాల్లో పొందుపరుస్తున్నాం. గోపీచంద్ కథల్లో క్లయిమాక్స్ ఉండదనీ, అదొక లోటనీ కొందరి అభిప్రాయం. కాని కథని క్లయిమాక్స్‌తో మొదలెట్టి, దానిని ప్రయోజన సాధనతో ముగించడం గోపీచంద్‌కే చెల్లింది. దీనికి తార్కాణం 'బీదవాళ్లంతా ఒకటి' అనే కథ.

అయితే సినిమా రంగం నించి బయటికొచ్చాక అంటే 50ల తరువాత గోపీచంద్ ప్రాపంచిక దృక్పథంలో చాలా మార్పు వచ్చింది. అయితే ఆయన తన రచనావ్యాసంగం మాత్రం విరమించకుండా కొనసాగించాడు. ఆ మాటకొస్తే చాలా ఎక్కువగా రాశాడు కూడా. సామాజిక జీవిత విస్తృతి, స్త్రీ, పురుష సంబంధాలని తీవ్రంగా ప్రభావితం చేసిందని ఆయన గాఢంగా నమ్మాడు. అందుకనే ఇతివృత్తాలలో ఈ మార్పు మనకు గోచరిస్తుంది. 'అమలిన శృంగారం' లాంటి కథ దీనికి తార్కాణం. కానీ 'చీకటి గదులు' - ఆత్మకథ (నవల) - పూర్తి చేయకుండానే ఈ లోకాన్ని విడిచివెళ్ళడం తెలుగు సాహిత్యానికి తీరని లోటు.

30-07-2009

కృష్ణాబాయి
చలసాని ప్రసాద్

ముందు మాట

'చీకటి గదులు' గోపీచంద్ జీవిత నవల. దీనికి చాలా విస్తృతీ, వైశాల్యం ఉన్నాయి. ఆయన జీవితంలాగానే ఇది కూడా సగంలోనే ఆగిపోయింది. అయితే దీని వెనకాల బోలెడు కథ ఉంది. దానిని అందరి ముందు ఉంచడానికే ఈ ప్రయత్నం.

నేను హైదరాబాద్ చేరాక – అంటే 1957 చివరలో– గోపీచంద్‌గారితో పరిచయం ఏర్పడింది. అది అభిమానంగా, చనువుగా, అనుబంధంగా, మైత్రిగా మారింది. అప్పటికే ఆయన అనేక మజిలీలు గడిచి, ఆఖరిగా అరవిందయోగి పట్ల ఆకర్షితులయ్యారు. ఆ తరవాత రాసిందే 'పోస్టు చెయ్యని ఉత్తరాలు'. వీటిల్లో భావ, భౌతికవాదాల సమన్వయానికి ఆయన బృహత్ప్రయత్నం చేశారు. అక్కడే మేము పేచీ పడ్డాం వాదోపవాదాల్లో మునిగతేలేవాళ్ళం. విసుగు, విరామం ఉండేవి కావు. ఒకరోజు చాలా పొద్దుపోయే దాకా ఎడా, పెడా చర్చించుకున్నాం. ఏదీ, ఎప్పుడూ, ఎటూ ఏమీ తేలేది కాదు. ఆరోజూ అంతే. నాకు విసుగనిపించింది. "ఈ ఫిలాసఫీ గొడవ మానేసి మళ్ళీ మీరు కథలు రాయండి" అన్నా. ఆయన కోపం తెచ్చుకోలా. అంతేకాదు. "ఎవరి కథో ఎందుకు? మన కథ మనమే రాసుకుందాం. కానివ్వు. కాగితం, కలం తీసుకో" అని పురమాయించారు. ఆయన చెబుతుంటే నేను రాశా. అప్పట్లో నా 'రాత' బాగుండేది. ఇంత అలికినట్టుండేది కాదు. ఏకబిగిన 50 పేజీలు పూర్తయ్యాయి. కలం మూసి కాగితాలు సర్దా.

"అంగలూరు, చౌటపల్లి ఊళ్ళని కళ్ళకి కట్టారే?" అన్నా. "ఆ ఊళ్ళు నీకు తెలుసా?" అడిగారాయన. "అక్కడ మాకు చుట్టాలున్నారు. ఎక్కువగా వెళ్ళేవాడిని. అవన్నీ గుర్తుకొచ్చాయి" అన్నా.

ఇవీ చీకటి గదుల పుట్టుపూర్వోత్తరాలు. గోపీచంద్ శైలి స్పష్టంగా, సూటిగా, సాఫీగా, సజావుగా, సరళంగా ఉంటుంది. డొంక తిరుగుడు, తికమక కానరావు. దీనికి ముఖ్యమైన కారణం ఆయన మొదట మనసులో మననం చేసుకుని, ఆ తరవాతే కాగితం మీద పెడతారు. ఇది ఆయన రచనా పద్ధతిలో దాగి ఉన్న కిటుకు. పైగా 'చీకటి గదులు' ఆరంభంలో ఆయన చెప్పడం, నేను రాయడంగా కొనసాగింది. కనుక ఈ కిటుకు ఇంకా బాగా మనకి తెలుస్తుంది.

ఆనాటి కోస్తాజిల్లాల పల్లెటూళ్ళ స్థితిగతులు, వ్యవసాయక కుటుంబాల జీవనాలు మనకు ఇందులో తారసపడతాయి. పల్లెసీమల్లోని ప్రశాంత వాతావారణం, కుటుంబ జీవితంలోని ప్రేమానురాగాలు, ఆదరణ, ఆప్యాయతలు ఇవాళ మనకి ఆశ్చర్యం కలిగిస్తాయి.

ఇది గోపీచంద్ జీవనయానం, కుటుంబ గాథ. అకాల మరణాలూ, అనారోగ్యాలు, కలతలు, కపటాలు కూడా మనకి కానవస్తాయి. ఇంటా, బయటా అలముకుని ఉన్న వాతావరణం, చెలరేగిన సంఘర్షణలు, సమాజాన్ని కుదిపివేసిన సందర్భాలున్నాయి. ఉద్యమాలు మనకి తారసపడతాయి. హేతువాద ఉద్యమం విజృంభణ, గాంధీగారి నాయకత్వాన జాతీయ కాంగ్రెసు సంరంభం, వీటితో కలగాపులగంగా కమ్యూనిస్టు ఉద్యమం. ఇదో త్రివేణీ సంగమం. ఈ సంగమంలోనించి పడి లేచిన కెరటాలే చీకటి గదులు.

హేతువాద ఉద్యమానికి సంబంధించినంత వరకు గోపీచంద్ గారిల్లే కార్యాలయం. పైగా దాని పేరు సూతాశ్రమం. ఆ చెట్లకింద సేదతీరని వారూ, గుక్కెడు నీళ్ళయినా పుక్కిలించనివారూ లేరంటే అతిశయోక్తి కాదు. ఈ మాట స్వయంగా గోపీచంద్ కూడా చాలా చోట్ల రాశాడు. విభిన్న భావాలతో, అభిప్రాయాలతో సంఘర్షణ పడ్తూ వివిధ క్షేత్రాల్లో పనిచేసే కార్యకర్తలకు గొప్ప కూడలి. అభిప్రాయభేధాలున్నా, భావాల సంఘర్షణ చెలరేగుతున్నా మానవసంబంధాలు, పరస్పర అనురాగాలు అక్కడ ఏనాడూ ఒట్టి పోలేదు. ఇది గర్వించదగ్గ, హర్షించదగ్గ అంశం. సామాజిక జీవితంలో సంఘర్షణ, సామరస్యం ఉంటాయి. పట్టువిడుపులుంటాయి. రాజీలు కూడా వుంటాయి. ఒకరికి మరొకరు లొంగిపోవడం అనే మాటకి తావులేదు. ఆ కల్లోల కాలంలో కూడా సూతాశ్రమం ఆ పాత్ర నిర్వహించిందంటే అది మనకి నిజంగా గర్వకారణం.

అయితే ఇక్కడ మరొక అంశం కూడా తేటతెల్లం చేయాలి. భావాల విషయంలో, అభిప్రాయాల విషయంలో సిద్ధాంతాల విషయంలో లొంగుబాటు కల్ల. దీనికి ఒకే ఒక్క ఉదాహరణ ఇస్తే అంతా తేటతెల్లం అవుతుంది. మనదేశం పుట్టుపూర్వోత్తరాల గురించి వాగ్వివాదాలు చాలా తీవ్రస్థాయిలో జరిగేవి. చీకటి గదుల్లోని కృష్ణస్వామిగారు దీని మీద చాలా లోతైన, విస్తృతమయిన పరిశోధన చేశారు. ఆయన పరిశోధనా సారాంశం ఇది.

మనది ఆర్యావర్తం కానేకాదు. ఆ మాటకొస్తే, ఇక్కడకి తొలిగా వలస వచ్చిన వారు ఆర్యులు. ఆఖరికి వలస వచ్చినవారు ఆంగ్లేయులు. ఆంగ్లేయులు తప్ప అందరు ఇక్కడ స్థిరపడిపోయారు. కనక ఇక్కడ మహమ్మదీయులని తేడాగా చూడ్డం తప్పు. దీనికి మనం ఎంత త్వరగా స్వస్తి చెబితే అంత మంచిది. ఈ దేశం ఆదిలో ఆదివాసులదీ, మూలవాసులది. తక్కిన వాళ్ళంత పైనించి వచ్చి ఇక్కడ స్థిరపడ్డవారే. కృష్ణస్వామిగారు ఈ మాటలు చాలా నిజాయితీగా చెప్పేవారు. ఇది ఇవాళ ఇంకా మనం ఎల్లెడలా ప్రచారం చేయవలసిన అంశం.

చలసాని ప్రసాద్

18-08-2009

చీకటి గదులు

అదొక పల్లెటూరు. దానిపేరు రామాపురం. అయిదారు వందల గడప వుంటుంది. ఊరు చిన్నదయినప్పటికీ ఆ వూళ్ళో అన్ని కులాల వారూ వున్నారు. పెద్ద మోతుబరులున్న గ్రామం కాదది. ఆ ఊరిలో ఇరవై ఎకరాలున్న రైతులు ఇద్దరే వున్నారు. వారిద్దరూ జ్ఞాతులు. ఒకరి పేరు రామయ్య. రెండవ వారిపేరు లక్ష్మయ్య. ఆ వూళ్ళో వున్న రెండు పార్టీలకు ఇద్దరూ నాయకత్వం వహిస్తూండేవారు. ఒకప్పుడు ఆ వూరు పెద్దదే. వేయి గడపతో కళకళలాడుతూ వుండేది. ప్రతి యిల్లూ పశుగణంతో చూడటానికి ముచ్చటగా వుండేది. కాని క్రమక్రమేణా వ్యవసాయం మీద రాబడి తగ్గిపోయి, చిన్నకారు రైతులు పూర్తిగా చితికిపోవడం సంభవించింది. అలా చితికిపోయిన రైతులు తమకున్న ఎకరం-అరెకరం అమ్ముకుని, కొల్లేరు మొదలైన ప్రదేశాలలో చవకగా భూములు కొనుక్కొని ఊరు వదిలి వెళ్ళిపోయారు. మిగిలిన రైతులు ఊరు వదలలేక అలాగే కాలం గడుపుతున్నారు. పెంకుటిళ్ళూ, పూరిళ్ళూ రెండూ వున్నాయి. ఆ ఊళ్ళో పేరుకు పెంకుటిళ్ళేగాని అవీ శిథిలావస్థలోనే వున్నాయి. ఏనాడు కట్టారో ఆ యిళ్ళు? తరతరాలుగా ఆ యిళ్ళల్లో కుటుంబాలు నివసిస్తున్నాయి. కాని మరమ్మత్తు అనేది ఆ యిళ్ళు ఎన్నడూ ఎరగవు. గోడలు కూలితే అవి అలాగే వుండేవి. వసారాలు కూలితే మిగిలిన స్థలంలో ముడుచుకునేవి కుటుంబాలు. ఇంటి కప్పులు కూలే ప్రమాదం కనిపిస్తే, స్తంభాలు పోటీపెట్టి కాలం జరుపుకునేవారు. వర్షం కురిసినప్పుడు ఏకధారగా ఇంట్లోపడినా పెంకులు తిరగవేయించేవారు లేరు. ఇంటిల్లపాదీ పిల్లాజెల్లా అంతా కలిసి ఇంట్లోవున్న పళ్ళాలతోనూ, మూకుళ్ళతోనూ నీటిని ఎత్తి బయట పోసేవారు. వర్షం కురుస్తున్నంతసేపూ తడవని ఏమూలో వుంటే అక్కడకు పోగయి ముడుచుకు కూర్చునేవారు. కాలం ఎవరికోసమూ ఆగదు; ఎవరిని చూచీ జాలిపడదు; దాని దారిన అది దొర్లుకుపోతూ వుంది.

ఆ ఊళ్ళో రెండు చెరువులున్నాయి. ఒకటి ఉత్తరపు వీధిన వుంటే రెండవది దక్షిణపు వీధిన వుంది. ఉత్తరపు వీధిన ఉన్న చెరువు దక్షిణపు వీధినవున్న చెరువుకన్నా కొత్తది. ఇటీవల త్రవ్వించినదవటం వల్ల అందులో తామరతూడులు లేవు. నీరు చల్లగా, పాలిపోయిన స్త్రీ ముఖంవలె, ఉడిగిపోయిన ప్రేమ వలె ఉండేది. ఆ చెరువుగట్టున పెద్దపెద్ద చెట్లేమీ లేవు. బోసిగా వుండేది. చూచినవారి మనస్సులను అలంకార రహితమైన స్త్రీకి వలె, లేచిపోయిన భార్యను కలిగిన పురుషునివలె కలవరపెట్టేది. ఆ చెరువు గట్టున ఒక చిన్న రామాలయం వున్నది. అది చాలా చిన్నది. ఒక్కటే గది. ఆ గదిలో సీతారాముల విగ్రహాలుండేవి. తీరిక సమయాల్లో రైతులు ఆ గుడిముందు చేరేవారు. ఉబుసుపోకకు ఏవో కబుర్లు చెప్పుకునేవారు. ఒకరినొకరు వరుసలాడుకుని, హాస్యాలాడుకుని తమ కష్టాలను మరచిపోవడానికి ఉల్లాసపడుతుండేవారు. రాత్రిపూట అప్పుడప్పుడు పురాణ కాలక్షేపాలు, కావ్య పఠనాలు జరిపి ఆనందించేవారు. ఎప్పుడు చదివారో, ఎప్పుడు విన్నారో, భారత, భాగవత, రామాయణాలు వారికి కరతలామలకాలే. సీతారాములూ, ఆంజనేయులూ, శ్రీకృష్ణుడూ, కౌరవ పాండవులూ వారిమధ్య జీవిస్తున్నట్టే వుండేది వారికి. వారి కష్టాలు తమ కష్టాలే, వారి సుఖాలు తమ సుఖాలే. ఏ కష్టం వచ్చినా ఏ రాములవారికో, ఏ సీతామహాదేవికో సంభవించిన కష్టంతో పోల్చుకొని తమ విచారాన్ని తొలగించుకోవడానికి ప్రయత్నించేవారు. "అంతవాళ్ళకు తప్పలేదు, మనదేముంది?" అనుకునేవారు. అప్పుడప్పుడూ ఆ ఆలయం ముందే వీధి భాగవతాలూ, తోలుబొమ్మలూ వేయిస్తూ వుండేవారు. వాటిల్లో వుండే పాత్రలు కూడా వారికి సజీవమయినవే. సంవత్సరాల తరబడి వాటిని గురించి చెప్పుకుని ఆనందిస్తుండేవారు. కన్నీటిబొట్లు రాల్చుతుండేవారు. ఇక తోలుబొమ్మలలో కేతిగాడు, బంగారక్క సంగతి చెప్పనే అక్కర్లేదు. బంగారక్క అన్నమాటలు తలుచుకొని, తలుచుకొని ఆనందపరవశులయ్యేవారు. ఆ ఊరికి అయిదు సంవత్సరాల క్రిందట ఒక దొమ్మరిసాని వచ్చి ఆటకట్టి వెళ్ళింది. ఆ ఆట రామాలయం ముందే జరిగింది. ఆమె చేసిన పనులూ, వేసిన మొగ్గలూ ఇంకా ఆ ఊరివారు చెప్పుకుంటూనే వున్నారు. ఆ పొడుగాటి గెడమీద ఒంటికాలిమీద ఆ దొమ్మరసాని ఎలా నిలబడిందో ఇప్పటికీ వారికి తెలియలేదు. అంత పొడుగాటి గెడని, దొమ్మరసానిని దాని భర్త ఎలా నుదుటిమీద నిలపగలిగాడో ఇంకా వారికి తెలియదు. "దానికి భయమెట్లా లేదు?" అన్నారు కొందరు. "ఆ ముండ ప్రాణాలకు తెగించింది" అన్నారు మరికొందరు. అయిదు సంవత్సరాలు గడచినా ఆ దొమ్మరసానిని గురించి నిన్నో మొన్నో జరిగినట్టు వారు చెప్పుకుంటూనే వున్నారు.

దక్షిణవీధి చెరువు చాలా పురాతనమైంది. ఎవరు త్రవ్వించిందీ, ఎప్పుడు త్రవ్వించిందీ కట్టుకథలుగా చెప్పుకోవడం తప్ప ఎవరికీ తెలియదు. చెరువంతా ఎప్పుడూ తామరాకులతో అలముకొని వుంటుంది. అక్కడక్కడ తామరపువ్వులు లేచి సన్నని నడుము కలిగిన స్త్రీలు నిలబడినట్లు నిలబడి కన్నుల పండుగగా కనిపిస్తూ వుంటుంది. తామరాకుల మీద పువ్వులకోసం పక్షులు వాలుతూ వుంటాయి. ఒక పిట్ట మంచి ఆధారం అనుకొని తామరాకుమీద వాలుతుంది. తామరాకు కదిలి ముందుకుపోగా భయంతో రెక్కలార్చి రివ్వున ఎగిరిపోతుంది. ఒక్క నీటికాకి మాత్రం ఆకు మీదనుంచి ఆకుమీదకు అడుగువేస్తూ, మధ్యమధ్య ముక్కుతో చేపలను పట్టుకుంటూ తిరుగుతూ వుంటుంది. దాని కాళ్ళు, ముక్కు చూడదగ్గవి. దాని చూపులెప్పుడూ నిర్భయంగానే ఉంటాయి. ఎవరినీ లెక్కచేయని మహాముని నడిచిపోయినట్లు నడిచిపోతూ వుంటుంది. ఒకరి సంగతి ఆలోచించకుండా తన పని చేసుకుపోతూ వుంటుంది. ఆ చెరువు మధ్యన ఒక స్తంభం వున్నది. అది ఎందుకు పాతించారో ఎవరికీ తెలియదు. నీటిమట్టం తెలుసుకోడానికని కొందరంటారు. ఈతలాడే వారికి పట్టుకొని అలసట తీర్చుకోడానికని కొందరంటారు. పనిలేక అని కొందరంటారు. కారణం తెలియకపోయినా ఆ స్తంభం నీళ్ళలో నాని చెడిపోయినప్పుడల్లా కొత్త స్తంభాన్ని పాతిస్తూనే ఉంటారు ఆ ఊరి పెద్దలు. ఆ చెరువుగట్టుమీద ఆంజనేయస్వామి దేవాలయం వున్నది. అదీ శిథిలావస్థలో వుంది. చెరువు నీళ్ళవల్ల నాని వెనుకభాగం పడిపోయింది కూడా. ఆలయంలోని ఆంజనేయస్వాములవారి విగ్రహం అతి ప్రతిభావంతమైంది. ఆంజనేయస్వామి ఒక మోకాలిమీద కూర్చుని అంజలి ఘటిస్తూవుంటాడు. తోక ప్రశ్నార్థకంగా వంకరులు తిరిగి పైకిలేచి వుంటుంది. తలమీద తళతళ మెరిసే కిరీటముంది. ఏ శిల్పి చెక్కాడో ఆ అర్ధనిమీలత నేత్రాలు. భక్తిభావంతో ఉట్టిపడుతూ వుంటాయి. ఏ శిల్పి చెక్కాడో ఆ నోరు రామనామం జపిస్తూ వున్నట్టే వుంటుంది. చూపరులను అయస్కాంతంలా ఆకర్షించినట్టు ఆకర్షిస్తూ వుంటుంది. ఆ దేవాలయానికి పూజారి వున్నట్టు కనపడదు. ఉన్నా పూజా పునస్కారాలు సరిగ్గా జరగడం లేదనేది మాత్రం నిజం. అయితే ఆ దేవాలయం ప్రక్కనే ఒక బ్రాహ్మణ కుటుంబం వుండేది. ఆ గృహస్థు ఆంజనేయస్వామివారి భక్తుడు. ఆంజనేయస్వామి వారికి కావలసినవన్నీ ఏ కొరతా లేకుండా తీరుస్తుండేవాడు. వచ్చినవారందరికీ విసుగు, విరామం లేకుండా రామాయణంలోని సుందరకాండ పారాయణం గురించి వినిపిస్తుండేవాడు. ఆయనకు అశోకవృక్షం క్రిందవున్న సీతమ్మ వారిని చూడడానికి రావణాసురుడు వచ్చిన ఘట్టం అమిత యిష్టం. రావణాసురుడు సర్వాలంకార భూషితుడై రావడం,

ఆయన భార్య మండోదరి చెప్పిన నీతులు, సీతమ్మవారి దైన్యస్థితి పదేపదే వర్ణించి చెబుతూండేవాడు. జనకమహారాజు కుమార్తె, అవతార పురుషుడైన శ్రీరామచంద్రుని భార్య, తనకుతానుగా మహా పతివ్రత అయిన సీతామహాదేవి తోడు లేకుండా ఏకాకిగా రావణాసురుని దౌర్జన్యాన్ని ఎదుర్కోవలసి రావడం ఆయన మనస్సును ద్రవీభూతం చేసేది. వచ్చిన వారందరికీ కన్నీరు పెట్టుకుంటూ చదివి వినిపిస్తూండేవాడు. అంతా నిశ్చేష్టులై చెమ్మగిల్లిన మనస్సులతో వింటూండేవారు. ఆ సమయంలో ఆంజనేయస్వామివారు రావడం, శ్రీరామచంద్రమూర్తిని గురించి ఆమెకు చెప్పడం అందరికీ అమితానందాన్ని కలిగించేది. తృటిలో అందరి మొహాలు విప్పారేవి. కసికొద్దీ ఆంజనేయస్వామి అశోకవనాన్ని చెరచడం, రాక్షసులను వధించడం, రావణుని దూషించడం, లంకాదహనం మొదలైన చర్యలన్నీ తాము చేస్తున్నట్టుగానే భావించుకుని వినేవారు, పరవశులయ్యేవారు.

ఆ బ్రాహ్మణ గృహస్థుకు ఆస్తి లేదు. గంపెడు సంసారం, అయినప్పటికీ సంపాదనకోసం ప్రయత్నించేవాడు కాదు. అస్తమానం ఆంజనేయస్వామినే అంటిపెట్టుకొని వుండేవాడు. ఎలా జరిగేది ఆ భగవంతునికే ఎరుక. ఎవరయినా ప్రశ్నించినా "అన్నిటికీ ఆ శ్రీమన్నారాయణుడే వున్నాడు" అనేవాడు. ఇంటిదగ్గర ఇల్లాలు గోలపెట్టేది. పట్టించుకునేవాడు కాదు. పిల్లలు ఏమయిపోతారో అని బెంగపడేవాడు కాదు. "నారు పోసినవాడు నీరుపోయడా" అనేవాడు. మాటవరుసకు అనటం గాదు, అలాగే ప్రవర్తించేవాడు. "ఇక కష్టాలా, అష్టయిశ్వర్యాలు అనుభవించడానికి వీలున్నా శ్రీరామచంద్రమూర్తికి తప్పినవా? సీతామహాదేవికి తప్పినవా? కష్టసుఖాలు కావడికుండలు, వస్తుంటాయి, పోతుంటాయి. వాటిని పట్టించుకోవలసిన అవసరం లేదు. కష్టాలు వస్తాయని బెదిరి భగవన్నామస్మరణ మానుకోమంటారా? ఏ పూర్వపుణ్య వశానో ఈ మానవజన్మ లభించింది. సార్థకం చేసుకోవద్దూ?" అనేవాడు. ఆయనకు అలాగే గడిచిపోయినాయి రోజులు.

ఆ ఊరును ఒరుసుకొని ఒక పంటకాలవ ప్రవహిస్తూ ఉండేది. ఆ ఊరు రైతుల పొలాలన్నీ పంటకాలువకు అవతల ప్రక్కన వుండేవి. ఆ కాలువకు వంతెన లేదు. రెండు సరివిబాదులు వెంటెతో చుట్టబడి రాకపోకలకోసం ఆ కాలువమీద వేయబడి వుండేవి. రైతులు తేలిగ్గా దానిమీద నడిచి వెళుతూండేవారు. రైతులేమిటి? పిల్లలు కూడా అటూయిటూ పరుగెత్తుతూ వుండేవారు. కాలువగట్లను ఒరుసుకొని ప్రవహించేటప్పుడు పిల్లలు సరదాకొద్దీ అటూ యిటూ పరిగెత్తుతూ వుండేవారు. చూచేవారికి గుండెదడగానే వుండేది. ఒక సరివిబాదు చాలక రెండు సరివిబాదులను వెంటెతో జతచేసిన వంతెనది. వెడల్పు లేకపోవడం వలన దాని మీద నడవడమే

కష్టం. పైగా ఆ వెంటె వానకు తడిసి, ఎండకు ఎండి ఉండేది. ఎప్పుడు తన పట్టును విడిచినా విడవచ్చు. అయినప్పటికీ ఎవరూ ఆ సంగతి పట్టించుకునేవారు కాదు. జారిపడితే ఏమవుతుందో ఎవరికీ పట్టేది కాదు. పిల్లలు, పెద్దలు అంతా సుఖంగా, నిర్విచారంగా నడిచి వెళుతూండేవారు. కాలువలో నీరు తగ్గినప్పుడు పిల్లలు చేపలు పట్టడానికి గుంపులు గుంపులుగా వచ్చేవారు. కాలువలోకి దిగి చేపలు పడుతుండేవారు. నీటి గుంటలను కెలికి మట్టిని పిసికి చేపలను బయటకు తీస్తూండేవారు. అది వాళ్ళకో సరదా. చేపలు దొరకనిరోజు పల్లెవాళ్ళు కాలవకు అడ్డంగా పెట్టిన మావులను ఊడదీసి అందులోనుంచి చేపలను దొంగిలించేవారు. చేపలను గట్టుమీద వేసి అవి ఎగురుతూంటే చూసి ఆనందించేవారు. ఇంటికి తీసుకెళితే తల్లిదండ్రులెక్కడ దండిస్తారోనని మళ్ళీ వాటిని కాలువలోనే వేసి వెళ్ళిపోయేవారు. కాలువదాటి జొన్నచేలలో అడుగుపెట్టి, కంకులను దులుపుకొని తినేవారు. తిరిగి తిరిగి ఏ పొద్దుగూకేవేళకో ఇళ్ళకు చేరుకునేవారు. ఏ చెట్టు తొర్రలోనో పెట్టిన పలకా పుస్తకాలను తీసికొని ఇళ్ళకు వెళ్ళేవారు. దండిస్తే పడేవారు, తమ పనిమాత్రం మానుకొనేవారు కాదు.

ఆరోజు చీకటిపడింది. ఊళ్ళో వున్న పిల్లలు, పెద్దలు అంతా ఇళ్ళకు చేరుకున్నారు. ఊరంతా మాటుమణిగివుంది. ఊరికి పెడగావున్న గుడిసెలోంచి దీపం మినుకుమినుకుమంటూ వుంది. అంతకుముందే వర్షాలు కురవడం వల్ల ఇలకోళ్ళ కూతలెక్కువయినాయి. గుడిసెకు దగ్గరగా వున్న నీటిగుంటలోంచి బావురు కప్పల అరుపులు వినిపిస్తున్నాయి. దూరాన్నుంచి ఆలస్యంగా ఇంటికి వస్తున్న రైతుల కేకలు చెదురుబదురుగా వినిపిస్తున్నాయి. మినుకుమినుకుమంటూ కనిపించే ఆ దీపం వున్న గుడిసెలో దీపం ముందు ఏడేండ్ల పిల్లవాడు, అరవయ్యేళ్ళ ముసలమ్మ కూర్చుని వున్నారు. ప్రక్కనున్న నులకమంచంమీద ఆ పిల్లవాని చెల్లెలు నిదురపోతూ వుంది.

పిల్లవాని ముందు పుస్తకం తెరిచి వుంది. "చదువు బాబూ" అన్నది ముసలమ్మ.

"నిద్రొస్తుందే అమ్మమ్మా!" అన్నాడు పిల్లవాడు.

"చదువుకొని పెద్ద వుద్యోగం చెయ్యాలి బాబూ! చచ్చి ఎక్కడుందో మీ అమ్మ. నీవు పెద్దవాడివవుతావని ఎంత మురుసుకొనేదనుకొన్నావు."

"నిజంగానా అమ్మమ్మా?"

"నిజమే నాయనా!"

పిల్లవాడు చదవడానికి దృష్టిని పుస్తకంమీద కేంద్రీకరించాడు. కాని నిద్ర ముంచుకొని వస్తూంది. ఒళ్ళంతా బరబర గోక్కోడం మొదలుపెట్టాడు.

"ఏం బాబూ?"

"దురదే అమ్మమ్మా!"

"ఎక్కడ బాబూ?"

"తొడలమీద అమ్మమ్మా!" అని బరబర తొడలు గోక్కోవడం మొదలుపెట్టాడు కుర్రవాడు.

"ఊరుకో బాబూ! అలా గోక్కుంటే పుళ్ళు పడతాయి." అని చెయ్యి పట్టుకుంది అమ్మమ్మ.

"మరి దురదే" అన్నాడు పిల్లవాడు చెయ్యి విడుపించుకోటానికి ప్రయత్నిస్తూ.

"ఊరుకో బాబూ.. ఊరుకో... నేను మైలుతుత్తరం తెచ్చి రాస్తాగాని..."

"మంటే"

"మంట వుండదు బాబూ, ఒట్టి మైలుతుత్తరం అయితే మంట, కొబ్బరినూనెలో కలిపి తెస్తాగా... ఏ మంటా వుండదు... మంట వుంటే మా బాబుకు రాస్తానా?" అంటూ మైలుతుత్తరం కలుపుకు రావడానికి లోపలికి వెళ్ళింది ముసలమ్మ. ముసలమ్మ తిరిగి వచ్చేటప్పటికి ఆ దీపం దగ్గర నేలమీద పడుకుని నిద్రపోయాడు పిల్లవాడు. పిల్లవాడిని ఎత్తుకొని చెల్లెలు పక్కన, మంచంమీద పడుకోబెట్టి, లాగూ విప్పి తొడలకు నెమ్మదిగా మైలతుత్తరం రాసింది ముసలమ్మ. నిద్రపోయిన ఇద్దరు పిల్లలను ఒక్కసారి చూచింది. ఆమె కళ్ళు చెమ్మగిల్లినాయి. ఒక్కసారి తన జీవితమంతా జ్ఞాపకమొచ్చింది.

తనకు ఒక్కతే కూతురు. తన భర్త చిన్నప్పుడే పోయాడు. ఆ ఒక్క కూతురుని ఏ చదువుకొన్న అయ్య చేతిలోనో పెట్టి తాను కృష్ణా రామా అనుకొంటూ కూర్చుందామనుకొంది. అలాగే చదువుకున్న ఒకతనికిచ్చి తన కుమార్తెకు వివాహం చేసింది. తన కోర్కె నెరవేరింది కదా అని సంతోషించింది. కాని అనుకోకుండా జీవితం పెడతిరిగింది ముసలమ్మకు. తన కూతురు ఈ పసికందులను భూమిమీదవేసి అకస్మాత్తుగా మరణించింది. అయినప్పటికీ ఈ పిల్లల క్షేమం కోరి అల్లుడి దగ్గరే వుండాలనుకుంది ముసలమ్మ. రెండు, మూడు సంవత్సరాలు అలాగే వున్నది కూడాను. కాని అల్లుడు రెండో వివాహం చేసుకోడానికి ప్రయత్నిస్తున్నాడని తెలిసి ఇక వుండలేకపోయింది. తన కూతురుకు సుక్షేత్రమైన మాగాని

పదెకరాలుంది. తన భర్త చనిపోవడంతో ఈ ఆస్తి కూతురుకు, కూతురు కన్న ఈ పిల్లలకు వస్తుందని ముసలమ్మకు తెలుసు. తన పిల్లలు అల్లుడి సంరక్షణలోనే వుంటే గార్డియన్‌ను నేనేనని చెప్పి పొలం స్వాధీనం చేసుకుంటాడేమో! అప్పుడీ పిల్లలేంగాను? తన అల్లుడు మంచివాడే! కాని రెండో వివాహం చేసికొని ఆవిడ వలన సంతానం కలిగిన తర్వాత ఎలా ఉంటుందో? ఆవిడ ఎలాంటిది వస్తుందో? తనను, తన పిల్లలను సరిగా చూస్తుందా? అలా ఆలోచించి పిల్లలను చంకన వేసుకొని అల్లుడికి చెప్పకుండా తన అత్తవారి ఊరు వచ్చేసింది ముసలమ్మ. తన పిల్లలూ, పొలం తన కళ్ళెదుటే ఉండాలనుకుంది. కాని ఎక్కడ వుండేటట్లు? తన ఇల్లు అమ్మి కూతురు ఉండగానే అల్లుడికి ఇచ్చేసింది డబ్బు. ఏమీ తోచక తనకు బంధువయిన రామయ్యగారిని సలహా అడిగింది. రామయ్యగారు తన యింట్లోనే ఉండమన్నారు. రెండు గదులు వేరుగా యిస్తానన్నాడు. పొలంలో పండింది పెట్టుకొని పిల్లలను పోషించుకోవచ్చన్నాడు. కాని ముసలమ్మకు ఆ మాట నచ్చలేదు. తను ఒకరి పంచనెందుకు వుండాలి? తను తన పిల్లలతో వేరుగా వుంటానని చెప్పింది. అప్పుడీ గుడిసె కనిపించింది. ఈ గుడిసె ఒక వితంతువుది. ఆ వితంతువు తన కుమార్తెతో ఉంటానికని వెళ్ళింది. నెలకు రెండు రూపాయలు ఇస్తానని చెప్పి పిల్లలతో ఆ గుడిసెలో అడుగుపెట్టింది ముసలమ్మ. అప్పటినుంచి ఆ ఇద్దరు పిల్లలను రెండు కళ్ళుగా చూసుకుంటూ కాలం గడుపుతూ వుంది.

ఇదంతా జ్ఞాపకం వచ్చింది ముసలమ్మకు. పడుకొని నిద్రపోతున్న పిల్లలను మరొక్కసారి చూసుకుంది. ఈ పిల్లలు ఎప్పుడు పెద్దగాను? తనకరవై ఏళ్ళు! ఈ పిల్లల నెలా సాకేట్లు? ముసలమ్మ బొటబొటా కన్నీరు కార్చింది. ఆ పూట ఆమెకు అన్నం తినబుద్ధి పుట్టలేదు. మంచం పక్కన చాప పరుచుకొని పడుకుంది. అవే ఆలోచనలు....

2

ఆ ముసలమ్మ పేరు రత్నమ్మ. పిల్లవాని పేరు గోపాలం. మనుమరాలి పేరు కమల. తెల్లవారి లేచి, పిల్లలిద్దరికీ వెలిబూడిదతో పళ్ళుతోమి చద్దన్నం పెట్టింది రత్నమ్మ. పిల్లలిద్దరు చద్దన్నం తిని, ఆడుకోవటానికి బయటకు వెళ్ళారు. ఆ గుడిసెకు ప్రక్కనే రామయ్యగారి నారింజతోట వుంది. అది కొంచెం మెరకభూమి అవటంవల్ల నారింజతోట వేసి పెంచుతున్నారు రామయ్యగారు. ఆ తోట గోడకి రత్నమ్మ కాపురం వుంటున్న పూరి గుడిసెకు మధ్యన చిన్న సందు వుంది. ఆ సందుకు అటూ ఇటూ గుడ్డకట్టి ఎవరికీ కనబడకుండా అందులో కూర్చుని ఆటలాడుతూ వుంటారు పిల్లలు.

గుడిసెకు మిగిలిన ఇళ్ళకంటే దగ్గరలోవున్న గృహ యజమాని శేషయ్యగారు రత్నమ్మకు దూరపు బంధువు. ఆయనకు పన్నెండేళ్ళ కుమారుడు, ఏడెనిమిదేళ్ళ కుమార్తె వున్నారు. ఆ పిల్ల పేరు సుశీల. ఆటలకెవరొచ్చినా రాకపోయినా సుశీల మాత్రం వస్తూ వుండేది. సుశీల ఆటకు రాకపోతే గోపాలానికి ఏమీ తోచేది కాదు; బాగుండేది కాదు; మిగిలిన పిల్లలతో ఏదో వొక పేచీ పెట్టుకుని పోట్లాడుతూ వుండేవాడు. సుశీల రాగానే బుంగమూతి పెట్టుకుని పలకకుండా కూర్చునేవాడు. సుశీలకు తెలుసు అతనికి కోపం వచ్చిందని; ఇంకా ఏడిపిద్దాం అనో, లేకపోతే కోపం దానంతట అదే చల్లారుతుందనో, అతనిని గమనించనట్లు నటించి, మిగిలిన పిల్లలతో ఆడుకునేది. గోపాలం అది భరించలేకపోయేవాడు. గిల్లికజ్జా పెట్టుకుని ఆటవస్తువులన్నింటినీ విరగగొట్టేవాడు; పారవేసేవాడు; సందుకు కట్టిన గుడ్డదడులు చింపి ముక్కలు ముక్కలుగా పోగు వేసేవాడు; పిల్లలను వెళ్ళగొట్టేవాడు; "మళ్ళీ యిక్కడకు వచ్చారంటే తంతాను" అనేవాడు. అతన్ని చూచి భయపడి మిగిలిన పిల్లలంతా పారిపోయేవారు. సుశీల మాత్రం కదిలేది కాదు. ఆ పిల్లను ఏంచేయాలో తోచక మెదలకుండా నిగ్గదీసుకు కూర్చునేవాడు. సుశీల కొంచెం సేపు ఏమీ మాట్లాడేది కాదు. విరిగిపోయిన ఆటవస్తువులన్నింటినీ చక్కబెట్టేది. అతడు పాడుచేసిన పొయ్యిని బాగుచేసేది. పొయ్యిమీద పిడత పెట్టేది. ఈ పనులన్నీ చేస్తూ అతన్ని క్రీగంట చూస్తూనే వుండేది. అతనికోపం తగ్గిందనుకునేదో ఏమో "బుద్ధి లేదు" అనేది.

"నీకే" అనేవాడు గోపాలం.

ఆ పిల్ల నవ్వుతూ సరసను వచ్చి కూర్చుని "ఎందుకు కోపం వచ్చింది?" అని అడిగేది.

"మరి నువ్వెందుకు ఆలస్యంగా వచ్చావు."

"అమ్మ చెంబులు బయట వెయ్యమంది, వేసి వచ్చాను!"

"రావాలనే వచ్చావు."

"అబ్బే, నీ మీద వొట్టు" అనేది సుశీల. "ఇంకెప్పుడూ ఆలస్యంగా రానుగా, సరా?"

గోపాలానికి అంత కోపం ఏమయ్యేదో, ఆ మాటతో మామూలు అయిపోయేవాడు. సుశీల వెళ్ళి పిల్లలనందరినీ పిలుచుకు వచ్చేది. మళ్ళీ ఆటలు ప్రారంభం అయ్యేవి.

ఆనాడు బొమ్మల పెళ్ళి చెయ్యాలన్నది సుశీల. గోపాలం సరే అన్నాడు. "వంట వండి పిల్లలందరికీ భోజనాలు పెట్టాలి" అన్నది సుశీల. గోపాలం "బియ్యం తెస్తాను" అన్నాడు. పప్పు, కూరలు తాను తెస్తానన్నది సుశీల. సుశీల ఇంటి అరుగుమీద వొక దర్జీవాడు బట్టలు కుడుతూ వుండేవాడు. అతనిని అడిగి గుడ్డ పీలికలు కూడా తెస్తానన్నది. ఇద్దరూ కలిసి స్నేహితులందరినీ పిలిచారు. గోపాలం పెళ్ళికొడుకు తరఫు, సుశీల పెళ్ళికూతురు తరఫు. ఈ నిర్ణయం కూడా సుశీలే చేసింది. గోపాలానికి పెళ్ళిగొడవలాట్టే తెలియవు. సుశీలకు అన్నీ తెలుసు. ఆడపిల్లలకు పుటకనుంచీ తెలుస్తాయో ఏమో? ఎప్పుడైనా గోపాలం ఏదన్నా సలహా చెప్పినా " అది తప్పు, అట్లా చెయ్యటం తప్పు" అనేది సుశీల. గోపాలం మెదలకుండా ఊరుకునేవాడు. గోపాలం అమ్మమ్మ పెట్టిన చద్దన్నం గబగబా తిని, అమ్మమ్మ చూడకుండా దోసెడు బియ్యం మూటకట్టుకుని సుశీల యింటికి బయలుదేరాడు ఆ పిల్లను పిలుచుకు వద్దామనే వుద్దేశంతో. పిల్లవాడు బయటకు వెళ్ళగానే పళ్ళాలూ అవీ సర్ది, మనుమరాలు కమలను తీసుకొని రామయ్యగారింటికి వెళ్ళింది రత్నమ్మ.

రత్నమ్మకు ఆ వూళ్ళో పదెకరాల పొలమేకాక కొంత డబ్బు కూడా రావలసి వున్నది. అల్లుడి దగ్గర వుండే రోజుల్లో ఎటుపోయి ఎటు వస్తుందోనని, పొలంమీద వచ్చే అయివేజు ఖర్చు పెట్టకుండా ఆ వూళ్ళోనే అప్పులిచ్చి పెంచింది రత్నమ్మ. ఆ డబ్బు సంగతి కనుక్కుందామనీ, పిల్లవాడి చదువు సంగతి కనుక్కుందామనీ రామయ్యగారి దగ్గరకు వెళ్ళింది రత్నమ్మ. ఆ వూళ్ళో రత్నమ్మ అంటే అందరికీ సానుభూతే. రత్నమ్మ కాపురం చేసినన్నాళ్ళూ వొకరితో వొకమాట అనిపించుకోకుండా కాపురం చేసింది. ఆమె వొక్కగాను వొక్క కూతురు పోవటం, పసికందులను చంకన వేసుకుని ఆమె తిరిగి వచ్చి గుడిసెలో కాపురం పెట్టటం ఆ వూళ్ళో వున్న అందరి మనస్సులనూ ద్రవింపచేశాయి. అంతే కాకుండా రత్నమ్మ అల్లుడంటే ఆ వూళ్ళో అందరికీ అభిమానం. ఆ రోజుల్లో బ్రాహ్మణేతరుల్లో చదువు వుండేది కాదు. అటువంటప్పుడు రత్నమ్మ అల్లుడు పెద్ద చదువులు చదవటమేకాక, బహుభాషాకోవిదుడై తెలుగులో చక్కని కవిత్వం వ్రాసేవాడు. చదువుకునే రోజుల్లో, శెలవు దినాల్లో, అత్తవారింటికి వచ్చి ఆ వూళ్ళో నెలల తరబడీ వుండేవాడు. కుట్టికారును పోగుచేసి సంఘంలోవున్న దురాచారాలను రూపుమాపటానికి ప్రయత్నిస్తూ వుండేవాడు. రత్నమ్మ అల్లుడికి, భగవద్భక్తి అన్నా, బ్రాహ్మణ పూజ అన్నా గిట్టేది కాదు. "మానవులందరూ వొకటే. మానవుడు సర్వ స్వతంత్రుడు" అని బోధించేవాడు. అప్పుడప్పుడే స్వతంత్ర బీజాలు నాటుకుంటున్న కుట్టివాళ్ళ మనస్సులు

ఈ మాటలతో ఆకర్షింపబడ్డాయి. అందరూ ఆయనను గురువుగా చూచుకునేవారు. ఇందులో రామయ్యగారు వొకరు.

ఈ సంగతులన్నీ రత్నమ్మకు తెలుసు. కాకపోతే, ఆయన దగ్గరవుంటే, డబ్బెక్కడ దుబారాచేసి, పిల్లలకు ఎక్కడ ఆధారం లేకుండా చేస్తాడో అని భయం. ఆ భయంతోనే వచ్చేసింది. ఇప్పటికీ ఆమెకు అల్లుడంటే గౌరవమే. ఎవరన్నా "పిల్లలనిట్లా విడిచిపెట్టటం ఆయనకు ధర్మం కాదు" అని అంటే "ఆయన వెళ్ళమన్నాడా బాబూ, నేనే వచ్చేశాను" అనేది. తనమీద వూళ్ళోవారు అంత సానుభూతి చూపటానికి వాళ్ళకు తన అల్లుడిమీద వున్న గౌరవం కొంత కారణమని ఆమెకు తెలుసు. మొదట్లో పిల్లల్ని తీసుకురావటానికి రామయ్యగారు కూడా ఒప్పుకోలేదు. రామయ్యగారికి కూడా చెప్పకుండా తానే వచ్చేసింది. వచ్చినప్పటి నుంచీ వొక కంట కనిపెట్టి చూస్తూవున్నారు రామయ్యగారు.

రత్నమ్మ రామయ్యగారింటికి వెళ్ళేటప్పటికి ఆయన ముందు వసారాలో కూర్చుని వొక పెద్దమనిషితో మాట్లాడుతూ వున్నాడు. రత్నమ్మనుచూచి రామయ్యగారి భార్య సీతమ్మ "రా అత్తా, సమయానికి వచ్చావు. నీకోసం ఇప్పుడే కబురుచెయ్యాలనుకుంటున్నాడు నీ కొడుకు" అని అన్నది.

"అంత తొందర పనేమొచ్చిందే?" అన్నది రత్నమ్మ.

" మీ అల్లుడిగారి దగ్గరనుంచి ఏదో కబురొచ్చిందంట. వసారాలో వున్న పెద్దమనిషి మీ అల్లుడిగారి దగ్గరనుంచి వచ్చినాయనే!" అన్నది సీతమ్మ.

ఆ మాట వినేటప్పటికి రత్నమ్మ గుండెలు దడదడ కొట్టుకున్నాయి. "పిల్లలను తీసుకువెళ్ళటానికేమో!" అనుకొన్నది. "ఆస్తి తన వశం చెయ్యమంటాడేమో!" అనుకుంది. కళ్ళు చెమ్మగిల్లినయ్యి. "నేను, నా పిల్లలూ మా బ్రతుకు మేము బ్రతుకుతున్నాం. వుంటే తింటున్నాం. లేకపోతే పస్తు పడుకుంటున్నాం. ఇప్పుడు మా జోలి ఆయనకెందుకు కావలసి వచ్చింది? ఈ ముసల్ది బ్రతకటం ఆయనకిష్టం లేదా? శ్రీమన్నారాయణమూర్తీ! నన్నెందుకు తీసుకుపోవయ్యా" అని గొణుక్కున్నది.

"ఊరుకో అత్తయ్యా" అని సముదాయించింది సీతమ్మ.

"పిల్లల్ని పంపించమంటాడేమోనే అమ్మా?" అన్నది రత్నమ్మ కన్నీరు తుడుచుకుంటూ.

"పంపించమంటే పంపిస్తామా ఏంటి?" అన్నది సీతమ్మ.

"ఏమోనే అమ్మా. ఎంతకాదన్నా తండ్రే.. నే నెవతనె అమ్మా. నా పిల్లలు నా దగ్గరే వుండాలంటే లోకం కాదంటుందా? ఈ ముసలిముండ మాట లెవరాలకిస్తారు?" అన్నది రత్నమ్మ.

"నువ్వూరుకో అత్తా. పిల్లల్ని అంత తేలిగ్గా అప్పచెప్పి వూరుకుంటారేమిటి నీ కొడుకు? అంతగా అవసరం అయితే కోర్టుద్వారా అడిగి పుచ్చుకోమంటారు. అడిగే నాలుగు ముక్కలూ కోర్టులోనే అడిగేది" అన్నది సీతమ్మ.

"అబ్బాయికి నువ్వు గట్టిగా చెప్పు సీతమ్మతల్లీ, ఆ పసికందులిద్దరూ తప్ప నా కెవరున్నారు? వాళ్ళను విడిచిపెట్టి నేనొక్క గడియ కూడా వుండలేను సీతమ్మ తల్లీ." అని బావురుమని ఏడ్చింది రత్నమ్మ.

అంతలో రామయ్యగారు లోపలకు వచ్చారు. రత్నమ్మను తేరపారి చూచి "ఏమమ్మా కంటతడి పెట్టుకుంటున్నావు?" అన్నాడు.

"పిల్లల్ని పంపిస్తారా ఏమిటి?" అని అడిగింది సీతమ్మ.

"పిల్లల్ని పంపటం ఏమిటి?" ఆశ్చర్యంగా అడిగాడు రామయ్యగారు.

"మరి అతగాడు వచ్చింది దేనికి?" అని అడిగింది సీతమ్మ.

"అదా?... అందుకామ్మా కంటతడి పెట్టుకున్నావు? నీ పిల్లల్ని నీనుంచి విడతీసేటంతటి వ్యర్థులం అనుకుంటున్నావామ్మా? అలా ఎప్పుడూ జరగదు. అటువంటి ఆలోచనలు మనస్సులోకి రానియ్యకు. ఒకవేళ ఎప్పటికైనా వెళ్ళవలసి వస్తే, పిల్లల శ్రేయస్సుకోరి నువ్వు వెళ్ళదలిస్తే అందరూ వెళ్దురుగాని."

రామయ్యగారి మాటలకు రత్నమ్మ సంతోషించింది. ముసురుకున్న మబ్బులు వొక్కసారిగా విడిపోయినట్లయింది ఆమెకు. కన్నీరు తుడుచుకుంటూ "అయితే బాబూ ఆయన ఎందుకు వచ్చినట్లు?" అని అడిగింది.

"మీ అల్లుడుగారు మళ్ళీ వివాహం చేసుకుంటానన్నారటమ్మా. ముహూర్తం కూడా నిశ్చయం అయిందట. ఎక్కడో వుత్తరాదిన పిల్ల కుదిరిందట. పిల్ల బాగా చదువుకున్నదట. అందగత్తె అట, తల్లిదండ్రాజులు బాగా డబ్బు వున్నవారు కూడానట."

"మంచిది బాబూ, చాలా మంచిది. నా కూతురెట్లాగూ పోయింది. తిరిగి రమ్మన్నా రాదు. ఆయన్ని పెళ్ళిచేసుకుని సుఖపడవద్దని నేనెందుకంటాను బాబూ? ఆయన మాత్రం ముసలివాడా, ముతకవాడా? ఇంకా నలభైఏళ్ళు నిండలేదు. నేను కోరేదల్లా నా పిల్లలు నాదగ్గర వుండాలని. మిగిలింది ఆయనిష్టం, నీ యిష్టం. అందరిష్టం."

"అంతేలే అమ్మా. కాకపోతే మనకెందుకు?" అన్నాడు రామయ్య.

"ఈ కబురు చెప్పటానికేనా ఆయన వచ్చింది?" అని అడిగింది సీతమ్మ.

"అంతే, కాకపోతే మనల్ని వివాహానికి తప్పకుండా రావలసిందని మాటకూడా చెప్పారు" అన్నాడు రామయ్యగారు.

"వెళ్ళు నాయనా, తప్పకుండా వెళ్ళిరా" అన్నది రత్నమ్మ.

రామయ్యగారు కాసేపు ఏదో ఆలోచిస్తూ నిలబడ్డారు. చివరకు "నీ మాటో అమ్మా" అన్నారు.

"నేనా?" అని గుండెమీద చెయ్యి వేసుకున్నది రత్నమ్మ.

"అవునమ్మా నిన్నూ, పిల్లల్నీ కూడా తీసుకురమ్మన్నారు."

రత్నమ్మ కళ్ళలో మళ్ళీ నీళ్ళు తిరిగాయి. భయంతో వొణికి పోయింది. తానెట్లా వెళ్ళగలదు? వెళ్ళి ఏ ముఖం పెట్టుకుని ఆ వేదికను చూడగలదు. తన కూతురు అల్లుడితో ఇంద్రభోగం అనుభవిస్తే చూడాలనుకున్నది. దానికి తను నోచుకోలేదు. తను వెళ్ళకుండా పిల్లల్ని పంపిస్తే తిరిగి రానివ్వరేమో? తన దగ్గరే వుంచుకుంటారేమో? "ఆ ముసలిముండను కుళ్ళి చావనియ్యి" అనుకుంటారేమో? ఇలా ఆలోచించి, "మేమెందుకులే బాబూ, నువ్వెళ్ళిరా" అన్నది.

"అలాకాదమ్మా, పిల్లల్ని తప్పకుండా తీసుకురావలసిందని మీ అల్లుడుగారు చెప్పారట. పెళ్ళికూతురు తరపు వాళ్ళుకూడా పిల్లల్ని తప్పకుండా చూడాలంటున్నారట. ఏదైనా ఆయన పిల్లలు కదా? వీల్లేదు అని మనం మొండిపట్టు పడితే యేం బాగుంటుంది చెప్పు? ఇటువంటి చిన్న విషయాల్లో ఆయనకు కోపం తెప్పించటం మంచిది కాదమ్మా. నా పిల్లలు నాదగ్గరే వుండాలని ఆయనంటే యేకోర్టూ కాదనదు.. నామాట వినమ్మా. పిల్లల్ని నాతో పంపు. తీసుకొచ్చి నీకప్పగించే బాధ్యత నాది."

రత్నమ్మ వొక్కక్షణం ఆలోచించింది. రామయ్యగారు తన శ్రేయస్సు కోరేవారు. పిల్లల శ్రేయస్సు కోరేవారు. ఆయన అండ చూచుకొనే తానీ వూరు వచ్చింది. ఆయన మాట కాదనటం ఎందుకు? "సరే బాబూ, నువ్వింతగా చెబుతున్నావు కాబట్టి నీ యిష్టం, పిల్లవాడిని నీతో తీసుకువెళ్ళు. పిల్ల నాతోనే వుంటుంది. పసిగుడ్డు అది వచ్చి మాత్రం అక్కడ చూసేది ఏముంటుంది బాబూ. ఇద్దరినీ విడిచిపెట్టి నేనొక్క క్షణం కూడా వుండలేను రామయ్య తండ్రీ" అని మళ్ళీ ఏడవనారంభించింది రత్నమ్మ.

"అలాగేనమ్మా, అలాగే. పిల్లవాడు వస్తే చాలు, మనం ఆయనమీద పార్టీ కట్టామని ఆయన అనుకోరు. అలా అనుకోకపోతే చాలు" అన్నారు రామయ్యగారు.

"ఇంకొక మాట బాబూ!"

"ఏమిటమ్మా?"

"ఏమీలేదు బాబూ! తండ్రి బాసికం కట్టడం పిల్లలు చూడకూడదంటారు. లగ్న సమయానికి వాడక్కడ లేకుండా వుండేటట్లు చూడు బాబూ."

"అలాగేనమ్మా."

"రామయ్యబాబూ, నిన్ను నమ్మి నీతో పంపిస్తున్నా పిల్లవాడిని."

"నాకు తెలుసమ్మా"

పెళ్ళికి పిల్లవాడు వెళ్ళటం నిశ్చయం అయింది. రత్నమ్మ భారంగా అడుగులు వేసుకుంటూ తన గుడిసెకు వెళ్ళింది. గుడిసెలో ఎవ్వరూ లేరు. కుక్కిమంచంలో కూలబడి కూతుర్ని తలచుకొని "ముసలిముండను నేనేం చెయ్యగలనమ్మా, నీ బిడ్డలను కాపాడుకునే భారం నీదే" అని గొణుక్కున్నది.

గోపాలం బొమ్మలపెళ్ళి పూర్తిచేసుకువచ్చేటప్పటికి చాలా ప్రొద్దెక్కింది. రత్నమ్మ అప్పుడే వంట పూర్తిచేసింది. సుశీల గోపాలం వెంటరావటం చూసి "ఈ పూటకు నువ్వుకూడా ఇక్కడే అన్నం తినమ్మా" అన్నది రత్నమ్మ.

"వద్దమ్మమ్మా, మేమిద్దరం ఇప్పుడే అన్నం తిని వస్తున్నాం" అన్నది సుశీల.

"ఎక్కడ?" అని అడిగింది రత్నమ్మ.

"ఇవ్వాళ బొమ్మలకు పెళ్ళిచేశాం అమ్మమ్మా. గోపాలం అన్నం వండాడు. నేను కూరలొండాను. పిల్లలందరికీ తలా కాస్తా పెట్టి మేము కూడా తిన్నాం" అన్నది సుశీల.

"అన్నం నేనెందుకు వండాను? అన్నీ తనే వండింది" అన్నాడు గోపాలం.

"సరేలే, అన్నం తిని వస్తున్నారన్నమాట. చాలు చాలు కూర్చోండి." అని చెప్పి ఇద్దరినీ పీటలమీద కూర్చోబెట్టి, అన్నం వడ్డించింది రత్నమ్మ. ఇద్దరు పిల్లలూ అన్నం ముద్దలు చేసుకు తినటం మొదలుపెట్టారు. రత్నమ్మ అల్లుడి పెళ్ళి సంగతి గోపాలానికి చెప్పాలని ఆరాటపడింది. కాని అతని కర్థమయ్యేటట్లు ఎలా చెప్పాలో తోచలేదు. నాలుగు ముద్దలు తిననిచ్చి, "నన్ను విడిచిపెట్టి వుండగలవా బాబూ?" అని అడిగింది.

"ఎందుకుండాలి?" అని అడిగాడు గోపాలం.

"ఒకవేళ ఎప్పుడైనా వుండవలసివస్తే..."

"నేనుండను."

అదేమిటి గోపాలం, అమ్మమ్మ ముసలిదైపోయింది. ఎన్నాళ్ళు అంటిపెట్టుకుని ఉంటావు? నువ్వు పెద్ద చదువులు చదువుకోవూ? అప్పుడు పట్టణానికి వెళ్ళవూ?" అని అడిగింది సుశీల.

"నేను చదువుకోను." అని ముక్తసరిగా జవాబు చెప్పాడు గోపాలం.

"చదువుకోక గొడ్లను కాస్తావా?" అని అడిగింది సుశీల.

"కాస్తాను."

"నువ్వు గొడ్లను కాయటం నాకిష్టం లేదు." అన్నది సుశీల గట్టిగా.

"నేను గొడ్లనే కాస్తాను."

"కాస్తావులే. ఈ ముఖమే గొడ్లను కాసేది? కాస్త ఎండలోకొస్తే ముఖం పెంకు గట్టిపోతుంది. గొడ్లను కాస్తాడట!" అన్నది సుశీల.

అంతకష్టంలోనూ రత్నమ్మకు నవ్వు వచ్చింది. "నీ యిష్టంవచ్చినపనే చేద్దువుగానిలే ముందు అన్నం తిను" అన్నది. పిల్లలిద్దరూ అన్నం తిని లేచారు. సుశీల తన యింటికి వెళ్ళిపోయింది. రత్నమ్మ గోపాలాన్ని వొళ్ళో కూర్చోబెట్టుకుని తల నిమురుతూ యిలా అన్నది.

"మీ నాన్న మళ్ళా పెళ్ళిచేసుకుంటున్నాడట బాబూ!"

"అమ్మను చేసుకున్నాడంటివిగా?"

"నిజమే బాబూ నిజమే. కానీ మీ అమ్మ చచ్చిపోయింది. ఒంటరిగా ఎన్నాళ్ళుంటాడు ఆయన మాత్రం? అందుకని పెళ్ళిచేసుకుంటున్నాడు."

గోపాలం మాట్లాడలేదు.

"పెళ్ళికి నువ్వువెళ్ళి చూచిరా బాబూ!"

"నేనెందుకూ వెళ్ళటం?"

"మీ నాన్న రమ్మన్నాడట..."

"ఆయనెవరు రమ్మనటానికి?"

"అట్లా అనకు బాబూ, నువ్వు వెళ్ళకపోతే నేను రానివ్వలేదనుకుంటాడు మీ నాన్న. నామీద కోపం వస్తుంది. మా బాబు అమ్మమ్మ మనస్సును కష్టపెడతాడా? తప్పకుండా వెళ్తాడు."

గోపాలం ఆలోచిస్తూ కూర్చున్నాడు. ఏమాలోచించాడో ఏమో "నువ్వు రావా అమ్మమ్మా?" అని అడిగాడు.

"నేనొస్తే ఎట్లా నాయనా? ఈ యిల్లూ అదీ చూచేదెవరూ? నేనూ, నీ చెల్లెలూ ఇక్కడ వుంటాం. నువ్వు రామయ్యమామతో కలసి వెళ్ళు. ఆయన జాగ్రత్తగా తీసుకువెళ్ళి మళ్ళా తీసుకువస్తాడు. అక్కడ మీ నాన్న వుండమన్నా వుండకు బాబూ, నువ్వక్కడ వుంటే నీ చెల్లెలు బెంగపెట్టుకుంటుంది, రామయ్యమామతో తిరిగి రా" అన్నది రత్నమ్మ.

"మరి నాకు గోలీలు కొనిపెడతావా?" అని అడిగాడు గోపాలం.

"తప్పకుండా కొనిపెడ్తాను" అన్నది రత్నమ్మ. గోపాలం తల నిమురుతూ, "నా బాబు వెళ్ళి వెంటనే తిరిగివస్తాడు" అని తనలో తనే అనుకొన్నది.

గోపాలం రామయ్యగారితో పెళ్ళికి ప్రయాణం అయ్యాడు. అమ్మమ్మ అతనికి కొత్త చొక్కా లాగూ కుట్టించి తొడిగింది. రామయ్యగారితో "పిల్లవాడిని నీకు వొప్పచెప్పాను రామయ్యతండ్రీ! నీతోపాటే తీసుకువచ్చి పిల్లవాడిని మళ్ళా నాకొప్పచెప్పే పూచీ నీదే" అని పదే పదే చెప్పింది.. ఆ వూళ్ళోనుంచి ఇంకా పదిమంది బయలుదేరారు పెళ్ళికి. ఉదయం భోజనాలు చేసుకొని అందరూ స్టేషనుకు వెళ్ళారు. స్టేషను ఆ ఊరికి నాలుగుమైళ్ళ దూరంలో వుంటుంది. పిల్లవాడు నడవలేడని రామయ్యగారు పొలం పని మానిపించి రెండెడ్లబండి కట్టించాడు. ఆయనా, గోపాలం, ఆయన దగ్గర బంధువులైన కోటయ్యా, వీరయ్యా బండి ఎక్కారు. బండి కదిలింది. పిల్లవాడిని సాగనంపటాని కొచ్చిన రత్నమ్మ కన్నీరు పెట్టుకుంటూ "అబ్బాయి జాగ్రత్త బాబూ" అని చెప్పింది రామయ్యగారికి.

"నువ్వేమీ దిగులుపడకమ్మా. నీ పిల్లవాడిని తిరిగి నీ కప్పగించే బాధ్యత నాది" అన్నారు రామయ్యగారు.

బండి సాగిపోయింది. బండి కనబడ్డంత సేపూ వాకిట్లోనే చూస్తూ నిలబడ్డది రత్నమ్మ. ఆ క్షణం చంకలోవున్న కమల స్పృహే ఆమెకు లేదు. ప్రపంచమంతా శూన్యం అయిపోయింది.

బండి స్టేషన్ దగ్గర ఆగింది. రైలు వొకగంట ఆలస్యంగా వస్తుందని తెలుసుకొని టిక్కెట్లు కొనుక్కొని ప్లాటుఫారం మీద కూర్చున్నారు రామయ్యగారూ మొదలైనవారంతా. కోటయ్య వెళ్ళి ఆనాటి దినపత్రిక తెచ్చాడు. పేజీలు తిరుగవేస్తూ, "చూశారా రామయ్యగారు! మద్రాసులో బ్రాహ్మణేతర మహాసభ జరిగిందట. దానికి మన గోపాలం తండ్రి క్రిష్ణస్వామిగారు అధ్యక్షత వహించారట. జనం తండోపతండాలుగా వొచ్చారట."

"ఆయన మొదటనుంచీ బ్రాహ్మణేతరులనుద్ధరించాలనే సంకల్పం కలిగినవారు. బ్రాహ్మణ మతం చాలా దైన్యస్థితికి వచ్చిందనీ, స్వార్థపరుల చేతుల్లోపడి పరపీడనకు మాత్రమే ఉపయోగపడుతూ వుందనీ, అందువల్ల బ్రాహ్మణేతరులందరూ కలిసి, ఈ మతాన్నీ, దాని పేరున ఆచరణలో వున్న ఆచారాలనూ ఎదుర్కోవాలనీ చెపుతూ వుండేవారు..."

"తమ అధ్యక్షోపన్యాసంలో భగవంతుడు లేడని గూడా చెప్పారట. భగవంతుడనే వాడే వుండి, ఈ ప్రపంచాన్ని నడుపుతూ వుంటే, ఈ ప్రపంచంలో ఇంత దారిద్ర్యం, ఇంత దుఃఖం ఎలా వున్నది? అని అడిగేటప్పటికి సభికులంతా వొక్కుమ్మడి కరతాళ ధ్వనులు చేశారట" అన్నాడు కోటయ్య.

"ఆయన దృష్టిలో భగవంతుడు లేనిమాట నిజమే. ఈ మాట ఇప్పుడు కాదు చిన్నప్పటినుంచీ వారు చెపుతూనే వుండేవారు. భగవంతుడు మానవ కల్పితం అని వారి ఉద్దేశం. స్వర్గ నరకాలు కూడా ఇటువంటివే. ఇవన్నీ తమ అధికారాన్ని సుస్థిరం చేసుకొని, ప్రజా బాహుళ్యాన్ని శాశ్వత దాస్యంలో వుంచదలచిన స్వార్థపరులు సృష్టించారని వారి వాదం."

"అయితే రామయ్యగారూ, రాముడూ, కృష్ణుడూ మొదలైన అవతార పురుషులు మాటేమిటి?" అని అడిగాడు వీరయ్య.

"వారు మనలాంటి వ్యక్తులే. కాకపోతే మహాకవుల చేతుల్లోపడి అవతార పురుషులయ్యారు. అసలు కృష్ణస్వామిగారికి మన భారత, భాగవత, రామాయణాలంటే తిరస్కార భావమేగాని పూజ్యభావం లేదు. కురు పాండవుల్లో కౌరవులదే న్యాయమనీ, వ్యాసుడు యదార్థాన్ని తారుమారు చేసి వ్రాశాడనీ, నిరూపిస్తూ ఆయన వొక గ్రంథం కూడా వ్రాశాడు. మీరు చదువవలసిన గ్రంథం అది."

"ఆ గ్రంథం మన గ్రంథాలయంలో వుంది. నేను చదివాను బలే బాగా వుంది. రవ్వల్లాంటి పద్యాలున్నాయి..." అన్నాడు కోటయ్య.

"అదేవిధంగా వారు రామాయణాన్ని కూడా విమర్శించారు. రాముడూ మొదలైన వారంతా ఆర్యులనీ, రావణాసురుని పక్షం ద్రావిడ పక్షమనీ, ఆర్యులు దిగ్విజయ యాత్రను సమర్థించే గ్రంథం రామాయణమనీ వారు చెబుతూ వుండేవారు. తమకు విరోధులు గనుక ద్రావిడులను ఆర్యులు రాక్షసులుగా వర్ణించారు అనేవారు. నిజానికి నా మనస్సుకు కూడా అట్లాగే తోస్తుంది. లేకపోతే ఒక ప్రక్క రావణుణ్ణి చంపటంవల్ల రాములవారికి బ్రహ్మ హత్యాపాతకం చుట్టుకున్నది అని చెబుతూ,

రావణుణ్ణి సకల పాపాలూ చేసిన దుష్టునిగా వర్ణించటంలో అర్థమేముంది?" అన్నారు రామయ్యగారు.

అట్లా జరిగిపోయింది సంభాషణ. రామయ్యగారు తమ చిన్ననాటి సంగతులన్నీ జ్ఞాపకం పెట్టుకొని ఏకరువు పెట్టారు. కృష్ణస్వామిగారు హైస్కూల్లో చదువుకుంటున్నప్పటి నుంచీ సెలవు దినాలు అత్తవారింట్లోనే గడిపేవారట. అప్పుడు సంఘసంస్కరణోద్దేశంతో తమ గ్రామంలో కుర్రవాళ్ళంతా వొక సంఘం స్థాపించారట. అన్ని రకాల మూఢాచారాలను ఎదుర్కోవటమే ఈ సంఘం ఆదర్శం. కుర్రకారంతా కలిసి పెళ్ళిళ్ళకు పురోహితులను పిలిపించడం మానిపించారు. తద్దినాలు పెట్టించటం మానిపించారు. దేవాలయాల్లో పూజలు మానిపించారు. ఏ బ్రాహ్మణుడు వొచ్చినా, అంతకు ముందు దాసులకువలె చేతులు కట్టుకు నిలబడేవారు మిగిలిన కులాలవారు. ఆ ఆచారం మానిపించారు. బ్రాహ్మలు మిగిలిన కులాలవారిని వెంకన్న, పుల్లన్న అని పిలిచేవారు. ఆ రైతు ఎంత ఘరానా కుటుంబానికి చెందిన వాడైనా సరే. రైతులు మాత్రం ఏ బ్రాహ్మణుడినైనా 'గారూ' జేర్చకుండా పిలిచేవారు కారు. అలా పిలవకపోవటం తప్పు, పాపం. ఈ ఆచారాన్ని కూడా కుర్రకారు మానిపించారు. గౌరవం ఇస్తే గౌరవం ఇవ్వటం, లేకపోతే లేదు. అదీ వారి ముఖ్య సూత్రం. ఈవిధంగా వూరినంతా మార్చివేశారు.

తమ చిన్ననాటి ముచ్చట్లు, ముసిముసి నవ్వులు నవ్వుకుంటూ చెప్పుకుపోయారు రామయ్యగారు. గోపాలం అంతా వింటూ కూర్చున్నాడు. అతనికి తండ్రిమీద గౌరవం హెచ్చింది. కాని మనస్సు చీకాకు పడింది, కోపం వచ్చింది. ఆ కోపం తనమీద తనకే వొచ్చిన కోపమని ఆ పిల్లవానికి ఎలా తెలుస్తుంది?

రైలు వచ్చింది! అంతా రైలు ఎక్కారు.

మేడూరువారి కుటుంబం గౌరవ ప్రతిపత్తిగల కుటుంబం. కృష్ణస్వామి పెళ్ళినాటికి అయిదుగురు అన్నదమ్ములూ వొక చెల్లెలూ వున్నారు. ఆ చెల్లెల్ని, అందరికంటే చిన్నది అవటంవల్ల, గారాబంగా పెంచారు. విద్యాబుద్ధులు చెప్పించి పెద్దదాన్ని చేశారు. ఆమె పేరు దమయంతి. దమయంతిని చదువుకున్న వానికీ, పేరు ప్రతిష్టలు గలవానికీ ఇవ్వాలని అన్నదమ్ముల ఆపేక్ష. అందువల్ల క్రిష్ణస్వామి దమయంతిని చేసుకోటానికి అంగీకరించినప్పుడు ఇంటిల్లపాదీ సంతోషించారు. రెండవ వివాహం. పైగా మొదటి వివాహానికి పిల్లలు వున్నారని ఎవ్వరూ సంకోచించలేదు. అంతా దమయంతి అదృష్టవంతురాలు అనుకున్నారు.

మేదూరు రైలు స్టేషనుకి పదిమైళ్ళ దూరంలో వుంది. పెళ్ళివారి కోసం స్టేషనుకి రెండెడ్ల గుడిసె బండ్లు పంపించారు. అందరూ బండ్లెక్కి మేదూరు జేరుకున్నారు. పెండ్లి అతి వైభవంగా జరిగింది. పెండ్లి జరుగుతున్నంతసేపూ గోపాలం ఆ చాయలకు వెళ్ళనే లేదు. దమయంతి పెద్ద అన్నగారి పేరు శోభనాచలపతి. ఆయనకు గోపాలం ఈడు పిల్లలు వున్నారు. వాళ్ళతో ఆడుకుంటూ కూర్చున్నాడు గోపాలం. మధ్య మధ్య రామయ్యగారు వొచ్చి ఆజ కనుక్కొని వెళ్తుండేవారు. లగ్నం ముగిసిన తర్వాత, ఒక ముసలమ్మ పిల్లలు ఆడుకునే చోటికి వచ్చింది.

"దమయంతి కొడుకు ఎక్కడున్నాడు?" అని అడిగింది.

"ఇక్కడ లేడు" అన్నాడు ఒక పిల్లవాడు.

"ఈ పిల్లవాడెవరు?" అని అడిగింది ముసలమ్మ గోపాలాన్ని చూపిస్తూ.

"పెళ్ళివారబ్బాయి" అన్నాడు ఒక పిల్లవాడు.

"నువ్వు దమయంతి కొడుకువు కాదూ?" అని అడిగింది ముసలమ్మ.

"కాదు" అన్నాడు గోపాలం.

"మరి దమయంతి కొడుకు ఎక్కడున్నాడు?" అని అడిగింది ముసలమ్మ.

"ఏమో, నా కెట్లా తెలుస్తుంది?"

"ఆ పిల్లవాడే ముసలమ్మా దమయంతి కొడుకు" అని చెప్పారు అరుగుమీద చుట్ట కాల్చుకుంటున్న పెద్దమనిషి.

"మొత్తానికి గడుసువాడివే. ముసలిదాన్ని ఆటలు పట్టిస్తున్నావు. మీ అమ్మ పిలుస్తూ వుంది. వెళదాం రా."

గోపాలానికి ఏమీ అర్థం కాలేదు. "మా అమ్మ ఎప్పుడో చచ్చిపోయింది" అన్నాడు.

"ఆ అమ్మ కాదు కొత్త అమ్మ" అని చెప్పి గోపాలం చెయ్యి పట్టుకుంది ముసలమ్మ. గోపాలం చెయ్యి విడిపించుకోటానికి ప్రయత్నించాడు. ముసలమ్మ చెయ్యి కొరికాడు. ఏంచేసినా ముసలమ్మ విడువలేదు. ఎత్తుకుని దమయంతి దగ్గరకు తీసుకువెళ్ళింది. "ఇడుగోనమ్మా నీ కొడుకు, వొళ్ళంతా విరగదన్నాడు" అని దమయంతి ముందు దించింది గోపాలాన్ని.

"రా బాబూ" అని చేతులుచాచి పిలిచింది దమయంతి.

"నేను రాను" అన్నాడు గోపాలం.

దమయంతి లేచివచ్చి తల నిమురుతూ, "మా బాబు మంచివాడు, నేనంటే మా బాబుకి చాలా ఇష్టం. నేను అమ్మను కదూ... చూడు బాబూ..."

గోపాలం తల పైకెత్తి సవతితల్లి కళ్ళల్లోకి చూచాడు. అక్కడ ఏం కనిపించిందో! కాళ్ళు వాటేసుకుని వెక్కి వెక్కి ఏడ్చాడు. "ఊరుకో బాబూ! ఎందుకు ఏడవటం?" అని సముదాయించింది దమయంతి.

"దాన్ని పంపించివెయ్" అన్నాడు గోపాలం తనను ఎత్తుకు తీసుకువచ్చిన ముసలమ్మను చూపిస్తూ.

"నువ్వెళ్ళవే, అనవసరంగా ఏడ్పించావ్ అబ్బాయిని" అన్నది దమయంతి.

"నేనేం చేశానమ్మా? నువ్వు తీసుకురమ్మంటే తీసుకువస్తిని... బాగానే వుంది" అని మూతీ, ముక్కూ విరుచుకుంటూ వెళ్ళిపోయింది ముసలమ్మ.

"రా బాబూ" అని చెయ్యి పట్టుకుని ఇంట్లోకి తీసుకొని వెళ్ళి టిఫిన్ పెట్టింది దమయంతి. 'అవునూ కాదూ', అనుకుంటూ పెట్టినవన్నీ తింటూ కూర్చున్నాడు గోపాలం. "నీ కొడుకు ఎంత బుద్ధిమంతుడే దమయంతీ!" అన్నది వొక ఇల్లాలు.

"ఆ అబ్బాయి మంచి మీకేం తెలుస్తుందీ? నాకు తెలుసు" అన్నది దమయంతి.

మరునాడు పెళ్ళివారందరూ తిరుగు ప్రయాణానికి సన్నాహం అయ్యారు. గోపాలాన్ని తీసుకొని రామయ్యగారు సెలవు తీసుకొందామని కృష్ణస్వామి గారి దగ్గరకు వెళ్ళారు. కాసేపు ఏదో లోకాభిరామాయణం కానిచ్చారు. "మీరు మళ్ళీ వివాహం చేసుకుంటున్నారని తెలిసినప్పుడు మీరు చేస్తున్నది పొరపాటేమో అనిపించింది. కాని అమ్మాయిని చూసిన తర్వాత మా ఉద్దేశాలు మార్చుకున్నాం. అమ్మాయి చాలా మంచిది. మీకు తగింది" అన్నారు రామయ్యగారు.

"నే నీ విషయం దీర్ఘంగా ఆలోచించాను రామయ్యా. వివాహం చేసుకోవటమే మంచిదనిపించింది. నేను నా జీవితాన్ని బ్రాహ్మణేతరోద్యమానికి అంకితం చెయ్యదలిచాను. ఇందుకు నాకు చేదోడు వాదోడుగా వొకరు ఉండాలనిపించింది. మనిషి ఒంటరిగా కష్టాలను ఎదుర్కోలేడు. సుఖాలను అనుభవించ లేడు. ప్రతి మనిషికీ జీవితాన్ని పంచుకునేవారు ఎవ్వరో వొకరు వుండాలి. ప్రస్తుతం మన సంఘం వున్న పరిస్థితుల్లో భార్యాభర్తలు తప్ప జీవితాన్ని పంచుకోలేరు. ఈ దృష్టితోనే చదువుకున్న స్త్రీ కోసం వెతికాను..."

"మీరు చేసింది మంచి పనే. సందేహం లేదు. మీ లక్ష్యాన్ని మీరు సాధించాలని మేమంతా కోరుకుంటున్నాం" అన్నారు రామయ్యగారు.

తరువాత వారు అనేక విషయాలు మాట్లాడుకున్నారు. బ్రాహ్మణేతరోద్యమం బ్రాహ్మణ ద్వేషానికి దారితియ్యదా? అనేది వొక విషయం. "అలా జరగవలసిన అవసరం లేదు" అన్నారు కృష్ణస్వామిగారు. "బ్రాహ్మణేతరోద్యమం అందరికీ సమానహక్కులు వుండాలని కోరుతుంది. జన్మనిబట్టికాక గుణాన్నిబట్టి సంఘం విభజన జరగాలని చెపుతుంది. ఈ సిద్ధాంతాన్ని బ్రాహ్మణులు కూడా అంగీకరించవచ్చు. అలా అంగీకరించిన బ్రాహ్మణులు ఈ ఉద్యమంలో జేరవచ్చు. ఈ సిద్ధాంతాన్ని అంగీకరించని బ్రాహ్మణేతరులకు ఈ ఉద్యమంలో స్థానం లేదు.

"బాగుంది" అన్నారు రామయ్యగారు.

గోపాలం వారి సంభాషణ వింటూ కూర్చున్నాడు. చివరికి రత్నమ్మ, గోపాలాల ప్రస్తావన వచ్చింది. "వాళ్ళను నా దగ్గరకు పంపించటం మంచిది అనుకుంటాను. పల్లెటూరిలో వుంటే చదువు సంధ్యలకు ఇబ్బంది అవుతుంది" అన్నారు కృష్ణస్వామిగారు.

"కొంత ఇబ్బంది ఉన్నమాట నిజమే. కాని ముసలమ్మ అభిప్రాయాన్ని కూడా మనం గౌరవించాలి గదా! కొంతకాలం ఇలా జరగనివ్వండి. నెమ్మదిమీద పరిస్థితిని బట్టి నిర్ణయిద్దాం" అన్నారు రామయ్యగారు.

ఆనాడే రామయ్యగారూ, గోపాలం ఇంటికి రైలు ఎక్కారు. రామయ్యగారు తిరిగి వచ్చేటప్పటికి మనుమడికోసం ఎదురుచూస్తూ వుంది రత్నమ్మ. ఉదయం నుంచీ కాలుకాలిన పిల్లికిమల్లె తన గుడిసెనుంచి రామయ్యగారి ఇంటికీ, రామయ్యగారి ఇంటినుంచి తన గుడిసెకూ, తిరిగింది తిరిగినట్లే వుంది. మనుమణ్ణి చూడగానే "వొచ్చావా బాబూ!" అని కౌగలించుకొని కన్నీరు పెట్టుకుంది.

"నీ మనుమణ్ణి మాట ప్రకారం నీకు అప్పజెప్పానమ్మా" అన్నారు రామయ్య గారు.

"కలకాలం వర్థిల్లు బాబూ!" అని దీవించింది రత్నమ్మ.

రత్నమ్మ పెండ్లి సంగతీ, పెండ్లికూతురు సంగతీ, గుచ్చిగుచ్చి అడిగింది రామయ్యగారిని. రామయ్యగారు అన్నీ పూసగ్రుచ్చినట్లు చెప్పారు. పెండ్లికూతురు అందమైనదనీ, మంచిదనీ చెప్పారు. రత్నమ్మ అన్నీ విని తన కూతురుని తలుచుకుని "కష్టపడేది వొకరూ, అనుభవించేది వొకరూ" అని తనలోతాను అనుకొని కుళ్ళి కుళ్ళి ఏడ్చింది.

3

పెండ్లి అయిన కొద్దిరోజుల్లోనే దమయంతి కాపురానికి వెళ్ళింది. భర్త కృష్ణస్వామిగారి జీవితాన్ని చూచి ఆమెకు ఆశ్చర్యం కలిగింది. ఆయన పెద్ద ఇల్లొకటి అద్దెకు తీసుకొని ప్లీడరు ప్రాక్టీసు చేస్తున్నారు. ఎవరో క్లయింట్లు అప్పుడప్పుడూ వచ్చి వెళుతూ వుండేవారు కాని, ఆయన దృష్టి ప్రాక్టీసుమీద లేదని ఆమె త్వరలోనే గ్రహించింది. ఎప్పుడూ ఏదో వ్రాసుకుంటూ వుండేవారు. పలు తావులకు మీటింగులకు వెళ్ళి వస్తూవుండేవారు. బ్రాహ్మణేతర ఉద్యమానికి సంబంధించిన వారు వస్తూవుంటే, వారికి తగు సలహాలు యిచ్చి పంపుతూ వుండేవారు. మిగిలిన యే విషయాలను గురించీ అట్టే పట్టించుకునేవారు కారు. పరమయ్య అనే వంటవాడు ఆయనదగ్గర చాలాకాలంనుంచీ పని చేస్తున్నాడు. అతనంటే కృష్ణస్వామిగారికి చాలా నమ్మకం. అతనడిగిన డబ్బిస్తూ చేసిన వంట తింటూ తనపని చూసుకుంటూ వుండేవాడు కృష్ణస్వామిగారు.

దమయంతిపట్ల చాలా మర్యాదగాను, అణకువగాను వుండేవాడు పరమయ్య. మొదట్లో మనసిచ్చి మాట్లాడటానికి జంకేవాడు. కాని క్రమక్రమేణా ఆమె మంచితనాన్ని చూచి అదను దొరికినప్పుడల్లా కృష్ణస్వామిగారి కుటుంబ విషయాలన్నీ ఏకరువు పెడుతూ వుండేవాడు. అతనివల్ల చాలా విషయాలు గ్రహించింది దమయంతి.

ఒకరోజు కృష్ణస్వామిగారు సాయంకాలం మీటింగుకు వెళ్ళారు. ఇంట్లో పరమయ్య, దమయంతి మాత్రమే వున్నారు. పరమయ్య వంట చేస్తున్నాడు. దమయంతి కూరలు తరిగే నెపంతో వంటింట్లోకి వెళ్ళింది. పరమయ్య వద్దని చెప్పినా వినకుండా కూరలు తరుగనారంభించింది. నెమ్మదిగా పరమయ్యను సంభాషణలోకి దింపింది.

"నువ్వు ఎన్నాళ్ళ నుంచి వుంటున్నావు పరమయ్యా ఇక్కడ?"

"ఇప్పటిమాటా అమ్మా, నా చిన్నతనంలో వీరి నాయనగారి దగ్గర పనికి ప్రవేశించాను. వీరు చదువు పూర్తి చేసుకొని ఇక్కడ ప్రాక్టీసు పెట్టిన తరువాత వీరితోపాటు వచ్చేశాను."

"అయితే పరమయ్యా, నీకు తల్లిదండ్రులుగాని, చుట్టాలుగాని ఎవ్వరూ లేరా?"

"లేరమ్మా. నన్ను వీరి నాన్నగారే పెంచి పెద్దవాడిని చేశారు. వారు పరమ భక్తులమ్మా. వారి గ్రామంలో శివాలయం కట్టించారు. యాభై ఎకరాల మాగాణీ

వ్రాసిచ్చారు. అడిగినవారికి లేదనకుండా దానాలు చేసారమ్మా... చచ్చి ఏలోకాన వున్నారో మారాజు" అని కంటతడి పెట్టుకున్నాడు.

దమయంతి తరిగిన కూరలు పరమయ్యకిచ్చి ఆలోచిస్తూ కూర్చుంది. "వీరు తండ్రివంటి వారేనమ్మా, ధార్మిక బుద్ధిలోగాని, కష్టంలో వున్నవారిని ఆదుకోవటంలో గాని తండ్రికేవిధంగానూ తీసిపోరు. కాకపోతే ఈ మీటింగులని పెట్టుకొని అస్తమానం యింటి సంగతి చూసుకోకుండా తిరుగుతూ వుంటారు. ఇంటి పనంతా బ్రతికున్నన్నాళ్ళూ అమ్మగారే చూసుకోబట్టి సరిపోయింది" అని ఆపేశాడు పరమయ్య. కృష్ణస్వామి మొదటిభార్య గుణగణాలని వర్ణించాలని వున్నదతనికి. కానీ, దమయంతి యేమనుకుంటుందో అని జంకాడు.

"ఎవరిని గురించి చెపుతున్నావు పరమయ్యా, మా అక్కను గురించా?" అని అడిగింది.

పరమయ్య వొక్కసారి ఆమె ముఖంలోకి చూశాడు. అతి నిర్మలంగా వున్న ఆమె ముఖం, అమాయకంగా వున్న ఆమె చూపులు అతనికి ధైర్యాన్నిచ్చాయి.

"అవునమ్మా, జానకమ్మగార్ని గురించే, ఆమె చాలా దొడ్డ ఇల్లాలమ్మా, నన్ను పనివాడికి మల్లె చూసుకునేదా? కన్నకొడుక్కు మల్లె చూసుకునేది. ఆ మాటకొస్తే నన్నేమిటి దమయంతమ్మా, అందరినీ అట్లాగే చూసుకునేది. నేను పేరుకి వంటవాడినన్నమాటేగాని, వీసమంత పని కూడా చేయనిచ్చేది కాదమ్మా, మా అయ్యగారూ మంచివారేనమ్మా, ఆయన అనేక పనులు నెత్తిన పెట్టుకోవటంవల్ల చికాకు పడుతూ వుండేవారు. కసురుకుంటూ వుండేవారు. కాని ఆమె తొణికేదా? ఎప్పుడూ ముఖంమీద నవ్వు తాండవమాడుతూ వుండేది. ప్రొద్దున్నే లేచి ఆమె ముఖం చూస్తే అన్ని పాపాలూ తుడిచిపెట్టుకుపోయేవి దమయంతమ్మా," అన్నాడు పరమయ్య.

పరమయ్య మాటలు వింటూ కూర్చుంది దమయంతి, ఆమె మనస్సులో అనేక ఆలోచనలు చెలరేగాయి. "అది సరేగాని పరమయ్యా, అయ్యగారు భగవంతుడు లేడనీ, బ్రాహ్మణమతం మంచిది కాదనీ చెపుతూ వుంటారుకదా, మరి ఆ గదిలో కృష్ణుడి బొమ్మలు, శ్రీరాములవారి బొమ్మలు వున్నాయేం?"

"అవన్నీ జానకమ్మగారివమ్మా, ఆమె నిత్యం పూజ చేస్తూ వుండేది."

"మరి అయ్యగారు వూరుకునేవారా?"

"ఎప్పుడూ ఎగతాళిచేస్తూ వుండేవారమ్మా. అప్పుడప్పుడు కోప్పడుతూ వుండేవారు కూడా, దానికి జానకమ్మగారు "పోనీలెండి మా నమ్మకాలు మావి, మా

జీవితాలు ఇలా వెళ్ళమారనివ్వండి" అంటూ వుండేవారు. దానికి వారు "నువ్వే నా మాట వినకపోతే ఇతర్లు నా మాటలు వింటారా?" అనేవారు. "విననివాళ్ళు వినరు, వాళ్ళను గురించి మీకు బాధ యెందుకు? వాళ్ళ కర్మన వాళ్ళను పోనివ్వండి" అనేవారు జానకమ్మగారు. కాని దమయంతమ్మగారూ! జానకమ్మగారి మాటల కప్పుడప్పుడు అయ్యగారికి కోపం వచ్చేదేగాని ఎంత కోపం వచ్చినా పూజలు మానుకోమని జానకమ్మ గారితో గట్టిగా చెప్పేవారు కాదమ్మా. అంతగా కోపం పట్టలేకపోతే ఏదో గొణుక్కుంటూ, దులపరించుకుంటూ వెళ్ళిపోయేవారు" అన్నాడు పరమయ్య.

పరమయ్య మాటలకు దమయంతికి నవ్వు వచ్చింది. తనలో తాను నవ్వుకుంటూ, ఆ దృశ్యం వూహించుకున్నది. జానకమ్మగారు, కృష్ణస్వామిగారు ఆమె మనస్సులో మెదిలారు. వెంటనే గోపాలం జ్ఞాపకం వచ్చాడు. "ఆ అబ్బాయిది అచ్చగా నాన్నగారి స్వభావమే" అనుకున్నది. ఏదో ఆలోచించుకున్నది. పెళ్ళినాటి నుంచీ ఆమె మనస్సులో వున్న భావమే వెలిబుచ్చింది. "అమ్మనీ, పిల్లల్నీ ఇక్కడకు తీసుకు వద్దామనుకుంటున్నాను పరమయ్యా" అన్నది.

"ఎవరినమ్మా?" ఆశ్చర్యంగా అడిగాడు పరమయ్య.

"అదే రత్నమ్మ అమ్మనీ, గోపాలన్నీ, కమలనీ. మనం యిక్కడ వుంటూ వారిని వేరుగా వుంచటం బాగా లేదు. అందులో అరవై యేళ్ళు దాటిన అమ్మ పిల్లల్ని యేం పెంచగలుగుతుంది? చదువూ, సంధ్యా నేర్చుకోవలసిన పిల్లలు, వాళ్ళకు డబ్బు మాత్రం యెక్కడనుంచి తెచ్చి ఖర్చుపెడుతుంది. ఫలానవారి పిల్లలు చదువూ, సంధ్యా లేకుండా వుంటున్నారన్నా, తండ్రి రెండవ వివాహం చేసుకుని పిల్లల్ని వదిలిపెట్టారనుకున్నా అయ్యగారికెంత అపకీర్తి. నేను వుంటే అసలు వెళ్ళనిచ్చేదాన్నే కాదు" అన్నది దమయంతి.

దమయంతి మాటలు నమ్మలేకపొయ్యాడు పరమయ్య. ఆమెను యెగాదిగా చూశాడు. ఆమె నిజమే చెబుతున్నదని గ్రహించాడు. "అయ్యగారు వొప్పుకుంటారా అమ్మా!" అని సంకోచిస్తూ అడిగాడు.

"తన పిల్లల్ని తన దగ్గర పెట్టుకోటానికెందుకొప్పుకోరు పరమయ్యా?" అని అంది దమయంతి.

"పిల్లలంటే అయ్యగారి కిష్టమేనమ్మా, రత్నమ్మగారు చెప్పకుండా తీసుకు వెళ్ళిందని ఆమె మీద కోపం" అన్నాడు పరమయ్య.

"చెప్పకుండా తీసుకు వెళ్ళిందంటే ఆమెకు వుండే కారణం ఆమెకు వుంటుంది" అన్నది.

"కారణం వున్నదమ్మా" అన్నాడు పరమయ్య. "అయ్యగారు మళ్ళీ పెళ్ళి చేసుకుంటారని తెలియగానే, పిల్లల గతేమవుతుందోనని భయపడిందమ్మా రత్నమ్మగారు. ఆమెకేం తెలుస్తుందమ్మా మీ వంటి మంచివారు వస్తారని? పైగా అయ్యగారికి డబ్బెక్కువ ఖర్చుపెట్టే అలవాటుంది. పిల్లలిక్కడ వుంటే తల్లితరపు ఆస్తికూడా అయ్యగారు ఖర్చుపెట్టి పిల్లలకేం లేకుండా చేస్తారని ఆమె భయపడింది. చివరి రోజు నాకు బాగా జ్ఞాపకం వున్నదమ్మా..." అని ఆపాడు పరమయ్య.

"ఏం జరిగింది పరమయ్యా?"

"మీరేమీ అనుకోనంటే చెపుతాను."

"అనుకోను." పరమయ్య ఇంకా సందేహించటం చూసి "అనుకోనన్నానుగా? అన్నది దమయంతి.

పరమయ్య చెప్పాడు. "ఆ రోజు నాకింకా బాగా జ్ఞాపకం అమ్మా, అయ్యగారి వూరునుంచి వారి అన్నగారు, సుబ్రహ్మణ్యంగారనే ఇంకొక భూకామందు వచ్చారమ్మా. ఆ సుబ్రహ్మణ్యంగారికి అయ్యగారు రెండువేల రూపాయలు బాకీ అట. అయ్యగారు చదువు నిమిత్తం చేసిన అప్పవటం వల్ల ఆ బాకీ అయ్యగారే తీర్చవలసి వచ్చింది. సుబ్రహ్మణ్యంగారు వత్తిడి పెడుతుంటే అయ్యగారి అన్నగారు వారిని వెంబడి పెట్టుకుని తీసుకువచ్చారు. ఆనాడు జరిగిందంతా నా కళ్ళకు కట్టినట్లు కనబడుతుందమ్మా. ముందు వసారాలో వొకప్రక్క నుంచున్నారు అయ్యగారు, సుబ్రహ్మణ్యంగారు, అయ్యగారి అన్నగారు, ఎదురుగా గోడకానుకొని పిల్లల్ని చెరొక ప్రక్క పెట్టుకొని నిలబడలేక కూర్చుని వున్నది రత్నమ్మగారు. జానకమ్మగారి పేర కొంత డబ్బున్నదట. ఆ డబ్బు రామాపురంలో వడ్డీకిచ్చారట. అందులో రెండువేలు రూపాయలివ్వమంటారు అయ్యగారి అన్నగారు. ఇస్తే బాకీ సర్ది కావాలంటే ఆ రెండువేలకూ, రత్నమ్మ గారిపేర నోటు వ్రాసి యిస్తానన్నారు. మొదట్లో రత్నమ్మగారు డబ్బులేదంటే లేదన్నారు. తీరా తలొక మాట అనేటప్పటికి తట్టుకోలేక "వున్నదా రెండు వేలే బాబు. అది మీకిస్తే నా పిల్లల గతేం కాను?" అని ఏడ్చింది. "నోటు రాసి యిస్తాంగా" అన్నారు అయ్యగారి అన్నగారు. "నోటు యేం చేసుకోను బాబూ? ఇవ్వనంటే మీ మీద కేసు పెట్టి వసూలు చేసుకోనా? ముసలిముండను. నామాట ఎవరు వింటారు? నాకు దిక్కెవ్వరు?" అని ఏడ్చింది, "ఇస్తావా, ఇవ్వవా?" అని గద్దించి అడిగారు అయ్యగారి అన్నగారు. "నన్ను చంపండి. ముక్కలు

ముక్కలుగా నరకండి, నేను మాత్రం ఇవ్వను. నా కూతురు తన బిడ్డల్ని నాకప్పగించి వెళ్ళింది. వాళ్ళను నేను ధారాగతం లేనివాళ్ళుగా చెయ్యలేను. ఇక్కడ వుండనిస్తే, యిన్ని గంజినీళ్ళు త్రాగి బిడ్డల్ని చూస్తూ మీ పంచన పడివుంటాను. వెళ్ళిపొమ్మంటే బిడ్డల్ని తీసుకువెళ్ళిపోతాను. డబ్బుమాత్రం ఇవ్వను" అన్నది. ఆ మాటలకు అయ్యగారి అన్నగారికి చాలా కోపం వచ్చింది. "ఒరేయ్ కృష్ణస్వామీ! పిల్లల్ని తీసుకుని దీన్ని ఇంట్లోనుంచి వెళ్ళగొట్టరా, ఏం చేస్తుందో చూద్దాం?" అన్నారు. ఆ మాట ఆయన నోటివెంట వచ్చిందో లేదో, ఇద్దరు పిల్లల్ని కోడి తన పిల్లల్ని రెక్కల క్రిందకు తీసుకున్నట్లు తీసుకుని భోరున ఏడ్చింది. సుబ్రహ్మణ్యంగారి దగ్గరకు వెళ్ళి "ఇంతకాలం ఆగావు, ఇంకా కొంతకాలం ఆగు నాయనా వారే తీర్చుకుంటారు" అని బ్రతిమాలింది. ఆయన "సిగ్గులేని ముండా, నాకు చెప్పుకుంటావెందుకు ఆ గోడకు చెప్పుకో" అన్నాడు. రత్నమ్మగారు అయ్యగారితో ఎన్నడూ మాట్లాడి యెరుగదు. అటువంటామె అయ్యగారి దగ్గరకు వెళ్ళి "బాబూ! నువ్వు నా కొడుకులాంటివాడవు. నువ్వు బాగా వుంటే చూడాలనే వున్నది నాకు. నీకు తెలియదా బాబూ? నీ చదువుకు నేనెంత డబ్బిచ్చిందీనీ. నా కూతురు బ్రతికుండబట్టి దాని కోసం అన్నీ ఇచ్చాను. ఇప్పుడది అడుగుతున్నానా బాబూ? అది ఈ పసికందులని నా మీద వేసి తన దారిని తాను పోయింది. వీళ్ళకోసం అడుగుతున్నా, వీళ్ళకు నీ సంపాదనలో భాగం అక్కరలేదు బాబూ, వీళ్ళ బ్రతుకు వీళ్ళను బ్రతుకనివ్వవూ?" అని బ్రతిమాలింది.

దమయంతికి యెక్కడలేని శోకం వచ్చింది. కన్నీరు తుడుచుకుంటూ "వారేమన్నారు?" అని అడిగింది.

"అయ్యగారు ఏమీ మాట్లాడలేదమ్మా. రత్నమ్మగార్ని కష్టపెట్టదలచుకోక ఊరుకుంటారనే అనిపించింది. కాని వారి అన్నగారు, "ఇదంతా నీ మెత్తదనంవల్లే జరుగుతూ వున్నది" అని ఆయన్ని కోప్పడి "వాడు చెప్పేదేమిటి? నేను చెపుతున్నా, డబ్బిస్తే యివ్వు? లేకపోతే పిల్లల్ని తీసుకొని ఇంట్లోనుంచి గెంటిస్తా" అన్నారు. పాపం రత్నమ్మగారు ఏం చెయ్యగలదు? కుప్పకూరగా కూలిపోయి, గుండెలు పగిలేటట్లు ఏడవటం మొదలుపెట్టింది. అట్లాగే సొమ్మసిల్లి పడిపోయింది. ఆ రాత్రి నీళ్ళు ముట్టుకుంటే వొట్టు. పిల్లల్ని యిద్దర్నీ వొళ్ళో పెట్టుకొని "జానకమ్మ తల్లీ, నీ బిడ్డల్ని నువ్వు కాపాడుకోవలసిందే. ఈ ముసలిముండవల్ల యేమవుతుందని నా కప్పగించి వెళ్ళావమ్మా? ఇక ఈ పిల్లల్ని ఎట్లా కాపాడుకుంటావో కాపాడుకో" అని వలవల యేడుస్తూ ఆ రాత్రంతా జాగారం చేసింది.

రత్నమ్మగారికి రామయ్యగారని దగ్గర బంధువొకాయన వున్నారమ్మా, ఊళ్ళోవున్న పొలం, పుట్రా ఆయనే చూస్తూ వుంటారు. ఆయనకు వైరిచ్చి పిలిపించారమ్మా అయ్యగారి అన్నగారు. తెల్లవారేటప్పటికి ఆయన వచ్చారు. ఆయనద్వారా రత్నమ్మగారికి చెప్పించాలని చూశారు. రత్నమ్మగారు వినలేదు. ఇక్కడేనమ్మా ఈ వంటింట్లోనే వారిద్దరూ మాట్లాడుకున్నారు. "నా పిల్లల్ని తీసుకుని, నన్ను వెళ్ళగొట్టే వీలుందా రామయ్యతండ్రీ" అని అడిగింది రత్నమ్మగారు. "అలా చేయరు గాని, చేస్తే మనం ఏం చేయగలం అమ్మా? తండ్రి పిల్లలు తన దగ్గర వుండాలని కోరుకోవటం ధర్మమే అంటుంది కోర్టు. అదీ గాక ఆయన మీద కోర్టుకు వెళ్ళి మనం యేం గెలుస్తామమ్మా?" అన్నారు రామయ్యగారు.

"మరేం చెయ్యమంటావు బాబూ?" అని అడిగింది రత్నమ్మగారు.

"పోనీ డబ్బిచ్చేద్దామమ్మా. నువ్వూ పిల్లలు యిక్కడే వుందురుగాని. ఆయన యిప్పుడే ప్రాక్టీసు పెట్టారా! ముందుముందు బాగా సంపాదించవచ్చు. ఆయన మంచివాడు. పిల్లల్ని అన్యాయం చేస్తాడని నేను అనుకోను."

"నీకు తెలియదు రామయ్యబాబూ, ఆయనకింకా చాలా అప్పులున్నయ్యి. ఇదిస్తే ఆపద వచ్చినప్పుడు మళ్ళీ యివ్వమంటారు. అప్పుడివ్వకపోయినా పిల్లల్ని తీసుకుని ముసలిముండను వెళ్ళగొట్టటమేగా బాబూ వీళ్ళు చేసేది? అదేదో ఇప్పుడే తేలిపోవటం మంచిది" అన్నది రత్నమ్మగారు.

రామయ్యగారు ఆలోచించారు. రామయ్యగారికి రత్నమ్మగారంటే చాలా అభిమానం. పిల్లల్ని వదలి ఆమె వంటరిగా వుండటం అనేది ఆయన వూహించలేక పోయారు. "సరేనమ్మా. మన వూరొద్దువుగాని" అని అన్నారు. ఆ మాటకు రత్నమ్మగారు తేరుకుంది. "నీతో తీసుకువెళ్ళు నాయనా" అన్నది.

తనతో వస్తే అందరికీ తెలుస్తుందనీ, వారు రానివ్వకపోవచ్చనీ, కాబట్టి తను ముందుగా వెళతాననీ, తెల్లవారి బండికివస్తే స్టేషనుకు బండి తోలిపెడతానని వారు నచ్చచెప్పారు. రత్నమ్మగారు నా మాట వినటం లేదని అయ్యగారితో చెప్పి వారు వెళ్ళిపోయారు. ఆ రాత్రి మళ్ళా జాగారం మొదలు పెట్టిందమ్మా రత్నమ్మగారు. పిల్లల్ని మంచంమీద పడుకోబెట్టి తను తెల్లవార్లూ అట్లాగే కూర్చుంది. గోపాలంగారు లేరమ్మా, పెద్దబ్బాయి, ఆ అబ్బాయి చాలా తెలివికలవాడమ్మా, ఆ యబ్బాయికూడా నిద్రపోకుండా అట్లాగే పడుకున్నాడు. తీరా వెళ్ళవలసి వచ్చేటప్పటికి, పిల్లలేమవుతారో యేమోనని భయం వేసిందో యేమో రత్నమ్మగారికి "విన్నావుగా బాబూ, ఏం చెయ్యమంటావు" అని అడిగింది గోపాలంగారిని.

గోపాలం గారి మనస్సు ఎంత కష్టంగా వున్నదో "వెళ్ళిపోదాం అమ్మమ్మా, ఈ ఇంట్లో వొక్క గడియకూడా వుండొద్దు" అన్నాడు. "మా బాబే" అని కావలించుకొని ఏడ్చింది రత్నమ్మగారు.

రత్నమ్మగారికి మొదటినుంచీ నేనంటే చాలా నమ్మకమమ్మా. జానకమ్మ గారన్నా, వారి పిల్లలన్నా నాకు చాల ఇష్టం అని ఆమెకు తెలుసు. అందుకని తెల్లవారుగట్ట రైలుకు వెళతానని బండి మాట్లాడవలసిందని నా సహాయం కోరింది. నిజం చెప్పొద్దమ్మా, నేను వారికాసహాయం చేశాను. ఎవ్వరూ లేవకముందే లేచి బండెక్కి రైలుకు వెళ్ళిపోయారు" అన్నాడు పరమయ్య.

పెళ్ళగిల్లి వస్తున్న శోకాన్ని ఆపుకోలేక దమయంతి వెక్కివెక్కి యేడ్చింది. ఆమెకు లోకాలన్నీ తారుమారయినట్లనిపించింది. ఆ క్షణం ఆమెకు రత్నమ్మగారు పిల్లలు తప్ప ఇంకెవ్వరూ కనిపించలేదు. భర్తను కూడా మరిచిపోయింది. "చెప్పకుండా వెళ్ళిందంటే వెళ్ళకేం చేస్తుంది పరమయ్యా? ఆ స్థితిలో నేనువున్నా ఆ పనే చేసేదాన్ని" అన్నది.

"నిజమేనమ్మా, నాకూ అలా అనిపించే సహాయం చేశాను" అన్నాడు పరమయ్య.

"మరి అయ్యగారు ఏమన్నారు?"

"అయ్యగారి సంగతి మీరు చూస్తున్నారుగా అమ్మా, వారి గొడవ వారికే గానీ, యింట్లో యేం జరుగుతున్నదీ వారు పట్టించుకోరు. వారు వారి అన్నగారు, సుబ్రహ్మణ్యం గారు బయట కూర్చొని మాట్లాడుకుంటూ వుంటే, అయ్యగారి స్నేహితులువచ్చి చెప్పారట 'రత్నమ్మగారు, పిల్లలూ రైలెక్కి వెళుతున్నార'ని, వారు తమ స్నేహితుల్ని రైలుకు పంపటానికి వెళ్ళి స్టేషనులో చూశారట. ఆపాట్న అయ్యగారు లోపలికి వచ్చి నన్ను అడిగారు. నాకు తెలియదన్నాను. అయ్యగారి అన్నగారు వుగ్రుడై "ఇదంతా రామయ్యే చేశాడు. తెల్లవారి బండికి రమ్మని చెప్పి తాను ముందు తెలియనట్లు వెళ్ళిపోయాడు. పిల్లల్ని అప్పగించమని కేసుపెట్టరా. అప్పుడుగాని వీళ్ళరోగం కుదరదూ, ఆ ముసలిముండను యెవరు కాపాడతారో చూద్దాం?" అన్నారు.

"అయ్యగారేమన్నారు పరమయ్యా?" అని అడిగింది దమయంతి.

"అయ్యగారు ముభావంగా వూరుకున్నారమ్మా. అంతటితో ఆ సంగతి ఆగిపోయింది" అన్నాడు పరమయ్య.

భర్తను గురించి ఇంకా అంతకంటే ఎక్కువ అడగలేకపోయింది దమయంతి. అప్పటికే తన మనస్సులోని బొమ్మ చెదిరింది. చిక్కబట్టుకోటానికి కష్టం అయింది. "అయ్యగారి అన్నగారి పేరేమిటి?" అని అడిగింది.

"సోమశేఖరంగారమ్మా" అన్నాడు పరమయ్య. అతడు దమయంతి మనస్సులో చెలరేగుతున్న దుమారాన్ని గ్రహించాడు. "వారు మంచివారేనమ్మా, గబగబా నడిస్తే ఎక్కడ ఏ ప్రాణి నలిగిపోతుందో అని అడుగులో అడుగు వేసుకుంటూ నడుస్తారు. ఎంత కోపం వచ్చినా, ఎవ్వర్నీ పల్లెత్తుమాట అనేవారు కాదు. ఎప్పుడూ నవ్వుతూ ఉంటుంది ఆయన మొహం. కానీ ఆయనకు తమ్ముడుగారంటే అమిత ప్రేమ. తమ్ముడిగారి కష్టం తీసివెయ్యటానికి ఏ పనైనా చేసేవారు. పైగా అయ్యగారు అప్పుడే ప్రాక్టీసు మొదలుపెట్టారు. అప్పులున్నాయని పదిమందికీ తెలిస్తే పరువుపోయి ఎక్కడ ప్రాక్టీసు దెబ్బతింటుందో అని ఆయన భయం అమ్మా. అందుకని ఏదో వొక విధంగా సుబ్రహ్మణ్యం గారి ఋణం తీర్చాలని ప్రయత్నించారమ్మా. అంతేగాని రత్నమ్మగారిని కష్టపెట్టాలని కాదు."

దమయంతి వింటూ కూర్చుంది. అయిదారు రోజులు ఏంచేస్తున్నా, ఎక్కడికి వెళ్లినా ఆమెకు ఈ దృశ్యమే కనిపిస్తూ వుండేది. ఈ దృశ్యంతో పాటు "వెళ్ళిపోదాం అమ్మా. ఈ ఇంట్లో వొక్క క్షణం కూడా వుండొద్దు" అంటున్న గోపాలం కనిపించేవాడు. "మనసులో ఎంత కష్టపడ్డాడో నా చిట్టితండ్రి" అనుకున్నది కన్నీరు తుడుచుకుంటూ.

కృష్ణస్వామిగారి జీవితం యథాప్రకారం సాగిపోతూ వున్నది. దమయంతి ఇంట్లో అడుగుపెట్టడంవల్ల వచ్చిన ప్రస్ఫుటమైనమార్పేమీ లేదు. ఉదయం, సాయంకాలం యేదో వొక పనిమీద బయటకు వెళుతూ వుండేవారు. మధ్యాహ్నం కోర్టుకు వెళితే వేళ్ళేవారు లేకపోతే ఇంట్లో కూర్చుని యేదో వ్రాసుకుంటూ వుండేవారు. అప్పుడప్పుడు దమయంతికి తాను వ్రాసినవి చదివి వినిపిస్తూ వుండేవారు. దమయంతి మనస్సు వారు వ్రాసిన విషయాలమీద లేకపోయినా శ్రద్ధగా వినేది. ఆలకించేది. ఆయన వెలిబుచ్చిన అభిప్రాయాలామెకు అప్పుడప్పుడూ విడ్డూరంగా కనిపిస్తూ వుండేవి. తన నమ్మకాలను ఆయన చాలా విమర్శిస్తూ వుండేవారు. ఆయన విమర్శలు యెంత సహేతుకంగా కనిపించినా తన నమ్మకాలను వొదులుకొని ఏమి చెయ్యాలో ఆమెకు తోచేది కాదు. వింటూ వూరుకొనేది. ఆమె స్థితి గ్రహించారు కృష్ణస్వామిగారు. ఆమె యింకా తన భావాలను అర్థం చేసుకునే స్థితికి రాలేదనుకునేవారు. ఆమెకు వికాసం కలిగించాలనే వుద్దేశంతో అనేక పుస్తకాలు

తెప్పించి చదవమనేవారు. ఆమె చదివేది. ఎంత చదివినా ఆ విషయాలు జీవితానికి సంబంధంలేనివిగా కనిపించేవి. జీవితంలో నుంచి పుట్టుకొచ్చినట్టుండేవి కాదు. ఎక్కడనుంచో వచ్చి వాలినట్లుండేవి. విసుగు పుట్టేది. మనసులో ఆందోళన బయలుదేరేది.

ఆమె రత్నమ్మగారిని తీసుకువచ్చే విషయం భర్తతో ప్రతి నిత్యం చెప్పాలనుకుంటూ వుండేది. కాని అదను దొరికేది కాదు. తన భర్త యెప్పుడూ యేదో వొక పనిమీద వుండేవారు. అటువంటి సమయంలో ఈ ప్రసంగం యెత్తితే విసుక్కుంటారేమోనని ఆమె భయం. కొన్నాళ్ళు ఆయన కాయనగానే ఆ విషయం యెత్తుతారని ఆశించింది. ఎప్పటి పని అప్పుడు చేసుకుపోవటం తప్ప ఆయన జీవితానికి మొదలూ, తుదీ వున్నట్లామెకు కనుపించలేదు. ఒక్క రత్నమ్మ పిల్లల సంగతే కాదు, వారి బంధువుల సంగతికూడా ఆయన యెత్తేవారు కాదు. ఒకరోజు నిశ్చయం చేసుకొని, "కోడూరు వెళ్ళి మా బావగారినీ, బంధువులందరినీ చూసి రావాలని వున్నదండీ" అన్నది.

"ఏమి పని?" అని అడిగారు కృష్ణస్వామిగారు.

"చూచి రావటమే" అన్నది దమయంతి.

"చూడటానికేమున్నదక్కడ? అది వొక చిన్న పల్లెటూరు. అనవసరంగా వృథా కాలయాపన చెయ్యటమే అవుతుంది. ఇక్కడేవుండి ఆ కాలాన్ని సద్వినియోగం చేసుకోవటం మంచిది. ఎన్నో పుస్తకాలు చదువుకోవచ్చు. ఎన్నో విషయాలు తెలుసుకోవచ్చు" అన్నారు కృష్ణస్వామిగారు.

"అది నేను కాదనటం లేదు. మిమ్మల్ని తప్ప మీ బంధువర్గంలో నే నెవ్వరినీ యెరుగను. పెళ్ళికి మీ చెల్లెలుగారు కూడా రాలేదు."

"అవును, ఆమెకప్పుడు పెద్ద జబ్బుచేసింది." అన్నారు కృష్ణస్వామిగారు.

"ముఖ్యంగా ఆమెను చూడాలని వున్నది నాకు."

"అయితే పిలిపిస్తాను. ఇవ్వాళ ఉత్తరం రాస్తే నాలుగో రోజుకల్లా యిక్కడకు వస్తుంది."

"వస్తే ఆమె వొక్కతే వస్తుంది. మిగిలిన మీ బంధువులందర్నీ చూసే అవకాశం ఎప్పుడు దొరుకుతుంది.? వారెవరెవరో, తమ కుటుంబాలను యేవిధంగా నడుపుకొంటున్నారో, వారి మనస్తత్త్వాలు యెట్లాంటివో అన్నీ తెలుసుకోవాలని వున్నది. ఈ నా కోర్కెను చెల్లించరూ?" అన్నది.

దమయంతి మాటలకు కృష్ణస్వామిగారికి నవ్వు వచ్చింది. అప్పుడే వచ్చీ రాని మాటలు మాట్లాడే పసిపిల్ల మాటల్లాగా వినిపించినయ్యి. చిలుకపలుకులుగా వీనులకు విందు కూర్చినవి. నవ్వుకుంటూ "అలాగే వెల్దువుగాని, కాని వొక్క సంగతి. నువ్వు చూస్తున్నావుగా, నాకొక్క క్షణం తీరిక లేదు. అందువల్ల నీతో నేను రావటం పడదు. వెళ్ళదలచుకుంటే నువ్వు వెళ్ళు. కావాలిస్తే పరమయ్యను తోడుగా తీసుకువెళ్ళు."

"పరమయ్యను తీసుకువెళితే మీకు వంటచేసి పెట్టేదెవరు?"

"దానిదేమున్నది? ఆ నాలుగు రోజులూ హోటలు భోజనం తెప్పించు కుంటాను." అన్నారు కృష్ణస్వామిగారు.

దమయంతి హృదయం జాలితో నిండిపోయింది. ఒక్కసారి భర్త ముఖంలోకి చూసింది. ఆయన పెదవులమీద చిరునవ్వు తాండవిస్తూంది. పెండ్లి అయిన తరువాత అంత అందంగా తనకెప్పుడూ కనుపించలేదు. వెంటనే ఆమెకు సిగ్గావహించింది. "పరమయ్య నాతో యెందుకండీ. ఇక్కడే వుండనివ్వండి. మీకు రావటం తీరకపోతే నేనే వెళతాను. నేను వస్తున్నానని ముందుగా బావగారికి ఉత్తరం వ్రాస్తే స్టేషనుకు బండి తోలిపెడతారు, మీరు నన్నిక్కడ రైలు యెక్కిస్తే సరిపోతుంది."

"నీ యిష్టం" అన్నారు కృష్ణస్వామిగారు. "త్వరగా వస్తావు కదూ" అని అడగబోయి వూరుకున్నారు. మంచి రోజు చూసుకుని కోడూరు బయలుదేరింది దమయంతి. కోడూరు రామాపురానికి రెండుమైళ్ళు మాత్రమేనని ఆమె తెలుసుకున్నది. కోడూరు నుంచి రామాపురం వెళ్ళి వస్తానని భర్తకు చెప్పవలసిన అవసరం లేదనుకున్నది.

* * *

తెల్లవారింది. అప్పటికప్పుడు రత్నమ్మ లేచి పాచి వూడ్చి అంట్లు బయట వేసుకుని తోముతూ వున్నది. పిల్లలకు చద్దన్నం పెట్టటం యిష్టంలేక, చీకటితోనే పొయ్యి రాజేసి యెసరు పెట్టింది. సుశీల పరుగెత్తుకుంటూ వచ్చి "గోపాలం యేడమ్మమ్మా?" అని అడిగింది.

"ఇంకా లేవలేదమ్మా పడుకునే వున్నాడు. సరేగాని నువ్వింత ప్రొద్దున్నే వచ్చావేమమ్మా?" అన్నది.

"అదేమిటమ్మమ్మా అలా అంటున్నావు? నాకూ గోపాలానికి చదువు చెప్పటానికి యివాళ నుంచీ ప్రయివేటు మాస్టారు వస్తానన్నారుగా. నేను యెప్పుడో

లేచి, మొహం కడుక్కుని, స్నానంచేసి, మాష్టారికోసం అరుగుమీద చాపవేసి గోపాలాన్ని తీసుకువెళదామని వచ్చాను."

"మా అమ్మ కదే, ఎంత శ్రద్ధే నీకు!" అన్నది రత్నమ్మ. అప్పుడు జ్ఞాపకం వచ్చింది రత్నమ్మకు, పిల్లల చదువుకు మేష్టర్ని కుదిర్చినట్లు, అంతకు ముందు గోపాలం వీధిబడికి వెళుతూండేవాడు. కాని అక్కడ చదువు బాగా అబ్బేటట్లు కనబడకపోవటం వల్ల, రామయ్యగారి సహాయంతో తానే మేష్టార్ని కుదిర్చింది. రోజూ ప్రొద్దున వొక గంట సేపు చదువు చెప్పేటట్లూ తలకొక రూపాయి చొప్పున యిచ్చేటట్లు మాట్లాడింది. చుట్టుప్రక్కల ఐదారుగురు పిల్లలు ప్రయివేటు చదువుకోవటానికి సిద్ధపడ్డారు. కాని ఆ సంగతి అప్పుడే మరచిపోయింది రత్నమ్మ. సుశీల వచ్చి జ్ఞాపకం చేసేటప్పటికి యెంతో ముచ్చటపడింది. "నా బంగారపు తల్లివే అమ్మా నువ్వు, వెళ్ళి గోపాలాన్ని లేపమ్మా, ఇంతలో నేను ముఖం కడుక్కోటానికి కచ్చిక్కా, తాటాకూ పెడతాను" అన్నది.

అనడమే తడవుగా సుశీల గుడిసెలోకి తుర్రున పరుగెత్తింది.

గుడిసెలో మంచంమీద యింకా గోపాలం నిద్రపోతూనే వున్నాడు. అతని ప్రక్కనే చెల్లెలు కమల పడుకుని వున్నది. సుశీల నెమ్మదిగా మంచం మీదకు చేరి "గోపాలం, గోపాలం" అని పిలిచింది. అతను పలకలేదు, చేతులు ముడుచుకొని కాళ్ళు మునగదీసుకొని పడుకున్నాడు.

"లే గోపాలం! లే" అని నెమ్మదిగా వీపుమీద చరిచింది.

గోపాలం కదలలేదు. సుశీల మనసులో చిలిపితనం పొటమరించింది. నెమ్మదిగా వంటింట్లోకి వెళ్ళి గిన్నెడు నీళ్ళు తీసుకువచ్చి అతనిమీద పోసింది. గోపాలం కంగారుపడి లేచాడు. ఎదురుగా సుశీల కిలకిల నవ్వుతూ వుండటం చూశాడు. మంచం మీదనుంచి వొక్కదూకు దూకి ఆ పిల్ల వెంటపడ్డాడు. సుశీల అమ్మమ్మ దగ్గరకు పరుగెత్తింది. "చూశావా అమ్మమ్మా? గోపాలం నన్ను కొట్టటానికి వస్తున్నాడు" అన్నది.

"దాన్ని కొట్టటం యెందుకురా?" అన్నది రత్నమ్మ.

"చూడు నా మీద యెట్లా నీళ్ళుపోసిందో?" అని అన్నాడు తడిసిన బట్టలు చూపుతూ.

"అదికాదు అమ్మమ్మా? నే నెంతలేపినా లేవలేదు. అందుకని నీళ్ళుపోశాను. నీళ్ళు పొయ్యకపోతే లేచేవాడా చెప్పు అమ్మమ్మా. నువ్వే చెపుతావుగా గోపాలానిది మొద్దు నిద్దురని" అన్నది సుశీల.

రత్నమ్మ ముసిముసి నవ్వులు నవ్వుకుంటూ, "పోస్తే పోసిందిలేరా, అంతలోనే మొక్క మొలవవులే. వెళ్ళి ముఖం కడుక్కో–మేస్టారుగారు వస్తారు" అన్నది.

"నేను చదువుకోను. నాకు మేష్టారూ వద్దు, గీష్టారూ వద్దు" అన్నాడు గోపాలం.

"చదువుకోక గొడ్లను కాస్తావా? అమ్మమ్మా, గోపాలానికి ఒక ముల్లుకఱ్ఱా, కిఱ్ఱు చెప్పులూ కొని యివ్వు. ఊళ్ళోవాళ్ళ గేదెలన్నీ కాచేవాళ్ళు లేక చస్తున్నాయట. రోజూ వాటిని మళ్లేసుకొస్తాడు" అన్నది సుశీల.

"మాట్లాడావంటే తంతా" అన్నాడు గోపాలం.

"ఆఁ నువ్వు తన్నినవాళ్ళే కాళ్ళు విరిగి చింతచెట్టు క్రింద పడి కొట్టుకుంటున్నారు" అన్నది సుశీల.

"తంతానో లేదో చూడు" అన్నాడు గోపాలం కోపంగా.

"ఏదీ తన్నూ?" అని రొమ్ము విరుచుకుంటూ యెదురుగా వచ్చి నిలబడింది సుశీల.

గోపాలం వొకసారి ఆమెను యెగాదిగా చూసాడు. ఆమె ముఖంలో యేమి కనిపెట్టాడో నెమ్మదిగా అరుగు దగ్గరకు వెళ్ళి కూర్చుని కచ్చిక నోట్లో వేసుకుని పళ్ళు తోముకోవటం మొదలుపెట్టాడు.

"త్వరగా కానియ్యి, ఆలస్యం చేశావంటే ఈసారి కడివెడు నీళ్ళు తీసుకువచ్చి గుమ్మరిస్తా" అన్నది సుశీల.

"ఆ గుమ్మరిస్తావు?" అని గొణుక్కుంటూ గబగబా పళ్ళు తోముకుని ముఖం కడుక్కున్నాడు గోపాలం.

అంతలో మేష్టరుగారు వచ్చారు. "మీ యింటికి వెళ్ళివచ్చా సుశీలమ్మా, నువ్విక్కడ వున్నావా?" అన్నాడు.

"ఇంటి అరుగుమీద చాపవేసి వచ్చాను మేష్టారూ, మీరు వెళ్ళి కూర్చోండి. ఇంతలో గోపాలాన్ని ముఖం కడిగించి తీసుకువస్తా" అన్నది సుశీల.

ఆ రోజు కొత్త మేష్టరుగారి దగ్గర కొత్త పాఠాలు చెప్పించుకున్నారు పిల్లలు. పాఠాలు పూర్తి చేసుకుని ఆటలు ప్రారంభించారు. ఎవ్వరికీ చెప్పకుండా గోపాలం జారుకోవటానికి ప్రయత్నించాడు. సుశీల కనిపెడుతూనే వున్నది.

"ఎక్కడికి?" అని అడిగింది

"నా ఇష్టం వచ్చిన చోటికి" అన్నాడు గోపాలం.

"నేనూ వస్తా."

"నాతో ఎవ్వరూ రావలసిన అవసరం లేదు."

"నేను రాకపోతే యెట్లా, నిన్నా కట్టు వంతెన దాటించేదెవరు?" అన్నది సుశీల.

నిజమే, గోపాలానికి కాలువమీదున్న కట్టువంతెన దాటటం చేతకాదు. సుశీల సునాయాసంగా అటూ, ఇటూ పరుగెత్తగలదు. గోపాలం ఎప్పుడు దాటవలసి వచ్చినా, సుశీల అతని చెయ్యి పట్టుకుని దాటించేది. ఆ సంగతి జ్ఞాపకం వచ్చింది గోపాలానికి. ఉక్రోషంతో "నేనటు వెళ్ళటం లేదు" అన్నాడు.

"అటే వెళుతున్నావు?" అన్నది సుశీల.

"అయితే రా," అని గబగబా నడిచాడు గోపాలం. సుశీల అతన్ని అనుసరించింది. గోపాలం కట్టు వంతెన దగ్గరకు వెళ్ళాడు. సుశీల సహాయం లేకుండా కాలవదాటాలనుకున్నాడు. కాని భయం వేసింది. అంతలో సుశీల దగ్గరకు చేరి, "చూస్తావేం? దాటూ!" అన్నది.

గోపాలం ఆలోచిస్తూ నించున్నాడు.

"పెద్ద మొనగాడిలాగా గబగబా వస్తివిగా చూస్తూ నుంచున్నావేం?" అన్నది సుశీల.

గోపాలానికి కోపం వచ్చింది. అతనికి కోపం వచ్చినప్పుడు యే పని పడితే ఆ పని చేస్తాడని ఆమెకు తెలుసు. కట్టువంతెన మీద నడవటం అతనికి చేతకాదు. చేతకాని పనికి పూనుకుని ఏ ప్రమాదం తెచ్చుకుంటాడోనని సుశీల భయపడింది. "దాటావులే ఎట్లాగయితే యేం...రా" అని అతని చెయ్యి పట్టుకొని నెమ్మదిగా కట్టువంతెన మీదుగా నడిపించుకొని వెళ్ళింది. క్రింద కాలువ నిండుగా ప్రవహిస్తూ వుంది. కట్టువంతెన మధ్యకు వచ్చేటప్పటికి గోపాలానికి భయం వేసింది. సుశీల చెయ్యిగట్టిగా పట్టుకున్నాడు. సుశీల కొంటెగా నవ్వింది.

"విడిచిపెట్టి పోనా?" అన్నది.

"అఁ పోతావు. పోతే నా సంగతెరగవూ?" అన్నాడు గోపాలం. ఇద్దరూ వంతెన దాటి ఆవల గట్టుమీద కూర్చున్నారు. సుశీల సహాయం లేకుండా వంతెన దాటలేకపోవటం గోపాలానికి చాలా అవమానంగా వున్నది. వుండి వుండి, "నీకు ఈత వచ్చా?" అని అడిగాడు.

"నా కెందుకు ఈత రావటం?" అన్నది సుశీల.

"ఈదటానికి" అన్నాడు గోపాలం.

"రాదు" అన్నది సుశీల.

"నాకొచ్చు" అని చెప్పి ఆమె ముందు తన ప్రతాపం చూపాలని గబగబా చొక్కా విడిచి కాలువలో దూకాడు గోపాలం. గుండెలు బిగపట్టుకుని చూస్తూ కూర్చుంది సుశీల.

గోపాలానికి కొద్దిగా ఈతవచ్చు. తను రామాపురం వొచ్చిన మొదటి రోజుల్లో రామయ్యగారి శూద్ర నౌకరు అతన్ని దక్షిణపు చెరువుకి తీసుకొని వెళ్ళి ఈత నేర్పాడు. అందులో కోపంగా వున్నాడేమో తృటిలో అవతలి గట్టుకి ఈదాడు గోపాలం. సుశీల వొక్క నిట్టూర్పు విడిచి, "గోపాలం! నువ్వు అక్కడే వుండు. నీ చొక్కా తీసుకువస్తా" అని కేక వేసింది. గోపాలం వినిపించుకోలేదు. మళ్ళీ నీళ్ళలోకి దూకి సుశీల కూర్చున్న గట్టు దగ్గరకు ఈదాడు. గట్టెక్కి ఏమీ మాట్లాడకుండా ఆమె సరసన కూర్చున్నాడు.

"ఇప్పుడు చేస్తే చేశావు. ఇంకెప్పుడూ ఇటువంటి పని చెయ్యకు" అన్నది సుశీల.

"ఏం?" అడిగాడు గోపాలం కొంటెగా.

"ఇంకా ఏమని అడుగుతున్నావా?"

"అడక్క?"

"నాకు ఎంత భయం వేసిందనుకున్నావ్?'

"నీకు ఈతరాదు గనుక భయం.."

"వొచ్చిందిలెద్దూ ఎట్లాగైతేం నీకేగా" అన్నది సుశీల, అని అతని వంక మురిపెంగా చూసింది. తడిసివున్న అతని లాగూ చూచి, "పద ఇంటికి వెళదాం, బట్టలు మారుద్దువుగాని" అన్నది.

"వుండు వెళదాం అని చెప్పి చేలోకి వెళ్ళి, చేను గట్టుమీద నుంచి పిల్లిపిసర కాయలు కోసుకు వచ్చాడు. "చూడు ఆ కాళ్ళూ చేతులూ, మొహమూను, ఎంత బురద అయినయ్యో! కాలవలో కడుక్కురా..." అన్నది సుశీల.

"నేను కడుక్కోను, ఇట్లా వుంటేనే బాగుంది నాకు" అన్నాడు గోపాలం పిల్లిపిసర కాయలు నములుతూ.

"ఓరి బాబూ, నేను వేగలేనురా తండ్రీ వీడితో..." అన్నది సుశీల రత్నమ్మను అనుకరిస్తూ, ఇద్దరూ నవ్వుకున్నారు.

"అదిగో అటు చూడు, ఎవ్వరో వస్తున్నారు" అన్నది సుశీల కాలవగట్టు మీదుగా చూపుతూ. గోపాలం చూశాడు. ఇద్దరు స్త్రీలూ, వొక పురుషుడూ కాలవ

గట్టుమీదుగా ఊరివైపుకి వెళ్తున్నారు. వెంటనే ఆ స్త్రీలలో వొకామె తన పినతల్లి అని గుర్తు పట్టాడు. ఇక తనేం చేస్తున్నదీ తనకు తెలియలేదు గోపాలానికి, ఒక్క అదుటున కాలవలోకి దూకి అవతలి గట్టుకు ఈది, ఊళ్ళోకి పరుగెత్తాడు. దమయంతి కూడా అతన్ని గుర్తుపట్టింది. "ఆ కుఱ్ఱవాడు గోపాలం లాగున్నాడు కాదు పిన్నీ?" అన్నది ప్రక్కన నడుస్తున్న స్త్రీతో. ఆమె దమయంతి ఆడబిడ్డ రుక్మిణమ్మ. దమయంతి రెండు రోజుల క్రితమే కోదూరు వచ్చి అక్కడి బంధువులందర్నీ చూచి రత్నమ్మనీ, పిల్లల్నీ చూడాలని ఆడబిడ్డ రుక్మిణమ్మనీ, ఒక నౌకరునీ వెంటబెట్టుకుని రామాపురం వొస్తూ వుంది.

"ఏ కుఱ్ఱవాడే?" అని అడిగింది రుక్మిణమ్మ.

"అదే పిన్నీ, ఇప్పుడు మన ముందు నుంచి పరిగెత్తలా."

"వాడు గోపాలం ఏమిటే వెఱ్ఱిదానా? వొంటినిండా బురదా, వాడూనూ. ఏ పల్లెవాళ్ళ పిల్లవాడో అయివుంటాడు."

"కాదు పిన్నీ గోపాలమే, నేను స్పష్టంగా చూస్తే!"

"ఏమోనమ్మా? వాడేనేమో! వాడే అయితే యిక్కడేం చేస్తున్నాడూ? ఎట్టిగా బొద్దుగా వుండేవాడు. చిక్కిపోయి అట్లా నల్లగా పెంకు అయ్యాడేం? రత్నమ్మగారి పెంపకం కాబోలు?" అన్నది రుక్మిణమ్మ పెదవి విరుస్తూ.

దమయంతి యేమీ మాట్లాడలేదు. దగ్గరలో వున్న సుశీలను చూచి దమయంతి "ఊళ్ళోకి వెళ్ళాలంటే యెటు వెళ్ళాలమ్మా?" అని అడిగింది.

"ఇదిగో ఈ కఱ్ఱవంతెన మీదుగా దాటి వెళ్ళాలి" అంది సుశీల.

"లక్ష రూపాయలిచ్చినా నేను దాటలేనమ్మా ఈ వంతెన" అన్నది రుక్మిణమ్మ.

"అట్లాగయితే ఈ కాలవగట్టమ్మటే నడిచి వెళ్ళండి. ఊరి కవతల పక్క యింకొక వంతెన వున్నది. అతి తేలిగ్గా దాటి ఊళ్ళో కెళ్ళవచ్చు" అన్నది సుశీల.

"ఈ ఊళ్ళో రత్నమ్మగారని వొకరు వున్నారు తెలుసా అమ్మా అని అడిగింది దమయంతి.

"తెలియకేం? గోపాలం అమ్మమ్మేగా?" అన్నది సుశీల. వెంటనే ఆమెకు అనుమానం తట్టింది. గోపాలం తండ్రి రెండవ వివాహం చేసుకోవటం, ఆ వివాహానికి గోపాలం వెళ్ళటం ఆమెకు తెలుసు, వివాహంలో జరిగిన సంగతులన్నీ కూడా గోపాలం చెప్పాడు. 'మా అమ్మ చాలా మంచిది. మా అమ్మంటే నాకు చాలా ఇష్టం!' అని చెప్పాడు. ఆమె ఈమేనేమో అనిపించింది.

"నేను తీసుకువెళతా రండి," అని చెప్పి కాలవకట్టమీదుగా దారితీసింది సుశీల. సుశీల చెయ్యిపట్టుకుని నడుస్తూ వున్నది దమయంతి.

"నువ్వు గోపాలాన్ని యెరుగుదువా అమ్మాయ్?" అన్నది దమయంతి.

"ఎరక్కేం? మీరొచ్చే ముందు యిక్కడే కూర్చుని ఆడుకుంటున్నాం. మిమ్మల్ని చూచి కాలవలోకి దూకి తుర్రున పారిపోయాడు.

దమయంతి ఆలోచించుకుంటూ నడిచింది. "నువ్వంటే గోపాలానికి చాలా యిష్టం కదూ?" అని అడిగింది.

"వొట్టి మొండివాడు. చెప్పినదాని కంతా యెదురు చేస్తుంటాడు" అన్నది సుశీల.

"అందుకనే యిష్టం అన్నాను. నువ్వంటే మా గోపాలానికి చాలా యిష్టం" అన్నది దమయంతి.

"మీరు గోపాలానికి యేమవుతారు?" అని అడిగింది సుశీల.

"అమ్మను"

"నేను అనుకుంటూనే వున్నా. మీరన్నా గోపాలాని కిష్టమే" అన్నది సుశీల.

అంతా రత్నమ్మ యిల్లు చేరుకున్నారు. "ఇదేమిటే వొదినా? నా అన్న బిడ్డల్ని ఈ గుడిసెలో పెట్టిందా రత్నమ్మ! ఎట్లా పుట్టారో, ఎట్లా పెరిగారో, ఈ నాటికి కూలివాళ్ళ పిల్లలకుమల్లె బ్రతకాల్సి వొచ్చింది" అన్నది రుక్మిణమ్మ.

దమయంతి మాట్లాడలేదు. సుశీల రత్నమ్మకు చెప్పటానికి వంటింట్లోకి పరుగెత్తింది. గోపాలం తల్లీ, ఇంకా ఎవ్వరో బంధువులూ వొచ్చారని చెప్పింది రత్నమ్మకి. రత్నమ్మ నివ్వెరపోయింది. ఒక్క క్షణం నోటమాట లేదు. అలాగే కూర్చొనిపోయింది. రకరకాల ఆలోచనలు ఆమె మనస్సుని పెనవేసుకున్నాయి. అంతలో దమయంతి వొచ్చి, "నేనేనమ్మా, నీ కూతుర్ని, నిన్నూ పిల్లల్నీ చూచి పోదామని వొచ్చాను" అన్నది.

ఒక్క క్షణం దమయంతిని ఎగాదిగా చూచింది రత్నమ్మ... అనేక కష్టాలను దిగమ్రింగిన మనిషి అవటంవల్ల వెంటనే సంబాళించుకొని, "మమ్మల్ని చూట్టానికి వొచ్చావా తల్లీ? ఎంత మంచిదానవే అమ్మా నువ్వు." అని అందరికీ కాళ్ళకు నీళ్ళిచ్చి వసారాలో చాప పరచి కూర్చోబెట్టింది. రుక్మిణమ్మ మొదలుపెట్టింది; "మొన్న చుట్టాలని చూడాలని కోడూరు వచ్చిందే అత్తా. వొచ్చిందగ్గరనుంచీ నిన్నూ పిల్లల్నీ చూడాలని వొక్కటే యావ. పోదాం పదమ్మా అని నౌకర్ని తోడు తీసుకొని బయలుదేరి

వచ్చాను. నువ్వన్నా పిల్లలన్నా ఒక్కటే ఆపేక్ష దమయంతికి. అందులో మరీ గోపాలం అంటే పడి చచ్చిపోతుంది. పెళ్ళినాడు చూసిందట. చూసినప్పటి నుంచీ తన కొడుకే అనుకున్నదట" – అలా చెప్పుకుపోయింది రుక్మిణమ్మ.

"నా కొడుకేగా? అక్క కొడుకైతే వొకటీని నాకొడుకైతే వొకటీనా?" అన్నది దమయంతి.

"నిజమేనే, జానకమ్మకూడా నీకు మల్లెనే ఉండేది. నీకు మల్లే ఎరుపు. ముక్కు అచ్చుగా నీ ముక్కుకుమల్లెనే ఉండేది. కాకపోతే నీది కొంచెం కోలముఖం, జానకమ్మది కొంచెం గుండ్ర ముఖం. ఇద్దర్నీ పక్కన పెట్టి చూస్తే అక్క చెల్లెళ్ళనే అనుకునేవారు ఎవరైనా" అన్నది రుక్మిణమ్మ.

"ఆమె నా అక్కగారే. ఇందులో ఒకరు చెప్పవలసిన పని లేదు" అన్నది దమయంతి.

రత్నమ్మకి ఏమీ అర్థం కాలేదు. సవతి తల్లి అంటే ఆమెకు కొన్ని స్థిరమైన అభిప్రాయాలున్నాయి. గయ్యాళిగా ఉంటుందనీ, సవతి పిల్లల్ని దగ్గరకు జేరనివ్వదనీ, హింసిస్తుందనీ, మొదటి భార్య పేరు ఎత్తితేనే మండిపడుతుందనీ అనుకునేది. ఇప్పుడు దమయంతిని చూస్తే ఆమెకు అయోమయంగా ఉంది. దమయంతిని తదేక ధ్యానంతో చూస్తూ మాట్లాడకుండా కూచుంది. అంతలో బయట పిల్లలతో ఆడుకుంటున్న కమల "అమ్మమ్మా, మరే..." అంటూ లోపలకు వచ్చింది. కొత్త మనుష్యులను చూచి గడపలోనే నుంచొనిపోయింది.

"రా అమ్మా, రా" అన్నది రత్నమ్మ.

"ఎవ్వరే ఆ పిల్ల?" అని అడిగింది రుక్మిణమ్మ.

"నా కూతురు పిన్నీ, అట్లా అడుగుతావేం? కనపడ్డంలా?" అన్నది దమయంతి.

"ఓసి నువ్వటే? నల్లబడి చిక్కి శల్యం అయితే ఎవ్వరో అనుకున్నా" అన్నది రుక్మిణమ్మ.

రత్నమ్మ కళ్ళల్లో నీళ్ళు తిరిగినై. "ముసలి ముండని, కాటికి కాలు చాచినదాన్ని, నేనేం పోషించగలను పిల్లల్ని... అక్కడికీ వాళ్ళకే లోటు రాకుండా నా శాయశక్తులా ప్రయత్నిస్తూనే వున్నా" అన్నది.

కమలకు ఏం అర్థం అయిందో, బిగ్గరగా ఏడవ నారంభించింది. దమయంతి ఆ పిల్లను వొళ్ళోకి తీసుకొని ఓదార్చింది. వొచ్చిందగ్గర నుంచీ గోపాలం కోసం

ఆమె వెతుకుతూనే వుంది. అతను ఎక్కడా కనుపించలేదు. ఇక ఆపుకోలేక, "గోపాలం ఏడే అమ్మా?" అని అడిగింది.

"మీరు వచ్చేముందే వొచ్చాడమ్మా. ఎవ్వరో చుట్టాలు వొస్తున్నారు" అన్నాడు. 'ఎవ్వరు?' అని అడిగాను. చెప్పకుండా వెళ్ళిపోయాడు. ఎక్కడకు వెళ్ళాడో ఏమో!" అన్నది రత్నమ్మ.

"అమ్మాయ్, గోపాలాన్ని తీసుకు రాలేవూ?" అని అడిగింది దమయంతి సుశీలను.

"ఎందుకు తీసుకు రాలేను? క్షణంలో తీసుకు వస్తా" అని బయటకు పరుగెత్తింది సుశీల.

పినతల్లి ఇంటికి వచ్చేటప్పటికి, ఇంటి దగ్గర ఉండ బుద్ధిపుట్టలేదు గోపాలానికి. చుట్టాలు వొస్తున్నారని చెప్పి, ఆగకుండా వెళ్ళిపోయాడు; కాసేపు బళ్ళో కూర్చున్నాడు. పలకా పుస్తకాలూ అక్కడే విడిచిపెట్టి నారింజ తోటలోకి వెళ్ళాడు. పిట్టల్ని కొట్టాడు. కాయలు తిన్నాడు. గడ్డిలో పొర్లాడాడు. అప్పటికీ ఏం తోచలేదు. తిరిగి తిరిగి వచ్చి దేవాలయం మంటపం మీద కూర్చున్నాడు. సుశీలకు గోపాలం తిరిగే చోట్లన్నీ తెలుసు. ఒకటి రెండు చోట్లు చూసి దేవాలయానికి వెళ్ళింది. మంటపం మీద వున్న గోపాలాన్ని చూచి అక్కడకు వెళ్ళింది.

"సిగ్గులేకపోతే సరి!" అన్నది.

"నీకే లేదు" అన్నాడు గోపాలం.

"నాకెందుకు లేదు? ఇంటికి వచ్చిన చుట్టాలను వొదిలిపెట్టి వొచ్చానా నేను? మీ అమ్మ నిన్ను అడిగింది."

"ఏమని అడిగింది?"

"ఏమని అడుగుతుంది? గోపాలం ఎక్కడని అడిగింది."

"తనెవ్వరు నన్నడగటానికి?" అన్నాడు గోపాలం.

"అట్టే వాగకు."

గోపాలం కోపంగా చూశాడు.

"ఏం కొడతావా, అట్లా చూస్తున్నావ్?" అన్నది సుశీల నవ్వుతూ.

గోపాలం నవ్వు ఆపుకోలేకపోయాడు.

అతని గుణం కనిపెట్టిన సుశీల, "రా, వెళదాం" అని చెయ్యిపట్టుకుంది. ఇద్దరూ బయలుదేరారు. ఇంట్లో అడుగు పెట్టేటప్పటికి అంతా ఏదో మాట్లాడు

కుంటున్నారు. తన సంగతే అనుకున్నాడు గోపాలం, ఇక ముందుకు అడుగు పడలేదు, ముందుగా అతన్ని దమయంతే చూచింది.

"జ్ఞాపకం వున్నానా బాబూ?" అని అడిగింది.

"ఉన్నావ్," అన్నాడు గోపాలం కోపంగా, పినతల్లిని చూడగానే అతనికి చాలా కోపం వచ్చింది.

"ఎందుకురా అంత కోపం?" అని అడిగింది రుక్మిణమ్మ.

"నేనిన్నాళ్ళూ కనపడలేదని నామీద కోపంలే పిన్నీ" అన్నది దమయంతి. "అవునా?" అని గోపాలాన్ని అడిగింది.

"అవును, నువ్వు అప్పుడే వస్తావనుకున్నాను. ఎందుకు రాలేదు?" అని అడిగాడు.

ఈ ప్రశ్నకు మిగిలినవారంతా వొకరి మొహాలు వొకరు చూసుకున్నారు. దమయంతి మాత్రం చిరునవ్వు నవ్వుతూ, "తప్పే బాబూ, క్షమించవ్?" అని అడిగింది. గోపాలానికి ఏడుపు వచ్చింది. పరుగెత్తి మంచంమీద పడి మొహం చేతుల్తో కప్పుకొని భోరున ఏడ్చాడు.

రత్నమ్మ కేమీ అర్థంకాక బిక్క మొహం పెట్టింది. రుక్మిణమ్మకు పిల్లవాడి మకురుతనానికి చాలా కోపం వచ్చింది. గారాబంపెట్టి రత్నమ్మ పిల్లలను చెడగొడుతోందని మనస్సులో ధృఢపరుచుకుంది. దమయంతి నెమ్మదిగా లేచి వెళ్ళి గోపాలం పక్కన కూర్చుని ఓదార్చింది. "ఊరుకో బాబూ, తప్పు నాదే అన్నాగా?" అన్నది.

"నువ్వెవరవు నాకు చెప్పడానికి? నువ్విక్కడ నుంచి లేచిపో" అని చేత్తో నెట్టాడు గోపాలం.

"నిన్ను విడిచిపెట్టి నే నెక్కడికి వెళ్ళను?" అన్నది దమయంతి, గోపాలం యిక మాట్లాడలేదు. సుశీల వచ్చి మంచం ప్రక్కన నుంచుంది. దమయంతి ఏమీ మాట్లాడవద్దని ఆ పిల్లకు సౌంజ్ఞ చేసింది.

ఆ రాత్రి రత్నమ్మను కూర్చోబెట్టి వంటంతా దమయంతే చేసింది. తట్టల వాళ్ళ వద్ద కూరలు కొని వండింది. చేసే పని లేక రత్నమ్మ ఒంటరిగా కూర్చుంటే రుక్మిణమ్మ దగ్గరకు వచ్చి కూర్చుని "పిల్లలనూ, నిన్నూ తీసుకువెళదామని దమయంతి అనుకుంటోంది అత్తా" అంది.

"ఇప్పుడా పాతకథలన్నీ తవ్వటం ఎందుకులే రుక్మిణమ్మ. ఇట్లా గడవనివ్వండి" అన్నది రత్నమ్మ. వంటగదిలోనుంచి అప్పుడే బయటికొచ్చిన దమయంతి "నువ్వట్లా అనకమ్మా! మేం వుండగా నువ్విట్లా కష్టపడవలసిన అవసరం ఏముంది? రేపు గోపాలం పెద్ద చదువులకు వెళ్ళవలసివస్తే నువ్వెంతవరకని చెప్పించగలుగుతావు? కమల పెద్దయితే దానికి తగిన వరుణ్ణి నువ్వు తేగలుగుతావా? నువ్వు నా సొంత తల్లివి. వీళ్ళు నా బిడ్డలు. నీ కెటువంటి లోటూ రాకుండా చూసే బాధ్యత నాది. ఇక మీ అల్లుడుగారి సంగతి నీకు తెలిసిందేగా? వారు పైకి చెప్పకపోయినా మీరు వెళ్ళిపోయినందుకు లోలోపల చాలా బాధపడుతున్నారు. వారు పొరపాటు చెయ్యలేదని నేననడం లేదమ్మా. అందరం పొరపాట్లు చేస్తాం. కాని సర్దుకుపోవాలి కదా? నా మాట విను. పిల్లలూ, నువ్వూ వచ్చేయండి" అన్నది దమయంతి.

రత్నమ్మ బలహీనతవల్ల కాసేపు ఏమీ మాట్లాడలేకపోయింది. "ఏమోనమ్మా, నా కెటూ పాలుపోవడం లేదు. నిన్ను చూచిన దగ్గరనుంచీ నా కూతురుని చూచుకున్నట్లే వుంది. తీరా అక్కడికొచ్చిన తరువాత..." అని కన్నీరు పెట్టింది రత్నమ్మ.

దమయంతి కళ్ళు చెమ్మగిల్లాయి. ఆమెకు "పిల్లలను తీసుకొని ముసలిదాన్ని వెళ్ళగొట్టేయి" అనే మాటలు జ్ఞాపకం వచ్చినాయి. "నువు పాత సంగతులన్నీ మర్చిపో అమ్మా, నేను నా ప్రాణం కంటె అధికంగా ప్రేమించే వ్యక్తిమీద ప్రమాణం చేసి చెబుతున్నా, నీకుగాని, పిల్లలకుగానీ ఎటువంటి అపకారం రానివ్వను- ఎటువంటి అపచారం జరగనివ్వను" అన్నది దమయంతి.

రత్నమ్మ ఆ క్షణాన ఏమీ మాట్లాడలేకపోయింది. అనేక ఆలోచనలతో ఆమె మనస్సు వికలమయింది. నిశ్చేష్టురాలయి కూర్చుంది.

రామయ్యగారి ఆహ్వానంమీద అంతా వారింటికి వెళ్ళారు. భోజనాలయిన తరువాత తలుపుచాటున నిలబడి దమయంతి రామయ్యగారితో రత్నమ్మనీ, పిల్లలనీ తీసుకువెళ్తానని చెప్పింది.

రామయ్యగారు, "మంచిదేనమ్మా, అంతకంటే మేం కోరేదేముంది? రత్నమ్మగారు మాత్రం ఈ పిల్లలను ఎంతకాలమని సాకుతుంది. పిల్లల సంరక్షణ మీ దగ్గరున్నట్లు ఇక్కడెట్లా జరుగుతుంది. మేము మీరంతా కలిసివుంటే చూచి ఆనందించేవాళ్ళమే గదా? అయినా రత్నమ్మ పిన్ని అభిప్రాయం గదా ముఖ్యం. ఆమెనడిగి చూడకపోయారూ?" అన్నారు.

"అత్తగారిక్కడే వున్నారు. వారు బ్రతుకుతున్నదే పిల్లలకోసం. పిల్లల మేలు వారి కంటే ఎవరు కోరగలరు? కాకపోతే ఆస్తీపాస్తుల విషయంలో వారికి కొంత భయం వుంది. అలా వుండడం సహజమే. దానికి పిల్లల తండ్రిచేత ఈ ఆస్తికీ తనకూ ఏమీ సంబంధం లేదని వ్రాయిస్తే సరిపోతుంది" అన్నది దమయంతి.

"వెయ్యేళ్ళు బ్రతుకమ్మ, మంచిమాట చెప్పావు" అన్నది రామయ్యగారి భార్య సీతమ్మ.

"ఇంకేం రత్నమ్మ పిన్నీ" అన్నాడు రామయ్యగారు.

"మీ యిష్టం బాబు," అన్నది రత్నమ్మ.

"మరి గోపాలం ఏమంటాడో," అన్నారు రామయ్యగారు నవ్వుతూ.

"వాడి మొఖం వాడేమంటాడు? మనమందరం ఏమంటే వాడూ అదే అంటాడు" అన్నది రత్నమ్మ.

"ఇదిగో, ఈ మూలనక్కి ఏమీ ఎరగనట్టు అన్నీ వింటున్నాడు. చెప్పయ్యా, నీ వుద్దేశం?" అన్నది సీతమ్మ.

"చెప్పేదేముంది? బాబుని విడిచిపెట్టి నేనెట్లా వుంటాను? నన్ను విడిచిపెట్టి బాబెట్లా ఉంటాడు?" అన్నది దమయంతి.

దూరంగా నిలుచుని ఇదంతా పరికిస్తున్న సుశీల కళ్ళల్లో నీళ్ళు తిరిగాయి.

* * *

రత్నమ్మ, పిల్లలు అల్లుడి దగ్గరకు వెళ్ళడం నిశ్చయమైంది. తక్షణం రావలసింది అని రామయ్యగారితో కృష్ణస్వామికి వైరిప్పించింది దమయంతి. ఆయన రాగానే జరిగిందంతా పూసగుచ్చినట్టు చెప్పారు రామయ్యగారు.

"మీరూ నేను కూడా చెయ్యలేని పని అమ్మాయి ఇట్టే చేసేసింది. ఆమె అడుగుపెట్టినప్పటినుంచీ మా గ్రామానికే కళ వచ్చినట్లుంది. మీరు చాలా అదృష్టవంతులు" అన్నారు రామయ్యగారు. కృష్ణస్వామిగారు పిల్లల ఆస్థిని గురించి దమయంతి చెప్పిన విధంగా రాసివ్వడానికి అంగీకరించారు. రత్నమ్మను పిలిపించి ఈ మాట చెప్పారు రామయ్యగారు. రత్నమ్మ "ఎందుకు బాబూ రాతకోతలు? ఆయన బిడ్డల సంగతి ఆయనకంటే నే నెక్కువ చూసుకుంటానా? ఏ రాతకోతలూ వద్దు, అన్నీ ఆయనకే విడిచిపెడుతున్నాను" అన్నది.

ఈ మాటలకంతా ఆశ్చర్యపడ్డారు. ఒక్క దమయంతి మాత్రం అంగీకరించలేదు. "మన మనసులు మాత్రం ఎప్పుడూ ఒక్క మాదిరే ఉంటాయా? ఏ క్షణానికి ఏమి జరుగుతుందో? అనుకున్న ప్రకారం అన్నీ జరగవలసిందే" అని పట్టుబట్టింది. కృష్ణస్వామిగారు అనుకున్న ప్రకారం వ్రాసి యిచ్చారు. ఒకరోజు రామయ్యగారింట్లో అంతా విందారగించి ప్రయాణం కట్టారు.

ప్రయాణ సన్నాహం పూర్తవగానే రుక్మిణమ్మ దమయంతిని చాటుకు పిలిచి, "ఏమోనమ్మా, పెద్ద బాధ్యత నెత్తిన పెట్టుకున్నావు. పిల్లలను చూడబోతే గడుగ్గాయలు, పైగా ఆస్థిమీద హక్కులేనట్టు అన్నయ్యతో వ్రాయించి ఇస్తివి. ఎట్లా నిభాయించుకొస్తావో ఏమో?" అన్నది.

"పిల్లలు తండ్రి దగ్గర ఉండడం న్యాయమేగా పిన్నీ? ఇందులో నేను వేసుకున్న బాధ్యతేముంది?" అన్నది దమయంతి.

"అంతే అనుకో..." అని రాగాలు తీసింది రుక్మిణమ్మ.

ఇక ఆ సంభాషణ మారుద్దామని "బాబేడీ?" అని అడిగింది దమయంతి.

"ఇంతకూ రానంటాడేమో? ఆ సంగతి చూడు!" అన్నది రుక్మిణమ్మ.

ఆ సమయంలో పెరట్లో గోపాలం, సుశీల మాట్లాడుకుంటున్నారు.

"నువ్వెళ్ళిపోతున్నావు!" అన్నది సుశీల.

"వెళ్ళమంటివిగా" అన్నాడు గోపాలం.

"మళ్ళీ వస్తావా?" అడిగింది సుశీల.

"ఎందుకు రాను?" అన్నాడు గోపాలం.

* * *

గోపాలం-చెల్లెలు కమలతో, అమ్మమ్మ రత్నమ్మతో, తండ్రి కృష్ణస్వామి ఇంట్లో స్థిరపడిపోయాడు. ఆయన కుమారుణ్ణి ఆ పట్టణంలో వున్న హైస్కూల్లో క్రింద తరగతిలో జేర్పించాడు. గోపాలం కలుపుగోలుతనం గలవాడు కాదు. ముడుచుకునే స్వభావం గలవాడు. అందువల్ల పిల్లలతో కలిసివుండేవాడు కాదు. క్లాసులో పిల్లలతో కలిసి కూర్చునీ వొంటరిగా వుండేవాడు; బయటవాళ్ళతో కలవకా వొంటరిగానే వుండేవాడు. మిగిలిన పిల్లలంతా అతన్ని విచిత్రంగా చూసేవారు. కొద్దిరోజుల్లో మాష్టర్లకు కూడా అతని స్వభావం తెలిసింది. పైగా అతను బ్రాహ్మణేతరోద్యమ నాయకుడైన కృష్ణస్వామి కుమారుడు. మాష్టర్లలో ఎక్కువమందికి బ్రాహ్మణేతరో

ద్యమం అన్నా, కృష్ణస్వామిగారు అన్నా ఏమాత్రం సానుభూతీ వుండేది కాదు. లోలోపల ఆయన్ని వొక రాక్షసునిగా చిత్రించుకొని ఏహ్యాభావం సృష్టించుకొని ఉన్నారు. ఆ ప్రభావం గోపాలం మీదకు ప్రసరించింది. మాష్టర్లకూ, అతనికీ ఎప్పుడూ మధ్యన ఒక అడ్డుగోడ వుంటూనే వుండేది. అతను ఇంకా ముడుచుకు పోయాడు.

అతనికి వున్న చనువల్లా వొక్క పినతల్లి దగ్గరే. ఆమెమీద పెత్తనం చలాయించేవాడు. మారాం చేసేవాడు. విసిగించేవాడు. అతను ఏమి చేసినా ఆమెకు బాగానే వుండేది. విసిగించినకొద్దీ ప్రేమించేది. తండ్రి దగ్గర అతనికేమాత్రం చనువూ లేదు. తండ్రి ఇంటి వసారాలో వుంటే దొడ్డిదారిన ఇంట్లోకి వెళ్ళేవాడు. తండ్రి ఇంట్లో వున్నంతసేపూ బయట బయటే తిరిగేవాడు. కాని తండ్రి అంటే గౌరవభావం ఉండేది. ఆయన చాలా గొప్పవాడనే నమ్మకం వుండేది.

రత్నమ్మకూ, పిల్లలకూ ఏలోటూ రాకుండా చూచింది దమయంతి. అయినా రత్నమ్మ మనసులోవున్న జంకు పూర్తిగా తొలగిపోలేదు. ఒక్కొక్కప్పుడు దమయంతి పిల్లల్ని అంత ఆప్యాయంగా చూడటానికి, వాళ్ళ మనసులను తనమీద లేకుండా విరవటం కారణమేమో అని భయపడేది. గోపాలం దమయంతిని "అమ్మా" అని పిలిచినప్పుడల్లా ఉలిక్కిపడేది. చాటుగా, "అమ్మ అని కాదు బాబూ, పిన్నీ అని పిలువు, మీ అమ్మ ఎప్పుడో చచ్చిపోయింది" అని కన్నీరు పెట్టుకునేది.

"నేను అమ్మ అనే పిలుస్తా" అనేవాడు గోపాలం.

"చచ్చి ఏలోకాన వున్నదో మీ అమ్మ నువ్వు పిన్నిని 'అమ్మ' అని పిలిస్తే, నా బిడ్డ నన్ను మరచిపోయాడని కంట తడి పెట్టుకుంటుంది" అనేది.

గోపాలానికి ఏమీ తోచేది కాదు. తన తల్లిని జ్ఞాపకం చేసుకోటానికి ప్రయత్నించేవాడు. తన తల్లిని గురించి అతనికి జ్ఞాపకం వున్నది ఆమె మరణ దృశ్యమే. తల్లికి జబ్బు తీవ్రంగా వుంది. చుట్టాలందరూ వొచ్చారు. తను పిల్లలతో బయట గోలీలు ఆడుకుంటున్నాడు. ఒకాయన "ఏమీ తెలియని వయస్సు పాపం! ఎంత నిశ్చింతగా గోలీలు ఆడుకుంటున్నాడో, రాబోతున్న కష్టాలే తెలియవు" అన్నాడు చుట్టూ వున్న మిగిలిన చుట్టాలతో–

"వాడికేం తెలుసు? పసికందు" అని జాలిపడ్డాడు మరొక ఆయన.

తనకు ఉక్రోషం వొచ్చి ఇంకా పెద్దగా కేకలు వేసుకుంటూ గోలీలు ఆడాడు. అంతలో తన పెదనాన్నగారు వచ్చి "మీ అమ్మని చూదువుగాని, ఒక్కసారి లోపలకు రా నాయనా" అని ఇంట్లోకి తీసుకువెళ్ళాడు.

ఇంట్లో ఒక గదిలో జానకమ్మ మంచంమీద పడుకొని వుంది. చుట్టూ బంధువులు కూర్చుని వున్నారు. తండ్రి నిశ్శబ్దంగా అటూ ఇటూ పచార్లు చేస్తున్నాడు. గోపాలానికి భయం వేసింది. కాళ్ళు వొణికినై, తల్లి మరణించబోతూ వుందని తెలిసి కాదు. ఎందుకో! ఆ వాతావరణం అటువంటిది. పెదనాన్న గోపాలాన్ని తల్లి మంచం దగ్గరకు తీసుకువెళ్ళి "జానకమ్మా! గోపాలం వచ్చాడు వొక్కసారి చూడు" అన్నాడు.

జానకమ్మ భారంగా కళ్ళు తెరిచింది. చేతులు జాచి కొడుకుని గుండెల మీదకు తీసుకుంది అంతే... కన్ను మూసింది.

ఈ దృశ్యం జ్ఞాపకం వొచ్చింది గోపాలానికి. నెమ్మదిగా దమయంతి చదువుకుంటున్న గదిలోకి వెళ్ళాడు. దమయంతి గోపాలాన్ని చూడలేదు.

"పిన్నీ!" అని పిలిచాడు.

ఆమె ఉలిక్కిపడి లేచింది. గోపాలాన్ని పరీక్షగా చూచింది. గోపాలం తల వొంచుకొని నిలబడి వున్నాడు. ఆమె గ్రహించింది. కళ్ళు చెమ్మగిల్లినై. "అలాగే బాబూ, పిన్నీ అనే పిలువు. నువ్వెలా పిలిచినా నాకు ఇష్టమే" అన్నది.

గోపాలం తల పైకెత్తి చూశాడు. చెమ్మగిల్లిన ఆమె నేత్రాలు చూశాడు. ఒణుకుతున్న చేతులను చూచాడు. అంతే, ఆనాటి నుంచి ఆమెను అమ్మ అని తప్ప మరొక పేరున పిలవలేదు.

"నేను పిన్నినిగా" అన్నది దమయంతి ఒకటి రెండుసార్లు.

"కాదు, అమ్మవే" అన్నాడు గోపాలం. "నాకు ఎవ్వరూ చెప్పనక్కరలేదు. నాకే తెలుసు..."

ఒక చిన్న వానజల్లు కురిసి వెలిసినట్లయింది దమయంతి మనసుకి.

* * *

ఒకరోజు బళ్ళో పాఠాలు జరుగుతున్నాయి. గోపాలం క్లాసు మాష్టరు శివాజీని గురించి చెపుతున్నాడు. శివాజీ శౌర్య ధైర్యాలు వివరించి చెపుతూ, పిల్లలంతా శివాజీ అంత వీరులు కావాలని చెబుతున్నాడు. అప్పుడు హెడ్‌మాష్టరు ఆ క్లాసులోకి వచ్చాడు. హెడ్‌మాష్టరు అంటే పిల్లలందరికి తగని భయం. ఆయన ఎప్పుడూ బెత్తం చేత్తో పట్టుకొని, స్కూలు వరండాల్లో తిరుగుతుండేవాడు. పిల్లలు క్లాసు వదలి బయటకు వచ్చారో వడ్డించేవాడు. అందుకని క్రమశిక్షణలో ఆయనకు మంచిపేరు వుండేది. ఆయన మనిషి కూడా భీకరంగా వుండేవాడు, మనిషి అట్టే పొడగరి కాదు.

కాని పెద్ద పెద్ద కళ్ళూ, విశాలమయిన దవడలూ, దట్టంగా పెరిగిన కనుబొమ్మలూ కలిగి చూసేవారిని భయకంపితులను చేసేవాడు.

ఆయన మామూలుగా ఏ క్లాసులోకి రాడు. అటువంటిది ఆయన క్లాసులో అడుగుపెట్టేటప్పటికి చీమ చిటుక్కుమన్నా వినపడేంత నిశ్శబ్దం ఆవహించింది. గోపాలం క్లాసు మాష్టరు వొణికిపోతున్నాడు. పిల్లవాడికిమల్లే అంత పెద్ద మాష్టరు వొణికిపోవటం గోపాలానికి చాలా విచిత్రంగా కనుపించింది. పిల్లలకు ఎవ్వరి మాష్టరు వాళ్ళకే దేవుడు. ఆ దేవుడి పైన ఇంకొక దేవుడుంటాడనీ, తమ్ము భయపెట్టే వ్యక్తి ఇంకొకడికి భయపడతాడనీ వాళ్ళకు తట్టదు. గోపాలం ఒక మాష్టరుమీద నుండి ఇంకొక మాష్టరుమీద చూపులను ప్రసరిస్తూ చూస్తూ కూర్చున్నాడు.

హెడ్మాష్టరు, క్లాసుమాష్టరు నిలబడి పాఠం చెపుతున్న టేబిల్ దగ్గరకువచ్చి "మీకు ఇవ్వాళ వొక విచారకరమైన వార్త చెప్పటానికి వొచ్చాను" అన్నాడు. ఆయన కంఠం రుద్ధమైంది. కండ్లలో నీళ్ళు తిరిగినై. అంతా చిత్రంగా, ఏదో నాటకం చూస్తున్నట్టుగా వుంది గోపాలానికి.

"మన హైస్కూలు కమిటీ అధ్యక్షులు రామనాథంగారు ఇవాళ ఉదయం తొమ్మిది గంటలకు మరణించారు" అన్నాడు హెడ్మాష్టరు.

"అయ్యయ్యో, ఎంత పని జరిగింది!" అని వాపోయాడు క్లాసుమాష్టరు.

రామనాథంగారు సదాచార బ్రాహ్మణుడు. తాసీల్దారు చేసి రిటైర్ అయి, అప్పటినుంచీ సంఘసేవలో నిమగ్నులై వున్న సహృదయుడు. ఆయనంటే పిల్లలకూ, పెద్దలకూ అందరికీ భక్తే, గౌరవమే. అటువంటాయన మరణించాడనేటప్పటికి అందరికీ విచారంగా వుండటంలో ఆశ్చర్యం ఏముంది?

"ఎవ్వరూ అనుకోలేదు, జబ్బుగా వుందని కూడా ఎవ్వరికీ తెలియదు" అన్నాడు క్లాసు మాష్టరు.

"అదే మరీ విచారకరమైన సంగతి. ఆయన జబ్బుచేసి మరణించి వుంటే..." హెడ్మాష్టరు కంఠం గాద్గదికమైంది "అలా జరగలేదు."

"మరేం జరిగిందండీ?" అని అడిగాడు క్లాసుమాష్టరు మనస్సులో చెలరేగిన విచారం ఆయనకు సహజంగా హెడ్మాష్టరుపట్ల వున్న భయాన్ని కప్పివేసింది.

"నిన్న కృష్ణస్వామిగారు ఆ గ్రామంలో మీటింగు పెట్టారు. మీటింగు తర్వాత పెద్ద ఊరేగింపు జరిగింది. ఆ ఊరేగింపు కేకలు విని ఇంట్లో వున్న రామనాథంగారు చూట్టానికి బయటకు వచ్చారు. ఆయన్ని చూచి, ఊరేగింపులో పాల్గొంటున్న వ్యక్తులు

బ్రాహ్మణేతరోద్యమానికి సంబంధించిన నినాదాలు చేశారు. రామనాథంగారు మనస్సులో వున్నది దాచుకునే స్వభావం గలవారు కాదు. "ఒక కులాన్ని ద్వేషించటం పూజ్య గ్రంథాలను నిరసించటం మంచిపని కాదు" అన్నారుట. అసలే ఉద్రేకంలో ఉన్నారేమో ఊరేగింపులోని వ్యక్తులు బండబూతులు కూస్తూ ఆయన మీదకు వెళ్ళారు. ఎవ్వరో గుంపులోనుంచి రాయి విసిరారట. అది నవర గంతకు తగిలి, వున్నట్లుగానే కూలిపోయారు. ప్రాణాలు వదిలారు."

"నారాయణ, నారాయణ! ఎంత దుర్మార్గం జరిగింది! రామనాథం వంటివారికి బలత్కార మరణమా!" అని పై పంచెతో కన్నీరు తుడుచుకున్నాడు క్లాసుమాష్టరు.

"కృష్ణస్వామిగారి కుమారుడు మీ క్లాసులో చదువుతున్నాడని విన్నాను" అన్నాడు హెడ్‌మాష్టరు.

"అవునండీ, ఆ కుర్రవాడే" అని గోపాలాన్ని చూపించాడు క్లాసుమాష్టరు. అందరి చూపులూ గోపాలం మీదకు తిరిగినై.

అంతకుముందే కుంచుకు కుంచుకు పోతున్న గోపాలం ఆ చూపులను భరించలేక పోయాడు. అంధకారాన్ని కోరే దొంగమీద వెయ్యి టార్చిలైట్లు పడినట్లయింది. రామనాథంగారి మరణానికి తానే కారణం అయినట్లనిపించింది. పారిపోవాలనిపించింది. కాని ఎక్కడికి పారిపోగలడు. తనచుట్టూ ఏమి జరుగుతున్నదో చూడకుండా తలవంచుకొని కూర్చున్నాడు.

"అబ్బాయ్" అని పిలిచాడు హెడ్‌మాష్టరు. ఆ పిలుపు ఎంతో మార్దవంగా వున్నా కొరడాపెట్టి కొట్టినట్లయింది గోపాలానికి. బిత్తరపోయి తల పైకెత్తి చూశాడు. ఎదురుగా హెడ్‌మాష్టరు, ఆయన చూపులు ఎంత ఆర్ద్రంగా వున్నాయి! లేచి నిలబడ్డాడు గోపాలం. హెడ్‌మాష్టరు వొక్కసారి అతని కళ్ళల్లోకి చూచి వీపు నిమిరి వెళ్ళిపోయాడు. ఏమి చెప్పదలిచాడో, ఏదో చెప్పదలచినట్లే అనిపించింది, గోపాలానికి చెప్పినట్లే అనిపించింది.

ఆరోజు రామనాథంగారి స్మృత్యర్థం బడి మూసివేశారు. పిల్లలంతా బయటికి వచ్చారు. గుంపులు గుంపులుబడి రామనాథం మరణాన్ని గురించి చెప్పుకొన్నారు. గోపాలంతో ఏ ఒక్కరూ కలవలేదు. పైగా అతన్ని వెలిగా చూశారు. గోపాలం పుస్తకాలు చేత పుచ్చుకుని ఒంటరిగా బయలుదేరాడు.

"వీడి నాన్నే" అన్నాడొక కుర్రవాడు.

గోపాలం ఒళ్ళంతా జెర్రులు పాకినట్లయింది. తలవంచుకుని ముందుకు సాగాడు. ఇంకా నాలుగడుగులు వేసేప్పటికి మాస్టర్లు పోగయి తన తండ్రి సంగతే చెప్పుకోవడం విన్నాడు. లోకం చూపులన్నీ తనమీదే ఉన్నట్లనిపించింది గోపాలానికి- నెమ్మదిగా గేటుదాటి రోడ్డు మీదకెక్కాడు. ఇంటికి వెళ్ళబుద్ధి పుట్టలేదు. అక్కడికి దూరంగా ఒక పాడుబడిన బావి వుంది. మూడు ప్రక్కల దాని గోడలు విరిగిపడి వుండేవి. ఏమీ తోచనప్పుడు గోపాలం ఒకరిద్దరు పిల్లలతో వెళ్ళి ఆ మొండి గోడలమీద కూర్చునేవాడు. ఆ బావి దగ్గరకు వెళదామనిపించింది అతనికి. నెమ్మదిగా నడిచి వెళ్ళాడు. కాసేపు ఆ గోడమీద కూర్చున్నాడు. ఏమీ తోచలేదు. బావిలోకి తొంగి చూశాడు. లోపల చీకటి గుయ్యారం, చుట్టుప్రక్కల వున్న రాళ్ళను పోగుచేసి ఒక్కొక్కదాన్ని బావిలోకి విసురుతూ కూర్చున్నాడు. ఎంత సేపని విసరగలడు? ఆ రాళ్ళతో బావిని పూడ్చాలని అతని ధ్యేయం. ఆ పనీ విసుగుపుట్టింది. గోడ దిగి పుస్తకాలు తలకింద పెట్టుకుని రాళ్ళమీద పడుకున్నాడు. అతనికి తెలియకుండానే కునుకుపట్టింది. లేచి చూసేసరికి ఎండ ఫెడేలుమని కాస్తూంది. నెమ్మదిగా రోడ్డుమీదకు వచ్చాడు. ఎదురుగా ఇద్దరు వ్యక్తులు నడిచి వెళుతున్నారు. ఇద్దరూ సమానమైన ఎత్తులోనే వున్నారు. ఒకరికొకరికి మూడు నాలుగు గజాల దూరం వుంటుంది. అకస్మాత్తుగా గోపాలానికి తన ముందున్న వ్యక్తికి తగలకుండా ఆ వ్యక్తి ముందున్న వ్యక్తికి తగిలేట్టు రాయి విసరగలనా? లేదా? అనే అనుమానం వచ్చింది. ఎందుకు విసరలేను అనుకున్నాడు. ప్రక్కనున్నరాయి తీసుకుని విసిరాడు. అతననుకున్నట్టుగానే తన ముందున్న వ్యక్తికి తగలకుండా అతని ముంద్ను వ్యక్తికి తగిలింది రాయి. గురిచూచి కొట్టగలిగినందుకు సంతోషించాడు. అంతలో దెబ్బతగిలిన వ్యక్తి కెవ్వున కేకవేసి తనవైపుకి పరిగెత్తుకు రావటం చూచాడు. తనూ పరిగెత్తాడు. ప్రక్కనున్న గోడ దూకి తోటలోకి ప్రవేశించాడు. దెబ్బతిన్న వ్యక్తి గోడ ఎక్కబోతూ వుండగా రెండో వ్యక్తి “ఏదో పిల్లవాడు తెలియక చేశాడు. అయినా నీకింక అందుతాడా? ఈ పాటికి అవతల గోడ దూకి పారిపోయి వుంటాడు” అని సర్ది చెప్పి తీసుకొని వెళ్ళాడు.

గోపాలానికి తిరిగి తిరిగి విసుగుపుట్టింది. కడుపులో ఆకలి దహించుకు పోతూ వుంది. ఇప్పుడింటికి వెళితే తండ్రి తిడతాడేమో! పినతల్లి ఏమనుకుంటుందో? అయినా వెళ్ళక చేసేదేముంది? ఇంటిమొగం పట్టాడు. దొడ్డిదారిన ఇంట్లో ప్రవేశించాడు. దమయంతి అతన్ని చూచి గబగబా ఎదురుగా వచ్చి “ఇంతసేపూ ఏం చేస్తున్నావు బాబూ?” అని అడిగింది.

“గోడకు పిడకలు కొడుతున్నా” అన్నాడు గోపాలం.

ఆమె అతడిని తేరిపార చూచింది. ఇక అడిగి లాభం లేదనుకున్నది. "వెళ్ళి కాళ్ళు చేతులు కడుక్కురా, ఇంతలో పీటవేసి అన్నం వడ్డిస్తాను. కాసేపు నాన్నగారికి కనపడకు" అన్నది.

"కనబడితే యేం??" అన్నాడు గోపాలం.

"ఎదురు చెప్పకుండా వెళ్ళతావా? లేదా?" అని గోపాలాన్ని అడిగింది దమయంతి.

గోపాలం మాట్లాడకుండా ఇంట్లోకి వెళ్ళాడు.

వసారాలో ఎవరితోనో మాట్లాడుతున్న కృష్ణస్వామి లోపలికి వచ్చి "గోపాలం వచ్చాడా?" అని అడిగాడు.

"ఇప్పుడు రావటమేమిటి? వచ్చి చాలా సేపయింది. అన్నం తిని పడుకున్నాడు" అన్నది దమయంతి.

"ఇంతకు ముందడిగితే రాలేదంటివిగా?"

"బాగానే వుంది. రాలేదని నేనెందుకన్నాను? పని తొందర వుండి ఏమాట విని ఏమాట అనుకున్నారో" అంది దమయంతి.

కృష్ణస్వామిగారు "నువ్వు పని తొందరగా ముగించుకొనిరా, కాస్త వ్రాసి పెడుదువుగాని" అని చెప్పి గదిలోకి వెళ్ళారు. దమయంతి వంటగదిలోకి వెళ్ళి పీటవేసి అన్నం వడ్డించింది. గోపాలం కాళ్ళు చేతులు కడుక్కొని వచ్చి పీటమీద కూర్చున్నాడు.

"నేను కలిపి పెడతా వుండు బాబూ" అని చెప్పి అన్నం కలిపి ఒక్కొక్క ముద్దగా చేసి నోట్లో పెట్టింది దమయంతి. ఆకలి తీరిన తర్వాత, "ఎక్కడికి వెళ్ళావు బాబూ? ఇంత ఆలస్యంగా వచ్చావు?" అని అడిగింది.

గోపాలం ఒక్క క్షణం ఆలోచించి, "నాన్న మంచివాడేనా అమ్మా?" అని అడిగాడు.

"చాలా మంచివారు బాబూ!" అన్నది దమయంతి. గోపాలం ఆ ప్రశ్న ఎందుకు వేసిందీ దమయంతికి అర్థం కాలేదు.

"అయితే మా బడి కమిటీ ప్రెసిడెంటు రామనాథంగారు నాన్నగారి మూలానే చనిపోయారని అందరూ అనుకుంటారేం?" అని అడిగాడు.

దమయంతి ఉలిక్కిపడింది, ఆమె కళ్ళు చెమ్మగిల్లినాయి.

"ఒట్టిది బాబూ, ఊరేగింపు జరుగుతూంటే ఆయనే కొంతమందితో వాగ్వాదంలోకి దిగారట. వాగ్వాదంలో మాటలు పెరిగినాయట. ఎక్కువ దూషణగా వారే మాట్లాడారట. అప్పుడు అక్కడ మీ నాన్నగారు లేరు. అప్పుడు వారు వచ్చి మిగిలిన వారిని మందలించి తీసుకొని వెళ్ళారు. ఆ రాత్రంతా రామనాథంగారు బాగానే వున్నారు కూడా. తెల్లవారి రక్తపు పోటువల్ల మరణించారు" అని చెప్పింది దమయంతి.

"మరి అందరూ నాన్నగారిని అంటారేం?" అని అడిగాడు గోపాలం.

"తెలిసి కొందరూ, తెలియక కొందరూ అంటుంటారు. కాని నీకు తెలియదా బాబూ! నాన్నగారు ఎంత మంచివారో? నిన్నుగానీ, నన్నుగానీ ఎప్పుడయినా ఒక్క మాటన్నారా? పోనీ, పరమయ్య అనేక తప్పులు చేస్తుంటాడు గదా, అతన్ని ఎప్పుడయినా పల్లెత్తుమాట అన్నారా?" అని అడిగింది దమయంతి.

గోపాలం ఆలోచించాడు. "అమ్మ చెప్పినమాట నిజమే. తన తండ్రి ఎప్పుడూ ఎవరినీ ఏమీ అని ఎరుగడు. వారిని ఇతరులు ఏమన్నా అన్నా మెదలకుండా ఊరుకునేవారు" అతనికి బడిపిల్లలమీదా, మాష్టర్ల మీదా కోపం వచ్చింది. దమయంతికి హఠాత్తుగా ఒక ఆలోచన తట్టింది. ఆ ఆలోచనతో ఆమె గుండెలు అవిసినట్టయింది. "ఎవరయినా నిన్నేమయినా అన్నారా బాబూ?" అని అడిగింది.

"ఆయన కొడుకే అన్నారమ్మా నన్నందరూ" అన్నాడు గోపాలం.

దమయంతికి నోటమాట రాలేదు. గోపాలాన్ని గుండెలకు హత్తుకొని కన్నీరు బొటబొట కారుస్తూ "అంటే అన్నారులే బాబూ, నీకేం తక్కువయింది? ఎవరేమన్నా మీ నాన్నగారు మంచివారనే సంగతి మాత్రం మరచిపోకు. ఆయన ఇతరుల కోసం కష్టపడుతున్నారు. ఆయనపట్ల మనం చాలా భక్తిగా వుండాలి?" అన్నది దమయంతి.

అంతలో గోపాలాన్ని వెదకడానికి ఇరుగుపొరుగు ఇళ్ళకు వెళ్ళిన రత్నమ్మ తిరిగి వచ్చింది. "వచ్చావా నాయనా? ఏమయిపోయావో అని ప్రాణాలు కొట్టుకున్నాయి" అన్నది రత్నమ్మ.

"పిల్లలతో ఆడుకుంటూ కూర్చున్నాడట అమ్మా. వేళకి భోజనానికి రాకపోతే ఎట్లా అని మందలించాను. ఇకనుంచీ తప్పకుండా వస్తానని చెప్పాడు. అన్నం వడ్డించాను. ఇప్పుడే తిన్నాడు. కాసేపు పడుకోబెట్టు అమ్మా" అన్నది దమయంతి.

"రా బాబూ" అని గోపాలాన్ని తీసుకు వెళ్ళింది రత్నమ్మ. దమయంతి భర్త చదువుకునే గదిలోకి వెళ్ళింది వ్రాసి పెట్టడానికి, ఆ పూట ఆమె భోజనం చేయలేదని ఎవరికి తెలుసు.

గోపాలం హైస్కూలు పై తరగతుల్లోకి వచ్చాడు. కృష్ణస్వామి గారి కుమార్తె కమలకు బాగా చదువు చెప్పించాలనే అభిప్రాయం ఉండేది. ఆమెను ఆడపిల్లల బడిలో చేర్పించారు. గోపాలం, కమల రోజూ ఇంటిదగ్గరనుంచి కలిసి బయలుదేరేవారు. గోపాలం పై తరగతులకు వెళ్ళినాక ఆంజనేయులు అనే కుర్రవాడితో స్నేహమయింది. ఆంజనేయులు కుర్రవాళ్ళల్లో రౌడీ. మాష్టర్లను ఏడ్పించడం అతని ముఖ్యమైనపని, అందులో తెలుగు మాష్టరంటే అతనికి మరీ చులకన. పాఠాలయితే చదివేవాడు కాదు గాని ఆటల్లో బహు నేర్పరి. ఇవన్నీ చూచి చాలామంది పిల్లలకు అతనంటే యిష్టంగా వుండేది. అతనితో స్నేహం చేయడమే గొప్పగా వుండేది. పిల్లలందరూ అతను మాష్టర్లను ఏడిపించడం కథలు కథలుగా చెప్పుకునేవారు. మొదట్లో అతనంటే అభిమానమున్నా దూరంగా వుంటూ వచ్చాడు గోపాలం. అతనిలో కలుపుగోలుతనం లేకపోవడమే దానికి కారణం. ఒకే క్లాసు చదవడం వలన ఎప్పుడూ ఒకే బెంచిమీద కూర్చోవడం వలనా క్రమక్రమంగా గోపాలానికి అతనితో స్నేహమయింది. గోపాలాన్ని అతడు ఆటలకు రాడనీ ఒంటరిగా వుంటాడనీ ఏడిపిస్తూండేవాడు.

ఒకరోజు బడి విడిచిపెట్టిన తరువాత యిద్దరూ కలిసి గేటు బయటికి వచ్చారు. అంతకు ముందే క్లాసులో నిద్రపోతున్నందుకు ఇంగ్లీషుమాష్టరు చివాట్లు పెట్టాడు ఆంజనేయులుని. అది మనస్సులో పెట్టుకొని గోపాలం “ఎందుకు అట్లా క్లాసులో నిద్రపోతావు!” అని అడిగాడు.

“రాత్రిళ్ళు రెండు గంటలకూ మూడు గంటలకూ నిద్రపోతాను. ఇక క్లాసులో నిద్రపోక యాడవమంటావా?” అన్నాడు ఆంజనేయులు.

“ఏం చేస్తుంటావు రాత్రిళ్ళు అంతసేపటిదాకా?” అని అడిగాడు గోపాలం.

“ఒక్క క్షణం తీరికుండదు. ఇక్కడేం వుంది క్లాసులో నీబొంద? రాత్రులెంత మజాగా వుంటాయనుకొన్నావు?” అన్నాడు ఆంజనేయులు.

“ఏమిటది?”

“నువ్వొస్తే నీకే తెలుస్తుంది? వస్తావా?” అని అడిగాడు ఆంజనేయులు.

“మా నాన్నగారికి తెలిస్తే ఊరుకోడు.”

“నాన్నలకెందుకు తెలియాలి? అందరూ నిద్రపోయిన తర్వాత నెమ్మదిగా లే. దొడ్డితలుపు గొళ్ళెంతీసి బైటికి రా. మన పని చూచుకుని తిరిగి దొడ్డిదారిన వెళ్ళి గొళ్ళెం వేసి గప్‌చిప్‌గా పడుకో” అన్నాడు ఆంజనేయులు.

“ఎవరయినా లేచి చూస్తే?”

"ఎందుకు లేస్తారు? వాళ్ళకింకేం పని లేదా? ఒకవేళ లేచినా మనం పడుకొని ఉన్నామనే అనుకుంటారు. వస్తావా?" అని అడిగాడు ఆంజనేయులు.

"వస్తా" అన్నాడు గోపాలం.

"పన్నెండు గంటలు కొట్టేప్పటికి మా యింటికి రా. అక్కడికింకా కొంతమంది వస్తారు. అందరం కలసి పని పూర్తి చేసుకుందాం. సరేనా?" అని అడిగాడు ఆంజనేయులు.

"సరే" అన్నాడు గోపాలం.

ఆ రాత్రి భోజనాలయినాక, చదువుకోటానికి పుస్తకం పట్టుకు కూర్చున్నాడు గోపాలం. అతని దృష్టి పుస్తకం మీద నిలువలేదు. ఎంతసేపూ గోడమీద వున్న గడియారం మీదే. ఎన్నిసార్లు చూచి మాత్రం ఏం ప్రయోజనం. గడియారం దాని ఇష్టప్రకారం అది నడుస్తూ వుంది. ఆ రోజు తండ్రి ఇంట్లో లేడు. స్నేహితుల ఇంట్లో వివాహం జరుగుతూ వుంటే అక్కడకు వెళ్ళాడు. రత్నమ్మా, కమలా నిద్రపోతున్నారు. కృష్ణస్వామిగారి గదిలో దమయంతి చదువుకుంటూ వుంది. అలాగే కూర్చున్నాడు గోపాలం.

కొంచెంసేపు అయినాక దమయంతి వచ్చి "ఇక పడుకో బాబూ!" అన్నది. గోపాలం వెళ్ళి పడుకున్నాడు. దమయంతి తలుపులన్నీ వేసి వున్నవో లేదో చూచి వెళ్ళి పడుకుంది. వంట మనిషి పరమయ్య వంటగదిలో పడుకున్నాడు. గోపాలానికి ఎక్కడ నిద్రపడుతుందో అని భయంవేసింది. మంచంమీద లేచి కూర్చున్నాడు. మంచినీళ్ళయినై. వంట గదిలోకి వెళ్ళాడు.

"పరమయ్యా!" అని పిలిచాడు. పరమయ్య పలకలేదు. గాఢ నిద్రలో వున్నాడని గ్రహించి, మంచినీళ్ళు ముంచుకొని త్రాగి బయటకు వచ్చాడు. అంతా నిశ్శబ్దంగా వుంది. గడియారం చేసే శబ్దం భయంకరంగా వినిపిస్తూ వుంది. ఇంకా అరగంటకు బయలుదేరితే చెప్పిన టైముకి ఆంజనేయులు ఇంటికి జేరగలడు. కాని అరగంట జరిగేది ఎట్లా? ఆగలేక అడుగులో అడుగు వేసుకుంటూ బయలుదేరాడు. దొడ్డితలుపు తీసికొని బయటపడ్డాడు.

ఆంజనేయులు ఇంటికి వెళ్ళేప్పటికే అయిదారుగురు విద్యార్థులు పోగై వున్నారు. అందులో రాంబాబు అనే కుర్రవాడు వున్నాడు. రాంబాబు గోపాలం క్రింద తరగతిలో చదువుతున్నాడు. ఎర్రగా బక్కపలచగా వుంటాడు. క్రాపు ఎప్పుడూ నున్నగా దువ్వుకొని వుంటాడు. పాల బుగ్గలు, చాలా సున్నితమైన స్వభావం. నవ్వినప్పుడల్లా మెరిసే పండ్లవరుస కనబడి అందంగా వుంటుంది. ఆ కుర్రవాణ్ణి

స్కూల్లో చాలాసార్లు చూశాడు గోపాలం. వొకటి రెండుసార్లు పలకరించటానికి ప్రయత్నించాడు గాని అతను సిగ్గుపడి వెళ్ళిపోయాడు. కుర్రవాళ్ళు అతన్ని "ఆడపిల్ల" అని వెక్కిరిస్తూ వుండేవారు. పరిహాసానికి పువ్వులు తెచ్చి పెడుతుండేవారు. ఆ కుర్రవాడు ఇక్కడకి ఎందుకు వచ్చినట్లు? వీరు చేసే సాహస కృత్యాల్లో ఈ కుర్రవాడు కూడా పాల్గొంటున్నాడా? గోపాలానికి ఆశ్చర్యం వేసింది.

"వొచ్చావా? నువ్వు రావు అనుకున్నాను" అన్నాడు ఆంజనేయులు గోపాలాన్ని చూడగానే. మిగిలిన కుర్రవాళ్ళతో పరిచయం చేశాడు. వాళ్ళకు రోజూ అర్ధరాత్రి దొడ్లలోకి జొరబడి, చెట్ల కాయలు దులుపుకు రావటం రివాజు. అప్పుడప్పుడు పెడగా వున్న కాఫీ హోటళ్ళు మారుతాళాలు తీసి, సాయంకాలం మిగిలిన పదార్థాలు సుష్టుగా భోజనం చేసి రావటమూ కద్దు. తమకు కోపంగా వున్నవాళ్ళ ఇళ్ళకు మారువేషాలతో వెళ్ళి హడలగొట్టి వస్తూవుండేవారు కూడాను. ఒక రోజు అర్ధరాత్రి తెలుగు మాష్టరు తలుపుకొట్టారు. ఆయన ఎవరో వొచ్చారనుకొని నిద్రకళ్ళతో లేచి వచ్చి తలుపు తీశాడు. "నువ్వు ముసలివాడివై వుండి చిన్ని పిల్లను వివాహం చేసుకున్నావని తెలిసింది. ఆమె జీవితం పాడుజేశావు. దానికి ప్రతిఫలం ఇదిగో" అని తన చేతిలో వున్న బకెట్ పేడనీళ్ళు ఆయనపైన గుమ్మరించాడు ఆంజనేయులు. ఇటువంటివెన్నో చేసేవారు వాళ్ళు. ఇవన్నీ అద్భుతంగా కనుపించినై గోపాలానికి.

"ఆనాడు తెలుగు మాష్టరుగారి ఇంటికి నువ్వుకూడా వెళ్ళావా?" అని అడిగాడు గోపాలం రాంబాబుని.

"వెళ్ళకేం? బకెట్ పుచ్చుకుంది నేనే" అన్నాడు రాంబాబు.

రాంబాబుని ఎగాదిగా చూశాడు గోపాలం. ఆడపిల్లలాగా వున్న ఈ కుర్రవాడు సాహస కృత్యాలు ఎట్లా చేస్తున్నాడా అని విస్తుపోయాడు. రాంబాబంటే అభిమానం కలిగింది గోపాలానికి.

ఇంగ్లీషు మాష్టరు ఇంట్లో మంచి కొబ్బరిచెట్లు రెండు వున్నాయి అవి గెలలు వేసి కోతకు సిద్ధంగా వున్నాయి. ఉదయం క్లాసులో తనను అవమానపరచినందుకు ఇవ్వాళ ఆ మాష్టరు పని పట్టాలని తేల్చాడు ఆంజనేయులు. అందరూ సరే అంటే సరే అన్నారు. ఇంగ్లీషు మాష్టరు ఇంటికి బయలుదేరారు. గోపాలం రాంబాబు వొక జట్టు.

"నీకు భయం వెయ్యటంలా?" అని అడిగాడు గోపాలం.

"మొదట్లో భయంగా ఉండేది. చీకటిపడేవరకూ రావద్దనుకునేవాణ్ణి. కాని కాలం సమీపించేటప్పటికి ఆపుకోలేక వొచ్చేవాణ్ణి. ఇప్పుడే భయమూ లేదు."

"పట్టుబడితే?"

"పట్టుకునేదెవరు? ఒకవేళ గుర్తుపట్టినా, ఏమన్నా అంటే ఇంకేం అఘాయిత్యం చేస్తారో అని ఎవ్వరూ మాట్లాడరు. ఎరగనట్లే ప్రవర్తిస్తారు."

"మీ నాన్నకు తెలిస్తే?"

"ఎందుకు తెలుస్తుంది? అప్పుడప్పుడూ క్లాసు కుర్రవాడి ఇంట్లో పాఠాలు చదువుకోటానికి వెళుతున్నానని చెపుతా. ఇక ఎప్పుడు ఇంటికి వెళ్ళినా చిక్కులేదు. ఎంత ఆలస్యంగా వెళితే అంత బాగా చదువుకుంటున్నాం అని అనుకుంటారు."

అంతా ఇంగ్లీషు మాష్టరుగారి పెరటి గోడ దగ్గరకు చేరుకున్నారు. అప్పుడప్పుడూ వినిపించే కుక్క మొరుగుడు తప్ప, బజారంతా నిశ్శబంగా వుంది. గోపాలం బుజాన వొక మోకు వుంది. చేతిలో బండకత్తి వుంది. "నేను గెల నరికి ఈ మోకుతో క్రిందకు దింపుతాను. మీరిద్దరూ గోడ దూకి చెట్టు క్రింద ఉండి గెల అందుకోండి. ఒకరు గోడమీద ఉండి గెలను అందుకొని ఇవతల నుంచున్నవాళ్ళకి ఇవ్వండి. గెల అందగానే మీరెవ్వరూ నాకోసం ఆగవద్దు. వెంటనే హైస్కూలుకి మోసుకు వెళ్ళండి. పెద్దబజార్న వెళ్ళవద్దు. ఆ సందు గుండా వెళ్ళండి" అని చెప్పి ఆంజనేయులు గోడ దూకి చెట్టు ఎక్కాడు. చెట్టుక్రింద నిలబడి గోడమీద కుర్రవానికి గెల అందించే భారం గోపాలంమీదా, రాంబాబుమీదా పడింది. వాళ్ళు గోడదూకి చెట్టుక్రింద నిలబడ్డారు. ఎవరి స్థానాల్లో వారు నిలబడ్డారు. కొబ్బరిచెట్టు మువ్వలో ధ్వని వినిపించింది. మువ్వలోనుంచి, ఏవో గోపాలం నెత్తిమీద పడినై. గోపాలం భయంతో వొణికి పోయాడు.

"ఏం లేదు, గిలకలు ఊడి పడినై" అన్నాడు రాంబాబు.

క్షణంలో చెట్టుపైన వున్న ఆంజనేయులు మోకుకి గెల తగిలించాడు. గెల నరికాడు. నెమ్మదిగా మోకు సహాయంతో క్రిందకు దింపాడు. రాంబాబు మోకు సడలించాడు. గోపాలం గెలకు భుజం అందించాడు. రాంబాబు సహాయంతో గోడ దగ్గరకు నడిచాడు. గోడమీద సిద్ధంగా వున్న కుర్రవాడు గెలను పైకి లాగి అవతల వున్న కుర్రవాళ్ళకు అందించాడు. వాళ్ళు మరుక్షణం గెలను మోసుకొని హైస్కూలు వైపు నడిచారు. అంతా గోడ దూకి వేరువేరు దార్లన హైస్కూలుకి వెళ్ళారు. అంతా కలగా కనుపించింది గోపాలానికి.

హైస్కూలు చదరపు ఆకారం గలిగిన భవంతి, మధ్యన ఖాళీగా ఉంటుంది. గేటు దగ్గరకు వెళ్ళి రాత్రిపూట కాపలాకాసే ఏనాది పోలాయిని పిలిచారు కుర్రవాళ్ళు. వాడు ప్రక్క గుడిసెలోనే కాపురం వుండేవాడు. కుర్రవాళ్ళ పిలుపు విని గేటు తీశాడు.

అంతా హైస్కూలు భవంతి మధ్యన వున్న ఖాళీ స్థలంలోకి వెళ్ళారు. వాళ్ళు వెళ్ళేటప్పటికి ఆంజనేయులు కూడా వొచ్చి కలిశాడు. ముందుగా ఏనాదివాడికి రెండు కాయలు ఇచ్చారు. అది వాడికి మామూలు. అందుకనే పిలువగానే గేటు తీశాడు. తరువాత వొక్కొక్క కాయా కొట్టి కుర్రవాళ్ళందరికీ ఇచ్చాడు ఆంజనేయులు. అవి నీళ్ళబోండాలు. కుర్రవాళ్ళంతా నీళ్ళు త్రాగి కాయల్లోని మీగడ బొటన వ్రేళ్ళతో దేవుకొని తిన్నారు. అందరితోపాటు ఆంజనేయులూ తిన్నాడు.

రెండు కాయల్లోని మీగడ ప్రత్యేకం తీసి గోపాలానికి రాంబాబుకి మాత్రం ఇచ్చాడు ఆంజనేయులు. మీగడ చాలా తియ్యగా ఉంది గోపాలానికి. అంతా అయింతర్వాత కొట్టినకాయల నన్నింటినీ హెడ్‌మాష్టరు గదిముందూ, ఇంగ్లీషు మాష్టరు గదిముందూ వరుసగా పరచి ఎవ్వరి దారిన వాళ్ళు వెళ్ళిపోయారు.

గోపాలం దొడ్డిదారిన వెళ్ళి, గొళ్ళెంవేసి తన పక్కమీద పడుకున్నాడు. అదృష్టవశాత్తూ ఎవ్వరూ లేవలేదు. తను లేకపోవటం ఎవ్వరూ కనిపెట్టలేదు.

ఆలోచిస్తూ పడుకున్నాడు. అంతా చిత్రం అనిపించింది. అతనికి, ఇటువంటి జీవితం వొకటి ఉందని ఇంతకుముందు తెలియదు. జరిగినంతసేపూ చాలా ఉద్రేకంగా వుండి బాగుంది. ఏ పొరల చాటునో తప్పు చేస్తున్నామేమో అనే జడుపు వున్నా, అది తాత్కాలికోద్రేకం మరుగున పడిపోయింది.

మరునాడు గోపాలం స్కూలుకి వెళ్లేటప్పటికి హెడ్‌మాష్టరు గదిముందు అంతా గంద్రగోళంగా వుంది. మాష్టర్లు అంతా అక్కడపోగై వున్నారు. కొంతమంది విద్యార్థులు కూడా వున్నారు. లోపల కాపలా వున్న పోలాయిని హెడ్‌మాష్టరు, "నిన్ను కాపలా వుంచింది దేనికి? రాత్రి ఈ పనంతా ఎవ్వరు చేశారో నీకు తెలియకుండా ఎలా ఉంటుంది? నీకు తెలుసు, వాళ్ళెవరోచెప్పు"... అని కోపంగా అడుగుతున్నాడు.

"నాకు తెల్దు బాబూ, నేను తొమ్మిది గంటలకల్లా గేటుమూసి తాళంవేసి తిండి తిని పడుకున్నా, ఎవళ్ళో గోడ దూకి వచ్చివుంటారు బాబూ" అంటున్నాడు పోలాయి.

"పడుకోటానికేనా నీకు జీతం ఇచ్చింది?"

"బుద్ధి గడ్డితిన్నది బాబూ... చమించండి... ఇంకెప్పుడూ నిద్దరోను" అన్నాడు పోలాయి.

"సరే పో" అన్నాడు హెడ్‌మాష్టరు.

గోపాలం మెదలకుండా వెళ్ళి క్లాసులో కూర్చున్నాడు. క్లాసులో వున్న పిల్లలంతా కిక్కురు మనకుండా కూర్చొని వున్నారు. ఇంగ్లీషు మాష్టరు వొస్తాడు

మొదటి పిరియడు. ఆంజనేయులు నెమ్మదిగా లేచి బ్లాక్‌బోర్డుమీద సీమసున్నం ముక్కతో వొక కొబ్బరిచెట్టూ, ఒక పెద్ద కొబ్బరికాయల గెలా, క్రింద నోరు తెరచుకొని నుంచున్న ఇంగ్లీషు మాష్టరుగారి బొమ్మా గీసి మెదలకుండా వొచ్చి ఏమీ ఎరగనట్లు కూర్చున్నాడు. కుర్రవాళ్ళంతా ప్రాణాలు బిగబట్టి కూర్చున్నారు. గోపాలానికి ఏమవుతుందో అని కొంచెం భయం వేసింది.

ఇంగ్లీషు మాష్టరు క్లాసులో అడుగుపెట్టగానే బోర్డుమీద వున్న బొమ్మ చూశాడు. "ఎవ్వరిది వ్రాసింది?" అని అడిగాడు. కుర్రవాళ్ళు ఎవ్వరూ మాట్లాడలేదు. కుక్కిన పేనుల్లాగ కూర్చున్నారు. "వ్రాయగానే సరిగాదు, మూలనున్న ముసలమ్మ వ్రాస్తుంది బొమ్మలు, ధైర్యం వుంటే ఎవ్వరు వ్రాసిందీ చెప్పాలి" అన్నాడు.

ఆంజనేయులు లేచి, "చెప్పకపోవటం ఎందుకు మాష్టరుగారూ, నేనే వ్రాశాను" అన్నాడు.

"ఎందుకు వ్రాశావు?"

"అక్కడ బోర్డు వుంది. చేతిలో చాక్‌పీస్ వుంది, ఒకసారి బోర్డువంక చూశాను. అది నల్లగా వుంది. చేతిలో చాక్‌పీస్ చూసుకున్నాను. అది తెల్లగా వుంది. ఆపట్న బోర్డుమీద బొమ్మగీశాను" అన్నాడు.

ఒక కుర్రవాడు ఆపుకొని ఆపుకొని తుసుకున్న నవ్వాడు. మిగిలిన పిల్లలంతా వొక్కసారి నవ్వారు. ఇంగ్లీషు మాష్టరు కోపంగా గది విడిచి బయటకు వెళ్ళాడు. కుర్రవాళ్ళంతా కాళ్ళతో నేలనూ, చేతులతో బల్లలనూ కొడుతూ గోలచేశారు.

గోపాలానికి ఆంజనేయులు సాహసం ఆశ్చర్యం కలిగించింది. మిగిలిన కుర్రవాళ్ళకు ఆ ధైర్యం ఎందుకు లేదు? తనకు ఉందా? ఏమో! అంతలో ప్యూన్ వచ్చి హెడ్‌మాష్టరు రమ్మంటున్నాడని చెప్పి ఆంజనేయుల్ని తీసుకువెళ్ళాడు. ఆంజనేయుల్ని ఏం చేస్తాడు హెడ్‌మాష్టరు? నెమ్మదిగా తనూ వెళ్ళి హెడ్‌మాష్టరు గది వాకిలికి ఇవతలగా నుంచున్నాడు. గోపాలం. ఇంకా కొంతమంది విద్యార్థులు అక్కడ గుమికూడారు. రాంబాబు కూడా అక్కడ వున్నాడు.

"ఇక్కడ ఎవ్వరూ ఉండవద్దు. మీమీ క్లాసులకు వెళ్ళిపొండి" అని గద్దించాడు హెడ్‌మాష్టరు. కుర్రవాళ్ళంతా ఎవరి క్లాసులకు వాళ్ళు వెళ్ళారు. గోపాలానికి కూడా తప్పలేదు.

పది నిమిషాలు గడిచింది. ఆంజనేయులు నవ్వుకుంటూ క్లాసురూములోకి ప్రవేశించాడు. అతనివెంట రాంబాబుకూడా వొచ్చాడు.

"ఏం జరిగింది?" అని అడిగాడు గోపాలం.

"ఆ బొమ్మ వేసింది నువ్వేనా అని అడిగారు. నేనే అన్నా, ఎందుకు వేశావు అన్నారు. వెయ్యబుద్ధి అయింది అన్నా. రాత్రి కొబ్బరికాయలు కోసి స్కూలంతా న్యూసెన్సు చేసింది నువ్వే అన్నారు. అనుకుంటే అనుకోండి అన్నా. నీకు పదిరూపాయలు ఫైన్ వేశాను పో అన్నారు. వచ్చేశా. పదిరూపాయల దేముందీ? ఈ రాత్రి ఇంకా రెండు కొబ్బరి గెలలు తెగనరికితే సరిపోయె" అన్నాడు.

అతని మాటలకు అక్కడ పోగైన విద్యార్థులందరూ గుక్కలు పట్టి నవ్వారు.

ఆంజనేయులువల్ల రాంబాబుతో గోపాలానికి అయిన పరిచయం దినదినాభివృద్ధి కాజొచ్చింది. రాంబాబుని చూచినప్పటినుంచీ గోపాలానికి ఇష్టం ఏర్పడింది. అదొరకమైన ఇష్టం. పైకి స్నేహం కోరుకోవటంగానే కనిపించినా, అడుగున స్నేహాన్ని మించిన ఉద్రేకం వుండేది. అతన్ని చూడకుండా వొక్కరోజుకూడా ఉండలేకపోయేవాడు. ఏదోవొక నెపంతో ఇద్దరూ కలిసేవారు, గంటల తరబడి కబుర్లు చెప్పుకునేవారు. రాంబాబు ఎప్పుడూ ఏదో ఒక పుస్తకం చదువుతూ వుండేవాడు. అతనికి సాహస కృత్యాలను వర్ణించే పుస్తకాలన్నా, సాహసకృత్యాలను చేసే వ్యక్తులన్నా అమిత ఇష్టం. మొదట్లో కలిసినప్పుడల్లా వారు ఆంజనేయులు సంగతీ, రాత్రి కార్యక్రమాల సంగతీ మాట్లాడుకునేవారు. కాని క్రమక్రమేణా వారికి ఆ విషయాలు తృప్తినిచ్చేవి కావు. రాంబాబు తాను చదివిన పుస్తకాల్లోని కథలు చెప్పేవాడు. రాబిన్‌హుడ్, గల్లివర్స్ ట్రావెల్స్, రాబిన్‌సన్ క్రూసో మొదలైన పుస్తకాలంటే అతనికి ఇష్టం. ఆ పుస్తకాలలోని సంగతులు గోపాలానికి చెపుతూండేవాడు. ధనవంతులను దోచుకుని, దొంగలకు పెట్టే రాబిన్‌హుడ్ కథ గోపాలాన్ని ఆకర్షించింది. ఆ పుస్తకం రాంబాబు దగ్గర తీసుకొని చదివాడు. అప్పటినుంచీ అతనికి చదువుమీద అభిలాష మెండైంది. రాంబాబు దగ్గర వున్న పుస్తకాలన్నీ చదివాడు. తరువాత మునిసిపల్ లైబ్రరీలో వున్న పుస్తకాలు చదవటం మొదలు పెట్టాడు.

"నీకు జీవితంలో ఏం కావాలి?" అని అడిగాడు రాంబాబు వొక రోజు, అప్పుడు వారు నేరేడుకాయలు కోసుకొని కాలవగట్టుమీద కూర్చొని తింటున్నారు.

రాంబాబు వేసిన ప్రశ్నకు గోపాలం తబ్బిబ్బు అయ్యాడు. అతని కా ప్రశ్న సరిగ్గా అర్థం కాలేదు. జీవితంలో ఏదో వొకటి కావాలనుకోవడం ఏమిటి? ఏదో వొకటి అవటం ఏమిటి? గోపాలానికి తన ప్రశ్న అర్థం కాలేదని తెలుసుకొని బిగ్గరగా నవ్వాడు రాంబాబు. అతనికి అర్థం అయ్యేటట్లుగా ప్రశ్న మార్చాలని "నీ ఆదర్శ పురుషుడెవరు?" అని అడిగాడు.

మొదటి ప్రశ్నకు జవాబు చెప్పలేకపోయానని సిగ్గుపడుతున్న గోపాలం ఈ ప్రశ్నకు జవాబు చెప్పలేకుండా వుండలేకపోయాడు. వెంటనే చెప్పాడు "రాబిన్‌హుడ్."

ఈ జవాబుకి జాలిగా నవ్వాడు రాంబాబు. "నాకూ మొదట్లో అలాగే అనిపించేది. నువ్వింకా కొన్ని పుస్తకాలు చదివితే నీకే తెలుస్తుంది."

గోపాలానికి ఉక్రోషం వొచ్చింది. రాంబాబు ఎప్పుడూ అట్లాగే మాట్లాడుతాడు. అన్నీ తనకు తెలిసినట్లే మాట్లాడతాడు. "అయితే నీ ఆదర్శపురుషు డెవ్వరు?" అని అడిగాడు.

"శివాజీ" అని చెప్పాడు రాంబాబు. "శివాజీ మహారాష్ట్ర వీరుడు. దేశం కోసం అనేక ఘనకార్యాలు సాధించిన వీరుడు. తనకన్నా అనేక రెట్ల బలం కలిగిన పాదుషాలను ముప్పుతిప్పలు పెట్టి మూడు చెరువుల నీరు తాగించాడు..." అని చెప్పుకుపోయాడు. చివరికి, "శివాజీ ఇంత గొప్పవాడవటానికి కారణం ఎవ్వరో తెలుసా?" అని అడిగి "జిజియాబాయి, ఆయన తల్లి" అని తనే జవాబు చెప్పాడు. "జిజియాబాయి ఆదర్శమాత. చిన్నప్పటినుంచీ కుమారునికి భారతదేశ వీరుల కథలు చెప్పి ఆయనను మహావీరునిగానూ, అకుంఠిత దేశభక్తునిగానూ తయారుచేసింది. తల్లి చెప్పిన కథలను బాల్యదశలో వున్న శివాజీ శ్రద్ధగా వినేవాడు. ఒంటరిగా వున్నప్పుడు మననం చేసుకునేవాడు. తానూ అటువంటి వీరుణ్ణి కావాలనీ తన మాతృదేశాన్ని ప్రపంచంలోకల్లా మేటి దేశంగా తయారు చేయాలని సంకల్పించు కున్నాడు. తన మాతృదేశాన్ని భవానీదేవి రూపంలో సందర్శించాడు. ఆమెను పూజించాడు. ఔరంగజేబు వంటి మొగల్ చక్రవర్తిని గడగడలాడించాడు. మహారాష్ట్రంలో ఆయనకు తెలియని కనుమలు లేవు. లోయలు లేవు. కొండలు లేవు. ఔరంగజేబు చేత 'కొండఎలుక' అనే బిరుదును పొందాడు. ఔరంగజేబు తన సైన్యాలన్నిటిని పంపించి కూడా ఈ కొండ ఎలుకను పట్టుకోలేక పోయాడు. ఈ కొండ ఎలుక ఆయన పన్నిన వలలన్నిటిని పటపట కొరికివేసింది. బలిష్టమైన సామ్రాజ్యాన్ని స్థాపించి, మొగల్ సామ్రాజ్య వినాశనానికి పునాది వేసింది. ఎంత ఆశ్చర్యం! ఎంత సాహసం ! ఎంతటి శౌర్యం!"

అలా చెప్పుకు పోయాడు రాంబాబు. ఇవన్నీ గోపాలానికి తెలిసిన విషయాలే అయినా, ఆ మాటలు, రాంబాబు నోటివెంట రావటంవల్ల ఒక వింత సోయగం వచ్చింది. కాసేపు ఇద్దరూ తన్మయులై కూర్చున్నారు. ఒకరోజు ఇద్దరూ కాలువగట్లకి

వెళ్ళారు. చల్లనిగాలి వీస్తూంది. చెట్లు వొయ్యారంగా తలలూపుతున్నాయి. కాలువకు క్రొత్తగా వచ్చిన నీటిలో చేపలు ఎగురుతున్నాయి. కాస్త దూరంగా వున్న డామ్ నుంచి పొర్లుతున్న నీరు, ప్రేమికుల హృదయ సంగీతాన్ని పోలి వుంది.

రాంబాబుకి ఈత చేతగాదు. అప్పటికి గోపాలం ఈతలో పరిపూర్ణుడై వున్నాడు. "ఇవాళ నీకు ఈత నేర్పుతాను" అన్నాడు గోపాలం. "నీళ్ళు చలిగా వుంటై" అన్నాడు రాంబాబు. అంతకుముందున్న ఉద్రేకం అంతా ఏమైందో, అకస్మాత్తుగా చల్లబడిపోయి మాట్లాడాడు. క్షణంలో మొహాన్ని దైన్యం ఆవహించింది.

"ఇవి క్రొత్తనీరు! ఈ నీరు చల్లగా ఉండదు. చూడు ఎలా ఉరకలెత్తుకుంటూ ప్రవహిస్తుందో, పైగా డామ్‌లో పైనుంచి క్రిందకు పొర్లటంవల్ల వేడెక్కి వుంటుంది చూడు" అని కాలవలో నీరు అతనిపైకి జల్లాడు, నిజంగా నీరు చల్లగా లేదు. రాంబాబుకి కూడా ఆ మాటే అనిపించింది. చిరునవ్వు నవ్వాడు.

"నాకు ఈత బాగా వొచ్చు, నేను నీకు ఈత నేర్పుతాను" అన్నాడు గోపాలం ఉత్సాహంగా.

ఇద్దరూ చొక్కాలు విడిచారు. రాంబాబు శరీరాన్ని చూసేటప్పటికి గోపాలానికి తెలియని అనుభూతి ఏదో కలిగి, గుండె వేగంగా కొట్టుకుంది. రాంబాబుది బంగారు ఛాయ. శరీరం సన్నగా కోమలంగా వుంది. నడుం ఆడపిల్ల నడుంవలె గుప్పెట్లోకి వచ్చేటట్లుగా వుంది. రొమ్ముపైన కొంచెం విశాలంగా వుండి క్రమక్రమేణా సన్నమైంది. చేతులు అందమైన యువతి రొమ్ములమీదుగా వేసుకున్న వాల్జడలు కదులుతున్నట్లు కదులుతున్నయి. ముంజేతులు వికసించిన తామరపువ్వుల వలె వున్నయి. చేతి వ్రేళ్ళు సన్నగా, పొడుగ్గా రక్తాన్ని ప్రతిబింబిస్తున్న గోళ్ళతో రత్న ఖచితమైన బంగారపు కడ్డీలవలె ప్రకాశిస్తున్నై. చర్మం సాగిన రబ్బరువలె వుండి, లోన ప్రవహిస్తున్న రక్తంతో రంజితమై ఉంది. ఇటువంటి శరీరాన్ని గోపాలం ఇంతకు ముందెన్నడూ చూడలేదు. రెప్పవాల్చకుండా చూస్తూ నుంచున్నాడు. అతని చూపులకు సిగ్గుపడి రాంబాబు తన చేతులతో శరీరాన్ని కప్పుకున్నాడు.

గోముగా అతని వీపుమీద చెయ్యివేసి "పద, స్నానం చేద్దాం" అన్నాడు గోపాలం. అతని చేతికి రాంబాబు వీపు కుబుసం విడిచిన పాము శరీరం తగిలినట్లు తగిలింది. చెయ్యి జర్రున క్రిందకు జారింది. రాంబాబు వళ్ళు జలదరించింది.

రాంబాబు చెయ్యి పట్టుకొని నెమ్మదిగా కాలువలోకి దింపాడు గోపాలం. నాలుగడుగులు వేసి, "నాకు భయంగా వుంది" అన్నాడు రాంబాబు.

"భయం ఎందుకు? నేనున్నానుగా" అని చెప్పి నీళ్ళ మధ్యకు తీసుకు వెళ్ళాడు గోపాలం. అతన్ని తన చేతులమీద పడుకోమని నీళ్ళపైకి ఎత్తాడు. రాంబాబు పొట్ట

నీళ్ళల్లో వేడిగా తగిలింది. గమ్మత్తనిపించింది గోపాలానికి. కాళ్ళూ చేతులూ ఎలా కొట్టుకోవాలో నేర్పాడు. కాసేపట్లో రాంబాబుకి భయంపోయి ఈతకు చేతులు వెయ్యటం నేర్చుకున్నాడు. కొంచెం దూరం ఈదగల్గాడు. ఇద్దరూ వొడ్డుకు జేరుకున్నారు. రాంబాబు మొహంమీదకు తడిసి వాలిన ముంగురులూ, మొహంమీద ముత్యాలవలె నిలబడిన నీటి బిందువులూ ముచ్చటగా కనుపించినై గోపాలానికి.

"తల తుడుచుకో జలుబు చెయ్యవచ్చు" అన్నాడు గోపాలం. అయితే దేనితో తల తుడుచుకోవటం? వాళ్ళు తుండుగుడ్డ తెచ్చుకోలేదు. గోపాలం తన చొక్కాతో తల తుడుచాడు. చొక్కాలు మొలకు చుట్టుకొని నిక్కర్లు ఎండవేశారు. నిక్కర్లు తొడుక్కొని చొక్కాలు ఎండవేశారు. పొద్దుగూకి ఇళ్ళకు వెళ్ళారు.

మరునాడంతా రాంబాబు సంగతే ఆలోచిస్తున్నాడు గోపాలం. స్కూలు విడిచిపెట్టగానే రాంబాబుని కలిశాడు. "నీ సంగతి నాన్నగారికి చెప్పా. ఆదివారం నాడు ఉదయం మా ఇంటికి రా, అక్కడే భోజనం చేద్దాం. వస్తావుగా?" అన్నాడు రాంబాబు.

గోపాలం ఇంతవరకు ఏ చుట్టాల ఇంటికో తప్ప భోజనానికి వెళ్ళలేదు. తనకు పూర్తిగా తెలియనివాళ్ళ ఇంటికి వెళ్ళటం భయం. అందులో క్రొత్తవాళ్ళతో మాట్లాట్టం కూడా అతనికి చేతగాదు.

"ఏమిటి మాట్లాడవ్? నిన్ను తప్పకుండా తీసుకు వస్తానని నాన్నగారితో చెప్పాను. మా ఇంట్లో కేరమ్స్ వుంది. చదరంగం వుంది, ఆడుకుందాం, వస్తావుగదూ!"

"వస్తాను" అని చెప్పాడు గోపాలం.

రాంబాబు తండ్రి పేరు పద్మనాభశాస్త్రి. పద్మనాభశాస్త్రిగారు ఆ పట్టణంలో కల్లా పేరుమోసిన కాంగ్రెస్ నాయకుడు. ప్లీడరీలో బాగా డబ్బు గడించి, తరువాత అసహాయోద్యమంలో జేరి దేశసేవ చేస్తున్నవారు. ఆయన భార్య వేదవతమ్మగారు కూడా భర్తకు చేదోడు వాదోడుగా పనిచేస్తూ వుంటుంది. ఆ పట్టణంలో ఒక మహిళా సమాజం స్థాపించి, స్త్రీల అభివృద్ధికై అహర్నిశలూ పాటుబడుతూ వుంటారు. వారు బ్రాహ్మణులు. వారు బ్రాహ్మణులని 'వస్తాను' అని చెప్పినప్పుడు కూడా గోపాలానికి తెలుసు. కాని ఇంటికి వెళ్ళినాకగాని బ్రాహ్మణులు ఇతర కులాలను వేరుగా చూస్తారనీ, తమతో భోజనం పెట్టక ఏ పంచలోనో పెట్టి, ఎవరు తిన్న విస్తరి వారే తీసేటట్లు చేస్తారని జ్ఞాపకం రాలేదు. తన్ను కూడా రాంబాబు ఇంట్లో అలాగే చూస్తారేమో అని అనుమానం కలిగింది. కాని వెళ్ళకుండా ఉండలేకపోయాడు.

ఉదయం తొమ్మిది గంటలకల్లా ముస్తాబై వెళ్ళాడు. ఆ ఇంట్లో అడుగు పెట్టగానే తన ఊహలన్నీ నిరాధారమైనవని గ్రహించాడు. పద్మనాభశాస్త్రిగారూ, వేదవతమ్మగారూ అతన్ని తమ బిడ్డల్లో వొకనిగా చూశారు.

"నువ్వు క్రిష్ణస్వామిగారి అబ్బాయివా నాయనా?" అని అడిగాడు పద్మనాభశాస్త్రిగారు.

"అవునండీ"

"మీ నాన్నగారిని నేను ఎరుగుదును. చాలా మంచివారు. వారి గ్రంథాలన్నీ నేను చదివాను. ఈనాటి కవులెవ్వరూ ఆయన వ్రాసినట్లు వ్రాయలేరు. మా కాంగ్రెస్ కుర్రవాళ్ళతో ఆయన వ్రాసిన పుస్తకాలన్నీ తప్పకుండా చదువవలసిందని నేను చెపుతుంటాను."

ఈ మాటలకు గోపాలానికి ఆశ్చర్యం వేసింది. తన తండ్రి బ్రాహ్మణద్వేషి అని అందరూ అనుకుంటారు. తన తండ్రి కూడా బ్రాహ్మణులంటే చాలా తీవ్రంగా మాట్లాడుతాడు. పద్మనాభశాస్త్రిగారు బ్రాహ్మణులు. ఇలా మాట్లాడుతున్నారే? అనుకొని ఆయన ముఖం వెతికాడు. అతి నిర్మలంగా, ప్రశాంతంగా ఉంది ఆయన ముఖం. చూపులు చల్లగా వున్నాయి. గోపాలం ఆలోచనలు గ్రహించినట్లున్నారు పద్మనాభశాస్త్రిగారు.

"ఆయన్ని చాలామంది అపార్థం చేసుకుంటారు. అది చాలా పొరపాటు. ఇటీవల బ్రాహ్మణ్యం చెడిపోయింది. మా తాతలలాగు తండ్రులలాగు వుంటున్నామా మేము? ఉంటున్నామని ఎవరన్నా అంటే అది సాహసమే. ఆ వేద పారాయణం, ఉపనిషత్ పఠనం ఇప్పుడేవీ? ఆ ధర్మనిష్ఠ ఇప్పుడేదీ? ఇప్పుడు అందరితోపాటే అయ్యారు బ్రాహ్మణులూను, అధికారం కోసం, ధనం కోసం అందరికంటే మిన్నగా ప్రాకులాడుతున్నారు. ఇక వారికి సంఘంలో ప్రత్యేక హక్కులు ఎందుకుండాలి? ఉండగూడదని మీ తండ్రిలాంటివాళ్ళు అంటే తప్పేమి ఉంది? ఇక వారి మాటల్లో తీవ్రత ఉంటుందంటే ఉంటుంది. బాధలు పడేవారి ఆవేదనకు చిహ్నం అది. అది ఇతరులు గ్రహించాలి" అన్నాడు.

తరువాత ఆయన వేదాలను గురించీ, ఉపనిషత్తుల గురించీ ఆనాటి భారతదేశ పరిస్థితి గురించీ, మహర్షుల ప్రభావాన్ని గురించీ చెప్పారు. మధ్య మధ్య రాంబాబు ప్రశ్నలు వేస్తూనేవున్నాడు. వాటికి ఏ మాత్రం విసుక్కోకుండా ఆయన ప్రశాంతంగా జవాబులు చెప్పాడు. గోపాలం ఆయన చెప్పిందంతా శ్రద్ధగా విన్నాడు. ఆయన చెప్పిందంతా తన తండ్రి చెప్పిన దానికి వ్యతిరేకమే. పూర్తిగా వ్యతిరేకం

అనటానికి కూడా వీల్లేదు. తన తండ్రి చెప్పేదాన్ని ఇముడ్చుకొని, దానికి భిన్నమైన లోకాన్ని వొకదాన్ని స్ఫురింపజేస్తూ వుంది. ఆ లోకం ఎంతగానో ఆకర్షించింది గోపాలాన్ని. వారలా మాట్లాడుకుంటూ వుండగా లోపలనుంచి, పద్మనాభశాస్త్రిగారి చిన్న కూతురు వచ్చింది. ఆమెకు పదేళ్ళుంటాయి. ఆమె పేరు శశికళ.

"భోజనాలు వడ్డించమంటావా అని అమ్మ అడగమంది నాన్నా."

"వడ్డించమనమ్మా" అన్నారు పద్మనాభశాస్త్రిగారు.

పిల్లలూ, పెద్దలూ అంతా వొకేసారి భోజనాలకు కూర్చున్నారు. వేదవతమ్మ గారు వడ్డించారు. భోజనాల దగ్గర కూడా పిల్లలు ఏవో అడుగుతూనే వున్నారు. ఆయనేదో చెపుతూనే వున్నారు. గోపాలానికి ఈ అనుభవం క్రొత్త క్రొత్తగా, వింత వింతగా, రుచి రుచిగా వుంది.

వేదవతమ్మగారు అన్నీ వడ్డించి, "నీకు మా కూరలు నచ్చుతయ్యో లేదో" అన్నది గోపాలాన్ని ఉద్దేశించి.

"నీకు తెలియదేమో, వాళ్ళూ శాకాహారులే" అన్నారు పద్మనాభశాస్త్రిగారు.

తన తండ్రి మాంసాహారాన్ని నిషేధించాడు. ఈ సంగతి పద్మనాభశాస్త్రిగారికి ఎట్లా తెలిసిందా అని ఆశ్చర్యపడ్డాడు గోపాలం.

"అది కాదండీ.... మనం కూరల్లో కారం తక్కువ వేసుకుంటాం గదా!" అన్నారు వేదవతమ్మగారు.

నిజంగానే కూరల్లో కారం చాలా తక్కువగా ఉంది. లేనట్లే అనిపించింది గోపాలానికి. అయినా మెదలకుండా తింటూ కూర్చున్నాడు. అంతకు ముందెన్నడూ అతను బ్రాహ్మణుల ఇంట్లో భోజనంచేసి ఎరుగడు. వారి ఆచార వ్యవహారాలు అతనికి తెలియవు. అందుకని అతనికి బెరుగ్గా వుంది. క్రీగంట రాంబాబుని చూస్తూ అతను ఏది కలుపుకుంటే అది కలుపుకున్నాడు. ఎలా తింటే అలా తిన్నాడు.

గోపాలం అవస్థ పద్మనాభశాస్త్రి గారు గ్రహించినట్లున్నారు. "ఎవరి ఆచార వ్యవహారాలు వారివి బాబూ, ఇందులో ఇవి మంచివి, ఇవి చెడ్డవి అని నిర్ణయించటం తప్పు, ఎవరివి వారికి మంచివి, అందుకనే భగవద్గీత స్వధర్మ నిర్వాహణను ప్రోత్సహించింది. పరధర్మ నిర్వహణ భయానకమైనది అని బోధించింది" అన్నారు. ధర్మవ్యాదుని కథను ఉదాహరణగా చెప్పారు.

రాంబాబుకి పప్పుచారులోని ఉల్లిపాయలంటే ఇష్టం. తల్లిని అడిగి అడిగి వేయించుకున్నాడు. తన స్నేహితునికి కూడా వెయ్యమన్నాడు. తన ఇంట్లో పరమయ్య

పప్పుచారులో ఉల్లిపాయలు తరిగి వేస్తాడు. వేదవతమ్మగారు పాయలకు పాయలే వేసింది. చూట్టానికి ముచ్చటగా వున్నాయి. పెరుగు అన్నంలో, నంజుకోటానికి మామిడికాయ పచ్చడి పెట్టింది వేదవతమ్మగారు. మామిడికాయ పచ్చడిలోవున్న వెల్లుల్లి తొనలంటే రాంబాబుకి ఇష్టం. తను వేయించుకొని గోపాలానికి కూడా వేయించాడు. అవంటే రాంబాబుకి ఎందుకు ఇష్టమో గోపాలానికి అర్థం కాలేదు.

"నాకు చాలా ఇష్టం. నీక్కూడా ఇష్టం గదూ!" అని అడిగాడు రాంబాబు.

"అవును" అన్నాడు గోపాలం.

భోజనాలయిం తర్వాత, తను చదువుకునే గదిలోకి తీసుకువెళ్ళాడు రాంబాబు. గది పరిశుభ్రంగా వుంది. తన పుస్తకాలన్నీ చూపించాడు. చదువుకోటానికి అతనికొక కుర్చీ టేబిలూ వుంది. దానిమీద లైటు వుంది. అవసరమైన పుస్తకాలు రేక్‌లో అమర్చివున్నాయి. గోపాలం ఏమేమి పుస్తకాలున్నవో చూస్తూ వుండగా, రాంబాబు అలమరలోనుంచి వొక పెద్ద ఆల్బం తీసి, "నాకు ఫొటోలు తియ్యటం అంటే సరదా... నేను వెళ్ళిన ముఖ్య ప్రదేశాలన్నింటి ఫొటోలు తీసి ఉంచాను చూడు" అని ఆల్బం చేతికిచ్చాడు.

ఆ ఆల్బంలో అజంతా గుహలూ, ఎల్లోరా గుహలూ, హంపి దృశ్యాలూ, మహాబలిపురం చెక్కడాలూ మొదలైన బొమ్మలెన్నో వున్నాయి. ప్రక్కన కూర్చొని వాటిని వొక్కొక్క దాన్నీ చూసి, దాని చరిత్రను చెప్పాడు రాంబాబు. అన్ని బొమ్మల్లోనూ అతని తల్లీ, తండ్రీ చెల్లెలూ ఆయా దృశ్యాలను తిలకిస్తూ వున్నారు. మహాబలిపురంలో సముద్రపు వొడ్డునే వొక దేవాలయం వుంది. ఆ దేవాలయం సముద్రపు తట్టు గోడ మొండిగోడ, దానిని వొరుసుకొని ఉంటుంది సముద్రం. ఒక్కొక్కసారి సముద్రపు కెరటాలు లేచి ఆ గోడమీదుగా లోపలకు పడుతూ వుంటై, కొన్ని కెరటాలు గోడకు తగిలి, కోటి పిచికారీలతో నీళ్ళు జల్లినట్లు గోడపైకి లేస్తుంటయ్. ఆ ఆల్బమ్‌లో ఇటువంటి బొమ్మవొకటి వుంది. గోడమీద రాంబాబు నిలబడి వున్నాడు. కెరటాలు గోడకు కొట్టుకొని, నీటి బిందువులు చింది పైకి లేచి రాంబాబుని చుట్టుముడుతున్నాయి. ఈ బొమ్మ గోపాలం మనస్సుని ఎంతో ఆకర్షించింది. రాంబాబు సూర్యబింబంగానూ, ఆ నీటి బిందువులు అతని కిరణాలుగానూ కనుపించినై. అలాగే చూస్తూ కూర్చున్నాడు.

"బాగుంది కదూ, ఇది మా నాన్నగారు తీశారు. చిందుతున్న కెరటాలను చూస్తే వాటిమధ్య నిలబడాలనిపించింది నాకు. నాకు నీళ్ళంటే భయం అని నీకు తెలుసుగదూ, ఆ క్షణం ఆ భయం ఏమైందో? కెమెరా నాన్నగారికిచ్చి ఫోటో

తియ్యమనిచెప్పి గోడ మీదకు వెళ్ళి నుంచున్నాను. కెరటాలు రివ్వున తోసుకురావటం చూశాను. తరువాత ఏమయిందో నాకు తెలియదు. నాన్నగారు కెరటానికీ కెరటానికి వుండే మధ్య కాలంలో వచ్చి నన్ను గోడ దింపారు. బాగుంది కదూ?"

"చాలా బాగుంది" అన్నాడు గోపాలం తదేకధ్యానంతో బొమ్మను చూస్తూ, అతను తాను కాలువలో స్నానం చెయ్యటం, అతని పొట్ట క్రింద చేతులుపెట్టి నీటి పైకి ఎత్తి తాను ఈత నేర్పటం జ్ఞాపకం వొచ్చింది. అంతలో రాంబాబు చెల్లెలు శశికళ "అన్నాయ్" అంటూ ప్రవేశించింది. ఆమె చేతులలో ఇంకొక ఆల్బం వుంది. "చూశావా అన్నాయ్, నేను నిన్న నాలుగు క్రొత్త స్టాంపులు ప్రోగు చేశాను" అని ఆల్బం తెరిచి చూపించింది.

అవి పాత స్టాంపుల కలెక్షన్. ఏనాటి స్టాంపులో వాటిలో వున్నాయి. "పాత స్టాంపులు ప్రోగుజెయ్యటం అంటే చెల్లాయికి సరదా. ఎక్కడ పాత స్టాంపులు దొరికినా ఎంత డబ్బయినా ఇచ్చి కొంటుంది" అన్నాడు.

"ఎందుకు?" అని అడిగాడు గోపాలం.

"అదొక హాబీ" అన్నాడు రాంబాబు.

హాబీ అనేమాట అప్పుడే విన్నాడు గోపాలం. దాని అర్థం అతనికి సరిగ్గా తెలియలేదు. మెదలకుండా వూరుకున్నాడు. "మా నాన్నగారు వీలైనప్పుడల్లా మమ్మల్ని తీర్థయాత్రలకూ, ప్రసిద్ధి చెందిన పుణ్య తీర్థాలకూ, చారిత్రక ప్రదేశాలకూ తీసుకు వెళుతుంటారు. ఈసారి వెళ్ళేటప్పుడు నువ్వు కూడా వస్తావు గదూ!" అని అడిగాడు రాంబాబు.

"అట్లాగే" అన్నాడు గోపాలం.

"ఇందాక నీకు చూపించినవన్నీ అటువంటప్పుడు తీసిన బొమ్మలే" అన్నాడు రాంబాబు. అని "నేను మీ ఇంటికి వస్తాను. అప్పుడు నీ ఆల్బం చూపిద్దువుగాని" అన్నాడు.

"నాకు ఆల్బం లేదు" అన్నాడు గోపాలం.

"ఆల్బం లేదూ?" అని ఆశ్చర్యంగా అడిగాడు రాంబాబు.

"లేదు, ఇంతవరకు నేను పుట్టిన ఊరూ, ఈ ఊరూ తప్ప ఇంకేవూరూ చూడలేదు కూడాను" అన్నాడు గోపాలం.

"మీ నాన్నగారు నిన్ను అక్కడక్కడికీ తీసుకువెళ్ళరూ?"

తీసుకు వెళ్ళరని చెప్పటం తండ్రికేదో అపచారం చేసినట్లు అవుతుందనుకొని, “వారు రమ్మంటారు, నాకే ఇష్టం వుండదు” అన్నాడు గోపాలం.

“అది తప్పు గోపాలం, నువ్వు చాలా పొరపాటు పడుతున్నావు. పుస్తకాలు చదివిందానికంటే, దివ్య స్థలాలను దర్శించటం మంచిదని మా నాన్నగారు చెపుతుంటారు. అవి దివ్యస్థలాలు ఎందుకైనై? అక్కడ దివ్య పురుషులు తమ జీవితాలను గడపటంవల్ల. వారు శారీరకంగా జీవించి వుండకపోయినా, వారి ప్రభావం ఇంకా అక్కడ వుంటూనే వుంటుందట. ఆ ప్రభావం మనలను పునీతులను చేస్తుంది. అందుకని దివ్యస్థలాలను మాకు వీలైనంత తరచుగా చూపిస్తూ వుంటారు నాన్నగారు.”

“అది నేను వొప్పుకోను” అన్నాడు గోపాలం. అతనికి చాలా సేపటినుంచీ తనూ ఏదో చెప్పాలని అనిపిస్తూంది. పైగా వారి నాన్నగారివల్ల విని నేర్చుకున్న దానికి ఇది పూర్తిగా వ్యతిరేకం. “మరణించిం తర్వాత వారి ప్రభావం ఇంకా ఎక్కడ వుంటుంది? మరణంతోపాటు అన్నీ పోతై, అలా వుంటుందనుకోవటం మన బలహీనత” అన్నాడు.

“కాదు గోపాలం. దాన్ని గురించి మా నాన్నగారు చాలా చెప్పారు. మన జీవితాలు కనుపించే ఈ లోకంలో అంతం కావటం, ఇంకా అనేక లోకాలు వుంటాయట. ఆ లోకాలలో వుండటానికి ఈ శరీరాలు అవసరం లేదట. ఆత్మ ఈ శరీరాల అవుసరం తీరే వాటిని విసర్జిస్తుంది. వ్యక్తులు లేకపోయినా వారి ప్రభావం ఎలా వుంటుందని అడిగావు గదూ! ఇప్పుడు మల్లెపువ్వులు ఉన్నాయనుకో, వాటిని ఈ గదిలోకి తీసుకొనిరాగానే గుప్పున సువాసన కొడుతుంది. ఆ పువ్వులను ఈ గదిలో నుంచి తీసుకు వెళ్ళినంత మాత్రాన ఆ వాసన పోతుందా? పోదు. కొంతకాలం వరకూ ఈ గదిని అంటిపెట్టుకొని ఉంటుంది. అదేవిధంగా వ్యక్తితోపాటు వ్యక్తి ప్రభావం నశించదు” అన్నాడు రాంబాబు.

“పువ్వులకు సంబంధించిన సువాసన గాలితో కలిసి వుంటుంది” అన్నాడు గోపాలం.

“వ్యక్తులకు సంబంధించిన ప్రభావం కూడా అంతే అనుకోరాదూ?” అన్నాడు రాంబాబు.

గోపాలం మాట్లాడలేదు. సంభాషణ పెంచి రాంబాబు మనసు కష్టపెట్టటం ఇష్టంలేక వూరుకున్నాడు.

“క్యారమ్స్ ఆడదాం అన్నాయ్?” అని అడిగింది శశికళ.

"ఆడతావా?" అని అడిగాడు రాంబాబు గోపాలాన్ని.

గోపాలానికి క్యారమ్స్ చేతగాదు. కాని ఎన్నిటికని చేతగాదు అని చెబుతాడు?.." మీరు ఆడండి, నేను చూస్తూ ఉంటాను" అన్నాడు. అన్నాచెల్లెలూ క్యారమ్స్ ప్రారంభించారు. కాసేపయిం తర్వాత పద్మనాభశాస్త్రి గారి దగ్గర సెలవు తీసుకొని ఇంటికి బయలుదేరాడు గోపాలం.

"అప్పుడప్పుడూ వస్తూ ఉండు నాయనా" అన్నాడు పద్మనాభశాస్త్రిగారు.

"ఆ అబ్బాయికి క్యారమ్స్ ఆడటం కూడా చేతగాదు నాన్నా." అన్నది శశికళ.

"పోనీలే, ఈసారి వచ్చినప్పుడు నేర్పుదువుగాని" అన్నాడు పద్మనాభశాస్త్రి గారు.

గోపాలం యింటికి వెళ్ళాడు. ఆనాటినుంచీ రాంబాబు అతనూ రోజూ కలుస్తూ వుండేవారు. నిజానికి అతన్ని చూడకుండా ఉండలేక పోయేవాడు. ఆ పట్టణం దగ్గరలో కొండలున్నాయి. ఆ కొండలనుంచి ఒక చిన్న సెలయేరు ప్రవహిస్తూ వుంటుంది. ఒకచోట ఆ ఏరు కొండ పైభాగం నుంచి క్రిందకు పడుతూ వుంటుంది. దానిని 'ఎత్తిపోతలు' అని పిలుస్తూ వుంటారు ప్రజలు. దానికి దగ్గర్లో కొండమీద ఒక చిన్న కుటీరం వుండేది. అందులో ఒక స్వాములవారుండేవారు. ఆ స్వామి ఎక్కడ నుంచి వొచ్చింది, ఎన్నాళ్ళ క్రింద వచ్చిందీ ఎవ్వరికీ తెలియదు. ఆయనను గురించి అనేక కట్టుకథలు వ్యాప్తిలో వున్నాయి. ఆ ప్రదేశం అంటే రాంబాబుకి చాలా ఇష్టం. తరచు అక్కడికి వెళ్ళి ఆ సెలయేటి గట్టున కూర్చొని కబుర్లు చెప్పుకుంటూ వుండేవారు. తాము చదివిన పుస్తకాలను గురించి చర్చించుకుంటూ వుండేవారు. వారెక్కువ నవలలు చదువుతుండేవారు. స్కాట్, డ్యూమాస్ మొదలైన పాశ్చాత్య రచయితల నవలలనూ, శరశ్చంద్రుడూ, ప్రేమచంద్ మొదలైన భారతదేశ రచయితల నవలలనూ, మపాసా వంటి రచయితల తర్జుమా కథలను ఎక్కువగా చదువుతుండేవారు. ఆ రోజుల్లో రవీంద్రుల రచనలు పూర్తిగా తెలుగులోకి రాలేదు. వచ్చిన వాటిల్లో గోరావంటి నవలా, కాబూలీవాలా వంటి కథా, బలిదానం వంటి నాటకం మాత్రమే వారు చదివారు. మిగిలినవి కొన్ని చదివినా వారికి అర్థం కాలేదు. కాని కారణం చెప్పలేక పోయినా రాంబాబుకి రవీంద్రుడంటే చాలా గౌరవం ఉండేది. ఎంత ప్రయత్నించినా ఈ గౌరవానికి అర్థం కనుపించేది కాదు గోపాలానికి. భారతదేశ నవలాకారుల్లో ప్రేమచంద్ అంటే గోపాలానికి ఇష్టం. రాంబాబు హృదయాన్ని పూర్తిగా వశపరుచుకున్న రచయిత శరశ్చంద్రుడు. దేవదాసులోని పార్వతి అంటే అతనికి ఎనలేని అభిమానం. "అతని

పాత్రలేవీ అనుకున్న పనులు చెయ్యలేవు. ఒకటి అనుకుంటయి, ఇంకొకటి చేస్తయి, మనస్సు వొకచోట, శరీరం వొకచోట, ముఖ్యపాత్రలన్నీ మొగా ఆడా భేదం లేకుండా భీరువులే." అనేవాడు గోపాలం. "ప్రేమచంద్ పాత్రలన్నీ సజీవమైన పాత్రలు, ధైర్యం సాహసాలు గలిగినవి. బలం గలిగినవి, అవి తమ కోర్కెలను అణుచుకోవు. తమ కోర్కెలను తీర్చుకొనటానికి ఏ పనినైనా చెయ్యగలవు" అనేవాడు.

"నిజమే, అందుకనే వాటిని చూస్తే నాకు భయం. శరశ్చంద్రుని చదివి నిద్రిస్తే సుఖస్వప్నాలు కలుగుతై. దేవతలు ప్రత్యక్షమై వెన్నెలను ప్రసరిస్తారు. ప్రేమచంద్‌ని చదివినప్పుడల్లా నాకు నిద్రలో రాక్షసులే కనుపిస్తారు. వికటాట్టహాసాలే వినిపిస్తయ్" అనేవాడు రాంబాబు. అతని చూపులు కలవరపడేవి. బిత్తర చూపులు చూస్తూ కూర్చునేవాడు. అటువంటి సమయాల్లో తన కందనిది ఏదో రాంబాబులో వుందని భయపడేవాడు గోపాలం.

రాంబాబుకి సూర్యాస్తమయం అంటే ఇష్టం. ఆ కొండమీదకు సూర్యాస్తమయం స్పష్టంగా అందంగా కనుపిస్తుంది. చిత్రకారుని బొమ్మకువలె చెట్లూ, చేమలూ ఛాయామాత్రంగా కనుపిస్తూ నీలిమాకాశం వల్ల ఇనుమడింపబడిన అందంతో ఉంటుంది. ప్రపంచంలో వున్న వెలుతురునంతా తనలోకి లాక్కొని, హృదయంలో దాచుకొని వెళ్ళిపోతున్నట్లు కనుపిస్తుంది అక్కడికి సూర్యబింబం. కొండకు వచ్చినప్పుడల్లా ఆ సూర్యబింబాన్ని చూడకుండా క్రిందకు దిగేవారు కాదు గోపాలం, రాంబాబులు. ఆ సూర్యబింబాన్ని చూస్తే కండ్లవెంట అశ్రువులు రాలేవి రాంబాబుకి. లోకాన్ని మరిచి తన్మయుడై కూర్చునేవాడు. గోపాలానికి ఇదేమీ అర్థం అయ్యేది కాదు. కాని ఏం చెయ్యగలడు? రాంబాబు కోర్కెను నిరసించడం గానీ, అతన్ని ఒంటరిగా విడిచిపెట్టి వెళ్ళటం గానీ అతను చెయ్యలేనిపని. అతను ఉన్నంతసేపూ ఉండి అతనితోపాటు దిగి వచ్చేవాడు. అటువంటి పరిస్థితులలో రాంబాబు ఏమీ మాట్లాడేవాడు కాదు. పలుకరించీ ప్రయోజనం ఉండేది కాదు. మాటిమాటికి వేడి నిట్టూర్పులు విడుస్తూ వుండేవాడు.

ఒకరోజు కొండమీద నుంచి దిగి రావటం ఆలస్యం అయింది. సూర్యాస్తమయాన్ని చూచి తన్మయుడై కూర్చున్నాడు రాంబాబు. అశ్రువులు ఏకధారగా ప్రవహిస్తున్నాయి. కదలడు, మెదలడు, కారుమబ్బులు అలుముకున్నాయి, చినుకులు ప్రారంభం అయినవి. ఆ చినుకులకు మేల్కొని నలుదిశలా చూశాడు రాంబాబు.

"వర్షం వచ్చేటట్లు వుంది. చీకటి అలుముకుంటూ వుంది. వెళదాం" అన్నాడు గోపాలం.

ఇద్దరూ ఇంటికి బయలుదేరారు. కొంచెం దూరం నడిచేటప్పటికి వర్షం ఎక్కువైంది. చీకటి దట్టమైంది. తల దాచుకోటానికి అక్కడ ఏమీలేదు. అప్పటికే స్వాములవారి కుటీరం దాటి చాలా దూరం వొచ్చారు. తప్పనిసరై అలాగే నడిచారు. దారి తప్పారు. దారి తప్పిన సంగతి వారికి తెలియదు. నడుచుకుంటూ పోయారు. ఒక పెద్దకొండ ఎదురైంది. ఎటు పోవటానికీ వీల్లేదు. ఉరుములూ మెరుపులూ ప్రారంభం అయినై.

"ఏం చేద్దాం?" అని అడిగాడు గోపాలం.

రాంబాబు మాట్లాడలేదు. అతను తడిసి ముద్ద అయ్యాడు. తల వెంట్రుకల నుంచి నీరు కారుతూ వుంది. చలితో వొణికిపోతున్నాడు. రాంబాబు ఏమైపోతాడో అని భయం వేసింది గోపాలానికి.

"వెనక్కు వెళదాం" అన్నాడు.

అకస్మాత్తుగా చాలా చేరువనుంచి, "వెనక్కు వెళ్ళి ప్రయోజనం లేదు నాయనా" అనే మాటలు వినిపించినై, ఎవరది? చీకటిని చీల్చుకొని చూశాడు గోపాలం, స్వాములవారు. ఎత్తిపోతల కుటీరంలోని స్వాములవారే అయివుంటాడు. రాంబాబు వెనుకగా నుంచొని వున్నాడు. ఎప్పుడు వచ్చాడో? ఎందుకు వచ్చాడో! ఇంత వర్షంలో, చీకటిలో ఎందుకు వచ్చాడో తమను రక్షించటానికా? తాము ఆపదలో వున్నట్లు ఆయనకెట్లా తెలిసింది.

"నాతో రండి, కొండక్రిందకు తీసుకు వెళతాను" అన్నారు స్వాములవారు.

గోపాలం కదిలాడు. ఉరుము ఉరిమింది, మెరుపు మెరిసింది. ఆ మెరుపు కాంతిలో రాంబాబు మొహం కనిపించింది. ఎందుకంత కళావిహీనంగా వుంది? పూర్తిగా పాలిపోయి వుంది. రాంబాబు దృష్టి అసలు ఈ లోకంమీద వున్నట్లు లేదు. అడుగు వెయ్యబోయి తూలిపోయాడు. క్రిందపడేవాణ్ణి పట్టుకున్నారు స్వాములవారు. "రా" అని గోపాలానికి చెప్పి రాంబాబుని చేతులమీద వేసుకొని, ప్రక్కదారిన ముందుకు నడిచారు.

వర్షానికి గాలి తోడైంది. విసిరి విసిరి కొడుతూ వుంది. దూరంగా చెట్లుకూలిన ధ్వని వినిపించింది. కన్నులు పొడుచుకున్నా దారి కనపడ లేదు. స్వాములవారు చేతులమీద వున్న రాంబాబుతో ముందుకు నడుస్తూనే వున్నారు. ఆయన వెనకే నడుస్తున్నాడు గోపాలం. ఎక్కడకు నడుస్తున్నదీ, ఎటు వెళ్తున్నదీ అతనికి తెలియటం లేదు, నడుస్తున్నాడు.

మెరుపు మెరిసింది. ఆ మెరుపులో ప్రక్కనే వొక చిన్న గుడి కనిపించింది. ఆ గుడివైపుకి నడుస్తున్నాడు స్వాములవారు. గుడి తలుపులు వేసివున్నాయి. గడితీసి తలుపులు తెరచి లోపలకు ప్రవేశించారు. లోపల కాళికా విగ్రహం వుంది. విగ్రహం చుట్టూ ప్రమిదెలు వెలుగుతున్నాయి. రాంబాబుని క్రింద పడుకోబెట్టాడు. అమ్మవారి పాదాల దగ్గర వున్న శంఖుని పెదవులకు ఆనించి వూదారు. గుడి ప్రతిధ్వనించింది. రెండు క్రొత్త ప్రమిదెలను వెలిగించి రాంబాబు దగ్గర పెట్టాడు. రాంబాబు మొహం చూస్తే గోపాలానికి భయం వేసింది. ప్రాణం వున్నట్లే కనుపించలేదు. స్వాములవారిని చూశాడు. ఆయన కండ్లు మెరుస్తున్నాయి. ఆయన తదేక ధ్యానంతో రాంబాబుని వీక్షిస్తున్నారు.

స్వాములవారు చేసిన శంఖు ధ్వని విని ఒక కోయవాడు గుళ్ళోకి వచ్చాడు. స్వాములవారి ఆజ్ఞపై పొడిగుడ్డలు తీసుకువచ్చి రాంబాబుని శుభ్రంగా తుడిచాడు. గోపాలం కూడా తుడుచుకొని కోయవాడిచ్చిన పొడి గుడ్డలు కట్టుకున్నాడు. స్వాములవారు మాత్రం గుడ్డలు కట్టుకోలేదు. కోయవాడు సాంబ్రాణి పొగ వేశాడు రాంబాబు తలకూ వొంటికి.

రాంబాబు నెమ్మదిగా కండ్లు తెరిచాడు. ఎదురుగా స్వాములవారు కనుపించారు. ఏమనుకున్నాడో ఏమో వారి పాదాలమీద మోకరిల్లాడు. గదంతా కలియజూశాడు. వెలుగుతున్న ప్రమిదెలతో చుట్టబడి వున్న అమ్మవారి విగ్రహం చూశాడు. ఒక్క క్షణం ఆమెను తేరిపార జూచి సాష్టాంగ దండప్రమాణం ఆచరించాడు.

"వర్షం వెలిసింది. ఇక మీరు వెళ్ళవచ్చు" అన్నారు స్వాములవారు.

అంతే ఇంకేమీ మాటలు జరగలేదు. కోయవాడు కొండక్రింద వరకూ దారి చూపి వెళ్ళిపోయాడు. "నీ ఇంటివరకూ పంపించి వెళతాను" అన్నాడు గోపాలం.

"వొద్దు, వొద్దు నన్ను వొంటరిగా ఉండనివ్వు" అని వెళ్ళిపోయాడు రాంబాబు.

గోపాలానికి ఏమీ అర్థం కాలేదు. తన నుంచి ఒంటరితనాన్ని ఎందుకు కోరుకోవాలి రాంబాబు! ఆ గుడికి ఎలా వొచ్చాననైనా అడగలేదేమిటి? అతని ఆలోచనలు స్వాములవారిమీదకు వెళ్ళినై. ఆయన్ను గురించి ఆలోచించుకుంటూ ఇంటివైపు ముఖం పట్టాడు. స్వాములవారు హఠాత్తుగా తమ దగ్గరకు ఎలా వొచ్చారు? అంత గాలిలోనూ, వర్షంలోనూ అంతదూరం రాంబాబుని మోసేబలం ఆయనకు ఎక్కడ నుంచి వొచ్చింది? ఆయన కండ్లలో కనుపించిన వెలుతురు ఏమిటి?

రాంబాబు మరునాడు స్కూలుకి రాలేదు. ఆ మరునాడు కూడా రాలేదు. గోపాలానికి అనుమానం కలిగింది. ఆంజనేయుల్ని అడిగాడు. తనకు తెలియదు అన్నాడు ఆంజనేయులు. మూడో రోజు కూడా రాకపోయేటప్పటికి గోపాలం ఆగలేక పోయాడు. స్కూలు విడిచిపెట్టగానే పద్మనాభశాస్త్రి గారి ఇంటికి వెళ్ళాడు. "రాంబాబుకి జ్వరం వొచ్చింది నాయనా" అంటూ "మొన్న రాత్రి ఎక్కడకు వెళ్ళాడో ఏమో, వర్షంలో తడిసి బాగా ప్రొద్దుపోయిం తర్వాత ఇంటికి వచ్చాడు. మరునాటి నుంచీ జ్వరం. డాక్టరుకి చూపిస్తే న్యుమోనియా అన్నారు. ఇంజక్షన్స్ ఇచ్చారు. ఇవ్వాళే కొంచెం తగ్గు ముఖం పట్టింది" అన్నారు శాస్త్రిగారు. "చూద్దువుగాని రా నాయనా" అనిచెప్పి రాంబాబు పడుకొని వున్న గదిలోకి తీసుకువెళ్ళాడు.

రాంబాబు కండ్లు మూసుకొని పడుకొని వున్నాడు. మెడవరకు గుడ్డ కప్పబడి వుంది. గోపాలానికి భయం వేసింది. "భయం లేదు నాయనా గండం గడిచింది. డాక్టరు ఇక ఫరవాలేదని చెప్పాడు" అన్నారు పద్మనాభశాస్త్రిగారు.

గోపాలం కండ్లలో నీళ్ళు తిరిగినై. మంచం ప్రక్కన రాంబాబు తల దగ్గర కూర్చున్న వేదవతమ్మగారు, "రామూ గోపాలం వచ్చాడు చూడు... పాపం నిన్ను చూచిపోదామని పనికట్టుకొని వచ్చాడు" అన్నది.

రాంబాబు నెమ్మదిగా కండ్లు తెరచి గోపాలాన్ని చూశాడు "స్వాములవారు కనుపించారు గోపాలం, ఈ జబ్బు నీ మంచికే వొచ్చింది అన్నారు" అని చెప్పి మళ్ళీ నెమ్మదిగా కండ్లు మూశాడు.

"ఈ స్వాములవారు ఎవరో" అన్నది వేదవతమ్మగారు.

"నిన్నా మొన్నా కూడా స్వాములవారి సంగతే కలవరించాడు" అన్నారు పద్మనాభశాస్త్రి గారు.

చెపితే ఏమనుకుంటారో అని మొదట్లో భయపడ్డాడు గోపాలం. తన పిల్లవాడి జబ్బుకి తనే కారణం అనుకుంటారేమో అనుకున్నాడు. వారి ఆతురత చూచి ఇక దాచలేకపోయాడు. జరిగిన సంగతంతా పూసగుచ్చినట్లు చెప్పాడు. పద్మనాభశాస్త్రి గారూ, వేదవతమ్మగారూ శ్రద్ధగా విన్నారు. పద్మనాభశాస్త్రి గారు వేడి నిట్టూర్పు వొకటి దీర్ఘంగా విడిచి, "మీరు అదృష్టవంతులు నాయనా, సిద్ధులొకరు ఆ కొండమీద వున్నారని విని వారిని దర్శించుకోవాలని నేను రెండు మూడుసార్లు వెళ్ళాను. కాని వారి దర్శనం దొరికింది కాదు. అటువంటివారే వచ్చి ఆపదలో వున్న మిమ్మల్ని రక్షించారంటే, ఇంకేం కావాలి? వారి కృపాకటాక్షం ఎప్పుడూ మీమీద

వుంటుందన్నమాటే. రామూ మగతలో కూడా స్వాములవారిని చూస్తున్నాడన్నమాటే. వారు వాడి మనస్సులో వున్నారు" అన్నారు.

రాంబాబు పూర్తిగా కోలుకొని బడికి వచ్చేటప్పటికి పదిహేను రోజులు పట్టింది. ఆ పదిహేను రోజులూ వొక యుగంలా గడిచాయి గోపాలానికి. అప్పుడప్పుడూ వెళ్ళి చూచి వస్తుండేవాడు. కాని మనసిచ్చి మాట్లాడే అవకాశం ఉండేది కాదు. లైబ్రరీ నుంచి క్రొత్త క్రొత్త పుస్తకాలు తెచ్చి రాత్రింబగళ్ళు చదివేవాడు. తాను చదివినవన్నీ రాంబాబుకి ఎప్పుడు చెపుదామా అని తహతహ లాడుతుండేవాడు. ఆనాడు రాంబాబు స్కూలుకి వచ్చాడని తెలిసేటప్పటికి అతని మనస్సు రెపరెపలాడింది. గంట కొట్టగానే వెళ్ళి రాంబాబుని కలుసుకున్నాడు. అతన్ని చూసేటప్పటికి గోపాలానికి ఆశ్చర్యం వేసింది. చిక్కి శల్యమై వున్నాడు రాంబాబు. చిక్కటంవల్ల మామూలు కంటే పొడుగ్గా కనుపిస్తున్నాడు. ఇదివరకు క్రాపు నున్నగా దువ్వుకుని వుండేవాడు. జుట్టు చెదరనిచ్చేవాడు కాదు. జేబులో వున్న దువ్వెనతో ఎప్పుడూ దువ్వుకుంటూ వుండేవాడు. ఇప్పుడు జుట్టు పెరిగి రేగి వుంది. లాల్చీ, పైజమా వేసుకొని వున్నాడు. చూపులు బాహ్య వస్తువులమీద లేవు.

"బాగున్నావా?" అని అడిగాడు గోపాలం.

"ఆఁ"

"చిక్కిపోయావు"

"జబ్బు చేసిందిగదూ" ఆ సంగతి అప్పుడే గోపాలానికి తెలియజేస్తున్నట్లు చెప్పాడు.

కుర్రవాళ్ళు ఫుట్‌బాల్ ఆడుతుంటే ఇద్దరూ చూస్తూ నుంచున్నారు. ఒక ప్రక్క ఆంజనేయులు సెంట్రల్ ఫార్వర్డ్ ఆడుతున్నాడు. ఆంజనేయులు మంచి ఆటగాడు. బంతిని చిత్రగతుల త్రిప్పగలడు. ఎంతమందిలో నుంచయినా దారి చేసుకొని ముందుకు పోగలడు. పాము మెలికలు తిరిగినట్లు తిరిగి పోతుంటాడు. బంతి అతను చెప్పినట్లు వింటుంది. అతని కాళ్ళ వ్రేళ్ళకున్న నైపుణ్యం అటువంటిది.

"ఆ ఆటవల్ల ప్రయోజనం లేదు" అన్నాడు రాంబాబు చూచి.

"ఏ ఆట?" అని అడిగాడు గోపాలం రాంబాబు ఉద్దేశం సరిగ్గా గ్రహించలేక.

"ఆంజనేయులు ఆడుతున్న ఆట."

రాంబాబుకి అంతకు ముందు ఆంజనేయులు ఆట అంటే చాలా ఇష్టం. ఇప్పుడెందుకు అలా మాట్లాడుతున్నాడో అర్థంకాక "ఏం?" అని అడిగాడు.

"ఆటలో ఇతరుల సహాయం తీసుకోడు. బంతి ఇతరులకు అందించవలసిన సమయాల్లో కూడా తన వద్దే ఉంచుకుంటాడు. తన నైపుణ్యం ప్రదర్శించాలనే ప్రయత్నమే గాని గెలుపుమీద అతని దృష్టి వుండదు. అదుగో చూడు, దూరంగా నిలబడి వున్న అతని దగ్గరకు తన్నితే, అతను బంతిని గోలు దగ్గరకు తేలిగ్గా తీసుకు వెళ్ళగలడు. కాని అలా చెయ్యడు. తన నైపుణ్యం చూపుతూ అక్కడక్కడే తిరుగుతుంటాడు" అన్నాడు.

కాసేపు ఫుట్‌బాల్ ఆట చూసి ఇంటికి వెళ్ళిపోయాడు రాంబాబు. గోపాలం వుండమన్నా ఉండలేదు. గోపాలం అతనితో ఎన్నో సంగతులు మాట్లాడాలనుకున్నాడు. తాను ఇటీవల చదివిన పుస్తకాలను గురించీ, స్వాములవారిని గురించీ మాట్లాడాలనుకున్నాడు. కాని అతను ఉండలేదు. గోపాలానికి చాలా ఆశాభంగం కలిగింది. మనస్సులో ఏదో తీవ్రమైన ఆందోళన బయలుదేరింది. అతనికి మొదటినుంచీ తాను స్నేహించినంత గాఢంగా రాంబాబు తనను స్నేహించటం లేదనే అనుమానం వొకటి వుంది. అది దృఢపడింది. అతను వచ్చి పలకరించే వరకూ, తాను పలకగూడదని నిశ్చయించుకున్నాడు. కాని ఇటువంటి నిశ్చయాలకు విలువ ఏముంటుంది? మరునాడు సాయంకాలం స్కూలు విడిచిపెట్టేవరకూ ఈ నిశ్చయంలోనే వున్నాడు. స్కూలు విడిచి పెట్టగానే రాంబాబు తనకోసం వస్తున్నాడేమో అని చూశాడు. రావటం లేదు. తానే వెతుక్కుంటూ బయలుదేరాడు.

రాంబాబు క్లాస్ రూములో లేడు. ఆటస్థలంలో లేడు. ఎక్కడకు వెళ్ళాడా అని ఆలోచిస్తూ నలుదిక్కులా పరిశీలించాడు. కాస్తదూరంలో చిన్న చిన్న మొక్కలు నాటి, క్రోటన్స్ పెట్టి, కూర్చోటానికి చలువరాళ్ళు పరచి, వొక పార్కుని నిర్మించారు స్కూలు అధికారులు. ఆ రాళ్ళమీద మామూలుగా ఉపాధ్యాయులు కూర్చుంటూ వుంటారు. విద్యార్థులు కూర్చోవటం కూడా కద్దు. అటువంటి చలువరాతి మీద మరొక విద్యార్థితో కలిసి రాంబాబు కబుర్లు చెప్పుకుంటూ వుండటం చూశాడు గోపాలం. ఎందుకో ఏమో! రాంబాబు చాలా ఉల్లాసంగా వున్నాడు. ఆ విద్యార్థిని గోపాలం ఎరుగును. అతని పేరు రామానందం. రామానందం రాంబాబు తోటి విద్యార్థి. అంటే ఇద్దరూ ఒక క్లాసులోనే చదువుతున్నారు. రాంబాబు తనకు స్నేహితుడు కాకముందు అతనితో కలిసి తిరగటం వొకటి రెండుసార్లు చూశాడు గోపాలం. ఈ మధ్య అతను కనపట్టం లేదు.

వారిద్దరూ మాట్లాడుకోవటం చూస్తే గోపాలానికి కష్టం వేసింది. తనను కాదని అతని దగ్గరకు జేరాడు రాంబాబు. అసూయ కలిగింది. కోపం వచ్చింది. గిర్రున తిరిగి వెళ్ళిపోయాడు.

ఆ రాత్రి అతనికి నిద్రపట్ట లేదు. ఎన్నో ఆలోచనలతో మనస్సు ముక్కలైంది. తను రాంబాబుని నిష్కల్మషంగా ప్రేమిస్తున్నాడు. తమకు స్నేహం కలిసినప్పటినుంచీ రాంబాబుని గురించి తప్ప ఇంకొక విషయమే తను ఆలోచించి ఎరుగడు. ఇంకెవ్వరితోనూ స్నేహంకూడా చెయ్యబుద్ధి కాలేదు. ఎవ్వరయినా తన స్నేహాన్ని ఆశిస్తే భరించలేకపోయేవాడు. వారిని తప్పుకు తిరిగేవాడు. రాంబాబుకి ఏయే పనులు సంతోషాన్నిస్తవో అవన్నీ చేసేవాడు. రాంబాబుతో ఏమేమి మాట్లాడాలో రాత్రుళ్ళు ఆలోచించేవాడు. పగలు మాట్లాడేవాడు. అటువంటి తనను రాంబాబు ఎందుకు నిరాదరణ చెయ్యాలి? తనకంటే రామానందం అతనికి ఎలా దగ్గర? తన స్నేహంలో పొందలేనిదీ, రామానందం స్నేహంలో పొందుతున్నదీ ఏమిటి? రాంబాబుతో అనేక సంగతులు మాట్లాడాలనిపించింది గోపాలానికి. కాని రాంబాబు కనుపించినప్పుడు అవన్నీ మాట్లాడగలడా? తన మనస్సులో వున్నదంతా చెప్పుకోగలడా? చెప్పుకోలేడు. అందుకని అతనికి వొక ఉత్తరం వ్రాద్దామను కున్నాడు. పక్కమీదనుంచి లేచి, లైటు వెలిగించి ఉత్తరం వ్రాయటానికి పూనుకున్నాడు.

రాంబాబుని ఏమని సంబోధించేటట్లు? మిత్రమా అనా, బాగా లేదు. సోదరా అన్నాడు బాగా లేదు. అనేక మాటలు ఆలోచించాడు. ఏ మాటలోనూ తన మనస్సులో వున్నదంతా స్ఫురించటంలేదు. చివరికి చెలికాడా! అన్నాడు. కాని అతనికి మనస్ఫూర్తిగా తృప్తినివ్వలేదు. ఇక అంతకంటే మంచిమాట దొరక్క దానితో తృప్తిపడ్డాడు.

"చెలికాడా!

నీకీ ఉత్తరం నీ శ్రేయస్సుకోరే వ్రాస్తున్నాను. మన స్నేహం ఎటువంటిదో నీకు తెలుసు. గంగానదీ జలంకంటే పవిత్రమైంది. గంగా, యమునా సంగమం వంటిది. నిష్కల్మషమైన ప్రేమకు మన స్నేహమే నిదర్శనం. ఇటువంటి స్నేహం అన్నప్పుడు దొరకదు. ప్రతివానితోనూ కుదరదు. జీవితానికి వొకసారి మాత్రమే లభ్యమౌతుంది. మనం ఎన్ని స్నేహాలను చూడటం లేదు! ఈనాడు కలుస్తారు, రేపు విడిపోతారు. మన స్నేహం అటువంటిదా? కాదు. ముమ్మాటికీ కాదు. ఇది అద్భుతమైంది. ఎల్లకాలం వుండేది. అందువల్ల దానిని పదిలంగా కాపాడుకోవలసిన బాధ్యత మన ఇద్దరిమీదా ఉంది.

ఈ బాధ్యతను మనిద్దరం ఎంతవరకు నిర్వర్తిస్తున్నాం. నామట్టుకు నేను పూర్తిగా నిర్వర్తిస్తున్నాననే అనుకుంటున్నాను. ఇంకెవ్వరితోనూ స్నేహం చెయ్యటం లేదు: చెయ్యలేను. ఇంకెవ్వరినీ కన్నెత్తయినా చూడలేను. నిన్ను చూడాలనీ, నీతో మాట్లాడాలనీ, ఎప్పుడూ నీ చెంతనే ఉండాలనీ అనిపిస్తుంది నాకు. నీకు అలా అనిపిస్తూ వుందా? నాకు అనుమానంగా ఉంది. నీ ఆలోచనలు పరిపరివిధాల పోతున్నాయి. నీ చూపులు ఏ వొక్క వస్తువుమీదా నిలవటం లేదు. ఎవ్వరితోపడితే వాళ్ళతో స్నేహం చేస్తున్నావు. మన స్నేహాన్ని మలిన పరుస్తున్నావు.

మనిద్దరం ఆదర్శ స్నేహితులం. మన స్నేహం ఇతరులకు కూడా ఆదర్శప్రాయంగా వుండేటట్లు మనం ప్రవర్తించాలి.

నిన్న స్కూలు విడిచిపెట్టగానే నేను నీకోసం వచ్చాను. నేను నీ కోసం వస్తానని నీకు తెలుసు. అయినా నాకోసం నీవు ఎదురుచూడటం లేదు. పైగా ఒక హీనునితో మాట్లాడుతూ కూర్చున్నావు. అతని పేరు నేను ఉచ్చరించలేను. అతనితో నీవు పార్కులో చలువరాతి మీద కూర్చొని సరససల్లాపాలాడుతున్నావు. అతనితో కలిసి కూర్చొనివున్న నిన్ను చూచేటప్పటికి నా మనస్సు ఎంత ఖేదపడిందనుకున్నావు.

అతను వొక్క మంచి పుస్తకమైనా చదివి వుండడు. ఒక్క మంచి ఆలోచనను ఆలోచించలేడు. ఎటువంటి చర్చలోనూ పాల్గొనలేడు. అతనిలోని ఏ గుణం నిన్ను ఆకర్షించింది? ఏ విషయాన్ని గురించి మాట్లాడారు? అతని మాటలను నువ్వంత ఏకాగ్రతతో వింటున్నావే, అది భావ్యమేనా నీకు. మన స్నేహానికి తగినదేనా?

నీ మనస్సులో ఎక్కడో మాలిన్యం వుంది లేకపోతే అటువంటి వాడి సరసన కూర్చొని మాట్లాడి వుండవు. దయచేసి నీ మనస్సులోని మాలిన్యాన్ని స్వచ్ఛపరచు; మన స్నేహానికి అపచారం తలపెట్టకు. నీలోని ఎటువంటి అవగుణాన్నయినా నేను క్షమించగలను. నా స్నేహం అటువంటిది. పశ్చాత్తప్త హృదయంతో తిరిగి వచ్చే నీ రాకకై ఎదురుచూస్తున్నా.

చెలికాడు, ప్రాణమిత్రుడు
గోపాలం."

ఉత్తరం ముగించాడు గోపాలం. చాలా కష్టపడి వ్రాశాడు. ప్రతి మాటా తూచి వేశాను అనుకున్నాడు. చెప్పదలిచినదంతా చెప్పాను అనుకున్నాడు. ఈ వుత్తరం చదివి రాంబాబు తప్పకుండా మనసు మార్చుకుంటాడు అనుకున్నాడు. పశ్చాత్తాపపడి క్షమించమని ప్రాధేయపడతాడు అనుకున్నాడు. ఉత్తరం నాలుగయిదుసార్లు చదువుకొని సరిచేశాడు. తెల్లవారగానే లేచి పరమయ్యకు ఇచ్చి, రాంబాబుకి ఇచ్చి

రావలసిందని పంపించాడు. రాంబాబు చదువుకొని, వెంటనే జవాబు వ్రాస్తాడనుకున్నాడు. కాని పరమయ్య వొట్టి చేతులతో తిరిగి వచ్చాడు.

"ఇచ్చావా?" అని అడిగాడు గోపాలం.

"ఇచ్చాను గోపాలం బాబూ!"

"ఎవ్వరికిచ్చావు?"

"రాంబాబుగారికే ఇచ్చాను. నేను వెళ్ళేటప్పటికి పెద్దయ్యగారు ముందు కూర్చొని వున్నారు. మీ దగ్గరనుంచి రాంబాబుగారికి ఉత్తరం తెచ్చానని చెప్పా. వారు రాంబాబుగారిని పిలిచారు. ఉత్తరం వారి చేతిలో పెట్టా."

"ఉత్తరం చూచుకున్నాడా?"

"చించి చూచుకుంటూ లోపలికి వెళ్ళారు గోపాలం బాబూ."

"ఏమీ చెప్పలేదా?"

"చెప్పలా."

పరమయ్య వంటింట్లోకి వెళ్ళాడు. గోపాలానికి కొంత ఆశాభంగం కలిగింది. అయినా అతను పరమయ్య వొచ్చేటప్పటికి ఉత్తరం పూర్తిగా చదువుకోలేదుగదా అని ఊరట చెందాడు. తను ఆపూట స్కూలుకి కొంచెం ఆలస్యంగా వెళ్ళాడు. మధ్యాహ్నం బెల్ అయినప్పుడు రాంబాబు వొచ్చి తనను కలుసుకుంటాడు అనుకున్నాడు గాని అతను కలవలేదు. అతను రాకుండా తను వెళ్ళగూడదు అనుకున్నాడు. సాయంకాలం స్కూలు విడిచి పెట్టారు. రాంబాబు రాలేదు. ఇక ఆగలేకపోయాడు గోపాలం. ఆట స్థలానికి వెళ్ళాడు. అక్కడ నుంచొని బాడ్మింటన్ చూస్తున్నాడు రాంబాబు. ముందుగా తను పలకరించగూడదు అనుకుంటూనే పలకరించాడు.

"ఉత్తరం చదివావా?"

"ఏ ఉత్తరం?" అని అడిగాడు రాంబాబు ఆట చూస్తూనే.

"ఉదయం నేను పంపిన ఉత్తరం."

"అక్కడక్కడా చదివాను."

గోపాలానికి కష్టంవేసింది. "తీరిగ్గా చదివి జవాబు వ్రాయి" అన్నాడు.

"ఏముంది జవాబు వ్రాయటానికి?"

"ఏమీ లేదా?"

"ఏముంది? ఏదో వ్రాశావు... నాకు సరిగ్గా అర్థం కాలేదు."

గోపాలానికి కోపం వొచ్చింది. అంతలో ఆటచూస్తున్న రాంబాబు 'గుడ్‌షాట్' అని కేకవేసి కోర్టులోకి పరుగెత్తాడు. ఒక ఆటగాని చెయ్యి పట్టుకొని అభినందిస్తున్నాడు. ఎవ్వరా ఆటగాడు? ఇంకెవ్వరు? ఆ హీనుడే: రామానందం: గోపాలం ఆ దృశ్యం భరించ లేకపోయాడు... గబగబా ఇంటికి వెళ్ళిపోయాడు.

ఆ రాత్రి అతనికి నిద్రపట్టలేదు. రాంబాబుని గురించే ఆలోచిస్తూ పడుకున్నాడు. రాంబాబు చాలా తేలిక బుద్ధిగలవాడు అనుకున్నాడు. చంచల స్వభావుడు అనుకున్నాడు. తనను మోసం చేశాడు అనుకున్నాడు. తను చదువుకున్న పుస్తకాల్లో ఏ ఆడదీ ఏ మొగవాణ్ణి ఇలాచేసి ఎరుగదు.

నాలుగైదు రోజులు అతను రాంబాబుని చూడటానికి వెళ్ళలేదు. ఒకటి రెండు సార్లు అతనూ, ఆ హీనుడూ కలిసి వెళ్ళటం చూచి, తప్పుకు వెళ్ళాడు. కాని అతని కోపం చల్లారలేదు. ఏదో వొక విధంగా రాంబాబుకి బుద్ధివచ్చేటట్లు చెయ్యాలనే సంకల్పం పోలేదు. తనకు ఎంత బాధకలిగింది అతనికి తెలియజెయ్యాలని ఇంకొక కుర్రవాడితో స్నేహం చెయ్యనారంభించాడు. రెండు మూడుసార్లు రాంబాబుకి కనపడేటట్లు కూర్చుని కులాసాగా కబుర్లు చెప్పాడు. తాను చాలా సంతోషంగా వున్నట్లు మాటిమాటికి బిగ్గరగా నవ్వాడు. "నాకు తగ్గ స్నేహితుడివి నేటికి దొరికావు. నేనిన్నాళ్ళూ మృగతృష్ణను చూచి నీరని భ్రమించాను." అని ఆ కుర్రవాడి వీపు తట్టాడు. ఎన్ని చేసినా ప్రయోజనం లేకపోయింది. రాంబాబుకి ఇవన్నీ పట్టినట్టు లేవు. మామూలుగానే వుండేవాడు.

ఒకరోజు భరించలేక పోట్లాటకు దిగాడు గోపాలం.

"నువ్వు చేస్తున్న పని నీకు బాగుందా?" అని అడిగాడు.

"నేనేం చేస్తున్నాను?"

"నామాట వినకుండా ఆ హీనుడితో కలిసి తిరుగుతున్నావు."

"తప్పేమి ఉంది? చక్కటి కబుర్లు చెబుతుంటాడు. వినటానికి బాగుంటై"

"నాతో ఎందుకు మాట్లాట్టం లేదు?"

"నువ్వు నాకు కనపడందే.. ఇదివరకు వలె నీవు నా దగ్గరకు రావటం లేదుగా!" అన్నాడు.

"నేను రాకపోతే, నీవు నాకోసం రావచ్చుగా."

"నేనలా ఆలోచించి చూడలేదు."

"ఇక వస్తావా?"

రాంబాబు కొంచెంసేపు ఆలోచించి, "చెప్పలేను" అన్నాడు.

"వాడిని విడిచిపెట్టలేవన్నమాట!"

"అతను చాలా మంచివాడు నేనంటే చాలా ఇష్టం. నిన్ను ఎరుగక ముందు నుంచీ అతనికీ, నాకూ స్నేహం. నేనంటే ప్రాణం విడిచిపెట్టుతాడు. నీతో స్నేహం చేసిం తర్వాత అతని సంగతి మరిచిపోయాను. నువ్వు ఇన్ని అంటున్నావుగాని, నీతో స్నేహం చేసినందుకు పాపం అతనెప్పుడైనా వొక్కమాట అన్నాడా? ఎందుకనో మన స్నేహం మంచిదని నాకు అనిపించటం లేదు. నీతోవున్నంతసేపూ మిగిలిన స్నేహితులనందర్నీ మరచిపోతాను. స్నేహితుల్ని మరచిపోవటం ఏమంత మంచి పని? అందరం కలసిమెలసి వుండాలి. నీవు నన్నెవరితోనూ స్నేహం చెయ్యనివ్వవు. స్వార్థపరుడవు."

అలా ఒకమాట తరువాత ఒకమాట పేర్చుకుంటూ పోయాడు రాంబాబు. తన మాటలు గోపాలాన్ని ఎంత బాధపెడుతున్నవీ అతను గమనించినట్టేలేదు. కోపం పట్టలేక, "నోరుముయ్! అన్నాడు గోపాలం. "వృత్తిలోవున్న వ్యభిచారిణికీ, నీకు ఏం భేదం? కించిత్తు భేదం కూడా లేదు. నేనీ మధ్య వొక పుస్తకం చదివాను. ఆ పుస్తకంలో వొక వ్యభిచార స్త్రీ జీవితం వర్ణించబడింది. ఆమె ఇవ్వాళ వొకరిని ప్రేమిస్తుంది, రేపు మరొకర్ని ప్రేమిస్తుంది. ఎల్లుండి ఇంకోర్ని, తప్పేముంది? అంటుంది. నేను అందర్నీ ప్రేమిస్తున్నాను. ఒక్కర్ని ప్రేమించే ప్రేమ, ప్రేమ కాదు, వ్యామోహం అంటుంది. నాకు అందరూ వొక్కటే. అందర్నీ ప్రేమిస్తున్నాను అంటుంది. అని వొకరి తర్వాత వొకరిని అక్కున జేర్చుకుంటుంది. నీది వ్యభిచార స్వభావం. ఇంతటితో నీకూ నాకూ సరి, ఇక నీ మొహం చూడను" అని వెళ్ళిపోయాడు. కొంతదూరం వెళ్ళి రాంబాబు ఏం చేస్తున్నాడో అని వెనుదిరిగి చూశాడు. రాంబాబు మామూలుగా తనదారిన తాను వెళుతున్నాడు. అతన్నీమాట లేవీ బాధపెట్టినట్లు లేవు. రాంబాబు ఒక్క మంచి మాట అంటే గోపాలం క్షమించేవాడు. అనరాని మాటలు అన్నందుకు తన్ను క్షమించమనేవాడు. కాని రాంబాబు ఈ ధోరణిలో లేడు. ఏదో ఆలోచించుకుంటూ మామూలుగా తనదారిని తాను వెళ్ళాడు. గోపాలం మనస్సు పూర్తిగా విరిగింది.

తన్ను తాను మరచిపోవటానికి పుస్తకపఠనంలో తల దూర్చాడు. అంతకు ముందు అతను ఎక్కువగా ఇంగ్లీషు పుస్తకాలే చదివేవాడు. అందులోనూ ముఖ్యంగా నవలలు! ఇప్పుడు భారత, భాగవత, రామాయణాలు చదువాలనిపించింది. ప్రారంభించాడు. కొన్నాళ్ళు గడిచేటప్పటికి తల దిమ్మెక్కినట్లనిపించింది. వాళ్ళు

బ్రద్దల గొట్టుకుపోయింది.

"అయిదారు రోజులపాటు ఎక్కడికన్నా వెళ్ళామని వుందమ్మా!" అని చెప్పాడు పినతల్లితో.

"అలాగే!" అన్నది దమయంతి. "నాన్నగారితో చెపుతాను. నాకూ విసుగ్గానే వుంది బాబూ! అందరం కలిసి వెళ్ళి ఎక్కడైనా రెండు మూడు రోజులు గడిపి వద్దాం."

* * *

బ్రాహ్మణేతరోద్యమంలో స్వసంఘ పౌరోహిత్యం అనేది వొక ముఖ్యమైన శాఖ. వివాహాది సందర్భాల్లో ఏ కులంవారు ఆ కులానికి పౌరోహిత్యం వహించాలని వారి వాదం. ఆవిధంగా వారు చాలా వివాహాలు చేయిస్తున్నారు కూడాను. ఈ వివాహాల్లో ఇంకొక విశిష్టత. సంస్కృత మంత్రాలకు బదులు వాటి భావాన్ని తెలుగులో చెప్పటం. ఈవిధంగా వివాహాలు జరపటానికి కృష్ణస్వామిగారు వొక పుస్తకం కూడా ప్రకటించారు. తానే పౌరోహిత్యం వహించి వివాహాలు చేయిస్తూ వుండేవారు కూడాను. ఈ వివాహాలు చాలా ప్రచారంలోకి వచ్చినై. ఇవి ప్రచారంలోకి రావటానికి ఏ పురోహితుడో వధూవరులకు గానీ, తదితరులకు గానీ తెలియని సంస్కృత భాషలో మంత్రాలు చదివి వినిపించటంకాక, ఆ భావాలను వధూవరులే తెలుగులో వొకరికి వొకరు చెప్పుకోవటం అందరికీ సబబుగా కనపడటం మొదటి కారణం. ఇక రెండవ కారణం ఈ పద్ధతిలో ఖర్చు చాలా తక్కువ.

ఇటువంటి వివాహం వొకటి వరంగల్లు సమీప గ్రామంలో జరుగుతూ వుంది. దాని పౌరోహిత్యానికి కృష్ణస్వామిగారు ఆహ్వానించబడ్డారు. ఈ అవకాశం పురస్కరించుకొని మొత్తం కుటుంబం వరంగల్లు వెళ్ళి కాకతీయుల కోట, వెయ్యి స్తంభాల గుడీ మొదలైన చారిత్రక స్థలాలను చూచి రావాలని నిశ్చయించుకున్నారు.

ఇప్పటి వరంగల్లుని పూర్వం ఓరుగల్లు అనేవారు. కాకతీయులకు మొదట్లో అనుమకొండ ముఖ్యపట్టణం. గణపతిదేవుడు విస్తరించిన తన రాజ్యానికి ముఖ్యపట్టణంగా ఓరుగల్లు వుంటే బాగుంటుందని అక్కడకు మార్చారు. శిథిలమైన కోట ఇప్పటికీ అక్కడ వుంది. ముందు ఆ కోటను చూశారు. తరువాత కాకతీయులు కట్టించిన దేవాలయాలు చూశారు. అక్కడి ప్రజలు ఆ కోటలోని ప్రతి భాగానికీ వొక కథ చెబుతారు. గణపతిదేవుడు చక్రవర్తిగా కొలువుతీర్చిన ప్రదేశం ఇదే అంటారు. రుద్రమదేవి ఈ బురుజుమీదనుంచే శత్రువులను ఎదుర్కొంది అంటారు. ప్రతాపరుద్రుడు ఇక్కడే శత్రువులకు చిక్కి వీరస్వర్గం అలంకరించాడు అని చెపుతారు.

ఇలా ఎన్నో కథలు చెపుతారు. ఆ కథలు వింటుంటే గోపాలం కళ్ళల్లో నీళ్ళు తిరిగినై. దమయంతి కనుపించినవారినల్లా అడిగి అడిగి అనేక కథలను విన్నది. విన్న కథనే మళ్ళీ వినేది. ఆ కథలను ఎన్నిసార్లు విన్నా ఆమెకు తనివి తీరేది కాదు. ఇక కమల సంగతి చెప్పనక్కరలేదు. నోటికి విసుగూ విరామం లేకుండా ప్రశ్నల వర్షం కురిపించింది. ఏ పెద్దరాతిబండ కనుపించినా "ఇదేమిటి'" అని ప్రశ్నించేది. కృష్ణస్వామిగారు అన్ని ప్రశ్నలకూ ఓర్పుగా, తీరిగ్గా జవాబు చెప్పారు. ఒక్క రత్నమ్మ మాత్రం "ఏదన్నా పుణ్యతీర్థం దర్శిస్తే బాగుండేదమ్మా! అన్నెమూ, పున్నెమూ రెండూ కలిసివచ్చేవి" అన్నది.

వారు ఓరుగల్లు చూచుకొని కాకతీయుల మొదటి ముఖ్యపట్టణమయిన అనుమకొండ వచ్చారు. వేయిస్తంభాలగుడి వున్నది అనుమకొండలోనే. ఆ గుడిని చూచేటప్పటికి అందరి హృదయాలు ఉప్పొంగినై. అవి విడివిడిగా రెండు గుడులుగా వున్నాయి. రెండు గుడుల మధ్యా పెద్ద నంది వుంది. ఆ దేవాలయాలను చెక్కడంలో వున్న శిల్ప చాతుర్యం అందరినీ ముగ్ధులను చేసింది. ఆ దేవాలయంలో వొక బావి వుంది. అది అతి నవీన పద్ధతులలో కట్టబడి వుంది. దమయంతీ, కమలా, గోపాలం పదే పదే దేవాలయం చుట్టూ తిరిగారు.

"అవి వెనుకబడిన రోజులు. ఇప్పుడు మనం ఎంతో వృద్ధిచెందాం అంటారు గదా! మన మనస్సులను ఇంతగా ఆకర్షిస్తున్న ఈ కట్టడాన్ని ఎలా కట్టారు? ఇంత శిల్ప చాతుర్యం ఎలా వొచ్చింది?" అని అడిగాడు గోపాలం.

"మనదేశం అనాదినుంచీ గొప్ప సంస్కృతి కలిగినదేశం బాబూ! అందులో సందేహం లేదు. కాకపోతే అనేక కారణాలవల్ల మన జాతి ప్రస్తుతం నీరసించి పోయింది. మీ నాన్నగారికి చాలా సంగతులు తెలిసివుంటై. వారిని అడుగుదాం" అన్నది దమయంతి.

అంతా కృష్ణస్వామి చుట్టూ జేరారు. వారు నందికి దగ్గర్లో కూర్చున్నారు. కాకతీయుల చరిత్ర తెలుసుకోవాలని పిల్లలు ఉబలాట పడుతున్నారని దమయంతి చెపితే వారు ఇలా ప్రారంభించారు.

"సాధారణంగా మన రాజులు సూర్యవంశానికో, చంద్రవంశానికో చెందిన క్షత్రియులయి వుంటారు. కాకతీయులు అలాంటివారు కాదు. రెడ్డి, వెలమ, కమ్మ మొదలయిన కులాల తరగతికి చెందినవారు. వీరు మొదట్లో పశ్చిమ చాళుక్య రాజ్యాధిపతుల క్రింద సేనానాయకులుగా వుండేవారు. వీరి వద్దనుంచే అనుమకొండ కాకతీయులకు సంక్రమించింది. ఈ వంశంలోని మొదటి రాజు ప్రోలరాజు. వారి

తరువాత ఆయన కుమారుడైన రుద్రమదేవరాజు రాజ్యానికి వచ్చారు. వీరు తన రాజ్యాన్ని చాలా విస్తరింపజేశారు. పండితులను, కవులను పోషించడమే కాకుండా తాను కూడా కావ్యాలను రచించారు. వారి తరువాత కాకతీయ సింహాసనాన్ని అధిష్ఠించిన గొప్పరాజు గణపతిదేవుడు. వీరి కాలం వరకు రాజధాని అనుమకొండలోనే వుండేది. రాజధానిని ఓరుగల్లుకు మార్చింది వీరే. ఇపుడు మనం చూచి వచ్చిన కోట, దేవాలయాలూ వీరు కట్టించినవే. వీరు శత్రువులను జయించి తన రాజ్యాన్ని విస్తరింపజేసి చక్రవర్తి బిరుదును పొందారు."

"వీరసలు ఎక్కడివారో ఏమన్నా తెలుసా?" అని నెమ్మదిగా అడిగాడు గోపాలం.

"వీరెక్కడివారో కాదు, తెలుగువారే. తెలుగుదేశాన్ని మొదటిగా ఏలిన తెలుగు రాజులు వీరే. అందుకనే మనం వీరిని మనలోవారినిగా చూచుకొని గర్విస్తున్నాం" అన్నారు కృష్ణస్వామిగారు.

"అయితే మరి రుద్రమదేవి ఎవరు?" అని అడిగింది దమయంతి.

"రుద్రమదేవి ఈ గణపతిదేవుని కుమార్తె. గణపతిదేవునకు కుమారులు లేరు. అందువలన కుమార్తెనే యువరాజ్ఞిగా చేశారు. గణపతిదేవుని తరువాత ఆమె సింహాసనానికి వచ్చింది. మొట్టమొదటిగా సింహాసనాన్ని అధిష్ఠించిన స్త్రీ ఆమె. ఆమె తన శౌర్య ధైర్యాలతో పగతురను లోబరచుకొని సుభిక్షంగా రాజ్యమేలింది. తన ప్రజలకోసం మరే రాజ్యాధిపతి చేయలేని త్యాగం చేసింది."

"ఏమిటది?" అని అడిగింది దమయంతి ఆతురతతో.

"రుద్రమదేవి యాదగిరి వంశానికి చెందిన మరొక రాజును వివాహమాడింది. అతనివలన ఆమెకొక కుమార్తె కలిగింది. ఆ కుమార్తె కుమారుడే ప్రతాపరుద్రుడు. అయితే యాదగిరి నృపాలునికి మరొక భార్య వున్నది. ఆ భార్యవల్ల అతనికి కుమారులున్నారు. రుద్రమదేవి తరువాత ఆ కుమారుని రాజ్యం రావాలని పట్టుబట్టారు. రుద్రమదేవికి భర్తపట్ల అపారమైన ప్రేమ వుండేది. కాని యాదవ రాజులు తెలుగువారు కాదు. తెలుగు వారంటే వారికి మమకారం లేదు. అందువల్ల తెలుగు ప్రజల క్షేమాన్ని వారు కోరతారనే నమ్మకం రుద్రమదేవికి లేకపోయింది. తెలుగు ప్రజల క్షేమం దృష్ట్యా తన మనుమడైన ప్రతాపరుద్రుడు రాజ్యానికి రావడమే మంచిదనుకున్నది. అందుకు భర్త అంగీకరించలేదు. అవసరమయితే తన స్వంత సేనలను సమీకరించి ఓరుగల్లుమీదకు దాడి జరపడానికి కూడా సిద్ధపడ్డాడు. భర్తననుసరించడమా? ప్రజల శ్రేయస్సును ఆశించడమా? అనే సమస్య ఎదుర్కొన్నది

రుద్రమదేవి. ప్రజల క్షేమాన్నే ఎన్నుకున్నది. భర్తకు చెప్పింది. భర్త ఆమె నిర్ణయాన్ని సహించక ఓరుగల్లు మీదకు దాడిచేశాడు. రుద్రమదేవి హోరాహోరీ యుద్ధంచేసి భర్తను జయించింది" అని చెప్పారు కృష్ణస్వామిగారు.

రుద్రమదేవి చేసిన త్యాగం గోపాలాన్ని బాగా కదిలించింది. అతను మైమరచి విన్నాడు, ఉద్రేకంతో "వీరనారి!" అన్నాడు.

"మరి భర్త ఏమయినట్లు?" అని మెల్లగా అడిగింది దమయంతి.

"యుద్ధంలో జయించిన తరువాత రుద్రమదేవి భర్త దగ్గరకు వెళ్ళి పూర్వం మాదిరిగానే రాజ్యపాలనలో పాల్గొనమని అడిగిందట. అతనందుకు అంగీకరించక సన్యాసాశ్రమం స్వీకరించి వెళ్ళిపోయాడని ప్రతీతి" అన్నారు కృష్ణస్వామిగారు.

దమయంతి తనలో తానే ఆలోచించుకుంటూ కూర్చుంది. రుద్రమదేవి చేసిన త్యాగం ఆమె కర్థమయినట్లుగా ఇతరులకు అర్థమయి వుండదు.

"మరి ఓరుగల్లు తురుష్కుల చేతుల్లో ఎప్పుడు పడింది?" అని అడిగాడు గోపాలం.

"ప్రతాపరుద్రుని కాలంలో ఆ పని జరిగింది. ప్రతాపరుద్రుడు బలవంతుడు. శౌర్యవంతుడు కూడా. అయినప్పటికీ ఆయన రాజ్యంలో అంతఃకలహాలు చెలరేగడం వలన, అసూయాపరులైన ఇతర రాజులు సహాయం చేయకపోవడం వలన తురుష్కుల దాడిని ఆయన తట్టుకోలేకపోయారు. అప్పుడు ఢిల్లీలో ఖిల్జీ వంశపు మహమ్మదీయులు చక్రవర్తులుగా వుంటూ వుండేవారు. వారి దండయాత్రలకు తట్టుకోలేక వీగిపోయాడు ప్రతాపరుద్రుడు. తురుష్కులు ఓరుగల్లు నాక్రమించుకున్నారు."

"మరి ప్రతాపరుద్రుడేమయినట్టు నాన్నా?" అని అడిగింది కమల.

"ఆ సంగతి ఇదమిద్దంగా ఎవరూ తేల్చకుండా వున్నారమ్మా! కొంతమంది ఆయన అవమానాన్ని సహించలేక నర్మదానదిలో మునిగి ఆత్మహత్య చేసుకున్నాడన్నారు. మరికొంతమంది తురుష్కులు దయతలచి వదిలితే ఇతరులకు తన ముఖం చూపించలేక అరణ్యాలలో తపస్సు చేసుకుంటూ జీవితశేషం గడిపారన్నారు. ఏదయినా 1323వ సంవత్సరం వచ్చేనాటికి కాకతీయుల ప్రతిభ అంతరించిపోయింది. మనకు మిగిలింది వారి వైభవాన్ని చాటిచెప్పే ఈ కట్టడాలే!" అన్నారు కృష్ణస్వామిగారు.

వారు చెప్పిన మాటలు అంతా శ్రద్ధగా విన్నారు. అందరి మనస్సులు కాకతీయుల ప్రతిభతో నిండిపోయినాయి. ఆ మనస్సులో ఇంకొక దానికి చోటులేదు.

అక్కడ నుంచి రామప్పగుడి చూడ్డానికి వెళ్ళారు. రామప్పగుడి పాలంపేటలో

వుంది. అనుమకొండకు సుమారు 50 మైళ్ళ దూరంలో వున్నది. దీని అసలు పేరు రామలింగేశ్వరాలయం. ప్రజల నోటపడి రామప్పగుడిగా ప్రసిద్ధి చెందింది. ఈ దేవాలయం కూడా గణపతిదేవుని కాలంలో కట్టబడిందే. దీన్ని రుద్రమ సేనాని కట్టించారు. దేవాలయ ఆవరణలోవున్న నల్లరాతి స్తంభముమీద చెక్కబడిన శాసనం ఈ విషయాన్ని దృఢపరుస్తూ వుంది.

ముఖద్వారం వద్ద నిలువెత్తువున్న శిల్పాలు చెక్కబడివున్నాయి. అందులో ఒక శిల్పం నాగిని. అది నగ్నంగా వుంది. భుజాలమీద పాములు వ్రేలాడుతున్నాయి. శిల్పి తన హృదయంలోని ఆర్ద్రతనంతా కుమ్మరించి ఈ బొమ్మను చెక్కినట్లు కనిపిస్తూంది. అందువల్లనే కాబోలు ఈ దేవాలయాన్ని కట్టిన శిల్పి నాగినిని ప్రేమించి ఆ ప్రేమ ప్రభావంతో ఈ దేవాలయాన్ని కట్టాడనీ, ఈ శిల్పాలను చెక్కాడనీ, దేవాలయం ముఖద్వారం వద్ద తన ప్రేమమూర్తిని ప్రతిష్టించి ధన్యుడయినాడనీ ఒక కథ బహుళ ప్రచారంలో వుంది. ఇటువంటి నిలువెత్తు శిల్పాలే ఎడమవైపు ద్వారం చెంతా, కుడివైపు ద్వారం చెంతా వున్నాయి.

కృష్ణస్వామిగారు, దమయంతి, గోపాలం మొదలైనవారంతా ఈ శిల్పాలన్నింటిని చూచుకుని ముఖద్వారంగుండా లోనికి ప్రవేశించారు. ఎదురుగా వున్నది పెద్ద నంది. అది వెయ్యి స్తంభాలగుడిలో వున్న నంది కన్న పెద్దదీ, సుందరమైనదీను. గర్భగుడి ముందు నాలుగు స్తంభాలున్నాయి. ఆ స్తంభాలమీద అనేక నృత్య భంగిమలు చెక్కబడివున్నాయి. వాటి భావాన్ని కృష్ణస్వామిగారు, మిగిలిన వారందరికీ విశదపరిచారు. దమయంతి గర్భగుడిలోనికి వెళ్ళి రామలింగేశ్వర స్వామిని దర్శించుకోవాలని అభిలాష వెలిబుచ్చింది.

"అక్కడేమున్నది చూడడానికి? చూడవలసినవన్నీ చూడనే చూచాం" అన్నారు కృష్ణస్వామిగారు. వారికి దేవాలయాలమీదగానీ, దేవుళ్ళమీదగానీ నమ్మకం లేదు. తన భార్య రాతిరూపంలో వున్న రామలింగేశ్వరస్వామిని చూడాలని కోరడం ఆయనకు ఏమాత్రం సమ్మతంగా లేదు. అయినప్పటికీ మిగిలినవారి కుతూహలం కాదనలేకపోయారు. "మీరు వెళ్ళి చూచిరండి. నేనిక్కడే వుంటాను" అన్నారు. మిగిలినవారంతా గర్భగుడిలోకి వెళ్ళారు. గోపాలం కొంచెం తటపటాయించటం చూచి దమయంతి అతన్ని చేయిపట్టుకుని లోపలకు తీసికెళ్ళింది. స్వామి దర్శనం చేసుకుని అంతా బయటకి వచ్చారు. వారు బయటకి వచ్చిన ద్వారం దగ్గరున్న నాలుగు నిలువెత్తు శిల్పాలలోనూ ఒకటి నృత్యభంగిమలో వున్న స్త్రీ. ఆ శిల్పం కాళ్ళదగ్గర ఒక కోతి వున్నది. ఆ కోతి ఆ స్త్రీ ధరించిన చీరను తన నోటితో పట్టి

లాగుతూవున్నది.

"దీని అర్థమేమిటో!" అని అడిగింది దమయంతి.

"స్త్రీ బుద్ధిని కోతిగా చిత్రించారు శిల్పి" అన్నారు కృష్ణస్వామి గారు నవ్వుతూ.

ఆ మాటలకు దమయంతి చిరునవ్వు నవ్వింది.

పవిత్ర స్థలాలనూ, అపూర్వ కళాఖండాలనూ చూడడం వలన కలిగిన పారవశ్యంతో వారంతా యింటికి బయలుదేరారు. వేయిస్థంభాల గుడినీ, రామప్పగుడినీ, చెక్కిన శిల్పులు వారి మనసుల్లో మెదిలారు. కాకతీయ చక్రవర్తులంతా వారికి అతి సన్నిహితులుగా గోచరించారు. స్వచ్ఛపడిన మనస్సులతో వారు ఇంటికి చేరుకున్నారు.

రెండవ ప్రకరణం

గోపాలం హైస్కూలు విద్య పూర్తి చేసుకొని కాలేజీలో చేరాడు. కృష్ణస్వామిగారు వున్న టౌన్లో కాలేజీ లేదు. అక్కడికి వంద మైళ్ళ దూరంలో మధురాపురి అనే పట్టణం వుంది. అక్కడ అమెరికన్ క్రైస్తవ మిషనరీలు వొక కాలేజీ నడుపుతున్నారు. ఆ కాలేజీలో చేరాడు.

ఆ రోజుల్లో బ్రాహ్మణేతర విద్యార్థులకు అద్దెకు ఇళ్ళు దొరకటం కొంచెం కష్టంగానే వుండేది. వేరుగా వుంటే చదువు బాగా సాగుతుందనే ఉద్దేశంతో, ఎక్కడన్నా గది అద్దెకు దొరుకుతుందేమోనని చాలా వెతికాడు గోపాలం. కాని ఎక్కడా దొరకలేదు.

అద్దె మొదలైనవన్నీ మాట్లాడుకున్న తరువాత "మీరు ఎవ్వరు?" అని అడిగేవారు.

ఫలానా అని చెపితే... "మా వారు ఇంట్లో లేరు. వొచ్చిం తర్వాత అడిగి చెపుతాను" అనేవారు. మళ్ళీ వెళ్ళి అడిగినప్పుడు, "మా వారు అద్దెకు ఇవ్వటం ఏమిటి? అని కోప్పడ్డారు. ఆ ప్రయత్నం విరమించుకున్నాం" అని చెప్పేవారు. మరికొంతమంది నిర్మొహమాటంగా, "మాంసం తినేవాళ్ళకు అద్దెకు ఇవ్వం" అనేవారు. "మేమిక్కడ వంట పెట్టమండీ అన్నా, 'నేను మాంసం తిననండీ:?' అని చెప్పినా వొప్పుకునేవారు కాదు. తిరిగి తిరిగి విసుగెత్తి హాస్టల్లో జేరాడు గోపాలం.

ఆ రోజుల్లో పల్లెటూళ్ళ నుంచి వొచ్చే విద్యార్థులకు, పట్టణాల్లో వసతులు వుండని కారణాన, కొందరు దాతలు విడిగా హాస్టల్సు కట్టిస్తూ వుండేవారు. కాని ఈ హాస్టల్స్‌లో కూడా అన్ని కులాల విద్యార్థులూ వుండటానికి అర్హత వుండేది కాదు.

ఎవ్వరికివారు తమ కులానికి చెందిన విద్యార్థులు వుండటానికి మాత్రమే అనువుగా ఈ హాస్టల్స్ నిర్మించేవారు. పైగా బ్రాహ్మణేతరుల్లో అగ్రజాతులలోనే ఆనాడు చైతన్యం వుండటంవల్లా, డబ్బున్న కులాలు అవే అవటంవల్లా, ఆ కులాల విద్యార్థులకే ఎక్కువ హాస్టల్స్ వుండేవి. క్రింది కులాల్లో వున్న విద్యార్థులకు అవసరం ఎక్కువ వుండీ బాధలు పడుతుండేవారు.

జస్టిస్ పార్టీ చేసిన ముఖ్యమైన పొరపాటులలో ఇదొకటి. జన్మను సాకుగా తీసుకొని బ్రాహ్మణులు సంఘంలో ప్రత్యేక హక్కులను అనుభవిస్తున్నారనీ, మిగిలిన కులాలను దాస్యంలో అట్టిపెడుతున్నారనీ, కాబట్టి ఆ హక్కులను గుంజుకోవాలని భావించింది. బాగానేవుంది. కాని ఈ పార్టీ బ్రాహ్మణేతరులలోని అగ్రకులాలకు మాత్రమే ప్రాతినిధ్యం వహించటంవల్ల, ఆ హక్కులను తమ అనుభవంలోకి తెచ్చుకొని అంతటితో ఊరుకుంది. మరి గర్భదారిద్ర్యంలో ఘోరదాస్యంలో తరతరాల నుంచీ క్రుళ్ళి క్రుశించి పోతున్న దిగువజాతుల మాటేమిటి? ఈ జాతులమాట ఈ పార్టీ పట్టించుకున్నట్లు కనుపించదు. మొత్తం మానవజాతికే సమానత్వం కావాలని ఈ పార్టీ ఆలోచించినట్లు కనపడదు. అందువల్ల ఈ పార్టీ తెచ్చిన చైతన్యం బ్రాహ్మణేతరులలోని అగ్రజాతుల వరకే వచ్చి ఆగిపోయింది. మిగిలిన జాతులు ఎక్కువభాగం మామూలుగానే వుండిపోయినయి.

పైగా సాంఘిక సమానత్వానికి, ఆర్థిక సమానత్వం ముఖ్యమనే దృష్టి కూడా ఈ పార్టీకి వున్నట్లు కనిపించదు. అప్పుడు గ్రామంలో బ్రాహ్మణులకు పెద్ద పెద్ద అగ్రహారాలు వుండేవి. ప్రతి గ్రామంలోనూ, దేవాలయాలకు మడి మాన్యాలు వుండేవి. ఇవి ఎక్కువ భాగం పూజారుల హక్కు భుక్తాలలో వుండేవి. అయితే బ్రాహ్మణులు ఏనాడూ వ్యవసాయం చేసిన కులం కాకపోవటంవల్ల, ఆ భూముల వ్యవసాయం కూడా గ్రామంలో వున్న రైతులే చేస్తుండేవారు. జస్టిస్ పార్టీ తెచ్చిన చైతన్యం వల్ల "కష్టపడేది వొకరు, అనుభవించేది వొకరు" అనే భావం బ్రాహ్మణేతరులలో అగ్రజాతుల మనసులలో నాటుకుపోయి, గ్రామంలో వున్న బ్రాహ్మణులకు సేద్యం చేయించుకోటానికే కుదరక, అయినకాడికి పొలాలను అమ్ముకొని, పట్టణాలకు తరలి వెళ్ళేటట్టు చేసింది. దేవుడిమాన్యాల మీద పూజారులకు వున్న హక్కులు పోయి ట్రస్టీలు పరమైనాయి. ట్రస్టీలు గ్రామాలలోవున్న మోతుబరి రైతులే అంటే బ్రాహ్మణేతరులలోని అగ్రజాతులకు చెందినవారై వుండటం సహజం. కాని 'నా' అనేది లేకుండా, వూళ్ళో నడవటానికి కూడా ప్రాప్తం లేకుండా, వూరికి బయట గుడిసెల్లో వుంటూ, అహర్నిశలూ రైతుల పొలాలమీద పాటుపడే మాల, మాదిగల మాటేమిటి? వీళ్ళ విషయం ఈ పార్టీగానీ, ఈ పార్టీకి చెందిన

నాయకులుగానీ ఆలోచించినట్లు కనుపించదు. ఎవ్వరికి వారు, మార్పు తమకు అనుకూలమైన స్థితికి వొచ్చి ఆగిపోవాలి. ఆగిపోతుంది అన్నట్లే ప్రవర్తించేవారు. అందువల్ల ఈ ఉద్యమంవల్ల గ్రామంలో వున్న మోతుబరి రైతులు బాగుపడితే పద్దారేమోగాని, దిగువ జాతుల్లో ఈ ఉద్యమం ఎటువంటి మార్పునీ తీసుకురాలేక పోయింది. వాళ్ళ జీవితాలు అంతకుముందు వున్నట్లే వుండిపోయినై.

అయితే ఆ రోజుల్లో వొకప్రక్క కాంగ్రెస్ ప్రభావం, మరొక ప్రక్క కమ్యూనిస్టు ప్రభావం గ్రామాల్లోకి ప్రాక నారంభించినై, గాంధీగారి వాక్కు ఈ కులం, ఆ కులం అనే విచక్షణ లేకుండా, అన్ని కులాలను కదిలించింది. ఏ వ్యక్తికి ఆ వ్యక్తే మాతృదేశం యొక్క దాస్య విమోచనకు నడుం కట్టాడు. దేశభక్తితో ప్రతివాని హృదయం నిండిపోయింది. మట్టిలో నుంచి మనుష్యులు పుట్టుకు వచ్చారు. అంతటి క్రితం రోజువరకూ కుటుంబ శ్రేయస్సుకోసం పాటుపడటం తప్ప ఇంకొకటి ఎరుగని యువకులు ఆస్తులనూ, ప్రాణాలను కూడా లెక్కచెయ్యకుండా సహాయ నిరాకరణోద్యమంలో జేరారు. ప్రతి వొక్కరి పెదవిమీదా వొకటే మాట: “మనం అందరం భారతమాత బిడ్డలమే. ఈ దేశం మనది. మనదేశంలో పరులకు చోటు లేదు. పరులను పారద్రోలి మాతృదేవిని ఉద్ధరించటానికి ప్రాణాలను అర్పించవలసివచ్చినా అర్పించేదే... సర్వం నాశనం అయినా అవవలసిందే!”

అది చిత్రమైన మార్పు, కనుకట్టు మంత్రగాడు తెచ్చిన మార్పువంటిది అది.

అదే సమయంలో కమ్యూనిస్టు ప్రభావం ముఖ్యంగా యువకుల్లో గాఢంగా నాటుకుంది. రష్యాలో తొలిసారిగా కమ్యూనిస్టు ప్రభుత్వం అధికారంలోకి వచ్చిన రోజులవి. రష్యాలో జరిగిన విప్లవానికి సంబంధించిన భావాలూ, ఆ విధానాలూ మనదేశంలో చాలామంది యువకులను ఆకర్షించినవి. వీరికి గాంధీగారి తాత్విక దృష్టిమీద ఏమాత్రం నమ్మకం వుండేది కాదు. దేశ శ్రేయస్సు అంటే ఏమిటి? దేశం వొక సుద్ద కాదు గదా! దేశంలో అనేక వర్గాలు వున్నాయి. ఈ వర్గాలయొక్క ఆదర్శాలు పరస్పరం భిన్నమైనవి. ఇక దేశ శ్రేయస్సు అంటే ఏ వర్గం శ్రేయస్సు? ఈనాడు మనలను పాలిస్తున్న బ్రిటిష్‌వారు పోవలసిందే, వారు పోయిం తర్వాత ఏ వర్గం అధికారంలోకి రావాలి? ధనికవర్గం అధికారంలోకి వచ్చేటట్లయితే బ్రిటిష్‌వారు పోయేం? వుండేం? అలా జరిగినప్పుడు బ్రిటిష్ వారికి బదులు మనదేశంలో వున్న ధనవంతులు బీదవాళ్ళను దోచుకోవటం మొదలుపెడతారు. బీదవాళ్ళు వేసినచోటే వుంటారు. వీళ్ళ రక్తంతో తెల్లదొరలకు బదులు నల్లదొరలు బలుస్తారు. కాబట్టి సంఘంలోవున్న బీద వర్గాలకు ప్రాతినిధ్యం వహించే ప్రభుత్వం అధికారంలోకి

రావాలని వీరు ప్రచారం చేసేవారు. ధనవంతులు, జమీందార్లు, బీదవాళ్ళకు ట్రస్టీలుగా వుండాలనే గాంధీగారి సిద్ధాంతం వీరికి ఏమాత్రం నచ్చేది కాదు. మేకలకు పెద్దపులిని ట్రస్టీగా పెట్టినట్టే వుంటుందనేవారు. ఇంతే కాదు, గాంధీగారి అహింసావాదంతో కూడా వీరు ఏకీభవించేవారు కాదు. అహింసా వాదానికి పునాది హృదయ పరివర్తనం, ధనవంతులకు హృదయ పరివర్తనం కలిగి బీదవాళ్ళకు వొక ప్రొద్దున్న హక్కులను ప్రసాదించగలరనుకోవటం వారికి చాలా హాస్యాస్పదంగా కనుపించేది. అందువల్ల దౌర్జన్యం తప్పదని వారు భావించేవారు. ఆ రోజుల్లో గాంధీతత్వానికి, కమ్యూనిజానికీ చుక్కెదురుగా వుండేది. కమ్యూనిస్టులకు దేశం ముఖ్యం కాదు. బీదవాళ్ళు ముఖ్యం. వారికి ఏ దేశంలో వున్న బీదవాళ్ళయినా తమవాళ్ళే. ఏ దేశంలో వున్న ధనవంతులైనా శత్రువులే.

గోపాలం జేరిన హాస్టలు అతని కులానికి చెందింది. మిగిలిన కులాలకు ఆ హాస్టల్లో చోటు లేదు. ఆ హాస్టల్లో వున్న విద్యార్థులమీద కూడా గాంధీ ప్రభావం, కమ్యూనిష్టు ప్రభావం ఎక్కువగా ఉండేది. గాంధీగారంటేనే ఎక్కువమంది అభిమానంగా వుండేవారు. అయితే కమ్యూనిస్టు అభిమానులుగా వున్నవాళ్ళు కొద్దిమందే అయినా మెరికల్లాంటివాళ్ళు వుండేవారు. గాంధీగారి పలుకుబడి మలయమారుతం లాంటిది. అయితే కమ్యూనిస్టుల పలుకుబడి సమ్మెట ప్రేటు వంటిది. గాంధీగారి పలుకుబడి వెన్నెలవత్తి వంటిదైతే, కమ్యూనిస్టుల పలుకుబడి అగ్నిజ్వాల లాంటిది. అందువల్ల సంఖ్యలో తక్కువ వున్నా, బలంలో ఎక్కువగా వున్నట్లే కనపడేది కమ్యూనిస్టుల పలుకుబడి.

2

ఆ హాస్టల్లో పరంధామయ్య అనే విద్యార్థి వొకడుండేవాడు. అతను బి.ఏ. విద్యార్థి, పూర్తిగా గాంధీగారి శిష్యుడు. హాస్టల్లో వొక్క పూటే భోజనం చేసేవాడు, రెండవ పూట పచ్చి ఆకు కూరలు తింటూ వుండేవాడు. ఖద్దరు లాల్చీ వేసుకొని, మోకాళ్ళ పైకి పంచె కట్టి పిలకతో కాలేజీకి వస్తుంటే పిల్లలంతా ఎగతాళి చేస్తుండేవారు. ఎండలూ, వానలూ ఎక్కువగా ఉన్నప్పుడు తాటాకు గొడుగు వేసుకొని కాలేజీకి వెళుతుండేవాడు. ఎంతమంది ఆటలు పట్టించినా అతనికి కోపం వచ్చేది కాదు. నవ్వుతూ వుండేవాడు. ఎవ్వరయినా, "ఈ తాటాకు గొడుగేమిటి?" అని అడిగితే, "తప్పేముంది?" అనేవాడు. "గుడ్డ గొడుక్కంటే చౌక. అంతకంటె ఎండకూ

వానకూ బాగా నిలుస్తుంది" అనేవాడు. ఎంత అవుసరం అయినా విదేశీ వస్తువులను వాడేవాడు కాదు. నవ్వులాటక్కూడా అబద్ధం చెప్పేవాడు కాదు. ఏ వారానికి వొకసారో మంగలిని పిలిపించి క్షవరం చేయించుకొనేవాడేగాని, తనకు తానుగా ప్రాణం మీదకు వచ్చినా కత్తి ముట్టుకునేవాడు కాదు. కిర్రు చెప్పులు వేసుకొని కాలేజీకి వెళ్ళేవాడు. అతన్ని ఎవ్వరూ పరంధామయ్య అని పిలిచేవారు కాదు. అంతా గాంధీ ధామయ్య అనేవారు.

అతన్ని చూస్తే చిత్రంగా వుండేది గోపాలానికి.

ఒక రోజు కాలేజీ నుంచి హాస్టలుకు వస్తుంటే వెనుకనుంచి "ఓ అబ్బాయి!" అనే పిలుపు వినిపించింది గోపాలానికి. గోపాలం వెను దిరిగి చూశాడు. వెనకాలే గాంధీధామయ్య వస్తున్నాడు. తనను కాదనుకొని ముందుకు సాగాడు గోపాలం.

"నిన్నే అబ్బాయి" అని మళ్ళీ పిలిచాడు గాంధీ ధామయ్య.

గోపాలం ఆగాడు.

"నీ పేరేమిటి అబ్బాయి?"

గోపాలం చెప్పాడు.

"మీ వూరు?"

గోపాలం చెప్పాడు.

"మీ నాన్న పేరు?"

"కృష్ణస్వామిగారు"

"ఓ! నువ్వు కృష్ణస్వామిగారి అబ్బాయివా? మీ నాన్నగారిని నేను ఎరుగుదునోయ్. ఆయన వ్రాసిన పుస్తకాలన్నీ చదివాను. కాని వారు తమ ప్రతిభనంతా వృధా చేస్తున్నారేమో అనిపిస్తుంది. కాలం మారిపోయింది. మారుతున్న కాలాన్నిబట్టి మనం మారాలి. ఒక ప్రక్క మాతృదేవి దాస్య శృంఖలాలను తెగగొట్టటానికి అన్ని కులాలు ఏకమై గాంధీ మహాత్ముని నాయకత్వాన కృషి చేస్తుంటే బ్రాహ్మలూ, బ్రాహ్మణేతరులూ అని మీ నాన్నగారు అంటారు. అది నిజమే కావచ్చు. కాని ఇది తరుణం కాదు. ఏ నెపంతో మనలో మనకు చీలికలు కలిగినా, అది బ్రిటిష్ వాళ్ళకు మాత్రమే సహాయం చేస్తుంది. ఆయనే గనుక కాంగ్రెస్‌లో వుండి స్వాతంత్ర్యోద్యమానికి అనుకూలంగా తమ రచనలు సాగిస్తే ఈపాటికి దేశం బ్రహ్మరథం పట్టి వుండేది" అన్నాడు.

గాంధీధామయ్య తన తండ్రిని విమర్శిస్తున్నందుకు గోపాలానికి కొంచెం కష్టం వేసింది. "వారు కీర్తిని కోరి ఏ పనీ చెయ్యరు. తమ మనస్సుకు మంచిదని తోచిన పని చెయ్యటానికి ఎటువంటి కష్టాన్నయినా ఎదుర్కొంటారు" అన్నాడు.

"అది నిజమే. అందులో సందేహం లేదు. వారు చేసే పనివల్ల వారికి నష్టమే గాని ఏ మాత్రం లాభం లేదు. వారికి కూడా ఈ సంగతి తెలిసే వుంటుంది. అయినప్పటికీ తన సిద్ధాంతాన్ని విడువకుండా ప్రచారం చేస్తున్నారంటే, నాబోటివాడికే వారు చెప్పేదాంట్లో సత్యం లేకపోలేదు అని అనిపిస్తుంది. కాని అది ఇటువంటి ఉద్యమాలకు తరుణం కాదని నా గట్టినమ్మకం" అన్నాడు.

తరువాత గాంధీగారి గొప్పతనాన్ని గురించి చెపుతూ హాస్టల్లోవున్న తన గదికి తీసుకువెళ్ళాడు. ఆయన గదిలో ఒక అలమరలో వేదాలూ, ఉపనిషత్తులూ, వివేకానందుని రచనలూ, తిలక్ మహాశయుని భగవద్గీత మొదలయిన పుస్తకాలు అనేకం వున్నాయి.

వాటిని చూపుతూ, "మన సంస్కృతి అంతా ఈ గ్రంథాలలోనే ఇమిడి వున్నది. దేశ సేవ చెయ్యదలచుకున్నవారు ఎవ్వరూ మన సంస్కృతిని పూర్తిగా జీర్ణించుకోకుండా న్యాయం చెయ్యలేరు. మన సంస్కృతి అపూర్వమైంది. ప్రపంచంలో మరే జాతికీ ఇటువంటి సంస్కృతి లేదు. ఈ సంస్కృతిని సరిగ్గా అర్థం చేసుకోకుండా తిరస్కరించటం వల్ల ప్రయోజనం లేదు. ఇటీవల ఇంగ్లీషు చదువుకున్న కుర్రవాళ్ళు మన సంస్కృతి యొక్క లోతుపాతులను తెలుసుకోకుండానే హేళన చేస్తున్నారు. పరదేశాల సంస్కృతులను అనుకరించటానికి ప్రయత్నిస్తున్నారు. దీనివల్ల దేశం అపారమైన నష్టానికి గురి అవుతూవుంది" అన్నాడు.

గోపాలం అతను చెప్పిందంతా మెదలకుండా విన్నాడు. అతని మనస్సులో అనేక ప్రశ్నలు ఉదయించినై. కాని ప్రథమ పరిచయములోనే వాటిని బయటపెట్టే ధైర్యం లేక మెదలకుండా విన్నాడు.

చివరికి పరంధామయ్య "చదువదలచుకుంటే మంచి పుస్తకాలు చదువు అబ్బాయి. తుంటరి పుస్తకాలు చదివి మనస్సును చెడగొట్టుకోకు" అని సలహా చెప్పాడు. "నీకేదన్నా చదవాలని బుద్ధిపుడితే, ఈ పుస్తకాల్లో నీ ఇష్టం వచ్చిన పుస్తకం తీసుకు వెళ్ళవచ్చు" అన్నాడు.

"అట్లాగే" అని చెప్పి తన గదికి వెళ్ళాడు గోపాలం. వెళ్ళే ముందు నెమ్మదిగా అడిగాడు.

"మీరు చెప్పిందంతా నిజమే. నేనూ అంగీకరిస్తాను. మన పూర్వ సంస్కృతి గొప్పదే. అందులో సందేహం లేదు. కాని ఆ సంస్కృతిని ఇప్పుడెవరు ఆచరిస్తున్నారు? ఆచరించకపోగా వాటికి అపార్థాలు కలిపించి, తమ స్వార్థానికి వాడుకునే వారే ఎక్కువగా కనిపిస్తున్నారు. ఎక్కడ చూచినా వారే వున్నారు. నా మట్టుకు నా సంగతే చెపుతాను. నేను గది కోసమని ఈ పట్టణమంతా గాలించాను. కాని నేను బ్రాహ్మణేతరుణ్ణి గనుక నాకు గది దొరకలేదు. పోనీ ఆ ఇంటి యజమాని తెలియనివాడా అంటే కాదు. వేదాలూ, ఉపనిషత్తులూ బాగా చదువుకున్నవాడే. అటువంటివారే ఇట్లా ప్రవర్తిస్తుంటే బ్రాహ్మణులమీద కోపం, ద్వేషం కలుగుతాయంటే, కలుగుతాయి మరి" అన్నాడు.

"బ్రాహ్మణ్యం చెడిపోలేదని నేను అనటం లేదు. ఏనాడు తమ ఆధ్యాత్మిక సాధనను వొదులుకొని ఇతరులతోపాటు తేలిక వ్యవహారాల్లో పోటీపడటం మొదలు పెట్టిందో ఆనాడే బ్రాహ్మణ్యం చెడిపోయింది. అంతకుముందు దేశం పతనం కాకుండా రక్షించే బాధ్యత వారిమీద వుంది గనుక, వారు చెడిపోవటంతోపాటు దేశం చెడిపోయింది. అది నిజమే, కాని ఆచరించేవారు చెడిపోయినంత మాత్రాన భావాలు చెడిపోవుగదా! ఈ భావాలను బ్రాహ్మణులు ఆచరించనంత మాత్రాన మనం వారిని నిందిస్తూ కూర్చోవటం వల్ల ప్రయోజనం లేదు. మనం ఆచరించి చూపాలి. పైగా వారిమీదవున్న నిరసన భావం మన పూర్వ గ్రంథాల మీదకు ప్రాకవలసిన అవుసరం లేదు. అలా ప్రాకకుండా చూడవలసిన బాధ్యత బ్రాహ్మణేతరుల మీద వుంది" అన్నాడు గాంధీధామయ్య.

"మరి అదే గదా మా నాన్నగారు చేసే పని?" అని అడిగాడు గోపాలం.

"అయితే మనం వొక సంగతి ఆలోచించాలి. చెడిపోవటం అంటే వొక్క బ్రాహ్మణులే చెడిపోయారా? మొత్తం సంఘం అంతా చెడిపోయింది. మన తాతలకు వున్న నైతికబలం మన తండ్రులకు లేదు. మన తండ్రులకు వున్న నైతికబలం మనకు లేదు. కాబట్టి ఈ చెడిపోవటం అనేది వొక్క కులాన్ని ఆశ్రయించి లేదు. అన్ని కులాలలోకి జొరబడి వుంది. అటువంటప్పుడు కులతత్వంతో ఈ సమస్యను చూడటంగానీ, పరిష్కరించాలని ప్రయత్నించటంగానీ మంచిపని కాదు. ఎక్కడ చెడువుంటే దానిని విమర్శిస్తాం. ఆ చెడును నిర్మూలించటానికి ప్రయత్నిస్తాం. ఎక్కడ మంచివుంటే దానిని ఆరాధిస్తాం. ప్రోత్సహిస్తాం. అందుకని సంఘంలో వున్న చెడుని కూకటివేళ్ళతో పెకలించి వెయ్య గలిగిన శక్తి వొక్క గాంధీ తత్వానికే వుందని నా నమ్మకం. మనం అందరం వారి హితబోధను పాటించటం ద్వారా మాత్రమే దేశ క్షేమానికి దోహదం చేసినవారం అవుతాం" అన్నాడు గాంధీధామయ్య.

గోపాలం తన గదిలోకి వెళ్ళి ఆలోచిస్తూ పడుకున్నాడు. అతనికి నిద్ర పట్టలేదు. తనకు అంతు తెలియని జీవితంలో అడుగుపెట్టినట్లు అనిపించింది. అతనికి తన పినతల్లి, అమ్మమ్మా, చెల్లెలూ, తండ్రి వొకరి తర్వాత వొకరు జ్ఞాపకం వొచ్చారు. అప్రయత్నంగా అతని కళ్ళు చెమ్మగిల్లినై. తాను బయలుదేరి వచ్చేటప్పుడు పినతల్లి చెప్పినమాటలు చెవులలో ప్రతి ధ్వనించినై. "బాబూ! బాగా చదువుకొని మంచివాడివని అనిపించుకో నాయనా" అన్నది ఆమె.

* * *

"గోపాలం?" ఎవ్వరో తలుపు తట్టారు. నిద్రలేక అటూ ఇటూ పొర్లుతున్న గోపాలం నెమ్మదిగా లేచి తలుపుతీశాడు. ఎదురుగా శివకుమార్ నిలబడి వున్నాడు. శివకుమార్ తన తోటి విద్యార్థే. మొదటిరోజుల్లో ఆ పట్టణంలో గది తీసుకొని వేరుగా ఉండటానికి ఇద్దరూ కలిసి తిరిగారు. గది దొరక్క ఇద్దరూ హాస్టల్లో జేరారు.

"ఏమిటి ఇట్లా వొచ్చావ్?" అని అడిగాడు గోపాలం.

"గదిలో కూర్చుంటే ఏమీ తోచలేదు. నువ్వేం చేస్తున్నావో చూద్దామని వచ్చాను."

"రా, కూర్చో."

"ఇక్కడ గాలి రావటం లేదు. బయటకు వెళ్ళి తోటలో కూర్చుందాం."

ఇద్దరూ బయటకు బయలుదేరారు. ఆ హాస్టలు ఆవరణలో మంచి మంచి చెట్లు వున్నయ్. రెండు అశోక చెట్లు పొడుగ్గా పెరిగి, చూచేవాళ్ళకి ఆ హాస్టల్ని కాపాడే ద్వార పాలకుల్లాగా కనుపిస్తూ వున్నాయి.

పిండి ఆరబోసినట్లు వెన్నెల కాస్తూ వుంది. విద్యార్థులు ఆ తోటలో అక్కడక్కడా కూర్చొని కబుర్లు చెప్పుకుంటూ వున్నారు. గోపాలం, శివకుమార్ వొక అశోకచెట్టు క్రింద కూర్చున్నారు. కాసేపు కాలేజీ వ్యవహారాలూ, పట్టణంలో సంగతులూ మాట్లాడి అసలు విషయానికి వొచ్చాడు శివకుమార్.

"ఈ హాస్టల్ ఏవిధంగా నడపబడుతూ వుందో నీకు తెలుసా?" అని అడిగాడు శివకుమార్.

"తెలియదు" అన్నాడు గోపాలం.

"దానవేశ్వరమ్మగారని వొక పెద్ద రాణిగారు వుండేవారు. వారు ఈ హాస్టల్ కట్టించి, పది ఎకరాలు దీనికి వ్రాసి, విద్యార్థుల వసతి కోసం ఇచ్చారు. వారు గతించిన తరువాత దీనిని నడపటానికి వొక కమిటీ ఏర్పడింది. ఆ కమిటీకి సెక్రటరీ

భవానీశంకరంగారు. భవానీశంకరంగారు ఈ పట్టణంలో బాగా ప్రాక్టీసు వున్న లాయర్లలో వొకరు. ప్రస్తుతం వారు ఈ హాస్టల్ వ్యవహారాలు చూస్తున్నారు. దానవేశ్వరమ్మగారే కాక, ఇతర దాతలు ఇచ్చిన డబ్బుకూడా ఈ హాస్టలుకి చాలా వుంది. ఆ పొలం మీదా, డబ్బుమీదా అజమాయిషీ చేసేది భవానీశంకరంగారే.

"అయితే భవానీశంకరంగారు హాస్టలుకు వున్న ఆస్తినంతా సొంత లాభానికి వినియోగించుకుంటున్నారు. పొలం తనకు ఆప్తులుగావున్న క్లయింట్లకు ఇచ్చి తప్పుడు లెక్కలు చూపుతున్నారు. డబ్బుకూడా అంతే. ఎవ్వరికో తాడూ బొంగరం లేని వాళ్ళకి అప్పుగా ఇవ్వటం, వాళ్ళదగ్గర నుంచి వచ్చినంతవరకు పుచ్చుకొని ఏమీ రాలేదనీ, వచ్చే అవకాశం కూడా లేదనీ చెప్పి నోట్లు రద్దు చెయ్యటం- చేస్తున్నారు. హాస్టలు తరపునుంచి వంటవాళ్ళకీ, నౌకర్లకీ జీతాలు ఇవ్వాలి. వారలా ఇవ్వక విద్యార్థులచేతనే పెట్టిస్తున్నారు. ప్రతి సంవత్సరం పదిమంది బీద విద్యార్థులకు ఉచిత భోజన సౌకర్యాలు ఇవ్వాలని దానవేశ్వరమ్మగారు తమ దానపత్రంలో స్పష్టంగా వ్రాసిపోయారు. ఆ పని కూడా భవానీశంకరం గారు చెయ్యటం లేదు. చెయ్యక అది కూడా విద్యార్థులనుంచే వసూలు చేసి, లెక్కల్లో మాత్రం హాస్టల్ డబ్బునుంచే ఇస్తున్నట్లు వ్రాస్తున్నారు."

"ఇవన్నీ అప్పుడే నువ్వెట్లా తెలుసుకున్నావ్?" అని అడిగాడు గోపాలం.

"పాత విద్యార్థులు చెప్పుకుంటూవుంటే విన్నాను. ఎంతవరకు నిజమో తెలుసుకుందామని వొకరిద్దరు కమిటీ సభ్యులను కలిశాను."

"వారేమన్నారు?"

"నిజమే అన్నారు. అందులో వొకాయన పేరు జగదీశ్వరరావుగారు. వారు దానవేశ్వరమ్మగారికి దగ్గర బంధువు. ఆమెను ఈ హాస్టలు కట్టించటానికి ప్రోత్సహించినది వారేనట. ఆయన ఆమె చేసిన దానం ఇట్లా స్వార్థపరుల చేతుల్లోపడి వమ్మయిపోతున్నందుకు కంటతడి పెట్టుకున్నారు. విద్యార్థులు మీరీ విషయంలో జోక్యం కలిగించుకొని వ్యవహారాలు చక్కబరచటానికి ప్రయత్నిస్తే, తనకు చేతనైన సహాయం తాను చేస్తానన్నారు."

"మనం ఏం చెయ్యగలం? వారుకూడా కమిటీలో మెంబర్లు అంటివి గదా. వారే ఇందుకు పూనుకోకూడదా? కమిటీ మీటింగులో అడగవచ్చు, నిలదియ్యవచ్చు, మిగిలిన సభ్యుల్ని కూడగట్టుకొని, భవానీశంకరంగారిని సెక్రటరీ పదవినుంచి తొలగించవచ్చు..." అన్నాడు గోపాలం.

"నేనీ మాటే వారిని అడిగాను. కాని ఏమీ లాభం లేదు. ఎందుకంటే, వొక్క జగదీశ్వరరావుగారు తప్ప మిగిలిన సభ్యులంతా భవానీశంకరం గారి మనుష్యులే. ఏరి కోరి వాళ్ళని సభ్యులుగా తెచ్చుకున్నాడట. పైగా అవసరం వచ్చినప్పుడు వారికి కూడా ఏదో ముట్టజెబుతూ వుంటాడట."

"ఇక మనం ఏం చెయ్యగలం శివకుమార్?" అని అడిగాడు గోపాలం.

"ఏం చెయ్యలేకేం? ఏమైనా చెయ్యగలం" అన్నాడు శివకుమార్. "హాస్టల్. కమిటీకి భవానీశంకరంగారు సెక్రటరీ. కాని హాస్టల్లో భోజనాలూ, రీడింగ్‌రూం నడవటానికీ, హాస్టల్లో వుంటున్న విద్యార్థుల సౌకర్యాలు చూడటానికీ, హాస్టల్ విద్యార్థులే వొక సెక్రటరీని ఎన్నుకోవాలి. ఆ సెక్రటరీ హాస్టల్ కమిటీలో సభ్యుడౌతాడు. అతనికి, ఆ కమిటీకి సంబంధించిన విషయాలన్నీ అడిగి తెలుసుకునే హక్కు వుంది. అందుకని గట్టిగా నిర్మొహమాటంగా అడగగలిగిన విద్యార్థిని మనం సెక్రటరీగా ఎన్నుకుంటే, ఈ సమస్య తీరినట్లే..." అన్నాడు.

"అట్లాగే చేద్దాం. ఇందులో కష్టం ఏముంది" అన్నాడు గోపాలం.

"ముందుగా గట్టిగా నిలబడే విద్యార్థి మనకు దొరకాలి."

"నువ్వే నిలబడితే సరిపోయె" అన్నాడు గోపాలం. "నీకు హాస్టలు విద్యార్థులు చాలామంది తెలుసుగదా! వారంతా నీకు సహాయం చెయ్యకపోరు."

"అది అంత తేలిక కాదు గోపాలం. భవానీశంకరంగారు చాలా తెలివైన వారు. ప్రతిసంవత్సరం ఆయన తన మాటలు నమ్మే విద్యార్థిని వొకరిని జేరదియ్యటం, మిగిలిన విద్యార్థులను పిలిపించి, ఏవో ఆ మాటలూ, ఈ మాటలూ చెప్పి, అతనికి సహాయం చేయించి సెక్రటరీని చెయ్యటం జరుగుతూ వుంది. ఆ విద్యార్థి ఆయనకు అనుకూలంగా వుండటం సహజమే గదా. అట్లా కాలం గడుపుకుంటూ వస్తున్నారు భవానీశంకరంగారు. ఈ సంవత్సరం కూడా అటువంటి పనే చెయ్యగలరు. అందుకని మనం చేసేపని బాగా ఆలోచించి చెయ్యాలి" అన్నాడు శివకుమార్.

"ఇంకా ఎన్నాళ్ళున్నాయ్ ఎలెక్షన్లు?"

"పదిహేను రోజులు వున్నయ్. ఈ పదిహేను రోజులూ హాస్టలు కమిటీవారే హాస్టలు నడుపుతారు. తరువాత హాస్టలు విద్యార్థులు ఎవ్వరిని సెక్రటరీగా ఎన్నుకుంటే వారికి మేనేజిమెంట్ అప్పగిస్తారు."

"నువ్వే నిలబడు శివకుమార్, సెక్రటరీగా నువ్వుంటేనే బాగుంటుంది" అన్నాడు గోపాలం.

"మన స్నేహితులను సంప్రదించి రేపో ఎల్లుండో తేల్చి చెపుతాను. నేను నిలబడితే సరేసరి. ఒకవేళ పరిస్థితులనుబట్టి ఇంకెవ్వరినైనా నిలబెట్టవలసివచ్చినా, నువ్వు ఆ అభ్యర్థికి సహాయం చెయ్యాలి" అన్నాడు శివకుమార్.

"తప్పకుండా చేస్తాను. నాకు చేతనైన సహాయం అంతా చేస్తాను" అన్నాడు గోపాలం.

శివకుమార్‌కి సహాయం చెయ్యకుండా వుండవలసిన కారణం అతనికి కనపడలేదు. శివకుమార్ తెలివైనవాడు, నిజాయితీ గల మనిషి. ఎంతసేపూ ఇతరుల శ్రేయస్సును కాంక్షించే స్వభావం గలవాడు. అందుకని తప్పకుండా సహాయం చేస్తానన్నాడు.

* * *

మొదటి రోజుల్లో గోపాలానికి కాలేజీ జీవితం అయోమయంగా వుండేది. హైస్కూల్లోవున్న క్రమశిక్షణ ఇక్కడ లేదు. కాలేజీకి వెళ్ళినా, వెళ్ళకపోయినా అడిగేవారు లేరు. అటెండెన్సు ఇచ్చి వెళ్ళిపోయినా అడిగేవారు లేరు. లెక్చరర్సు తమ పాఠాలు చెప్పుకుపోవటమేగాని, విద్యార్థులు ఎంతవరకు తెలుసుకోగలుగు తున్నారో గమనించేవారు కాదు. కొంతమంది లెక్చరర్సు నోట్సు చెప్పేవారు. ఇష్టం వచ్చిన వాళ్ళు రాసుకునేవారు. లేనివారు లేదు. రాసుకోనివాళ్ళని ఎందుకు రాసుకోటం లేదని ఎవ్వరూ అడగరు.

హైస్కూల్లో వున్న అదుపు ఇక్కడ లేకపోయేటప్పటికి గోపాలానికి కష్టం వేసింది. నీళ్ళల్లోనుంచి బయటకు విసిరివెయ్యబడిన చేపలాగ కొట్టుకున్నాడు. ఈ అదుపులేక పోవటం కొంతమంది విద్యార్థులకు చాలా సంతోషాన్ని ఇచ్చేది. వారు క్లాసులకు వొస్తే వచ్చేవారు. లేకపోతే లేదు. వొచ్చినా అటెండెన్సు చెప్పి వెళ్ళిపోతుండేవారు. సాయంకాలం ఏ టెన్నిసో, బాట్‌మింటనో ఆడుకొని సినిమాలకు వెళుతుండేవారు.

గోపాలం ఆవిధంగా పెరిగినవాడు కాకపోవటంవల్ల, హైస్కూల్లో వున్నట్లుగానే వుండేవాడు. టైముకి కాలేజీకి వెళ్ళటం, లెక్చరర్సు చెప్పింది వినటం, నోట్సు రాసుకోటం మొదలైనవి శ్రద్ధగా చేసేవాడు. కాలేజీ బెల్ అయిపోగానే హాస్టల్‌కి వెళ్ళేవాడు. రాత్రిళ్ళు నాలుగైదు గంటలన్నా తప్పకుండా చదువుకునేవాడు. సినిమాలకు మాత్రం హాస్టలు విద్యార్థులతో కలిసి అప్పుడప్పుడు వెళుతుండేవాడు. అతనికి ఎందుకనో మొదటి నుంచీ ఇంగ్లీషు సినిమాలంటే ఎక్కువ ఇష్టం.

ఆ రోజుల్లో ఇంగ్లీషు చిత్రాలలో ఎక్కువ స్టంట్ చిత్రాలే ఆడుతూవుండేవి. విలియం డెస్మాండ్, ఎడ్డిపోలో కథానాయకులుగా వుండేవారు. విద్యార్థులలో ఎక్కువమందికి ఎడ్డిపోలో అంటే ఇష్టం. గోపాలానికి మాత్రం డెస్మాండ్ అంటే ఇష్టం. ఎంత ఆలోచించినా కారణం మాత్రం తెలిసేది కాదు. ఎడ్డిపోలో బాక్సర్ లాగా వుండి ఎదురు తిరిగిన వాళ్ళనల్లా కొట్టడమే ప్రధానంగా వున్నట్లు కనుపించేవాడు. డెస్మాండ్ పెద్దమనిషిలాగా వుండి అన్యాయం జరిగినప్పుడు భరించలేక తప్పనిసరై కొడుతున్నట్టు కనుపించేవాడు. అందులో వుందేమో ఆ తేడా!

తరువాత అతని మనస్సును బాగా ఆకర్షించింది అమెరికన్ మిషనరీలు. అంత దూరాన్నించి వచ్చి, మాతృదేశాన్ని వదలి ఇక్కడ విద్యను గడపటానికి పూనుకోవటం. ఈ విషయం అతని మనస్సుకి చాలా ముచ్చటగా కనుపించేది. ఇక్కడ వారికి 'నా' అనేవారు లేరు. కొంతమంది భార్యాపిల్లలను కూడా అమెరికాలోనే విడిచిపెట్టి ఏండ్ల తరబడి ఇక్కడే వుండేవారు. ఈ వాతావరణం, ముఖ్యంగా ఎండలు వాళ్ళకు పడవు. పడటమేమిటి భరించలేకపోయేవారు. వాళ్ళ శరీరాలంతా ఎర్రబడి కందిరీగలు కుట్టినట్లుగా వుండేవి. పెదవులు ఎండకు బ్రద్దలై, చూడటానికి భయంకరంగా వుండేవి. అయినప్పటికీ పట్టుదలగా అక్కడక్కడ విద్యాసంస్థలు స్థాపించి విద్యాబోధ చెయ్యటం గోపాలానికి చాలా గొప్పగా కనుపించేది.

ఈ విషయమే గోపాలం శివకుమార్‌తో వొకసారి ప్రస్తావించాడు. శివకుమార్ మిషనరీలు చేసే ఈ సేవను తేలిగ్గా తుస్కారించి వేశాడు. "క్రైస్తవమత ప్రచారానికి ఈ విద్యాసంస్థలు ఒక వంక" అన్నాడు.

"క్రైస్తవమతంలో వారికి నమ్మకం వుండవచ్చు. ఆ మాటకి వస్తే, ఎవ్వరి మతంలో ఎవ్వరికి నమ్మకం వుండదు గనుక. కాని ఆ మతం ప్రచారం చెయ్యటంవల్ల మాత్రం వాళ్ళకు వూడిపడేదేమిటి?" అని ప్రశ్నించాడు గోపాలం.

"వారి మతం ప్రచారం అయితే ప్రజలు వారిపట్ల అభిమానంగా వుంటారు. వారికీ, తమకీ తెగని సన్నిహితత్వం వున్నట్లు భావిస్తారు. అప్పుడు వారి సామ్రాజ్యం సుస్థిరంగా వుంటుంది. తమ సామ్రాజ్యాన్ని సుస్థిరం చేసుకోటానికి వారు పన్నిన పన్నాగాల్లో ఇదొకటి. అంతేగాని మనం అంటే దయతలచి కాదు" అన్నాడు.

"అమెరికాకు వున్న సామ్రాజ్యం ఏమిటి?" అని అడిగాడు గోపాలం.

"అమెరికా, ఇంగ్లండూ రెండూ వొక్కటే. వారిలో వారికి అభిప్రాయ భేదాలు వున్నా ఇతరులపట్ల వారు ఏ పనిచేసినా ఆలోచించుకునే చేస్తారు. ఒకరికొకరు అన్నివిధాలా తోడ్పడుకుంటూనే వుంటారు. తాముగా ఈ పనికి పూనుకొని చూసింది

ఇంగ్లండు. పని జరగలేదు. తనమీద భారతీయులకు రాజకీయంగా వున్న అపనమ్మకం వల్ల పని జరగలేదని భ్రమపడి, ఇప్పుడా పని అమెరికాకు అప్పగించింది" అన్నాడు.

గోపాలానికి ఈ వాదం ఏమాత్రం నచ్చలేదు. ఇతర దేశాలలోని కొందరు ధనవంతులు ఆర్ద్ర బుద్ధితోనే ఇందుకు పూనుకున్నారని అతని విశ్వాసం. ఏ కారణంతో విద్య గరపినా, జ్ఞానం వచ్చింతర్వాత ఆ మనిషి తన జ్ఞానాన్ని ఉపయోగించుకొని తదనుకూలంగా ప్రవర్తిస్తాడు గాని, వొకరి మాట వినడు. అటువంటి జ్ఞానాన్ని ప్రసాదిస్తున్నయి ఈ సంస్థలు. అందులో క్రిస్టియన్లకి ఉచితంగా భోజనం పెట్టి, ఉచితంగా చదువు చెపుతున్నాయి. వాళ్ళకోసమని ప్రత్యేక హాస్టల్స్ స్థాపించినై. వాళ్ళు క్రైస్తవమతం పుచ్చుకున్నారు గనుకనే ఈ సహాయం జరిగి వుండవచ్చు. కాని వాళ్ళల్లో ఎంతోమంది స్త్రీలూ, పురుషులూ చదువుకొని ఉద్యోగాలు చేస్తూ వుండటం చూస్తున్నాం. ఒకే వూళ్ళో ఈవిధంగా చదువుకున్న భార్యాభర్తలు ఉద్యోగాలు చేస్తుంటే ఎంతో చూడ ముచ్చటగా ఉంటుంది. ఈ సంస్థ లేకపోతే హరిజనుల్లో ఏ కొద్దిమందైనా ఈ స్థితికి రావటానికి ఎన్ని యుగాలు పట్టేవో! ఆ మేరకు ఈ సంస్థలు చాలా సహాయం చేస్తున్నవనే అనుకోవాలి. ఇలా ఆలోచించేవాడు గోపాలం.

గోపాలం మిషనరీ సంస్థలపట్ల ఇంత సహృదయంతో ఆలోచించటానికి, ఆ కాలేజీ ప్రిన్సిపాలు ముఖ్య కారణమని చెప్పుకోవచ్చు. ఆయన పేరు విలియం జేమ్స్. ఆయన చాలా మంచివాడు. ఆటల్లోనూ, పాటల్లోనూ కూడా విద్యార్థులతో కలిసి మెలిసి తిరుగుతుండేవాడు. విద్యార్థులకు ఏ సౌకర్యం కావాలన్నా చేసి పెడుతుండేవాడు. పరీక్షలకు డబ్బు కట్టలేని విద్యార్థులకు తానే డబ్బు కడుతుండేవాడు. గోపాలం కాలేజీలో జేరేటప్పుడు, మరొక విద్యార్థి కూడా కాలేజీలో జేరటానికి వచ్చి డబ్బు పోగొట్టుకున్నాడు. కావలసిన డబ్బుకి ఇంటికి వ్రాసి తెప్పించుకునే టైము లేదు. అప్పుడు పాత విద్యార్థుల సలహామీద, ఆ విద్యార్థి జేమ్స్‌గారి బంగళాకు వెళ్ళి సంగతి సందర్భాలన్నీ చెప్పుకుంటే, ఆ పిల్లవాడికి కావలసిన డబ్బు ఇచ్చి పంపాడు.

ఆయనకు మీగడ పెరుగంటే చాలా ఇష్టమట. ప్రతిపూటా పెరుగు అన్నం తినేవాడట. తినకుండా ఉండలేకపోయేవాడట. ఆయన్ని గురించి ఇటువంటి కథలు అనేకం చెప్పుకుంటూ వుండేవారు విద్యార్థులు, ఈ కథలన్నీ విన్న గోపాలానికి ఆయనంటే అమిత గౌరవం ఏర్పడటంలో ఆశ్చర్యం ఏముంది?

ఆ కాలేజీకి పెద్ద లైబ్రరీ వుండేది. ప్రిన్సిపాల్‌గారి భార్యే దానికి లైబ్రేరియన్‌గా వుండేది. అమెరికాలో జరిగిన అందం పోటీలో ఆమెకు ప్రథమ బహుమతి వచ్చిందని విద్యార్థులు చెప్పుకుంటూ వుండేవారు.

కాలేజీలో జేరకముందు గోపాలానికి ఆంగ్ల సాహిత్యంతో ఎక్కువ పరిచయం వుండేది కాదు. కాలేజీలో జేరింతర్వాత ఆ సాహిత్యం బాగా చదవాలని సంకల్పించుకున్నాడు. కాలేజీ లైబ్రరీకి వెళ్ళి పుస్తకాలు తెచ్చుకుంటూ వుండేవాడు. తను ఎప్పుడు వెళ్ళినా ప్రిన్సిపాల్‌గారి భార్యా వుండేది. తనకు కావలసిన పుస్తకాలు ఆమే ఇస్తూ వుండేది. అడిగిన పుస్తకం ఇవ్వటంకంటే ఆమె ఎక్కువ మాట్లాడేది కాదు. చాలా ముక్తసరిగా వుండేది. ఆమె మాట్లాడిన కొద్దిమాటలు అతి కష్టంమీద అర్థం చేసుకునేవాడు గోపాలం. మాటల్లో క్లిష్టత వుండి కాదు. ఆమె ఉచ్ఛారణ తెలిసేది కాదు.

ఆరోజుల్లో ఎక్కువగా అతను బాల్జాక్, మపాసా, సోమర్‌సెట్‌మామ్ నవలలూ, కథలూ చదువుతుండేవాడు. షేక్స్‌పియరు నాటకాలు మొదటినుంచి చివర వరకూ చదివాడు. తన చదువు ప్రిన్సిపాల్‌గారి భార్య గమనిస్తూ వుందని మొదట్లో అతనికి తెలియదు.

ఉన్నట్టుండి వొకరోజు ఆమె, "నీకు షేక్స్‌పియర్ నాటకాలంటే ఇష్టమా?" అని అడిగింది.

ఈ ప్రశ్నకు గోపాలం తబ్బిబ్బు పడ్డాడు. వెంటనే సమాధానం చెప్పలేక పోయాడు. ఆమె మళ్ళీ అడిగింది.

"ఇష్టమే" అన్నాడు.

"ఆయన రచనల్లో నిన్ను ముఖ్యంగా ఆకర్షించింది ఏమిటి?" అని అడిగింది.

"ఆయన సృష్టించిన పాత్రలు" అన్నాడు గోపాలం.

"వాటి విశిష్టత ఏమిటి?"

గోపాలం కొంచెంసేపు ఆలోచించి చెప్పాడు. "చదువరులకు అవి చాలా సన్నిహితంగా వున్నట్లు వుంటై. ఎక్కువ పాత్రలు అవి చెయ్యవలసిన పనులే చేస్తున్నా, మామూలు మనుష్యుల మాదిరిగానే ప్రవర్తిస్తున్నా కొద్దిగానో, గొప్పగానో నిర్లిప్తత వుంటుంది. ఆ పనులు చేసే మనిషికి విడిగా ఆ పాత్రలో మరొక మనిషి, నిజమైన మనిషి, దాగి వున్నట్లు కనిపిస్తుంది. చివరికి క్రోధంతో తన భార్యను హత్య చెయ్యటానికి పూనుకున్న ఒథెల్లోలో కూడా ఈ మనిషి కనిపిస్తాడు. ఇదేవిధంగా 'మచ్ ఏడో ఎబౌట్ నథింగ్' అనే నాటకంలోని కథానాయిక బియట్రిస్ వున్నది

చూడండి. ఆమెలో కూడా అంతర్గతంగా వున్న ఈ రెండవ మనిషి కనుపిస్తుంది. ఆయన సృష్టించిన ఫాల్స్‌స్టాఫ్ మొదలైన హాస్య పాత్రల సంగతి ఇక వేరుగా చెప్పనవసరం లేదు. 'ఈ ప్రపంచం వొక నాటకరంగం' అని షేక్సిపియర్ అన్నప్పుడు, ఆయన వూరికే అనలేదు. తెలివిగా కనబడటానికి అనలేదు. ఆ తత్వాన్ని పూర్తిగా జీర్ణించుకునే అన్నాడు. ఆ దృష్టే ఆయన ప్రతి పాత్రలోనూ ప్రతిబింబిస్తుంది.

ఈ మాటలకు ప్రిన్సిపాల్ గారి భార్య గోపాలాన్ని తేరపారజూచింది. ఆమె దృష్టిలో గోపాలం అకస్మాత్తుగా మూరెడు పెరిగాడు. ఆమె కన్నులలోని వెలుగులు అతన్ని స్పృశించినై. ఆమె కన్నులు ఎంత అందమైనవో అప్పుడు తెలిసింది గోపాలానికి.

"షేక్స్‌పియర్ సృష్టించిన ఫాల్స్‌స్టాఫ్ మొదలైన హాస్యపాత్రలను ఉదహరించావు. షేక్స్‌పియరు హాస్యాన్ని గురించి నీ ఉద్దేశం ఏమిటి?" అని అడిగింది ప్రిన్సిపాల్‌గారి భార్య.

"మొత్తంమీద బాగానే వున్నట్టు వుంటుంది. కాని కొన్ని కొన్నిచోట్ల పాత్రల నిర్లిప్త స్వభావాన్ని కూడా పాడుజేసేటంత మోటుగానూ, జుగుప్సగానూ వుంటుంది. ఆయన వ్రాసిన 'మచ్ ఏడో ఏబౌట్ నథింగ్' అనే నాటకం నాకు నచ్చలేదు. నచ్చకపోవటానికి హాస్యం కోసం, తెలివిగా మాట్లాట్టం కోసం కథానాయిక పడే తాపత్రయమే ముఖ్యకారణం" అన్నాడు గోపాలం.

"స్త్రీ తెలివిగా, ఎగ్రెసివ్‌గా మాట్లాట్టం మీ సంస్కారానికి విరుద్ధం కావచ్చు" అందువల్ల నీకు నచ్చకపోవచ్చు.

"కావచ్చు" అన్నాడు గోపాలం.

"అదీగాక ఆయన తన నాటకాలను ప్రదర్శన కోసం వ్రాశాడు. అంటే ఆనాటి ప్రేక్షకుల అభిరుచులను మనస్సులో పెట్టుకొని వ్రాశాడు. అందువల్ల నీవు చెప్పే మోటుతనం తప్పని సరి అయిందేమో!" అన్నది ఆమె.

"నేను ఆ విషయం కాదనడంలేదు. చదువరులనుబట్టి, ప్రేక్షకులను బట్టి రచయిత ప్రతిభ కొంత సంకుచిత పడేమాట వాస్తవమే. కాని షేక్స్‌పియర్ సమకాలికులు కొందరు అతి సున్నితమైన హాస్యాన్ని తమ నాటకాల్లో ప్రదర్శించ గలిగారనే విషయం కూడా మనం మరచిపోగూడదు" అన్నాడు గోపాలం.

ఆమె కాసేపు నిశ్శబ్దంగా కూర్చొని, "నువ్వు బెర్నార్డ్‌షా చదివావా?" అని అడిగింది.

నిజానికి బెర్నార్డ్‌షా వ్రాసిన 'బాక్ టు మెథుసిలా' మొదలైన కొన్ని గ్రంథాలు తన ఇంట్లో ఉండేవి. కొంతమంది తన తండ్రిని బెర్నార్డ్‌షాకి పోల్చటం కూడా గోపాలం ఎరుగును. బెర్నార్డ్‌షా చదవాలనే వుద్దేశంతో అతను హైస్కూల్లో చదువుతున్న రోజుల్లోనే "బాక్ టు మెథుసిలా" అనే పుస్తకం చదివాడు. అందులో పాము మాట్లాట్టం, ఆ మాటల్లో వున్న వ్యంగ్యం అతన్ని ఆకర్షించింది తప్ప, ఆ పుస్తకంలో వున్న గొప్పతనం అతనికి అంతు పట్టలేదు. అందుకని, "చదువలేదు" అన్నాడు.

"చదవాలని వుందా?"

"వుంది."

"నువ్వు ఆయన పుస్తకాలు చదవటం మంచిది. ఆయనను గురించి చదువదలిస్తే, ఆయన వ్రాసిన నవలలతో ప్రారంభించటం ఉత్తమ మార్గం."

బెర్నార్డ్‌షా నవలలు వ్రాశాడని అంతకు ముందు గోపాలానికి తెలియదు. ఎప్పుడూ విని వుండలేదు కూడా. అందుకని కాస్త ఆశ్చర్యపడ్డాడు. అది ఆమె గ్రహించి యిలా అన్నది.

"బెర్నార్డ్‌షా మొదట్లో నవలలే వ్రాశాడు. అయితే ఆ నవలలను ప్రచురణ కర్తలు ప్రచురించకపోయేటప్పటికి నాటక రచనకు పూనుకున్నాడు. విశ్వఖ్యాతిని గడించాడు. కాని నా మట్టుకు నేను అతను వ్రాసిన నవలలు చాలా గొప్పవని భావిస్తాను. అతను చెప్పదలిచిందంతా ఆ తొలి నవలలోనే చెప్పివేశాడు అనిపిస్తుంది. తరువాత ఆయన చేసిందంతా నవలలో తాను చెప్పిన విషయాన్ని ప్రదర్శనలకు అనుకూలపరచటం మాత్రమే" అన్నది.

ఆనాటినుంచీ బెర్నార్డ్‌షా చదవటం మొదలుపెట్టాడు గోపాలం. ప్రిన్సిపాల్ భార్య చెప్పింది నిజమే. అతను వ్రాసిన నవలలు చాలా బాగున్నాయ్. రచనా విధానంలో కొత్తదనం, విషయంలో కొత్తదనం వుండటంవల్ల ప్రచురణకర్తలు ప్రచురించటానికి భయపడి వుంటారు అనుకున్నాడు గోపాలం.

ఒకరోజు అతను లైబ్రరీకి వెళ్ళేప్పటికి ప్రిన్సిపాల్, ప్రిన్సిపాల్ భార్యా లైబ్రరీలో వుండటం తటస్థించింది. అతనిని చూసి, ప్రిన్సిపాల్ భార్య "మంచి కుర్రవాడు, బాగా చదువుతాడు. చదవటమేకాక నిశితంగా ఆలోచించగలడు. చక్కని స్వతంత్రాభిప్రాయాలు గలవాడు" అని చెప్పింది.

ప్రిన్సిపాల్ అతన్ని దగ్గరకు పిలిచాడు. ఆ ప్రశ్నా, ఈ ప్రశ్నా వేసి, "పాశ్చాత్య భాషలోని నవీన రచయితల గ్రంథాలు కావాలంటే నా దగ్గర వున్నాయి. ఒకసారి నా

బంగళాకు వచ్చి చూడు, నీకు నచ్చిన పుస్తకాలు తీసుకొనివెళ్ళి చదువుకుందువు గాని" అన్నాడు.

ఆయన సహృదయత గోపాలాన్ని పరవశుణ్ణి చేసింది. ఏవిధంగా తన కృతజ్ఞత తెలియజెయ్యాలో తోచక తనలో తానే ఏదో గొణుక్కున్నాడు. ప్రిన్సిపాల్ యింకా ఇలా అన్నాడు.

"నా దగ్గర చాలా మంచి పుస్తకాలున్నాయి. శ్రద్ధగా చదువుకునే కుర్రవాళ్ళయితే వాళ్ళకు నాకు చేతనైనంత సహాయం చేస్తాను. నేను అమెరికానుంచి వచ్చినప్పుడు ప్రతి సాయంకాలం వొక చిన్న స్టడీ సర్కిల్ నడుపుదామనే ఉద్దేశంతో ఆ పుస్తకాలు తీసుకువచ్చాను. కాని ఈ కాలం కుర్రవాళ్ళకి ఆసక్తి క్రమక్రమేణా నశిస్తూ వుంది. ఎందుకో తెలియటం లేదు. తరతరాలనుంచీ వొస్తున్న గొప్ప మేధావులతో మనం ఏదో వొకవిధంగా సన్నిహితత్వం పెంపొందించుకోక పోతే మనం లౌకిక వ్యవహారాలలో చిక్కుకొని మరుగుజ్జులమైపోతాం. ఈ ఆపద నుంచి కాపాడడానికి చదువు బాగా సహాయపడుతుంది. అది నిత్య సాధనగా వుండాలి" అన్నాడు.

గోపాలం పెదవి కదల్చకుండా ఆయన మాటలు వింటూ నుంచున్నాడు.

"నీ పేరేమిటి?" అని అడిగాడు ప్రిన్సిపాల్.

గోపాలం చెప్పాడు.

"గోపాలం! నువ్వు బాగా చదువుకో. మీ దేశానికి నీలాంటి యువకుల అవసరం ఎంతైనా వుంది. చదవటమే కాదు వ్రాయటం నేర్చుకో. సాధనవుంటే ఏదైనా సాధించవచ్చు. మన కాలేజీ మేగజేన్‌కి అప్పుడప్పుడూ వ్రాస్తూ వుండు" అన్నాడు ప్రిన్సిపాల్.

గోపాలానికి వ్రాయాలనే ఆపేక్ష కలిగించింది ఆ కాలేజీ ప్రిన్సిపాలే.

* * *

క్రమక్రమేణా హాస్టలు ఎలక్షన్సు దగ్గరకొచ్చినై. దగ్గర పడుతున్న కొద్దీ వాతావరణం మారజొచ్చింది. శివకుమార్ వీలైనప్పుడల్లా వొచ్చి, పరిస్థితులు గోపాలానికి చెప్పిపోతూ వుండేవాడు. మొదట్లో శివకుమార్‌కి వ్యతిరేకత వుండదని భావించాడు గోపాలం. తరువాత ఎవరైనా నిలబడినా తేలిగ్గానే గెలుస్తాడు అనుకున్నాడు. కాని రోజులు గడిచిన కొద్దీ వాతావరణం మారటం గమనించాడు గోపాలం. కారణం పైకి ఏమీ కనపడదు. కాని కుర్రవాళ్ళు కొంతమంది ఆకుకు

అందకుండా పోకను పొందకుండా మాట్లాట్టం మొదలుపెట్టారు. నలుగురైదుగురు చొప్పున కూడి గుసగుసలాడుకుంటూ వుండేవారు. గోపాలం కనపడగానే అకస్మాత్తుగా ఆపివేస్తూ వుండేవారు. వారు ఎలెక్షన్స్ సంగతి మాట్లాడుకుంటున్నారని గోపాలానికి తెలుసు. అయితే తనను చూచి సంభాషణ ఆపివెయ్యవలసిన అవుసరం ఏమొచ్చింది?

ఆ రాత్రి శివకుమార్ గోపాలం గదికి వెళ్ళాడు. ఎలక్షన్సు సంగతి ఎత్తి, "పరిస్థితులు ఎదురుతిరుగుతున్నయ్యోయ్" అన్నాడు.

"ఏం? ఎందుకని!" అని అడిగాడు గోపాలం.

"మొదట్లో విద్యార్థులు అందరూ బాగానే మాట్లాడారు. నేను నిలబడితే తప్పకుండా సహాయం చేస్తానన్నారు. కాని రెండు రోజులనుంచీ, అంతకు ముందు బాగా మాట్లాడినవాళ్ళే మనసిచ్చి మాట్లాట్టం లేదు. కొంతమంది తప్పుకు తిరుగుతున్నారు. ఓటు సంగతి అడిగితే ఇంకెవ్వరన్నా నిలబడతారేమో, ఆ నిలబడేది ఎవ్వరో తెలీకుండా ముందుగానే ఏమాటా చెప్పలేం అంటున్నారు" అన్నాడు శివకుమార్.

"కారణం ఏమిటంటావు?" అని అడిగాడు గోపాలం.

"కారణం వొకటే – భవానీశంకరంగారు. వారు పసిగట్టి వుంటారు మన ప్రయత్నం. ముఖ్యులైన విద్యార్థులను ఇద్దరు ముగ్గుర్ని పిలిచి వాళ్ళకు పురెక్కించి వుంటారు. వాళ్ళు ఆయన చెప్పినవన్నీ నమ్మి, ఈ ఎలక్షన్ భారం నెత్తిన వేసుకొని వుంటారు. అంతకంటే వేరే కారణం నాకేమీ కనపట్టం లేదు" అన్నాడు శివకుమార్.

గోపాలం ఆలోచించాడు. ఇంతకు ముందు అతనెన్నడూ ఎలక్షన్ గొడవ చూచినవాడు కాదు. అందులో విద్యార్థుల ఎలక్షన్ తీవ్రరూపం ధరించవచ్చనే అనుమానం తనకు ఎన్నడూ తట్టలేదు. అందులో శివకుమార్ హాస్టలు బాగా నడపగలిగిన దక్షత కలిగినవాడు. నిజాయితీపరుడు కూడాను. విద్యార్థులందరూ అతనికి తప్పకుండా సహాయం చేస్తారని భావించాడు.

"ఇంతకీ నీకు పోటీ నిలబడేది ఎవ్వరో తెలిసిందా?" అని అడిగాడు.

"గట్టిగా తెలియలేదుగాని, అనుమానం వుంది" అన్నాడు శివకుమార్.

"ఎవ్వరు?"

"గాంధీధామయ్య నిలబడతాడనుకుంటాను" అన్నాడు శివకుమార్.

ఈ మాట గోపాలం నమ్మలేకపోయాడు. తనకు తెలిసినంత వరకు గాంధీ ధామయ్యకు ఇటువంటి విషయాలు పట్టవు. పైగా నిజాయితీపరులంటే అతనికి అమిత ఇష్టం. మంచివాళ్ళు ఏదైనా పనిచేసుకుపోతుంటే సహాయం చేసే స్వభావమేకాని, జోక్యం కలిగించుకునే స్వభావం కాదు అతనిది. ఒకళ్ళ మాటలకు తేలిగ్గా లొంగే మనిషి కాదు కూడాను. అటువంటి మనిషి భవానీశంకరంగారి మాటలు నమ్మి, విద్యార్థుల్లో చీలికలకూ, ద్వేషానికీ కారకుడవటానికి పూనుకుంటున్నాడంటే, గోపాలానికి నమ్మబుద్ధి పుట్టలేదు.

కాని మరునాడు గాంధీధామయ్యే తన గదికి పిలిపించి, ఈ విషయం బయట పెట్టేటప్పటికి అతనికి ఆశ్చర్యం వేసింది.

"మీకు నిలబడాలని వుందా?" అని అడిగాడు గోపాలం

"లేదు కాని నిలబడదలిచాను" అన్నాడు గాంధీధామయ్య.

"ఎందుకు?"

"నీవు కుర్రవాడవు. కొత్తగా కాలేజీకి వచ్చావు. నీకు సంగతి సందర్భాలు తెలియవు. శివకుమార్ మంచివాడే. సమర్థుడే; నేను కాదనటం లేదు. కాని అతని మంచితనం, సమర్థతా హాస్టల్లో వుండే విద్యార్థుల అభివృద్ధికి తోడ్పడవు" అన్నాడు గాంధీధామయ్య.

గోపాలానికి అర్థం కాలేదు. "కారణం చెపుతారా" అని అడిగాడు.

కారణం వొక్కమాటలో తేల్చి చెప్పాడు గాంధీధామయ్య. "అతను కమ్యూనిస్టు" అన్నాడు.

ఒక్క క్షణం ఆగి తేరుకొని, "అయితే ఏమిటంటారు?" అని అడిగాడు గోపాలం.

"అందుకే నీకు సంగతి సందర్భాలు తెలియవు అన్నాను" అని మొదలు పెట్టాడు గాంధీధామయ్య. "కమ్యూనిస్టుపార్టీ విచిత్రమైంది. ఆ పార్టీలో వుండే సభ్యులకు స్వతంత్రంగా ఆలోచించుకునే అవకాశం ఇవ్వదు. గాంధీ శిష్యులమైన మాకు మల్లే, విధానాలు శుద్ధంగా వుండాలనే నియమం కూడా లేదు. ఏ విధానం అయినా సరే, అధికారంలోకి రావటమే వాళ్ళకు కావలసింది. ప్రభుత్వాన్ని చేపట్టటమే వాళ్ళకు కావలసింది. అందుకు వాళ్ళకు దొరికిన ప్రతి అవకాశాన్నీ నిర్మొహమాటంగా, నిర్దాక్షిణ్యంగా వినియోగించుకుంటారు."

కమ్యూనిస్టులను గురించి అలా చెప్పుకుపోయాడు గాంధీధామయ్య. వాళ్ళకు దేశంమీద భక్తి లేదనీ, ప్రజాస్వామికంమీద రక్తి లేదనీ అధికారం వాళ్ళ హస్తగతమైతే, తమతో పూర్తిగా సహకరించని వాళ్ళనందర్నీ నామరూపాలు లేకుండా చేస్తారనీ, అందుకని వాళ్ళని ఎంతదూరాన వుంచితే అంత మంచిదనీ చెప్పాడు.

అతని మాటలన్నీ గోపాలం శ్రద్ధగా విన్నాడు. శివకుమార్ జ్ఞాపకం వచ్చాడు. శివకుమార్‌ని చూస్తే అతను దేశంమీద భక్తిలేనివాడుగా కనిపించడు. బీదవాళ్ళకూ, దురదృష్టవంతులకూ ఏ కష్టాలు వొచ్చినా తనవిగా భావించుకొని, వాటిని తీర్చడానికి అహర్నిశలూ పాటుపడుతుంటాడు. ఒకరోజు తనూ, శివకుమార్ కాలేజీ నుంచి వొస్తున్నారు. తాము వొచ్చేదార్లో రోడ్డుప్రక్కన కొంతమంది స్త్రీలు సాయంకాలం పూట కూరగాయలు అమ్ముకుంటూ వుండేవారు. ఒకరోజు, వాళ్ళని అక్కడనుంచి లేవగొట్టాలని పోలీసులు వాళ్ళమీదకు విరుచుకుపడ్డారు. కొత్తిమీరా, కరివేపాకూ, పదికట్టల ఆ ఆకుకూరా, ఈ ఆకుకూరా తట్ట మీద పెట్టుకుని అమ్ముకునే మూడుకాళ్ళ ముసలిది వొకామె వుండేది. అక్కడ ఆమెను రెక్కపట్టుకొని లాగి, ముందుకు తోశాడు వొక పోలీసు. ఆమె ముందుకు పడిపోయింది. మొహం, కాళ్ళూ చేతులూ అన్నీ డోక్కుపోయినై. శివకుమార్ ఆ దృశ్యం భరించలేకపోయాడు. వొక్క దూకు దూకి పోలీసుతో కలియబడ్డాడు. పోలీసు ఉగ్రుడై చేతిలోవున్న లాటీతో అతన్ని ఎడాపెడా కొట్టాడు. పోలీసు స్టేషన్‌కి దౌర్జన్యంగా లాక్కుపోయి వొక రాత్రంతా లాకప్‌లో వుంచారు. ఇటువంటి మనుష్యులకు హృదయం లేనట్లు గాంధీధామయ్య మాట్లాడుతుంటే గోపాలం నమ్మలేకపోయాడు.

అయితే గాంధీధామయ్య అబద్ధాలాడే మనిషి కాదు. ఇతరులపట్ల చాలా సానుభూతి వున్న మనిషి కూడా, మరి ఎక్కడున్నది పొరపాటు?

గోపాలం ఆలోచనలను గాంధీధామయ్య పసికట్టినట్లు వున్నాడు; ఇలా అన్నాడు. "నా మాటలు నీకు వింతగా తోచవచ్చు. కాని నేను చెప్పింది అంతా నిజమే. కమ్యూనిస్టుల ఉద్దేశాలను నేను శంకించటం లేదు. గాంధీ శిష్యులమైన మాకుమల్లే వాళ్ళూ మానవసేవ చెయ్యాలనే పట్టుదల కలిగినవారే. అయితే వాళ్ళు తప్పుదారిన నడుస్తున్నారు. అందువల్ల సంకల్పం మంచిదైనా ఆచరణలో భీభత్సానికి కారకులౌతున్నారు. వాళ్ళకు దేశం కాదు ముఖ్యం. వర్గం; కార్మికవర్గం, అందులో వొక దేశానికి చెందిన కార్మికవర్గం కాదు. అంతర్జాతీయ కార్మికవర్గం. అందువల్ల మొత్తం ప్రపంచంలో వున్న కార్మికవర్గం శ్రేయస్సునే కాంక్షిస్తారు గాని, వొక దేశం శ్రేయస్సును కాంక్షించరు. అంతర్జాతీయ కార్మికవర్గ శ్రేయస్సుకీ, మాతృదేశ

శ్రేయస్సుకీ వైరుధ్యం ఏర్పడితే, వారు అంతర్జాతీయ కార్మికుల కోసమే కృషి చేస్తారు. అందుకు దేశాన్ని త్యాగం చెయ్యవలసి వచ్చినా వెనుదీయరు. పైగా అనుసరించే విధానం పట్ల వాళ్ళకు ఎటువంటి మమకారం ఉండవలసిన అవసరం లేదు గనుక, మనుష్యులను తమ ఆదర్శాన్ని నెరవేర్చుకోటానికి చదరంగంలో పావులను వాడినట్లు వాడతారు. ఇది నాబోటివాళ్ళు సహించలేని పరిస్థితి..."

గోపాలానికి గాంధీధామయ్య మాటలు లీలగా అర్థమైనై. కమ్యూనిస్టుల ఆలోచనా విధానం కూడా కొంతవరకు అర్థమయింది. "అయితే ఈ పెద్ద పెద్ద విషయాలకూ, హాస్టలు సెక్రటరీ ఎలక్షన్‌కి సంబంధం ఏమిటి? శివకుమార్ మీకు తెలుసు గదా, ఉత్సాహపరుడు, హాస్టలు అభివృద్ధికి కృషి చెయ్యాలనీ, విద్యార్థులకు అనేక వసతులు కల్పించాలనీ కుతూహలంతో వున్నాడు. సెక్రటరీ పదవికి అతను అన్ని విధాలా తగినవాడని నేను అనుకుంటున్నాను" అన్నాడు.

ఈ మాటలకు చిరునవ్వు నవ్వాడు గాంధీధామయ్య. "శివకుమార్ నీకు స్నేహితుడని నాకు తెలుసు, శివకుమార్ అతనంత అతను మంచి వాడని కూడా నాకు తెలుసు. కాని అతను తన పార్టీలో వొక సీల. పార్టీ ఏమి చెబితే అతను అది చేసి తీరాలి. కాబట్టి అతను మంచివాడయ్యీ చేసేది ఏమీ వుండదు."

"మీరైనా అంతేగదా?" అన్నాడు గోపాలం. "కాంగ్రెస్ ఆదేశాలను మీరు ఆచరణలో పెట్టకపోతే కాంగ్రెస్ వూరుకుంటుందా? ఆ మాటకి వొస్తే ఏ పార్టీ అయినా అంతే. తను ఏ పార్టీకి చెందాడో ఆ పార్టీ ఆదేశాలను ఆచరణలో పెట్టటం ప్రతి సభ్యుని బాధ్యతాను. ఈ విషయంలో వొక కమ్యూనిస్టు పార్టీనిగానీ, వొక కమ్యూనిస్టు పార్టీ సభ్యుణ్ణిగానీ అని ప్రయోజనం ఏముంది?"

"అలా కాదు, మిగిలిన పార్టీలకూ, అందులో ముఖ్యంగా, మహాత్మాగాంధీ నాయకత్వాన వున్న కాంగ్రెస్ పార్టీకి, కమ్యూనిస్టు పార్టీకి వొక తేడా వుంది. మా కార్యక్రమం రాజకీయాలకూ, సాంఘిక జీవితానికి సంబంధించిందే అయినా, మా సభ్యులు తప్పకుండా ఆచరించవలసింది రాజకీయ కార్యక్రమం మాత్రమే. సాంఘిక విషయాలకు సంబంధించినవాటి పట్ల మా సభ్యులకు స్వాతంత్ర్యం వుంది. ఇలా చేస్తే బాగుంటుందని సలహామాత్రంగా చెపుతామేగాని, అలా చెయ్యనందుకు శిక్షించం. మా సభ్యులకు మేము వీలైనంత వరకు స్వాతంత్ర్యం ఇస్తాం. కమ్యూనిస్టు పార్టీకి మల్లే మేము మా సభ్యులను దిగ్బంధం చెయ్యం. ఉదాహరణకు ఇప్పుడు జరుగుతున్న హాస్టలు ఎలక్షన్సే తీసుకుందాం. ఇందులో కమ్యూనిస్టు పార్టీ సభ్యుడైన శివకుమార్ గెలిస్తే, మొత్తం హాస్టలునంతా తన పార్టీ ప్రయోజనానికి వినియోగిస్తాడు.

మేము అలా చెయ్యం. విద్యార్థుల శ్రేయస్సుని దృష్టిలో వుంచుకొని ప్రవర్తిస్తాం. అందుకని ఏ పరిస్థితులలోనూ శివకుమార్ సెక్రటరీ అవటం నేను వొప్పుకోను" అన్నాడు.

గాంధీధామయ్య వైఖరీ, ఆయన మాట్లాడుతున్న తీరూ, గోపాలానికి ఆశ్చర్యం కలిగించింది. గాంధీధామయ్యతో అతను చాలాసార్లు మాట్లాడాడు. అనేక విషయాలు చర్చించాడు. ఏది మాట్లాడినా ఆయన ఖచ్చితంగా మాట్లాడేవాడు. ప్రతి విషయంమీదా అతనికి కొన్ని నిశ్చితాభిప్రాయాలు వున్నాయి. కాని ఎప్పుడూ ఆవేశపడేవాడు కాడు. ఇప్పుడెందుకింత ఆవేశపడుతున్నాడో అతనికి అర్థం కాలేదు. శివకుమార్ కూడా అంతే. చాలా మెత్తని స్వభావం అతనిది. విద్యార్థులందరిలోకి మంచివాడని చెప్పవచ్చు. కాని కాంగ్రెస్ పేరు చెపితే ఇంత ఎత్తున లేచేవాడు. శివం ఎక్కినవాడు మాట్లాడినట్లు మాట్లాడేవాడు. ఇతర పరిస్థితుల్లో ఎన్నడూ ఉపయోగించని మాటలు ఉపయోగించేవాడు. పైగా ఇద్దరూ మంచివాళ్ళే. ఇద్దరూ బీదవాళ్ళకోసం సర్వం ధారపోయటానికి సిద్ధపడినవాళ్ళే. ఇద్దరు మంచివాళ్ళమధ్య ఇంత పెద్ద అగడ్త ఎలా ఏర్పడిందో, అలా ఏర్పడటానికి కారణం ఏమిటో గోపాలానికి బోధపడలేదు. అగడ్తలో ఇంతా అంతదా? భగవంతుడు సైతం పూడ్చివేయలేనంతటిది.

"అయితే మీరు సెక్రటరీ పదవికి పోటీ చెయ్యటం ఖాయమేనన్నమాట" అని అడిగాడు గోపాలం.

"ఆఁ! ఖాయమే" అన్నాడు గాంధీధామయ్య.

"సరే, నేను వెళ్ళివస్తాను" అని లేచాడు గోపాలం.

"ఒకమాట, ఇట్లా కూర్చో" అన్నాడు గాంధీధామయ్య. "మరి నీ ఓటు మాటేమిటి?" అని అడిగాడు.

"నా ఓటు శివకుమార్‌కి ఇవ్వాలని ఎప్పుడో నిశ్చయించుకున్నాను. అంతేకాదు, శివకుమార్‌ని నిలబడమని ప్రోత్సహించింది నేనే" అన్నాడు గోపాలం.

ఒక్క నిమిషం ఏమీ మాట్లాడకుండా ఏదో ఆలోచిస్తూ కూర్చున్నాడు గాంధీధామయ్య. చివరికి, "నువ్వు మాట ఇచ్చానంటున్నావు గనుక నేను నీవోటు అడగను. కాని నువ్వు పొరపాటు పని చేశావని మాత్రం చెప్పగలను" అన్నాడు.

"నేను పొరపాటుచేసి వుండవచ్చు, కాదనను కాని మీరు అంతకంటే పెద్ద పొరపాటు చేస్తున్నారు." అన్నాడు గోపాలం.

ఈ మాటకు గాంధీధామయ్య నిరుత్తరుడై, "ఏమిటది?" అని అడిగాడు.

గోపాలం చెప్పాడు. "విద్యార్థుల శ్రేయస్సుని మీరు కాంక్షిస్తున్నానని చెపుతున్నారు గదా. మీరు అబద్ధం చెప్పరని నాకు నమ్మకమే, కాని మీ ఇద్దరూ పోటీపడి హాస్టలు విద్యార్థుల్ని రెండు పార్టీలుగా చీలిస్తే ఏమవుతుంది? ఈ పార్టీలు ఎలక్షనుతో ఆగవు. శాశ్వతంగా వుండిపోతై. ప్రతి విషయంలోనూ తలెత్తుతూ వుంటై. అది విద్యార్థుల చదువుకి గానీ, వొకరిమీద వొకరికి వుండవలసిన సద్భావానికి గానీ ఏవిధంగా సహాయపడగలుగుతై. ఈ విషయం మీరు ఆలోచిస్తున్నట్లు లేదు."

"ఈ మాట శివకుమార్‌తో చెప్పకపోయావా?" అన్నాడు గాంధీధామయ్య. అతని వైఖరిచూస్తే కొంచెం ఆలోచనలో పడినట్టు కనిపించింది గోపాలానికి.

"అతనితో చెప్పవలసిన పని లేదు. అతను మొదటినుంచీ ఎలెక్షనుకి నిలబడదాం అనుకుంటున్నాడు. మీరు నిలబడతారని తెలిసి నిలబడటం లేదు. మీరు అలా కాదు. అతను నిలబడుతున్నాడని తెలిసి నిలబడుతున్నారు. పైగా అతను నిలబడటం తన కోసం కాదు, దానికి వొక ప్రబల కారణం వుంది."

"ఏమిటది?"

హాస్టలు కమిటీ సెక్రటరీ భవానీ శంకరంగారిని గురించి శివకుమార్ చెప్పిన సంగతులన్నీ గోపాలం గాంధీధామయ్యకు చెప్పాడు. "ఆ పరిస్థితులన్నీ చక్కబెట్టాలనే ఉద్దేశంతో నిలుస్తున్నాడు" అని ముగించాడు గోపాలం.

గాంధీధామయ్య కాసేపు ఆలోచించి గోపాలాన్ని శివకుమార్ గదికి తీసుకువెళ్ళాడు. ఎందుకో ముందుగా చెప్పలేదు. అక్కడకు వెళ్ళిన తరువాత గోపాలాన్ని సెక్రటరీగా పెడితే తాను పోటీ చెయ్యననీ, అందుకు అంగీకరించ వలసిందనీ శివకుమార్‌ని కోరాడు. ఈ ప్రతిపాదనకు ముందుగా గోపాలం అంగీకరించలేదు గాని, శివకుమార్ కూడా బలవంత పెట్టేటప్పటికి అతనికి తప్పకపోయింది.

ఈవిధంగా గోపాలం హాస్టల్ సెక్రటరీ అయ్యాడు. సెక్రటరీ అయిన తరువాత వొకనాడు హాస్టలు మేనేజ్‌మెంట్ సంగతులు తెలుసుకుందామని భవానీశంకరంగారి ఇంటికి వెళ్ళాడు. వెళ్ళేటప్పుడు శివకుమార్‌నీ, గాంధీధామయ్యనీ కూడా వెంటపెట్టుకొని వెళ్ళాడు.

వాళ్ళు వెళ్ళేటప్పటికి భవానీశంకరంగారు, వెంకటనారాయణ గారితో మాట్లాడుతూ కూర్చున్నాడు. వెంకటనారాయణగారు హాస్టలు కమిటీలో వొక మెంబరుగా వుంటున్న జగదీశ్వర్రావుగారి అన్న. అయితే ఆస్తంతా దుర్వ్యృత్తులకు

లోనయి పాడుజేసుకున్నాడు. జగదీశ్వర్రావుకీ తనకూ పడదు గనుక, ఈయన్ని జేరదీశాడు భవానీ శంకరంగారు. భవానీశంకరంగారి ఇంట్లోనే భోజనం చేస్తూ ఆయనకు క్లయింట్లను పోగుజేసి పెడుతూ వుండేవాడు వెంకటనారాయణ గారు. ఎప్పుడూ వచ్చేపోయే వాళ్ళందరికీ తన తమ్ముణ్ణి గురించి ఏదో వొక చెడు చెపుతూవుండేవాడు. వెంకటనారాయణగారికి గాంధీధామయ్యా, శివకుమార్ అంతకుముందే తెలుసు. "ఈ కుర్రవాడెవ్వడు?" అని అడిగాడు గోపాలాన్ని ఉద్దేశించి.

గాంధీధామయ్య చెప్పాడు.

"ఇప్పుడు ఈ కుర్రవాడేనా హాస్టలు సెక్రటరీ?" అని అడిగాడు.

"హాస్టలు సెక్రటరీ అంటే మాటలా? ఎంతమంది కుర్రవాళ్ళని సర్దుకు రావాలి? ఎన్ని వ్యవహారాలు చూచుకోవాలి? ఎంత జవాబుదారీ పని? ఒక్క ఎకౌంట్లు సరిచూచుకునేటప్పటికే తలప్రాణం తోకకు వస్తుంది. ఎవ్వరినయినా అనుభవం వున్న పెద్దవాళ్ళని ఎన్నుకుంటే కాకపోయిందా? నువ్వుంటే సరిపోకపోయిందా?" అన్నారు గాంధీధామయ్యాని ఉద్దేశించి.

"మేమంతా ఆలోచించే చేశామండీ. వయస్సులో మాకన్నా చిన్నవాడయినా, మా అందరికంటే నిలకడైన బుద్ధిగలవాడు" అన్నాడు గాంధీధామయ్య.

"కాకపోతే మీరు ఎందుకు ఎన్నుకుంటారులే" అని సర్ది, "ఏమిటి పనిమీద వొచ్చారు?" అని ప్రశ్నించారు భవానీశంకరంగారు.

"ఇప్పటిదాకా విద్యార్థులు హోటళ్ళలోనే భోజనం చేస్తున్నారు. ఎలాగో ఎలక్షన్లు అయిపోయాయి గనుక, త్వరలో హాస్టల్లో వంట ప్రారంభిద్దాం అనుకుంటున్నాం" అని ప్రారంభించాడు గోపాలం.

"అలాగే, వెంకటనారాయణగారూ! వంట సామాగ్రి హాస్టల్లో వొక గదిలో తాళం వేయించి వుంచాం గదా! ఆ తాళపుచెవి తీసుకువెళ్ళి, సామాను వీరికి అప్పచెప్పి రండి. గోపాలం సెక్రటరీ గనుక, సామాను ముట్టినట్లు తప్సీలువారీగా వ్రాయించి వొక చీటీ తీసుకోండి. సామాను మంచి చెడులకు సంవత్సరాంతాన మళ్ళీ మాకు అప్పగించేవరకూ బాధ్యత నీదే గోపాలం. ఏ సామానూ పోకుండా చెడిపోకుండా చూడు. నీ నా మధ్య అయితే ఏమయినా చిక్కులేదుగాని, హాస్టలు కమిటీ సభ్యులకు నేను బాధ్యుణ్ణి. ఎప్పుడు వీలు చిక్కుతుందా, ఎప్పుడు నామీదకు నిందలు మోపుదామా అని వారు సిద్ధంగా కూచున్నారు" అన్నారు భవానీశంకరం గారు.

"అట్లా కూచున్న వాళ్ళల్లో మా తమ్ముడు ముఖ్యుడు" అని కలిపాడు వెంకట నారాయణగారు.

"అలాగేనండి, మీరు కోరినట్లుగానే, సామాను ఇవ్వగానే చీటీ ఇస్తాను. నిక్కచ్చిగా వుండటం ఎవ్వరికయినా మంచిది" అన్నాడు గోపాలం. "మరి హాస్టల్లో పదిమంది బీద విద్యార్థులు వున్నారు. వంట వండటానికి, వడ్డించటానికి ముగ్గురు వంటవాళ్ళయినా కావాలి. బీద విద్యార్థుల ఉచిత భోజనాలకీ, వంటవాళ్ళ జీతాలకీ మీరు చెయ్యదలచిన ఏర్పాట్లు కూడా చెప్పండి" అన్నాడు.

"మేము చేసేది ఏముంది? వీటికి హాస్టలు కమిటీకి సంబంధం లేదు. హాస్టలు కమిటీ హాస్టలు బిల్డింగూ, గార్డెనూ మొదలయినవి సక్రమంగా వున్నవా లేదా, విద్యార్థులందరికీ ఉచితంగా గదులు దొరుకుతవా లేదా వరకే చూస్తుంది. మిగిలినవన్నీ విద్యార్థులు చూచుకోవలసిందే. గత సంవత్సరం కూడా విద్యార్థులే చూసుకున్నారు" అన్నాడు భవానీశంకరం గారు.

"ఆ సంగతి మాకు తెలుసు. కాని ఈ ఖర్చులు హాస్టలు కమిటీ భరించాల్సి ఉంటుందనీ, ఇంచుమించు పదిమంది బీద విద్యార్థులకు భోజన సదుపాయాలకు అయ్యే ఖర్చు కూడా హాస్టలు కమిటీయే భరించాల్సి ఉంటుందనీ విన్నాను, పైగా ప్రతి ఏటా హాస్టల్లోవున్న లైబ్రరీకి కొన్ని వందల రూపాయిల ఖర్చు కూడా కమిటీయే పెట్టవలసి వుంటుందట. గత నాలుగయిదు సంవత్సరాల నుంచీ ఒక్క చిల్లిగవ్వ కూడా లైబ్రరీ కోసం కమిటీ ఖర్చు పెట్టలేదట" అన్నాడు గోపాలం.

"ఎవ్వరు చెప్పారు నీకవన్నీ? మా తమ్ముడా?" అని అడిగాడు వెంకట నారాయణగారు కోపంగా.

సంభాషణ నడుస్తున్న వైఖరికి గాంధీధామయ్యకు చీదర కలిగింది. "ఎవ్వరు చెపితేనేం? నిజమా కాదా? అని అడుగుతున్నాం. హాస్టలు కమిటీ రూల్సులో అటువంటి ప్రొవిజన్ వున్నదా లేదా అని అడుగుతున్నాం..." అన్నాడు.

"మీరెవ్వరు అడగటానికి?" అన్నాడు భవానీశంకరంగారు.

"హాస్టల్ సెక్రటరీ ఆ కమిటీలో మెంబరు అనే సంగతి మరచిపోకండి. మీరు చెప్పకపోతే కమిటీ మీటింగు పిలిపించి అందులో తేల్చుకుంటాం" అన్నాడు గాంధీధామయ్య.

"ఈ విషయాలన్నీ తేలేవరకూ హాస్టలు నడువదు, తరువాత మీ ఇష్టం" అన్నాడు శివకుమార్.

కోపంతో రగులుతూ కూర్చున్న వెంకటనారాయణగారు, శివకుమార్ మాటలకు వొక్కసారిగా తోక త్రొక్కిన పాములాగే లేచాడు. "నువ్వెవ్వరవోయ్, హాస్టలు నడవటానికీ, ఆపటానికీ. అవసరం అనుకుంటే పోలీసువాళ్ళను పెట్టి నడిపిస్తాం" అన్నాడు శివకుమార్ మీదమీదకు వస్తూ.

"పిలిపించు పోలీసువాళ్ళని" అంటూ లేచాడు గాంధీధామయ్య. పోలీసుల పేరెత్తేటప్పటికి అతనికి వొళ్ళు తెలియని శివం ఎక్కింది. "నువ్వూ, పోలీసులూ కలిసి రండి, హాస్టలు కాంపౌండులో ఎట్లా అడుగు పెడతారో చూస్తాను. మేము మర్యాదగా కమిటీ వ్యవహారాలు అడగటానికి వస్తే పోలీసులను పిలిపిస్తాననంటావా? ఏం చేస్తారయ్యా, నువ్వూ నీ పోలీసులున్నూ?"

గాంధీధామయ్య ధోరణికి గజగజ వొణికిపోయాడు వెంకటనారాయణగారు. గోపాలం, శివకుమార్ కూడా నిర్విణ్ణులై చూస్తూ కూర్చున్నారు. ఇక భవానీశంకరంగారి సంగతి చెప్పనే అవుసరం లేదు. గాంధీధామయ్య కోపం వెంకటనారాయణ గారిని ఎదుర్కోవటంతో ఆగలేదు. పైగా ఇంకా ప్రజ్వరిల్లింది. చటుక్కన భవానీశంకరంగారి వైపుకు తిరిగి ఇలా అన్నాడు. "భవానీశంకరం గారూ! నన్ను హాస్టలు సెక్రటరీగా నిలబడమని మీరు చెప్పినప్పుడు మీ మాటలు నేను నమ్మాను. హాస్టలు శ్రేయస్సుకోరే మీరు ఆ మాట అన్నారనుకున్నాను. 'ఈ శివకుమార్ కమ్యూనిస్టు, అతను సెక్రటరీ అయితే విద్యార్థుల చదువు సంధ్యలు చెడగొట్టి, రాజకీయాల్లోకి దింపి అందరు విద్యార్థులను, మొత్తం హాస్టలునే రాజకీయాల్లోకి దింపి తన పార్టీ ప్రయోజనానికి వినియోగించుకుంటాడని భయంగా వుంది' అని మీరన్నప్పుడు విద్యార్థుల శ్రేయస్సును దృష్టిలో పెట్టుకునే మీరు మాట్లాడుతున్నా రనుకున్నాను. మీరు ఆడిందంతా కపటనాటకం అని ఇప్పుడు తెలిసింది. నాకిప్పటికీ కమ్యూనిస్టులంటే అయిష్టమే, కాని వాళ్ళమీద ఉన్న అయిష్టతను స్వప్రయోజనాలకు వాడుకునే మనుషులంటే అసహ్యం. మీ అంత మీరు కమిటీ మీటింగు పిలిస్తే పిలవండి. లేకపోతే ఇవ్వాళ మా సెక్రటరీ నోటీసు ఇస్తాడు. రండి వెళదాం" అని బయటకు నడిచాడు గాంధీధామయ్య. గోపాలం, శివకుమార్ అతన్ని అనుసరించారు. భవానీశంకరంగారు అలాగే నిరుత్తురుడై కూర్చున్నాడు.

"పోలీసులను పిలిపించాల్సిందే" అని అన్నాడు వెంకటనారాయణ గారు.

"నువ్వూరుకో, నువ్వు చేసేవన్నీ అపభ్రంశపు పనులే. ఎప్పుడు ఏం మాట్లాడాలో తెలియదు. అన్నీ నెత్తిమీదకు తీసుకువచ్చి పెడతావ్" అని తీవ్రంగా మందలించి, సిగిరెట్ వెలిగించి భవానీశంకరంగారు ఆలోచనలో పడ్డాడు.

* * *

వేరు సంపాదన లేకపోవటం, మీటింగులకూ మొదలైన వాటికి సొంత ఖర్చులమీద తిరుగుతూ వుండటంవల్ల కృష్ణస్వామిగారి ఆర్థిక పరిస్థితి చిక్కుల్లో పడింది. కటకటలాడే స్థితికి వొచ్చింది. కాని వారికి ఇదేమీ పట్టినట్టు కనుపించదు. పొలంమీద వొచ్చిన డబ్బు దమయంతికి ఇచ్చేవారు; పుస్తకాలకు అప్పుడప్పుడూ కాస్తోకూస్తో వొస్తుంటే అది కూడా దమయంతికే ఇచ్చేవారు; ఇంటి ఖర్చంతా దమయంతే వాడేది. తనకు కావలసినప్పుడు, కావలసినంత అడిగి, ఆమె దగ్గరనుంచి తీసుకుంటూ వుండేవారు కృష్ణస్వామిగారు. అయితే ఆమెకు ఎంత ఇచ్చాం, ఎంత తీసుకున్నాం, ఆమె దగ్గర డబ్బు వున్నదా, లేదా అంతా ఖర్చయి పోయిందేమో అనే స్పృహే వుండేదికాదు ఆయనకు. ఆమెకూడా ఆయనకు, ఆ అనుమానం రానిచ్చేది కాదు. అవసరం వస్తుందనుకొంటే ముందుగానే కన్నవారికి రాసి తెప్పిస్తూ వుండేది. అది ఖర్చుపెడుతూ వుండేది. కాని ఎన్నాళ్ళు వారికి వ్రాయగలదు? వాళ్లదీ పెద్ద కుటుంబం. అందులో న్యాయం మాత్రం ఏమున్నది? ఈ విషయాలన్నీ భర్తకు ఏమని చెప్పగలదు?

పరిస్థితులు చిక్కుల్లో పడటంవల్ల ఇటీవల ఈ ఆలోచనలు ఆమెకు మరీ ముసురుకోజొచ్చినై. ఆలోచించి తాను చెయ్యగలిగింది ఏమీ లేదని తెలుసు గాని, వాటినుంచి తప్పించుకోలేకపోతూవుంది. పైగా ఇప్పుడు గోపాలం కాలేజీ చదువు వొచ్చిపడింది. గోపాలానికి తల్లి తరపునుంచి వొచ్చిన పొలంమీద వొచ్చే రాబడి రామయ్యగారే చూస్తున్నారు. ఏ పరిస్థితుల్లోనూ ఆ రాబడిలోని వొక్క చిల్లిగవ్వకూడా ముట్టుకోవటం ఆమెకు ఇష్టం లేదు. ఇష్టం లేకపోవటమే కాదు, వొట్టు వేసుకుంది కూడాను.

ఆనాడు ఏం కూరలు చెయ్యాలో పరమయ్యకు పురమాయించి వొచ్చి, ఈ విషయాలు ఆలోచిస్తూ కూర్చుంది దమయంతి. గోపాలం చదువు త్వరగా పూర్తిచేసుకుని ఏదన్నా ఉద్యోగంలో చేరితే బాగుండును అని అనిపించింది ఆమెకు. కుటుంబ వ్యవహారాలు చక్కబడటానికి అంతకంటే ఆమెకు వేరు మార్గం కనుపించలేదు.

"దమయంతీ!" అప్పుడే ముందు హాల్లోనుంచి వొచ్చిన కృష్ణస్వామిగారు పలకరించారు. తన ఆలోచనల్లో తాను వుండి, దమయంతి ఆయన రాకను గమనించలేదు.

"ఈ ఉత్తరం చదువు" అని తనచేతిలో వున్న కవరు ఆమెకు అందించారు కృష్ణస్వామిగారు.

ఆ ఉత్తరం భవానీశంకరంగారు కృష్ణస్వామిగారికి గోపాలాన్ని గురించి వ్రాసినది. గోపాలం కమ్యూనిస్టు కుర్రవాళ్ళతో కలిసి పోకిరీ పనులకు దిగుతున్నాడనీ,

హాస్టల్లో ముఠాలు కట్టి విద్యార్థులను పాడుజేస్తున్నాడనీ, కాబట్టి వెంటనే వొచ్చి కుర్రవాణ్ణి అదుపులో పెట్టుకోవలసిందనీ దాని సారాంశము. అలా చెయ్యని పక్షంలో, గోపాలాన్ని హాస్టలునుంచి వెళ్ళగొట్టటమే కాక, అతనిమీద కాలేజీ అధికారులకు రిపోర్టు చెయ్యవలసి వుంటుందని కూడా అందులో ఉదహరించారు భవానీ శంకరంగారు.

దమయంతి ఉత్తరం సాంగోపాంగంగా చదివింది.

"శుభ్రంగా చదువుకోక వాడికి ఈ గొడవలన్నీ ఎందుకు చెప్పు?" అన్నారు కృష్ణస్వామిగారు.

"నేను నమ్మను. అబ్బాయి ఏమిటి, ముఠాలుకట్టి కుర్రవాళ్ళని పాడుజెయ్యటం ఏమిటి? మనం ఎరగనివాడా? ఎవ్వరన్నా పలకరిస్తే పలకటమే అంతంత మాత్రం ఆయె" అన్నది.

"మరి ఈ ఉత్తరానికి ఏం సమాధానం రాయమంటావు?" అని అడిగాడు కృష్ణస్వామిగారు.

కృష్ణస్వామిగారు అలౌకికులని దమయంతికి తెలుసు. అయినా ఈ ప్రశ్నకు ఆమెకు నవ్వు వచ్చింది. చిరునవ్వు నవ్వుతూ, "ఆయనకు సమాధానం రాసి ఏం ప్రయోజనమండీ?" అన్నది.

"మరేం చెయ్యమంటావు?"

"మీరు వెళ్ళి రండి. అబ్బాయితో మాట్లాడి అక్కడి సంగతి సందర్భాలు తెలుసుకోండి. అప్పుడు అవుసరం అనుకుంటే భవానీశంకరం గారితో మాట్లాడండి. అబ్బాయి తప్పు ఉంటుందని నేను అనుకోను. అయినా ఈ వయస్సులో ఇటువంటి విషయాల్లో చిక్కుకొని చదువు పాడుజేసుకోవటం ఏమంత మంచిపనిగా కనపట్టం లేదు. అబ్బాయి వేరుగా గది తీసుకొని వుంటే చదువు బాగా సాగుతుందేమో. చదువుగదా ముఖ్యం."

"నాకు బోలెడు పనులున్నయి. వెళ్ళిరావటం నాకెక్కడ పడుతుంది?" అన్నారు కృష్ణస్వామిగారు.

"అయితే నేను వెళ్ళివస్తాను."

ఈ మాటకు కృష్ణస్వామిగారికి ఆశ్చర్యం వేసింది. దమయంతి సాధారణంగా ఎక్కడికీ వెళ్ళదు. వెళ్ళాలనే కుతూహలం కూడా చూపదు. "నువ్వు వెళతావా?" అన్నారు.

"ఎవ్వరమో వొకరం వెళ్ళక అబ్బాయిని గాలికి వొదిలివేసి ఊరుకుంటామా?" అన్నది దమయంతి. "అందులో భవానీశంకరంగారు, ఏ కారణంవల్ల నయినా గానీండి, అబ్బాయిమీద కక్ష కట్టినట్టున్నారు. కాలేజీ అధికారులకు రిపోర్టు చేస్తామని కూడా అన్నారు గదా. అదే జరిగితే అబ్బాయి చూస్తూ వూరుకుంటాడని నేను అనుకోను. చదువు మానివెయ్యవలసి రావలసినా రావొచ్చు. అందుకని ఎవ్వరమో వొక్కరం వెళ్ళి ముందుగానే పరిస్థితులు చక్కబరచి రావటం మంచిది గదా!"

దమయంతి తనను వెళ్ళిరమ్మనటంలో వున్న అర్థం అప్పుడు తట్టింది కృష్ణస్వామిగారికి. "సరే నేనే వెళ్ళివస్తాను" అన్నారు.

"అవుసరం అయితే వొకరోజు వుండి కాలేజీ ప్రిన్సిపాలుగారిని కూడా కలిసి రండి. ముందుగానే ఆయనకు పరిస్థితులు చెప్పివుంచటం ఎందుకైనా మంచిది."

"మరి నువ్వు వెళతానన్నావుగదా! నువ్వు వెళితే ఏం చేసేదానివి? ప్రిన్సిపాలుగారితో మాట్లాడి వచ్చేదానివా?" అని అడిగాడు నవ్వుతూ.

"తప్పకుండా మాట్లాడి వచ్చేదాన్ని."

"ఆయన అమెరికా దేశస్థుడు, తెలుగు రాదు" అన్నారు ఇంకా నవ్వుతూ.

"అయితే ఏమండీ? ఇంగ్లీషు వొచ్చినవాళ్ళని ఎవ్వరినయినా తోడు తీసుకు వెళ్ళేదాన్ని. అంతగా అవుసరం అయితే నాకు వొచ్చిన ఇంగ్లీషులోనే మాట్లాడేదాన్ని. ఏదో వొకవిధంగా అర్థం అయ్యేటట్లు చెప్పలేక పోయేదాన్నా?"

ఆమె నిజమే చెప్పింది. గోపాలం భవిష్యత్తుని భవానీశంకరంగారి ఇష్టానిష్టాలకు వొదిలి వూరుకోవటం ఆమెకు ఏమాత్రం మనస్కరించలేదు. ఎలుకను పిల్లికి వొదిలినట్లుగా వుండి కళ్ళు చెమ్మగిల్లినై.

ఆ రాత్రే కృష్ణస్వామిగారు ప్రయాణం కట్టారు. ఆరోజు రైల్లో ఫస్టుక్లాసులో ఆయన తప్ప ఇంకొక ప్రయాణీకుడు లేడు. ఇటీవల ఇంత వొంటరితనం ఆయనకు ఎప్పుడూ లభించలేదు. ఎన్నో ఆలోచనలు ఆయన్ని ముసురుకున్నాయి. తన జీవితంలో అనేక ఘట్టాలు జ్ఞాపకం వొచ్చినయి. తన వివాహానికి జానకమ్మకు తొమ్మిది ఏండ్లు. వోణీలు కూడా వేసుకుంటూ వుండేది కాదు. అప్పుడు కృష్ణస్వామిగారు వారి గ్రామానికి ప్రక్కనవున్న పట్టణంలో మెట్రిక్యులేషన్ చదువుతూ వుండేవారు. ఆ సెలవుల్లో తన తల్లి తరపు బంధువుల ఇంట్లో పెళ్ళయితే కాట్రేడువారి పాలెం వెళ్ళారు. ఆ పెళ్ళికి రామాపురం నుంచి జానకమ్మా, ఆమె తల్లీ వచ్చారు. కృష్ణస్వామిగారు పెండ్లికొడుకువారి తరపు బంధువు. వారు పెళ్ళి కూతురివారి తరపు బంధువులు. ఆ పెళ్ళిలో కృష్ణస్వామిగారు జానకమ్మని చూశారు. పెండ్లికొడుకూ,

కూతురు తలంబ్రాలు పోసుకుంటూ వుంటే, అమ్మలక్కల మధ్యన, మోకాలిపైన తల ఆన్చి చూస్తూ కూర్చుంది జానకమ్మ. ఆమె పెండ్లిని చూట్టానికైతే చూస్తూ వుందిగాని, నిజానికి ఆ మనస్సు ఆ పెళ్ళి పందిట్లో వున్నట్లు లేదు. ఏ అప్సరసో భూలోకానికి వచ్చి దారి తెలియక, సహచరుల్ని కోల్పోయి ఆలోచిస్తూ కూర్చున్నట్లు అనిపించింది కృష్ణస్వామిగారికి.

ఆ పెళ్ళి అయిదురోజుల పెళ్ళి, ఆ అయిదు రోజులూ కృష్ణస్వామిగారికి అప్పుడప్పుడూ కనిపిస్తూనే వుంది జానకమ్మ. జానకమ్మ అందరితోనూ మాట్లాడుతూనే వుండేది. అన్ని పనులూ చేస్తూనే వుండేది. కాని ఎవ్వరికి అందని వెలుగు వొకటి ఆమెను ఎప్పుడూ ఆవహించే వుండేది. ఆ వెలుగు కన్నులను మిరుమిట్లు గొలిపే వెలుగు కాదు; మనస్సుకి శాంతినిచ్చే వెలుగు.

ఆ అయిదు రోజులూ ఎక్కడికి వెళ్ళినా కృష్ణస్వామిగారిని ఆ వెలుగు వెన్నంటే వుండేది. ఆ వెలుగులో మునిగి తేలుతూ ఆ అయిదురోజులూ గడిపారు కృష్ణస్వామి గారు.

ఇంటికి రాగానే తన తల్లికి చెప్పారు కృష్ణస్వామిగారు. జానకమ్మను తప్ప ఇంకెవ్వరినీ వివాహం చేసుకోనని. ఆమె పేరు రావమ్మ. రావమ్మ చాలా ఉదారమయినబుద్ధి కలిగింది. అందులో కొడుకంటే అమిత ప్రేమ. భర్తకు చెప్పింది. ఆయన కొంచెంసేపు తటపటాయించి చివరికి అంగీకరించారు. సాంప్రదాయ సిద్ధంగా ముందు కబురు పెట్టవలసిన వాళ్ళు పెళ్ళికూతురు తరపువాళ్ళే అయినా, కృష్ణస్వామిగారి వొత్తిడిని బట్టి, తండ్రి చలమయ్యగారే పూనుకొని, ఈ విషయాల్లో ఆరితేరిన వొక పెద్దమనిషిని రామాపురం పంపారు. అయితే కొంచెం లౌకికం కలిపారు. "యిలా వొక కుర్రవాడున్నాడు. మీకు ఇష్టమైతే వారితో మాట్లాడి వొప్పించటానికి ప్రయత్నిస్తాను" అని చెప్పమన్నారు. తాముగా కబురు పెట్టినట్లు మాత్రం చెప్పవద్దన్నారు.

మొదట్లో రత్నమ్మగారు ఈ సంబంధానికి వొప్పుకోలేదు. ఒప్పుకోలేదంటే సంబంధం మంచిదికాదని కాదు. సంబంధం అన్నివిధాలా మంచిదే; కాని ఆమెకు ఒక్కకూతురే అవటంవల్ల తమకు తగ్గవారికిచ్చి అల్లుణ్ణే ఇంట్లో పెట్టుకోవాలని భర్త పోయినప్పటినుంచీ ఆమె అనుకోవటమే ఒప్పుకోకపోవటానికి కారణం. పిల్లవాడు చదువుకుంటున్నాడు. ఎక్కడి ఉద్యోగంలో జేరతాడో ఏమో అని భయపడింది. కాని వూళ్ళో వాళ్ళందరూ అందులో ముఖ్యంగా రామయ్యగారు చెప్పి ఒప్పించారు.

"అమ్మాయి సుఖపడుతుంది. అల్లుడు ఎక్కడన్నా ఉద్యోగానికి వెళ్తే నువ్వుకూడా వెళుదువుగాని, అమ్మాయికి తోడుగా వుంటావు" అన్నారు రామయ్యగారు.

"ఈ వూరు విడిచి నేను బతగ్గలనా రామయ్య తండ్రీ" అని వాపోయింది రత్నమ్మ.

"మరేం పరవాలేదమ్మా, వాళ్ళందరూ మంచివాళ్ళు. నిన్నూ, అమ్మాయినీ పువ్వుల్లో పెట్టి పూజిస్తారు. మేమూ అప్పుడప్పుడూ వచ్చిపోతుంటాం. నీకంత వూరుమీద మనేద కలిగితే మేమంతా లేమా రత్నమ్మగారూ. నీ ఇష్టం వచ్చినప్పుడు మా ఇంట్లో వుంటూ ఉందువుగాని" అన్నారు.

ఈ విషయాలన్నీ జ్ఞాపకం వచ్చి, రైల్లో ఏకాంతంగా కూర్చొని ప్రయాణం చేస్తున్న కృష్ణస్వామి మనస్సు ద్రవీభూతమైంది.

కృష్ణస్వామిగారికీ, జానకమ్మకూ వివాహం అయింది. అప్పటి నుంచీ మరణించేవరకూ ఆమె ఎవ్వరినీ పల్లెత్తుమాట అనటం కృష్ణస్వామిగారు వినివుండ లేదు. ఏ పరిస్థితుల్లోనూ ఆమె మొహాన విచారరేఖలు కనుపించేవి కావు. బ్రతికిన బ్రతుకంతా వెలుగులను విరజిమ్ముతూనే బ్రతికింది. తన సంపాదన విషయంగానీ, రాబడి విషయంగానీ ఏమీ పట్టించుకునేది కాదు. అవుసరం వొచ్చి వొకటి రెండుసార్లు చెప్పబోయినా, "ఏదో జరిగిపోతూ వుంది. పోనిద్దురూ, ఆడవాళ్ళకు ఈ గొడవలన్నీ ఎందుకు?" అనేది.

చచ్చిపోయే ముందుకూడా అదేవిధంగా ప్రవర్తించింది. రత్నమ్మ పిల్లల్ని చెంతకు తీసుకువెళ్ళి, "వీళ్ళమాట ఏం చెపుతావే తల్లీ?" అని అడిగితే, "నేను ఎవ్వర్నే అమ్మా చెప్పటానికి?" అని అన్నది.

దమయంతి కూడా, జానకమ్మ అంత మంచిది. అయితే జానకమ్మ వలె ప్రతి విషయం భగవంతునికి వొదిలి వూరుకోదు. ప్రతి సంఘటన మీదకూ మంచితనాన్ని ప్రసరింపజేసి, సానుకూలపరచుకోటానికి ప్రయత్నిస్తుంది. అసలు స్వభావంమీద కాలం చూపిన ప్రభావం దీనికి కారణం కావొచ్చు.

అలా ఆలోచిస్తూ కూర్చున్నారు కృష్ణస్వామిగారు. రైలు చీకటి నుంచి చీకటికి దూకుతూ వుంది. గతంలోని అనేక దృశ్యాలు ఆయనకు జ్ఞాపకం వొచ్చాయి. అకస్మాత్తుగా తను, తనమీద ఆధారపడిన వ్యక్తులకు న్యాయం చెయ్యటం లేదేమో అనిపించింది కృష్ణస్వామిగారికి. దమయంతితో ఆమె కష్టం సుఖం ఏనాడూ మాట్లాడి ఎరుగడు. రత్నమ్మగారు బంధువర్గాన్ని, స్వగ్రామాన్ని వొదిలి వొచ్చి పిల్లలకోసం తన యింట్లో వుంది. ఆమెను ఎప్పుడూ పలకరించి ఎరుగడు. గోపాలం కాలేజీలో

చేరాడనే తప్పు, ఏ సబ్జక్టు తీసుకున్నదీ కూడా ఆయనకు తెలియదు. చదువు పూర్తయిన తరువాత ఆ పిల్లవానితో ఏం చేయించాలి అనే విషయం ఆయన ఆలోచనలలోకి ఎప్పుడూ రానే లేదు. కమల ఏం చేస్తూ వుంది?

అంతమనిషి కళ్ళల్లోకి నీళ్ళు తిరిగి బొటబొట పడనారంభించినై. అన్నీ వుండి ఈ ప్రపంచంలో తాను ఏకాకి. ఈ తలపుకు ఆయన శరీరం వొణికింది. భయం వేసింది. కళ్ళవెంట కారుతున్న నీరు తుడుచుకోకుండా అలాగే కూర్చున్నారు. రైలు నిర్దాక్షిణ్యంగా ముందుకు దూసుకు వెళుతూ వుంది.

* * *

భవానీశంకరంగారి ఇంటివద్దనుంచి తిరిగి రాగానే, హాస్టలు కమిటీ మీటింగు వెయ్యవలసిందని గోపాలం ఆయనకు నోటీసు పంపాడు. పదిరోజుల్లోగా మీటింగు వెయ్యకపోతే తగిన చర్య తీసుకోవలసి వస్తుందని ఆ నోటీసులో ఉదహరించాడు.

ఆ సాయంకాలమే గాంధీధామయ్య విద్యార్థులనందరినీ పిలిచి మీటింగు పెట్టాడు. హాస్టలు మేనేజిమెంటులో జరుగుతున్న దురన్యాయాలు విద్యార్థులకు విప్పిచెప్పి, ఆ దురన్యాయాలు సమసిపోయేవరకూ, హాస్టలు నడిపేది లేదనీ, అవుసరం అయితే భవానీశంకరంగారి ఇంటిముందు, క్లయింట్లు లోపలకు వెళ్ళకుండా పికెటింగు చెయ్యాలనీ, అప్పటికీ ఆయన తన ప్రవర్తనను మార్చుకోకపోతే తాను ఆమరణాంతం నిరశనవ్రతం చెయ్యటానికి సిద్ధంగా వున్నాననీ ఉద్బోధించాడు.

తరువాత శివకుమార్ మాట్లాడాడు. అన్యాయం ఎక్కడున్నా ఎదుర్కోవలసిందేననీ, అందుకు ఎటువంటి త్యాగాన్నైనా చెయ్యవలసిందేననీ, ఇందుకు విద్యార్థులే పూనుకోవటం గర్వించదగిన విషయమనీ చెప్పాడు. విద్యార్థులకు విద్య ముఖ్యం. నిజమే, కాని తమ కళ్ళముందు జరిగే అన్యాయాలను సహించటం ధర్మంకాదు. అన్యాయాలను ఎదుర్కోవటం, విద్యార్థిదశలో నేర్చుకోక పోతే ఇక నేర్చుకునేదెప్పుడు? ధర్మాచరణా, అందుకు అవుసరమైన త్యాగబుద్ధీ మానవుడు చిన్నప్పటినుంచీ నేర్చుకోందే, పెద్దవాళ్ళం అయింతరువాత ఒకరోజు ఉదయం ఎక్కడనుంచో వచ్చి మనలో ప్రవేశించదు. ఈ చిన్న చిన్న పోరాటాలు, మొత్తం సాంఘిక నిర్మాణాన్ని మార్చే పెద్ద పోరాటానికి తగిన అనుభవాన్నిస్తాయి. ఈ అనుభవాలను మనం వొదులుకోగూడదు" అన్నాడు.

శివకుమార్ కూర్చోగానే, విద్యార్థులందరూ ఏకకంఠంతో గోపాలాన్ని మాట్లాడమన్నారు. గోపాలం ఇదివరకు ఎన్నడూ మీటింగులలో మాట్లాడినవాడు

కాదు. అతను తటపటాయిస్తూ వుంటే గాంధీధామయ్య ఉత్సాహపరిచాడు; తప్పనిసరి చేశాడు.

గోపాలం మొదలుపెట్టాడు. ఏనాటినుంచి అతనిలో బీదవాళ్ళపట్ల సానుభూతి అణగిమణిగి వుందో! ఏనాటినుంచి సంఘంలో కీలక స్థానాల్లో వున్నవారి మీద రోషం అతనిలో అణగిమణగి వుందో! ఏనాటి నుంచి సంఘంలో వున్న దోపిడీ విధానంమీద ఏహ్యాభావం అతనిలో అణగి మణగి వున్నదో! మాట్లాడడానికి పూనుకొనేటప్పటికి, భావాలమీద భావాలు, మాటల మీద మాటలు దొర్లుకుంటూ వచ్చాయి. కట్టలు తెంచుకున్న ప్రవాహం ఉరవడిని అతని ఉపన్యాసం నడిచింది. సంఘంలో జరుగుతున్న దోపిడిని అతను వర్ణించాడు. సంఘంలో అనుసరించబడుతున్న అవినీతిని అతను విమర్శించాడు! విద్యార్థుల కర్తవ్యాన్ని విపులీకరించాడు. బీదవాళ్ళు చదువుకోవాలన్నా, సంఘంలో ఉచిత స్థానాన్ని ఆక్రమించుకోవాలన్నా వాళ్ళెదుర్కోవలసిన అగచాట్లను విశదపరచి, విద్యార్థులు తమంత అదృష్టవంతులు కాని బీద విద్యార్థులకు అన్ని విధాలా తోడ్పడాలని ఉద్బోధించాడు. "నేను ఈ హాస్టలుకి సెక్రటరీ కావాలని ఏనాడూ కోరుకోలేదు. ఆ సంగతి మీకందరికీ తెలుసు. ముఖ్యంగా పరంధామయ్యగారికి, శివకుమార్‌కీ తెలుసు. సెక్రటరీ ఎలాగూ అయ్యాను గనుక నా బాధ్యత నేను సక్రమంగా నిర్వర్తించదలిచాను. హాస్టల్లో జేరిన బీద విద్యార్థులందరికీ ఉచిత భోజనాలూ, ఉచిత విద్యా సౌకర్యాలూ, హాస్టలు కమిటీ కల్పించ వలసిందే. ఇది నెరవేరటానికి నేను చదువు మానుకొని ఇంటికి వెళ్ళవలసి వచ్చినా వెళతాను. ధర్మం మన ప్రక్కన ఉంది. మనం దేవుడికి కూడా భయపడవలసిన అవుసరం లేదు" అన్నాడు.

తన నోటినుంచి తాను ఏనాడూ ఊహించని మాటలు దొర్లుతుంటే, విని తానే ఆశ్చర్యపడ్డాడు గోపాలం. ఇక విద్యార్థుల సంగతి చెప్పనవసరం ఏముంది? నిశ్శబ్దంగా విన్నారు. ముగ్ధులయ్యారు. ఉపన్యాసం ముగియగానే కరతాళధ్వనులు చెలరేగినై. శివకుమార్ "అద్భుతంగా మాట్లాడావు" అని కరచాలనం చేశాడు. గాంధీధామయ్య గోపాలాన్ని కావలించుకొని ఎత్తుకున్నంత పని చేశాడు. "కృష్ణస్వామి గారికి తగిన కొడుకు ననిపించుకున్నావు. సృష్టిలో ఇది మామూలుగా జరిగే పని కాదు" అన్నాడు.

గోపాలం నోటీసు ఇచ్చి తొమ్మిది రోజులయింది. భవానీశంకరం గారు కమిటీ మీటింగు పిలిచే ఆచూకీ ఏమీ కనపడలేదు. హాస్టలు అట్టువుడికినట్లు వుడికిపోతూ వుంది. గోపాలం, గాంధీధామయ్య, శివకుమార్ ఎంత చెప్పినా విద్యార్థులు కాలేజీకి వెళ్ళటం లేదు; ఈ గాలి కాలేజీకి కూడా సోకింది. కాలేజీ కాంపౌండ్లో విద్యార్థులు

జట్లు జట్లుగా జేరి ఈ విషయమే చర్చించుకోవటం మొదలు పెట్టారు. ఒకసారి భవానీశంకరంగారి దగ్గర వుండే వెంకటనారాయణరావు హాస్టలుకు వచ్చి పోలీసులను పిలిపించి హాస్టలు బంద్ చేయిస్తానని బెదిరించాడు.

"ఆ పని చెయ్యటానికి నీ తలలో జేజెమ్మ దిగి రావాలి" అని వొక పిల్లవాడు విద్యార్థుల్లోనుంచి కేకవేశాడు.

"మిమ్మల్ని కాలేజీలోనుంచి డిస్‌మిస్ చేయించి, ఇంకెక్కడా సీటు దొరక్కుండా చెయ్యకపోతే నా పేరు మారు పేరున పిలవండి" అన్నాడు వెంకట నారాయణగారు.

"నీకిప్పుడు వొకపేరు వుండి చచ్చినట్టు" అని వ్యాఖ్యానించాడు వేరొక పిల్లవాడు.

దాంతో ఉగ్రులై వెళ్ళిపోయారు వెంకటనారాయణగారు. పిల్లలు కేకలతో, ఈలలతో వారిని గేటుదాకా సాగనంపి వచ్చారు. ఊడిన గోచి దోపుకుంటూ వారు పలాయనం చిత్తగించారు. వారు వెళ్ళి భవానీశంకరంగారిని ఇంకా రెచ్చగొడతారనీ, పరిస్థితి ఇంకా విషమిస్తుందనీ గోపాలం గ్రహించాడు. గోపాలానికిగానీ, గాంధీధామయ్యకు గానీ, శివకుమార్‌కిగానీ, తమ మాట అటుంచి మిగిలిన విద్యార్థులు ఇబ్బందులకు లోనవటం ఇష్టం లేదు. ఈ వయస్సులో కొంతమంది విద్యార్థులకు చదువుకునే అవకాశం లేకుండా పోవటం ఎంత భయంకర పరిణామానికి దారితీస్తుందో వారికి తెలుసు. ధర్మానుష్టానికి భంగం లేకుండా, ఈ భయంకర పరిణామాన్ని అరికట్టాలని వారు నిర్ణయించుకొని, అంతకుముందు తమపట్ల సానుభూతిని ప్రకటించిన జగదీశ్వర్రావుగారి ఇంటికి సలహా నిమిత్తం వెళ్ళారు.

జగదీశ్వర్రావు గారి ఇల్లు పట్టణానికి వొక మైలు దూరంలో వున్నది. అదొక పెద్ద మేడ. వారి పూర్వులు పెద్ద జమీందారులు. వారు కట్టించిన మేడ అది. ఇప్పుడా జమీ పూర్తిగా చితికిపోయి ఈ వొక్క మేడే మిగిలింది జగదీశ్వర్రావుగారికి. ఆ మొత్తం ఇంటిని వాడుకునే శక్తిలేక, క్రింద వొక భాగంలో కాపురం వుంటున్నారు జగదీశ్వర్రావు గారు.

బ్రతికి చెడిన వారిని చూస్తే, అనిర్వచనీయమైన దిగులు ఆవహించేది గోపాలాన్ని. ఆ మేడను చూస్తే అటువంటి భావమే కలిగి శరీరం జలదరించింది. వాళ్ళని చూచి ఇంటిముందున్న ఆల్సేషియన్ కుక్క మొరిగింది. దాని మొరుగుడు విని నౌకరు బయటకు వొచ్చి, "దొరవారు పూజమీద వున్నారు" అని చెప్పి లోపలికి తీసుకువెళ్ళి కూచోబెట్టాడు.

జమీ పోయినా తత్సంబంధమైన లక్షణాలు చాలా వున్నాయి ఆ ఇంట్లో. గోడకు జగదీశ్వర్రావుగారి పూర్వీకుల పెద్ద పెద్ద ఫోటోలు తగిలించి వున్నాయి. ఆ మీసాలూ, ఆ బుగ్గ పుష్టీలూ, అంతా వేరే. ప్రతి వొక్కరికి చారడేసి కండ్లూ, కొనతేలిన ముక్కూ, పోతపోసిన విగ్రహంలాంటి ఆకారం. ఈ లోకాన్ని తప్పించుకొని చూస్తున్న చూపులూ- ఆ సృష్టే వేరుగా కనిపించింది గోపాలానికి. ఒక ప్రక్క గోడకు వారి పూర్వీకులు వాడిన కత్తులూ, డాళ్ళూ మొదలైన సామగ్రి తగిలించి వుంది. వారి పూర్వీకులు వేటాడిన పులి చర్మం భూమిమీద పరిచివుంది. రత్న కంబళ్ళూ, కుషన్లూ వున్నాయి. హాలు నలుమూలలా ప్రముఖ చిత్రకారుల చిత్రాలు అమర్చబడి వున్నాయి. మళ్ళీ వీటి అన్నిటిమధ్యా దరిద్రం తాండవిస్తూ వుంది.

చితికిన జమీందార్ల ఇంట్లో అడుగు పెట్టటం గోపాలానికి అదే తొలిసారి. అతని కన్నులకు అంతా విచిత్రంగా కనుపించింది. ఇంట్లో నౌకర్లు మొదలుకొని, సామాను వరకూ ధనవంతుల ఇండ్లలో వుండేవన్నీ వున్నాయి. కాని ప్రతి వస్తువునూ దరిద్రం ఆవహించి వున్నదని అనిపిస్తూ వుంది. పైపెచ్చు భరింపరాని నిశ్శబ్దం విలయతాండవం చేస్తూవుంది.

అంతలో పూజ ముగించుకొని జగదీశ్వర్రావుగారు హాల్లోకి వచ్చారు. అంతకుముందు వారిని గురించి శివకుమార్ ద్వారా వినటమేగాని, వారిని చూచి ఎరుగడు గోపాలం. మంచి వర్చస్సుగల మనిషి. అందులో అప్పుడే పూజచేసి వచ్చారేమో కళ్ళు కాంతులను వెదజల్లుతున్నాయి. కాని అంత కాంతిలోనూ మనుష్యులకు అందని మసక ఎక్కడో వుంది. వచ్చీ రావటంతోనే "క్షమించాలి. మిమ్ములను కూర్చోబెట్టాను" అన్నారు జగదీశ్వర్రావుగారు.

శివకుమార్‌ని ఉద్దేశించి, "బాగున్నావా అబ్బాయి?" అని అడిగారు. శివకుమార్ తల ఊపాడు.

"తమరితో కొంచెం పని వుండి వచ్చాం" అని ప్రారంభించాడు గాంధీధామయ్య.

"నేను వింటూనే వున్నాను" అన్నారు జగదీశ్వర్రావుగారు. "హాస్టల్ సంగతులు నేను ఎప్పటికప్పుడు తెలుసుకుంటూనే వున్నాను. మీరు మీ కర్తవ్యం నెరవేరుస్తున్నారు. నాకు చేతనైన సహాయం చెయ్యాలని వుంది. కాని ఎంతవరకు చెయ్యగలనో తెలియకుండా వుంది" అన్నారు. అని ఆలోచనలో పడ్డారు. కాసేపు వుండి: "అసలు ఈ విషయం విద్యార్థులైన మీదాకా రానివ్వకుండా వుండవలసింది. నేనే తేల్చుకోవలసింది. కాని నాకు.. ధైర్యం లేకపోయింది" అన్నారు. అంతమనిషి నోటిలోనుంచి "ధైర్యం లేకపోయింది" అనే మాట బయటకు వచ్చేటప్పటికి

వెక్కిరింతగా ధ్వనించింది. "నిజమే, ధైర్యం లేకపోయింది" అని తన్ను తానే నిందించుకుంటున్న విధంగా గొణుగుకున్నారు జగదీశ్వర్రావు గారు.

వారలా అంటూవుంటే ఏం మాట్లాడాలో తోచక వింటూ కూర్చున్నారు గోపాలం, గాంధీధామయ్య, శివకుమార్.

వారు మళ్ళీ అందుకున్నారు. "ఈ హాస్టల్ కట్టించిన దానవేశ్వరమ్మగారు మా వంశీకులే. నాకు మూడు తరాల క్రిందటివారు. వారికి చిన్నతనంలోనే భర్తగారైన శివరామకృష్ణ వరప్రసాదుగారు మరణించటంవల్ల, వున్న ఆస్తంతా దాన ధర్మాలకు వినియోగించారు. మిగిలిన ఆస్తి యావత్తూ ఈ హాస్టల్ కట్టించి, దీనికి వ్రాసి ఇచ్చారు. నా లెక్కల ప్రకారం ఇప్పుడు హాస్టలుకి నాలుగు లక్షల రూపాయిల ఆస్తి వుండాలి. అదంతా ఏమయిందో! భవానీశంకరంగారిని అడిగితే తన చేతి డబ్బు తగులుతున్నట్లు మాట్లాడుతారు."

"మీరు లెక్కలు అడగలేదా?" అన్నాడు గాంధీధామయ్య.

"ఎదురుపడి ఏదీ అడగలేని స్వభావం నాది. చిన్నప్పటినుంచీ మంచికీ, చెడుకీ కూడా నేను ఎవర్నీ ఏదీ అడిగి ఎరగను. అక్కడికీ వారితో వీరితో అడిగిస్తూ వచ్చాను. వారు - ఇదిగో అదిగో అంటూ కాలయాపనచేస్తూ వచ్చారు."

తరువాత వారు వొకప్పుడు తమ కుటుంబం అనుభవించిన వైభవం, ఇప్పుడున్న పరిస్థితీ చెప్పారు. "ఈ భవంతేకాక ఇప్పటికీ మాకు కొంత భూమి ఉంది. కాని మేము ఏనాడూ సేద్యం చేసినవాళ్ళం కాదు. తరతరాలనుంచీ మా వృత్తే వేరయిపోయింది. ఇప్పుడు సేద్యం చెయ్యాలన్నా మావల్ల అయ్యే పని కాదు. పైగా ప్రతి చిన్న విషయానికీ పెద్దపెట్టున ఖర్చు చెయ్యటం మాకు అలవాటైంది. ఎంత భూమి వున్నా సేద్యం మాకు గిట్టదు. అందువల్ల రైతులు ఇచ్చినంత పుచ్చుకొని కాలక్షేపం చెయ్యటానికి అలవాటు పడ్డాం. పోనీ ఇంకేదైనా వృత్తిచేపడదామా అంటే మేము చెయ్యగలిగిన వృత్తి ఏమున్నది? ఉన్నది అమ్ముకొని కాలం గడపటంకంటే మాకు వేరు గత్యంతరం లేకుండా పోయింది" అన్నారు.

ఈ సంగతులన్నీ జగదీశ్వర్రావుగారు ఎందుకు చెపుతున్నారో ఎదురుగా కూర్చుని వింటున్న విద్యార్థుల్లో ఏ వొక్కరికీ అర్థం కాలేదు. అయితే వినాలనే కుతూహలం మాత్రం ఆ ముగ్గురికీ కలిగింది. ఉన్నట్టు వుండి ప్రక్క గదిలో అలికిడయింది.

"ఎవరు?" అని అడిగారు జగదీశ్వర్రావు గారు.

"నేనేనండీ నాన్నగారూ" అని సమాధానం వొచ్చింది.

"ఇలారా అమ్మా వొకసారి."

పదహారు పదిహేడు సంవత్సరాలు వున్న బాలిక హాల్లోకి అడుగుపెట్టింది. ఆమె అపురూప సౌందర్యానికి విద్యార్థులు ముగ్గురూ నిర్విణ్ణులై చూస్తూ కూర్చున్నారు. గాంధీధామయ్య అసలీ ప్రపంచంలో వున్నట్లే లేదు.

ఆమె అడుగు గట్టిగా పడితే ఎక్కడ భూమి అరిగిపోతుందో అన్నట్లు నడుస్తూ వచ్చి జగదీశ్వర్రావుగారి ప్రక్కనే కూర్చుంది. "నా కూమార్తె. పేరు కళ్యాణకింకిణి. ప్రస్తుతం నాకు మిగిలిన ఆస్తి ఈమె మాత్రమే" అన్నారు జగదీశ్వర్రావుగారు. ఆమెకు మిగిలిన వారిని పరిచయం చేశారు. ఆమె నమస్కరించింది.

జమీందారీ కుటుంబాల్లో అనాదినుంచీ ఘోషాపద్ధతి ఆచరణలో వుంది. రెండు సంవత్సరాల క్రితంవరకూ జగదీశ్వర్రావుగారి కుటుంబంలో కూడా అదేవిధంగా వుండేది. కాని రెండు సంవత్సరాల క్రితం వారి భార్య క్షయవ్యాధితో మరణించటం. సూర్యరశ్మి సోకకుండా వుండటం దానికి ముఖ్యకారణం అని డాక్టర్లు చెప్పటం, జగదీశ్వర్రావుగారి మనస్సును మార్చి వేసింది. తన కుమార్తెకు ఏ ఘోషా పద్ధతీ అంటకుండా పెంచటం తన విద్యుక్త ధర్మంగా ఎంచి, అదేవిధంగా పెంచారు. అందుకు కుమార్తె కూడా అనుకూలం అవటంవల్ల, ఆయన పని తేలిక అయింది.

కళ్యాణకింకిణి ప్రస్తుతం ఇంటిదగ్గరే తెలుగూ, సంస్కృతం చదువుతూ వుంది. ఇంగ్లీషులో కూడా ఆమెకు బాగా పరిచయం వుంది. చాలా చురుకైన పిల్ల అవటంవల్ల ఎందులో ప్రవేశపెట్టినా ఇట్టే అల్లుకుపోతూవుంది. జగదీశ్వర్రావు గారికి ఆమె అంటే ఎనలేని ప్రేమ. ఆమె సలహా తీసుకోకుండా ఏ పనీ చెయ్యరు.

"చూడమ్మా- నిన్న నీతో చెప్పానే హాస్టల్ సంగతి. ఆ విషయమే మాట్లాడుతున్నా" అన్నారు.

"మీరేం తేల్చుకున్నారు నాన్నగారూ?" అని అడిగింది కళ్యాణ కింకిణి.

"ఈ పిల్లలను భవానీశంకరంగారికి వొదిలి చేతులు ముడుచుకొని కూర్చోవటం మనస్సుకి ఏమీ బాగాలేదమ్మా, పైగా దానవేశ్వరమ్మగారి ఆత్మ ఎక్కడో పరితపిస్తూ వుంటుందనీ, నన్ను శపిస్తూ వుంటుందనీ కూడా అనిపిస్తూ వుంది. అందుకని ఈ పిల్లల తరఫున నిలబడదాం అని అనుకుంటున్నాను" అన్నారు.

ఈ మాటలకు కళ్యాణకింకిణి మొహం విప్పారింది. "మీ అంతటి వారు చెయ్యవలసిన పనే చేస్తున్నారు నాన్నా మీరు" అన్నది. "నాకు చాలా సంతోషంగా వుంది."

అంతలో నౌకరు కాఫీలు తీసుకువచ్చాడు. కళ్యాణకింకిణి అందరికీ అందించింది.

"నాకు వొద్దండీ" అన్నాడు గాంధీధామయ్య. కళ్యాణకింకిణి ఏం చెయ్యమంటారు? అన్నట్లు తండ్రివైపు చూచింది.

"ఏం బాబూ, ఎందుకని?"

"వారు కాఫీ తాగరండీ," అన్నాడు శివకుమార్.

"అయితే కాసిని కొబ్బరినీళ్లు తాగు నాయనా," అన్నారు జగదీశ్వర్రావు గారు. గాంధీధామయ్య వొద్దనలేకపోయాడు. మిగిలినవారు కాఫీ, గాంధీధామయ్య కొబ్బరినీళ్ళూ త్రాగటం ముగించారు. కళ్యాణకింకిణి తండ్రిదగ్గర సెలవు తీసుకొని ఇంట్లోకి వెళ్ళింది. ఆమె వెళ్ళగానే జగదీశ్వర్రావు గారు ఎంత సేపటినుంచో తన మనస్సును వేధిస్తున్న ఆవేదనను బహిర్గతం చేశారు. చాలాకాలంనుంచీ కోరిక వుండీ, భవానీశంకరంగారిని ఏ విషయం నిగ్గదీసి అడగక పోవటానికి కారణం విశదపరిచారు.

పోయిన ఆస్తి పోగా ఇప్పుడు జగదీశ్వర్రావు గారికి ఏభైవేల రూపాయిల అప్పు వుంది. ఒకసారి అప్పులవాళ్ళు వొత్తిడి చేస్తుంటే భవానీశంకరంగారు మేడ తాకట్టు పెట్టుకొని ఆ అప్పు తీర్చాడు. ఇప్పుడు ఆయన చెప్పినట్లు వినకపోయినా ఏవిధంగా కోపం తెప్పించినా మేడ వేలానికి తెస్తాడని అనుమానం. పైగా వారు అన్నగారైన వెంకటనారాయణగారు చేసిన బాకీలు కొన్నిటికి అడ్డం వున్నారు. ఇంకా తన పేర వున్న ఆస్తి విషయంలో అనేక లావాదేవీలు వున్నాయి. ఆయన తలుచు కుంటే ఆస్తంతా చిందరవందర చెయ్యగలడు. ఇప్పుడాయన భవానీశంకరంగారి చెప్పుచేతల్లో వున్నాడు. ఇవన్నీ మనసులో పెట్టుకొని ఇన్నాళ్ళూ జగదీశ్వర్రావు గారు కారణాలు ఎన్నివున్నా పైకి పొక్కకుండా భవానీశంకరం గారికి అనుకూలంగా పోవటానికి ప్రయత్నించారు. కనీసం హాస్టల్ ఆస్తిపాస్తుల విషయంలో వారు చేస్తున్న పనులను సహించి వూరుకున్నారు.

ఇవన్నీ చెప్పి, "నేను చాలా తప్పు పని చేశాను. ఇన్నాళ్ళు ఊరుకొని వుండవలసింది కాదు" అన్నారు.

జగదీశ్వర్రావు అంతటివారు ఉన్న సంగతేదీ దాచుకోకుండా తమ కుటుంబ వ్యవహారాలతో సహా చెప్పేటప్పటికి వింటున్న విద్యార్థులు ముగ్గురూ చలించారు. ముగ్గురులోకి మరీ చలించింది గాంధీధామయ్య. "ఈ విషయాలన్నీ తెలియజేసినందుకు మీకు కృతజ్ఞులం. ఇవన్నీ విన్న తరువాత మీరీ విషయంలో

జోక్యం కలుగజేసుకోకుండా వుండటమే మంచిదని నేను భావిస్తున్నాను. మేము మా కాళ్ళమీద నిలబడగలం. మీరు భవానీశంకరంగారితో తగాదా పెట్టుకోవటంవల్ల మీరు ఇబ్బంది పడటంతప్ప విద్యార్థులకు కలిగే పెద్ద ప్రయోజనం ఏమీ వుండదనుకుంటాను" అన్నాడు.

గోపాలం, శివకుమార్ కూడా అటువంటి భావాన్నే వెలిబుచ్చారు. కాని జగదీశ్వర్రావుగారు వినలేదు. "నాకు వ్యక్తిగతంగా ఇబ్బందులు వస్తాయనే భయం లేదు. ఆస్తిపోతుందనే భయం అంతకన్నా లేదు. ఆస్తి ఇవ్వాళ కాకపోతే రేపైనా పోయేదే. కాకపోతే కళ్యాణకింకిణీ భవిష్యత్తుని గురించి ఆందోళన చెందుతూ వుండేవాణ్ణి. మా కుటుంబాలకు ప్రస్తుతం వున్నది పరువు. ఆస్తి వేలం వేయించుకొని నాపేరు బజారుకెక్కితే ఆమె ఏమికావాలో తెలియక నా కర్తవ్యానికీ, లౌకిక నీతికీ మధ్య నలుగుతూ వొచ్చాను. అమ్మాయికి పెళ్ళి కావలసి వుంది. అంతా సవ్యంగా వుంటేనే మాలో ఆడపిల్లల పెండ్లిండ్లు అవటం కష్టం. మీకు తెలిసే వుంటుంది. ఏ నాలుగయిదో జమీందారీ కుటుంబాలలో మాత్రమే సంబంధ బాంధవ్యాలు నెరపే ఆచారం వొకటి మాలో వుంది. ఆ కుటుంబాలన్నీ ఇప్పుడు చితికిపోయి దుర్వ్యసనాలకు లోనై కటిక చీకటిలో పడి కొట్టుకుంటున్నయి. ఇదివరకు వున్న డబ్బు లేదు. డబ్బు ఇచ్చిన అలవాట్లు మాత్రం అంటుకొని వున్నాయి. చదువు లేదు. చదువు లేకపోవటం వల్ల వచ్చిన దురహంకారానికి మాత్రం కొరత లేదు. తరతరాలనుంచీ పుష్కలంగా డబ్బుండి రెండుచేతులతో వెదజల్లిన కుటుంబాల్లో పుట్టటం వల్ల ఇప్పటివారికి ఏదో వొక వృత్తి చూచుకోవాలనే తలపు తట్టదు. తట్టినా అందుకు ఏం చెయ్యాలో తోచదు. ఇటువంటి కుటుంబాల్లో కళ్యాణకింకిణిని యిచ్చి యేం చెయ్యాలో తోచక కుటుంబం రచ్చకెక్కే ఏ నిర్ణయాన్నీ తీసుకోకుండా కాలక్షేపం చేస్తూ వచ్చాను" అన్నారు.

"ఆ అవసరం ఇప్పటికీ వుంది గదండీ. మీ అమ్మాయి సుఖంగా వుండేటట్లు చూడవలసిన బాధ్యత మీ మీద వుంది" అన్నాడు గాంధీధామయ్య.

"అది నిజమే, కాని ఇప్పుడు పరిస్థితి కొంత మారింది."

"ఎలాగంటారూ?"

"అమ్మాయిని చదువుకోసం చిన్నప్పుడే కాన్వెంట్‌కి పంపించాను. అక్కడే మెట్రిక్యులేషన్ పాసయింది. తరువాత ఆమె తల్లికి జబ్బు చెయ్యటంపట్ల చదువు మానేసి ఇంట్లోనే వుంటూ వచ్చింది. నిరుడు ఇంటర్మీడియెట్‌కి ప్రయివేట్‌గా కూర్చొని ప్యాసయింది. వచ్చే సంవత్సరం బి.ఎ.కి కూర్చుంటాననంటున్నది. బి.ఎ. ప్యాసయి

ఉద్యోగం చేస్తుందిట." ఈ ఆడంబరాలన్నీ మానివేసి, ఇల్లూ, ఆస్తి అమ్మివేసి, ఉన్న అప్పులు తీర్చి వొక చిన్న ఇల్లు అద్దెకు తీసుకొని అందులో వుందాం నాన్నా. మనిద్దరికీ కాలక్షేపం జరక్కపోతుందా? అన్నది."

"అది సరేననుకోండి కాని అమ్మాయి పెండ్లి విషయం ఆలోచించక మీకు తప్పేది ఏముంది" అని అడిగాడు గాంధీధామయ్య.

"అమ్మాయి పెండ్లి విషయం కూడా నాకు అట్టే బెంగ లేదు."

"మీరు అట్లా అంటే ఎట్లా?"

"నేను వేరే ఉద్దేశంతో అనటం లేదు. కర్తవ్య విముఖత్వంతో మాట్లాడిన మాట కాదు అది, అమ్మాయి పెండ్లిచేసుకోను అంటూ వుంది. ఆమెలో మొదటి నుంచీ వొక విధమైన వైరాగ్యం వుంటూ వుండేది. మా అమ్మగారి స్వభావమే ఆమెది. ఆ స్వభావం క్రమక్రమేణా బలపడింది. పదిరోజుల క్రిందట ఈ విషయం ప్రస్తావించగా ఆమె తేల్చి చెప్పింది. ఒకవేళ వివాహం చేసుకున్నా మా కుటుంబాల్లో మాత్రం చేసుకోదు. అంతవరకు నాకు గట్టినమ్మకం. ఆమెకు బాగా చదువుకోవాలని వుంది. చదువుకున్న తరువాత, చేసుకోదలిస్తే ఆమె ఎవ్వర్ని చేసుకున్నా నాకు ఇష్టమే. నేను ఏవిధమైన అభ్యంతరమూ పెట్టదలచ లేదు. వివాహం చేసుకోదలచకపోయినా నాకు ఇష్టమే. ఆమెకు ఇష్టం లేనిది నేను బలవంతం పెట్టను. నామీద ఆమెకు వున్న గౌరవాన్ని ఏ పరిస్థితుల్లోనూ, ఏరకంగానూ నామాటను వినిపించటానికి వినియోగించుకోను."

జగదీశ్వర్రావుగారి మాటలు వింటూ కూర్చున్నారు ముగ్గురూ విద్యార్థులూనూ. ముగ్గురికీ ఆయనొక విచిత్రవ్యక్తిగా గోచరించారు. ఇటువంటి వ్యక్తి ఇంతవరకు వారి జీవితాల్లో ప్రవేశించలేదు. మెత్తగా, మర్యాదగా మాట్లాడుతారు. చెప్పేవాళ్ళకి మరొకసారి చెపితే తప్పకుండా వింటారు అనిపిస్తుంది. కాని వినరు. ఆర్గ్యుమెంట్సుకి అతీతమైంది వారి బుద్ధి. వారు తమ నిశ్చయాలను ఏ ఆధారాలమీద నిలబడి చేసుకుంటారో కనిపెట్టటం కష్టం. ఒక విషయం మీద నిశ్చితాభిప్రాయాన్ని ఏర్పరచుకున్న తరువాత ఇక వారి మనస్సు మారదు.

విద్యార్థులు ముగ్గురూ వారి దగ్గర సెలవు తీసుకొని హాస్టల్‌కి బయలుదేరారు. "భవానీశంకరంగారితోనూ ఇంకా కొంతమంది పెద్ద మనుష్యులతోనూ మాట్లాడి, భవిష్యత్ కార్యక్రమం నిర్ణయించుకుందాం" అన్నాడు జగదీశ్వర్రావుగారు.

"తమరికి ఎప్పుడు తీరికో చెపితే, మేము వచ్చి కలుసుకుంటాం" అన్నాడు గాంధీధామయ్య, అంత పెద్దవాణ్ణి హాస్టల్‌కు తమను వెతుక్కుంటూ రప్పించటం ఇష్టంలేక.

"నేనే హాస్టలుకు వొచ్చి మిమ్మల్ని కలుస్తాను."

* * *

ఆరోజే కృష్ణస్వామిగారు హాస్టల్‌కి వొచ్చారు. ఏవిధంగానైనా కొడుకును ఈ రగడలోంచి తప్పించాలనే సంకల్పంతో వచ్చారు. అందులో హాస్టలుకు వొస్తూ వొస్తూ దారిలో భవానీశంకరంగారిని చూచి వచ్చారు. భవానీశంకరంగారు వున్నవీ, లేనివీ ఎన్నో విద్యార్థులమీద కల్పించి చెప్పారు. గోపాల్ చాలా మంచివాడేననీ, ఇతర కుర్రవాళ్ళు అతన్ని చెడగొడుతున్నారనీ చెప్పారు. కమిటీ మీటింగు ఎప్పుడుపడితే అప్పుడు పిలుస్తాననీ, కాని కుర్రవాళ్ళకు లొంగి పిలిపించినట్లు కనుపిస్తే తన ప్రతిష్టకు భంగకరమనీ, అందువల్ల ఇప్పుడు పిలిపించడంలేదనీ చెప్పారు. విద్యార్థులు ఇదేవిధంగా ప్రవర్తిస్తే, కాలేజీ అధికారులకు రిపోర్టుచేసి, కాలేజీనుంచి కూడా డిస్మిస్ చేయించక తప్పదనీ చెప్పారు. "మీ కుర్రవాడు ఉండబట్టి ఇన్నాళ్ళూ ఉపేక్షించి వూరుకున్నాను. లేకపోతే ఆ పని ఇప్పటికే చేయించి వుండేవాణ్ణి" అన్నారు. హాస్టల్లో కొంతమంది కమ్యూనిస్టు కుర్రవాళ్ళు చేరారు. వాళ్ళకు విద్యార్థులు సక్రమంగా చదువుకోవటం ఇష్టం వుండదు. విద్యార్థులు చదువులు మానుకొని ఉద్యోగాలు లేకుండా వుంటేనే గదా, వారి ఉద్యమం సాగేది? వాళ్ళు చేస్తున్నారీ పనంతా. మీ కుర్రవాడు లాంటి విద్యార్థులు నిజం తెలుసుకోలేక వాళ్ళ మాటలు నమ్మి తమ భవిష్యత్తును పాడుజేసుకుంటున్నారు. మీ కుర్రవాడు వృద్ధిలోకి రావలసినవాడు. మీ మాటకు ఎదురుతిరగడని విన్నాను. కాస్త బుద్ధి చెప్పండి" అన్నారు. అంతేకాక "వూళ్ళో కొంతమంది బ్రాహ్మణులు నేనంటే ఈర్ష్యగా వుండి ఈ కలవరం లేవదీశారని కూడా వింటున్నాను. వాళ్ళ సంగతి మీకు తెలియనిదేముంది?" అనికూడా అని చూశారు. అలా చెపితే కృష్ణస్వామిగారికి నచ్చుతుందని ఆయన అభిప్రాయం.

"ఏంరా? ఏమిట్రా ఈ గొడవంతా?" అన్నారు కృష్ణస్వామిగారు గోపాలం గదిలోకి అడుగుపెడుతూనే. అప్పుడు గాంధీధామయ్యా, శివకుమార్ కూడా ఆ గదిలోనే వున్నారు.

తండ్రి కంఠధ్వని విని త్రుళ్ళిపడ్డాడు గోపాలం. "నమస్కారమండీ కృష్ణస్వామిగారూ," అన్నాడు గాంధీధామయ్య ఉత్సాహంగా లేచి నమస్కరిస్తూ.

గాంధీధామయ్య తండ్రి కృష్ణస్వామిగారికి స్నేహితుడు. వారి మొత్తం కుటుంబాన్ని కృష్ణస్వామిగారు బాగా ఎరుగును.

"ఇక్కడ ఏం చేస్తున్నావు?" అని అడిగారు.

"బి.ఎ. చదువుతున్నానండీ. ఈ సంవత్సరంతో పూర్తి అవుతుంది."

"ఈ హాస్టల్లోనే వుంటున్నావా?"

"అవునండీ."

కృష్ణస్వామిగారు గాంధీధామయ్యను పరీక్షగా చూశారు. తలమీద ఆ పిలక, మొహంమీద ఆ కుంకుమబొట్టూ, ఆ ముతక ఖద్దరు బట్టలూ. అతనిలో కమ్యూనిస్టు లక్షణాలు బొత్తిగా కనుపించలేదు వారికి. కాలయాపన చెయ్యటం ఇష్టంలేక అసలు విషయానికి వొచ్చారు.

"నేను ఇక్కడకు వొచ్చేటప్పుడు భవానీశంకరంగారితో మాట్లాడి వచ్చాను. హాస్టల్లోవున్న కమ్యూనిస్టు కుర్రవాళ్ళూ, బయటవున్న బ్రాహ్మణులూ ఈ రగడకు కారణం అని వారు అనుకుంటున్నారు."

ఈ మాటకు గాంధీధామయ్యకు భవానీశంకరంగారి మీద అమిత కోపం వచ్చింది. "మీరు పెద్దవారు, మాకందరికి పూజ్యులు, ఏమీ అనుకోనంటే ఒకమాట చెపుతాను" అన్నారు.

"చెప్పు."

"భవానీశంకరంగారున్నారే, వారు నీచులు" అన్నారు. ఈ హాస్టల్లో వున్న విద్యార్థుల్లో కమ్యూనిస్టులూ వారి అభిమానులూ వున్నమాట నిజమే కాని వారు ప్రచారంచేసే కమ్యూనిజానికీ, ఇప్పుడు మేము చేస్తున్న పనికీ ఏమీ సంబంధం లేదు. కమ్యూనిస్టులు సహాయం చేసినంత మాత్రాన మంచిపని చెడు అవదు గదండీ. ఇక బయటవున్న బ్రాహ్మణులు, మేము చేస్తున్న అలజడికి కారణం అనేమాట మీ సానుభూతిని పొందటానికి అన్నమాట."

"ఆ మాట నాలో సానుభూతిని ఎట్లా కలిగిస్తుందో తెలియకుండా వుంది."

"మీరు బ్రాహ్మణ ద్వేషులని గదా ప్రసిద్ధి?"

కృష్ణస్వామిగారు ఆలోచనల్లో పడ్డారు. అదే అదను అని గ్రహించి గాంధీధామయ్య అంతవరకు జరిగిన సంగతులన్నీ వివరంగా చెప్పాడు.

పైకి చాలా దురుసుగా కనపడేవారు కృష్ణస్వామిగారు. కాని అన్యాయాలను ఏమాత్రం ఓర్వలేని మనస్సు వారిది. భవానీశంకరంగారు విద్యార్థులపట్ల చేస్తున్న అన్యాయాలను గాంధీధామయ్య ఏకరువు పెడుతూంటే, వారు ఆగ్రహావేశులయ్యారు. ఆ క్షణం తమ భార్య దమయంతి గోపాలం భవిష్యత్తును గురించి చెప్పిన మాటలన్నీ మరచిపొయ్యారు. గోపాలం గానీ, ఇతర విద్యార్థులుగానీ తమకు జరుగుతున్న అన్యాయాలను ఎదుర్కోవటం కంటే వేరు మార్గం ఆయనకు కనుపించనే లేదు. తత్ఫలితంగా కొన్ని కష్టాలు వస్తాయి. వస్తే వాటిని అనుభవించటం కంటే చేసేది ఏముంది అనిపించింది. తన కుమారుడు విద్యార్థుల తరఫున నిలబడినందుకు మనస్సులో వారు గర్వపడ్డారు కూడాను.

భవానీశంకరంగారిని గురించి చెప్పవలసినవన్నీ చెప్పి, చివరకి గాంధీధామయ్య ఇలా అన్నాడు.

"ఈ హాస్టల్లో వున్న కుఱ్ఱవాళ్ళందరూ, మీ పుస్తకాలను కొద్దో గొప్పో చదువుతున్న వాళ్ళే, మీ జీవితాన్నుంచి కొద్దో గొప్పో నేర్చుకున్నవాళ్ళే. తరతరాల నుంచీ మూగవోయిన మా గొంతులు మీవల్లే పలికినై. మూఢాచారాలతో, స్వార్థపరుల పీడనతో బండబారిపోయిన మా మనస్సులు మీ వల్లే వికసించినై, మాకు మాటలు నేర్పింది మీరు. ప్రతిదాన్నీ ప్రశ్నించడం, విమర్శించడం నేర్పింది మీరు. ఎటువంటి కష్టాలనైనా సరకు చెయ్యక, కష్టాలకు కట్టుబడి వుండటం నేర్పింది మీరు. న్యాయాన్యాయ విచక్షణకు ఎవ్వరి అంతరాత్మ వారికే సాక్షి అని నేర్పింది మీరు. అటువంటి మీరు, మీరు నేర్పిన విద్యను ఈనాడు నిరసించరు అనుకుంటాను."

గాంధీధామయ్య నోటినుంచి వెలువడిన ఈమాటలు వింటూ వుంటే విద్యార్థుల ఈ తిరుగుబాటుకి తానే నాయకత్వం వహిస్తున్నట్లనిపించింది కృష్ణస్వామిగారికి. "నేను ఎందుకు నిరసిస్తాను?" అన్నారు.

తండ్రి ఎక్కడ కోపగిస్తారోనని ముణగదీసుకొని కూర్చున్న గోపాలం ఒక్క నిట్టూర్పు విడిచాడు. కృష్ణస్వామిగారు గమనించారు. చిరునవ్వు నవ్వుతూ, "ఒరే గోపీ, నీ మనస్సుకి ఏది మంచిదని తోస్తే అది చెయ్యి. ఇప్పుడేకాదు, ఎప్పుడూ నేను నిన్ను ప్రశ్నించను. ఎప్పుడన్నా అటువంటిపని జరిగినా నా మాట వినవలసిన పనిలేదు. వినలేదని నేనేమి అనుకోను. ఒకవేళ అనుకున్నా తొందరపడి నీ మనస్సు మార్చుకోకు" అన్నారు.

కృష్ణస్వామిగారు వొచ్చారని తెలిసి, హాస్టలు విద్యార్థులందరూ అక్కడకు జేరారు. వాళ్ళంతా కుమారునికి కృష్ణస్వామిగారిచ్చిన సలహా విని అపరిమితంగా

సంతోషించారు. అందరికన్నా సంతోషించింది గాంధీధామయ్య. అతను కృష్ణస్వామిగారు వ్రాసిన పుస్తకాలన్నీ చదివాడు. వారి ఉపన్యాసాలు అనేకం విన్నాడు. వారిని గురించి ఎన్నో విషయాలు తెలుసుకున్నాడు. కాని వీటి అన్నిటి వెనుకావున్న మనిషిని చూడటం ఇదే ప్రథమం. ఆ మనిషి అతన్ని ఆకర్షించాడు.

విద్యార్థులతో కొంతసేపు గడిపి, ఇంటికి బయలుదేరారు కృష్ణస్వామిగారు. వెళ్ళబోయే ముందు గోపాలాన్ని పిలిచి, "ఈ గొడవలన్నీ మీ అమ్మకు ఇష్టం లేదు. బాగా చదువుకోమని చెప్పమన్నది. అయినా విద్యార్థుల కష్టసుఖాలు ఆమెకేమి తెలుస్తవిలే" అని చెప్పారు.

* * *

"నా ప్రయత్నం వృధా అయింది" అన్నారు జగదీశ్వర్రావుగారు హాస్టల్లో అడుగుపెడుతూ. సరాసరి ఆయన భవానీశంకరంగారి ఇంటి దగ్గరనుంచి వస్తున్నారు.

"ఏమన్నాడు?" అని అడిగాడు గాంధీధామయ్య.

"మీ ఇష్టం వచ్చిన పని చేసుకోండి; నేను కమిటీ మీటింగు పిలవను; హాస్టలుకి దమ్మిడీ ఇవ్వను. బీద విద్యార్థులమీద వాళ్ళకంత జాలి వుంటే, తలా కాస్త వేసుకొని వాళ్ళే సహాయం చెయ్యవచ్చు అన్నాడు. పైగా నన్నీ విషయంలో జోక్యం కలిగించుకోవద్దని బెదిరించాడు."

"సరే ఇక మన పని మనం చేద్దాం" అని హాస్టలు విద్యార్థులనందరనీ హాల్లో సమావేశపరిచాడు.

విద్యార్థులంతా నినాదాలు చేసుకుంటూ నగరవీధులవెంట ఊరేగింపు బయలుదేరారు. విద్యార్థులు ఎంతచెప్పినా వినకుండా జగదీశ్వర్రావు గారు కూడా వారితో నడిచారు. "నా కేదో క్రొత్త జీవితంలో అడుగుపెట్టినట్టు వుంది. చాలా ఉత్సాహంగా వుంది. మీతోపాటే వుండనివ్వండి" అన్నారు.

"ఇది మీ సమస్య కాదు" అని ఏమో చెప్పబోయాడు గాంధీధామయ్య.

"న్యాయం కాంక్షించేవారి అందరి సమస్యానూ" అన్నారు జగదీశ్వర్రావు గారు. వారి రక్తంలో ఇన్నాళ్ళనుంచీ దాగివున్న వీరాణువులు కదలినై. వారి పూర్వులు చేసిన ఏ యుద్ధాలో వారికి జ్ఞాపకం వచ్చినట్లున్నాయి. "ఏం జరిగినా మీరు విద్యార్థుల ప్రక్కన నిలవండి నాన్నగారూ అని పంపించింది అమ్మాయి. తిరిగి వెళితే అమ్మాయి ఏమనుకుంటుంది? అమ్మాయికి నా మొహం ఎలా చూపించను?" అన్నారు.

ఇక విద్యార్థులెవ్వరూ ఆయనతో వాదానికి దిగలేదు. గాంధీధామయ్య కిర్రుచెప్పులు వేశాడు, తాటాకు గొడుగు తీశాడు. ఊరేగింపుకి నాయకత్వం వహించాడు.

ఊరేగింపు బహిరంగ సభ జరుపదలచిన మైదానం దగ్గరకు వచ్చేటప్పటికి కొన్నివేల జనం పోగయ్యారు. సభలో విద్యార్థి నాయకులందరూ మాట్లాడారు, జగదీశ్వర్రావుగారు కూడా మాట్లాడారు. ఆయన్నేదో వింత ఆవేశం ఆవహించినట్లుంది. తమలో తామే ముసి ముసి నవ్వులు నవ్వుకుంటూ, తాము చేస్తున్న కృషికి తామే ముచ్చట పడుతూ మాట్లాడారు. ఆ మీటింగ్‌లో తమ కోర్కెలను మన్నించేదాకా భవానీశంకరంగారి యింటిముందు పికెటింగ్ చెయ్యాలని విద్యార్థులు నిశ్చయించుకున్నారు. నినాదాలతో, జయజయ ధ్వానాలతో జనం భవానీశంకరం గారి ఇంటికి కదిలారు.

విద్యార్థుల ఉద్యమం ఈ స్థాయికి వస్తుందని భవానీశంకరంగారు కలలో కూడా అనుకొని వుండరు. నగరంలోని జనమంతా తమ ఇంటిమీదకు వచ్చిపడేటప్పటికి వారికి దడ పుట్టింది. ఇక వెంకటనారాయణ గారి సంగతి చెప్పనే అవసరం లేదు. వణుకుతూ కూర్చున్నాడు భవానీశంకరంగారికి ఎదురుగా "ఇదంతా వాడే చేశాడు" అన్నాడు. తన తమ్ముడైన జగదీశ్వరరావుగారిని ఉద్దేశించి. "వాడ్ని ఈ వూళ్ళోనుంచి వెళ్ళగొట్టించక పోతే నన్ను మారు పేరున పిలవండి" అన్నాడు. 'నీకు ఇప్పుడొక పేరు వుండి చచ్చినట్టు' అనేవాళ్ళు దగ్గర్లో లేక ఇంకా రెచ్చిపోయాడు.

బయటనుంచి కేకలు ఎక్కువైనై. జనం ఇంట్లోకి తోసుకు వస్తున్నట్లు అనిపించింది భవానీశంకరంగారికి. వెంటనే పోలీసులకు ఫోను చేశాడు.

పోలీసులు వచ్చి జనాన్ని వెళ్ళిపొమ్మని ఆజ్ఞాపించారు. ఒక్కరూ కదల్లేదు. ఎవ్వర్నీ ఇంట్లోకి వెళ్ళనివ్వకుండా పికెటింగ్ చేస్తున్న గాంధీధామయ్యనీ, శివశంకరాన్నీ, గోపాలాన్ని అక్కడనుంచి తక్షణం వెళ్ళిపొమ్మన్నారు. పోలీసుల రాకతో భుగభుగ మండిపోతున్న గాంధీధామయ్య "ఆ పని చేయించటానికి మీ తాతలు దిగి రావాలి" అన్నాడు.

"ఏమంటున్నావ్?" అన్నాడు సబ్ ఇన్‌స్పెక్టర్.

అదేమాట ఇంకా తీవ్రంగా చెప్పాడు గాంధీధామయ్య. సబ్ ఇన్‌స్పెక్టర్ ఆగ్రహావేశుడై అతని రెక్కపట్టుకొని గుంజాడు. ఆవేశానికి తగిన బలంలేని గాంధీధామయ్య పది గజాలదూరాన బొక్క బోర్లా పడ్డాడు. మోకాళ్ళు, మోచేతులూ, ఒక చెంపా దోక్కుపోయి బట్టలన్నీ రక్తసిక్తం అయినాయి.

ఇంతవరకూ అతి నిగ్రహంగా ప్రవర్తిస్తున్న శివకుమార్ ఆ దృశ్యం భరించలేకపోయాడు. అమాంతం సబ్ ఇనస్పెక్టర్ మీదికి దూకి కలియబడ్డాడు. సబ్ఇనస్పెక్టరు విదిలించుకొని చేతిలో వున్న లాఠీతో ఎడాపెడా మోద నారంభించాడు. ఇంతవరకూ నివ్వెరపోయి చూస్తూనుంచున్న గోపాలం శివకుమార్‌కి అడ్డు వెళ్ళాడు– "హాస్టలు సెక్రటరీని నేను. ఈ ఉద్యమానికి నాయకుడ్ని నేను. అతడ్ని వదలండి" అని కేకలు వేసుకుంటూ. అతనితోపాటు జనం కూడా పోలీసులమీదకు విరుచుకుపడ్డారు. అతని డొక్కలో లాఠీతో ఒక బలమైన పోటు తగిలింది. పోలీసులు తుపాకులు ప్రేలుస్తున్నట్టు ధ్వనులు వినిపించినై... అంతే అతను స్పృహతప్పి పడిపోయాడు.

అతను కన్నుతెరిచి చూసేటప్పటికి పోలీసు స్టేషనులో బల్లమీద పడుకొని వున్నాడు. ఎదురుగా ఇద్దరు పోలీసులు కాపలా కాస్తున్నారు.

"శివకుమార్ ఎక్కడ?" అని అడిగాడు.

"నీకు అదంతా అనవసరం, నువ్వు వెళ్ళదలిస్తే వెళ్ళవచ్చు" అన్నాడొక పోలీసు.

అతనికి వెళ్ళబుద్ధి పుట్టలేదు. ఏం జరిగిందీ అడుగుదాం అనుకున్నాడు. కాని అడగబుద్ధి పుట్టలేదు. అంతలో డొక్కలో పోటు ప్రారంభం అయింది. వళ్ళంతా నమిలింది. కళ్ళు మూసుకుపడుకున్నాడు; మైకం కమ్మింది. అమ్మ బొమ్మ కనిపించింది. ఇంతై ఇంతింతై తృటిలో విశ్వాన్నంతా వ్యాపించింది.

భవానీశంకరంగారి ఇంటిముందు శివకుమార్నీ, గోపాలాన్ని కొంతమంది పోలీసులు వ్యాన్‌లో ఎక్కించుకొని తీసుకుపోగానే పోలీసులకూ, జనానికీ పోరాటం సాగింది. జనం చేతికి ఏది అందితే అది తీసుకొని పోలీసువాళ్ళమీదకు విసర నారంభించారు. పోలీసులు లాఠీచార్జీ చేశారు. జగదీశ్వరరావుగారు ఈ సంఘర్షణ ఇంకా దారుణ ఫలితాలకు దారి తియ్యకుండా వుండటానికి ప్రయత్నించారు. "ఇది రాజకీయ సంఘర్షణ కాదు. విద్యార్థులకు దౌర్జన్యానికి దిగాలనే ఉద్దేశం లేదు. మీరిందులో జోక్యం కలిగించుకోటానికి ఎవ్వరు?" అని పోలీసుల మీదికి వెళ్ళారు. వారు వెళ్ళటం చూచి జనం పోలీసులతో కలియబడ్డారు. పోలీసులు రెండుమూడుసార్లు జనాన్ని చెదరగొట్టటానికి పైకి తుపాకులను కూడా పేల్చారు. తరువాత జరిగిన సంఘర్షణలో జగదీశ్వరరావుగారికి తలమీద బలమైన గాయం తగిలింది. ప్రజల్లో సానుభూతిపరులు కొందరు ఆయన్ని బండిమీద వేసుకొని ఆస్పత్రికి తీసుకువెళ్ళారు.

అదే సమయంలో కొంతమంది విద్యార్థుల సహాయంతో సేదదీరిన గాంధీధామయ్య పరిస్థితి భయంకర రూపం తాల్చటం గ్రహించి ఆ నెత్తుటి బట్టలతోనే వొక బండపైకెక్కి ప్రజలూ, విద్యార్థులూ శాంతంగా ప్రవర్తించాలనీ, తమను రెచ్చగొట్టి దౌర్జన్యానికి దిగారనే నెపంతో తుపాకులు ప్రేల్చటానికి పోలీసులు చూస్తున్నారనీ, అటువంటి అవకాశం పోలీసులకు ఇవ్వవద్దనీ ఉద్బోధించాడు.

అదే తరుణంలో వేరొక వైపునుంచి, "మీరంతా శాంతియుతంగా ఉండండి. ఈ సమస్యను నాకు వొదలండి" అనే గంభీరమైన వాక్కులు వినిపించినై. అందరి చూపులూ వొక్కసారిగా ఆ వైపున తిరిగినై. ఖద్దరు ధరించిన ఒక ఆజానుబాహువు జనాన్ని నెట్టుకుంటూ ముందుకు రావటం అంతా గమనించారు. "పంతులుగారు, పంతులుగారు" అనే గుసగుసలు బయలుదేరినై.

ఆయన పూర్తిపేరు శివకామయ్యగారు. వారు ఆ నగరంలో వున్న కాంగ్రెస్ ప్రముఖుల్లో ఒకరు. వారు కాంగ్రెస్ నాయకులే కాక, ఆంధ్రదేశంలో ప్రసిద్ధిచెందిన గ్రంథకర్తలు కూడాను. గ్రామీణ జీవితాన్నీ, కూలీల, హరిజనుల సమస్యలనూ ప్రతిభావంతంగా తమ నవలల్లో చిత్రించి వొక్క కాంగ్రెస్‌వర్గాల మెప్పునే కాక, మిగిలిన వర్గాల మెప్పును కూడా పొందినట్టివారు. అందులో ఆనాటి యువకుల్లో ఆయన పలుకుబడి అప్రతిహతమైంది. ఇక ఆయన్ని చూడగానే కొంత అలజడి తగ్గిందంటే ఆశ్చర్యం ఏముంది?

వారు సరాసరి గాంధీధామయ్య దగ్గరకు వెళ్ళి, "ఏమయ్యా, మాట మాత్రమైనా నాతో అనకపోతివి" అన్నారు.

గాంధీధామయ్యకు ఏమి సమాధానం చెప్పాలో తోచక తలవొంచుకున్నాడు.

"నేను మీ కులం వాడిని కాననేగా" అన్నారు వారే. "ఏం కాంగ్రెస్‌వాడివయ్యా నువ్వు? మేము మీకు చాలా అపచారాలు చేశాం అని అనుకుంటున్నారుగదా ప్రాయశ్చిత్తం చేసుకోటానికైనా అవకాశం ఇవ్వరేం?" అన్నారు.

గాంధీధామయ్య తన చెవులను తానే నమ్మలేకుండా నుంచున్నాడు. ఒక్క గాంధీధామయ్యేకాదు, విద్యార్థులందరూ సిగ్గుతో తలలు వాల్చారు.

"మా కృష్ణస్వామి కొడుకు వున్నాడట ఏడీ?"

పోలీసులు పట్టుకుపోయారని జనంలోనుంచి ఎవ్వరో ఊదారు.

"పట్టుకుపోయారూ? సరే, కృష్ణస్వామికి బుద్ధివచ్చేపని చేశాడులే" అని పోలీసులను చూచి, ఇంకెందుకు పోలీసులూ ఇక్కడ వున్నారు? మేము ఎవ్వరం దౌర్జన్యానికి దిగంలే. భవానీశంకరాన్ని ఎత్తుకు పోంలే" అన్నారు.

సబ్ ఇనస్పెక్టరు బిత్తరపోయి తన చేతిలోని లాఠీతో కాలిబూటును కొట్టుకుంటూ నుంచున్నారు.

"అంతేలే, అంతకంటె మాత్రం నువ్వేం చేస్తావు?" అని గాంధీధామయ్య వైపు తిరిగి "నీకు ఒక తాటాకు గొడుగు వుండాలే" అని అడిగారు.

"ఇదుగోనండీ, పోలీసులు విరగ్గొట్టారు" అని ఒక విద్యార్థి విరిగిన గొడుగును వారికి అందించాడు.

వారా గొడుగును భవానీశంకరంగారి ఇంటికి ఎదురుగా రోడ్డుకి అవతల ప్రక్క పాతి దాని నీడలో కూర్చున్నారు. "ఈ క్షణం మొదలుకొని భవానీశంకరం హాస్టలు కమిటీకి రాజీనామా దాఖలు చేసేవరకూ నేను పచ్చి నీళ్ళుకూడా ముట్టను" అని కండ్లు మూసుకొని ధ్యాన నిమగ్నులయ్యారు. గాంధీధామయ్య వినమ్రుడై దగ్గరకు వెళ్ళి "మాకోసం ఇంతపనికి పూనుకోకండి పంతులుగారూ" అన్నాడు.

వారు మాట్లాడలేదు.

శివకామయ్య పంతులుగారు రంగంలో ప్రవేశించటంతో సంఘర్షణ పూర్తి స్వభావం మారిపోయింది. అంతకుముందు కొంతమంది విద్యార్థులూ, సామాన్య ప్రజలూ మాత్రమే అక్కడ పోగయి వున్నారు. అప్పుడు నగరంలోని ప్రముఖులందరూ అక్కడకు జేరారు. పోలీసులు కూడా ఇదివరకంత ధైర్యంతో జోక్యం కలిగించుకోలేక, పరిస్థితులు ఏ రూపం ధరిస్తయ్యో తిలకిస్తూ నుంచున్నారు. హాస్టలు కమిటీ సభ్యులు కూడా ఒకరి తరువాత ఒకరు వచ్చి, భవానీశంకరంగారిని రాజీనామా ఇవ్వవలసిందని ఒత్తిడి పెట్ట నారంభించారు. శివకామయ్యగారు ఒక పట్టాన వూరుకునే మనిషి కాదనీ, పరిస్థితులను గుర్తెరిగి ప్రవర్తించకపోతే ప్రమాదం సంభవించవొచ్చనీ చెప్పారు. వారి నిరసనవ్రతం ఒకటి రెండురోజులు సాగితే నగరం నగరం యావత్తూ వచ్చి మీద పడవచ్చనీ, అప్పుడు పశ్చాత్తాపపడి ప్రయోజనం లేదనీ అన్నారు. తప్పేదిలేక భవానీశంకరంగారు హాస్టలు సెక్రటరీ పదవికి రాజీనామా పెట్టటానికి అంగీకరించారు. అంగీకరించటమే తడవుగా, హాస్టలు కమిటీ సభ్యులొకరు బయటకు పరుగెత్తుకొని వచ్చి ఆ విషయం విద్యార్థులకు చెప్పారు. జయజయధ్వానాలు మిన్ను ముట్టినై. అందరూ శివకామయ్య పంతులుగారి చుట్టూ జేరి వారి ముందు మోకరిల్లారు.

"గాంధీధామయ్యా! ఇదిగో నీ గొడుగు, జాగ్రత్తగా ఉంచు. మళ్ళీ ఎప్పటికైనా పనికిరావచ్చు" అన్నారు శివకామయ్య పంతులుగారు, విరిగిన తాటాకు గొడుగు అందిస్తూ.

ఆరోజే హాస్టలు కమిటీ భవానీశంకరంగారి రాజీనామాను అంగీకరించి, జగదీశ్వరరావుగారిని హాస్టలు కమిటీ సెక్రటరీగా ఏకగ్రీవంగా ఎన్నుకున్నారు.

4

"నువ్వా అన్నా? ఎవ్వరో అనుకున్నా" అన్నది కళ్యాణకింకిణి తన వైపుకి నడిచి వొస్తున్న గోపాలాన్ని చూచి, ఇటీవల గోపాలం వాళ్ళ ఇంటికి తరచు వెళుతుండేవాడు. వారి పరిచయం క్రమక్రమేణా అన్నాచెల్లెలు అనురాగంగా పరిధవిల్లింది.

"నేనే మీ ఇంటికి వెళ్ళాను. అక్కడ ఎవ్వరూ లేరు. నువ్వు ఇక్కడ ఉండవచ్చు గదా అనే ఉద్దేశంతో ఇటు వొచ్చాను."

"నాన్నగారు ఏదో పని వుండి బయటకు వెళ్ళారు. ఒక్కదాన్ని నాకేమీ తోచక ఇటు వచ్చాను."

అది ఆమెకి మామూలే, సమయం దొరికినప్పుడల్లా పుస్తకం చేత్తో పట్టుకుని ఆ నది ఇసుక పొరల్లో కూర్చొని చదువుకుంటూ వుంటుంది. ఆమె ఇంటికి ఈ నది వొక ఫర్లాంగు దూరంలో ఉంది. ఇల్లంటే ఇప్పుడు వారు వుంటున్నది వారి పూర్వపు ఇల్లు కాదు. హాస్టలు గొడవలు జరిగిన పిదప ఆ యిల్లు తనకు రావలసిన బాకీకి వేలం వేయించే ప్రయత్నంలో భవానీశంకరంగారు ఉన్నారని తెలిసి తానే ఇల్లు, పొలం అమ్మివేసి బాకీ అన్నీ సర్ది కాస్తో కూస్తో మిగిలితే బ్యాంకులో వేసి, ఇప్పుడున్న ఇల్లు అద్దెకుతీసుకొని కుమార్తెతో వుంటున్నారు జగదీశ్వర్రావుగారు.

"రా అన్నా! ఇల్లా కూర్చో" అన్నది కళ్యాణకింకిణి.

నది మీదనుంచి చల్లటిగాలి వీస్తోంది. ప్రక్కన వున్న కొండమీద నుంచి పశువుల కాపర్లు పశువులను మళ్ళవేయటం వినిపిస్తూ వుంది. చేలో పిట్టలను కొడుతూ ఎవ్వరో ఆడమనిషి పల్లె పదం వొకటి గొంతెత్తి పాడుతూ వుంది.

"ఏం పుస్తకం అది?" అని అడిగాడు గోపాలం ఆమె చేతిలో వున్న పుస్తకం చూచి.

"చదువుకోటానికి ఏమన్నా పుస్తకాలు తెచ్చిపెట్టమంటే మొన్న శివకుమార్ వొక డజను పుస్తకాలు ఇచ్చిపోయాడు."

ఆమె చేతిలో వున్న పుస్తకం గోర్కీ వ్రాసిన 'అమ్మ'

"పూర్తి చేశావా?"

"చివరి పేజీ చదువుతుండగా నువ్వొచ్చావు."

"ఎలా వుంది?"

ఆమె కొంచెంసేపు ఆలోచించి చెప్పింది. "నేను ఇంతకు ముందు ఇటువంటి పుస్తకాలు చదవలేదు అన్నా. చదువుతుంటే అడుగడుక్కీ భయం, బాధా కలిగాయి. బీదవాళ్ళ జీవితాలతో, వాళ్ళ ఆశయాలతో నాకు అట్టే పరిచయం లేదు. ఈ పుస్తకం చదువుతుంటే, మరొక ప్రపంచంలో సంచరిస్తున్నట్టున్నది" అన్నది.

నిజమే, గోపాలానికి కూడా మొదటిసారిగా చదివినప్పుడు అలాగే అనిపించింది.

కళ్యాణకింకిణి నదిమీదనుంచి ఆకాశంలోకి చూస్తూ చెప్పుకుపోసాగింది. "ఏమీ తెలియని వొక ముసలిది పరిస్థితుల ప్రభావంతో, వొక ఉద్యమానికి సహాయ పడిందంటే వొకప్పుడు నేను నమ్మగలిగేదాన్ని కాదు. కాని నాన్నగారిని చూచింతరువాత ఈ విషయం నేను పూర్తిగా నమ్ముతున్నాను. మొన్న మీరు చేసిన ఊరేగింపులో పాల్గొన్నప్పటి నుంచీ ఆయన పూర్తిగా మారిపోయారు. ఇదివరకు ఇతరులకు సహాయం చెయ్యాలంటే "మనకు ఎందుకు వచ్చిందిలే" అని చూస్తూ కూర్చునేవారు. ఇప్పుడలా కాదు. ఇతరులకు సహాయం చెయ్యటానికి ఎక్కడ ఎప్పుడు అవకాశం దొరుకుతుందా అని కాచుకు కూచుంటున్నారు. నా మట్టుకు నాకే మీ ఊరేగింపులో జేరాలనిపించింది. పోలీసులు వున్నారనీ, దౌర్జన్యానికి దిగుతారనీ, తుపాకులు పేల్చి కాల్చివేస్తారనీ ఆ క్షణం అనిపించలేదు. గట్టున కూర్చుని మీనమేషాలు లెక్కపెట్టుకుంటూ కూర్చునేకంటే, ఏదో వొక మంచి కార్యక్రమం చేపట్టి పని చేసుకుంటూ పోతూ వుంటే, దానికి కావలసిన జ్ఞానం అదే నేర్పుతుంది."

"అది అక్షరాలా నిజం" అన్నాడు గోపాలం. "జ్ఞాన సేకరణకు అది ఉత్తమ మార్గం. అనుభవం ప్రసాదించిన జ్ఞానాన్ని విడమరచి చెప్పటానికి మాత్రమే మేధావుల గ్రంథాలు ఉపకరిస్తయి" అన్నాడు గోపాలం.

"ఆ ముసలిది, చదువూ సంధ్యా లేని ఆ ముసలిది చివరికి ఎన్నెన్ని ఉన్నత భావాలను విసిరింది. పోలీసులు నిర్దాక్షిణ్యంగా కొడుతుంటే 'విముక్తి పొందిన ఆత్మను ఎవ్వరూ చంపలేరు' అన్నది. పోలీసులు మళ్ళీ కొట్టారు 'న్యాయాన్నీ, సత్యాన్నీ మీరు రక్తంతో కప్పివెయ్యలేరు' అన్నది. పోలీసులు మళ్ళీ కొట్టారు. ఆమె తల గిర్రున తిరిగింది. కాలిక్రింద భూమి జారింది. మోకాళ్ళు వంగిపోయినై. శరీరం వొణికింది. మంటలు మండింది. బరువైంది. నిలబడేశక్తి లేకుండా ఎటుపడితే అటు వూగింది. కాని ఆమె కన్నులలోని కాంతి ఏ మాత్రం తగ్గలేదు. ఆ కన్నులు నిప్పులు కక్కే అనేక కన్నులను తనచుట్టూ చూసినై, ఆ అగ్ని ఆమెకు ఎంతో ప్రియమైంది.

"పోలీసులు ఆమెను వొక గదిలోకి దౌర్జన్యంగా తోశారు. ఆమె పోలీసుల గుప్పెటలోనుంచి తన చేతిని లాక్కొని. 'నెత్తురు ప్రవాహాలతో మీరు సత్యాన్ని తుడిచి వెయ్యలేరు' అన్నది. పోలీసులు ఆమెను మళ్ళీ కొట్టారు. 'ఓరి తెలివితక్కువ దద్దమ్మల్లారా! మిమ్మల్ని భస్మంచేసే కోపాగ్నిని మీ మీదకు మీరే ఆహ్వానించుకుంటున్నారు' అన్నది. ఎవ్వరో ఆమె గొంతు పట్టుకున్నారు, నులిమారు. కాని ఆమె అంటూనే వున్నది. – 'దురదృష్టకరమైన, విచారకరమైన జన్మ మీది...' అని.

కళ్యాణకింకిణి కండ్లవెంట రెండు కన్నీటి చుక్కలు రాలినై, తుడుచుకొని గద్గద కంఠంతో "ఎంత బాగా వ్రాశాడు" అన్నది.

చేలోనుంచి వినపడుతున్న పాట ఆగిపోయింది. నదిలో వొక పడవ నెమ్మదిగా భారంగా కదులుతూ వుంది సరంగు ఏదో ఆలోచిస్తూ చుక్కాని మీద చెయ్యివేసి కూర్చున్నాడు. నదిలో నుంచి వొక చేప ఇసుకమీదకు ఎగిరి, ఒక్క క్షణం గిలగిల కొట్టుకొని మళ్ళీ నీళ్ళల్లోకి ఎగిరి మాయమైంది. అంతా అమిత నిశ్శబ్దంగా వుంది.

"నీవు చెప్పింది నిజమే కళ్యాణకింకిణీ! ప్రజల్లో పని చెయ్యటం ద్వారా ఎంతో జ్ఞానాన్ని సంపాదించవచ్చు. ఆ మాటకువస్తే గోర్కీ చిత్రించిన అమ్మే కాదు, గోర్కీ కూడా ఆ విధంగా జ్ఞానసేకరణ చేసినవాడే. అతను నేర్చుకుంది ఎక్కువ ప్రజలనుంచే. ప్రజలే అతని పుస్తకాలు" అన్నాడు గోపాలం.

"ఎట్లా అన్నా! కాస్త విపులీకరించి చెప్పు."

"గోర్కీ బీద కుటుంబంలో పుట్టాడు. ఫ్యాక్టరీలో పనిచేసుకొని పొట్ట గడుపుకునే కుటుంబం అతనిది. హైస్కూలు చదువుగాని, కాలేజీ చదువుగానీ అతనికి లేదు. అయితే కూలీల కష్టసుఖాలు ఆయనకు బాగా తెలుసు. వాటి నివారణకై కృషి చేస్తూ వుండేవాడు. ఆ ప్రయత్నంలో ఆయనకు ఎంతో అనుభవం, జ్ఞానం చేకూరాయి. వాటి అండతో అనేక ఉత్తమ గ్రంథాలను రచించి విశ్వవిఖ్యాతి పొందాడు. ఇప్పటికీ ఆయన నివసించిన గుడిసెను భద్రంగా కాపాడుతూ వుందట రష్యా ప్రభుత్వం. ఆ గ్రామస్థులు, చూడవచ్చినవారికి 'ఇదే గోర్కీ ఇల్లు. ఆయన అమ్మ అనే గ్రంథం వ్రాసింది ఇక్కడే. మా తండ్రులూ, తల్లులూ, తాతలూ, అమ్మమ్మలే ఆ గ్రంథంలోని పాత్రలు' అని సగర్వంగా చెపుతూ వుంటారట" అన్నాడు గోపాలం.

వారు తరువాత టాల్‌స్టాయ్, డాస్టోవిస్కీ రచనలను చర్చించారు.

శివకుమార్ ఇచ్చివెళ్ళిన పుస్తకాల్లో, "క్రయిమ్ అండ్ పనిష్మెంట్", "ఇడియట్" మొదలయినవి కూడా వున్నవి. అందులో "క్రయిమ్ అండ్ పనిష్మెంట్" ఆమె అప్పటికే చదవటం పూర్తి చేసింది.

"డాస్టోవిస్కీని గురించి నీ వుద్దేశ్యం ఏమిటి?" అడిగాడు గోపాలం.

"ఇద్దరూ బీదవాళ్ళ అగచాట్లనే వర్ణించినా చాలా భేదం వున్నట్లు కనుపిస్తుంది. గోర్కీ ఏది వ్రాసినా స్పష్టంగా, నిర్మలంగా, ఆరోగ్యకరంగా వున్నట్లు కనుపిస్తుంది. జీవితాన్ని అందరూ అనుభవించాలనే సంకల్పం కలిగిన ఒక ఆరోగ్యవంతుడు తన అభిప్రాయాలను చెబుతున్నట్లు వుంటుంది. డాస్టోవిస్కీ రచనలు అలా వుండవు. ఏదో దీర్ఘవ్యాధితో తీసుకుంటున్నవాడు వ్రాసినట్లు వుంటవి. మనస్సుకు ఎందుకనో చాలా జుగప్సను కలిగిస్తవి. అతను అక్కడక్కడా అవసరానికి మించిన హింసను వర్ణిస్తూ వుంటే ఇలా వర్ణించి తాను ఆనందం పొందుతున్నాడా అని కూడా అనిపిస్తుంది. ఆయన దగ్గరనుంచి పాఠకులు నేర్చుకునేది చాలా తక్కువ అనుకుంటాను" అన్నది.

ఆమె విమర్శనా పటిమకు గోపాలం ఆశ్చర్యపడ్డాడు. తాను డాస్టోవిస్కీ చదివాడు గాని, ఈ ఆలోచన తనకు తట్ట లేదు. చదువుతున్నంతసేపూ ఏదో బాధగా ఉండేమాట వాస్తవమే. 'క్రయిమ్ అండ్ పనిష్మెంట్'లో అవుసరానికి మించి హింసను వర్ణించింది ఎక్కడా అని ఆలోచించాడు. ఆ గ్రంథంలో అనేక దృశ్యాలు జ్ఞాపకం వొచ్చినయి. చివరికి ముసలిదాన్ని కథానాయకుడు తల పగలగొట్టి చంపటం అయి వుంటుందని నిర్ణయించుకున్నాడు. చదువుతున్నప్పుడు తనకూ ఆ దృశ్యం భీభత్సంగా వున్నట్టే అనిపించింది.

"అయితే అన్నా, నిన్నొక సంగతి అడగాలని వుంది."

"ఏమిటి?"

"నే నీమధ్య ప్రముఖ ఆంగ్లేయ రచయితల గ్రంథాలు చదివాను. చెదురు మదురుగా ఫ్రాన్సు మొదలైన దేశాల రచయితల గ్రంథాలు చదువుతూ వచ్చాను. వారిలో వున్న పాలిష్ ఈ రష్యన్ రచయితల్లో కనపడకపోవటానికి కారణం ఏమిటో!"

"రష్యాలోనూ 'పాలిష్' వున్న రచయితలు లేకపోలేదు కళ్యాణకింకిణీ. ఉదాహరణకు పుష్కిన్ అనే రచయిత వున్నాడు. పాలిష్‌కీ, సున్నితమైన హాస్యానికీ ఆయన పెట్టింది పేరు. అయితే మనం ఇప్పుడు రష్యా విప్లవానికి ప్రత్యక్షంగా దోహదం చేసిన రచయితలను గురించి గదా చర్చిస్తున్నది. వారికి పాలిష్ ఉండటం కుదరదు. కుదరక పోగా వొక విధంగా పాలిష్ అంటే ఏహ్యాభావం కూడా. ఎందుకని అంటావు?..."

"తెలుసుకోవాలని ఉంది" అన్నది కళ్యాణకింకిణి.

"మాక్సింగోర్కీలాంటి రచయితలు సంఘంలోని అట్టడుగు పొరనుంచి వొచ్చినవారు. వారు చిత్రించేవి కూడా అటువంటి వారి జీవితాలే, అంటే బాధలే. 'పాలిష్' అను, 'సంస్కారం' అను అది సంఘంలో బాగా తీరిక వున్నవారి హృదయాలలోనే మొలకెత్తుతుంది. అంటే సంస్కారయుతులుగా వుండే అవకాశం ధనవంతులకే ఉంటుందన్నమాట. ఈ సంస్కారాన్ని వారు, సంఘం కదలకుండా, ఎటువంటి మార్పూ రాకుండా వుండగలందులకు వినియోగిస్తారు. 'మాకు ఆకలి అవుతూవుంది; అన్నం పెట్టండి' అని ఊరేగింపులు జరుపుకుంటే అది సంస్కారానికి వ్యతిరేకం; ధనవంతులు పెట్టేబాధలు సహించలేక దురుసుగా మాట్లాడితే అది సంస్కారానికి వ్యతిరేకం; మా శ్రమను మీరు దొంగిలిస్తున్నారు. మా శ్రమకు తగిన ప్రతిఫలం కావాలంటే, అది సంస్కారానికి వ్యతిరేకం; గట్టిగా మాట్లాడితే సంస్కారానికి వ్యతిరేకం. కోపదగ్ధులు గట్టిగా మాట్లాడక ఏం చేస్తారు? ఒక పక్కన కడుపు కాలుతుంటే నిగ్రహం ఎక్కడనుంచి వస్తుంది? ఈ రచయితలు గట్టిగానే మాట్లాడుతారు. చెప్పదలచింది నగ్నంగానే చెపుతారు. సాధించదలచిన ప్రయోజనం దృష్ట్యా చూచినా, వారి జీవిత పరిస్థితులను బట్టి చూచినా ఇది తప్పనిసరీ, అవుసరమూనూ; అన్నీ వుండి, జీవితంలో కీలక స్థానాలను ఆక్రమించుకొని, భోగభాగ్యాలను అనుభవించేవారు నొక్కి నొక్కి మాట్లాడగలరు; నీతులు చెప్పగలరు; రకరకాల రంగురంగుల సిద్ధాంతాలు అల్లగలరు; పెదవి కదల్చకుండా మాట్లాడగలరు; బట్ట తొలగకుండా నడవగలరు; జుట్టు చెదరకుండా ఆలోచించ గలరు. ప్రతివారూ నిగ్రహం చూపటం, అందులో ముఖ్యంగా బీదవాళ్ళు నిగ్రహం చూపటం వారికి లాభం. సంఘంలో వున్న దోపిడీ విధానానికి గురై, వొకపూట తిండి వుంటే వొకపూట లేక, ఫ్యాక్టరీలలో వందలకు వందలు, కొట్టంలో పశువులు పోగైనట్టు పోగై, కాలం గడిపేవాళ్ళకి సంస్కారంతో ఏమి సంబంధం కళ్యాణకింకిణీ! వారూ, వారి తరపున వ్రాసే రచయితలూ మోటుగానే మాట్లాడుతారు. కటువుగానే ప్రవర్తిస్తారు. అది వాళ్ళ సంస్కారం. మనబోటివాళ్ళు ఈ మనఃప్రవృత్తిని సానుభూతితో పరికించి అర్థం చేసుకోవటానికి ప్రవర్తించాలి."

కళ్యాణకింకిణి ఆలోచనలో పడింది. "నిజమే" అన్నది. ఆమె చెక్కిళ్లు ఎర్రబడినై; ముంగురులు చెదిరినై; పెదిమ వొణికింది. "మరి ఈ రచయితలూ, ఇంత నిజాయితీపరులూ, అనేక కష్టాలను ఎదుర్కొని త్యాగాలను చేసి, అవుసరం అయితే బీదవాళ్ళకోసం తమ ప్రాణాలను అర్పించటానికి కూడా సిద్ధంగా వున్నారు గదా; ఇదే ఆదర్శంతో వున్న గాంధీధామయ్యగారికి వీరంటే గిట్టదు ఎందుకని?"

"ఈ గ్రంథకర్తలంటే గాంధీధామయ్యకు గిట్టదని నేను అనుకోను. కాకపోతే రష్యాలో కమ్యూనిజం ఆచరణలో పెట్టబడిన విధానం పట్ల ఆయనకు విముఖత్వం ఉండవచ్చు."

"అంటే?"

"గాంధీగారికివలె అహింసా విధానం ద్వారానే అధికారంలోకి రావాలని కమ్యూనిస్టులు అనుకోరు. అంటే అహింసా విధానంద్వారా అధికారం వొస్తే వొద్దంటారని కాదు. రాదని వారి గట్టి నమ్మకం. అందుకని అవుసరం అయితే దౌర్జన్యానికి దిగి, రక్తపాతం జరిపి అధికారంలోకి వచ్చే వీలుంటే ఆ అవకాశం పోగొట్టుకోకూడదని వారి వాదన. ఇలా వాదించటానికి వారికి ప్రబలమైన కారణం వుంది. అధికారంలో వున్నవారు బీదలపట్ల జాలి తలచి తమ అధికారాన్ని వొదులుకోరుగదా. ఇక బల ప్రదర్శనం ద్వారా తప్ప వారిని అధికారచ్యుతుల చెయ్యటంకంటే గత్యంతరంలేదని వారి సిద్ధాంతం. తరువాత, అధికారంలోకి వచ్చింతర్వాత కూడా ధనికవర్గం ఏకమై ఏ సైన్యాన్ని కలుపుకునో కూలదోసే అవకాశం ఉన్నది గనుక అధికారంలోకి రాగానే నియంతృత్వం స్థాపించి సద్దుమణిగే వరకూ రాజ్యపాలన చెయ్యవలసి ఉంటుందని వారి నిశ్చయం. ఈ విధానానికి గాంధీగారు వ్యతిరేకం. స్వరాజ్యం వొస్తే అహింసా విధానంద్వారా రావాలి; లేకపోతే అసలు స్వరాజ్యమే వొద్దంటారు."

"వారి ఉద్దేశాలు బాగానే వున్నయి. మరి నీ ఉద్దేశ్యం ఏమిటి అన్నా?"

"రెండూ అవుసరమే అంటాను చెల్లీ. శత్రువునుబట్టీ, పరిస్థితులనుబట్టీ విధానం మారాలి అంటాను. దౌర్జన్యానికి దిగగూడదని నేను అనుకోను. సామ దాన భేద దండోపాయం అనే సూత్రం వుండనేవుంది గదా. మిగిలిన విధానాలు నిష్ఫలం అయినప్పుడు దండం ఉపయోగించటానికి వెరవవలసిన అవుసరం లేదని నా అభిప్రాయం. నిజం చెప్పాలంటే ఈ రెండు పార్టీలు ఇంత తగవులాడుకోవలసిన అగత్యం నాకు కనపడదు. అహింసాపరంగా స్వరాజ్యం వొస్తే కమ్యూనిస్టులు వొద్దనేది లేదు. తప్పనిసరైతే, 'తమ బలహీనతను కప్పిపుచ్చుకోటానికి అహింసను అనుసరించిందానికంటే దౌర్జన్యానికి దిగటమే మేలు.' అని గాంధీగారు అనేకసార్లు చెప్పనే చెప్పారు."

"చాలా విషయాలు చెప్పావు అన్నా! థ్యాంక్స్" అన్నది కళ్యాణకింకిణి.

ఉన్నట్టుండి "వివాహాన్ని గురించి నీ ఉద్దేశం ఏమిటి అన్నా!" అని అడిగింది కళ్యాణకింకిణి గోపాలాన్ని.

ఆమె ఎందుకు అడుగుతూ వుందో తోచక తబ్బిబ్బు పడ్డాడు గోపాలం.

"నాకు వివాహం చేసుకోవాలని లేదు. అందుకని అడుగుతున్నాను."

"ఈ వయస్సులో ఏమనిపించినా, వివాహం అవసరమే అవుతుంది కళ్యాణకింకిణీ! ఇప్పుడు ఆచరణలో ఉన్న వివాహ విధానంలో కొన్ని చిక్కులు వున్నమాట నిజమే. ముఖ్యంగా పురుషుడు స్త్రీని బానిసను చేసివేశాడు. అంతమాత్రాన వివాహం అనేదే వుండగూడదు అనుకోవటం చాలా ప్రమాదాలకు దారి తీస్తుంది. మానవుడు బొత్తిగా భరించలేనిదానిలో ముఖ్యమైంది వొంటరితనం. ఎప్పుడూ ఎవ్వరితోనో వొకరితో కలిసి బ్రతకాలనిపిస్తుంది. అనిపించటమే కాదు, అవుసరం అవుతుంది కూడా."

కళ్యాణకింకిణి మనస్సు ఇక్కడ ఉన్నట్లు లేదు. ఏ దూరతీరాలనో పరామర్శిస్తూ ఉంది. కాసేపు గడిచింతరువాత, "నిన్న గాంధీధామయ్య గారు వొచ్చారు. వివాహం చేసుకోమని నన్నడిగారు" అన్నది.

ఈ వార్తను జీర్ణించుకోవటం కష్టమే అయ్యింది గోపాలానికి. "ఏమి సమాధానం చెప్పావు?"

"మనస్సులో వున్న మాటే చెప్పాను. వివాహం చేసుకోవాలనే సంకల్పం నాకు లేదు అన్నాను. ఏదైనా బి.ఎ. ప్యాసయ్యేవరకు ఈ విషయం ఆలోచించదలచలేదు అన్నాను."

"దానికి ఆయనేమన్నాడు?"

"పోనీ అప్పుడే ఆలోచిద్దాం అన్నారు."

గాంధీధామయ్యకు కళ్యాణకింకిణి అంటే చాలా ఇష్టమని గోపాలానికి తెలుసు. కాని ఆ ఆవేశం మామూలు ప్రేమవంటిది కాదు. ఆమెను ఒక దేవతగా చూసుకుంటాడు గాంధీధామయ్య. అటువంటి గాంధీధామయ్య కళ్యాణకింకిణిని వివాహం చేసుకోమని అడగటం గోపాలానికి కొంత ఆశ్చర్యమే కలిగించింది. హాస్టలు వ్యవహారాల్లో జోక్యం గలిగించుకోవటంవల్ల జగదీశ్వర్రావుగారు ఆర్థికంగా చాలా నష్టపడ్డారు. బ్యాంకులో ఏ నాలుగయిదు వేలో తప్ప ఎక్కువ లేదు. గాంధీధామయ్య బాగా ఆస్తిపాస్థులు వున్నవాడు. వివాహం ప్రతిపాదన చేసినప్పుడు ఆయన మనస్సులో జగదీశ్వర్రావుగారి కుటుంబాన్ని ఆదుకోవలసిన బాధ్యత తనమీద వుందనే భావం ఉండి ఉండకపోదు అనిపించింది గోపాలానికి.

"గాంధీధామయ్య నవ్యభావాలు కలవాడు కాకపోయినా నీతిమంతుడు. నీతిమంతులు కరువైన రోజులు ఇవి చెల్లీ. నీవు ఆయన్ని వివాహం చేసుకోటానికి అంగీకరిస్తే, జీవితాంతం వరకూ నీకు ఎటువంటి కష్టం తగలకుండా చూడగలడు" అన్నాడు. "అందులో పైకి కనుపించకపోయినా, మీ ఇద్దరికీ ఒక సన్నిహితత్వం ఉంది. మీ ఇద్దరికీ సంస్కృత గ్రంథాలన్నా, మన పూర్వసంస్కారమన్నా అమిత ఇష్టం."

కళ్యాణకింకిణి ఇక మాట్లాడలేదు. ఆమె ఆలోచనలు ఈ వ్యావహారిక ప్రపంచాన్ని దాటి వెళ్ళినయి.

* * *

జగదీశ్వర్రావు హాస్టలు కమిటీ సెక్రటరీ అయినతరువాత, హాస్టలు వ్యవహారాలు దివ్యంగా జరిగిపోతున్నాయి. పది మంది బీద విద్యార్థులకు హాస్టలు కమిటీవారు చేసే భోజన సదుపాయాలేకాక నగరంలోని దాతల సహాయంతో ఇంకొక పదిమందికి కూడా వారు వసతులు కల్పించారు. హాస్టలు లైబ్రరీకి, మంచి మంచి పుస్తకాలు, పత్రికలూ తెప్పించారు. విద్యార్థుల్లో తాము ఒకరుగా వుండి, వాళ్ళ కష్టసుఖాలు తమవిగానే భావించుకొని హాస్టలుని ఒక కుటుంబంగా నడిపారు జగదీశ్వర్రావుగారు. వారికి హాస్టలు వృద్ధిలోకి రావాలనే ధ్యాస తప్ప ఇంకొక ధ్యాసే లేకుండాపోయింది. విద్యార్థులకు ఏపని కావలసినా జగదీశ్వర్రావుగారికి చెప్పేవారు. చెప్పటమే తరవాయిగా ఆపని జరిగేది.

కాలేజీకి సెలవు దినాలు సమీపించినై, విద్యార్థులందరూ ఇండ్లకు వెళ్ళే ప్రయత్నంలో వున్నారు. ఇంటికి వెళ్ళబోయేముందు శివకామయ్య పంతులుగార్ని చూచి వెళ్ళాలనిపించింది గోపాలానికి. తాము భవానీశంకరంగారి మీద చేసిన నిరసన ప్రదర్శన సందర్భంలో వారు మాట్లాడిన మాటలూ, చేసిన పనులూ విన్నప్పటినుంచీ గోపాలానికి ఈ కోర్కె బలంగా ఉంది. ఒకటిరెండుసార్లు ప్రయత్నించీ కలవలేకపోయాడు. సెలవల నుంచి తిరిగి వచ్చేదాగా ఆగలేక, ఆరోజు బయలుదేరాడు.

శివకామయ్యగారు మిగిలిన కార్యక్రమంతోపాటు ఆ నగరంలో బాలికల గురుకులం ఒకటి నడుపుతున్నారు. వారూ, వారి భార్య లక్ష్మీకాంతమ్మ గారూ అక్కడే కాపురం వుంటున్నారు. బాలికలకు ఇంగ్లీషు పద్ధతిన విద్య నేర్పటంవల్ల వచ్చేలాభం లేదనీ, వారికి నేర్పే చదువు మన పూర్వ సంస్కారానికి అనుగుణంగా వుండాలనీ

అభిప్రాయపడి శివకామయ్యగారు ఈ సంస్థను స్థాపించారు. సంస్థకు సంబంధించిన ఆర్థిక వ్యవహారాలన్నీ లక్ష్మీకాంతమ్మగారు చూచుకునేవారు. చందాలు పోగుజెయ్యటం, అవి సక్రమంగా ఖర్చు అవుతున్నవో, లేదో చూచుకోవటం ఆమె గారి పని. పిల్లల చదువు, బాగోగులు, మొదలైన విషయాలు శివకామయ్యగారు చూచుకునేవారు. అప్పటికా సంస్థలో దగ్గరదగ్గర రెండువందలమంది విద్యార్థినులు చదువుకుంటూ వుండేవారు. పదిహేను మంది ఉపాధ్యాయులు పనిచేస్తూ వుండేవారు. వేదాలు మొదలుకొని సూర్య నమస్కారాలవరకూ రోజూ ఉదయం ఆరూ, ఏడు గంటల మధ్యకాలంలో నేర్పటం ఆ సంస్థ కార్యక్రమాల్లో వొకటి. ఈ కార్యక్రమం శివకామయ్యగారే ప్రత్యక్షంగా నడిపేవారు.

బయట జరిగే దేశాభ్యుదయ కార్యక్రమాలన్నిటిలోనూ ఈ సంస్థ విద్యార్థినులు పాల్గొనేవారు. అలా పాల్గొనాలని నియమం కూడా. ప్రతి కాంగ్రెస్ ఉద్యమంలోనూ ఈ సంస్థ యావత్తూ పాల్గొనేది. విద్యార్థినులు ధైర్యంగా ముందుకు వచ్చి, ప్రచారం చేసి, లాఠీ దెబ్బలకు కూడా జంకక, అరెస్టయి పోతుండేవారు. ఆ పరిస్థితుల్లో ఆ విద్యాలయాన్ని మూసివేసేవారు. ఇంచుమించు ఉపాధ్యాయులతో సహా అందరూ జైలుకు వెళ్ళి కూర్చునేవారు. మళ్ళీ పరిస్థితులు చక్కబడిం తరువాత తెరిచేవారు. "విద్య ఆదర్శం జ్ఞానసముపార్జన, జ్ఞానం యొక్క ప్రయోజనం, మానవుని విముక్తికి తోడ్పడటం" అని పంతులుగారి భావమూ, విద్యార్థినుల ఉద్దేశమూ అవటంవల్ల ఈ ఆటుపోట్లు కృత్రిమంగా కనుపించక, విద్యలో భాగంగానే కనుపించి, వారి మనస్సులను ఎల్లప్పుడూ ఉత్తేజపరుస్తూ వుండేవి.

పంతులుగారికి వున్న ఆధ్యాత్మికస్థాయి లక్ష్మీకాంతమ్మగారికి లేదు. వారి దృష్టికి ఈ గురుకులం మామూలు విద్యాలయంలాగే వుండేది. కాకపోతే భర్తగారిమీద ఆమెగారికివున్న భక్తిభావంవల్ల, వారు చెప్పినవన్నీ చేస్తూండేవారు. ఆమె మహాపట్టుదలగల మనిషి. అదే ఆ సంస్థకు వ్యవహారిక రంగంలో ఆయువుపట్టు.

అది విద్యాలయమే అయినా, చూడటానికి ఒక మునిపల్లెలా వుండేది. విశాలమైన జాగా; ఒక ప్రక్క విద్యార్థినుల తరగతులకోసం పొడుగ్గా పాకలువేసి వున్నయి. వాటికి దగ్గర్లోనే ఉపాధ్యాయులు కుటుంబసమేతంగా వుండటానికి చిన్న చిన్న గుడిసెలు వున్నయి. ఎదురుగా గదులు గదులుగా విభజింపబడిన పొడుగాటి డాబా వొకటి వుంది. అది విద్యార్థినులకు హాస్టలుగా ఉపయోగపడుతూ వుంది. పిల్లలు ఆడుకోటానికి ఒక ప్రత్యేక స్థలం నిర్దేశించబడి వుంది. అక్కడ సాయంకాలం దాగుడుమూతలు, చెమ్మచెక్క, అచ్చనగాయలు మొదలైన ఆటలు ఆడుకుంటూ

ఉంటారు పిల్లలు. మిగిలిన జాగా నిండా ఫలవృక్షాలూ, పూలచెట్లూ నిండివున్నాయి. మన పూర్వ గ్రంథాలలో వర్ణించబడిన ఓషధుల చెట్లూ, పూలచెట్లూ లేనివనేవి లేవు అక్కడ ప్రసిద్ధిచెందిన పూలచెట్టుగానీ, ఔషధానికి పనికివచ్చిన చెట్టుగానీ, ఏది విన్నా, అది ఎక్కడవున్నా గాలించి తీసుకువొచ్చి గురుకులంలో నాటేవరకూ శివకామయ్య గారు నిద్రపోయేవారు కాదు. ఎంత డబ్బుకయినా వెనకా ముందూ ఆడేవారు కాదు. ఆ చెట్ల ప్రయోజనాలన్నీ వారికి తెలుసు. ఆ పూలచెట్లను ఏయే గ్రంథంలో మన పూర్వకవులు ఏయేవిధంగా వర్ణించిందీ వారు విసుగులేకుండా, తన్మయత్వంతో ఏకరువు పెట్టి చెపుతుండేవారు. ఆ చెట్లమధ్య అక్కడక్కడా లతానికుంజాలు ఉన్నాయి. అవి, అభ్యంగస్నానం చేసి తన ఆరబోసుకున్న సౌందర్యవంతుల కురులలో తురుమబడిన పూలమాలలవలె ప్రకాశిస్తూ చూపరుల మనస్సులను కొల్లగొంటున్నయి.

ఒక ప్రక్క ఉత్తరేణి తోట ఉంది. అక్కడన్నీ ఉత్తరేణి మొక్కలే. ఆ గురుకులంలో ఉన్నవారంతా దంతధావనం ఈ ఉత్తరేణి వ్రేళ్ళతోనే జరుపుకునేవారు. అన్నిరకాల జాడ్యాలకూ ఉత్తరేణి దివ్య ఔషధమని పంతులుగారి నమ్మకం.

ఈ చెట్లనుపెంచే బాధ్యత విద్యార్థినులదే. ప్రతినెలా కొంతమంది విద్యార్థినులకు కొన్ని చెట్లు అప్పగించేవారు శివకామయ్యగారు. ఆ చెట్లకు ఉదయం, సాయంత్రం నీళ్ళు పోసి, వాటి పోషణకు కావలసిన సపర్యలన్నీ ఆ విద్యార్థినులు చూసుకోవలసిందే, ప్రతినెలా ఎవ్వరి పోషణక్రింద ఉన్న చెట్లు బాగున్నయ్యో నిర్ణయించుకొని ఆ ముఠాకి బహుమతులు పంచిపెట్టేవారు శివకామయ్యగారు. ఆ రోజు విద్యార్థినులకు పెద్ద పండుగ.

ఈ విధంగా ఆప్యాయత పెరిగి ఆ చెట్లకు పురాణ గ్రంథాలలోని తమ అభిమాన పాత్రల పేర్లు పెట్టుకొని ఆ పేర్లతోనే పిలవటం అక్కడ విద్యార్థినులకు పరిపాటి అయిపోయింది. 'మా లతమ్మ ఇవ్వాళ గుక్కెడు నీళ్ళన్నా పీల్చలేదమ్మా! ఎట్లా బ్రతుకుతుందో ఏమో!' 'మా రాధమ్మకు ఇవ్వాళ నామీద ఎందుకో కోపం వచ్చింది. నన్ను చూచి తల వేలడేసింది,' 'మా సీతమ్మని ఏ రాముడు ఆకర్షించాడో, అతని చెంతకు చేరటానికి రెక్కలు చాచుకొని ఎగిరిపోతున్నట్లు అల్లుకుపోతూ వుంది' ఇలా మాట్లాడుకునేవారు.

ఆ గురుకులంలో అడుగుపెట్టగానే కాళిదాసు శాకుంతలంలో తాను చదువుకున్న కణ్వాశ్రమం జ్ఞాపకం వొచ్చింది గోపాలానికి. 'శివకామయ్యగారి మనస్సులో ఈ భావన ఉండి ఉండాలి; దాని ప్రతిబింబమే ఇదై ఉండాలి'

అనిపించింది.

ఒక్క క్షణం గేట్లోనే నిలబడి నలుదిక్కులూ పరికించాడు గోపాలం. కొంతమంది విద్యార్థినులు ఆడుకుంటున్నారు. కొంతమంది కడవలతో తెచ్చి చెట్లకు నీళ్ళు పోస్తున్నారు. కొంతమంది దూరంగావున్న మంటపం మీద కూర్చొని కథలు చెప్పుకుంటున్నారు. ఎరుపూ, తెలుపూ వన్నెలు కలిసివున్న ఆవు దగ్గర్లో ఉంది. ఒక విద్యార్థిని పాలు పితుకుతూ ఉంది. అది కట్టివెయ్యకుండానే పొంకంగా నిలబడి పాలిస్తూ ఉంది.

గేటుకి ఎడమచేతి వైపున దగ్గరగా పూల తీగెల పందిరి వొకటి వున్నది. తనతో పని వుండి వొచ్చేవారి సౌకర్యార్థం పగలంతా ఆ పందిట్లోనే కూర్చుని వుంటారు పంతులుగారు. అక్కడ రెండు మూడు వేదాంత గ్రంథాల కంటే ఇంకేమీ ఉండవు.

నిలబడి వున్న గోపాలాన్ని చూచి “మీ కోసం ఎవరో వొచ్చారు బాబుగారూ” అని కేకవేసింది పాలు తీస్తున్న విద్యార్థిని.

అతిథిని ఆహ్వానిస్తున్నట్లు ఆవు గురపెట్టింది.

“రమ్మను” అన్నారు శివకామయ్యగారు.

శివకామయ్యగారు కూర్చొని ఉన్న పందిరివైపుకు నడిచాడు గోపాలం.

ఆ పూలపందిరిలో నులక మంచంమీద కూర్చొని ఉన్నారు శివకామయ్యగారు. తలగడ దిండు స్థానంలో రెండు వేదాంత గ్రంథాలు ఉన్నాయి. గుండీలు పెట్టుకునే బాధ భరించలేక, కంటె మెడ ఖద్దరు బనియన్ వెయ్యటం వారికి ఆచారం. కట్టిన ఖద్దరు పంచె మోకాళ్ళపైకి దోపుకొని కూర్చుని ఉన్నారు.

“నా పేరు గోపాలం...” అని ప్రారంభించాడు.

“మా కృష్ణస్వామి కొడుకువి కదూ! నా దగ్గరకు ఎప్పుడో రావలసినవాడవు“ అన్నారు నవ్వుతూ శివకామయ్యగారు.

“తప్పు చేశాను.”

“అందులో నీ గొప్పేమి ఉంది? అందరం చేస్తాం తప్పులు.”

“తప్పు చేశానని వొప్పుకుంటున్నాను. ఈ పని అందరూ చెయ్యరు గదండీ”

ఈ సమాధానానికి శివకామయ్యగారి మొహం విప్పారింది. చిరునవ్వు నవ్వుతూ “ఊఁ ఘటికుడవే. రా, కూర్చో” అన్నారు. “మీ నాన్నా, నేనూ కలిసి చదువుకున్నాం. అతను చిన్నప్పటినుండీ మొండివాడే. అంటే నేను కాదని కాదు.

నేను అంతకంటే మొండివాణ్ణి. కాని మూలసూత్రాల్లో మాకు ఏకీభావం ఉండేది. అందుకని మా కాలేజీ కోర్సు పూర్తి అయ్యేవరకూ చాలా ఉద్యమాల్లో ఇద్దరం కలిసి పనిచేస్తూ ఉండేవాళ్ళం. విద్యార్థులు నన్ను శివస్వామి అనీ, మీ నాన్నను కృష్ణకామయ్యా అనీ పిలిచి ఎగతాళి చేస్తుండేవాళ్ళు. నేను కొన్నాళ్ళు బ్రాహ్మణేతర ఉద్యమంలో పని చేశాను. నీకు తెలుసా?"

"మీరు బ్రాహ్మణేతరోద్యమంలో పని చెయ్యటం ఏమిటి?"

"ఏం తప్పా?"

"ఒకవేళ మీరు చెయ్యదలచినా వారు చెయ్యనివ్వరే?"

"వాళ్ళ మొహం, వాళ్ళెవరు చెయ్యనివ్వటానికి?" అని సమాధానం చెప్పారు శివకామయ్యగారు. "ఒకప్పుడు, ఈ దేశంయొక్క ఆధ్యాత్మిక దృష్టి చెడకుండా కాపాడుతూ క్రమక్రమేణా ప్రజల మనస్సులను వికసింపజేసి విముక్తులను చెయ్యవలసిన బాధ్యత బ్రాహ్మణ్యం చేతుల్లో ఉండేది. ప్రజలు బ్రాహ్మణ్యాన్ని నమ్మి ఈ అధికారం వారికి అప్పగించివేశారు. కొన్నాళ్ళు బ్రాహ్మణ్యం కూడా ప్రజలు తమలో ఉంచిన ఈ నమ్మకానికి అర్హతను గడించేవిధంగా ప్రవర్తించి కీర్తిని గడించింది. ఒక్క మన దేశానికే కాక ప్రపంచానికే విముక్తిని చూపగలిగిన స్థాయికి వెళ్ళింది. ప్రజలు అది చెప్పింది ఎదురు ప్రశ్న వెయ్యకుండా అనుసరించేవారు. ఈ స్థితికి వొచ్చింతరువాత బ్రాహ్మణ్యంలో ముసలం పుట్టింది. ఆధ్యాత్మిక చింతన కుంటుపడటం, భౌతికేచ్ఛ ఎక్కువవటం జరిగింది. ప్రజలు తమ మీద ఉంచిన నమ్మకాన్ని బ్రాహ్మణ్యం స్వప్రయోజనాలకు వినియోగించుకోనారంభించింది. ఇందుకు పూర్వ గ్రంథాలకు నూతన వ్యాఖ్యానాలను వ్రాసింది. పూర్వం మహర్షుల పేరుతో తమ దృష్టికి అనుకూలమైన నూతన గ్రంథాలను సృష్టించింది. రాజమందిరాలలో అంతఃకలహాలను రేపింది. ప్రజలలో కులతత్వాలను పెంచింది. తాను తరతరాలనుంచీ సేకరించుకున్న ఆధ్యాత్మిక శక్తినంతా దేశాన్ని చిన్నాభిన్నంగా తన క్రిందకు తెచ్చుకోటానికి ప్రయత్నించింది.

"ఇది ఎందుకు జరిగింది అని అడక్కు; జరిగింది. అ సంగతి మాత్రం వాస్తవం. తొలిగా వర్ణవ్యవస్థ మానవుని అభివృద్ధికి శిక్షణా క్షేత్రంగా ఉండగలందులకు సృష్టించబడింది. అందుకు వివిధ జాతులవారు అనుసరిస్తున్న వృత్తులు ప్రాతిపదికగా తీసుకోబడినై. స్వయంకృషివల్ల శూద్రుడు వైశ్యుడుగా, క్షత్రియుడుగా, బ్రాహ్మణుడుగా అభివృద్ధి చెందగలడు. అలా అభివృద్ధి చెందటమే వర్ణవ్యవస్థ ఆదర్శం. అలాంటి వర్ణ వ్యవస్థను మానవుని క్రమాభివృద్ధిని

అరికట్టటానికి సంఘంలో తాము అనుభవిస్తున్న ప్రత్యేక స్థానాలను శాశ్వతంగా భుక్తం చేసుకోటానికీ, వాడుకోటానికీ బ్రాహ్మణ్యం పూనుకుంది. అందుకు అది చెయ్యని పని అనేది లేదు. ఉదాహరణకు విశ్వామిత్రుని జీవితం పరిశీలించి చూడు, ఆయన బ్రహ్మర్షి పదవిని పొందకుండా చెయ్యటానికి కల్పింపబడని అడ్డంకులు లేవు; త్రొక్కని అవినీతి మార్గాలు లేవు; ముక్తిసాధనకు తన సర్వస్వాన్నీ త్యాగంచేసిన ఆ వీరుపురుషుడు పడిన బాధలను తలచుకుంటే, ఎవ్వరి శరీరమైన దహించుకుపోక మానదు."

ఒక్క క్షణం వారు ఆగారు. గోపాలం ఆశ్చర్య నిమగ్నుడై వింటూ కూర్చున్నాడు. తన చెవులను తానే నమ్మలేని స్థితిలో ఉన్నాడు. మామూలు మనుష్యులలో కనుపించని తేజస్సు శివకామయ్యగారి మొహాన్ని ఆవహించి ఉన్నది. ఆయన కన్నులు స్ఫటికపు ముక్కలవలె మెరుస్తున్నయి. ఆయన ముఖాన్నుంచి చూపులు మరల్చలేకపోయాడు గోపాలం. మంత్ర ముగ్ధుడికివలె కండ్లు అప్పగించి చూస్తూ కూర్చున్నాడు శరపరంపరగా తోసుకువస్తున్న భావాలను సర్దుకొని శివకామయ్యగారు ఇలా అన్నారు; "చేసిన పాపంగాని, పుణ్యంగాని ఊరికినే పోదు. దాని ప్రతిఫలం కర్త అనుభవించవలసిందే. బ్రాహ్మణ్యానికి కూడా ఈ సూత్రం వర్తిస్తుంది; వర్తించింది. ఇతర కూలాలలో ద్వేషాగ్ని రగులుకుంది. బ్రాహ్మణ్యాన్ని చురచుర కాల్చివేయసాగింది. ఇతర కులాలన్నీ బ్రాహ్మణ్యాన్ని నమ్మకద్రోహి క్రింద జమ కట్టినై, కారణం వుండీ లేకుండా అనుమానింపజొచ్చినై; కసి తీర్చుకోటానికి కత్తి పట్టినై. ద్వేషం ప్రబలిన తరువాత మంచేమిటి? చెడేమిటి? న్యాయం ఎక్కడ? అన్యాయం ఎక్కడ? మొత్తం మొత్తం బ్రాహ్మణ్యానికి సంఘంలో స్థానం లేకుండా పోయింది. నిత్య జీవితానికి ఇదమిత్థమనే వృత్తి లేకుండా పోయింది. ఒకప్పుడు మాట మాత్రంతో సామ్రాజ్యాలను తారుమారు చేసిన బ్రాహ్మణులు చెట్టుకొకరూ, పుట్టకొకరూ అయిన దుస్థితికి దిగజారారు. తిండికి "భవతీ భిక్షాం దేహి" అని ప్రాకులాడవలసి వచ్చింది."

"ఇక అప్పుడు జరగలవలసినిదేమిటి? నేను బ్రాహ్మణుడను. నేను ఏం చెయ్యాలి? బ్రాహ్మణులను ద్వేషిస్తున్నందుకు బ్రాహ్మణేతరులను ద్వేషించనా? వారిలో వారికి అంతఃకలహాలను రేపి నా భవిష్యత్తుకు ఆధారం కలగించుకోనా? ద్వేషం ద్వేషాన్ని రెచ్చగొట్టటం తప్ప సమస్యను సక్రమంగా పరిష్కరించగలదా? అంతః కలహాలు మొత్తం సంఘాన్ని నాశనం చెయ్యక, కరుణించి కొంతమందిని విడిచి పెడతాయా? నేను ఆ దారిన పోదలచలేదు. ఎంత పతనం అయినా నాలో ఇంకా మహర్షుల రక్తం ఉంది. చేసిన పాపాలనుంచి విముక్తి అవటానికి వొకటే మార్గం

నాకు కనుపిస్తూ వుంది. ప్రాయశ్చిత్తం చేసుకోవటం. పాప ఫలితాన్నుంచి పారిపోవటానికి ప్రయత్నించక హృదయపూర్వకంగా, దేవుని వరప్రసాదాన్ని స్వీకరించినట్లు స్వీకరించి అనుభవించటం. ఈ దేశ క్షేమానికి ఇంతకంటే వేరుమార్గం లేదని నేను ఏనాడో నిశ్చయించుకున్నాను. ఆనాటినుంచీ ఎక్కడ బ్రాహ్మణేతరుల సభలు జరిగినా వెళుతున్నాను. బ్రాహ్మణ్యాన్ని వారు దూషిస్తుంటే మనసారా వింటున్నాను. వారేమనుకున్నా లెక్కచెయ్యకుండా ఆ సభల్లో పాల్గొంటున్నాను. కొన్ని తీర్మానాలను నాకు నేనే వ్రాసి ఇచ్చాను. బ్రాహ్మణ్యంలో వైరం వస్తే ఎటు న్యాయం వుంటే అటు నేను. బ్రాహ్మణేతురలలో వైరం వొస్తే ఎటు న్యాయం ఉంటే అటు నేను. బ్రాహ్మణులకూ, బ్రాహ్మణేతరులకూ వైరం వొచ్చినప్పుడు మాత్రం బ్రాహ్మణేతరుల పక్క నిలబడటమే నాకు న్యాయం." అని గోపాలం ముఖంలోకి పరీక్షగా చూస్తూ, "ఇందుకు బ్రాహ్మణేతరుల అనుజ్ఞ ఎందుకు గోపాలం?" అని సూటిగా ప్రశ్నించారు శివకామయ్యగారు.

గోపాలం ఏం చెప్పగలడు. ఒక సుడిగుండం తనను చుట్టిముట్టినట్లయింది. వొక మహాగ్ని పర్వతం తన ముందు పగిలినట్లయింది. భూమి బ్రద్ధలై అంతులేని అగాథాలను ప్రదర్శించినట్లయింది. శివకామయ్యగారిని చూడలేక తలవంచుకొని కూర్చున్నాడు. ఉన్నవాడు ఉన్నట్లు శివకామయ్యగారికి సాష్టాంగ దండప్రమాణం చేసి, ఆయన పాదాలను తన కన్నీటితో ప్రక్షాళన చెయ్యాలనే తలపు మెరపు విధంగా మెరిసింది. కాని దానికి కావలసిన సాహసం లేకపోయింది. శక్తి విడిపోయింది.

అదే సమయానికి 'బాబుగారు' అనే పిలుపు బయటనుంచి వినిపించింది. పాలదుత్త అరచేతులమీద వుంచుకొని గేటుదగ్గర పాలు పితుకుతున్న యువతి హంసగమనంతో వస్తూ వుండటం చూశాడు గోపాలం. ఆమె వెనుకే పాలిస్తున్న ఆవు నడుస్తూ వుంది. అది నడుస్తూవుంటే దాని పొదుగు భగవంతునికి వీచే వింజామరకువలె కదులుతూ వుంది. పొదుగు నుంచి పాలధారలు కారుతూ, పుడమిమీద సంక్రాంతి ముగ్గులను రూపొందిస్తున్నయి.

"చూడండి బాబుగారూ, రోజూ ఇచ్చేటట్లు ఈ దుత్త నిండుగా ఇచ్చింది పాలు. అంతటితో ఆపదు, ఇంకా ఇస్తానంటూ మారాం చేస్తూవుంది ఈ యశోద" అన్నది అవును చూపుతూ.

ఆవుకూడా ఊరుకోలేదు. తన తలను శివకామయ్యగారి భుజంమీద ఆన్చి గోము చేసింది 'ఇస్తాను ఇంకా ఇస్తాను' అన్నట్లు.

"ఇవ్వాల్టికి చాలు లేవమ్మా" అంటూ ఆవు మేను నిమిరారు శివకామయ్యగారు. వారి చేతి స్పర్శ తగలగానే యశోద శరీరం పులకరించింది. పాలధారలు కట్టినై.

"రోగం కుదిరిందా?" అని అడిగిందా యువతి యశోదను చిరునవ్వు నవ్వుతూ.

యశోద తల ఊపింది మెడలోని మువ్వలు ఘల్లుఘల్లున మ్రోగేటట్టు.

"బాబుగారికి చెపుతానంటే ముందుగా తానే బయలుదేరింది నామీద పితూరి చేసేదానికి మల్లే" అన్నదా యువతి.

"పోనీలే, నీమాటే నెగ్గిందిగా" అన్నారు శివకామయ్యగారు. గోపాలం వైపుకి తిరిగి "ఈమె పేరు దుర్గ. చిన్నప్పుడే తలిదండ్రులు గతించారు. అప్పటినుంచీ గురుకులంలోనే పెరుగుతూ వుంది" అని చెప్పారు.

గోపాలం నమస్కారం చేశాడు. ఆమె ప్రతి నమస్కారం చేసింది. గోపాలం గత సంవత్సరం గురుకులం వార్షికోత్సవానికి వచ్చిన కృష్ణస్వామిగారి కుమారుడని దుర్గకు పరిచయం చేశారు శివకామయ్యగారు.

"కృష్ణస్వామిగారంటే దేవుడు లేడని ఉపన్యసించారు వారే గదూ బాబుగారూ?" అని అడిగింది దుర్గ.

"వారే!" అని సమాధానం చెప్పి గోపాలం వైపు తిరిగి "మీ నాన్న ఆరోజు అత్యద్భుతంగా మాట్లాడాడోయ్ గోపాలం" అన్నారు శివకామయ్యగారు.

"అదేమిటి బాబుగారూ, మీరు భగవద్భక్తులై వుండీ అలా అంటారేం?" అని అడిగింది దుర్గ.

"నాకు భగవంతుడంటే నమ్మకం. భగవంతుడు లేడనేవాళ్ళంటే మోజు" అన్నాడు శివకామయ్యగారు చిరునవ్వునవ్వుతూ.

దుర్గ తనలో తాను నవ్వుకుంటూ పాలదుత్త తీసుకొని వెళ్ళిపోయింది.

"నన్ను పనిచేసుకోనివ్వవా యశోదా?"

యశోద మువ్వలు మోగించుకుంటూ కదిలింది, తొలిసారి కన్నవారి ఇంటిని వదలి, అత్తవారి ఇంటికి నడిచే ఆడపడుచువలె నడిచింది. ఆ గోవుకున్న జ్ఞానాన్ని చూచి పరవశుడయ్యాడు గోపాలం. మిగిలిన సంగతులు అటుంచి గురుకులం వాతావరణం అతని మనస్సును అలుముకొనివున్న వాసనలను కరిగించి వేసింది.

ఏదో అనిర్వచనీయమైన అనుభూతి కలిగింది. ప్రపంచంలోవున్న వైరుధ్యాల నన్నింటినీ కరిగించి, అఖండజ్యోతిగా వెలయించే గమ్యస్థానం ఇక్కడే వున్నది అనిపించింది. అప్పటికప్పుడే ఒకదాని నొకటి తేజోవంతంగా చేసుకుంటున్న వైరుధ్యపుటంచులనున్న వెలుగులు అతనికి స్పష్టంగా కనుపింపజొచ్చినై, శరీరాన్ని వదులు చేసుకొని ఆ ఆనందాన్ని అనుభవిస్తూ తన్మయుడై కూర్చున్నాడు గోపాలం.

"గోపాలం?"

"ఆఁ"

"ప్రస్తుతం సంఘంలో మనం పరికిస్తున్న విచ్ఛిన్న శక్తుల కల్లోలానికి నివృత్తి ఎప్పుడో తెలుసా?" అని అడిగాడు శివకామయ్య గారు.

"చెప్పండి."

"లోకంలో భక్తిభావం ప్రబలి, మానవుల మనస్సులను పెనవేసుకున్న సంకెళ్ళను కరిగించివేసినప్పుడు" అన్నారు శివకామయ్యగారు. "ప్రపంచంలో వున్న సమస్త వస్తువులతోనూ తాదాత్మ్యం పొందగలిగిన స్థాయిని మానవుడు సంపాదించగలిగినప్పుడే అది సాధ్యపడుతుంది. ఆ శక్తికి భక్తిభావానికి వినా మరొక దానికి లేదు.

"కాని అన్ని ఉన్నత భావాలకూ అపార్థాలు కల్పించబడినట్లే, భక్తి భావానికి కూడా అపార్థాలు కల్పించబడినై. భక్తిభావం అంటే దేనినో ఒకదానిని గ్రుడ్డిగా నమ్మి జపించటం కాదు. మనస్సుని కల్మషరహితం చేసుకొని, బుద్ధిబలము, హేతువాదం మొదలైనవి సృష్టించిన అవధులను అధిగమించి యథార్థంతో తాదాత్మ్యం పొందటం."

అలా చెప్పుకుపోయారు శివకామయ్యగారు.

భక్తిభావం యొక్క అవసరం తెలుగుదేశంలో మరీ ఎక్కువగా వున్నదన్నారు. మీరా, భక్త కబీర్, తులసీదాస్, చైతన్యప్రభువుల వంటి భక్తితత్పరులు పుట్టి తెలుగుదేశాన్ని పునీతం చెయ్యకపోయినందుకు విచారించారు. కనీసం తమిళుల ఆళ్వారుల సాంప్రదాయం కూడా మనకు లేకపోయెనే" అన్నారు. "ఎటు తిరిగీ మనకు వున్నది వీరబ్రహ్మం, సిద్ధయ్య మొదలైన యోగులు. వారి ప్రతిభనుకూడా మనం సద్వినియోగం చేసుకోలేక పోయాం. ఒకప్పుడు భాగవతం ఈ లోటును కొంత వరకు భర్తీ చెయ్యగలిగింది. భక్తకవులు ఎంతమందో చెయ్యలేనిపని ఒక్క 'గజేంద్రమోక్షం' చేసింది. గ్రామాలలోని ప్రతి ఇంటిలోకీ అడుగుపెట్టి ప్రతి మనస్సునూ పలకరించి, కదలించి, ఊపి, ఉత్తేజ పరిచింది. నా మట్టుకు నన్ను

ఈ గజేంద్రుని కథ ఊతగా నిలబడి, ఎన్ని ప్రమాదాలనుంచి దాటించిందో అనుకున్నావు!"

గజేంద్రుడు తలపుకు వచ్చేటప్పటికి తన్మయులై, అర్థనిమీలిత నేత్రాలతో, అంతర్ముఖులై మాట్లాడసాగారు శివకామయ్యగారు.

"మొసలితో పోరాటంలో చిక్కుకున్న గజేంద్రుడు మొదట తనకు తానుగానే మొసలిని జయించగలను అనుకున్నాడు. కాని క్రమక్రమేణా తన శక్తి క్షీణించటం, మొసలి విజృంభించటం చూచి ఈ శత్రువును గెలవటం ఎలాగ అని ఆలోచనలో పడ్డాడు. అప్పటికీ అతనికి భగవంతుడు జ్ఞాపకం రాలేదు. దగ్గరగా వున్న ఎవ్వరి సహాయమైనా దొరికితే బాగుండను అనుకున్నాడు. "ఎవ్వరిని పిలవను; ఎవ్వరు అడ్డుకోగలరు? నా మొర ఆలకించే పుణ్యాత్ములు లేరా? ఎవ్వరైనా వుంటే వారికి మ్రొక్కుకుంటాను." గజేంద్రునికి సహాయం చెయ్యదగినవారు ఎవ్వరూ కనుపించ లేదు. అప్పుడాతనికి భగవంతునిమీదకు మనస్సు పోయింది. ఈ జగాన్ని ఎవ్వరు సృష్టించారో, ఈ సృష్టి స్థితి లయాలకు ఎవ్వరు కారకులో వారినే శరణు వేడుకుంటాను అనుకున్నాడు. ఇంతవరకు భగవంతుని గొడవ భక్తునికి లేదు. భక్తుని గొడవ భగవంతునికి లేదు. తరువాత భక్తుడు భగవంతుని వేడుకో నారంభించాడు. కాని అప్పటికీ భగవంతుడు ప్రత్యక్షం కాలేదు. ఇక భగవంతుడు ప్రత్యక్షమైంది ఎప్పుడు? నేను ప్రార్థిస్తున్నాను అనే అహం కూడా భక్తునిలో నశించినప్పుడు భగవంతుడిని నిర్వచించి సంకుచితపరచటం మానుకున్నప్పుడు. అంటే నేను అనేభావాన్ని పూర్తిగా విస్మరించి ఆత్మార్పణం చేసుకున్నప్పుడు.

మొసలినుంచి తప్పించుకోటానికి శతవిధాల పోరాడి, అనేకదారులు వెతికి భగవంతుని పేరు పేరునా పిలిచి సహాయం పొందలేక చివరికి గజేంద్రుడు ఏమంటున్నాడు:

లా వొక్కింతయు లేదు ధైర్యము విలో
　　లం బయ్యె బ్రాణంబులున్
ఠావుల్ దప్పెను మూర్ఛ వచ్చె దనువున్
　　డస్సెన్ శ్రమం బయ్యెడిన్
నీవే తప్ప నితఃపరం బెరుగ మ
　　న్నింపన్ దగునే దీనునిన్
రావే ఈశ్వర కావవే వరద సం
　　రక్షింపు భద్రాత్మకా!

అప్పటికి గజేంద్రుని ఆత్మార్పణం పూర్తయింది. అతని ఆర్తనాదం భగవంతుని చెవులకు సోకింది. ఇక చెప్పవలసిందేముంది? భగవంతుడు కదిలాడు. ఎలా కదిలాడు? పరివారాన్ని పిలవటం మరిచిపోయాడు. శంఖు చక్రాదులను సంధించటమే మరచిపోయాడు. వాహనం మాటే మతిలో లేదు. భార్యకు చెప్పకపోగా తన చేతిలో వున్న ఆమె చీర చెరుగును విడిచిపెట్టటమే మరచిపోయాడు. ఆయన వెంట స్వర్గం యావత్తూ కదిలింది.

అది అతి మనోజ్ఞమైన దృశ్యం. దానిని ఊహించటం వర్ణించటం భక్తాగ్రేసరుడైన పోతనగారికే చెల్లింది. భక్తుడు సర్వవిధాలా భగవంతుని దయకు పాత్రుడైన పిదప, భగవంతుడు అతనికి దాసుడు. అతని కోర్కెలను నెరవేర్చాలా లేదా అనే ప్రశ్నకు ఇక తావు లేదు. భగవంతుడిక తన వశంలో తాను వుండడు, అని నిరూపించారు పోతనగారు" అన్నారు శివకామయ్యగారు.

అంతే, ఇక నిశ్శబ్దం. ఇక గురువు చెప్పవలసిందిగానీ, శిష్యుడు వినవలసిందిగానీ ఏమీ లేదు. నిశ్శబ్దం. ఎక్కడో యశోద మెడలోని గంటలు వినిపిస్తున్నయి. ఎక్కడో దుర్గ ఏమిటో అంటూ ఉంది. శివకామయ్యగారూ, గోపాలం కదలకుండా కూర్చున్నారు. వారిద్దరూ అసలీలోకంలో ఉన్నట్లే లేరు.

గోపాలానికి సెలవు తీసుకోటానికి మనస్కరించలేదు. శివకామయ్యగారు ఏదో చెపుతున్నట్టే ఉంది. తానేదో వింటున్నట్టే ఉంది. ఒక్కొక్కప్పుడు నిశ్శబ్దమే మాట్లాడుతుంది. వినేవాళ్ళుంటే ఎప్పుడూ మాట్లాడుతూనే వుంటుంది. నిశ్శబ్దంగా మాట్లాడే మాటలు వెలిబుచ్చే రహస్యాలు, ఊదే గుసగుసలు వినిపించే తరుణం అది.

* * *

ఆ రాత్రి గోపాలానికి నిద్రపట్ట లేదు. భళ్ళున తెల్లవారేవరకూ ప్రక్కమీద పొర్లుతూనే ఉన్నాడు. అన్నీ గజేంద్రుని గురించిన ఆలోచనలే. భక్తిమార్గాన్ని గురించిన ఊహలే. శివకామయ్యగారు ఇంకా ఏదో చెపుతున్నట్టే ఉంది. దూరాన్నుంచి దుర్గ ఇంకా ఏదో మాట్లాడుతూ వున్నట్టే ఉంది. యశోద కడవల తరబడి పిదుకకుండా పాలనిస్తూనే ఉంది. తన తండ్రి తన వర్గానికి ప్రత్యక్షంగా తనకు అపకారం కలిగించే వర్గం మీదకు ధ్వజమెత్తారు. శివకామయ్యగారు అలా కాదు. ఇతర వర్గాలకు అన్యాయం చేసిందనే ఉద్దేశ్యంతో తన వర్గం మీదకే ధ్వజమెత్తారు. తాను ప్రాయశ్చిత్తం చేసుకుంటున్నారు. ఎంత వ్యత్యాసం.

వెంటనే పద్మనాభశాస్త్రి జ్ఞాపకం వొచ్చారు. వారూ తమ వర్గాన్ని అధిగమించి ఆలోచించగలిగినవారే. ఇతర వర్గాలమీద అపారమైన సానుభూతి ఉన్నవారే. కాని వారికీ, శివకామయ్యగారికీ ఎంతో వ్యత్యాసం ఉంది. పూర్వులు చేసిన అన్యాయాలకు ప్రాయశ్చిత్తం అనుభవించటం అనే భావం వారికి లేదు. అనుభవించవలసివస్తే వారూ అనుభవిస్తారు. కాని ఆ అనుభవంలో శివకామయ్యగారు ఊహించిన ప్రయోజనం, పొందుతున్న ఆనందం వారికి ఉన్నట్టు కనుపించదు. పైకి అందరం వొకటిగానే కనపడతాం. ఏదో వొక సిద్ధాంతానికి నడుస్తున్నట్లు అగపడతాం. కాని మనిషికీ మనిషికీ ఎంత తేడా వుంది. ఈ తేడాలమధ్య సామాన్య మానవులకు అందని ఏకత్వం ఎక్కడో వుంది. ఎంత విచిత్రమైందీ మానవ ప్రపంచం!

ఇటువంటి ఆలోచనలతో ఆ రాత్రంతా గోపాలం తల బ్రద్దలైంది. ఈ ఆలోచనల వల్ల ఏమైనా తేలిందా అంటే ఇదమిద్ధమని తేల్చి చెప్పలేకపోయినప్పటికీ అతని మనస్సు విశాలంపడిందని మాత్రం చెప్పవచ్చు.

మూడవ ప్రకరణము

కృష్ణస్వామిగారు కవులూ, సంఘ సేవా తత్పరులూ అని ఇంతకు ముందు చెప్పాను. ఇప్పుడు వారి చారిత్రక పరిశోధనా స్వభావాన్ని గురించి కొంత చెప్పవలసి వుంది.

వారు భారతదేశ చరిత్రను కూలంకుషంగా పరిశోధన చేశారు. ఈ పరిశోధన ఫలితంగా వారు స్థిరపరుచుకున్న దృష్టికీ, ఇతర పరిశోధకుల దృష్టికీ చాలా భేదం ఉంది. వేదకాలం నుంచీ ఈనాటి వరకూ మనదేశ చరిత్ర భారతీయులకూ, ఆర్యులకూ జరిగిన పోరాటాన్ని వర్ణిస్తుందని వారి అభిప్రాయం. ఏ నాలుగు వేల సంవత్సరాల క్రితమో ఆర్యులు మధ్య ఆసియానుంచి మనదేశంలో కాలు పెట్టారు. అప్పటికి మనదేశంలో మంచి నాగరీకులైన ప్రజలూ, ప్రజానురంజకంగా పాలిస్తున్న ప్రభువులూ ఉన్నారు. వీరిని ఆర్యులు దస్యులనీ, రాక్షసులనీ తమ గ్రంథాలలో వర్ణించారు.

ఆర్య నాగరికత, భారతీయ నాగరికతకంటే ఏవిధంగా చూచినా గొప్పది కాదు. పైగా వారు తమ నాగరికతను ప్రచారం చేసి భారతీయులను పునీతులను చెయ్యాలనే వుద్దేశంతో భారత దేశానికి రాలేదు. పొట్టకోసం వచ్చారు. పొట్టకోసం వొక దేశాన్నుంచి ఇంకొక దేశం వచ్చేవారు ఎటువంటివారో మనకు తెలుసు. తమదేశంలో బ్రతకలేనివారూ, సాహసికులూ, దొంగలూ, త్రాగుబోతులూ మొదలైనవారు మాత్రమే వస్తారు. ఇందుకు నిదర్శనం మొదటి రోజుల్లో మనదేశం

వచ్చిన ఆంగ్లేయులే. అందువల్ల మధ్యఆసియాలో వొకవేళ వారు నాగరీక సంఘానికి చెందిన వారే అయినా, ఈ దేశంలో అడుగుపెట్టిన ఆర్యులు మాత్రం నాగరికులు కాదు; భుజబలం గలవారూ, ధైర్య సాహసాలు కలవారూ మాత్రమే.

వేదాలు ఋషులు వ్రాసిన మాట నిజమే. అయితే ఆనాడు ఇప్పుడు ఋషి శబ్దానికి మనం చెప్పుకునే అర్థం లేదు. ఇప్పుడు ఋషి అంటే సర్వసంగ పరిత్యాగి; బ్రహ్మజ్ఞాని. అప్పుడు ఋక్కులు వ్రాసినవాడు ఋషి. ఋక్కు అంటే ధ్యానానికి పనికివచ్చే శ్లోకం. ఇటువంటి శ్లోకాలు వ్రాసినవారి నందరినీ ఋషులనే అనేవారు. ఈ ఋషి సంఘంలో ఇతర మానవులు బ్రతికినట్లే బ్రతికేవాడు. అంటే భార్యా, పిల్లలూ తత్సంబంధమైన తాపత్రయాలూ అన్నీ వుండేవి అతనికి. అతనికి వుండే ప్రత్యేకత; ఋక్కులు వ్రాయగలగటమే. ఋక్కులు వ్రాసినంత మాత్రాన అతని స్థాయి పెద్దదై ఉండవలసిన అవుసరం లేదు. నేటి సంఘంలో మనం అనేకమంది కవులనూ రచయితలనూ చూస్తున్నాం. వారిలో చాలామంది స్థాయి కొన్ని విషయాలలో మామూలు మనుష్యుల స్థాయికంటే దిగువనే ఉన్నట్లు కనుపిస్తుంది. పదుగురు మెచ్చుకునే కవిత్వం వ్రాయగలిగిన వ్యక్తి స్వార్థపరుడు కావచ్చు; లోభి కావచ్చు; అబద్ధాల కోరు కావచ్చు. కవిత్వం జోలికే వెళ్ళని వొక వ్యక్తి నిజాయితీ పరుడూ, ఉత్తముడూ కావచ్చు. అన్ని వ్యాపకాలవంటి వ్యాపకమే కవిత్వమూనూ, వ్యవసాయం నేర్పుగా చేసి ఎక్కువ పండించిన రైతు మంచివాడు కావలసిన అవుసరం ఏముందీ? ఇదీ అంతే, అందుకని 'ఋషులు' అనే పదానికి ఇప్పుడున్న అర్థాన్ని మనస్సులో పెట్టుకొని ఆనాడు ఋక్కులు వ్రాసిన ఋషులను మనం గౌరవించవలసిన పనిలేదని కృష్ణస్వామిగారి అభిప్రాయం. వేదాలకు మనం లేనిపోని గౌరవాన్ని ఆపాదించ వలసిన అవుసరం లేదు. వాటిని గుడ్డిగా నమ్మగూడదు. అవి అపౌరుషేయాలని అనుకోగూడదు. మిగిలిన గ్రంథాలకువలెనే వాటిని నచ్చితే నమ్ముతాం; లేకపోతే లేదు.

ఆర్యుల్లో మొదట వర్గాలు లేవు. అందరూ వైశ్యులే. అంటే వ్యవసాయం చేసుకొని జీవించేవారే. బ్రతుకుదెరువుకోసం మరొక దేశంలో అడుగుపెట్టిన దండులో ఎక్కువ ఐకమత్యం ఉండటం కూడా కద్దు. అదేవిధంగా తాము సుస్థిర పడేవరకూ ఆర్యుల్లో ఎక్కువ ఐకమత్యం వుంటూ వుండేది. కాని సుస్థిరపడిన తరువాత చీలికలు ప్రారంభం అయినై. బ్రాహ్మణ, క్షత్రియ, వైశ్య, వర్ణాలుగా ఆర్య సంఘం చీలిపోయింది. ఈ చీలిక మొదట్లో వారు చేస్తున్న వృత్తులనుబట్టి జరిగినమాట నిజమే. కాని క్రమేణా ఈ విభజన ఘనీభవించిపోయి వారిలో వారికి ద్వేషాలు ప్రబలినై. ఈ ద్వేషాలు ప్రబలిన తరువాత బ్రాహ్మణులు లౌకిక వ్యవహారాలలో జోక్యం

కలిగించుకొని పూజారులుగా, సలహాదారులుగా, రాజ సౌధాలలో స్థావరం ఏర్పరచుకొని, తామే రాజ్యాధికారాలను చలాయించే స్థితికి వచ్చారు.

తమ అధికారాన్ని సుస్థిరం చేసుకొని రాజుని నామమాత్రుణ్ణి చెయ్యటానికి వారు అనుసరించని పన్నాగం, అవలంభించని అవినీతి, త్రొక్కని అపమార్గం అంటూ లేవు. యజ్ఞయాగాది కర్మలను ప్రోత్సహించారు; ప్రచారం చేశారు. ఏ కోరిక నెరవేరాలన్నా యజ్ఞయాగాదులను నిర్వహిస్తే జరుగుతుందని నమ్మించారు. యజ్ఞయాగాదుల అనుష్ఠానంవల్ల లభించని ఫలితంలేదని నమ్మించారు. ప్రాపంచిక విజయాలనే కాక, మోక్షాన్ని కూడా సాధించవచ్చునన్నారు. అయితే ఈ యజ్ఞయాగాదులను నిర్వహించే హక్కు మాత్రం తమదే అన్నారు. ఇంకొకరికి ఆ అర్హత లేదన్నారు. అంతేకాకుండా అవుసరం అనుకున్నచోట క్షత్రియుల్లో అంతః కలహాలనురేపారు. కుటుంబాలలో అల్లకల్లోలం పుట్టించారు. తండ్రికీ కొడుక్కీ మధ్య, భార్యకూ భర్తకీ మధ్య అభిప్రాయ భేదాలను సృష్టించటానికి కూడా వారు వెనుదియ్యలేదు. కొన్ని క్షత్రియ కుటుంబాలను మూలంగా నాశనం చేశారు. ఈ యజ్ఞయాగాది కర్మలను మర్థించటానికీ, వాటి మహత్యాన్ని వర్ణించటానికీ బ్రాహ్మణాలను వ్రాశారు. వీటి ఫలితంగా క్షత్రియవర్గం ఉక్కిరిబిక్కిరి అయింది. అవమానంతో ఉడికిపోయింది. యువకులు బ్రాహ్మణ్యం మీదికి ఎదురు తిరగ నారంభించారు. విప్లవం ప్రారంభం అయింది. భౌతిక విప్లవానికి ముందు భావ విప్లవం జరిగింది. బ్రాహ్మణ్యం మేము దైవాంశ సంభూతులమనీ, మాకు ప్రత్యేక హక్కులను అనుభవించే అర్హతవున్నదనీ, ప్రచారం చేస్తుంటే, క్షత్రియ వర్గంలోని మేధావులు ఉపనిషత్తులను ఊహించారు.

బ్రాహ్మణ్యం తనకు బ్రాహ్మత్వాన్ని ఆపాదించుకుంటే ఉపనిషత్తులు విశ్వాత్మను ప్రతిపాదించినై. అన్ని రూపాలూ దాని విభూతులే అన్నవి. భగవంతుడు సర్వవ్యాపకుడనీ సృష్టిలో వున్న ప్రతివస్తువూ ఆయన రూపమేనని ఉద్ఘాటించాయి. అజ్ఞాని సుజ్ఞాని, అనధికుడు, అధికుడు మొదలైన అందరిలోనూ భగవంతుడున్నాడని చెప్పినై. ఇక బ్రాహ్మణ, క్షత్రియ, వైశ్య, శూద్రులనే భేదాల సంగతి చెప్పవలసిందేముంది? అందరూ వొక్కటే. ఈ విధంగా సమదృష్టిని ప్రతిపాదించే సిద్ధాంతాన్ని సృష్టించి క్షత్రియవర్గం లోకానికి అపారమైన సేవచేసింది. తన్ను తాను తెలుసుకోగలిగిన ఏ వ్యక్తి అయినా బ్రహ్మవేత్తే అని ఉపనిషత్తుల సారం. ఈ విధంగా క్షత్రియులు వొక్క ఊహతో యజ్ఞయాగాది క్రతువులనే కాక బ్రాహ్మణ్యం అంతకుముందు అనుభవిస్తున్న ప్రత్యేక హక్కులను తుడిచివెయ్యటానికి ప్రయత్నించారు. సీతామహాదేవి తండ్రియైన జనక మహారాజు ఈ ఉద్యమాధినేత.

అయితే ఈ ఉద్యమం జనకమహారాజుతోనే ప్రారంభం కాలేదు. బ్రహ్మర్షి పదవికి బ్రాహ్మణుడే అర్హుడనే సిద్ధాంతాన్ని ఉద్యమస్థాయిలో కాకపోయినా వ్యక్తిగతంగానైనా మొదటగా ఎదుర్కొన్న ప్రఖ్యాత పురుషుడు విశ్వామిత్రుడు. క్షత్రియుడై బ్రహ్మర్షి పదవికి ప్రయత్నించటంవల్లనే అతడు అనేకమందికి కంటకుడైనాడు. పదరాని ఇడుముల పడినాడు. తుట్టతుదకు బ్రాహ్మణ్యం సృష్టించిన అవరోధాలనన్నిటినీ అధిగమించి తన ఆదర్శాన్ని సాధించి చరితార్థుడైనాడు.

కృష్ణస్వామిగారు సీతారాములకథకు వొక విచిత్రమైన వ్యాఖ్య చెబుతుండే వారు.

బ్రాహ్మణులకు క్షత్రియులకు జరిగిన ఈ పోరాటంలో బ్రాహ్మణుల ప్రభావానికి లోబడి వున్న క్షత్రియరాజులు లేకపోలేదు. అందులో ముఖ్యుడూ, ప్రఖ్యాతుడూ దశరథమహారాజు. ఆయన పూర్తిగా బ్రాహ్మణ సంస్కారంలో మునిగి తేలుతున్న మహారాజు. వశిష్ఠుడు ఆయనకు కులగురువు. రకరకాల ఋషులు ఆయన ప్రసాదానికి వచ్చి, ఆతిథ్యాన్ని స్వీకరించి, సత్కారాలతో తృప్తిపడి సంతోషించి వెళ్తుండేవారు. యజ్ఞయాగాది క్రతువులను తూచా తప్పకుండా చేయిస్తూ వుండేవాడా మహారాజు. పదునాల్గుసార్లు క్షత్రియవర్గాన్ని తన మొఅకు కత్తికి ఎరచేసి రుధిర ధారలను ప్రవహింపజేసిన పరశురాముడు దశరథుని విడిచిపెట్టటంలో వున్న గూఢార్థమిదేనని కృష్ణస్వామిగారి ఊహ.

ఆ దశరథుని కుమారుడైన శ్రీరామచంద్రుని ప్రవృత్తిమాత్రం వేరు. ఆయన వీరుడే కాక సత్యవాది. చిన్నప్పటినుంచీ అసమాన ప్రజ్ఞను చూపిన మేధాసంపన్నుడు. కులగురువైన వశిష్టులవారు చెప్పింది యథాతథంగా నమ్మకుండా ప్రశ్నలవర్షం కురిపిస్తూ వుండేవాడు. ఆ ప్రశ్నలకు సమాధానాలే యోగావాశిష్టం పేరుతో ఇప్పటికీ జిజ్ఞాసువుల కుతూహలాన్ని తీరుస్తున్నాయి.

శ్రీరామచంద్రుడు సర్వస్వతంత్రుడూ, మేధాసంపన్నుడూ అవటంవల్ల బ్రాహ్మణులు ఆయనను మొదటినుంచీ వొక కంట కనిపెట్టే వున్నారు. వారితోపాటు విశ్వామిత్రుడు ఆయనను వొక కంట కనిపెట్టే వున్నాడు.

బ్రాహ్మణ సంస్కారానికి ఆయువుపట్టు దశరథమహారాజు. ఆ ఆయువుపట్టును బెదరగొట్టాలనే ఆపేక్ష విశ్వామిత్రునికి చాలాకాలం నుండీ వుంది. పరాక్రమవంతుడూ, సత్యసంధుడూ, సద్గుణుడు అయిన శ్రీరామచంద్రునిలో తన ఆపేక్షను తీర్చే మూర్తిని ఆయన కనుగొన్నాడు; దర్శించాడనే చెప్పవచ్చు. ఇక ఆయన

ఈ అవకాశాన్ని జారవిడువదలచలేదు. వీలైనంత గట్టిపరచదలిచాడు. యజ్ఞం నెపంతో రామలక్ష్మణులను తన ఆశ్రమానికి తీసుకొనివెళ్ళి, వారికి భవిషద్విజయాలకు కావలసిన శక్తులనిచ్చి, దశరథునికి తెలియకుండా వశిష్ఠుని అనుజ్ఞ లేకుండా జనకమహారాజు కుమార్తెకు వివాహం చేశాడు. అంటే సత్యశీలియైన శ్రీరామచంద్రులకు క్షత్రియుల ఉద్యమానికి తాత్విక చక్రవర్తి అయిన ప్రతిభాశాలితో చుట్టరికం కలిపి ఆ ఉద్యమాన్ని పరిపుష్టం చేశాడన్నమాట.

ఇందుకు ప్రత్యర్థివర్గం నిప్పులు కక్కింది. తమ ఆదరణలో వున్న దశరథుని కుమారుడు, క్షత్రియవర్గం అధిపతియైన జనకమహారాజు కుమార్తెను వివాహం చేసుకోవటం సహించలేక పోయింది. ఆ వివాహంలో తన పతనాన్ని పసికట్టింది. క్షత్రియ విజేత అయిన పరశురాముడు, శ్రీరామచంద్రుని చేతిలో ఓడిపోవటం, తన అధికారచ్యుతికి తుది అంకం ప్రారంభోత్సవంగా భావించింది. అంతఃపురంలో కుట్రపన్ని శ్రీరామచంద్రుని పట్టాభిషేకాన్ని అరణ్యవాసంగా మార్చింది. రాజు కావలసినవాణ్ణి పదునాలుగు సంవత్సరాలు అడవులను పట్టించింది. అష్టకష్టాలూపడి ఆయన తిరిగి వచ్చింతరువాత కూడా పగబట్టిన ఈ వర్గం బుసకొట్టటం మానుకోలేదు. జనకమహారాజు కుమార్తెను వివాహం చేసుకున్నందుకు శ్రీరామచంద్రుని క్షమించలేదు. శ్రీరామచంద్రునిచేత నిండు చూలాలైన సీతామహాదేవిని అరణ్యాలపాలు చేయించింది. సీతామహాదేవి జీవితం, శ్రీరామచంద్రమూర్తి జీవితం దుర్భరం చేసింది. ఈ బాధలు భరించలేక ఆ పతివ్రతామ తల్లి చివరికి ఆత్మహత్య చేసుకుంది. ఈ ముగింపుని వాల్మీకి మహర్షి ఆమె తల్లియైన భూదేవి, సీతాదేవిని తన అంకంలోకి తీసుకోటంగా వర్ణించాడు. సీత లేని శ్రీరామచంద్రుడు కొన్నాళ్ళు ఆమె ప్రతిమను చూచుకుంటూ బ్రతికి, విసిగి తమ్ములతోపాటు సముద్రంలో పడి ప్రాణత్యాగం చేశాడు.

రాములవారి ఈ విషాద కథలు చెపుతూ కృష్ణస్వామిగారు కన్నీరు పెట్టుకునే వారు. ఈ ఆదర్శ దంపతులు పడిన కష్టాలకు ఆయన గుండెలు కరిగి పొగలు కక్కేవి. ఆయన కండ్లు జ్యోతుల్లా మెరిసేవి. తనే ఆ శ్రీరామచంద్రమూర్తి అయినట్లూ ఆ హింసల నన్నిటినీ తానే అనుభవిస్తున్నట్లూ బాధపడేవారు.

"తమ సంతతివారై తమ అధికారాన్ని సహించని వ్యక్తులనే బ్రాహ్మణ్యం ఇలా హింసించిందంటే భారతీయ చక్రవర్తులపట్ల ఏవిధంగా ప్రవర్తించిందో వేరుగా చెప్పనవసరం లేదనుకుంటాను" అనేవారు కృష్ణస్వామిగారు. ఉత్తరీయంతో కండ్లు తుడుచుకుంటూ ఇలా చెప్పేవారు.

"బ్రాహ్మణ్యం తన ప్రభావాన్ని దక్షిణ భారతావనికి వ్యాపింపజెయ్యటానికి ప్రయత్నించే దశలో వారు ఆరేడుగురు భారతీయ చక్రవర్తులను ఎదుర్కోవలసి వచ్చింది. అందులో వేనమహారాజు, హిరణ్యాక్ష, హిరణ్యకశిపులూ, బలిచక్రవర్తీ ముఖ్యులు. వీరు ఏనాడూ భారతీయ చక్రవర్తులతో ముఖాముఖి యుద్ధానికి దిగేవారు కాదు. అది వారి నెత్తురులోనే లేదు. రాజప్రాసాదాలలో అంతఃకలహాలను రేపి కుమారులతో తండ్రులనూ, తమ్ములతో అన్నలనూ చంపించి తమకు అనుకూలమైనవారిని సింహాసనం అధిష్టింపజెయ్యటం వారి రాజనీతి. వేనరాజు హత్యకు బ్రాహ్మణ ప్రేరితుడై అతని కుమారుడు పృధువు కారకుడైనాడు. ఇంతకీ వేనరాజు చేసిన తప్పేమిటో తెలుసునా? దండనీతిని అన్ని కులాలతోపాటు బ్రాహ్మణులకు కూడా వర్తింపజెయ్యటం. అందుకు అతడు హతుడైనాడు. అదేవిధంగా హిరణ్యకశిపుని హత్యకు అతని కుమారుడైన ప్రహ్లాదుడు కారణం అయినాడు. రావణుని హత్యకు అతని తమ్ముడు విభీషణుడూ, వాలి హత్యకు అతని తమ్ముడు సుగ్రీవుడూ కారణమైనారు. వారు చేసిన అన్ని హత్యలలోకి ఘోరమైనది బలిచక్రవర్తి హత్య.

బలిచక్రవర్తి వంటి ప్రజానురంజకుడైన పాలకుడు ఆ రోజుల్లో ఎక్కడాలేడని బ్రాహ్మణ్యమే అంగీకరిస్తుంది. ఆయన ఆడి తప్పనివాడు. పాపభీతి కలవాడు, దానపరుడు, ప్రజలను కన్నబిడ్డలవలె కాపాడేవాడు. అటువంటి మహా చక్రవర్తిని హత్య చెయ్యవలసిన అవసరం ఏమొచ్చింది? ఆయన యశశ్చంద్రికలే దానికి కారణం. ఆయన యశస్సు దశదిశలూ ప్రాకి పలువురి ప్రశంసలను పొందింది. ఆయన సుస్థిరమైన, సుభిక్షమైన రాజ్యాన్ని స్థాపించాడు. క్రమక్రమేణా బలవంతుడు కాజొచ్చాడు. అది సహించలేకపోయింది బ్రాహ్మణ్యం. ఎప్పటికైనా తమకు ముప్పు తీసుకు రాగలడనుకుంది. కుట్ర పన్ని ఆయన ఉదార స్వభావాన్ని ఉపయోగించుకొని హత్య చేసింది" అని చెప్పేవారు.

"ఇక్కడ పరిశీలకులు గమనించని విషయం మరొకటి వుంది. ఈ బలిచక్రవర్తి ప్రహ్లాదుని మనుమడు. కుట్రపన్ని తండ్రి హత్యకు కారకుడైన ఈ ప్రహ్లాదునికి బ్రాహ్మణ్యం కుటిల స్వభావం తెలుసు. వారి చతురత అతనికి అనుభవంలో వున్నదే. తండ్రి గతించి తను సింహాసనానికి వచ్చిన తరువాత బ్రాహ్మణ్యం చేతుల్లో అతను చాలా ఇక్కట్లు పడి కండ్లు తెరిచాడు. అతను వామనుని కోర్కెను నెరవేర్చవద్దని మనుమనికి చెప్పాడు. మనుమడు వినలేదు. ఆఖరికి మాట ఇచ్చాను, నా మాట

నెరవేరవలసిందే అన్నాడు. అందుకు పారితోషికంగా అధఃపాతాళానికి త్రొక్కివెయ్య బడ్డాడు.

కృష్ణస్వామిగారు ఈ విషయాలన్నీ అప్పుడప్పుడూ దమయంతికి కూడా చెపుతుండేవారు. ఈ విషయాలు తొలిసారిగా విన్నప్పుడు ఆమె మనస్సు తొక్కిస లాడింది. తాను అంతకు ముందు మనస్సులో పదిలపరచుకున్న పాత్రల స్వభావం తారుమారై నిశ్చేష్టురాలైంది. శ్రీరామచంద్రమూర్తీ, సీతామహాదేవీ పడిన కష్టాలను కనుకొలకులలో అశ్రుబిందువులు నిలిచినై. అటువంటి మహావ్యక్తుల జీవితాలు ఆత్మహత్యలతో, విషాదాంతంగా అంతమొందవలసి వచ్చినందుకు మనస్సు ఘూర్ణిల్లింది. నమ్మటం కష్టం అయింది. తనకు తెలియటం లేదు గానీ, కృష్ణస్వామి గారి దృష్టిలో, వ్యాఖ్యానంలో ఎక్కడో పొరపాటు వుండి వుండవచ్చు అనుకున్నది.

"మరి శ్రీరామచంద్రమూర్తి సత్యసంధులూ, సత్పురుషులూ అన్నారు గదా! వాలిపట్లా, రావణునిపట్లా ఎందుకు అనాలోచితంగా అన్యాయంగా ప్రవర్తించారు?" అని అడిగింది.

"ఈసందర్భంలో నీవొక విషయం మరిచిపోగూడదు దమయంతీ!" అన్నారు కృష్ణస్వామిగారు. "బ్రాహ్మణ, క్షత్రియ, వైశ్య వర్గాలకు చెందిన వారందరూ భారత దేశాన్ని ఆక్రమించుకోటానికి వచ్చిన ఆర్యుల తెగకు చెందినవారే. వారిలో వారికి జరిగిన పోరాటంలో శ్రీరామచంద్రమూర్తి అభ్యుదయకరమైన మార్గం తొక్కి వర్ణించనలవి కాని ఇడుములకు లోనయ్యాడు. కాని ఈ తెగకు బయట దస్యులు, రాక్షసులు అని పిలువబడే అనాది భారతీయులు వున్నారు గదా! వారిపట్ల వీరందరూ ఏకమే. శ్రీరామచంద్రునికి పట్టాభిషేకం జరుగనీకుండా చేసి అరణ్యాలపాలు చెయ్యటంలో బ్రాహ్మణ్యం ఒకే దెబ్బకు రెండు పిట్టలను కొట్టింది. అటు శక్తివంతుడైన క్షత్రియ వీరుని ఉపనిషత్తుల ప్రోక్త అయిన జనకమహారాజు అల్లుని గద్దె ఎక్కకుండా చేసింది. ఇటు ఆ వీరునిచేతే ఆర్యేతర చక్రవర్తులను హతమార్చి తమకు అనుకూలంగా వుండే కీలుబొమ్మలను ప్రతిష్టించింది. ఇందుకు అనుకూలమైన దృష్టిని ప్రజలలో ప్రచారం చేసే నిమిత్తం చరిత్రకు మసిపూసి మారేడుకాయ చెయ్యగలందులకు కావ్యాలను సృష్టించింది. ఒక్కదెబ్బలో తమ సామ్రాజ్య కాంక్షకు లోబడని భారతీయ చక్రవర్తులందరూ రాక్షసులూ, వికృత స్వభావులూ అయినారు. భారతీయులలో తమకు అనుకూలమైన అధికార వ్యామోహితులూ, కీర్తి దాహులూ ఆధ్యాత్మిక వినయ సంపన్నులూ, మోక్షకాములూ అయినారు. ఆయా పాత్రలను వారు చెప్పిన విధంగానే చూడటం నేర్చుకున్నాం మనం" అన్నారు. ఒక్క గాఢమైన నిట్టూర్పు విడిచారు.

ఇదేవిధంగా భారతేతిహాసంపట్ల కూడా కృష్ణస్వామిగారికి ఒక విశిష్టమైన దృష్టి వుండేది. కురుక్షేత్ర మహాసంగ్రామం బ్రాహ్మణ్యం ప్రోత్సహించిన సుక్షత్రియులం అనుకునే దురహంకార పూరితులకూ, పురోగమనాన్ని కాంక్షించే మిగిలిన తెగలకూ జరిగిన యుద్ధమని వారి అభిప్రాయం. అప్పటికి ఆర్య, అనార్య భేదం కొంతవరకు సడలి వుంది. కొంతమంది ఆర్యులు అనార్యులతో సంబంధ బాంధవ్యాలను నేర్పటం కూడా ఈ దశలో కనుపిస్తుంది. ఈ దశలో సుక్షత్రియ జాతికి ప్రాతినిధ్యం వహిస్తున్న కురువంశాన్ని నిలబెట్టడానికి గాను యీ యుద్ధం జరిగింది. శ్రీకృష్ణునివంటి ప్రముఖ భారతీయ వీరులందరూ పురోగమనానికి ప్రాతినిధ్యం వహిస్తున్న పాండవులకు సహాయం చేశారు. ఈ పరిస్థితుల్లో వివిధ జాతుల సమన్వయం జరిగి వున్నదనీ, ఆ సమన్వయాన్ని ధర్మరాజు వాంఛించాడనీ మహాభారతం ఉల్లేఖించటం గమనించదగిన విషయం.

భారతకాలం నాటికి రామాయణం కాలంనాటి పరిస్థితులు పూర్తిగా తారుమారైనై, రామాయణ కాలంనాటి గాంభీర్యం, నిగ్రహం ఆనాటి మానవుల్లో లేవు. మద్యపానం, జూదం, నృత్యాలు, బహుభార్యాత్వం ఆనాడు మామూలు వ్యవహారాలుగా, నిత్యనైమిత్తికాలుగా పరిగణింపబడినాయి. నలుడు జూదంలో తన రాజ్యాన్ని కోల్పోయాడు. యుధిష్టరుడు తన రాజ్యాన్నీ, తన తమ్ములనూ, తన్నూ, చివరకు తన భార్యనూ వొడ్డి కోల్పోయాడు. శ్రీకృష్ణుడూ, అర్జునుడూ తీరికవేళల మద్యపానం చేసేవారు. ఇక బలరాముని సంగతి చెప్పనే అక్కరలేదు. హరివంశంలో బలరాముడు తాగి తన భార్యతో నృత్యక్రీడ జరిపాడనీ వర్ణించబడివుంది. ఆ వేడుకలో కృష్ణుడూ, సత్యభామా, నారదుడూ మొదలైనవారు కూడా పాల్గొన్నారు. యదువంశం తాగి తన్ను తాను రద్దుచేసుకుందనే సంగతి అందరికీ తెలిసిందే.

సంఘంలో భోగలాలసత హెచ్చి ఇవన్నీ తప్పులుగా పరిగణించబడని స్థితికి వచ్చింది. తత్ఫలితంగా కట్టుబాట్లు సడలి సంఘం ఛిన్నాభిన్నమయ్యే పరిస్థితి నుంచి సంఘాన్ని ఉద్ధరించవలసిన బాధ్యత శ్రీకృష్ణుని మీద పడింది. ఈ పురోగమనోద్యమానికి శ్రీకృష్ణుడు సారథ్యం వహించాడు.

శ్రీకృష్ణుడు అనార్యుడు భారతజాతికి చెందినవాడు. అందువల్లనే ఆయనకు రాజ్యార్హతలేదని ఆర్యులు ప్రవచించారు. అటువంటి వ్యక్తి పురోగమనోద్యమానికి సారథ్యం వహించటం సహజమైన విషయమూనూ, గర్వించదగిన విషయమూనూ, తాను నిర్వర్తించబోయే మహాయజ్ఞానికి శ్రీకృష్ణుడు ముందునుంచీ తగు జాగ్రత్తలు తీసుకున్నాడు. శక్తివంతులూ ప్రతిభావంతులూ అయిన అనార్యులను అనేకమందిని

చేరదీశాడు. పాండవులతో చుట్టరికం నెరపించాడు. బ్రాహ్మణ ప్రభావానికీ, సుక్షత్రియ సిద్ధాంతానికీ లోబడిన అనార్య చక్రవర్తులను ముందుగానే రంగస్థలంనుంచి నిష్క్రమింపజేశాడు. వివిధ జాతులను పాండవుల ధ్వజం క్రింద సమాయత్తపరచి సంగ్రామానికి సారధ్యం వహించాడు. పురోగమన శక్తులకు విజయం సాధించిపెట్టాడు. విజయమైతే పాండవులనే వరించింది గాని కురుక్షేత్రయుద్ధం ఇరుపక్షాల క్షత్రియ వంశాలను సర్వనాశనం చేసింది. విజయం సంపాదించిన పాండవులు కూడా దేశం విడిచి వెళ్ళిపోవలసిన పరిస్థితి కల్పించింది.

కృష్ణస్వామిగారు మొదటిసారిగా ఈ విషయాలు చెపుతున్నప్పుడు ఇంతవరకు వచ్చేటప్పటికి వింటూ కూర్చున్న దమయంతికి ఒక అనుమానం వొచ్చింది.

“ఫలితం సర్వనాశనమైనప్పుడు ఈ యుద్ధంవల్ల శ్రీకృష్ణ భగవానుడు సాధించిందేముంది?” అని అడిగింది.

“ఆయన సాధించదలచింది అమోఘంగా సాధించారు దమయంతీ” అన్నారు వారు. ఆయనకు శ్రీకృష్ణుడంటే అమిత ఇష్టం. శ్రీకృష్ణుడు భారతీయులలో అగ్రగణ్యుడనటమే దీనికి కారణం కాదు. ప్రపంచంలో అంతటి ప్రతిభాశాలీ, రాజనీతి దురంధరుడూ, తత్త్వవేత్తా ఇంతవరకు జన్మించి ఉండలేదని ఆయన ప్రగాఢ విశ్వాసం. అటువంటి శ్రీకృష్ణుని గురించి తన అభిప్రాయాలను వెలిబుచ్చేందుకు దమయంతి అవకాశం కలిగించినందుకు ఉప్పొంగిపోతూ, చిరునవ్వు నవ్వుకుంటూ ఇలా అన్నారు.

“ఈ యుద్ధంలో శ్రీకృష్ణుడు నిర్వహించిన పాత్రను అర్థం చేసుకోటానికి ఏదో ఒక సంఘటనను, ఏదో వొక భాగాన్ని పరిశీలించి నిర్ణయానికి దిగే దృష్టి సరిపోదు దమయంతీ. సమగ్రమైన చారిత్రక దృష్టి అవసరం. ఆ రోజుల్లో సుక్షత్రియ జాతి అనే నెపంతో పురోగమనానికి కౌరవులను అడ్డుగోడగా నిలిపి, మిగిలిన జాతులను దాస్యశృంఖలాలతో బంధించి, కౌరవులచాటున తాము పెత్తనం చెయ్యాలని బ్రాహ్మణ్యం తలచింది. ‘నా వంశం’ అనేభావం ‘నా కుటుంబం’ అనే భావంకంటే విశాలమైనదే! ఉన్నతమైనదే! అందువల్ల ఈ భావం వొకప్పుడు సంఘాన్ని ఒక మెట్టు ముందుకు తీసుకువెళ్ళింది. ఈ భావం సజీవరూపమే భీష్ముడు. కురువంశం కోసం భీష్ముడు చెయ్యని త్యాగం లేదు. అందుకు తన స్వార్థాలనూ, స్వసుఖాలనూ త్యజించిన మహాపురుషుడతను. ఆవిధంగా మొదటిదశలో సాంఘిక పరిణామానికి నిష్కళంక బుద్ధితో దోహదంచేసి ప్రజల ఆదరాభిమానాలను చూరగొని అఖండ కీర్తిని ఆర్జించాడు. కాని అన్ని భావాలకు వలెనే ‘నా వంశం’ అనే భావం కూడా సంఘం

పురోగమిస్తున్నకొద్దీ పాతబడిపోయింది. 'నా సంఘం' అని మానవుడు భావించవలసి వొచ్చేటప్పటికి ఈ భావం పురోగమనానికి ప్రతిబంధకం అయింది. ఈ విషయం కురువృద్ధులైన భీష్మాచార్యులకు తెలియకపోలేదు. కాని తాను ఏభావంలో అయితే పుట్టిపెరిగాడో, ఏ భావంకోసం తన సర్వస్వాన్ని అర్పణ చేశాడో, ఏ భావం కోసం తన సర్వశక్తుల్నీ మలుపుకున్నాడో, ఆ భావాన్ని వొదులుకొని పైస్థాయికి అనుకూలంగా ప్రవర్తించలేకపోయాడు. అందువల్ల మనస్సు పీడిస్తున్నా, తాను చేస్తున్నది తప్పని ఆత్మ హెచ్చరిస్తున్నా కౌరవులతోనే వుండిపోయాడు. కాని ఆరాటపడుతూనే ఉండేవాడు. పాండవుల క్షేమం కోరుతూనే వుండేవాడు. దుర్యోధనునికి నీతులు చెపుతూనే వుండేవాడు. శ్రీకృష్ణుని భగవంతునిగా పూజిస్తూనే వుండేవాడు. కౌరవులప్రక్క యుద్ధం చేశాడు. పాండవులు గెలవాలని కాంక్షించాడు. పాండవుల సైన్యాన్ని నుగ్గునూచగా హతమార్చాడు. తాను బ్రతికివుంటే పాండవులు ఎక్కడ విజయం సాధించలేరో అని భయపడి తన మరణ రహస్యాన్ని యుధిష్ఠిరుని చెవిలో వూదాడు. కోరి కోరి మరణశయ్యను పరచుకున్నాడు. భారతంలో భీష్మాచార్యుని వంటి విషాదపాత్ర మరొకటి లేదు దమయంతీ" అన్నాడు.

"భీష్మాచార్యులు పాండవుల పక్షాన యుద్ధంచేసి ఉండవలసిందనా మీ ఉద్దేశం?" అని అడిగింది దమయంతి. కృష్ణస్వామిగారి అభిప్రాయాలన్నీ ఆమెకు విచిత్రంగా కనబడుతుండేవి. తన నమ్మకాలకూ, స్వభావానికీ విరుద్ధంగా ఉండి బాధ పెడుతూండేవి. భీష్మాచార్యుడు ధర్మం పాండవులదని తెలిసీ, పాండవులు జయించాలని కాంక్షించీ, జయిస్తారని తెలిసీ, తన పోషణకు కారకుడైన దుర్యోధనుని విడువనొల్లక, ఆత్మార్పణం చేసుకున్నందుకు ఆమె అతనిని మనస్సులో అమితంగా గౌరవిస్తూ ఉండేది. ప్రతి వ్యక్తికి వొక ధర్మం వుంటుంది. ఆ ధర్మం కోసం ఆ వ్యక్తి జీవిస్తాడు. అందుకు భిన్నమైన ధర్మం, విశాలమైన ధర్మం వేరొకటి వుండుగాక! ఆ ధర్మం వర్ధిల్లాలని కాంక్షిస్తూనే తన ధర్మం తాను నిర్వర్తిస్తాడు ఉత్తమ పురుషుడు. ఇదేగదా గీతకూడా చెప్పింది. భీష్మాచార్యుడు ఈవిధంగానే ప్రవర్తించి యశస్కాముడైనాడని ఆమె భావించి, మన్నిస్తూ వుండేది. ఇప్పుడు కృష్ణస్వామిగారు చెప్పేదంతా తాను భావించినదానికి పూర్తిగా వ్యతిరేకంగా వుంది. అయినా వారు చెప్పేదాంట్లో సత్యం ఉన్నదేమో అనే అనుమానం ఆమెకు కలిగింది. కృష్ణస్వామిగారు చెప్పే అభిప్రాయాలు మొదట బాధపెడతాయి. మనస్సును విరుస్తాయి. కాని వాటికి వుండే బలం, ఆకర్షణా వాటికి ఉన్నాయని ఆమె వివాహం అయిన మొదటిరోజుల్లోనే గ్రహించింది. అందుకని బాధపడుతూనే ఆయన మాటలను ఆలకించటం నేర్చుకుంది దమయంతి.

"ధర్మం ఎటున్నదనుకుంటే అటు నిలబడటం భీష్మాచార్యులవంటి ఉత్తములు పాటించటమే సహజము కదా దమయంతీ?" అని తమ సమాధానం ప్రారంభించారు కృష్ణస్వామిగారు... కాని భీష్మాచార్యులు అలా చెయ్యలేకపోయారు. తన భావానికి తానే దాసులయ్యారు. తన భావం తొడిగిన ఇనుపకవచాన్ని ఛేదించుకొని బయటపడి ప్రకాశించలేక పోయారు. అందువల్ల ఆయన జీవితం ఆదర్శాలకోసం అర్రులు చాచినా, ఆయన జీవితం ఆనాటి నుంచీ కృత్రిమం అయిపోయింది. కాని ఎవరి తరపున యుద్ధం చేస్తున్నాడో వారి జయాన్ని కాంక్షించలేని స్థితికి వచ్చాడు. కాని యుద్ధం చెయ్యక తప్పదు. తాను ఎవ్వరు జయించాలని కోరుతున్నాడో వారి సైన్యాలను నురుమాడక తప్పలేదు. అంటే కోరికకూ, చేష్టకూ సంబంధంలేని విషమ పరిస్థితిలో చిక్కుకొని చివరికి ద్వంద్వ ప్రవృత్తుల ఘర్షణను తట్టుకోలేక పదేపదే మరణాన్ని కోరుకున్నాడు. మరణించాడు.

"భీష్మాచార్యుని విషాదగాథ మానవ పురోగమనానికి మించిన మరొక ధర్మం లేదని ఋజువు చేస్తుంది దమయంతీ. వ్యక్తి శ్రేయస్సూ, కుటుంబశ్రేయస్సూ, వంశ శ్రేయస్సూ ఇవన్నీ ఉన్నాయి. కాని వీటన్నిటినీ మించినది సంఘ శ్రేయస్సూ, విశ్వ శ్రేయస్సూ. విశ్వ శ్రేయస్సుకి మిగిలినవన్నీ సోపానాలు మాత్రమే. వీటి ప్రయోజనం మానవుణ్ణి ఉన్నత పథగామిని చెయ్యటమే. అంతకి మించి వీటికి ప్రయోజనం లేదు. ఏ వ్యక్తికి అయినా ఈ సోపానాల్లో ఏ సోపానము గమ్యస్థానం అనుకొని విశ్రమించటానికి ప్రయత్నించాడో, అతని జీవితం భీష్మాచార్యుని జీవితం వలెనే విషవలయంలో చిక్కుకొని, ద్వంద్వ సంఘర్షణలో నలిగి కృత్రిమతను పెంచుకొని విషాదాంతం అవుతుంది. భీష్మాచార్యుని జీవితంనుంచి నేర్చుకోదగిన పాఠాలు చాలా ఉన్నాయి. అందులో ఇది ముఖ్యమైంది."

దమయంతి ఆయన చెప్పిన విషయాలను ప్రశాంత చిత్తంతో విన్నది. ఆలోచించింది. "మరి శ్రీకృష్ణభగవానుడు నిర్వర్తించిన పాత్రను గురించి చెప్పకపోతిరే!" అన్నది.

"ఆ సంగతికే వొస్తున్నాను." అన్నారు కృష్ణస్వామిగారు.

"చెప్పండి. ఇరుపక్షాలూ సర్వనాశనం చెందటంలో వారు సాధించదలచిం దేమిటి?"

"శ్రీకృష్ణుడు ఆర్యజాతికి చెందినవాడు కాదని చెప్పానుగదా?"

"అవునండీ, చెప్పారు."

"పాండవులు వస్తుతః కురు వంశానికి చెందినవారే అయినా, వారి రక్తంలో మిశ్రమ స్వభావం లేకపోలేదు. అందువల్ల సుక్షత్రియులం అనుకునే అహంకారులు వీరిని ఈసడిస్తూ వచ్చారు. అయినప్పటికీ వారు సుక్షత్రియ సంజాతులు కాకపోయినా ఆర్యజాతికి చెందిన క్షత్రియులేగాని, భారతీయులు కారు గదా! వారికి భారతీయులతో ఎక్కువ సంబంధ బాంధవ్యాలు వుండి వుండవచ్చు. ద్రౌపది భారత నారీమణి కావచ్చు. అయినప్పటికి కురువంశ రక్తం వారి నాళాల్లో ప్రవహిస్తూనే వుంది. కౌరవ పాండవుల కలహం కుటుంబ కలహం. ఆ రెండు కుటుంబాలలోనూ పాండవుల దృష్టి పురోగామి కావచ్చు. కాని ఆర్యజాతికి విడిగా వున్న భారతీయుల దృష్టితో చూస్తే వీరి భేదాలు స్వల్పమైనవిగానే కనుపిస్తవి. శ్రీకృష్ణుడు అనార్యుడు; భారతీయుడు. అతనికి వ్యక్తిగతంగా కౌరవ పాండవులిద్దరూ కావలిసినవారే. కాని మాతృదేశాభివృద్ధిని దృష్టిలో పెట్టుకొని చూస్తే మాత్రం కొంచెం హెచ్చుతగ్గులతో ఇద్దరూ వొకటే. అతనికి కావలసింది తన మాతృదేశం అభివృద్ధి చెందడం. 'మానవాళి నా వంశం' అనే స్థితినుంచి 'నా సంఘం' అనే స్థితికి పురోగమించటం. దీనికి శక్తిమంతుడైన ఏ కురురాజైనా ప్రతిబంధకమేనని ఆయన విశ్వాసం. అందువల్ల కౌరవులేకాక పాండవులలోని శక్తిమంతులందరూ నిహతులౌతుంటే చూస్తూ వూరుకున్నాడు. సంఘాభివృద్ధికి ఇరుపక్షాలు నిహతులవటంకంటే వేరు మార్గం అతనికి గోచరించలేదు. ఈ పాత్రను ఆయన అద్భుతంగా నిర్వర్తించాడు."

దమయంతి చిన్నతనం నుంచీ భారత భాగవత రామాయణాలు పురాణ కాలక్షేపంగానూ, తదితర రూపాలలోనూ విన్న మనిషి. తనకు తానుగా చదువుకున్నది కూడా. ఆమెకు అనేకదృశ్యాలు స్ఫురణకు వచ్చినై. అభిమన్యుడు పద్మవ్యూహం జొరబడక గత్యంతరంలేని పరిస్థితిని తెచ్చిపెట్టటానికి దోహదం చేశాడు. అశ్వద్ధామ కోపానికి ఉప పాండవులను ఎరజేశాడు. ఇలా ఆయన చేసిన పనులు అనేకం జ్ఞాపకం వచ్చి, కృష్ణస్వామిగారి ఊహలకు ఆధారం లేకపోలేదని నిర్ణయించుకుంది.

ఆలోచించిన కొద్దీ ఆమెకు భయం వేసింది. ఈ విషయాలను నమ్మి జీవితాన్ని నడపటానికి ప్రయత్నించటం కత్తిమీద సామువంటిదని గ్రహించింది. ఈ దృష్టి ఎన్నో ఆవేశాలను రేపుతుంది. ఆ ఆవేశాలను రేపిన వ్యక్తిని గురించి విచిత్రమైన భావం ప్రచారం అవుతుంది. ఆ వ్యక్తి మంచితనం ఎంతమందికి తెలుస్తుంది? ఎంతమంది గ్రహించగలుగుతారు? నలుగురు కలిసి తిమ్మిని బొమ్మిగానూ, బొమ్మిని తిమ్మిగానూ చెయ్యవచ్చు. ప్రజల హృదయాలలో అసలు మనిషి ఎటువంటి వాడయినా ఒక

వికృతరూపం నిలిచిపోయ్యేటట్టు చెయ్యవచ్చు. అందులో తన భర్తవంటి అమాయకులను, అలౌకికులను ఈ ప్రమాదానికి గురిచెయ్యటం చాలా తేలిక. వారు తమంత తామే పరచిన ఆ ఉచ్చులలోకి నడువగలరు! ఎందుకు ఇటువంటి ప్రమాదం కోరీ తెచ్చుకోవటం? ప్రపంచం మంచో చెడో ఒక దిశకు నడుస్తూ వుంది. నడువనిస్తే సరిపోతుంది. దానితోపాటు తామూ నడువగలిగితే సరేసరి. అలా చెయ్యలేనప్పుడు సాక్షీభూతంగా వుంటే మంచిది.

"మీరు చెప్పినవన్నీ నిజమే కావచ్చు. కాని ఇప్పుడు ఈ గొడవలలోకి దిగటం దేనికి.?"

"అదేమిటి దమయంతీ అలా అంటున్నావు?" అన్నారు కృష్ణస్వామిగారు. ఆయన ఆమె తన మాటలను శ్రద్ధగా ఆలకిస్తూ వున్నదని, తన వాదంలోని సత్యాన్ని గ్రహిస్తూ ఉందని సంతోషిస్తూ తన ఉద్దేశాలనన్నిటినీ చెప్పాలనుకున్నారు. అటువంటి సమయంలో దమయంతి యీ మాట అనేటప్పటికి మబ్బులలోనుంచి భూమిమీదకు జర్రున జారినట్లనిపించింది.

ఆయన్ని చూసేటప్పటికి దమయంతికి జాలివేసింది. కొన్ని విషయాలలో ఆయన పసిపిల్లవానికంటే కనాకష్టం అని ఆమెకు తెలుసు. ఒక్క మంచిమాట అంటే ఉబ్బిపోతారు. ఒక్క పెడమాట అంతలో ఆయన్ని నిస్తేజుని చేస్తుంది. ఆయన ఎట్లాగూ ఈ విషయాలన్నీ తమ జీవిత ఆదర్శంగా పెట్టుకొని కృషి చేస్తున్నారు. దాని మీదకు తప్ప ఇంకొక విషయం మీదకు ఆయన దృష్టి పోదు. ఏదో ఒకటి అనటంవల్ల ఆయన మనస్సుని కష్టపెట్టటం తప్ప వచ్చే ప్రయోజనం ఏముంటుంది? జీవితంలో ఆయనకు వున్న కష్టాలు చాలు. తనవల్లకూడా ఆయన మనస్సు ఎందుకు కష్టపడాలి? ఏ పరిస్థితుల్లోనూ ఆయన మనస్సును కష్టపెట్టకూడదు అనుకున్నది దమయంతి.

"మాటవరుసకు అన్నా లెండి" అని తేల్చివేసింది.

వెంటనే ఆమెను నమ్మారు కృష్ణస్వామిగారు. నమ్మి తన ధోరణిలో తాను చెప్పుకుపోవటం మొదలుపెట్టారు. ఆయన నిష్కల్మష స్వభావానికి దమయంతి హృదయం కలిగి నీరయింది. వింటూ కూర్చుంది.

"బ్రాహ్మణ్యం సమర్థిస్తున్న సంస్కారం మానవ పరిణామంతో పాటు, పరిస్థితులకు అనుగుణంగా రూపాలు మారుస్తూ తానూ ప్రయాణం సాగిస్తూనే వుంది. ప్రతి యుగంలోనూ ప్రముఖులు అనేకమంది దీనిని ఎదుర్కొంటూనే వున్నారు. అందులో ముఖ్యులు గౌతమబుద్ధులు."

తరువాత వారు గౌతమ బుద్ధులను గురించీ, వారి తదనంతరం బ్రాహ్మణ్యం బౌద్ధమతాన్నే స్వీకరించి ఆ మత స్వభావాన్ని గుర్తుపట్టటానికి వీలులేకుండా మార్చివేసి ఏవిధంగా మరల కులాలను సృష్టించిందీ వివరించారు. ఆనాటినుంచీ ఈనాటివరకూ జరిగిన చరిత్రను విపులపరిచారు. ఎప్పటికప్పుడు దేశంలో కల్లోలాలను రేపి పర ప్రభుత్వ స్థాపనకు బ్రాహ్మణ్యం పరోక్షంగా సహాయం చేసిందని వారి వాదం. ఏ ప్రభుత్వమైనా దిగువజాతి వర్గాలతో, ప్రజలతో పొత్తుపెట్టు కున్నప్పుడు ఆ ప్రభుత్వాన్ని కూలద్రొయ్యటానికి వారు చెయ్యనిపని అంటూ లేదని వారి విశ్వాసం.

"శక్తి కలిగిన బ్రాహ్మణేతరులతో ఇప్పటికీ వారు చేతులు కలపరు. వారిని తమ శత్రువులుగానే భావిస్తారు. తమ విధానాన్ని అర్థం చేసుకునే వ్యక్తులను వారు ఎప్పుడూ దూరంగానే వుంచుతారు. అయితే మొదటినుంచీ తమకు సానుభూతి వున్నట్లు కనుపించకపోతే తమ మనుగడకు క్షేమం కాదని, ఇతర కులాలలో వున్న శక్తిమంతులను వొదిలి మూడవ రకం, నాలుగవ రకం మనుష్యులను దగ్గరకు తీస్తున్నారు. తమ గుట్టు బయటపడకుండా వారే శక్తిమంతులనీ, అత్యంత ప్రతిభావంతులనీ ప్రచారంచేసి ప్రజలను నమ్మిస్తున్నారు. ప్రతిదానికీ వారిని ముందుకు నెట్టి ప్రదర్శిస్తున్నారు. దీనికి ప్రతిఫలంగా వారు, వీరి సంస్కారాన్ని తాము అనుసరిస్తూ, దాని ప్రాశస్త్యాన్ని ప్రజలకు భోదిస్తున్నారు.

"నాకు బ్రాహ్మణ్యంమీద వ్యక్తిగతంగా ఏ ద్వేషమూ లేదు. వారొక జీవిత విధానాన్ని అనుసరిస్తున్నారు. దానివల్ల నష్టపడే ఇతర జాతులు కూడా అనుసరించేటట్లు చేస్తున్నారు. ఈవిధానం సంఘానికి అరిష్టం చేకూరుస్తుంది. అందువల్ల ఆ విధానంపట్ల నాకు అయిష్టం. ఆవిధానం అనుసరించే అందరిపట్లా నాకు అయిష్టమే" అన్నారు.

ఈవిధంగా ఏదో ఒక సందర్భాన్ని పురస్కరించుకొని తన అభిప్రాయాలను దమయంతికి చెపుతూవుండేవారు కృష్ణస్వామిగారు. ఆమె మానసికంగా కూడా తన అర్థాంగి కావాలని వారి కోరిక. ఒకరోజు చంద్రగుప్తుని గురించీ, హర్షవర్ధనుని గురించీ శివాజీని గురించీ వారు దమయంతికి చెప్పారు. ఆరోజు వారీ విషయం ప్రస్తావించటానికి దమయంతే కారణం. ఆ వూళ్ళో చదువుకుంటున్న స్త్రీ విద్యార్థినులు ఝాన్సీలక్ష్మీబాయిని గురించి మాట్లాడవలసిందని ఆమెను ఆహ్వానించారు. ఆ హైస్కూల్లోనే ఆమె కూతురు గోపాలం చెల్లెలు కమల చదువుకుంటూ వుంది. కమలను వెంటపెట్టుకొని వెళ్ళి ఆ మీటింగులో పాల్గొని వచ్చింది దమయంతి. దమయంతి మీటింగుకి వెళ్ళేటప్పుడు కృష్ణస్వామిగారు వూళ్ళో లేరు. నాలుగురోజుల

క్రిందట ఎక్కడికో వెళ్ళారు. దమయంతీ, కమలా మీటింగు నుంచి తిరిగి వచ్చేటపృటికి వారు వచ్చి వున్నారు. తాము ఎక్కడికివెళ్ళి వచ్చిందీ చెప్పింది దమయంతి. ఆమె సభల్లో పాల్గొంటున్నందుకు వారు చాలా సంతోషించారు. ఆనాడు జరిగిన మీటింగు ఝాన్సీలక్ష్మిబాయిని గురించి అని తెలుసుకొని వారీ విషయాలను ప్రస్తావించారు. అప్పుడు ఆయన కుమార్తె కమల కూడా అక్కడే వుంది.

"ఇవ్వాళ అమ్మ చాలా బాగా మాట్లాడింది నాన్నా. మా హైస్కూలు విద్యార్థినులందరూ చాలా సంతోషించారు. అమ్మతో నెలకు ఒక్కసారయినా ఉపన్యాసం ఇప్పించుకోవాలని అనుకుంటున్నారు. నిజానికి అమ్మ ఇంత బాగా మాట్లాడుతుందని నాకే తెలియదు" అన్నది.

కమల ఆ హైస్కూల్లో అప్పుడు స్కూలు ఫైనలు చదువుతూ వుంది. తన తల్లిని గురించి తోడి విద్యార్థినులు గొప్పగా చెప్పుకోవటం ఆమెకు గర్వకారణం అయింది. ఒక్కసారిగా విద్యార్థినుల దృష్టిలో తన ప్రతిష్ట పెరిగిందని గ్రహించి అమితానందంలో వుంది.

తన భార్య పదిమంది మెప్పును బడయటం కృష్ణస్వామిగారికి చాలా సంతోషాన్నిచ్చింది. దమయంతిని సాదరంగా చూచి చిరునవ్వు నవ్వారు. ఆయన చిరునవ్వు చాలా అసాధారణమైనది. ఆ చిరునవ్వుతో అంతకుముందు చాలా సీరియస్‌గా వున్న ఆయన ముఖం, వెన్నెల కాంతివంటి కాంతితో ఒక్కసారి గుప్పుమంటుంది. ఆ చిరునవ్వును ఎన్నిసార్లు చూచినా ఇంకా చూడబుద్ధి అవుతూనే వుంటుంది దమయంతికి. ఒక్కొక్కసారి ఆ చిరునవ్వును కోరి ఆయనతో హాస్యాలాడుతూ వుంటుంది కూడా.

భర్తముందు కమల తనను పొగిడేటప్పటికి ఆమె కొంచం కలవరపడింది. ఆ కలవరాన్ని భర్త చిరునవ్వు తుడిచివేసింది. "ఏదో మాట్లాడాను, నాకు ఉపన్యాసాలిచ్చే అలవాటు లేదు. ఇవ్వాలనే అభిలాషకూడా లేదు. పిల్లలు ఉత్సాహపడుతున్నారు గదా వెళ్ళకపోతే బాగుండదని వెళ్ళాను. అనవసరంగా వాళ్ళకు ఆశాభంగం కలిగించటం ఇష్టం లేకపోయింది."

"బాగా మాట్లాడావటగదా!"అన్నారు కృష్ణస్వామిగారు మళ్ళీ అదే చిరునవ్వుతో.

"ఏదో మాట్లాడాను."

"బాగా మాట్లాడింది నాన్నా! మా హెడ్‌మాస్టరు గారు మామూలుగా ఎవ్వర్నీ హర్షించరు, అటువంటివారు పనిమాలా వచ్చి అమ్మను అభినందించి వెళ్ళారు" అన్నది కమల.

ఈసందర్భంగా ఝాన్సీలక్ష్మీబాయి మీదుగా అనేక విషయాలు ప్రస్తావనకు వచ్చినయి. అప్పుడు మళ్ళీ చరిత్ర పుటలు తిరుగవేశారు కృష్ణస్వామిగారు.

"అనార్య నాగరికతకు మొదటినుంచీ మగధ ప్రాంతం ఆయువుపట్టుగా వుండేది. పంచవింశ బ్రాహ్మణ్యంలో మగధదేశపు నాగరికత ఆర్యనాగరికతకు విరుద్ధ మయినదని ఉదహరించబడి ఉంది. దీనికి కారణం బౌద్ధమతానికీ ఆ ప్రాంతం హృదయం అవటమే. బుద్ధభగవానుని ఆహ్వానించి, ఆయన సిద్ధాంతాన్ని శిరోధార్యం చేసుకున్న ప్రథమ గౌరవం అప్పుడు మగధదేశాన్ని ఏలుతున్న మహారాజుకే దక్కింది. అప్పటినుంచీ కూడా మగధ రాజులు బౌద్ధమతాన్ని ప్రేమిస్తూ, బౌద్ధ సంఘాలకు సహాయంచేస్తూ వచ్చారు. ఇది బ్రాహ్మణ్యానికి కంటకం అయింది. వారు మగధదేశాన్ని ఎంత కంటగిస్తూ వచ్చారంటే మగధలో నివసిస్తున్న బ్రాహ్మణులను వారు బ్రాహ్మణులుగా అంగీకరించేవారు కాదు. వారిని 'బ్రహ్మ బంధువులు'గా మాత్రమే పరిగణించి, పతనం చెందిన బ్రాహ్మణులనుగా ఈసడిస్తూ వుండేవారు. ఈ కంటగింపు కొన్ని తరాలతో మాసిపోలేదు. దాని ఛాయలు ఈనాటికీ కనుపిస్తూనే వున్నాయి. మిథిల దేశానికి చెందిన బ్రాహ్మణులు గంగ అవతలి గట్టున స్నానం చెయ్యరు. వారి దృష్టిలో మగధదేశం చేసిన పాపాన్ని గంగాభవాని కూడా కడిగి వెయ్యలేక పోయిందన్న మాట. ఈ దేశం, బౌద్ధమతం బలంగా ప్రచారంలో వున్న కాలంలో, భారతీయ నాగరికతతో స్పందిస్తూ వుండేది. మొత్తం భారతదేశాన్ని తన ప్రభావంతో పునీతం చేస్తుందా అనే ఆశలను పతిత మానవ హృదయాలలో రేపింది. ఈ అపాయాన్ని బ్రాహ్మణ్యం పసిగట్టింది. ఏదో ఒకవిధంగా ఆనాటి రాచరికాన్ని కూలద్రోసి తమకు అనుకూలంగా వుండే మరొక వ్యక్తిని సింహాసనం ఎక్కించాలని కుట్ర పన్నింది. ఆ వ్యక్తే చంద్రగుప్తుడు. కౌటిల్యుడు అనే బ్రాహ్మణుని సహాయంతో చంద్రగుప్తుడు అప్పుడు మగధదేశాన్ని పరిపాలిస్తున్న నందవంశాన్ని సమూలంగా నిర్మూలించి సింహాసనం అధిష్టించాడు. చంద్రగుప్తుడు అంతకుముందు మగధరాజుల సేవలో వున్నవాడే. అంతఃకలహాలను రేపి తమ ఆదర్శాన్ని సాధించుకోవటం బ్రాహ్మణ్యం అనుసరించే విధానంలో వొక లక్షణమని నేను ఇంతకుముందే నీకు చెప్పాను. నందవంశాన్ని నాశనం చెయ్యడంలోనూ ఈ విధానాన్నే అవలంబించింది బ్రాహ్మణ్యం. మొదట వీరి కుట్ర ఫలించలేదు. అప్పుడు చంద్రగుప్తుడు పంజాబు పారిపోయి తలదాచుకొని అక్కడ అధికారంలో వున్న బ్రాహ్మణ్యం సహాయంతో కుట్రలుపన్న నారంభించాడు. ఒక దశలో మగధ సామ్రాజ్యాన్ని విచ్ఛిన్నం చెయ్యటానికి వీరు అలెగ్జాండరును ఆహ్వానించటానికికూడా వెనుదియ్యలేదు. కాని అలెగ్జాండర్ సైన్యంలో వచ్చిన కలతలవల్ల ఈ పని నెరవేరలేదు.

తాము తలపెట్టిన కార్యం కొసదాకా తేలేవరకూ సాగించే స్వభావం గలిగింది బ్రాహ్మణ్యం. ఏ పనినీ మధ్యన విడిచిపెట్టి వూరుకోదు. ఎన్ని అపజయాలు కలిగినా సరే! ఎన్ని కష్టాలు వొచ్చినా సరే! అది దాని స్వభావం. ఆ స్వభావానికి పునాది, స్వార్థం, క్రౌర్యం చివరికి మగధరాజును హత్యచేసి, దేశంలో అల్లకల్లోలం కలిగించి, తమ ఆదర్శాన్ని నెరవేర్చుకుంది. చంద్రగుప్తుడు మగధ సామ్రాజ్యం చక్రవర్తి అయ్యాడు.

చంద్రగుప్తుడు అధికార వ్యామోహితుడైనా, వీరుడు; ప్రజలలో నుంచి పుట్టుకొని వచ్చినవాడు. అందువల్ల అధికారంలోకి బ్రాహ్మణ్యం సహాయంతో వచ్చినా, అధికారంలోకి వచ్చిన తరువాత ప్రజల కోర్కెలను తీర్చకుండా వుండలేకపోయాడు. క్రమక్రమేణా ప్రజల సహజ వాంఛలకు వ్యతిరేకంగా వుండే బ్రాహ్మణ్యం కోర్కెలను తృణీకరించటం మొదలుపెట్టాడు. వెంటనే గుసగుసలు ప్రారంభం అయినై. సమావేశాలు మొదలైనై. కుట్రలు సాగినై. ఈ గుసగుసలు, సమావేశాలు, కుట్రలు చంద్రగుప్తుని మనుమడు అశోకుడు రాజయ్యేవరకూ సాగుతూనే వొచ్చినై. ఎవరి తరువాత ఎవ్వరు రాజయ్యేదీ కూడా చెప్పలేని విషపూరిత వాతావరణంతో రాజప్రసాదం నిండివుండేది ఎల్లప్పుడూ.

ఈ పరిస్థితుల్లో అశోకుడు రాజయ్యాడు. కొన్నాళ్ళు బ్రాహ్మణ్యం సక్రమమైన ఊపిరి పీల్చింది. తమకు వ్యతిరేకంగా వున్న రాజ్యాలమీదకు దండెత్తేటట్లు అశోకుని కొంతవరకు చెయ్యగలిగింది. కాని కళింగ యుద్ధం ఆ మహారాజు మనస్సును పూర్తిగా మార్చివేసింది. ఈ మార్పు అతనిని బౌద్ధమత పునఃప్రతిష్ఠాపకులలో అగ్రగణ్యుడిగా చేసి, ఎనలేని కీర్తిని ఆర్జించిపెట్టింది.

కాని ఈ మార్పు బ్రాహ్మణ్యం హృదయంలో చిచ్చును రేపింది. ఆనాడు మగధ సామ్రాజ్యంలో వీచిన బౌద్ధమత వీచికలు ఈ చిచ్చుని జ్వాలలుగా మార్చింది. కుట్రలు పెల్లుబికినై. ముఖ్యపట్టణం కలుష వాతావరణంతో దుర్గంధ పూరితమైంది. బ్రాహ్మణ్యం సహాయంతో పుష్యమిత్రుడనే వ్యక్తి, మౌర్య సామ్రాజ్యం ఆఖరి చక్రవర్తిని హత్యచేసి గద్దె ఎక్కాడు.

పుష్యమిత్రుడు బ్రాహ్మణ్యం సృష్టించిన వ్యక్తి. అతను అధికారంలోకి వచ్చీరాగానే బౌద్ధులను చంపించటం, బౌద్ధమతాన్ని కూకటివేళ్ళతో పెళ్ళగించి వెయ్యటం పనిగా పెట్టుకున్నాడు. ప్రభుత్వ విధానమే అదయింది.

కాని బ్రాహ్మణ్యం ఇంతటితో తృప్తిపడలేదు. చరిత్ర వారికొక గుణపాఠం నేర్పింది. తమ సహాయంతో అనేకులు అధికారంలోకి వస్తున్నారు. కాని వారిలో

చాలామంది అధికారంలోకి వచ్చిన తరువాత ప్రజల తాకిడిని తట్టుకోలేకో, తమ ఆత్మలు గొణిగే గొణుగుళ్ళకు చెవులు మూసుకోలేకో, తమ మాటలను పెడచెవిని పెడుతున్నారు. తమ కోర్కెలను నెరవేర్చటం లేదు. అందువల్ల కుట్రలు పన్నటమే తమ నిత్య జీవితం అయింది. రాజు వెంట రాజును హత్య చెయ్యవలసివస్తూ వుంది. ఒక వంశాన్ని సింహాసనం ఎక్కించటం, దానిని నిర్మూలించి మరొక వంశాన్ని దాని స్థానే సృష్టించటమే తమ పరమావధి అవుతూ వుంది. అలా చెయ్యటానికి వారికే శంకా లేదు. కాని తాము తలపెట్టిన కార్యక్రమం ఈ వొడుదుడుకుల వల్ల దెబ్బతింటూ ఉంది. అందువల్ల తమ వర్గానికి చెందిన వారే సింహాసనాన్ని చేపట్టటం మంచిదని వారు నిశ్చయించుకున్నారు. ఇందుకు సుంగవంశజుడైన దేవభూమి మహారాజు వద్ద మంత్రిగా వుంటున్న వాసుదేవుని పూనుకోమన్నారు. ఈ బాధ్యతను అతనికి అప్పగించారు. అతను వారి ఉత్తరువులను శిరసావహించి, వొక మంచి సుముహూర్తాన దేవభూమిని హత్యచేసి తానే రాజైనాడు. అతని ఆధిపత్యం క్రింద బౌద్ధమతాన్ని తుడిచివేసి, తమ అధికారాన్ని సుస్థిరం చేసుకొని తమ నాగరికతను శాశ్వతంగా ప్రతిష్టించటానికి ప్రబల ప్రయత్నాలు జరిగినై. మిగిలిన కులాల దాస్య శృంఖలాలకు కొత్తతాపడం చెక్కబడింది. మనుధర్మశాస్త్ర సృష్టి జరిగింది. ఈ కాలంలోనే! ఈ దృష్టిని బలపరచటానికి బ్రహ్మసూత్రాలకు అనేక భాష్యాలు వెలువడింది ఈ కాలంలోనే. భౌతికదాస్యానికి ముందు భావదాస్యం అవసరమనే విషయం బ్రాహ్మణ్యానికి తెలిసినట్టుగా ఇంకెవ్వరికీ తెలియదు.

అయితే న్యాయం, ధర్మం అనేవి ఏనాటికీ ప్రపంచంలో పెత్తనం చేస్తూనే వుంటవి. ఈ శక్తులు అమాయక ప్రజలను కాపాడుతూనే వుంటవి. మగధ సామ్రాజ్యంలో ఈవిధంగా నిరంకుశత్వం, అవినీతి ప్రబలుతూ వుండగా ఆంధ్రులు ఆ సామ్రాజ్యాన్ని కైవసం చేసుకున్నారు. ఆనాటి ఆంధ్రులు బౌద్ధమతావలంబకులు.

ఇక ఇక్కడ తమ ఆటలు సాగక బ్రాహ్మణ్యం వాయువ్య దిశన నూతన రాజకుటుంబాలనూ, వంశాలనూ పోతపోస్తూ కూర్చుంది. ఇందుకు కావలసిన ముడిసరుకు పర దేశస్తులదైనా వారికే అభ్యంతరమూ వుండేది కాదు. కుషాన్ రాజవంశం ఈవిధంగా సృష్టించబడిందే. కాని యధాప్రకారం ఆ వంశంలో మహారాజుగా ప్రసిద్ధిచెందిన కనిష్కుడు బౌద్ధమత ప్రచారానికి బద్ధకంకణుడైనాడు. ఇందుకు బ్రాహ్మణ్యంవల్ల మహాపురుషులందరికీ ముట్టిన పారితోషికమే వారికి ముట్టింది. ఆయన నిద్రమత్తులో వుండగా శయ్యమీద దారుణంగా హత్య చేయబడ్డాడు.

"కుషాన్ రాజవంశాన్ని సృష్టించినట్లుగానే బ్రాహ్మణ్యం తమ అధికార వ్యాపకం కోసం రాజపుత్ర, చాళుక్య మొదలైన అనేక రాజవంశాలను సృష్టించింది. సృష్టించి 'రాజవంశం' అనే ముద్రవేసి భారతదేశం మీదకు పంపటమే దాని పని, ఒక దృష్టితో చూస్తే వీరందరూ శౌర్య, ధైర్య సాహసాలు గలవారే! ఇంకొక దృష్టితో, ప్రజాబాహుళ్యం దృష్టితో చూస్తే వీరందరూ అభివృద్ధి నిరోధకులే" అన్నారు కృష్ణస్వామిగారు.

దమయంతి వింటూ కూర్చుంది. కమల అప్పుడప్పుడే భారతదేశ చరిత్రను గురించి కొద్దికొద్దిగా నేర్చుకుంటూ వుంది. ఆమెకు ఇంకా స్థిరమైన భావాలు ఏర్పడలేదు. ఏర్పడిన భావాలు ఇంకా పిడచగట్టుకుపోలేదు. అందువల్ల తండ్రి ప్రసరిస్తున్న దృష్టి ఆమెను ఆకర్షించింది. అప్పుడామె శివాజీని గురించి చదువుతూ ఉన్నట్లు వుంది. అతని శౌర్య ధైర్యాలు ఆ పిల్ల మనస్సులో మెదులుతూ వున్నట్లు ఉన్నాయి. "శివాజీని గురించి నీ ఉద్దేశం ఏమిటి నాన్నా?" అని అడిగింది.

"శివాజీ గొప్ప వ్యక్తే నమ్మా. అందులో సందేహం లేదు. కాని వ్యక్తి ఎంత గొప్పవాడైనా బ్రాహ్మణ్యం సృష్టించిన ఇనుపచట్రంలో తలదూర్చిన తరువాత కిచకిచ లాడటమే అతను చెయ్యగలిగిన పని" అన్నారు కృష్ణస్వామిగారు.

"ఆయన సంగతి చెప్పు నాన్నా."

"మరొక మహావ్యక్తిని గురించి చెప్పి, తరువాత శివాజీని గురించి చెపుతాను."

"ఎవ్వరా మహావ్యక్తి నాన్నా."

"హర్షవర్ధనుడు తల్లీ."

"హర్షవర్ధనుని గురించి నాకు బాగా తెలుసు నాన్నా. నేను ఆయన్ని గురించి చాలా చదువుకున్నాను. అశోకుని తరువాత ప్రసిద్ధికెక్కిన చక్రవర్తి ఆయన. ఆయన సుభిక్షంగా రాజ్యపాలన చేశాడు. ప్రజలను కన్నబిడ్డలవలె చూసుకున్నాడటగా నాన్నా! బజార్లవెంట బంగారు ముద్ద ఎగురవేసుకుంటూ వెళ్ళినా ఏ అపాయమూ వుండేదికాదట. దొంగలే వుండేవారు కాదట నాన్నా" అన్నది.

"అవన్నీ నిజమే తల్లీ. కాని పాఠ్యపుస్తకాలలో కనుపించని మరికొన్ని ముఖ్య విషయాలు కూడా వున్నాయమ్మా" అన్నారు కృష్ణస్వామి గారు శూన్యంలోకి చూస్తూ. ఆయన ముఖాన్ని విషాదఛాయలు అలుముకోవటం దమయంతి గమనించింది.

"ఏమిటవి నాన్నా?" అని అడిగింది కమల. "హర్షవర్ధనుడంటే నాకు అమిత ఇష్టం. నువ్వు ఎంత చెప్పినా వింటాను" అన్నది. లంగా సర్దుకొని తీరిగ్గా కూర్చుంది. ఆ పిల్ల వైఖరినీ, ఆతురతనూ చూచి ఒక్క నిట్టూర్పు విడిచింది దమయంతి.

"మగధ సామ్రాజ్యాన్ని ఆంధ్రులు కొన్నాళ్ళు పరిపాలించారని చెప్పానుగదా! అయితే ఆంధ్రుల ఆధిపత్యం అక్కడ ఎక్కువ కాలం నిలువలేదు. ఆంధ్రుల ఆధిపత్యం తొలగిపోగానే బ్రాహ్మణ్యం గుప్తవంశాన్ని అధికారంలోకి తెచ్చింది. గుప్త వంశంలో బ్రాహ్మణ్యం తమ అధికారాన్ని తిరిగి సుస్థిరం చేసుకుంది. అయితే పరిస్థితులకు అనుకూలంగా తన విధానాన్ని మార్చుకుంది. బౌద్ధమతానికి వ్యతిరేకంగా క్షత్రియ వర్గాన్ని తమ ప్రక్కకు తీసుకోటానికి ప్రయత్నించింది. ఇరుపక్షాలకూ సరిపోయేటట్టు పురాణ గ్రంథాలను వ్రాసింది. దేవాలయ పూజలో క్షత్రియ వర్గానికి కూడా ప్రాధాన్యత వుండేటట్లు కొన్ని మార్పులను చేసింది. క్షత్రియులతో రాజీ పడదలచిన ఈ ప్రయత్నంలో తమ వేద మతాన్ని వొదులుకొని ఉపనిషత్ మతాన్ని సమర్థించటానికి కూడా అంగీకరించింది. బౌద్ధమతానికి అపార్థాలు కల్పించి బౌద్ధమతంలోకి కులతత్వాన్ని ప్రవేశపెట్టి, అంటే బౌద్ధమతాన్ని చంపి, బుద్ధుని భగవంతునిగా అంగీకరించింది. ఎన్ని అంగీకరిస్తే మాత్రం వారికి వచ్చే చిక్కేమి ఉంది. వ్యాఖ్యానాలు వ్రాసే శక్తి వారిదే గదా! నిజానికి బ్రాహ్మణ్యానికి వర్ణవ్యవస్థ అనే సూత్రం తప్ప వొక మతమనేది లేదు. అది అంగీకరిస్తే మిగిలిన వాటిని వేటినైనా అంగీకరించగలదు. వారికి కావలసింది దోపిడీ విధానానికి అవకాశం. ఆ అవకాశానికి వర్ణవ్యవస్థమీద నిర్మించబడిన సంఘంలో వున్నంత వీలు మరెక్కడా వుండదని వారికి తెలుసు. దీనికి గుప్త వంశపు రాజులు అవకాశం ఇచ్చారు.

"ఇటువంటి గుప్త వంశంలో హర్షవర్ధనుడు జన్మించాడు. బౌద్ధమతం ఆ మహారాజును ఆకర్షించింది. బౌద్ధమతాన్ని ప్రోత్సహించతొడగాడు. అయినా బ్రాహ్మణ మతాన్ని తిరస్కరించలేదు. బ్రాహ్మణులనూ సత్కరించేవాడు. చైనా పండితుడు హీ-యున్-సాంగ్ ఆయనను దర్శించటానికి వొచ్చినప్పుడు వొక మహాసభను ఏర్పాటు చేసి, ఆ సభకు బౌద్ధులనూ, బ్రాహ్మణులనూ కూడా ఆహ్వానించాడు. అయినప్పటికీ బ్రాహ్మణులు తృప్తి పడలేదు. తమతో బౌద్ధులను సమానంగా చూడటం కూడా వారు సహించలేకపోయారు. ఆ మహాసభ సమావేశం కోసం నిర్మించబడిన మందిరాన్ని తగులబెట్టి, హర్షవర్ధన మహారాజును హత్య చెయ్యటానికి ప్రయత్నించారు.

ఈ కుట్ర ఫలితంగా ఆయన అయిదువందల మంది బ్రాహ్మణులను దేశం నుంచి బహిష్కరించాడు. వారు చేసిన అపరాధానికి ఈ శిక్ష స్వల్పమైనదే. అయినప్పటికీ బ్రాహ్మణ్యం సహించలేకపోయింది. ఆయన అయిదు సంవత్సరాలకు వొకసారి తనకున్న ధనం యావత్తూ తాను ధరించిన దుస్తులతో సహా బౌద్ధులకూ,

బ్రాహ్మణులకూ, బీదలకూ పంచిపెట్టి, పేదలతో పేదగా వుంటూవుండేవాడు. ఇటువంటి ఘనకార్యాలు సైతం బ్రాహ్మణ్యపు స్వార్థబుద్ధిని హరించలేకపోయినై. ఆయన రాజ్యాన్ని చిన్నాభిన్నం చేసింది.

"హర్షవర్ధనుని మరణంతో బ్రాహ్మణ్యం స్వైరవిహారం చేయనారంభించింది. మరణానికి ముందు హర్షుడు పంపిన ఆహ్వానాన్ని పురస్కరించుకొని చైనా పంపిన సౌహార్ద్ర బృందాన్ని అవమానపరిచింది. దానితో చైనా చక్రవర్తి తన సైన్యాలను మగధదేశం మీదకు దండయాత్రకు పంపాడు. దీనికి సహాయం చేసింది ఎవరో తెలుసా? అప్పుడు అస్సామ్‌ని పరిపాలిస్తున్న బ్రాహ్మణరాజు. ఈ రాజు యుద్ధ సామగ్రిని, తినుబండారాలనూ, పశువులనూ చైనా సైన్యానికి సహాయం చేశాడు. ఈ సైన్యం అనేక వేలమంచి ప్రజలను హతమార్చి పగ తీర్చుకుంది. హైందవ సామ్రాజ్య చరిత్ర ఇంత ఘోరకలిగా అంతమయింది.

"అయితే బ్రాహ్మణ్యానికి వచ్చిన నష్టమేముంది? తమ చెప్పుచేతల్లో వుండే మరొక వర్గాన్ని స్థిరపరచింది, వారే మనం కథలు కథలుగా చెప్పుకునే రాజపుత్రులు. రాజపుత్రులు ఎక్కడివారో చెప్పటం కష్టం. అయితే వారు క్షత్రియులుగా పరిగణించబడటానికి, రాజ్యపాలనాధికారాన్ని పొందటానికి తోడ్పడింది మాత్రం బ్రాహ్మణ్యమే. అందుకు ప్రతిగా రాజ్యపాలన చేసినన్నాళ్ళు వారు బ్రాహ్మణ్యం చెప్పుచేతల్లో మెలిగారు. బౌద్ధ విహారాలను ధ్వంసం చేశారు. బౌద్ధ భిక్షువులను దేశం నుంచి వెళ్ళగొట్టారు. హింసించారు. బౌద్ధమతానికి సంబంధించిన పూజ్య గ్రంథాలను తగులబెట్టారు. బౌద్ధమతాన్ని కూకటివ్రేళ్ళతో పెకలించి వేశారు. జాతీయతాభావాన్ని నిర్మూలించారు. కలిసి ప్రజలను దోచుకున్నారు. ప్రభుత్వ ఆదాయం అంతా రాజభవనాలకోసం, దేవాలయాల కోసం వెచ్చించబడింది. రాజులూ, పూజారులూ భోగాలలో తులదూగుతుంటే సామాన్య ప్రజలు తిండికిలేక అల్లాడిపోయారు. వారి మొర ఆలకించేదెవ్వరు? ఈ చరిత్రలో సామాన్య మానవుడనేవాడు కంచుకాగడా పెట్టి వెతికినా కనుపించడు.

"మిగిలిన సంగతులు అటుంచి ఈ రాజపుత్ర రాజులలో ఐకమత్యం మృగ్యం. తమలో తాము ద్వేషించుకుంటూ, చీటికిమాటికి యుద్ధాలకు దిగుతూ కాలం గడిపారు. రాజులు రాజ ప్రాసాదాలలోనూ, బ్రాహ్మణులు దేవాలయాలలోనూ కాలం గడుపుతుండేవారు. ఈ రెండు వర్గాలూ భోగలాలసతకు దాసులయ్యారు. అందువల్ల మన దేశంమీదకు మహమ్మదీయులు దండెత్తి వచ్చినప్పుడు ప్రారంభదశలో వారిని ఎదుర్కొన్న వాళ్ళే వున్నట్టు కనిపించదు. ఏ కోట తలుపో, ఏ దేవాలయం తలుపో

వారు వచ్చి తట్టేవరకూ వారు వస్తున్నట్లే ఎవ్వరికీ తెలిసేదికాదు. ఆనాటి పరిస్థితి పరిశీలించి చూస్తే ప్రభుత్వం అనేది వొకటి వున్నట్టే లేదు.

“ఆనాటి రాజపుత్ర రాజ్యాలలో ముఖ్యమైనది ఢిల్లీ, చిత్తూర్, కనూజ్, గుజరాత్, వీటిలో కనూజ్, గుజరాత్, రాజ్యాలు మహమ్మదీయులను ఆహ్వానించినై. వారి అండనజేరి మిగిలిన రాజపుత్ర రాజులతో యుద్ధానికి తలపడినై. ఇక మహమ్మదీయులు మనదేశాన్ని తేలికగా ఆక్రమించుకోవటంలో ఆశ్చర్యం ఏముందీ? పరిపాలనను మనకు మనమే ఏరికోరి తెచ్చుకున్నాం. ఈ మహమ్మదీయ పరిపాలనను ఎదుర్కొన్న వారిలో శివాజీ ముఖ్యుడు” అని కుమార్తె వైపుకు తిరిగి “శివాజీ సంగతి అడిగావు గదమ్మా? చెబుతాను” అన్నారు కృష్ణస్వామిగారు.

కమల చాలా మెత్తని స్వభావం గలది. ఈ విషయాలన్నీ ఆమె లేత హృదయం మీద గాఢమైన ముద్రవేస్తున్నవని గ్రహించింది దమయంతి. అన్ని విషయాలనూ విని వూరుకోగలిగిన వయస్సు కాదు కమలది. మనస్సును కదిలించే ప్రతి విషయానికీ ఆవేశపడే వయస్సు. ఈ అభిప్రాయాలన్నీ ఆమె లేత హృదయాన్ని ఏవిధంగా మలుపుతవో అని భయం వేసింది దమయంతికి.

“మిగిలిన విషయాలు మరొకసారి వింటుంది లెండి. పనివుంది” అన్నది.

“చెప్పనివ్వమ్మా” అన్నది కమల.

వినాలని ఆ పిల్లకు వుంది. చెప్పాలని కృష్ణస్వామిగారికి వుంది. తప్పించటం ఎలా? ఆమెకు సాధ్యపడలేదు. కృష్ణస్వామిగారికి ఈ ఆలోచన లేనే లేదు. చెప్పుకుపోయారు.

“భారతదేశం సృష్టించిన వీరశిఖామణులలో శివాజీ వొకడు. అందులో సందేహం లేదు. అతను వీరుడేకాక మంచి రాజనీతిజ్ఞుడుకూడా. ప్రజలను సంఘటిత పరచటంలో అతనికున్న నేర్పు అద్వితీయమైనది. జాతీయనాయకునికి వుండవలసిన మంచి లక్షణాలు ఆయనలో ఎన్నో వున్నాయి. కాని ఇన్ని ఉండీ అతను కూడా బ్రాహ్మణ్యం ఆధిపత్యంనుంచి తప్పించుకోలేక పోవటం భారతదేశ దురదృష్టమనే చెప్పాలి.

“శివాజీ మొదటినుంచీ బ్రాహ్మణ్య ప్రభావంలోనే పెరిగాడు. తల్లి అమాయకంగా ఆ సంస్కారాన్నే అతనికి చిన్నప్పుడు నూరిపోసింది. తండ్రి ఎప్పుడూ ఇంటివద్ద వుండేవాడు కాదు. వారి జమీ వొక బ్రాహ్మణాధికారి అజమాయిషీలో ఉండేది. ఆయన గురువు రామదాసుస్వామి. ఎటుపోయి ఎటువస్తుందో అని, అతని

రాజ్యాన్ని ఆ గురువుకి ధారదత్తం చేయించి, అతని ప్రతినిధిగా శివాజీ రాజ్యపాలన చేసేటట్టు చేసింది బ్రాహ్మణ్యం. అంటే శివాజీ తరువాత, తమ చెప్పుచేతల్లో లేకుండా పోయే ప్రమాదం లేకుండా ముందే బ్రాహ్మణ్యం జాగ్రత్తపడినదన్నమాట. అతని పరిపాలనలో సివిల్, మిలటరీ ఉద్యోగాల్లో ఎక్కవ వాటిని బ్రాహ్మణ్యమే ఆక్రమించింది. అధిక అధికారం గలిగిన ముఖ్యమంత్రి బ్రాహ్మణ పీష్వా. పైగా ఇది వంశపారంపర్యంగా వచ్చే ఉద్యోగంగా చెయ్యబడింది. శివాజీ పట్టాభిషేకం జరుపుకునే నాటికి, వొక్క సేనాధిపతి ఉద్యోగం తప్ప మిగిలిన ఉద్యోగాలన్నీ బ్రాహ్మణ్యం చేతుల్లోనే వుండేవి. శివాజీ అధీనంలో రెండువందల ఎనభైకోటలు వుండేవి. అందులో ప్రతి కోటా బ్రాహ్మణ్యం అధీనంలో ఉండేది.

"అతని రాజ్యంలోవున్న ప్రముఖ బ్రాహ్మణులందరికీ సాంవత్సరిక అలవెన్సులు వుంటూ వుండేవి. తన రాజ్యంనుంచి ఏ బ్రాహ్మణులూ పొట్టకోసం వలస వెళ్ళగూడదని శివాజీ శపథం తీసుకున్నాడు. ఇంగ్లీషువారు ఈ రాజ్యాన్ని స్వాధీనం చేసుకున్నప్పుడు బ్రాహ్మణ్యానికి సాంవత్సరిక అలవెన్సుల రూపంలో ఖర్చయ్యే డబ్బు కనీసం అయిదు లక్షల రూపాయలు వుండేదని అంచనా వెయ్యబడింది.

"ఇన్ని చేసి కూడా శివాజీ బ్రాహ్మణ్యాన్ని మెప్పించలేకపోయాడు. బ్రాహ్మణ్యాన్ని మెప్పించటం ఎవ్వరి తరంకాదని మొదటినుంచీ చరిత్ర ఘోషిస్తూనే వుంది. బ్రాహ్మణ్యపు అధికారవాంఛ మానవరక్తం రుచి చూచిన పులి వంటిది. త్రాగినకొద్దీ పిపాస ఎక్కువ అవుతుంది. ఇక దీనికి హద్దనేది ఏముంది? అందువల్ల శివాజీనుంచి ఇంకా ఎక్కువ అధికారం, ధనం రాబట్టాలనే వుద్దేశంతో అతని పట్టాభిషేకోత్సవ సమయానికి శివాజీ శూద్రుడనీ, అతనికి రాజ్యార్హత లేదనీ వొక వదంతి లేవదీసింది. అతనిని శాశ్వతంగా తమ చెప్పుచేతల్లో వుండేటట్లు చెయ్యటానికి ఈ అవకాశాన్ని నిర్దాక్షిణ్యంగా ఉపయోగించుకుంది.

"ఈ ఉత్సవానికి శివాజీ, దేశం పలుతావులనుంచి బ్రాహ్మణ ప్రముఖులను ఆహ్వానించాడు. పదకొండువేల మంది బ్రాహ్మణ ప్రముఖులు తమ తమ కుటుంబాలతో ముఖ్య పట్టణానికి తరలివచ్చారు. అంటే తమవెంట వచ్చిన భార్యాపిల్లలతో కలుపుకొని కనీసం ఏభైవేల మంది ఆ పట్టాభిషేకోత్సవంలో పాల్గొంటానికి ముఖ్యపట్టణంలో పీఠం వేశారని మనం చెప్పుకోవచ్చు. శివాజీ వీరికి ధనకనక వస్తువాహనాలు బహుమతిగా ఇవ్వటమే కాక, ఈ మొత్తం సంఖ్యకు నాలుగు నెలలు షడ్రసోపేతంగా భోజనాలు పెట్టాడు. ముఖ్య పూజారి అయిన గంగాభట్టులకు

వొక్కరికే ఈ సందర్భంలో లక్షరూపాయలు ముట్టిందని ప్రతీతి. జదూనాథ్ సర్కార్ అనే చరిత్రకారుడు ఈ ఉత్సవానికి ఏభైలక్షల రూపాయలు ఖర్చయిందని అంచనా వేశాడు. మరి కొంతమంది చరిత్రకారులు ఏడుకోట్ల రూపాయలు ఖర్చయిందని చెపుతున్నారు.

ఇంతవరకు చెప్పి తలవొంచుకొని కూర్చుని వింటున్న భార్యను చూచి, "ఎవ్వరి డబ్బది దమయంతీ? సామాన్య ప్రజలనుంచి సంపాదించిందేగదా? సామాన్య ప్రజలు రక్తం వోడ్చి కూడబెట్టిందేగదా! కాని ఇందులో వొక్క చిల్లిగవ్వకూడా వారికి ఖర్చు చెయ్యబడలేదు. వారి దుర్భరస్థితిని బాగుచెయ్యటానికి వినియోగింపబడలేదు" అన్నారు కృష్ణస్వామిగారు.

"ఇన్నీ చేసిన తరువాతగాని శివాజీ క్షత్రియుడనీ, సింహాసనం అధిష్టించటానికి అర్హుడనీ బ్రాహ్మణ్యం అంగీకరించలేదు. అప్పుడు శివాజీ క్షత్రియుడనీ, ఉదయపూర్ క్షత్రియ వంశానికి చెందినవాడనీ బ్రాహ్మణ్యం వొక వంశవృక్షాన్ని సృష్టించింది. మరికొంత డబ్బు తీసుకొని క్షత్రియ జన్మచిహ్నంగా జన్నిదం వేసింది. యుద్ధాలలో పొరపాటున చంపబడిన బ్రాహ్మణుల ప్రీత్యర్థం మరొక ఎనిమిదివేల రూపాయలు శివాజీనుంచి వసూలుచేసి ప్రాయశ్చిత్త కార్యక్రమం జరిపింది.

"ఇన్నీ చేయించుకొని వేదోక్త కర్మకు అతనికి అర్హతలేదని తేల్చివేసింది. అతను సుక్షత్రియుడు కాడనే గుసగుసలను గాలిలోకి విడిచిపెట్టింది. అవి దశదిశలు వ్యాపించినై.

"ఈ అవమానానికి శివాజీ మనస్సు చాలా క్షోభించిందని చరిత్రకారులు చెపుతున్నారు. అది సహజమే, క్షోభించే వుంటుంది. అతడిక చెయ్యగలిగిందేమిటి? స్వతంత్రబుద్ధి కలిగిన శక్తిమంతులైన మిగిలిన భారతీయ చక్రవర్తులకు వలెనే శివాజీ కూడా వికల మనస్సుతో ఖిన్నవదనంతో తనువు చాలించాడు.

"అతని మరణంతో చరిత్ర పునశ్చరణ చెయ్యబడింది. అనేక కారణాలను సృష్టించి పీష్వాలు శివాజీ పెద్ద కుమారుని రాజ్యానికి రాకుండా చెయ్యటానికి ప్రయత్నించారు. రెండవ కుమారుణ్ణి అన్నమీదకు పురికొల్పారు. శివాజీ తరువాత సింహాసనానికి వొచ్చిన కుమారుడు పీష్వాల చేతుల్లో కీలుబొమ్మ అయ్యాడు. రాజప్రసాదంలో బందీగా బ్రతకవలసి వచ్చింది; శివాజీ చక్రవర్తి కుమారుడు. పీష్వాలు అధికారం హస్తగతం చేసుకొని పాలన సాగించారు. అధికారం పీష్వా కుటుంబాలకు వంశ పారంపర్యంగా వచ్చే సొత్తు అయింది.

"ఏ సామ్రాజ్య స్థాపనకై శివాజీ ముప్ఫయి సంవత్సరాలు అహర్నిశలూ తిసినచోట తినక, వున్నచోట వుండక పాటుపడ్డాడో, తన సర్వశక్తులనూ ధారపోశాడో ఆ సామ్రాజ్యం అతని మరణానంతరం వొక్క గడియలో తుత్తు నియలైపోయింది. మళ్ళీ అంతఃకలహాలు ప్రారంభం అయినై. ఎవ్వరికి వారే సంస్థానాల పేరుతో గూళ్ళు కట్టుకొని విర్రవీగసాగారు. శివాజీ మహారాజు కనిన కల అతనితోనే అంతరించింది. వీరులు, ధీరులు, మేధావులు, స్వార్థ రహితులు కనిన కలల ప్రేతభూమి ఈ భారతదేశం."

ఒక్కక్షణం అంతా నిశ్శబ్దంగా కూర్చున్నారు. వారిని చుట్టుకొనిన గాలి భావాల వొరిపిడితో వేడెక్కింది. వినగలిగిన వారికి దాని ఆవేదన వినిపిస్తూనే వుంది. చెవుల చెంతకుజేరి ఏమేమో చెపుతూనే వుంది. ముగ్గురి హృదయాలూ మొయ్యలేని బరువుతో క్రుంగిపోతున్నయి.

కృష్ణస్వామిగారు దీర్ఘ విశ్వాసం వొకటి విడిచి ఇలా అన్నారు. "అనేక విషయాలలో హిందువులకంటే మహమ్మదీయులే మెరుగు అనిపించారు. మహమ్మదీయులకు వొక్కడే దేవుడు. వారిలో కులాలు లేవు, హెచ్చుతగ్గులు లేవు, నౌకరు మొదలుకొని పాదుషావరకూ వారి కందరూ సమానమే. ఉన్నత పదవిలో వున్నవాడైనా తన నౌకరుతో పంక్తిలో కూర్చుని మానసిక ఆందోళన ఏ మాత్రం లేకుండా భోజనం చెయ్యగలడు. ఏ మతంలోని వ్యక్తినైనా తన మతం ఎంతో సంతోషంగా, హృదయ పూర్వకంగా ఆహ్వానించగలడు. హిందువులకు ఈ దృష్టి ఎక్కడిది? తమ మతానికి చెందిన కోట్లకొలది ప్రజలను అంటరానివారిగా, ముట్టరానివారిగా ఉంచటానికి సిగ్గిలని మతం ఇది. మహమ్మదీయులను చూచికూడా మనం నేర్చుకున్నది తక్కువే. చక్రవర్తి మరణించినప్పుడల్లా సింహాసనంకోసం రుధిరధారలు ప్రవహించవలసిందే మహమ్మదీయులలో అని మన చరిత్రకారులు వ్రాశారు. మహమ్మదీయులలో కత్తిని నెత్తురులో ముంచిన వారిదే సింహాసనం అని వారు వర్ణించారు. ఈ చరిత్రకారులు మన సంగతి వ్రాయరేమి? ఆలోచిస్తే హత్యలమీద సింహాసన ప్రతిష్టచెయ్యటం మహమ్మదీయులు మననుంచే నేర్చుకున్నారేమో అనిపిస్తుంది నాకు" అని ముగించారు.

ఆ క్షణం కమలకు తన తండ్రి రగులుతున్న అగ్నిపర్వతంలా కనుపించాడు. ఆయననుంచి ఇంకా ఎన్నో సంగతులు వినాలనిపించింది. ఆమెకు ఆంగ్లేయులు భారతదేశంలో అడుగుపెట్టిన పిదప ఇంతవరకూ జరిగిన చరిత్రా, అందులో బ్రాహ్మణ్యం నిర్వహించిన పాత్రా, తండ్రి నుంచి తెలుసుకోవాలనిపించింది. కాని

ఆమె లేత హృదయం భావాల బరువును మోయలేకపోయింది. భారతదేశ చరిత్రనంతా తానే మోస్తున్నట్లనిపించింది. తన శరీరం తనకే బరువైంది. మాట్లాడలేక అలాగే చూస్తూ కూర్చుంది.

ఈ అనుభవం కొద్దిగా దమయంతి అనుభవంలోకీ వొచ్చింది. కాని ఆమె హృదయం భావపరిమితిని మించిన విశాలమైనది అవటంవల్ల, ఎప్పటికప్పుడు విభిన్న భావాలకు అందులో స్థలం వుంటూనే వుంటుంది. అందువల్ల ఎంత ఆవేశంతో కూడిన భావమైనా ఆమెను ఊపలేదు. కాలి క్రింద మట్టిని తొలచలేదు. ఆమెను భూమినుంచి విడదీయలేదు.

భర్త వొక మాట అంటే ఆయన నోటినుంచి రానున్న మిగిలిన మాటలను ఆమె ఊహించుకోగలదు. ఆయన దృష్టి ఆమెకు ఆనాటికి క్షుణ్ణంగా తెలిసిందే. అందువల్ల ప్రతి సంఘటననూ ఆయన ఏవిధంగా వ్యాఖ్యానిస్తారో స్థూలంగా ఆమె ఊహించుకోగలదు. ఆయన చెపుతుంటే దమయంతి చెవులతో వింటూ ఆత్మశక్తితో భవిష్యత్తులోకి చూస్తూ కూర్చుంది. ఈ వాతావరణంలో పెరిగిన ఈ పిల్లల భవిషత్తు ఏవిధంగా వుంటుంది అని ఆలోచిస్తూ కూర్చుంది. పిల్లల భవిష్యత్తు అంధకార బంధురంగానే కనుపించింది. ఆమెను సైతం భవిష్యత్తు భయపెట్టింది. ఈ సంభాషణ జరిగిన కొద్దిరోజులకే గోపాలం సెలవులకు ఇంటికివచ్చాడు.

* * *

గోపాలం ఇంటికి వచ్చినందుకు అంతా సంతోషించారు. ప్రతివొక్కరి మనస్సులోనూ పండుగ దీపం వెలిగింది. అంతకుముందు కృష్ణస్వామిగారూ, రత్నమ్మగారూ, దమయంతీ అతనిని పిల్లవాణ్ణి చూసినట్లు చూశారు. కాలేజీలో జేరింతరువాత అతనిపట్ల వారి దృష్టి మారింది. అతనిపట్ల వారికి పూర్వం వున్న ప్రేమ ఏమాత్రం చెదరలేదు. అందులో పెద్దవారిని చూచినట్లు గౌరవంగా చూడటం ఎవరి ధోరణిలో వారు మిళితం చేశారు. ఆవిధంగా వారు చూస్తుంటే గోపాలానికి మొదట్లో సిగ్గు వేసింది. కాని క్రమక్రమేణా తాను పెద్దవారు మాట్లాడినట్లే మాట్లాడటం మొదలుపెట్టాడు. మనం మారటానికి ఇతరులు ప్రసరించే దృష్టికి ఎంత ప్రాముఖ్యత వుంటుందో అప్పుడతను గ్రహించాడు. "నువ్వు వొట్టి వెధవవురా" అని అస్తమానం తల్లిదండ్రులు అంటూ వుండటం, చివరికి ఆ పిల్లవాడు వెధవ అవటానికే ఉపకరిస్తుంది. మంచి మాట అంటూ వున్నా అంతే.

కాలేజీ సంగతులన్నీ అడిగి తెలుసుకుంది దమయంతి. అతని కాలేజీ జీవితంతో ఆమె తృప్తి చెందింది. అయితే హాస్టలు జీవితం ఆమెకు నచ్చలేదు. చదువుకి అనుకూలంగా లేదని భావించి, వొచ్చే టరమ్ నుంచి వేరే గది తీసుకొని వుండటం మంచిదని సలహా చెప్పింది. గోపాలం అందుకు అంగీకరించాడు.

శివకామయ్యగారిని గురించి చెప్పినప్పుడు కృష్ణస్వామిగారు చాలా సంతోషించారు. "మనిషంటే ఆయనే మనిషి" అన్నారు. తన అభిప్రాయంతో తండ్రి ఏకీభవించినందుకు పట్టరాని ఆనందం అనుభవించాడు గోపాలం.

శివకామయ్యగారిని దమయంతి కూడా ఎరుగును. వారు రెండు మూడుసార్లు తమ ఇంటికి కూడా వొచ్చారు. వారంటే ఆమెకు అమిత భక్తి, ఒకసారి వారు కృష్ణస్వామిగారి మాటలు విని, పెద్ద పెట్టున నవ్వి "హిరణ్యకశిపుడూ, రావణుడూ, నీవూ భగవంతునికంటె శక్తిమంతులు. భగవంతుడు ఎంత గొప్పవాడయినా తనకంటే శక్తిమంతులను సహించడు" అన్న మాటలు ఆమె చెవుల్లో ఇంకా ప్రతిధ్వనిస్తూనే వున్నయి. విరగబడి పసిపిల్లవాడికిమల్లే ఆయన నవ్విన నవ్వు ఆమెకు ఇంకా వినిపిస్తూనే వుంది. తన భర్తకు ఆయనపట్ల వున్న సద్భావం, ఆమెకు అతి ప్రీతిదాయకమైన విషయాల్లో వొకటి.

"మానవకోటి ఎప్పటికైనా శివకామయ్యగారి స్థాయిని అందుకుంటుందా?" అని అడిగింది భర్తని.

"ఎందుకు అందుకోదు? ఒక మనిషికి సాధ్యమైంది ఇంకొకరికి ఎందుకు సాధ్యం కాదు?" అన్నారు కృష్ణస్వామిగారు. "ఆయన వొక చివరనుంచీ, నేను ఇంకొక చివరినుంచీ ప్రయాణం చేసుకుంటూ వొచ్చి వొక చోట కలిశాం. మా దార్లు వేరు కావచ్చు. ఆ దారులలో మాకు తారసిల్లిన సంఘటనలూ, దృశ్యాలూ వేరు కావచ్చు. అదేవిధంగా మానవకోటి విభిన్న దృష్టులతో ప్రయాణం చేస్తున్నా సత్యం తెలుసుకోవాలనే కోర్కె కలిగిననాడు ఎక్కడో ఒకచోట కలియక పోరు. అంతా వొక చోటికే జేరుతారు" అన్నారు.

తండ్రిమాటలు వింటూవుంటే ఆయనకూ శివకామయ్యగారికి ఒక ముఖ్యభేదం వున్నట్లు గమనించాడు గోపాలం. శివకామయ్యగారిలో వున్న నిర్లిప్తత తన తండ్రిలో లేదు. శివకామయ్యగారు అవసరం వస్తే తను నమ్మిన సిద్ధాంతాన్ని కూడా పరిహసించగలరు. తననను చూచుకొని తాను నవ్వుకోగలరు. తన తండ్రి అలా కాదు. వారికి వారి సిద్ధాంతం స్వర్వస్వం. దానినుంచి వొక అంగుళం అటూ

ఇటూ బెసకరు. ఎవ్వరయినా తన సిద్ధాంతాన్ని శంకిస్తే విరుచుకు మీదపడతారు. వారితో ఏవిధంగానూ రాజీ పడరు. ఆజన్మాంతం వారిని శత్రువులుగానే పరిగణిస్తారు. వెంటనే అతను క్రిందనుంచి ప్రతి అంగుళం పోరాడి పైకి రావలసిన వ్యక్తులకు ఈ స్వభావం తప్పనిసరి అని కూడా గ్రహించాడు. వారెప్పుడూ పోరాటం మధ్యనే నిలబడి వుంటారు. ఏ సమయంలోనూ కవచం విడువక విరోధి ఏ అదను చూచుకొని మీదపడతాడోనని అప్రమత్తులై వుంటారు. కాబట్టి వారికి సైనికులకు వర్తించే రూల్సే వర్తిస్తాయి. యుద్ధంలో వున్న సైనికులను చూచినట్లు చూచినప్పుడే వారు పూర్తిగా అర్థమవుతారు. "తన తండ్రి సైనికుడు, శివకామయ్యగారు శాంతిదూత, పురోగమనానికి ఇద్దరూ అవసరమే. అందువల్లనే వారిద్దరికీ ఎడతెగని స్నేహం" అనుకున్నాడు గోపాలం. వారిద్దరికీ తన హృదయంలో సముచితస్థానం యిచ్చి ఆనందించాడు.

* * *

స్వగృహంలో అడుగు పెట్టగానే గోపాలం మనస్సు మహదానందంలో ఈదులాడింది. పరమయ్యతో సహా అంతా చుట్టూ జేరి కబుర్లు మొదలుపెట్టారు. తాను వచ్చేటప్పుడు గోపాలం చెల్లెలు కమలకు కొన్ని లంగా గుడ్డలూ, తల్లి దమయంతికి రెండు చీరెలూ పట్టుకొని వచ్చాడు. అవి వారికి ఇచ్చాడు.

"మీ నాన్నగారిలాగు కాదు. ఆడవాళ్ళకు నచ్చే గుడ్డలు నువ్వు బాగానే నాణ్యం చెయ్యగలవు బాబూ" అని మెచ్చుకుంది దమయంతి.

దమయంతి అన్న ఆ ఒక్కమాటతో తన జన్మ సార్థకమయినట్లు మురిసిపోయాడు గోపాలం.

ఇల్లు మామూలుగానే వుంది. జీవితం యథాప్రకారం జరిగిపోతూనే వుంది. అందరూ సంతోషంగా వున్నట్లే వున్నారు. కాని అంతకు ముందు లేని బరువు వాతావరణంలో వున్నట్లు అనిపించి కలతజెందాడు గోపాలం. ఏమిటది? అదేమిటో కొంతకాలం గడిచిన తరువాత తెలిసింది. ఆ బరువుకి కారణం కమల చెప్పింది.

"ఈ మధ్య డబ్బుకి చాలా కటకట అయింది అన్నయ్యా" అన్నది కమల. "అప్పుడే నీదగ్గరనుంచి ఉత్తరం వచ్చింది."

"మరెట్లా పంపారు?"

"ఎట్లా పంపిందో ఏమో అమ్మ అనుకున్నాం మొదట. కాని తరువాత మెడలో గొలుసు తాకట్టుపెట్టి పంపించిందని తెలిసింది" అన్నది కమల.

గోపాలానికి వెర్రి గంగిరెత్తినంత పనయింది. ఆ గొలుసు తన పినతల్లికి పెండ్లి సమయంలో కన్నవారు పెట్టారని తెలుసు. ఆ వొక్కగొలుసే ఆమె మెడలో వుండేది. తను వచ్చిన దగ్గరనుంచీ కనుపించినప్పుడల్లా ఆమె పమిటతో మెడ కప్పుకోటానికి ప్రయత్నించటం జ్ఞాపకం వచ్చింది. కండ్లలో నీళ్ళు మెదిలినై.

"నాన్నగారికి తెలుసా?" అని అడిగాడు.

"తెలియదు"

"మరి అమ్మ ఎక్కడ తెచ్చి డబ్బు పంపిందనుకున్నారు?"

"నీకు తెలియంది ఏమున్నది అన్నయ్యా! నాన్నగారు ఏ సంగతీ పట్టించుకోరు. ఎక్కడనుంచి డబ్బు వస్తుందనుకుంటారో ఏమో! ఖర్చులన్నిటికీ అమ్మను అడుగుతారు. ఏ ఖర్చు వొచ్చినా అమ్మ సర్దుకుంటుందిలే అనుకుంటారు. ఆమె ఎంత కష్టపడుతుందో ఆలోచించరు. ఏమో అన్నయ్యా! ఈ విషయంలో నాన్నగారి సంగతి నాకేమీ బాగో లేదు" అని తేల్చివేసింది కమల.

"గొలుసు తాకట్టుపెట్టి డబ్బు తెప్పించిందని నీకెట్లా తెలిసింది కమలా?" అని అడిగాడు గోపాలం.

"పరమయ్య చెప్పాడు. పరమయ్యతోనే తెప్పించిందట. ఎవ్వరితోనూ చెప్పవద్దన్నదట. అతను దాచి దాచి చివరికి ఆపుకోలేక నాతో చెప్పాడు."

ఆ రోజే గోపాలం పరమయ్యని అడిగాడు. పరమయ్య నిజంచెప్పటానికి జంకాడు. చివరికి తను చెప్పినట్లుగా ఎవ్వరికీ తెలియనివ్వనని మాట ఇచ్చిన పిదప అంగీకరించాడు. పెద్దకుటుంబం అని భయపడి ఎక్కువ లావాదేవీలు వున్న కొట్లవారెవ్వరూ తాకట్టు పెట్టుకోలేదట. తిరిగి తిరిగి ఎక్కువ వడ్డీకి వొప్పుకొని వొక కంసాలి దగ్గర డబ్బు తెచ్చారట. అందులో ఎక్కువ భాగం గోపాలానికి పంపించారట. మిగిలింది కృష్ణస్వామిగారు ఖర్చు పెట్టుకున్నారట.

"ఇంటి సంగతేం బాగాలేదు గోపాలం బాబూ. ఇట్లా ఎన్నాళ్ళు జరుగుతుందో నాకే తెలియకుండా వుంది," అని కన్నీరు పెట్టుకున్నాడు పరమయ్య.

ఆ రాత్రి గోపాలానికి నిద్రపట్టలేదు. తన చిన్నతనం జ్ఞాపకం వచ్చింది. తనూ, తన చెల్లెలూ రత్నమ్మగారితో వొక పూరిగుడిసెలో కాపురం వుండటం, దమయంతి వచ్చి తమను తీసుకురావటం, ఒక్కొక్క దృశ్యమే స్ఫురణకు వచ్చి కండ్లు చెమ్మగిల్లినై. రత్నమ్మగారి భయం తీర్చటానికి తన తల్లి భూమిమీద హక్కులేదని ఆమె కృష్ణస్వామిగారితో వ్రాయించి ఇప్పించింది. ఆ భూమిమీద వచ్చే వొక్క చిల్లిగవ్వ

అయినా ముట్టుకోనన్నది. అప్పటినుంచీ అదేవిధంగా ప్రవర్తించింది. రత్నమ్మగారు ఎప్పుడయినా రామయ్యగారికి వ్రాసి డబ్బు తెప్పించినా, అది ఖర్చుకానిచ్చేది కాదు. రత్నమ్మగారు ఆమెకు తెలియకుండా ఇస్తూ వుంటే, తానూ కమలా కొనుక్కుతింటూ వుండేవారు. క్రమక్రమేణా ఆమె డబ్బు ఖర్చు పెట్టుకోవటమే తమకూ అలవాటైంది. ఇంటి పరిస్థితిని చూచి రత్నమ్మగారు అప్పుడప్పుడూ అంటూ వున్నా దమయంతి వినిపించుకునేది కాదు, "అలా జరగటానికి వీల్లేదు" అని ఖచ్చితంగా చెప్పేది.

ఇక తనేం చేయగలడు? తండ్రికి తెలియజేస్తే ఆయన బాధపడటం కంటే జరిగేది ఏముంది? ఎవ్వరూ ఏమీ చెయ్యలేని విషవలయం ఒకటి తమను చుట్టుముడుతూ వుందని గ్రహించాడు గోపాలం. ఈ వలయానికి ఎక్కడో బెజ్జం పెట్టాలని సంకల్పించుకున్నాడు.

తెల్లవారి తక్షణం రెండువేల రూపాయలు పంపించవలసిందని రామయ్యగారికి వ్రాశాడు. ఆయనకు వ్రాయబోయేముందు రత్నమ్మగారికి చెప్పాడు. రత్నమ్మగారు హృదయపూర్వకంగా అంగీకరించింది.

మొట్టమొదట్లో రత్నమ్మగారికి తన పిల్లల భవిష్యత్తును గురించి కొన్ని అనుమానాలూ, కొన్ని భయాలూ వుంటూ వుండేవి. నెమ్మది నెమ్మదిగా అవన్నీ సమసిపోయినై. దమయంతి సత్ప్రవర్తన ఆమెను పూర్తిగా మార్చివేసింది. ఇప్పుడు పిల్లల విషయం పూర్తిగా దమయంతికి విడిచిపెట్టి కృష్ణా రామా అనుకుంటూ కాలం గడుపుతూ వుంది. ఇంటి సంగతులు పట్టించుకోవటం మానివేసింది. కాని ఇల్లు గడవటం కష్టంగా వుందని ఆమెకు తెలుసు. ఆమెకు అల్లుడిమీద కంటే దమయంతిమీదే ఇటీవల ఎక్కువ సానుభూతి ఏర్పడి వుంది. అందుకని పరిస్థితి చెప్పి రామయ్యగారి దగ్గిరనుంచి డబ్బు తెప్పిద్దాం అని అనుకుంటున్నానని గోపాలం చెప్పినప్పుడు వెంటనే అంగీకరించటమే కాకుండా దమయంతిని తలచుకొని చాలా జాలి పడింది.

"ఎవ్వరి బిడ్డయితేం? పుట్టిన ఇంటికి మెట్టిన ఇంటికి కీర్తిని తెచ్చే మనిషి. ఆమె కాబట్టి ఈ కాపురం నడుపుకు వస్తూ వుంది. మీ నాన్నవుండే వుండటానికి ఇంకోరివల్ల అయ్యే పనా? ఆమె మంచితనంవల్ల కాకపోతే మనం అందరం ఆ పల్లెటూళ్ళోనేపడి కొట్టుకుంటూ వుండేవాళ్ళం. మీకు చదువుసంధ్యలకి కూడా ఉండేవి కాదు. భగవంతుడు ఆమెకు ఆ బుద్ధి పుట్టించబట్టి, ఇప్పుడు మీరింత వాళ్ళయ్యారు. ఆమెకు కష్టం వస్తే ఒకటీ, మనకు వస్తే ఒకటీనా? తెప్పించి సర్దు నాయనా. దేవుడు మెచ్చుతాడు" అన్నది.

మరునాడు రామయ్యగారు డబ్బు తీసుకొని వచ్చారు. దమయంతికి తెలిస్తే వూరుకోదని గోపాలానికి తెలుసు. తండ్రికి తెలిస్తే ఏవిధంగా పరిణమిస్తుందో! ఎవ్వరికీ తెలియకుండా పరమయ్యను వెంటబెట్టుకొని వెళ్ళి డబ్బు చెల్లించి గొలుసు విడిపించుకొని వచ్చాడు గోపాలం. ఇక ఆ గొలుసు ఇవ్వటం ఎలా అనేది అతనికి పెద్ద సమస్య అయింది. చివరికి తెగించి, రామయ్యగారు వచ్చారని ప్రత్యేకంగా వంట చేస్తున్న దమయంతి దగ్గరకు వెళ్ళాడు.

"నీకు ఒక బహుమతి తెచ్చానమ్మా" అన్నాడు.

"ఏమిటయ్యా అది?" కూరలు తరుగుతూనే అడిగింది దమయంతి.

"నీవు కోప్పడనంటే చెపుతాను."

"బహుమతి తెచ్చానంటున్నావు గదా. బహుమతి తెచ్చినందుకు ఎవ్వరయినా కోపగించుకుంటారా?" అని అడిగింది దమయంతి.

"కోపగించరనుకో."

"మరింకేమిటి? ఆ బహుమతి ఏమిటో చూపించు"

"స్వీకరిస్తానంటే చూపిస్తాను."

"కొడుకు తెచ్చిన బహుమతి స్వీకరించని తల్లి ఎక్కడైనా వుంటుందా?" అని మళ్ళీ అడిగింది దమయంతి.

"ఉండదు."

"మరి చూపించు."

అప్పటికీ ధైర్యం చాలలేదు గోపాలానికి. ఎదురుగా కూర్చొని, "చూడమ్మా! నువ్వు మమ్మల్ని పెంచి పెద్దవాళ్ళని చేశావు. చాలా కాలం నుంచీ నీకు అందుకుగాను వొక మంచి బహుమతి ఇవ్వాలనుకుంటున్నానమ్మా. ఆ బహుమతి నీకు తగింది కాకపోవచ్చు. ఆ బహుమతిని ఎన్నుకోవటంలో నేను పొరపాటుచేసి వుండవచ్చు. ఏం జరిగినా నువ్వు కోపగించుకోగూడదు."

"కోపగించుకోను లేవయ్యా. అదేదో చూపుతావా, మాటలతోనే కాలక్షేపం చేస్తావా?" అన్నది దమయంతి.

"ఇదిగోనమ్మా," అని జేబులోనుంచి గొలుసు తీసి ఆమె ముందు వుంచాడు గోపాలం.

ఒక్క క్షణం ఆమె ఆ గొలుసును గుర్తుపట్టలేదు. గోపాలం తనకు బహుమతి ఇవ్వటానికి గాను గొలుసు తేవటం ఏమిటో ఆమెకు అర్థం కాలేదు. మరుక్షణం

ఆమె గొలుసును గుర్తుపట్టింది. ఆమె మనస్సులో ఎన్నో ఆలోచనలు చెలరేగినై. మాట్లాడకుండా కొద్దిసేపు కూర్చుంది. అమ్మ ఏమంటుందో అని భయపడుతూ కూర్చున్నాడు గోపాలం.

"రామయ్యగారు వచ్చింది ఇందుకేనా?" అని అడిగింది.

"నాకేం తెలుసు?" అన్నాడు గోపాలం.

"రమ్మని వారికి నువ్వు ఉత్తరం వ్రాశావు" అన్నది.

గోపాలం మాట్లాడలేదు.

"నీకీ సంగతి ఎవ్వరు చెప్పారు?" అన్నాడు గోపాలం.

"నాకే తెలుసు."

కూరలు తరగటం ఆపి మరికొంతసేపు ఆలోచించింది దమయంతి. "నువ్వు చేసిన పని ఏమీ బాగాలేదయ్యా" అన్నది. అంతే, మళ్ళీ తన పనిలో తాను నిమగ్నురాలైంది.

అమ్మకు కోపం వచ్చిందా? ఏమో! ఆ క్షణం ఆమె భావాలు తెలుసుకోవటం కష్టం అయింది గోపాలానికి. కూరలు తరుగుతున్నా ఆమె మనస్సు అక్కడలేదని గ్రహించాడు. ఏమిటి ఆలోచిస్తూ వుంది? తను చేసిన దానిలో తప్పేమి వుంది?

కొంచెం సేపు గడిచిన తరువాత, "నీవు పెద్దవాడవయ్యావు, ఇక నా అవసరం నీకు లేదనుకుంటాను" అన్నది దమయంతి.

"అదేమిటమ్మా. అలా అంటావు!" అని ఆక్రోశించాడు గోపాలం.

"నా అవసరమే నీకుంటే నన్నడక్కుండా ఏపనీ చేసేవాడవు కాదు! ఇంతకు ముందు ఎప్పుడైనా చేశావా?" గట్టిగా అడిగింది దమయంతి. ఆమె గొంతులో అంత గట్టిదనం గోపాలం ఎప్పుడూ వినలేదు. ఏమి సమాధానం చెప్పాలో తోచక మెదలకుండా వూరుకున్నాడు.

"మీరు నామాట విన్నంతకాలమే నేను ఈ ఇంట్లో ఉండేది. తరువాత ఒక్క క్షణం కూడా వుండను" అన్నది.

ఇక భరించలేకపోయాడు గోపాలం. "నేను చేసిన తప్పేమి వుందమ్మా. మా కోసం నీవు నీ కన్నవారి ఇంటినుంచి డబ్బు తెచ్చి ఖర్చుపెట్టావు. ఇప్పుడు వారు పెట్టిన నగలమ్మి మాకు ఖర్చుపెడుతూ వుంటే చూస్తూ వూరుకోమంటావా? పోనీ మేమైనా లేనివాళ్ళం కాదు గదా! నువ్వీవిధంగా ఇక్కడ మాకోసం డబ్బు ఖర్చు పెడుతూవుంటే, అక్కడ మా పొలంమీద వచ్చే డబ్బు పెంచుకోవటం

మా మనస్సులకు ఎట్లా వుంటుందో ఎప్పుడైనా ఆలోచించావా అమ్మా? ఈ విషయం తలుచుకున్నప్పుడల్లా నాకు కంపరం ఎత్తుతూ వుండేది. అక్కడ డబ్బుతోపాటు మా పాపం కూడా పెరుగుతూ వుందని అనిపిస్తూ వుండేది. మేమేం తప్పుచేశామని నీవు మమ్ములనిట్లా శిక్షించాలి?" అన్నాడు. అతని మాటలు తడబడినై, స్వరం గాద్గదికమైంది. కండ్లలో నీళ్ళు నిలచినై.

గోపాలం ఆవేశానికి దమయంతి మనస్సు కరిగింది. "కాదయ్యా ఈ ఊరు మిమ్ములను తీసుకువచ్చినప్పుడు నువ్వింకా చిన్నవాడివి. నీకు జ్ఞాపకం ఉండి ఉండదు. మీ డబ్బు ఒక్క దమ్మిడీ ముట్టుకోనని అమ్మకు మాట ఇచ్చి తీసుకువచ్చాను. నువ్వీ పనిచేసి నా చేత అబద్ధం ఆడించావు" అన్నది.

"అమ్మమ్మ అనుమతిమీదే ఈ పని చేశానమ్మా. ఈ పనిచేసినందుకు భగవంతుడు సంతోషిస్తాడన్నది అమ్మమ్మ. నువ్వెందుకు సంతోషించవు?" అన్నాడు గోపాలం.

ఆమె మాట్లాడలేదు. కాని ఆరోజు మొదలుకొని ఆమె ఎన్నడూ ఆ గొలుసు ధరించలేదు.

ఆ రాత్రి భోజనాల దగ్గర రామయ్యగారు మాటల్లో వొచ్చి "సుశీల జ్ఞాపకం వుందటోయ్ గోపాలం?" అని అడిగాడు.

"లేకేమండీ? చిన్నప్పుడు మేము మీ ఊళ్ళో ఉన్నప్పుడు ఇద్దరం కలిసి ఆడుకునేవాళ్ళం," అని సమాధానం చెప్పాడు గోపాలం.

"చాలా మంచిపిల్ల. నేను చూచింది వొక్కసారే అయినా మరువలేకుండా వున్నాను" అన్నది దమయంతి. "ఆ పిల్లకు అబ్బాయి అంటే తగని ఇష్టం. ఇక్కడకు వొచ్చేవరకూ అబ్బాయి మంచిచెడులు ఆ పిల్లే చూస్తూ వుండేది" అన్నది నవ్వుతూ.

"ఈ సంవత్సరం ఆ అమ్మాయికి వివాహం అయింది. పాపం వాళ్ళనాన్న స్వతహాగా కూడా ఎక్కువ ఆస్తిపాస్తులు వున్నవాడు కాదు. దానికితోడు ఆ మధ్య పూర్తిగా చితికిపోయాడు. ఆ పిల్ల పెళ్ళిని గురించి చాలా యిబ్బంది పడ్డాడు. చివరికి భగవంతుని దయవల్ల మంచి సంబంధమే దొరికింది. కర్నూలు దగ్గర ఫారెస్టు రేంజర్ ఉద్యోగం చేస్తున్నాడు ఆమె భర్త. మంచివాడు కూడాను" అన్నారు.

సుశీలకు వివాహం అయిందని వినగానే ఎందుకనోగాని గోపాలానికి కష్టం వేసింది. దానికి తగినట్టు దమయంతి "సుశీల వయస్సులో పెద్దదైందిగాని లేకపోతే మన గోపాలానికి చేసుకునేదాన్ని" అన్నది.

"ఆ సుశీల నీకెట్లా తెలుసు? అని అడిగారు కృష్ణస్వామిగారు.

"పిల్లలను తీసుకురావటానికి రామాపురం వెళ్ళినప్పుడు చూశాను" అన్నది దమయంతి.

"రోజులు ఎంత తొందరగా జరిగిపోతున్నవో చూశావా రామయ్యా! ఆ సంగతులన్నీ నిన్నకాక మొన్న జరిగినట్లు వున్నాయి" అన్నారు కృష్ణస్వామిగారు.

మరునాడు రామయ్యగారు తమ స్వగ్రామం వెళ్ళిపోయారు. వెళ్ళేముందు ఆయన దగ్గరనుంచి సుశీల అడ్రసు తీసుకున్నాడు గోపాలం. తాను రామాపురం విడిచి రాబోయేముందు "ఉత్తరం వ్రాస్తావు కదూ?" అని ఆమె అడిగిన మాటలు అతనికి జ్ఞాపకం వొచ్చినై. ఇన్నాళ్ళూ తను ఆమెకు ఉత్తరం రాయలేదు. ఆమె అప్పుడప్పుడూ జ్ఞాపకం వొస్తూవుండేదిగాని ఉత్తరం వ్రాయాలని మాత్రం గోపాలానికి అనిపించేది కాదు. అడ్రస్ తీసుకునేటప్పుడు సుశీలను గురించి ఇంకా కొన్ని సంగతులు అడిగి తెలుసుకున్నాడు. ఆమె భర్త నైజామ్ రాజ్యంలో నివాసం ఏర్పరచుకున్న ఆంధ్రుడట. ఇది రెండో పెండ్లట. వృద్ధుడైతే కాదుగాని, వయస్సు మళ్ళిన వాడట. అయితేనేం. చాలా మంచివాడట.

ఆమెకు వెంటనే ఉత్తరం రాయాలనుకున్నాడు గోపాలం.

ఉత్తరం వ్రాయాలని కుతూహలపడ్డాడేగాని వ్రాయవలసి వచ్చేటప్పటికి ఎలా వ్రాయాలో తెలియక తికమకపడ్డాడు. చిన్ననాటి స్నేహం. ఇప్పుడామె పెరిగి పెద్దదైంది. పైగా వివాహం కూడా అయింది. ఇన్నాళ్ళూ తాను ఉత్తరం వ్రాయకపోవటం పొరపాటే. తన తప్పే. వివాహానికి శుభలేఖ అయినా పంపించింది కాదు. తనను పూర్తిగా మరచిపోయిందేమో! ఉత్తరం వ్రాయలేదని తనమీద కోపం వచ్చిందేమో! కాసేపు అలా ఆలోచిస్తూ కూర్చుండిపోయాడు. చివరికి ఉత్తరం క్లుప్తంగా పూర్తిచేశాడు.

సుశీలకు,

నేను జ్ఞాపకం వున్నాననే భావిస్తున్నాను. మొన్న రామయ్యగారు ఇక్కడికి వస్తే ఆయన దగ్గర నీ అడ్రస్ తీసుకొని ఈ ఉత్తరం వ్రాస్తున్నాను. మేమంతా క్షేమముగా ఉన్నాము. అమ్మమ్మ నిన్ను మరీమరీ అడిగానని చెప్పమన్నది. నీ క్షేమ సమాచారాలు తెలియజెయ్యమన్నది.

ఇట్లు,
గోపాలం

ఉత్తరం చిన్నదే అయినా ముగించేటప్పటికి అతనికి తల ప్రాణం తోకకు వచ్చింది. మొదట్లో సుశీలగారికి అని వ్రాశాడు. ఆమె బాధపడుతుందేమోనని కొట్టివేశాడు. ఉత్తరం వ్రాయనందుకు క్షమించవలసిందని వ్రాద్దామనుకున్నాడు. కాని ఆమె భర్త ఎటువంటివాడో తనకు తెలియదాయె. పైగా రెండో సంబంధం అంటున్నారు. ఈ ఉత్తరాల రాయుడు ఎవ్రరా అని అనుమానపడతాడేమో అని భయంవేసి ఆ విషయం వొదిలి వేశాడు. 'ఇట్లు' తరువాత ఏమి వ్రాద్దామా అని చాలాసేపు ఆలోచించాడు. ఎటూ తెగక 'గోపాలం' అని దస్కత్తు పెట్టి ఉత్తరం పోస్టు చేశాడు.

నాలుగోరోజుకల్లా సుశీల దగ్గరనుంచి ఉత్తరం వచ్చింది. ముత్యాలవంటి అక్షరాలతో చక్కగా వ్రాసింది.

గోపాలం,

నీ ఉత్తరం అందినది. నువ్వింకా చాలా విషయాలు వ్రాసి వుండవలసింది. కనీసం కమల చదువు సంధ్యల విషయమైనా వ్రాయకపోయావు. మీ నాన్నగారి ఉపన్యాసాలు అప్పుడప్పుడు పేపర్లో చదువుతున్నాను. ఇటీవల వారు వ్రాసిన పుస్తకం కూడా తెప్పించి చదివాను. వారి దగ్గర నాబోటివాళ్ళు నేర్చుకోదగ్గవి చాలా వున్నవి.

రత్నమ్మ అయ్యమ్మనీ, మీ అమ్మగారినీ అడిగానని చెప్పు. మీ అమ్మగారికి నేను జ్ఞాపకం వున్నానో లేదో? ఆమె రామాపురం వచ్చినప్పుడు మొదటిసారిగా మీ ఇల్లు చూపింది నేనే. అప్పుడు నీవు కాలువలో చేపలు పడుతూ ఆమెను చూచి పారిపోయావు. ఆమె వెళ్ళిపోయేటప్పుడు నీ బాధ్యత నాకు అప్పగించి వెళ్ళింది. ఇప్పుడు నీవు పెద్దవాడవయ్యావు. ఇక ఎవ్వరూ బాధ్యత పడవలసిన అవసరం లేదనుకుంటాను.

కమల కూడా పెద్దదయి వుంటుంది. రామాపురంలో వున్నప్పుడు ఆమె చిన్నది. నేను ఎవర్నో కూడా ఆమెకు తెలిసి వుండదు. అడిగితే మీ ఇంటికి ఎదురుగా వున్న ఇంట్లో వుండేదాన్నని చెప్పు. ఆమె బాగా చదువుకుంటూ వుండి వుంటుంది. ఆమెకు నా దీవెనలు అందజెయ్య వలసింది.

మేము ఇక్కడ అరణ్యంలో ఒక బంగళాలో వుంటున్నాము. ప్రకృతి రమణీయకతను చూడాలంటే ఇక్కడే చూడాలి. నీకిప్పుడు సెలవలు గదా! వొకసారి వొచ్చి వెళ్ళగూడదా?

క్షేమం,

ఇట్లు
ప్రియమైన
సుశీల

ఉత్తరం చదివి సంతోషించాడు గోపాలం. అతనికి ప్రాణం లేచివచ్చినట్లని పించింది. చాలా స్వభావసిద్ధంగా వ్రాసిందామె ఉత్తరం. తను అలా వ్రాయలేక పోయాడు. ఏది వ్రాయబోయినా అనుమానాలే వొచ్చినై. ఎందుకని? తనకిప్పుడు సెలవలనే విషయం ఆమెకెట్లా తెలిసిందో! ఇన్ని సంవత్సరాలూ తన సంగతి కనుక్కుంటూనే వుందా? తనను కనిపెట్టి చూస్తూనే వుందా? ఎంత ఆశ్చర్యం? మొత్తం ఉత్తరంలో తన భర్త సంగతి వొక్క ముక్కయినా వ్రాయలేదు. ఎందుకనో? ఆమె భర్త ఆమెతో సరిగా వుండటం లేదేమో! ఉత్తరంలో అటువంటి ధ్వని మందుకైనా లేదు. చివరికి 'ప్రియమైన' అని వ్రాయటంకూడా అతని దృష్టిని ఆకర్షించింది. తనేమీ వ్రాయలేక 'గోపాలం' అని దస్కత్తుపెట్టి వూరుకున్నాడు. ఆమెకు తనకు వచ్చిన అనుమానాలు ఏమీ వొచ్చినట్లు లేవు. అతి సహజంగా 'ప్రియమైన' అని వ్రాసి వూరుకుంది. ఆమె తమ జీవితంలోని ఏ ఘట్టమూ మరచిపోయినట్లు లేదు. ఆమె హృదయంలో అన్నీ ఇంకా పచ్చగానే వున్నాయి. ఇన్నాళ్ళూ ఆమెను తలవనందుకు బాధా, సిగ్గూ కలిగినై గోపాలానికి. తన ఉత్తరం కోసం ఇన్నేళ్ళుగా ఆమె నిరీక్షిస్తూనే వుండి వుంటుందనుకున్నాడు. అంతగా నిరీక్షిస్తూ వున్నా తాము ఉత్తరం రాయనందుకు ఆమెకు ఏకోశానా కోపం వున్నట్లు లేదు. కష్టం ఉంటే ఉండవచ్చు. అది పైకి కనపడదు. సర్దుకు పోయే శక్తి స్త్రీకి వున్నంత పురుషునికి లేదు అని నిర్ధారించుకున్నాడు గోపాలం.

సుశీలను త్వరలోనే చూడాలనుకున్నాడు. జ్ఞాపకం వచ్చిన పిదప, ఆమె ఉత్తరం చూచిన పిదప చిన్ననాటి ముచ్చట్లు ఎన్నో జ్ఞాపకం వొచ్చి ఆమెను చూడాలనే కుతూహలం ఎక్కువయింది. కాని అనుకున్న తరువాత వారం పదిరోజుల వరకూ ప్రయాణం పడలేదు.

ఈలోగా గత సంవత్సరం నుంచీ తన బాల్యమిత్రుడు కనుపించటంలేదనీ, దేశదిమ్మరి అయిపోయాడని అందరూ అనుకుంటున్నారనీ విని పద్మనాభశాస్త్రిగారిని పలకరించివద్దామని వారింటికి వెళ్ళాడు.

పద్మనాభశాస్త్రిగారు గోపాలాన్ని చూచి చాలా సంతోషించారు. వారి భార్య వేదవతమ్మగారు అతి ఆప్యాయంగా మర్యాద చేసింది. వారిద్దరూ పైకి కనుపించటం లేదుగాని, కొడుకు కనుపించకుండా పోయినందుకు లోలోపల చాలా బాధపడుతున్నారని గ్రహించాడు గోపాలం. రాంబాబు సంగతి తనకు తానుగా ఎత్తలేకపోయాడు. కుశల ప్రశ్నానంతరం, ఆ సంగతులూ ఈ సంగతులూ అడిగి, చివరికి పద్మనాభశాస్త్రిగారే రాంబాబు సంగతి ప్రస్తావించారు.

"దగ్గర దగ్గర సంవత్సరం అవుతుంది వాడు కనుపించి, మీరిద్దరూ కొండమీద స్వాముల వారిని చూచిన అనంతరం జబ్బుపడ్డాడు. నీకు జ్ఞాపకం వుండే వుంటుంది. తరువాత ఏ వొకటి రెండు సంవత్సరాలో స్కూలుకి వెళ్ళాడు అంతే. చదువు మానివేసి, ఇంట్లోనే ఉండేవాడు. అయితే అప్పుడప్పుడూ కొండమీదకు వెళ్ళి స్వాములవారి దర్శనం చేసుకువస్తూ ఉండేవాడు. నేనూ అతగాడిని ఎప్పుడూ ప్రశ్నించలేదు. కాదనలేదు కూడాను. నీకు తెలుసుగా, చిన్నప్పటినుంచీ అతను ఈ లౌకిక ప్రపంచానికి ఏదో వొక రూపంలో విడిగానే ఉంటూ ఉండేవాడు. అటువంటి అతని ఆధ్యాత్మికచింతకు అడ్డుతగలటం భగవదపచారం అనుకున్నాను. అతని భవిష్యత్తు ఏమి కానున్నదో ఆ దారినే పోనివ్వటం మంచిదనుకున్నాను. రెండు సంవత్సరాల క్రిందట వొకసారి కొండమీదకు వెళ్ళి రెండు నెలలు అక్కడే ఉండిపోయాడు. అప్పుడప్పుడూ ఇంటికివచ్చి వాళ్ళ అమ్మకు కనుపించి వెళుతుండేవాడు. మరి ఏం జరిగిందో వుండి వుండి, వాళ్ళ అమ్మకు కూడా ఏమి చెప్పకుండా అంతర్ధానం అయినాడు" అన్నారు.

"జాడ ఏమీ తెలియలేదా?" అని అడిగాడు గోపాలం.

"లేదు. వాళ్ళ అమ్మ కంగారుపడుతుంటే వెతికించాను. కాని ఆచూకీ చెప్పిన వాళ్ళు ఒక్కరూ లేరు. అయితే ఒక సంగతి. అదే కాలంలో స్వాములవారు కూడా ఈ కొండమీదనుంచి తమ ఉనికి మార్చారని ప్రతీతిగా వుంది. వారితో ఏమన్నా వెళ్ళాడేమోనని నా అనుమానం" అన్నారు.

"చెప్పిపోతే మా కింత బాధ వుండేది కాదుగా నాయనా" అన్నారు వేదవతమ్మగారు.

నిజమే! చెప్పి వెళ్ళవలసిందే! అనుకున్నాడు గోపాలం. కాని పెద్దవాళ్ళతో ఏమనగలడు? శూన్యంలోకి చూస్తూ కూర్చున్నాడు.

"సహజంగా కనిపెంచిన తల్లిదండ్రులకు బాధ ఉంటుంది మరి" అన్నారు పద్మనాభశాస్త్రిగారు. "కాని అతను ఆధ్యాత్మిక సాధనలో వొక దశకు వచ్చి కనుపించకపోడనే ధైర్యం నాకుంది" అని ముగించారు.

అప్పుడు కాంగ్రెసు మహాసభ జరిగే రోజులు. పద్మనాభశాస్త్రిగారు భార్యనూ, కుమార్తెనూ తీసుకొని వెళ్ళాలనే సంకల్పంలో వున్నారు. బ్రిటిష్‌వారు చేస్తున్న దౌష్ట్యాలను గురించీ, మహాత్మాగాంధీగారి నాయకత్వాన్ని గురించీ వారు కొంచెంసేపు

మాట్లాడారు. ఈ విషయం వారు మాట్లాడుతూ వుండగా ఆయన కుమార్తె శశికళ స్కూలునుంచి తిరిగి వచ్చింది.

శశికళను గోపాలం చిన్నప్పుడు చూడటమే. మళ్ళీ చూడలేదు. ఆమె పెద్దదైంది. పచ్చని బంగారం ఛాయతో ముఖం మిలమిల మెరిసిపోతూ వుంది. సన్నగా ఎక్కుపెట్టిన విల్లంబులాగున్నది.

"గోపాలం గుర్తున్నాడా అమ్మా?" అని అడిగారు పద్మనాభశాస్త్రిగారు.

ఆమె 'ఎరుగుదును' అన్నట్లు తలవూపుతూ సిగ్గుపడింది.

"అమ్మాయి ఫిఫ్త్‌ఫారం చదువుతూంది. భగవంతుడు మేలు చేస్తే బి.ఎ. వరకూ చదివించాలని వుంది" అన్నారు పద్మనాభశాస్త్రి గారు.

అంతలో వేదవతమ్మగారు కాఫీ తెచ్చారు. అంతా కాఫీ త్రాగారు. కాఫీ ముగించుకొని, "అమ్మాయి బొమ్మలు గీస్తుంది గోపాలం. ఆమెకు ఆ శక్తి సహజంగానే వచ్చింది" అని చెప్పి శశికళ వైపుకు తిరిగి "చూడమ్మా, నువ్వీ మధ్య గీసిన అన్న బొమ్మ గోపాలానికి చూపించు" అన్నారు.

శశికళ గోపాలాన్ని తాను చదువుకునే గదిలోకి తీసుకువెళ్ళింది. గోడకు ఆమె గీసిన రెండు మూడు బొమ్మలు తగిలించి ఉన్నాయి. అందులో ఒకటి సూర్యాస్తమయం, రెండవది కంకి తొడిగిన వరిచేను. సూర్యాస్తమయం చూడగానే రాంబాబుతో తన చిన్ననాటి చెలిమి జ్ఞాపకం వచ్చింది గోపాలానికి.

"రాంబాబుకి సూర్యాస్తమయం అంటే చాలా ఇష్టం" అన్నాడు గోపాలం పూర్వస్మృతులలో ఉబికిపోతూ.

"అవును, అందుకే ఆ బొమ్మ గీశాను. ఆ బొమ్మ అన్న ఉండగానే గీశాను. అన్న చాలా మెచ్చుకున్నాడు. రోజులో ఎప్పుడో వొకప్పుడు ఆ బొమ్మముందు నిలబడి కాసేపన్నా చూడకుండా ఉండేవాడు కాదు" అన్నది.

తరువాత తాను గీస్తున్న రాంబాబు బొమ్మను చూపింది. ఆ బొమ్మను చూచి ఆశ్చర్యపడ్డాడు గోపాలం. ఆ బొమ్మలో గొప్ప గొప్ప చిత్రకారుల హస్తలాఘవం లేదుగాని, ఇతరులు పట్టుకోలేని విచిత్రమైన వెలుగు వొకటి ఆ బొమ్మ ముఖంలో గోచరిస్తూ వుంది. ఆ వెలుగు రాంబాబు భౌతిక లక్షణాలకంటే, అంతరంగిక సౌందర్యాన్ని స్ఫురింపజేస్తూ వుంది అనుకున్నాడు గోపాలం. అంత చిన్న వయస్సులో ఆధ్యాత్మిక సౌందర్యాన్ని చూడగలిగిన శక్తి శశికళకు ఎక్కడనుంచి వచ్చిందా అని

ఆశ్చర్యపడ్డాడు. పుట్టుకతోనే కొన్ని వాసనలు వస్తాయి కాబోలు! ఎక్కడనుంచో! పూర్వజన్మ నుంచా! ఈ వాసనలు మరి కంటికి కనబడేవి కావే! వేటిని అంటిపెట్టుకొని వంశపారంపర్యాయంగా వస్తుంటవి?

అలా ఆలోచిస్తూ రాంబాబు బొమ్మ ముందు నుంచున్నాడు గోపాలం. ఆ బొమ్మను అతను తదేక ధ్యానంతో చూడటం చూచి, కాస్త బిడియపడింది శశికళ.

"ఏదో వ్రాశాను" అన్నది.

"చాలా బాగుంది శశికళా! రాంబాబు మనస్సులోని ఆధ్యాత్మిక లోతులను చక్కగా ప్రకటించావు" అన్నాడు.

ఈ అభిప్రాయానికి తన చెవులను తానే నమ్మలేక, ఒక్కక్షణం గోపాలం ముఖం మీదకు పరిశీలనా దృష్టులను బరపింది శశికళ. అతను వెలిబుచ్చిన అభిప్రాయం నిష్కళంకమైనదేనని తేల్చుకొని ఇలా అన్నది. "అన్న కనబడకుండా వెళ్ళిపోయిన రాత్రి నాకు నిద్ర పట్టలేదు. మనస్సు పరిపరివిధాల పోయింది. చిత్రవిచిత్రమైన ఆలోచనలు ఏన్నో వచ్చినై. చివరికి అన్నయ్య వొక పెద్దవెలుగుగా కనిపించాడు. ఆ వెలుగు క్రమక్రమేణా అన్నివైపులకూ వ్యాపించింది. ఎవరో నన్ను తన చల్లని చేతులతో తట్టి లేపినట్లు అనిపించింది. అప్పుడే ఈ బొమ్మ గియ్యటం ప్రారంభించాను. తెల్లవారేటప్పటికి పూర్తయింది. నాన్న చూచి, కండ్లవెంట జలజల కన్నీరుకార్చారు. నాకు నిజంగా భయం వేసింది. ఆయన నా తలను నిమురుతూ "అద్భుతంగా గీశావమ్మా. ఏ చిత్రకారుడూ చెయ్యలేని పని చేశావు" అన్నారు. నేను నిజంగా ఆయన మాటలు నమ్మలేదు. పిల్లలమీద తండ్రికి వుండే వాత్సల్యంకొద్దీ అన్నమాటలు అనుకున్నాను."

"కాదు శశికళా, మీ నాన్నగారు అన్నమాటలు యదార్థమే. హృదయ పూర్వకంగా అన్న మాటలే, భౌతిక లక్షణాలకు రూపకల్పన చెయ్యటం మామూలుగా అందరూ చెయ్యగలిగిన పనే. కాని నీవు రాంబాబు ఆత్మసౌందర్యానికి రూపురేఖలు దిద్దావు. ఆ శక్తి పూర్వజన్మ సుకృతం వల్ల మాత్రమే సిద్ధిస్తుంది" అన్నాడు గోపాలం.

కొంతసేపు ఇద్దరూ రాంబాబు బొమ్మ ఎదుట మౌనంగా ఉండిపోయారు. ఆ క్షణం ఆ ఇద్దరి మనస్సులూ ఒకేవిధంగా స్పందించాయి. నినదించాయి. వారిద్దరి మనస్సులనూ ఏకం చేసింది రాంబాబు. రాంబాబు వారిద్దరితోనూ మాట్లాడుతూ వున్నట్లే అనిపించింది ఆ ముహూర్తాన.

"అన్న ఎప్పటికైనా తిరిగి వొస్తాడంటావా?"

"వస్తాడు శశికళా, తప్పకుండా వస్తాడు. మీనాన్నగారు పుణ్యపురుషులు, వారి నమ్మకం వమ్ము కాదు."

ఆ రోజంతా వారితో కాలక్షేపం చేశాడు గోపాలం. వేదవతమ్మగారు బలవంతపెట్టగా వారితో కలిసి భోజనం చేశాడు. తన జీవితంలోకి వస్తున్న వివిధ అనుభవాలు అతనికి విచిత్రంగా తోచినై. తన తండ్రిని తలుచుకున్నప్పుడు మనస్సు ఎనలేని ఆరాటానికి గురి అవుతుంది. పద్మనాభశాస్త్రిగారిని తలుచుకున్నప్పుడు మనస్సుకు ప్రశాంతత చిక్కుతుంది. శివకామయ్యగారిని తలుచుకున్నప్పుడు మనస్సు ఉత్తేజపడుతుంది. అందని ఏ లోకాలలోనో రెక్కలు కట్టుకొని విహరిస్తుంది. ఈ విషయాలు ఆలోచిస్తూ మానవాభ్యుదయానికీ, వ్యక్తి పరిణామానికీ ఇవన్నీ అవసరమే కాబోలు అనుకున్నాడు గోపాలం. అయితే ఈ అనుభవాల పర్యవసానం ఏమిటో! గమ్యస్థానం ఏమిటో!!

* * *

కర్నూలు తుంగభద్రానదీ తీరాన వుంది. అది నైజాం సరిహద్దులో వున్న పట్టణం. ఆ పట్టణానికి రహదారి సౌకర్యాలు అట్టే లేవు. అందువల్ల ఇతర పట్టణాల్లో లేని దట్టమైన ప్రశాంతత ఆ పట్టణాన్ని అలుముకొని వుంటుంది. నైజాం సరిహద్దులో వుండటంవల్లా, నైజాం ప్రభుత్వానికి ముఖ్య పట్టణమైన హైదరాబాద్‌కి చేరువన ఉండటంవల్లా మహమ్మదీయ సంస్కారానికి ఆలవాలంగా ఉంటుంది.

పట్టణం మధ్యలో ఒక బురుజు వుంది. దానిని కొండారెడ్డి బురుజు అంటారు. అది మహమ్మదీయులకు ముందు అక్కడ పరిపాలించిన రెడ్డి రాజుల ప్రతిభకు చిహ్నంగా ప్రతిష్టింపబడినట్టిది. పట్టణంలో అక్కడక్కడా మహమ్మదీయుల కట్టడాలు, హైందవ కళా సాంప్రదాయానికి విచిత్రంగా కనుపిస్తూ, వెలుగొందుతూ వుంటై. తుంగభద్రా నదీ తీరాన మహమ్మదీయ సుల్తానుల కోట శిథిలావస్థలో వున్నది. అక్కడకు దగ్గరలో తుంగభద్రా నది మధ్య మరొక కట్టడం శిథిలచ్ఛాయలు గోచరిస్తూ ఉంటై. అది సుల్తానుల విహారస్థలమని ప్రజలు చెపుతూ ఉంటారు. అక్కడవున్న ప్రతి రాయి వెనుక ఒక కథ వుంటుంది. ఆ కథలను వర్ణించి వర్ణించి చెపుతుంటారు అక్కడి ప్రజలు.

కర్నూలు అసలు పేరు కందవోలు, తుంగభద్రను దాటవలసిన రైతులు వివిధ ప్రాంతాలనుంచి అక్కడకు వచ్చి తమ బండ్ల ఇరుసులకు నారపూత వేసుకొని కదలి వెళుతుండేవారట. అందుకని తమ పట్టణానికి కందవోలు అనే పేరు వచ్చిందని అక్కడి ప్రజలు చెపుతూ ఉంటారు. ఒకప్పుడు వివిధ ప్రాంతాలనుంచి వచ్చిన రైతులకు కూడలిస్థానం అయినందుకు గర్వపడుతూ వుంటారు.

సుశీల ఇంటికి వెళ్ళటానికి గాను గోపాలం రైలు ప్రయాణంచేసి కర్నూల్లో దిగాడు. అంతకు ముందెప్పుడూ అతను మహమ్మదీయ సంస్కృతీ రూపాలను చూచినవాడు కాదు. అందువల్ల రైలు దిగి స్టేషను నుంచి బయటకు అడుగుపెట్టగానే ఏ విదేశంలోనో అడుగు పెట్టినట్లనిపించిందతనికి. ఒక విశిష్ట సంస్కృతిని ప్రదర్శిస్తున్న అక్కడి మహమ్మదీయుల కట్టడాలు అతని మనస్సుని ఆకర్షించినై. హైందవ శిల్ప సంపదలో లేని నిరాడంబరత, దానివల్ల వచ్చిన ఔన్నత్యం అతనికి ఆ కట్టడాలలో కనుపించింది. వెంటనే తన కాలేజీ ప్రిన్సిపాల్ గారి భార్యా, మహమ్మదీయ శిల్ప చాతుర్యాన్ని గురించి ఆమె వెలిబుచ్చిన అభిప్రాయాలు జ్ఞాపకం వచ్చి మనస్సుకి ఉల్లాసం కలిగింది. కాలేజీ తెరువగానే హైదరాబాద్ మొదలయిన ప్రదేశాలూ ఆమెతో కలిసి చూడాలని మరొకసారి నిశ్చయించుకున్నాడు.

సుశీలా, ఆమె భర్తా కాపురం వుంటున్న బంగళా కర్నూలికి నలభైమైళ్ళ దూరంలో వున్న అరణ్యంలో వుంది. ఆ అరణ్యానికి చేరువన ఒక గ్రామం ఉంది. ఆ గ్రామానికి కర్నూలు నుంచి బస్సులో వెళ్ళి, అక్కడ నుంచి కాలి నడకన వెళ్ళాలి. బస్సులో గోపాలం ఆ గ్రామానికి జేరుకునేటప్పటికి ఉదయం పదకొండు గంటలయింది. ఎప్పుడో ఉదయం త్రాగిన టీ. టీ అతనికి అలవాటు లేకపోయినప్పటికి కర్నూల్లో కాఫీ దొరకనందువల్ల వొక కప్పు టీ త్రాగి సరిపుచ్చుకొని బయలుదేరాడు. ఆ రూట్‌లో బస్సులు వెంటవెంటనే వెళ్ళవు. మొత్తం రోజుకు ఏ మూడు నాలుగు బస్సులో మాత్రమే నడుస్తుంటాయి. అందువల్ల బస్సు స్టాండ్ దగ్గర రెండు మూడు గంటలు వృధా కాలయాపన అయింది. బస్సు దిగేటప్పటికి ఆకలి కడుపులో చురచుర కాలుస్తూ వుంది. తాను బస్సు దిగిన ఆ ఊరు చాలా చిన్నది. పైగా చాలా బీదగ్రామం కూడా. మొత్తం నలభై, ఏభై ఇండ్లు మాత్రమే ఉన్నాయి. ఆ ఇండ్లయినా సర్కారు జిల్లాలలో వున్న ఇండ్లకుమల్లే వుండవు. గోడలు కొండరాతి ముక్కలతో పేర్చబడి ఉంటాయి. పైన మరికొన్ని కొండరాళ్ళు పరచబడి ఉంటాయి. అందులో వొదిగి వొకమూల కాపురం చేస్తూంటారు.

పశువులను కూడా అందులోనే కట్టివేసుకొని ఉంటారు. అంతకు ముందు దారిద్ర్యం అనే మాట గోపాలం విన్నాడేగాని, ప్రత్యక్షంగా చూసిందిమాత్రం అక్కడే. ఇక అక్కడ కాఫీ కోసంగానీ, టీ కోసంగానీ ప్రయత్నించి ఏం లాభం?

ఆ ప్రయత్నం విరమించుకొని అక్కడున్న వొక రైతుని ఫారెస్ట్ రేంజర్‌గారి బంగళాకు దారి అడిగి బయలుదేరాడు. కడుపులో ఆకలి. పైన చిటపటలాడుతున్న ఎండ. నడవటం కష్టమే అనిపించింది. ఎక్కువ సామాను తేనందుకు సంతోషిస్తూ, తాను తెచ్చిన హోల్డాల్ వొక కూలివాని నెత్తిన పెట్టి, తోలు పెట్టె అతని చేతికిచ్చి సుశీల కాపురం వుంటున్న అరణ్యంలోకి అడుగుపెట్టాడు.

అది పెద్ద బంగళా చుట్టూ రకరకాల పండ్ల చెట్లూ, పూల చెట్లూ బాగా పెరిగి కన్నులకు విందు చేకూరుస్తున్నాయి.

గోపాలాన్ని చూడగానే బంట్రోతు ఎదురుగా పరుగెత్తుకొని వచ్చి "బాబుగారు ఇంట్లో లేరండీ క్యాంపు వెళ్ళారు" అని చెప్పాడు.

"అమ్మగారు ఉన్నారా?"

"ఉన్నారండీ"

"నేను అమ్మగారికోసం వచ్చాను. ఎవరో బంధువులు వచ్చారని చెప్పు."

"బంధువులా అండీ?"

"అవును. మీ అమ్మగారు నాకు దగ్గర బంధువు."

బంట్రోతు ఇంట్లోకి వెళ్ళాడు. సుశీల బయటకు వచ్చింది. అతనిని చూడగానే ఆమె ముఖం విప్పారింది, "వొచ్చావన్నమాట" అన్నది.

"రాక తప్పేదేముంది."

"కోపం వచ్చి రావేమో అనుకున్నాను."

"కోపం దేనికి!"

"ఈ బిడ్డ నాకు రమ్మనమని ఉత్తరం రాసేపాటిదా అని కోపం రావచ్చుగదా?" అన్నది సుశీల.

"రామాపురం విడిచి వెళ్ళేటప్పుడు నీకు ఉత్తరం వ్రాస్తానన్నాను. వ్రాయలేకపోయాను. కోపం రావలసింది నీకు" అన్నాడు గోపాలం.

"కొంచెం పెద్దవాడవయ్యావు నయమే," అన్నది సుశీల చిరునవ్వు నవ్వుతూ.

"ఏం?"

"చిన్నప్పుడు నీ పట్టుదలేమో నీదే గానీ, ఇతరుల కష్టసుఖాలు కాస్తయినా ఆలోచించేవాడివి కాదు గదా! ఇప్పుడు ఆలోచిస్తున్నావు" అన్నది అతని ముఖం పరీక్షగా చూస్తూ.

"నేను ఇప్పటికీ ఇతరుల సంగతి ఆలోచించటం లేదు."

"సరేలే, మొండితనానికి ఏంలే. అదెప్పుడూ ఉన్నదేగా లోపలికి వెళదాం రా, ఇప్పటికే వేళ తప్పింది."

ఆమె స్నానానికి నీళ్ళు తోడింది. ఆమే అన్నం వడ్డించింది. అతను అన్నం తింటున్నంత సేపూ ఏదో వొకటి అడుగుతూనే వుంది. భోజనం పూర్తి అయ్యేటప్పటికి మొత్తం అతని జీవితం తెలుసుకుంది.

గోపాలానికి ఒక క్రొత్త ప్రపంచంలో అడుగు పెట్టినట్లనిపించింది. ఆ అరణ్యం, ఆ కొండకోనలూ, ఆ చెంచువాళ్ళూ, అరణ్యం మధ్య వంటరిగా నిలబడి ఉన్న ఆ బంగళా, చిన్ననాటి స్నేహితురాలు ఆ సుశీలా– మనస్సుకి అంతా వింతగా తోచింది. పట్టణాల్లో ఊపిరి సలపదు. ఇక్కడ జీవితం నడవదు. జీవితం నడవక పోవటం కూడా అప్పుడప్పుడూ మానవునికి అవసరం అయ్యే ఉండాలి. లేకపోతే గోపాలం మనస్సుకి తియ్యని ప్రశాంతత ఎక్కడనుంచి వచ్చింది? ఈ నిలకడలో నిత్య పథికుడు అలసట తీర్చుకునే నిమిత్తం విశ్రమించటంలో ఉన్న హాయి ఉన్నది. పురోగమనానికి నడవటం ఎంత ముఖ్యమో, అలసట తీర్చుకోవటం అంత ముఖ్యమే గదా!

గోపాలం అన్నం తిన్న తరువాత తాను ముగించుకొని వచ్చి కూర్చుంది సుశీల.

"ఇక్కడ నీకు జీవితం సుఖంగా ఉందా సుశీలా?" అని అడిగాడు గోపాలం.

"వుండకేం"

"నువ్వేమీ అనుకోనంటే వొక సంగతి అడుగుతాను."

"నిరభ్యంతరంగా అడుగు."

"మీ వారు ఎటువంటి మనిషి?"

"చాలా మంచి మనిషి" అని ఏ సంకోచం లేకుండా సమాధానం చెప్పింది సుశీల.

ఆమె అబద్ధం చెప్పే మనిషి కాదని గోపాలానికి తెలుసు. నిజమే చెప్పింది. గోపాలం సంతోషించాడు. ఆమె కుటుంబ జీవితం ఏ కారణంవల్ల వొడుదుడుకుల్లో పడ్డా, ఆ బాధ్యత తనదే అనిపించిందాక్షణం గోపాలానికి. అలా వొడుదుడుకుల్లో పడకుండా చూడవలసిన బాధ్యత కూడా తనదే అనిపించింది. "ఎక్కడి సుశీలా? ఎక్కడి తాను? ఏనాటి స్నేహం? ఇంకా ఆ స్నేహం పచ్చగానే వుంది. తావులను వెదజల్లుతూనే వుంది. ఈ అనుభూతులు ఎంతబలమైనవి" అనుకున్నాడు గోపాలం.

"నీకు ఇక్కడ వొంటరిగా ఏం తోస్తుంది?" అని అడిగాడు గోపాలం.

"తోచక ఏముంది? ఒకవేళ తోచకపోతే మాత్రం ఏం పోయె?" అన్నది సుశీల.

నిజంగా అక్కడ తోచకపోవటం అనేది వుండదు అనుకున్నాడు గోపాలం. అక్కడ చెట్లు పలకరిస్తాయి. శిలలు పలుకుతై, గాలి పరమసత్యాలను నిత్యం చెవుల్లో వూదుతునే వుంటుంది. మనస్సుకి మనస్సు ఎంత నిర్మలంగా, నిశ్చలంగా ఆలోచిస్తుంది. పట్టణ జీవితంలో పరవళ్ళు త్రొక్కినట్లు త్రొక్కదు. భగవంతునికి అతి చేరువగా వున్నట్లు వుంటుంది. అతని అంకంలో కూర్చున్నట్లే వుంటుంది. ఆధ్యాత్మిక సాధకులను అరణ్యాలు ఆకర్షించటంలో వున్న రహస్యమే ఇదై వుండాలి.

ఆ సాయంకాలం సుశీలతో కలసి దగ్గర్లోవున్న చెంచుగూడెం వెళ్ళాడు గోపాలం. ఆమె అక్కడ ఒక రాత్రి పాఠశాల నడుపుతూ వుంది. వారి వెంట సుశీల ఇంట్లో పనిచేస్తున్న 'రాం' అనే నౌకరు కూడా బయలుదేరాడు. 'రాం' చెంచువాడు. నమ్మకస్తుడు. అందులో సుశీల అంటే ఎంతో గౌరవం భక్తితో ఒక వనదేవతను కొలిచినట్లు కొలుస్తాడు. అతను ఆ కొండల్లో వున్న చెంచుల్లోని వొక ముఠాకు నాయకుడు. తెలుగు సుమారుగా మాట్లాడగలడు. సుశీలకూ, సుశీల భర్త సూర్యారావుకీ కావలసిన పనులన్నీ అతనే చేసి పెడుతుంటాడు.

వారు చెంచుగూడెం బయలుదేరేటప్పటికి సాయంకాలం అయిదుగంట లవుతుంది. బంగళాకూ, ఆ గూడేనికీ మధ్య చెట్లు చాలా దట్టంగా వున్నాయి. ఆ చెట్ల మధ్యనుంచి మెలికలుగా వున్న సన్నని కాలిదారి మాత్రం వుంది. చెట్లు దట్టంగా వుండటంవల్ల, సూర్యుడు నిప్పులు చెరగేటప్పుడు తప్ప అక్కడ వెలుతురు వుండదు. అందుకని 'రాం' పెట్రోమాక్స్ దీపం వెలిగించుకొని ముందు నడిచాడు. సుశీలా, గోపాలం అతనిని అనుసరించారు.

చెంచుగూడెం జేరేలోపున గోపాలం మనస్సులో ఎన్నో ఆలోచనలు తరంగ తరంగాలుగా లేచినై. రామాయణంలోని శ్రీరాములు శబరికి మోక్షం ప్రసాదించిన ఘట్టం కన్నుల ముందు తాండవించింది. శబరి భక్తి పారవశ్యం అతని మనసును ఆర్ద్రపరచింది. శ్రీకృష్ణుడూ, చెంచీతా కథ జ్ఞాపకం వొచ్చింది. అవతారమూర్తుల హృదయాలను దోచుకున్న వ్యక్తులను సృష్టించుకో కలిగిన జాతులా, మనకు కండ్లముందు కనపడేవి!" అనుకొన్నాడు. "కాలం ఈ జాతులపట్ల చాలా నిర్ధాక్షిణ్యంగా ప్రవర్తించింది!" అనుకొని వొక్క నిట్టూర్పు విడిచాడు.

"సుశీలా?"

"ఆఁ!"

"వీరిపట్ల నీకింత సానుభూతి ఎట్లా ఏర్పడింది?"

"ఎలా చెప్పను?"

"సూర్యారావుగారికి కూడా నీకున్నంత సానుభూతి వుందా?"

ఆమె ఒక్క క్షణం ఆలోచించి, "భార్యా భర్తల్లో వొక్కరికి వుంటే చాలదా? నా సానుభూతిని భంగపరచకపోతే చాలదా?" అని ప్రశ్నించింది.

వారు చెంచుగూడెం జేరారు. ఆ గూడెం రెండు కొండలమధ్య వున్న సమప్రదేశంలో వుంది. ఇరవై ముప్పయి గుడిసెలు మాత్రమే ఉన్నాయి. అక్కడ ఆట్టే చెట్లు లేకపోవటంవల్ల వెలుతురు మసక మసకగా భూమిని సోకుతూ వుంది. సుశీల వస్తూవుందని దూరాన్నుంచే పసిగట్టి వొక కోయదొర వింతగా కేకపెట్టాడు. దానికి ప్రతిగా ముందు పెట్రోమాక్స్ దీపం పట్టుకొని నడుస్తున్న 'రాం' మరొక కేక పెట్టాడు. ఈ కేక విని, ఆ గుడిసెల్లో వుంటున్న చెంచు స్త్రీలూ, పురుషులూ, పిల్లలూ అందరూ బిలబిలా బయటకువచ్చి సుశీలను చుట్టుముట్టారు. వారేకాదు, పరిసర ప్రాంతాల్లో ఏ చెట్టుచాటున గుట్టచాటున వున్నారో, మరి కొంతమంది చెంచులు కూడా పోగయ్యారు. గోపాలం వారికి క్రొత్తమనిషి అవటంవల్ల మొదట్లో కొంచెం జంకి దూరంగా నిలబడ్డారు. సుశీల చెంచుభాష కొద్దిగా నేర్చుకున్నట్లు వుంది. వాళ్ళతో ఏదో మాట్లాడింది. "రాం" వాళ్ళకేదో చెప్పాడు. తృటిలో వాళ్ళ జంకు అదృశ్యమైంది. వాళ్ళకు తెలుగు మాట్లాడటం కొద్దిగా వచ్చని తెలుసుకోటానికి గోపాలానికి ఎక్కువకాలం పట్టలేదు.

వాళ్ళల్లో వొక పిల్లను చేరదీసి, బుజ్జగించి, "మీ అయ్యకు ఎట్లా వుంది?" అని అడిగింది సుశీల.

"ఇవ్వాళ నయ్యమే," అన్నది ఆ పిల్ల.

"ముందు వీళ్ళ అయ్యని చూస్తాను. తరువాత చదువు చెప్పుకుందాం. సరా?" అని అడిగింది సుశీల. తనచుట్టూ పోగైన చెంచులు అంతా తలలూపారు. అంతా గూడెం మొదట్లోవున్న గుడిసెవైపు నడిచారు.

ఆ గుడిసెలో వొక వృద్ధుడు చిరిగినబట్ట కప్పుకొని వొక మూల కూర్చుని వున్నాడు. అతడే ఆ పిల్ల తండ్రి. అతనిని ఎన్నో సంవత్సరాల నుంచి మలేరియా పట్టుకొని పీడిస్తూ వుంది. ఆ అడవిలో మందుమాకు లిచ్చేవారు ఎవరూ లేరు. రోగులు అనాదినుంచి ఆచారంగా వొస్తున్న ఆకుల పసరు పిండుకొని తాగుతారు. అన్ని రోగాలకు ఆ పసరే వాడతారు. నయం అయితే అవుతుంది. లేకపోతే లేదు. ఏ చెట్టు చాటునో, ఏ కొండ కోనలోనో అసువు విడుస్తారు. అంతటితో సరి, ఇది నిత్యకృత్యం. అందుకని చావుకి భయపడరు ఆటవికులు.

ఆ ముసలివాని శరీరంమీద ఎముకలు తప్ప ఏమీ ఉన్నట్టు కనుపించవు. "ఎట్లా ఉందయ్యా?" అని అడిగింది సుశీల.

"ఉంది అన్నట్టు తల వూపాడు.

ఆమె అతని శరీరం మీద చెయ్యివేసి, చేతిలోవున్న పెట్టె తెరచి, ఒక చిన్న సీసాలోనుంచి, నాలుగు చిన్న చిన్న మాత్రలు కాగితంలోపోసి అతని నోట్లో వేసింది.

మాత్రలు మింగటానికిగాను నోరు తెరవటానికి అతను కాసేపు అనుమానించాడు. 'రాం' తినమని గద్దించాడు. అతను మెదలకుండా మింగి వూరుకున్నాడు.

సుశీల చేతిలోని పెట్టె హోమియో మందులపెట్టె అని అప్పుడు గ్రహించాడు గోపాలం. ఎప్పుడు నేర్చుకుందో ఇవన్నీ!

ఆ గూడెం మధ్య వొక గుడిసె వుంది. అది పెద్దది. అంటే మిగిలిన గుడిసెలతో పోల్చుకుంటే పెద్దది. ఆ గుడిసె సుశీల వేయించిందే ఆమె వచ్చినప్పుడల్లా చెంచులంతా అక్కడకు జేరతారు. ఆమె అక్కడకూర్చునే పిల్లలకు చదువు చెపుతుంది. అంతా గుడిసెలోకి వెళ్ళారు.

పిల్లలంతా పలకలూ, బలపాలూ తీసుకొని ఆమె చుట్టూ జేరారు. పెద్దవాళ్ళంతా ముణగదీసుకొని కాస్త దూరంగా కూర్చున్నారు. ఆమె పిల్లలతో అక్షరాలు రాయిస్తూ వుంది. తమ పిల్లలు రాస్తూ వుంటే, దూరంగా కూర్చున్న పెద్దవాళ్ళు ఆ దృశ్యాన్ని తమ కళ్ళను తామే నమ్మలేనంత వింతగా చూస్తూ కూర్చున్నారు. వాళ్ళ మనసులలో ఏ ఆలోచనలు రేగుతున్నవో ఎవ్వరు చెప్పగలరు?

ఇక గోపాలం సంగతి చెప్పనే అక్కర లేదు. అతనికి నమ్మకాలన్నీ సడలిపోయి, ఒక అనంతవాహినిలో బిందురూపంలో కలిసిపోయి ప్రయాణం చేస్తున్నట్లు అనిపించింది. ఆ క్షణం తన పూర్వ జీవితం అంతా మరుగునపడి పోయింది. కాలేజీ జీవితం, ఆ జీవితంలో వుత్పన్నమైన సమస్యలూ, బ్రాహ్మణ్యం చేసిన అపరాధాలూ, తన తండ్రి నాయకత్వం వహిస్తున్న బ్రాహ్మణేతరోద్యమం. తత్ఫలితంగా అంకురించిన సమస్యలూ అన్నీ ఒక్కొక్కటే మరుగున పడిపోయినై. ఒక్క క్షణం శివకుమార్ జ్ఞాపకం వచ్చాడు. అది కూడా ఒక్క క్షణమే! అతను ఇటువంటి జాతులను గురించీ, వీరి కడగండ్లను గురించీ మాట్లాడుతూ ఉండేవాడు. కాని ఈ వాతావరణం అతని మాటల్లో స్పందించేది కాదు. తన సిద్ధాంతానికి ముడిపెట్టి ఆ సిద్ధాంతానికి సంబంధించిన భాషలో మాట్లాడేటప్పటికి అతనినోట అన్ని సమస్యలు పలికినట్లే పలికేది ఈ సమస్యాను. సహజ వాతావరణాన్నుంచి విడిపడిన బొమ్మ మాత్రమే కనుపించేది; అతని మాటల రేఖలవల్ల సహజ వాతావరణానికి బదులు రోషంతో అలుముకొని ఉండేది అతను గీసిన ప్రతి బొమ్మానూ. ఆ రోష కషాయిత వాతావరణం ఆ బొమ్మకూ ఎంతో కొంత అంటుకొని ఉండేది.

మరుగున బడిపోతున్న ఈ జ్ఞాపకాలలో చెదరకుండా, దరహాస చంద్రికలను వెదజల్లుతూ నిలబడి ఉన్నది అతని అమ్మ దమయంతి వదనం ఒక్కటే. ఆమె బొమ్మలను వాతావరణంతో కలిసి చూడగలదు అనుకున్నాడు గోపాలం. ఆమె తన మనఃఫలకం మీద గీసుకునే బొమ్మలకు వాతావరణమే ముఖ్యం. ఆమెకు ఒక్కొక్క బొమ్మ వొక్కొక్క వాతావరణానికి సాంకేతిక చిహ్నం.

అమ్మ బొమ్మను తలచుకుంటూ, గుడిసెలోని వాతావరణం బొట్టుబొట్టున మనస్సులోకి దిగుతూ వుండగా, మనస్సుని ఆకాశం చేసుకొని అంతర్ముఖుడై కూర్చున్నాడు గోపాలం.

* * *

ఆ రాత్రి భోజనాలయ్యాక చాలాసేపు మాట్లాడుతూ కూర్చున్నారు గోపాలం సుశీలలు. గోపాలం తాను వ్రాసిన కొన్ని వ్యాసాలూ, కథలూ ఆమెకు చదివి వినిపించాడు. ఆమె వాటిపట్ల చాలా కుతూహలం ప్రకటించింది. చివరికి చిరునవ్వు నవ్వి "చిన్నప్పటి బుద్ధిపోదు" అన్నది.

"ఎవ్వరికీ పోదుగానీ, అదేమిటో చెప్పు" అని అడిగాడు గోపాలం.

"పెంకెతనం."

"నా రచనల్లో కనుపిస్తూ ఉందా?"

"అక్షరం అక్షరంలోనూ కనుపిస్తూ ఉంది."

"నీ బుద్ధి పోలేదు."

"ఏమిటో అది?"

"ప్రతిదానికీ నన్ను మందలించటం, అదుపులో పెట్టటానికి ప్రయత్నించటం"

ఆమె మళ్ళీ చిరునవ్వు నవ్వింది. ఈసారి ఆ నవ్వు ఆమె సహజంగా నవ్వే నవ్వుకు మల్లే లేదు. ఆ నవ్వు ఆమె ఇతరులకోసం నవ్వలేదు; తన కోసమే నవ్వుకుంది. అందువల్ల ఆ నవ్వు ఆమె హృదయంలో ప్రవేశించింది. ఆమె వదనం విచారగ్రస్తం అయింది. ఇదంతా ఒక్క తృటిలో జరిగింది. మళ్ళీ ఆమె మమూలు మనిషి అయింది.

ఆమె మనస్సులో ఎక్కడో విషాదం గూడుకట్టుకొని ఉన్నదనిపించింది గోపాలానికి. వ్యక్తిగత జీవితంలోని అసంతృప్తి కొన్ని సందర్భాలలో సంఘసేవా తత్పరతగా పరిఢవిల్లుతుందని విజ్ఞులు చెప్పటం అతను ఎరుగును. అటువంటి అసంతృప్తి ఏదైనా ఉందా సుశీలకు? సూటిగా అడిగి ప్రయోజనం లేదనుకున్నాడు గోపాలం.

"సూర్యారావు రేపు తప్పకుండా వస్తారనుకుంటాను."

"వారు ఈ అడవిలోనే మరొక చోటుకి వెళ్ళారు. రేపు ఉదయం పది గంటలకు ముందే వస్తానన్నారు. వస్తానన్న టైముకి తప్పకుండా వస్తారు" అన్నది సుశీల.

"ఆడి తప్పని పురుషుడా?" అని కొంటెగా ప్రశ్నించి, ఆ ప్రశ్న ప్రభావం ఆమెమీద ఎలా పరివర్తన పొందుతుందో తెలుసుకోటానికి ఆమె ముఖం పరిశీలనగా చూశాడు.

ఆమె ఏమాత్రం చలించలేదు. "అవును చాలా కరెక్టు మనిషి. అన్ని విషయాలలోనూ చాలా కరెక్టుగా ఉంటారు. ప్రతిపనీ అనుకున్న సమయానికి

అనుకున్నట్లు చేసుకుపోయే స్వభావం వారిది. అటువంటి మనిషిని నమ్ముకున్నవారు సుఖపడతారు. సుఖపడకపోతే తప్పు వారిది కాదు. సుఖపడటం చేతకాని వారిని ఎవ్వరూ సుఖపెట్టలేరు" అన్నది సుశీల.

"అదేమిటి? నేనేదో ఆయన్ని వివాహం చేసుకోగలందుకు, పెండ్లి చూపులకు వచ్చినట్లు ఆయన గుణగుణాలను ఏకరువు పెడుతున్నావ్?" అన్నాడు గోపాలం.

అతని మాటలకు ఆమె మందస్మిత అయింది. "అడిగావు గనక ఉన్నమాట చెప్పాను" అన్నది.

"నీ వైఖరినిబట్టి చూస్తే ఉన్నమాటకంటే ఎక్కువ చెప్పావేమోనని అనిపిస్తూ ఉంది" అన్నాడు గోపాలం.

"ఎక్కువ చెప్పుకోవటం దేనికి?"

"నన్ను మూర్ఛాక్రాంతుని చెయ్యటానికి"

"చాలించవయ్యా, ఇక నీ మాటలు" అన్నది నవ్వు ఆపుకుంటూ, ఆమె నవ్వుతో గోపాలం శృతి కలిపాడు.

ఆమె నవ్వు ఆపుకొని, "నిన్ను మూర్ఛపోయేటట్లు చేస్తే నాకేమి వస్తుందంటావు? అని అడిగింది.

"ముఖంమీద నీళ్ళుజల్లి సేదదీర్చే అవకాశం లభిస్తుందిగదా?"

"సరి, సరి" అన్నది సుశీల తిరిగి నవ్వుతూ.

"నేను ఇక్కడకు బయలుదేరేటప్పుడు అమ్మ ఏమన్నదో తెలుసా?"

"ఏమన్నదేమిటి?"

"సుశీల గోపాలం కంటే వయస్సులో కాస్త పెద్దదయిపోయింది గాని, లేకపోతే కోడలుగా చేసుకొని ఉండేదాన్ని అన్నది" అని చెప్పాడు. చెప్పటానికయితే చెప్పాడుగాని, చెప్పగానే ఎందుకు చెప్పానా అని పశ్చాత్తాపపడ్డాడు. చెప్పవలసిన విషయం కాదని అకస్మాత్తుగా అతనికి తట్టటమే దానికి కారణం.

ఆ మాటకు సుశీల మనస్సు మెత్తబడింది. దమయంతి అంటే ఆమెకు ఎనలేని అభిమానం. రామాపురంలో ఆమెను చూచినప్పటినుంచీ ఆమె బొమ్మ మనస్సులోకి హత్తుకొనిపోయి ఉంది. ఎన్నిసార్లు మనస్సులోని ఆ బొమ్మకు నమస్కరించుకుందో! ఆ తల్లికి మనుష్యులను ఇట్టే అర్థం చేసుకునే శక్తి ఉంది. ఆ శక్తియొక్క ప్రభావం

పెరుగుతున్న కొద్దీ వింత వింత వెలుగులతో సుశీల మనస్సులో తేజరిల్లుతూ ఉంది. ఆనాడు గోపాలాన్ని తనకు అప్పగించి వెళ్ళిన ఆమె మాతృహృదయాన్ని సుశీల ఎన్ని జన్మలకైనా మరిచిపోగలదా? మరిచిపోలేదు.

"నువ్వు అదృష్టవంతుడివి" అన్నది సుశీల.

ఆమె మనస్సులో ఉరకలెత్తుతున్న భావాలను గ్రహించలేక "ఎందుకని" అని అడిగాడు గోపాలం.

"ఆమె నీకు తల్లి అయినందుకు."

ఈ అభిప్రాయంతో హృదయపూర్వకంగా ఏకీభవించాడు గోపాలం. తన తల్లిని మెచ్చుకొని సుశీల అతనికి యింకా దగ్గరయింది.

"ఒకవిధంగా నేనూ అదృష్టవంతురాలినే."

"ఎలా?" అని అడిగాడు కాస్త తికమక పడుతూ.

ఎలాగో ఆమె మనస్సుకి తెలుసు. కాని పైకి చెప్పదలచక "నీకంటే ముందు ఈ భూమి మీద పడటంవల్ల, లేకపోతే అమ్మ మనిద్దరికీ ముడివేసి వూరుకునేది."

"వేస్తే?"

"నీ తప్పులు దిద్దలేక, నిన్ను మంచిమార్గంలో పెట్టలేక చచ్చేదాన్ని" అని బిగ్గరగా నవ్వింది సుశీల. ఏ బాధను కప్పిపుచ్చుకోటానికి ఆమె అంత పెద్ద నవ్వు నవ్విందో గోపాలం గ్రహించలేకపోయాడు.

"పోనీలే" అన్నాడు బాధగా.

అతను బాధపడుతున్నాడని ఇట్టే తెలుసుకుంది సుశీల. ఈ విషయంలో స్త్రీలకుండే శక్తి నిరుపమానమైంది.

"చూడు గోపాలం, ఇక ఇటువంటి మాటలు నాముందెప్పుడూ తీసుకురాకు" అన్నది.

"తీసుకువస్తే?" అని అడిగాడు పెంకెగా.

"ఊరుకోను."

"ఊరుకోక ఏం చేస్తావు?"

"చెంపలు వాయిస్తాను" అన్నది సుశీల కోపం నటిస్తూ. తాను ఇక్కడికి వచ్చిం తరువాత, సుశీల ఇంత మంచి మాట అనలేదనుకొని సంతోషించాడు గోపాలం.

"అన్నీ చేశావులే," అన్నాడు.

కిటికీలోనుంచి చల్ల గాలి వీచింది. ప్రకృతి వారి మాటలను నిశ్శబ్దంగా విన్నది భారంగా వొక నిట్టూర్పు విడిచింది. చిక్కని చీకటి కదలలేక నిలబడింది.

ఆ చీకటిని చీల్చుకొని వినబడింది వొక చెంచుదొర కేక.

* * *

మరునాడు ఉదయం పదిగంటలకు సూర్యారావు క్యాంప్ నుంచి తిరిగి వచ్చాడు.

సూర్యారావుని చూడాలని గోపాలం వచ్చినప్పటినుంచీ తహతహలాడు తున్నాడు. సూర్యారావుకి ద్వితీయ వివాహం గనుక కొంచెమైనా వయస్సు మళ్ళి వుంటుందని ఊహించుకున్నాడు. సుశీలకు పరిచయులైన పురుషులపట్ల అసూయ కూడా ఉండి ఉండవచ్చు అనుకున్నాడు. కాని అతన్ని చూడగానే గోపాలం అభిప్రాయాలు మారిపోయినై.

సూర్యారావు వయస్సులో ఉన్నవాడే, మంచి పుష్టిగల విగ్రహం. చామనచాయ అయినప్పటికీ ఆకర్షవంతమైన ముఖం.

అతను రాగానే సుశీల గోపాలాన్ని పరిచయం చేసింది. అతను మర్యాదగా ముక్తసరిగా మాట్లాడాడు.

సూర్యారావు దగ్గర మంచి ఉద్యోగికి ఉండే లక్షణాలన్నీ ఉన్నాయని గ్రహించటానికి గోపాలానికి ఎక్కువసేపు పట్టలేదు. ప్రతి విషయం ముక్తసరిగా మాట్టాట్టం, తన పనేదో తాను చేసుకుంటూ ఇతరుల విషయంలో ఏ మాత్రం జోక్యం పెట్టుకోకుండా వుండడం, తన ఉద్యోగ ధర్మానికి ఏ ఆటంకం కలగకుండా ఇతరులకు వీలైనంత సహాయం చెయ్యటం అతని స్వభావం. ఎక్కువ ఆవేశాలు కలిగిన మనిషి కాదు. ఒకవేళ వున్నా ఏ మాత్రం పొక్కడు.

భర్త అంటే సుశీలకు ఇష్టమే. అతనికి ఎక్కడ ఏ లోటు వస్తుందో అని ఒళ్ళంతా కండ్లు చేసుకొని చూస్తూ వుంటుంది. ఆమెపట్ల కూడా అతను అతి నిబ్బరంగా ఉన్నట్లు కనపడతాడుగాని లోలోపల ఆమె అతనికి అమిత ఇష్టం. ఆమె ఏది అడిగినా కాదనే స్థితిలో వుండడు.

ఆ పూట సూర్యారావూ, గోపాలం, సుశీలా కలిసే భోజనం చేశారు. సుశీలకు భర్తతో కలిసి భోజనం చెయ్యడం ఇష్టం లేదు. కాని అతనికి ప్రీతికరమైన కొద్ది

విషయాల్లో అదొకటి. అందుకని ఎప్పుడూ అతనితో కలిసి భోజనం చెయ్యటం విధిగా పెట్టుకుంది.

వాళ్ళతో కలిసి భోజనం చెయ్యటం గోపాలానికి కొంచెం ఇబ్బందే అనిపించింది. పైగా భోజనాలకు కూర్చున్నప్పటి నుంచీ సుశీల తన సంగతే మరచిపోయినట్లు కనుపించింది. ఆమె కండ్లు భోజనాలు పూర్తయ్యేదాకా భర్తమీదే వున్నాయి. ప్రతి పదార్థం అడిగి వడ్డించింది.

అప్పటికీ ఒకసారి "గోపాలం ఏమీ తింటున్నట్టులేదు" అన్నాడు.

"తిండిపట్ల అతనికి మొహమాటం లేదులెండి" అన్నది సుశీల చిరునవ్వు నవ్వుతూ.

"నా కలా అనిపించటం లేదు."

"ఏం గోపాలం?" అని అడిగింది.

"తినకేం? తింటున్నాను" అన్నాడు గోపాలం.

"మా కూరలు నీకు నచ్చుడం లేదేమో!" అన్నాడు సూర్యారావు.

"బాగున్నాయండీ" అన్నాడు గోపాలం.

"నచ్చకపోవటం ఏమిటి? చిన్నప్పుడు నేనే చేసిపెట్టేదాన్ని. ఏది చేసిపెట్టినా బాగుందని మెక్కేవాడు" అన్నది సుశీల నవ్వుతూ.

"నిజమేనా?" అని అడిగాడు సూర్యారావు.

"చిన్నప్పుడు మేమిద్దరం బొమ్మల ఆటలు ఆడుకునే వాళ్ళం. ఇంట్లోనుంచి ఉప్పూ, పప్పూ దొంగిలించుకురావటం నా వంతు. వండిపెట్టటం ఈవిడ వంతు. అయితే ఆ రోజుల్లో కూరల్లో కారం ఇంత తక్కువ వేసేది కాదు" అన్నాడు గోపాలం సుశీలను క్రీగంటచూస్తూ.

"ఇప్పుడు నా ఆరోగ్యం ఎక్కడ చెడుతుందోనని కూరల్లో కారం వెయ్యడం మానుకున్నది" అన్నాడు సూర్యారావు.

తరువాత భోజనాలు పూర్తయ్యేదాకా తన ఉద్యోగం సంగతే మాట్లాడాడు సూర్యారావు. తనకు తొందర్లోనే ప్రమోషన్ రావచ్చుని చెప్పాడు. పై అధికారికి తానంటే చాలా నమ్మకం అని చెప్పాడు. ఇక్కడ ఉన్నంతకాలం నెలకు ఇరవై రోజులు క్యాంప్‌కి వెళ్ళక తప్పదనీ అందుకని ఆఫీసుకి ట్రాన్స్‌ఫర్ చేయించుకోటానికి ప్రయత్నిస్తున్నానని చెప్పాడు.

"మరి ఈ చెంచుల అభివృద్ధికి పెద్ద కార్యక్రమం పెట్టుక్కూర్చుందే సుశీల?" అన్నాడు గోపాలం.

"దాన్దేముంది? మేము ఇక్కడ వున్నంత కాలమే. నాకు చేతనైనంత సహాయం చేస్తాను. దీనికోసం ఆయనను ఇబ్బంది పెడతానా?" అన్నది సుశీల.

భోజనాలైం తరువాత తమలపాకులు వేసుకొని కాసేపు విశ్రమించి ఆఫీసు పనిమీద కర్నూలు వెళ్ళాడు సూర్యారావు. అతనిని బయటవరకూ సాగనంపి వచ్చింది సుశీల. ఫలాని కారణం అని స్పష్టంగా తెలియకుండానే సూర్యారావు వచ్చిందగ్గరనుంచీ గోపాలం మనస్సుకి చికాగ్గావుంది. ఇందుకు ప్రత్యేక కారణం ఏమీ కనబడదు. సూర్యారావు కూడా అతని ధోరణిలో అతను గోపాలం అంటే ఇష్టంగానే ఉన్నాడు. అతనిది పులుముకునే స్వభావం కాదు, గనక చొరవచేసుకొని మరీ దగ్గరకు రాలేదు. మరెందుకు చికాకు అని ఆలోచిస్తూ కూర్చున్నాడు గోపాలం. సుశీల సూర్యారావుపట్ల ప్రత్యేక శ్రద్ధ, ఆదరణ చూపుతున్నందుకా? అది భార్యగా ఆమె ధర్మం అని గోపాలానికి తెలియనిది కాదు. ఆమె తన ధర్మం తాను నిర్వర్తిస్తూ వుంది. అందుకు తాను సంతోషించాలిగాని చికాకుపడటం దేనికి? సుశీల తన చిన్ననాటి స్నేహితురాలు, ఆమె సంతోషంగా వుండటం, వారి దాంపత్యం ఆనంద ప్రదంగా జరిగిపోవడం తాను కోరుకోదగ్గ విషయమే, మరెందుకు ఈ చికాకు?

ఆ క్షణం అసలు అక్కడకు రాకుండావుంటే బాగుండేదనిపించింది గోపాలానికి.

అంతలో భర్తను పంపి సుశీల గదిలోకి వచ్చింది.

"పంపించి వచ్చావా?" అన్నాడు గోపాలం.

అతని గొంతులోని వెటకారం గమనించినట్లుగా, "పాపం ఎండలోపడి వెళ్ళారు. మళ్ళీ రాత్రి ఎంత చీకటిపడి వస్తారో! వేళాపాళా లేదు. ఎప్పుడూ తిరగటం? ఇదొక పాడు ఉద్యోగం అయిందబ్బా" అన్నది సుశీల.

"పోనీ మీ ఆయనతో ఉద్యోగం మానిపించరాదూ?"

"మానితే పొట్టగడిచేది ఎట్లా?" అని వొక్క నిట్టూర్పు విడిచింది.

"ఎండకు కందిపోదులే మీ ఆయన!"

అతన్ని పరీక్షగాచూచి, "నీకేం తెలుస్తుంది ఆయన కష్టం?" అన్నది సుశీల.

"ఆయన కష్టాలన్నీ తీరిగ్గా కూర్చొని కనిపెట్టేదానివి నువ్వు ఉన్నావుగా, నాకు తెలియకపోతే ఏంలే!"

"ఆయన కష్టసుఖాలు నేను చూడకపోతే ఇంకెవ్వరు చూస్తారూ? నీకు తెలుసో లేదో గోపాలం. ఆయనకు తల్లీ తండ్రీ లేరు. నా అనేవారు లేరు..."

"అన్నిటికీ నువ్వు వున్నావుగా!"

ఆమె మాట్లాడలేదు, కాసేపు ఏదో ఆలోచిస్తూ కూర్చుంది. ఆమె ముఖాన్ని విషాదచ్ఛాయలు అలుముకున్నయ్. "నీ సంగతి నాకేం బాగాలేదు గోపాలం" అన్నది.

"ఏ సంగతి?"

"నువ్వు మాట్లాడే తీరు."

"బాగుండకపోతే నాకేం?"

ఆమె కాసేపు మాట్లాడకుండా కూర్చొని, అతన్ని నిశితంగా చూచి, "నీకు బుద్ధి లేదు," అన్నది.

"లేకపోతే నష్టమేమొచ్చె?" అన్నాడు గోపాలం ఆమె చూపులను భరించలేక తలవొంచుకొని.

"నాకు కాకపోతే ఎవరికి నష్టం" అవేదనగా అన్నది.

ఆ ధ్వనికి అతను చటుక్కున తలపైకెత్తి చూశాడు.

ఆమె అతనినుంచి చూపులు మరల్చి, శూన్యంలోకి చూస్తూ కూర్చుంది. శూన్యంలోని ఏ తెరలనో తొలగించటానికి ప్రయత్నిస్తూ వుంది. గాలిమేడల నీడలను తుడిచివెయ్యటానికి ప్రయత్నిస్తూ వుంది. అతని మనస్సు కరిగింది.

"నా వొంట్లో ఏమీ బాగాలేదు" అన్నాడు.

ఆమె మాట్లాడలేదు.

"నాకు వంట్లో బాగాలేదంటూ వుంటే" అన్నాడు ఆమె దృష్టిని ఆకర్షించాలని.

"కాసేపు పడుకో" అన్నది.

"పడుకున్నా బాగుండదు."

"పెంకె కబుర్లు చెప్పకు" అన్నది, అతని వైపుకు తిరిగి. అతని ముఖం చూచి నవ్వు ఆపుకోలేకపోయింది. అతనూ నవ్వాడు.

"చూడు గోపాలం మనం చంటి పిల్లలం కాదు. జీవితంలో మనకు అనేక బాధ్యతలు వున్నాయి. వాటిని సక్రమంగా నిర్వర్తించే మనస్తత్వం మనం అలవరచుకోవాలి. మారాం చెయ్యటం, పెంకితనం నువ్వు వొదులుకోవాలి."

"వొదులుకోను."

"పొదులుకోకపోతే నేను ఊరుకోను."

"వూరుకోక ఏం చేస్తావు?"

"చెంపలు వాయిస్తాను?" అన్నదామె.

అప్పటి ఆమెను చూస్తే అన్నంతపనీ నిజంగానే చేస్తుందనిపించింది గోపాలానికి. "అన్నీ చేశావులే," అన్నాడు. మాటవరసకు అన్నాడేగాని ఇక ఆమె మాటకు ఎదురు చెప్పే ప్రసక్తిలేదని గ్రహించాడు.

ఆమె గదిలో పక్కవేసివచ్చి, "వెళ్ళి పడుకో" అన్నది.

"నేను పడుకోను" అందామనుకున్నాడుగాని అనలేకపోయాడు గోపాలం. అక్కడికీ తన పెంకెతనాన్ని వొక్కసారి విడిచిపెట్టలేక "నువ్వు చెప్పినట్లు చెయ్యవలసిందేగా," అన్నాడు.

"ఆ!" అన్నది సుశీల. అన్నది వొక్క అక్షరమే అయినా ఆ వొక్క అక్షరంలోనూ అతనిమీద ఆమెకున్న సద్భావం, దానిలోనుంచి ఉద్భవించిన అధికారం ప్రస్ఫుటంగా ద్యోతకం అయినై.

"నాకు నిద్రరావటం లేదు," అంటూ లేచి నెమ్మదిగా నడచి వెళ్ళి పడుకున్నాడు.

* * *

ఆలోచిస్తూ పడుకున్న గోపాలానికి ఎప్పుడు పట్టిందో పట్టింది కునుకు. లేచి చూసేటప్పటికి గడియారంలో రెండున్నర గంటలయింది. మనస్సు నిర్మలంగా వుంది, సుశీల ఏం చేస్తున్నట్లు?"

పడుకోబోయే ముందు తానామెతో మాట్లాడిన వైఖరి జ్ఞాపకం వచ్చి సిగ్గు వేసింది. ఆమెతో తాను ఎందుకు అలా మాట్లాడాడు? అలా మాట్లాడే హక్కు తనకేమి వుంది? అప్పుడప్పుడూ మనస్సులకు అకారణంగా చిల్లులు పడుతుంటాయి. అంతకుముందు మనస్సులో వున్న మధురభావాలు, ఆ చిల్లుల్లో నుంచి అంతర్గత చైతన్యంలోకి జారిపోతై. అప్పుడు వొక్క మనస్సు వుంటుంది; అప్పుడది నిండుకున్న కుండై గాలిని పోసుకుని రొదపెడుతుంది. ఆ గాలి సత్తువను బట్టి రొద స్వభావం నిర్ణయించబడుతుంది. లేకపోతే తన ప్రవర్తనకు అర్థమేముంది?

వంట యింట్లో అలికిడైంది. బహుశా సుశీలే అయివుంటుంది అనుకున్నాడు. లేచి చన్నీళ్ళతో ముఖం కడుక్కొని నెమ్మదిగా వంట ఇంట్లోకి వెళ్ళాడు.

ఆమె టిఫిన్ చేస్తూ వుంది. పొయ్యిమీద వున్న డేగిసాలో నెయ్యి కాగుతూ వుంది. పిండి పిసికి వుంది. పిసికిన పిండిని బలపాల్లాగాచేసి చుట్టలుగా చేస్తూ వుంది. అకస్మాత్తుగా ఆమె చేగోడీలు చేస్తూ వుందని తట్టింది. సంతోషంతో ముఖం విప్పారింది.

చేగోడీలంటే అతనికి ఇష్టం; చాలా ఇష్టం. చిన్నతనంలో అతను రామాపురం గుడిసెలో కాపురం వుంటున్నప్పుడు అమ్మమ్మ రత్నమ్మగారు తరచు చేగోడీలు చేసి పెడుతుండేది. ఈ మధ్యకాలంలో అతను చేగోడీలు తిననే తినలేదు.

రత్నమ్మగారు చేగోడీలు చేసిన రోజు అతనికి పండుగగా వుండేది. చేగోడీలు చేసే విధానం అంతా అతనికి తెలుసు. చాలా తేలిక. బియ్యం విసిరించి, వొకటికి వొకటిన్నర నీళ్ళు మరిగించి, ఆ నీళ్ళలో ఆ పిండి బాగా కలిసేటట్టు పిసికితే చేగోడీలకు అనువైన పదార్థం తయారవుతుంది. ఆ పిండిలో కాసిని శనగపప్పూ, పెసరపప్పూ కలిపితే ఇక ఆ రుచి చెప్పలేం.

పిండి విసరటంలో అమ్మమ్మకు తానూ, సుశీలా సహాయం చేసేవారు. అమ్మమ్మకు పిండి పిసికే ఓపిక ఉండేదికాదు. అందుకని తాను పిసికి చుట్టలు తయారు చేస్తే అమ్మమ్మ నేతిలో వేసి వండేది. వొక్కొక్కప్పుడు పిండిపిసికే విషయంలోనూ, చుట్టలు చేసే విషయంలోనూ, తానూ, సుశీలా తగాదా పడేవారు. చివరికి తాను పిండి పిసికేటట్టూ, సుశీల చుట్టలు చేసేటట్టూ, అమ్మమ్మ నేతిలో వేసేటట్టూ రాజీపడేవారు.

ఆ దృశ్యాలన్నీ జ్ఞాపకం వచ్చినై గోపాలానికి. ఇవన్నీ సుశీలకు కూడా జ్ఞాపకం వుండి ఉండాలి. జ్ఞాపకం పెట్టుకొని తనకీనాడు చేగోడీలు చేసిపెడుతూ ఉంది! ఎంత మనోహరమైన విషయం.

"సుశీలా!"

ఆమె తలపైకెత్తి, చిరునవ్వు నవ్వుతూ, "ఏం?" అని ప్రశ్నించింది. జ్ఞాపకాలతో ఆమె కనురెప్పలు వెలుగుతూ ఉన్నయి.

"నీ కెంత జ్ఞాపకం!"

"సరేలే కూర్చో," అని వొక పీటవేసి కూర్చోబెట్టింది సుశీల.

"నేను చేగోడీలు చేస్తాను. నువ్వు నేతిలో వెయ్యి."

"అన్నీ చేశావులే" అని "చేగోడీలు చేసే మొగవాడు నేటికి బయలుదేరాడయ్యా!" అన్నది.

గోపాలం మాట్లాడకుండా పిండివున్న పళ్ళెం తన ముందుకు లాక్కొని కూర్చున్నాడు.

"ఆ పిండి పాడు జేస్తావు. నాకు తెలుసు" అన్నది సుశీల.

"ఏం పాడు జెయ్యను?"

"ఎందుకిట్లా ఆడవాళ్ళ పనుల్లో జోక్యం కలిగించుకుంటావ్?"

"సరదా"

"సరదా అని చెప్పి పనులన్నిటికీ అడ్డం వస్తావా? చక్కటి పిండి పాడుజేస్తావా? నావల్ల కాదయ్యా ఇట్లా అయితే."

"బాగానే అవుతుంది" అని చెప్పి వొక చుట్ట చుట్టి, "చూశావా ఎంత బాగా చేశానో?" అని చూపాడు.

"చేశావులే. అష్టవంకరలతో నువ్వట్లా కూర్చుని కబుర్లు చెప్పు, నేను క్షణంలో వండి పెడతాను."

గోపాలం ఆమె మాటలు వినలేదు. చుట్టలు చేస్తూ కూర్చున్నాడు. "జగమొండి" అని తనలో తాను అనుకొని చేగోడీలను డేగిసాలో కాగుతున్న నేతిలో వెయ్యటం మొదలుపెట్టింది సుశీల.

"నూనెతో వండితేనే రుచిగా వుంటై సుశీలా!" అన్నాడు గోపాలం.

"చెప్పొచ్చావులే ఎట్లాగయితేం? నీకు చిన్నప్పుడు రత్నమ్మ అయ్యమ్మ నూనెతో వండే పెట్టింది కాబోలు!"

నిజమే! రామాపురంలో వున్నంతకాలం వాళ్ళ అమ్మమ్మ పిండివంటలన్నీ ఎంత ఖర్చయినా నేతితోనే వండేది. నూనెతో వండితే పిల్లలకు ఎక్కడ జబ్బు చేస్తుందో అని ఆమె భయం. ఈ విషయం కూడా జ్ఞాపకం వున్నది సుశీలకి.

డేగిసాలోనుంచి వొక వాయి తీసి రెండో వాయి వేస్తూ, "తెపాళా చెక్కలైనా నన్ను వెయ్యనిస్తావా?" అని అడిగింది సుశీల.

ఆ మాట మరొక జ్ఞాపకాన్ని కదిలించింది. రత్నమ్మగారు అన్నీ చేగోడీలే అయితే తినటానికి పిల్లలకు ఎక్కడ విసుగుపుట్టి తక్కువ తింటారో అని, మార్పు కోసం అదే పిండితో మధ్య మధ్య తెపాళాచెక్కలు వేస్తూవుండేది. ఈ విషయం కూడా జ్ఞాపకం వున్నది సుశీలకు.

"ఏం నేను చెయ్యగూడదా?" అని అడిగాడు గోపాలం

"అవి నీకు చేతగాదయ్యా, తెప్పాళామీద వొత్తాలి. నీకు చేతగాదని రత్నమ్మ అయ్యమ్మ ఎప్పుడూ నాతోనే చేయించుకునేది."

"నీకు చేతనవును లెద్దూ, ఎట్లాగయితేం!"

"లేనిపోని గొడవవచ్చి పడ్డది నీతో." అని ఆమె అంటూనే వున్నది. ఈ లోగా అతను వొక తెపాళాచెక్క వొత్తి డేగిసాలో వెయ్యనే వేశాడు. అతని చెయ్యి తడిచి వుండటంవల్ల, నీటి చుక్కలు కాగే నేతిలో పడి చిటపటలాడింది.

"చూశావా, ఎంతపని చేశోవో! వొద్దంటే నా మాట విన్నావా? చెయ్యి కాలేది. ఇంకా నయం... నువ్వు అవతలికి పో." అన్నది సుశీల విసుగు నటిస్తూ.

"పోను," అని భీష్మించుకొని కూర్చున్నాడు గోపాలం.

"పోనీ, ఉడికిన వాటినన్నా నన్ను తియ్యనియ్యి నువ్వయితే మాడుస్తావు, తినలేం" అన్నది సుశీల.

"నేను వద్దన్నానా?" అన్నాడు గోపాలం చేగోడీలు, మధ్య మధ్య తెప్పాళా చెక్కలూ డేగిసాలో వేస్తూ.

"అంతవరకయినా వొప్పుకున్నావు. అదే పదివేలు" అన్నది సుశీల.

చేగోడీలూ, తెపాళా చెక్కలూ తయారుచేసి నేతిలో వేస్తూ కూర్చున్నాడు గోపాలం. ఉడికినవాటిని బెజ్జాల గరిటెతో తీస్తూ కూర్చుంది సుశీల.

వంట పూర్తయిం తర్వాత, "నిర్వాకం చేశావుగాని చేతులూ కాళ్ళూ కడుక్కొని వచ్చి కూర్చో" అన్నది సుశీల.

అతను అలాగే చేశాడు. ఆమె పళ్లెంలో చేగోడీలూ తెపాళా చెక్కలూ తెచ్చి ముందు పెట్టింది.

"మరి నువ్వో?"

"ముందు నువ్వు కానియ్!"

"నువ్వుకూడా తింటేగాని నేను తినను."

"నీతో చచ్చేరోజు వొచ్చిందబ్బా!" అని తాను కూడా పళ్ళెం తెచ్చుకు కూర్చుంది. చిన్ననాటి స్నేహితులు మళ్ళీ ఇన్ని సంవత్సరాలకు కలిసి తింటున్నారు.

"నువ్వెన్ని తింటావో నేనూ అన్నే తింటా," అన్నాడు గోపాలం.

"నీతోపాటు నేనెక్కడ తినేదయ్యా?"

"చిన్నప్పుడు నా కంటే ఎక్కువ తినేదానివి. నేను తెచ్చుకున్నవి కూడా బెల్లించుకు తినేదానివి."

"ఆ రోజులు వేరు" అని వొక్క నిట్టూర్పు విడిచింది సుశీల.

* * *

గోపాలం సెలవుల పిదప మళ్ళీ కాలేజీలో జేరాడు. అతని తల్లి దమయంతి అభిప్రాయానుసారం హాస్టల్లో జేరక వొక్కడూ వేరే గదిని అద్దెకు తీసుకున్నాడు. శివకుమార్ కాలేజీ చదువు పార్టీ పనికి అడ్డు వస్తూ వుందనే నమ్మకంతో చదువు మానివేసి పూర్తిగా పార్టీ పనిలో నిమగ్నుడయినాడు.

సెలవలకు ప్రిన్స్‌పాల్‌గారి భార్యతో కలిసి అతనూ, గాంధీధామయ్యా, కళ్యాణకింకిణి, మరింకా ఇద్దరు ముగ్గురు విద్యార్థులూ హైదరాబాద్ మొదలయిన ప్రదేశాలు చూచి వచ్చారు.

అంతకు ముందు మహమ్మదీయులంటే విద్యార్థులకు సద్భావం వుండేది కాదు. కర్నూలులో గోపాలం చూచిన మహమ్మదీయ సంస్కృతీ చిహ్నాలైన కట్టడాలు అతని మనస్సులో వున్న దురభిప్రాయాన్ని కొంతవరకు తొలగించినై. హైదరాబాద్ దర్శనం అతని మనస్సును పూర్తిగా మార్చివేసింది.

గాంధీధామయ్య హిందూ మహమ్మదీయ ఐకమత్యం భారత భావి భాగ్యోదయానికి అవుసరం అనే తత్వం కలవాడైనప్పటికీ, అందుకు కృషిచేస్తున్న వాడైనప్పటికీ, అతని మనస్సులో అతనికి తెలియకుండానే, వొక మూల ఆ సంస్కృతి పట్ల నిరసనభావం లేకపోలేదు. అతను హిందూ మహమ్మదీయ ఐకమత్యం వాంఛించేది, ఈ విభిన్న సంస్కృతుల సమ్మేళనంవల్ల మేలురకం భారతీయ సంస్కృతి వొకటి ఉద్భవిస్తుందనీ, అది ప్రపంచానికే వెలుగు చూపగల జ్యోతిగా భాసించగలదనీ అభిప్రాయపడి కాదు. స్వరాజ్య సాధనకు ఈ ఐకమత్యం అవుసరం గనుక. దానిని సాధించాలని కృషి చేస్తున్నాడు. గాంధీ మీద అతనికున్న అచంచల విశ్వాసంవల్ల కృషి చేస్తున్నాడు.

ఆ రోజుల్లో ఎక్కువమంది దృష్టి ఈవిధంగానే వుండేది. తమ మత సాంప్రదాయాలలో వారి మనస్సులు పూర్తిగా చిక్కుకొని వుండటం అందుకు మొదటికారణం. నిజమైన మహమ్మదీయ సంస్కృతిని అవగాహన చేసుకునే అవకాశం వీరికి లేకపోవటం రెండవ కారణం. మహమ్మదీయులు తమను పాలించిన సుల్తానులవటం మూడవ కారణం.

ఆంధ్రదేశంలో వున్న మహమ్మదీయ కుటుంబాలలో ఎక్కువ భాగం ఎప్పుడో వొకప్పుడు హిందూమతం నుంచి మహమ్మదీయ మతంలోకి మార్పు చెందినవే! పైగా అవి బీద కుటుంబాలు. ఏ బీడీకొట్టు పెట్టుకునో, ఏ పండ్ల దుకాణం పెట్టుకునో, ఏ జట్కాబండి తోలుకునో జీవయాత్ర సాగిస్తున్న కుటుంబాలవి. అందువల్ల ఆంధ్రదేశంలోని హిందువులకు మహమ్మదీయ మతంలోని ఔన్నత్యం తెలుసుకునే అవకాశం తక్కువ. మహమ్మదీయ సుల్తానులలో పరమత సహిష్ణత లేనివారు వున్నారంటే హైందవ చక్రవర్తులలో మాత్రం లేరా? వున్నారు. ఒక మతం గానీ, ఒక సిద్ధాంతం గానీ వ్యక్తుల మంచి చెడులవల్ల ప్రకాశిస్తూ మలినపడుతూ వుండనే వుంటుంది. దాన్నిబట్టి ఆ మతాన్ని గానీ, సిద్ధాంతాన్నిగాని విమర్శించలేం. ఏ మతంలోనైనా, ఏ సిద్ధాంతంలోనైనా వ్యక్తులు తమకు అనుకూలమైన ఆచారాలనూ, అలవాట్లనూ, సాంప్రదాయాలనూ సృష్టించుకుంటూ వుంటారనే విషయం అందరికీ అనుభవంలో వున్న విషయమే. వాటినిబట్టి ఆ మతం యొక్క సిద్ధాంతం యొక్క మంచి చెడులను నిర్ణయించటానికి పూనుకుంటే సత్యదూరులం మాత్రమే అవుతాం. వాటి నిజ స్వభావం తెలుసుకోవాలంటే ఈ బాహ్య లక్షణాలనన్నింటినీ ఛేదించుకొని వాటి ఆత్మలను సాక్షాత్కరించుకోగలగాలి. అది సమ్యక్ దృష్టికి సాధనం కాగలదు.

హైదరాబాద్‌లోని గోల్కొండ శిధిలాలను చూచినప్పుడు, గాంధీధామయ్యకు భక్త రామదాసు జ్ఞాపకం వచ్చాడు. అది ఎంతవరకు నిజమో చెప్పలేంగాని, రామదాసును ఖైదీగా వుంచిన జైలును ఇప్పటికీ అక్కడివారు యాత్రికులకు చూపుతుంటారు.

రామదాసంటే అతి ప్రీతి గాంధీధామయ్యకు. భద్రాచలం రామదాసంటే ఎక్కువమంది హిందువులకు ప్రీతి వుండటం సహజమే. అతని కథ తరతరాలుగా హిందువుల మనస్సులలో మెదులుతూనే వుంది.

అన్నిటికంటె గొప్ప విషయం ఏమిటంటే, వారి గురువు కబీరు అనే వొక 'మహమ్మదీయ ప్రవక్త' అని ప్రిన్సిపాల్‌గారి భార్యకు చెప్పాడు గాంధీధామయ్య. "తానీషాకు అతనివల్ల భగవద్దర్శనం లభించింది."

ఆమె ఈ విషయాలను హర్షించింది. అతని జీవిత విశేషాలు తెలుసుకోవాలనే కుతూహలం వెలిబుచ్చింది. రామదాసు కథ టూకీగా చెప్పాడు గాంధీధామయ్య. తరువాత అతను రామదాసు వ్రాసిన దాశరథి శతకం యొక్క ప్రాశస్త్యాన్ని వర్ణించాడు. గాంధీధామయ్యకు భక్తిమార్గం అంటే ఎక్కువ మక్కువ.

భక్తి మార్గానుస్టానం వల్ల వచ్చే పరవశతకు ఈ గ్రంథం ఒక మచ్చుతునక అని అతని అభిప్రాయం. భక్తుడు భగవంతునికి ఆత్మార్పణం చేసుకునేశక్తిని ఇచ్చేది ఒక్క భక్తిమార్గం మాత్రమే. భక్తిమార్గం వొక్కటే మానవుణ్ణి కల్మశరహితుణ్ణి చేసి భగవంతునితో ఏకం చెయ్యగల ప్రభావం గలది. జ్ఞానకర్మమార్గాలు భక్తిమార్గం యొక్క ఆవశ్యకతను నిరూపించి మానవుణ్ణి పురోగమనాసక్తుణ్ణి చేసి వదిలిపెడతై. మిగిలిన పని భక్తిమార్గం చేస్తుంది. మానవ పరిణామానికి ఆదీ, అంతం భక్తే. మానవుడు భక్తుడుగా పుడతాడు. భక్తుడుగా ముక్తిని పొందుతాడు. మిగిలినవి మధ్యన వస్తయి, మధ్యన పోతై. మామూలు నమ్మకాన్ని భక్తిగా మార్చటానికి అవసరమైన అనుభవాన్నిస్తయి.

ఇటువంటి భక్తిలో మానవునికి వ్యక్తిత్వం అనేది ఉండదు. అది ఉండకూడదు కూడా. అవి భగవంతునిలో ఏకమవటానికి అభ్యంతరం కూడా. మామూలు మానవులు మానవునికి స్వతంత్రత కావాలని కోరుకుంటారు. భక్తులు తమ స్వతంత్రతను రద్దుచెయ్యమని కోరుకుంటారు. “ఈ స్వతంత్రత నా మనస్సును వికలం చేస్తుంది స్వామీ, నన్ను కర్తవ్యతా మూఢుణ్ణి చేస్తూ ఉంది. నన్ను నీ నుంచి వేరుచేస్తూ వుంది. ఈ స్వతంత్రతను నిర్మూలించి నన్ను నీ సేవకుణ్ణిగా స్వీకరించు. నీ దాసుణ్ణిగా స్వీకరించు, నీలో లయం చేసుకో” అని వేదన పడతాడు. ఈ వేదన దాశరథీ శతకంలో ప్రతి అక్షరంలోనూ కనుపిస్తుంది. ఈ గ్రంథకర్త ఇతర భక్తులతో ధ్యానంలో పోటీ పడతాడు. “అతనిని దాసునిగా చేసుకున్నావు. ఇతనిని దాసునిగా చేసుకున్నావు. నన్నెందుకు చేసుకోవు? నేను చేసిన పాప కర్మం ఏమిటి?” అని గుండెలు చీల్చుకుంటాడు, తనను దాసునిగా స్వీకరించనందుకు రామదాసు ఎంత వేదన పడ్డాడో, స్వీకరించమని ఎంత ప్రాధేయపడ్డాడో వివరంగా ఇంగ్లీషులో చెప్పాడు. అతను చెప్పేదంతా ఆమె చెవులు వోరగిలబెట్టి విన్నది. ఆ విషయాలు ఆమెను కదిలించినై.

“ప్రభుత్వం డబ్బు అనుజ్ఞలేకుండా దేవాలయానికి ఖర్చుపెట్టారని చెప్పినప్పుడు నా మనస్సు కలుక్కుమన్నది గాని, భక్తివల్ల వారు పొందిన పారవశ్యకత విన్న తరువాత వారు చేసిన పని అసహజమైనదికాదని అనిపిస్తూ ఉంది అంటూ “పార లౌకిక చింతాపరులు ఎంత అవివేకులు!” అని తన ఆశ్చర్యాన్ని వెలిబుచ్చింది.

“మీరు స్వేచ్ఛాప్రియులు గదా, నేను దాసుడను, దాసానదాసుడను అని చెప్పుకునే ఈ భావాన్ని వంచించగలరా?” అని అడిగాడు గోపాలం.

“మేము స్వేచ్ఛా ప్రియులం కాదు గోపాలం. స్వాతంత్ర్య ప్రియులం. అది నిజమే! అయినా భగవంతునికి ఆత్మార్పణం చేసుకునే భావానికి విముఖులం కాదు.

కాకపోతే ఈ విషయంలో మీరు స్పృశించిన లోతులు మాకు అంతుపట్టని మాట వాస్తవం" అన్నదామె.

కళ్యాణకింకిణీ కల్పించుకొని విభిన్నంగా కనుపించే ఈ రెండు దృష్టులనూ సమన్వయపరచటానికి ప్రయత్నించింది. "లౌకిక విషయాలలో, వ్యక్తిగత విషయాలలో మనం స్వాతంత్రతను కోరుకుంటాం. కాని భగవంతుని పట్ల మనలను ఉత్తేజపరిచే పరిపూర్ణ భావంపట్ల మనం దాసులం అని చెప్పుకుంటే సరిపోతుందేమో!" అన్నది.

"నీ పరిశీలనతో నేను మనస్ఫూర్తిగా ఏకీభవిస్తున్నాను కళ్యాణకింకిణి" అన్నాడు గోపాలం- "కాని నువ్వు వేసిన బాటలో నిలబడి ఒక అడుగు ముందుకు చూడబుద్ధి అవుతూ ఉంది. అక్కడే స్వతంత్రత, బానిసత్వం రెండూ నాకు విడిగా కనపడటం లేదు. రెండూ కలిసి విడదియ్యటానికి వీలులేని, విడదీయబడిన భావంగా విలసిల్లుతూ ఉన్నాయి. ఇతరులనుంచి మనలో ఉన్న సృజన శక్తిని కాపాడుకోటానికి స్వతంత్రం అవసరం అవుతూ ఉంది. కాని మనం ఈ దశలో స్వతంత్రులం కాము. అందుకని మననుంచి సృజనశక్తిని కాపాడుకోటానికి ఒక పూర్ణభావానికి ఆత్మార్పణం అవసరం అవుతూ ఉంది. రెండూ వొకటే. రెండూ సృజనశక్తిని స్వయంప్రకాశం చేసుకోటానికి ఉపకరించే సాధనాలే! ఇది రెండు కాదు. వొకేవిషయం యొక్క రెండు ముఖాలు. బహుశా ఎంత పైస్థాయిలోనూ ఈ రెండూ ఉండవేమో. రెండూ కలిపి ఒకటేనేమో."

ఇక చర్చ జరగలేదు. చర్చకు అవకాశం లేని చోటుకు జేరినట్లు అందరూ భావించారు. ఇక తరువాత అనుభవమే దారి. అంతకు వేరు దారి లేదు. "ఆగండి అక్కడ, అచంచలంగా కూర్చొని ఆనందాన్ని అనుభవించండి" అని ఎవ్వరో ఆజ్ఞాపించినట్లనిపించింది అందరికి.

* * *

వారందరూ ప్రసిద్ధిచెందిన చారిత్రక స్థలాల నన్నింటినీ దర్శించారు. మరునాడు తిరుగుప్రయాణం పెట్టుకున్నారు. వారు మహమ్మదీయుల శిల్పాన్ని నిరూపించే అనేక కట్టడాలను చూశారు. వాటి విన్నాణెం గమనించారు. కాని శిల్ప సంపద యొక్క విశిష్టతా, హైందవ శిల్పానికి, మహమ్మదీయ శిల్పానికి వున్న బేధం వారి మనస్సుకు పట్టలేదు. వారిలో ప్రిన్సిపాల్‌గారి భార్య తప్ప మిగిలిన వారికి శిల్పకళలో అభిరుచి మాత్రం వున్నది గాని ప్రవేశం లేదు. అందుకని తాము చూచిన శిల్పసంపద విశిష్టతను తమకు తెలిసేటట్టుగాచెప్పవలసిందని గోపాలం ఆమెను కోరాడు.

ఆమె సంతోష పూర్వకంగా చెప్పింది. "ఈ దేశంలో పుట్టి పెరిగిన మీకంటె ఈ విషయాలు నాకు ఎక్కువ తెలుసునని నేను అనుకోవటం లేదు. అయితే నాకు చిన్నప్పటినుంచీ శిల్పకళ అంటే అభిరుచి వుండేది. మీ ప్రిన్సిపాల్‌గారు మా వివాహం అయిన తరువాత, నాలో వున్న ఈ అభిరుచికి ఎంతో ప్రోత్సాహం ఇచ్చారు. నేను ఇందులో ప్రత్యేక కృషి చెయ్యటంవల్ల మీకు తెలియని విషయాలు కొన్ని తెలిసి ఉండవచ్చు. మీరు అడిగిన దానికి నాకు తెలిసినంత వరకు చెపుతాను.

"నేనీ దేశం వచ్చేటప్పుడు, ఇక్కడి ప్రజలను అర్థం చేసుకోవాలంటే వారి సంస్కృతిని క్షుణ్ణంగా తెలుసుకోవాలనే ఉద్దేశంతో చాలా గ్రంథాలు చదివాను. మీ సంస్కృతికి మూలసూత్రం 'భిన్నత్వంలో ఏకత్వం' అని గ్రహించాను.

"మీ శిల్ప కళకు మూలసూత్రం కూడా ఇదేనని మీ కళాకారులు చెక్కిన బొమ్మలను చూచి నిర్ధారించుకున్నాను. మీ కళాకారులు ముందుగా ఈ సూత్రాన్ని జీర్ణించుకొని, ఆ స్థాయిని అందుకొని, తమ చేతులలోని ఉలులకు ఆ విద్యను గరిపారు. అందుకనే వారి చేతి ఉలులు వొకే భావానికి బహురూపాలు చిత్రించగలిగాయి. బహురంగులలో చూపగలిగాయి. ఈ కళాకారులకు సృష్టిలో కనుపించేవన్నీ భగవంతుని స్వరూపాలే. తమ నైపుణ్యంలో అందువల్లనే వారు ఆడంబరత్వాన్ని నిరసించలేదు. వారి దృష్టిలో ఏకత్వానికి ఎంత చోటు వుందో భిన్నత్వానికి అంత చోటు వుంది. ఈ భిన్నత్వంలో వారెంత పరిపక్వం చెందారంటే వారు వందలకు వందల బొమ్మలు చెక్కినా ఏ రెండు బొమ్మలూ ఒకరకంగా ఉండవు. దక్షిణ భారతదేశంలోని కొన్ని దేవాలయాలు నేను చూశాను. ఈ సత్యానికి అవి ప్రబల నిదర్శనం. ఆ రోజుల్లోనే నేను కంజీవరంలో వొక దేవాలయం చూశాను. ఈ దేవాలయంలో వెయ్యిస్తంభాలున్నాయి. ఇన్ని స్తంభాలు ఉన్నప్పటికీ ఏ ఒక్క స్థంభం మరొక స్తంభాన్ని పోలి ఉండదు. సింహాచలం దేవాలయం చిన్నదైనప్పటికీ, అక్కడి స్తంభాలు ఇదేవిధంగా వొకదానిని వొకటి పోలి వుండవని నేను ఒక పుస్తకంలో చదివాను. అది నిజమవటంలో ఆశ్చర్యం ఏమీ లేదు. ఈ చెక్కడాలను తలచుకుంటే మీ శిల్పకళయొక్క ఆదర్శం, రకరకాల రూపాలతో, వైభవంతో చూపరుల కండ్లకు మిరుమిట్లు గొలిపి వారి మనస్సులను వశపరచుకోవటమా అని అనిపిస్తుంది. ఈ శిల్పకళా సాంప్రదాయంలో మనం జ్ఞాపకం ఉంచుకోవలసిన విషయం ఇంకొకటి వుంది. ఈ సాంప్రదాయంలో ప్రాధాన్యత నిలువు గీతది.

"ఈ భిన్నత్వం, వైభవం మహమ్మదీయుల శిల్పకళలో లేదు. అలా లేకపోవటం వారి శిల్పకళా వైదగ్ధ్యానికి ఏవిధంగానూ లోటు కాదు. చాతుర్యం లోపించటమూ

కాదు. వారి దృష్టీ, శిల్ప రచనా విధానం వేరు. వారి హృదయాలలో ఆచ్ఛాదితమైన బొమ్మలను చెక్కటానికి వారు భిన్నత్వం మీదా, కన్నులను మిరుమిట్లు గొలిపే వైభవం మీదా ఆధారపడ లేదు. వారి రచనా శిల్పానికి ఆయువుపట్టు రేఖాలాలిత్యం, నిగ్రహం, నిరాడంబరత్వం. ఈ రీతిలో అలంకరణకు తావు లేదు. ఒక రేఖ మరొక రేఖను కలుస్తుంది. సొగసులను వెదజల్లుతుంది. ఎక్కడైనా అలంకరణవున్నా ఒక రకమైన గణితశాస్త్ర రీతికి కట్టుబడివున్నట్లు వుండి అద్భుతమైన కళాచాతుర్యంతో రంగరించబడినట్లు వుంటుంది. అలంకరణలుగానే కనుపించదు. అనుసరించబడిన రీతిలో కలిసిపోయి దానిని ప్రకాశవంతం చేస్తుంది.

ఈ రెండు రీతులలో దేనికి ఉండే బలం దానికి ఉంది. శిల్పకళా రంగంలో దేనికి ఉండే స్థానం దానికి ఉంది. అయితే మీరు వొక సంగతి మరచిపోగూడదు. నేను ఈ రీతుల ప్రాశస్త్యాన్ని వేరువేరుగా వర్ణించాను. గనుక అవి వొక దాని ప్రభావానికి వొకటి లోనుగాకుండా వర్ధిల్లుతున్నాయని అనుకోగూడదు. అలా అనుకోవటం, ఆ అవకాశం ఉందనుకోవటం భారతీయ సంస్కృతి యొక్క విశాల దృక్పథానికి వ్యతిరేకం. భారతీయ సంస్కృతి అనేక సంస్కృతులను జీర్ణించుకొని సొబగులను తీసుకొని పరిఢవిల్లిన సంస్కృతి. అందువల్ల భారతీయ శిల్పుల హృదయాలలో ఈ రెండు సంస్కృతుల సమ్మేళనం ఏనాడో జరిగింది. ఈ రెండు సంస్కృతులు కరిగి ఏనాడో ఏకమైనై. వొక స్రవంతిగా విలసిల్లినై.

ఇందుకు ఉదాహరణగా మనం ఉత్తరదేశంలో నిర్మించబడిన దేవాలయాలను తీసుకోవచ్చు. ఈ దేవాలయాలలోని శిల్పం హైందవ శిల్పంలో ప్రముఖపాత్ర వహించిన నిలువు గీత ప్రభావం నుంచి తప్పుకుంది. వాతావరణాన్ని పూర్తిగా మార్చివేసే వృత్తాకృతికీ, అర్ధచంద్రాకృతికీ ఈ శిల్పంలో ప్రాముఖ్యత ఇవ్వబడింది. ఈ శిల్పంలో మహమ్మదీయ శిల్పంలో ఉన్న "డోములు" లేనిమాట నిజమే, కాని దక్షిణదేశ శిల్పసాంప్రదాయానికి భిన్నమైన అనేక లక్షణాలు గోచరిస్తాయి. ఈ భేదం బురుజుల దగ్గరనుంచీ స్పష్టంగా కనుపిస్తుంది. దక్షిణ భారత దేశస్థులకు ఈ భేదం కనుపించకపోవచ్చు. వారికి దేవాలయానికీ, మసీదుకీ వున్న స్థూల భేదమే కనుపించి, అంతర్గతంగా ఉన్న పోలిక సుస్పష్టం కాకపోవచ్చు. కాని ఉత్తరదేశ దేవాలయాలను మాత్రమే చూచిన వారికి, ఈ సామ్యం, ఈ దేవాలయాల శిల్పం మీద మహమ్మదీయ సాంప్రదాయానికి ఉన్న ప్రభావం కొట్టవచ్చినట్లు కనుపిస్తుంది. వారి మనస్సులలో హత్తుకుపోయిన దేవుడికి అర్హమైన ఆలయాలు లాగానే ఉండవు ఇవి. ఇది సహజమే. ఎందుకంటే ఉత్తర భారతదేశంలో వున్న ఈ దేవాలయాలు హైందవ మహమ్మదీయ శిల్ప సాంప్రదాయాల సమన్వయానికి చిహ్నాలుగా తేజరిల్లుతూ ఉంటై."

ప్రిన్సిపాల్‌గారి భార్య చెపుతున్న ఈ మాటలను వింటున్న వారందరిలోకీ కళాహృదయం కలిగింది కళ్యాణకింకిణి. ఆమె మనస్సులోని ఏ పూర్వ వాసనలను ఈ మాటలు కదిలించినవో తన్మయత్వంతో వింటూ ఉంది. ఈ మాటలను ఆమె తన కర్ణాలద్వారా మాత్రమే వినటం లేదు. ఆమె మొత్తం శరీరాన్నే వినే జ్ఞానం ఆవహించింది. శరీరం సడలించి, తనలో వున్న అంతస్సులను కరిగించి, కండ్లు మూసుకొని వింటూ వుంది ఆమె. ప్రిన్సిపాల్ గారి భార్య మాటలను ఆమె వినటం లేదు; అనుభవిస్తూ వుంది.

గాంధీధామయ్య మానసిక పరిస్థితి వేరుగా వుంది. హైందవ సాంప్రదాయ విశిష్టతలో అతనికి వున్న నమ్మకం అతనికి తెలియకుండానే దెబ్బతిన్నది. ఏండ్ల తరబడి పేరుకొని కరడు కట్టిన నమ్మకం దెబ్బతినటం వల్ల బాధపడ్డాడు. ఆవేశపూరితుడయ్యాడు.

"మీరు చెప్పింది కొంతవరకు బాగానే వుందండీ. మహమ్మదీయ సాంప్రదాయం యొక్క ప్రభావం హైందవ శిల్పకళమీద పడిందన్నారు. అంతవరకు అంగీకరించవచ్చు. రెండు జాతులు కలసి జీవిస్తున్నప్పుడు ఇది తప్పదు కూడా. ఇదేవిధంగా హైందవ కళా సాంప్రదాయాన్నుంచి మహమ్మదీయులు నేర్చుకున్నది లేదంటారా?" అని ప్రశ్నించాడు.

అతని ఆవేశానికి కారణం ప్రిన్సిపాల్‌గారి భార్య గ్రహించింది. చిరునవ్వు నవ్వుతూ, "ఉన్నదనే నేను చెపుతున్నది. ఈ సంస్కృతులు పరస్పర ప్రభావాల వల్ల పునీతం అవటమే కాక, ఈ రెంటినీ అధిగమించి ప్రకాశించే వొక నూతన సృష్టికి కారణ భూతాలైనవని కూడా నేను నమ్ముతున్నాను. హైందవ శిల్ప సాంప్రదాయం వల్ల మహమ్మదీయ శిల్పకళ ఏవిధంగా ప్రభావితం అయిందో చెప్పటానికి వొక చిన్న ఉదాహరణ చెపుతాను. హైందవ సాంప్రదాయంలోని అనేక రీతులను మహమ్మదీయ శిల్పులు అనుసరించారు. అయితే హైందవ సాంప్రదాయాన్ని వారెంత నిష్కల్మష హృదయాలతో స్వీకరించారో చెప్పటానికే ఈ చిన్న ఉదాహరణ చెపుతున్నాను. హైందవ సంస్కృతిలో పద్మానికీ, కలశానికీ ఒక విశిష్టస్థానం వుంది. వీటిని కళాకారులు బహురీతుల తమ సృష్టిలో అతి మనోహరంగా వినియోగించు కున్నారు. వీటిని ఆధారంగా తీసికొని తమ కళావైదగ్ధ్యాన్ని చిత్రగతుల ప్రదర్శించారు. ఆనాటి మహమ్మదీయ కళా సాంప్రదాయంలో వీటికి చోటున్నట్లు కనపడదు. కాని హైందవ సాంప్రదాయంవల్ల ప్రభావితులై మహమ్మదీయ శిల్పులు ఈ పద్మాన్నీ, కలశాన్నీ తాము నిర్మించిన గోరీలమీద అత్యద్భుత చాతుర్యంలో ప్రదర్శించటం నేటికీ మనకు కానవచ్చి, మన మనస్సులను ఉత్తేజపరుస్తున్నయి.

ఈవిధంగా ఈ రెండు సాంప్రదాయాలు కలిసి వొక వినూత్న విశిష్ట సాంప్రదాయాన్ని సృష్టించాయని నా ఉద్దేశం ఈ నూతన సాంప్రదాయంలో మహమ్మదీయ సాంప్రదాయంలోని కఠిన నిగ్రహం సడలి మార్దవం ఏర్పడింది. హైందవ సాంప్రదాయంలో వున్న విశృంఖలత్వం తగ్గి నిగ్రహంవల్ల వచ్చే నిండుతనం ఏర్పడింది. హైందవ సాంప్రదాయంలో వున్న అలంకరణ, వైభవం, మహమ్మదీయ సాంప్రదాయంలో వున్న రూప ప్రాధాన్యత, లయ, సమన్వయం చెయ్యబడినై. ఈ సమన్వయం పరిపూర్ణతకు తాజ్‌మహల్‌వంటి వెన్నెల సౌధాలే ప్రబల నిదర్శనం" అని చెప్పి అక్కడ కాసేపు ఆగింది.

ఎవ్వరూ మాట్లాడలేదు. కళ్యాణకింకిణి "మీకు కృతజ్ఞులమండీ" అని మాత్రం అనగలిగింది. చిక్కగా భారంగావున్న ఆ వాతావరణంలో ఆ మాట సైతం అపశ్రుతిగానే వినిపించి ఆమె సిగ్గుపడింది. "మాట్లాడకుండా వుంటేనే బాగుండేది" అనుకున్నది తనలో తాను. ఆ మాట అన్నందుకు తనను క్షమించవలసింది అన్నట్లు గోపాలం వైపు చూచింది. గోపాలం ఆమె అవస్థను అర్థం చేసుకొని అతి ఆప్యాయంగా చిరునవ్వు నవ్వాడు.

"ఇందులో కృతజ్ఞత చెప్పవలసిందేముందమ్మా" అన్నది ప్రిన్సిపాల్‌గారి భార్య ప్రేమపూర్వకంగా. నేను చెప్పిన సంగతులలో క్రొత్త విషయాలుగానీ, నేను కనిపెట్టినవిగానీ ఏమీ లేవు. కాకపోతే ఇక్కడ పుట్టి, పెరిగి, ఇక్కడ జరిగే చరిత్రతో అల్లకల్లోలం అయిన మనస్సులకు, ఎంత ప్రయత్నించినా నిష్పాక్షికంగా ఆలోచించటం కొంచెం కష్టం. ప్రతిమనిషి మనస్సుమీద పరిస్థితుల ప్రభావం, పరిసరాల ప్రభావం వుంటుంది గదా! హిందువులను కష్టపెట్టిన వొక చక్రవర్తివల్ల వారి మనస్సులు వికలమై, ఆ మతంపట్లా, ఆ మతం ప్రతిపాదించే సంస్కృతిపట్లా, వారికి విముఖత్వం కలుగవచ్చు. ఒక హిందూ చక్రవర్తి పిరికితనంవల్ల, స్వజాతిని స్వార్థంకోసం అమ్ముకున్న నైచ్య స్వభావం వల్ల, ఆ జాతిపట్ల మహమ్మదీయుల దృష్టి మలినపడవచ్చు. పరాయి దేశంనుంచి వచ్చిన మాకీ బాధలు వుండవు గదా! గత చరిత్రనూ, ఆ చరిత్ర రేపిన ఆవేశాలనూ అధిగమించి మేము చూడగలం. ఆ అవకాశం స్వదేశస్థుల కంటే విదేశస్థులకు ఎక్కువ వుంటుంది. అంతేనమ్మా, అంతకంటే ఈ పరిశీలనలో నా ప్రత్యేకత ఏమీ లేదు. మీరు కూడా ఈవిధంగా ఆలోచించటం ప్రారంభిస్తే కొద్దిరోజుల్లో నాకు పాఠాలు నేర్పగలుగుతారు. ఎందుకంటే ఈ దేశ చరిత్రను మీరు ప్రత్యక్షంగా చూడటమేగాక, చదవటమేకాక అనుభవించారు. ఈ దేశం యొక్క సంస్కృతి మీ రక్తనాళాల్లో ప్రవహిస్తూ వుంది. మీ హృదయాలు ఈ సంస్కృతీ ప్రభావానికి స్పందించినట్లు పరుల హృదయాలు స్పందించవు గదా!

విభిన్న సంస్కృతుల సమ్మేళనం అయిన ఈ దేశ సంస్కృతిని మేము దూరాన నిలబడి ఆనందించగలం. మీరు ఆ సంస్కృతి యొక్క వొడిలోవుండి, ఆమె శీతల కరస్పర్శతో పులకిత గాత్రులు కాగలరు."

తరువాత ఆమె చిత్రలేఖనం గురించి కొంచెంసేపు మాట్లాడింది. అందులోనూ ఆమె ఇటువంటి అభిప్రాయాలనే వెల్లడించింది.

లలిత కళల్లో చిత్రలేఖనం సార్వజనికమైనదీ, చిరస్థాయిగా వుండేదీ అని ఆమె వుద్దేశం. శబ్దాలు సాంఘిక వ్యవహారానికి ఉపకరించేవి. సాంఘిక రూపాలు మారటంతో అవీ మారుతై, సంగీతం సార్వజనీనికమైనదే. కాని అది శాశ్వతమైనదని చెప్పటానికి ఏమాత్రం అవకాశం లేదు. దానివల్ల కలిగే అనుభూతి తాత్కాలికమైనది, రూపరహితమైనది. మనస్సును అనిర్వచనీయంగా కదిలించటంకంటే అది ఎక్కువ పని సాధించలేదు. అది నిర్వచించటానికి వీలులేనిది గనుకే, వొక జాతియొక్క ప్రత్యేక విశిష్టతకు అది రూపకల్పన చెయ్యలేదు. చిత్రకళ పైవాటి వంటిది కాదు. అది ఎప్పుడూ వొక జాతియొక్క ప్రత్యేకతను వ్యక్తపరుస్తూ వుంటుంది. బాహ్య లక్షణాలను కూడా విశదపరుస్తూ వుంటుంది. పర్షియా చిత్రలేఖనంలో వున్న స్పష్టత ఆ జాతి లక్షణమే! చైనా చిత్రలేఖనంలో వున్న పొదుపరితనం ఆ జాతికి చెందిందే. ఇదేవిధంగా ఏ జాతి లక్షణాన్నయినా, చిత్రలేఖనం స్పష్టపరచినంతగా మరే లలితకళా చెయ్యలేదు. ఈ సూత్రం భారతదేశానికి కూడా వర్తిస్తుంది.

భారతదేశంలోని ప్రాచీన చిత్రకళ యొక్క విశిష్టతను తెలుసుకోటానికి ప్రయత్నించీ లాభం లేదు. అవి కనమరుగైనవి. అయితే ఈ జాతి ఆత్మ సౌందర్యాన్ని నిరూపించే అజంతా చిత్రాలవంటి చిత్రాలు లేకపోలేదు. ఇవి మానవుని చూపుకు తొలగి నిలవటంవల్ల నేటికీ నిలిచి వున్నయి. కాలం సృష్టించే అవధులకు అతీతంగా వుండగలిగిన కళాఖండాలివి.

భారతదేశంలోని గ్రీష్మం వేడినీ, కాంతినీ వెదజల్లుతుంది. ఈ శక్తే వస్తువుల వ్యక్తిత్వాన్ని కరిగించి, ఆకారపు అంచులను మరిగించి, అలికినట్లు కనుపించే స్వరసమ్మేళనను పొదుగుతుంది.

ఈ అజంతా చిత్తరువులు, వివిధ జాతుల రకరకాల అనుభవాల సమన్వయంవల్ల ఉద్భవించినవి. విరుద్ధంగా కనుపించే లక్షణాలను లయబద్ధం చెయ్యటం వల్ల ఈ చిత్తరువులు వెన్నెల వత్తుల్లా తయారైనవి. ఈ చిత్తరువులలో ప్రజాజీవితం, భక్తుని జీవితం అగుపిస్తుంది. ప్రజాజీవితం ప్రదర్శించబడినప్పుడు

ఆనందం, ఉత్సాహం ప్రాముఖ్యత వహించినై. అధికారం, గౌరవం, ప్రేమ, యౌవ్వనం చిత్రింపబడినై. భక్తుని జీవితం ప్రదర్శించబడేటప్పుడు, ఆలోచనకు అవుసరమైన ప్రశాంతతకూ, నిగ్రహానికీ ప్రముఖస్థానం ఇవ్వబడింది. కాని ఈ రెండురకాల జీవితాలూ, వేరువేరుగా, విడివిడిగా చిత్రింపబడలేదు. వొకే దృశ్యంలో చిత్రించబడినై. బొమ్మలు వొకదానిని వొకటి నెట్టుకొని పుట్టుకొనివచ్చినట్టు కనిపిస్తయి. స్త్రీలూ, పురుషులూ, పిల్లలూ రకరకాల ఫణితిలో కనుపిస్తారు. వారిని చూస్తుంటే చిత్రకారుడు తనచుట్టూ వున్న రూపభేధాల మధ్య తన్ను తాను మరచిపోయాడనిపిస్తుంది. కాని ఇన్ని భిన్న రూపాల చిత్రణలో సైతం వాస్తవికత యొక్క ఏకత్వం గోచరిస్తూనే ఉంటుంది. ఈ చిత్రలేఖనం హైందవ శిల్పకళా సాంప్రదాయానికి దగ్గరలోనే వుంది. ఇక్కడకూడా రేఖదే ప్రాధాన్యత.

మహమ్మదీయ చిత్రలేఖనంలో, వారి శిల్పకళలలో వున్నట్లే స్పష్టత, నిగ్రహం ప్రాధాన్యత వహించినై. బాబరుగానీ వారి సంతతివారుగానీ భారతదేశానికి తీసుకువచ్చిన కళా సాంప్రదాయంలో వ్యక్తికి ప్రాధాన్యత హెచ్చు. ఆ సాంప్రదాయానికి గుంపులతోగాని, సమూహాలతోగాని సంబంధం వున్నట్లు కనపడదు. ఆ సాంప్రదాయం చూచినదేదో స్పష్టంగా చూచింది. గీచిందేదో నిర్దుష్టంగా గీచింది. ఒక వ్యక్తి గతరూపంలోవున్న వివరాలన్నిటినీ అది వివరంగా పరిశీలించింది. వాటిని అన్నిటినీ స్పష్టంగా చిత్రించింది. చంఘిజ్‌ఖాన్ కోర్టులో పుట్టి, తైమూర్ కోర్టులో పెరిగిన ఈ సాంప్రదాయంలో సున్నితత్వంగానీ ఆర్ద్రతగానీ కనుపించక పోవటంలో ఆశ్చర్యం లేదు. ఈ చిత్రలేఖకులు జీవితంయొక్క పటుతరశక్తిని అనుభవించారు. తమ చిత్రాలలో దానినే ప్రదర్శించారు. ఈ విధానంలో వ్యక్తిచిత్రణ అమోఘంగా వృద్ధిచెందింది.

చిత్రలేఖనలోని ఈ రెండు సాంప్రదాయాలు కలిసి, శిల్పకళలోవలెనే, మరొక రీతిని సృష్టించినై. ఈ రీతిలో హైందవ మహమ్మదీయ చిత్రలేఖన రీతులలోని మంచి అంతా పొదగబడింది. పలచని అజంతా చిత్రాలకు రేఖలు దిద్దబడినై. సిమ్మెట్రీ, ప్రొపోర్షన్, స్పేసింగ్ మొదలైన లక్షణాలు హైందవ సాంప్రదాయంలోకి జొరబడినై. హైందవ సాంప్రదాయంలోని ఆవేశానికి నిగ్రహం తోడ్పడి సొబగులను కూర్చింది.

సంగీతంలో కూడా ఇటువంటి సమన్వయమే సాధించబడింది.

ప్రిన్సిపాల్‌గారి భార్య ఇంతవరకుచెప్పి, "మంచిచెడులు అనేవి ఎప్పుడూ కలిసేవుంటవి. అందువల్ల మహమ్మదీయులు ఈ దేశంలో అడుగు పెట్టటం వల్ల కొంత చెడు జరిగినా కొంత మంచి కూడా జరిగింది. అయితే వొక సంగతి.

ఈ దేశంలో ఈ రెండు సంస్కృతులూ సమన్వయించబడి ఎంతగా పెనవేసుకుపోయిన వంటే ఇప్పుడెవరైనా నాది హైందవ సంస్కృతి అనీ, మరెవ్వరైనా నాది మహమ్మదీయ సంస్కృతి అనీ అనుకుంటే వారు పెద్ద ప్రమాదానికి లోనైన వారవుతారు. ఈనాడు అవి విడివిడిగా లేవు. ఈ సంగతి భారతీయులైన మీరు ఎంత త్వరగా గ్రహిస్తే అంత మంచిది. ఈ సత్యం తెలుసుకున్న మరుక్షణం మీకు స్వరాజ్యం సిద్ధిస్తుంది. అది ప్రపంచం అంతా ఏకమైనా ఆపలేదు. నానాటికీ ప్రపంచం చిన్నదై, ప్రపంచ ప్రభుత్వం ఏర్పడవలసిన పరిస్థితి క్రమక్రమేణా దగ్గరపడుతూ వుంది. వివిధ దేశాలతో ఏర్పడే ప్రపంచ ప్రభుత్వం ఏవిధంగా ఏర్పడగలదు? 'భిన్నత్వంలో ఏకత్వం చూడగలగటం' వల్లనే. అంటే మీ సంస్కృతిని అనుసరించటం ద్వారానే అది లభ్యమవుతుంది. ఏదో వొక నాగరికతను దౌర్జన్యంగా మిగిలిన దేశాలు అనుసరించేటట్టు చెయ్యటంవల్ల కాదు. ఏదేశం వ్యక్తిత్వం ఆ దేశానికి వుంటుంది. అయినా ఈ దేశాలన్నీ కలిసి పనిచేసే సూత్రం వొకటి వుంటుంది" అన్నది.

"పూసలలోని దారంలాగు" అన్నాడు గోపాలం.

"అవును, అందువల్ల మీ దేశం ప్రపంచానికి మార్గం చూసే అగ్రస్థానం వహించే తరుణం ఆసన్నమవుతూ వుందని నేను అనుకుంటున్నాను. అందుకు సంతోషిస్తున్నాను కూడా" అని ముగించింది ప్రిన్సిపాల్‌గారి భార్య.

మిగిలిన వారంతా ఆమె చెప్పిన విషయాలను శ్రద్ధగా విని, ఆనందించి ఆమె సహృదయతకు అచ్చెరువొందారు. ఏ దేశస్థురాలో ఈ దేశానికి రావటమేకాక ఈ దేశాన్ని కలవరపెట్టే సమస్యలవల్ల ఆమెకున్న ఆసక్తికీ సానుభూతికీ ఆమెను ఎవరి మనస్సులో వారు ఎంతగానో మెచ్చుకున్నారు.

మరునాడు తృప్తిగా, ప్రసన్న వదనాలతో వారు తిరుగు ప్రయాణం కట్టారు.

* * *

గోపాలం బి.ఏ. చదువుతున్నప్పుడు కళ్యాణకింకిణికి గాంధీధామయ్యకూ వివాహం అయింది. ఆ వివాహానికి గోపాలమే కాకుండా శివకుమార్ కూడా హాజరయ్యాడు. తమ చేతిమీదుగా జరుగవలసిన వివాహాలు ఏమీ లేవు గనుక జగదీశ్వర్రావుగారు ఎవ్వరు చెప్పినా వినక ఈ వివాహం చాలా ఖర్చుపెట్టి వైభవోపేతంగా జరిపారు. వివాహం జరిగిన మరుసంవత్సరమే వారు పరమపదించారు. అప్పటినుంచీ కళ్యాణకింకిణి అత్తవారి గ్రామంలోనే ఉంటూ ఉంది. గాంధీధామయ్యకు ఉద్యోగం చెయ్యాలనే ఆపేక్ష మొదటినుంచీ లేదు. చెయ్యవలసిన అవసరం కూడా అట్టే లేదు. అందువల్ల అతనూ ఇంటిపట్టునే

ఉంటున్నాడు. అయితే విద్యార్థిదశలో కంటే అతనికి ఇప్పుడు ఎక్కువ తీరిక ఉండటంవల్ల కాంగ్రెస్ పార్టీలో తీవ్రంగా కృషి చేస్తున్నాడు. కొన్నాళ్ళవరకూ కళ్యాణకింకిణి కూడా కాంగ్రెస్ సంస్థలో పనిచేసి ఏ కారణం వల్లనో ఇటీవల మానివేసిందని విన్నాడు గోపాలం.

గాంధీధామయ్య అవసరం ఉంటేగాని ఉత్తరం వ్రాయడు. అందువల్ల గోపాలానికి అతని దగ్గర నుంచి ఉత్తరాలు వచ్చేవి కావు. మొదటి రోజుల్లో కళ్యాణకింకిణే అతనికి అప్పుడప్పుడూ ఉత్తరాలు వ్రాస్తూ ఉండేది. ఆ ఉత్తరాలను బట్టి ఆమె సుఖంగా జీవయాత్ర సాగిస్తూ ఉందని నిర్ధారణ చేసుకొని చాలా సంతోషించాడు గోపాలం. తన సొంత చెల్లెలు యందున్న భావమే ఆమెయందూ ఉన్నది గోపాలానికి.

కొన్నాళ్ళు గడిచిం తరువాత ఆమెనుంచి ఉత్తరాలు రావటం తగ్గినై. మరి కొన్నాళ్ళు గడిచేటప్పటికి మానుకున్నాయి. తన కాలేజీ గొడవలలో తానుపడి ఆ విషయం ఎక్కువగా పట్టించుకోలేదు గోపాలం.

ఒకరోజు అతను చదువుకుంటూ ఉండగా పోస్టు బంట్రోతు తలుపు తట్టాడు. అతడు కళ్యాణకింకిణి దగ్గరనుంచి ఉత్తరం తెచ్చాడు.

కళ్యాణకింకిణి దగ్గరనుంచి ఎప్పుడు ఉత్తరం వచ్చినా గోపాలానికి సంతోషంగానే ఉంటుంది.

గబగబా విప్పి చదివాడు.

అన్నా!

నీకు ఉత్తరం వ్రాసి చాలా రోజులయింది గదూ! నువ్వేమీ అనుకోవద్దు. నీకు చాలాసార్లు ఉత్తరం వ్రాద్దామనుకొని మళ్ళీ మానివేశాను. నా అశ్రద్ధ తప్ప కారణం ఏమీ లేదు.

నేనీ మధ్య ఏ పనీ చెయ్యటం లేదు. కాంగ్రెస్ పనిలో నేను పాల్గొనటం లేదనే సంగతి నీకు తెలిసిందే. నాకు ఎందుకనో ఆ పనిమీద విసుగుపుట్టిందన్నా. మీ బావగారితో ఆ సంగతి చెప్పాను. దేశసేవలో విసుగుపుట్టటం ఏమిటో వారికి అర్థం గాలేదు. అయితే వారికి నామీద ఉన్న సదభిప్రాయం కొద్దీ ఇష్టం లేకపోతే మాని వెయ్యమని చెప్పారు. అలాగే మానివేశాను.

కాని ఆ పని మానివేసినప్పటినుంచీ నాకేమీ తోచడం లేదు. పోనీ వూరికే కూర్చోవటం ఎందుకు. మళ్ళీ ఏదో వొకవిధంగా ఆ పనిలో పాల్గొందామా అంటే అలా పాల్గొనబుద్ధి పుట్టటం లేదు.

నేను ఇక్కడకు వచ్చిన దగ్గరనుంచీ ఖద్దరు బట్టలే కడుతున్నాను. రాట్నం వొడకటం కూడా నేర్చుకున్నాను. నేను బయటకు వెళ్ళి కాంగ్రెస్ పనిలో పాల్గొనక పోయినప్పటికీ ఇంకా రాట్నం వొడుకుతూనే ఉన్నాను. అయితే ఎప్పుడు మానివేస్తానో నాకే తెలియకుండా వుంది.

ఇక్కడ నాకేమీ తోచటం లేదు అన్నా. మీ బావగారు క్షణం తీరిక లేకుండా వూరూరూ తిరుగుతూ ప్రచారంలో నిమగ్నులై ఉన్నారు. అప్పుడప్పుడూ దేశసేవ పట్ల వారికున్న ఆవేశంలో సహస్రాంశమైనా నాకుంటే ఎంత బాగుండును, అనిపిస్తూవుంటుంది. అది అనిపించటం వరకే. మళ్ళీ వెంటనే విసుగుపుడుతుంది. ఆ ప్రయత్నం విరమించి వూరుకుంటాను.

ఆమధ్య మీ బావగారు గాంధీగారు వ్రాసిన పుస్తకాలు తెచ్చిపెట్టారు. ప్రస్తుతం అవి చదువుతున్నాను. మొదట్లో వారి రచనలు నన్ను బాగా ఆకర్షించినై. గాంధీగారి పట్ల నాకున్న పూజ్యభావం నీకు తెలిసిందేగా అన్నా. కాని ఆ పుస్తకాలు చదువుతున్న కొద్దీ "గాంధీగారు అంత మొరటువాడేమిటబ్బా!" అని అనిపిస్తూంటుంది. తాను పట్టిన కుందేలుకి మూడేకాళ్ళు అనే స్వభావం ఆయనిది. తరువాత తాను నిజం అని నమ్మినదాన్ని ఎంత కఠినంగా, నిర్దాక్షిణ్యంగా ఆచరణలో పెడతాడు. అవతలి మనుష్యులు ముక్కలు ముక్కలు అయినా సరే దయతలచినట్లు కనపడదు. తనకు సరిపోయినవన్నీ అందరికీ సరిపోతవని ఆయన నమ్మకం. ఒక్కొక్కప్పుడు ఆయనకు మానవాళిమీద వున్న కరుణ మానవునిమీద లేదేమోనని అనిపిస్తూ ఉంటుంది.

ఇటీవల ఆయనను తలచుకున్నప్పుడల్లా ఆయన భార్య కస్తూరిబాయి జ్ఞాపకం వస్తూ ఉంది. "ఆ ఇల్లాలు ఇటువంటి మనిషితో ఎట్లా వేగిందబ్బా" అని అనిపిస్తూ వుంది. మళ్ళీ నా ఆలోచనలకు నాకే నవ్వు వస్తూ ఉంటుంది.

ఇలా జరిగిపోతూ ఉంది కాలం. ఒక తోచకపోవటం తప్ప మిగిలినవన్నీ బాగానే ఉన్నాయి. నువ్వెన్నన్నా చెప్పన్నా పల్లెటూళ్ళల్లో కాలం గడవటం కష్టమేనబ్బా.

ఉంటాను మరి.

నా హృదయపూర్వక నమస్కారాలు.

ఇట్లు
నీచెల్లి
కళ్యాణకింకిణి.

గోపాలం ఉత్తరం చదివాడు. ఇదివరకు ఆమె ఉత్తరాలు చదువుతుంటే కలిగిన ఆనందం అతనికి కలగలేదు. పైగా మనస్సు కలవరపడింది.

ఇదివరకు ఆమె ఉత్తరాలు జీవశక్తితో తొణికిసలాడుతూ ఉండేవి. ప్రతి అక్షరం ఉత్సాహంతో, ఉద్వేగంతో మెరిసిపోతూ ఉండేవి. జీవితంలో పాల్గొనటం సంగమ స్నానం చేసినంత పవిత్రంగా ఎంచేది ఆమె.

ఈ ఉత్తరం అలా లేదు. భారత దేశంలోని మామూలు స్త్రీ వ్రాసినట్లుగా ఉంది గోపాలం మనస్సుకి.

కళ్యాణకింకిణి మామూలు స్త్రీ కాదు. కళాహృదయం గలది. కళాహృదయం గలవారిని ఇరుకున పెట్టే స్వభావం గాంధీగారు ప్రతిపాదించే సిద్ధాంతానికి వున్నదనే సంగతి గోపాలానికి తెలుసు. సృజనశక్తిని అరికట్టే గుణం ఉన్నది ఆయన సిద్ధాంతంలో. సున్నితమైన మనస్సులను చెదరగొట్టే కాఠిన్యత ఆయన ప్రతిపాదించే ప్రవర్తనలోనూ, సిద్ధాంతాలలోనూ లేకపోలేదు. "స్వాతంత్ర్య సముపార్జన" అనే గమ్యస్థానం ఆయన పెట్టుకున్నాడు గనుక, దాని సాధనకు కొన్ని నియమాలూ, కొంత నిష్ఠూరతా, కొంత నిగ్రహం తప్పదని గోపాలం సరిపుచ్చుకున్నాడు. కళ్యాణకింకిణిది అలా సరిపుచ్చుకునే స్వభావం కాదు. ఆమె స్వయంప్రకాశం గలది. చీకటిని సహించలేదు. తన నీడను తానే సహించలేదు.

అటువంటి వ్యక్తికి, తన జీవశక్తికి ఏదో వొక రూపకల్పన చేసుకోకుండా కూర్చోవటం ఎంత బాధో గోపాలం ఊహించగలడు. "అసలు ఇంతకీ ఏం జరుగుతున్నట్లక్కడ?" అని ఆలోచించాడు గోపాలం.

గాంధీగారి దగ్గర వున్న కొన్ని లక్షణాలు ఆయన శిష్యుడైన గాంధీధామయ్య దగ్గరకూడా వున్నయ్. తన గొడవ తనదేగాని, ఎదటివారి స్వభావం, బాధలూ అతను చప్పున గ్రహించలేడు. అతి నిష్టాపరుడు. నిష్టాపరులందరూ చండశాసనులే. వారిలో కొంత అసహనం కూడా వుంటుంది. గాంధీధామయ్య ఇటువంటివాడే. అతని జీవిత విధానంలో కళోపాసకులకు చోటు తక్కువ. ఊపిరి సలపక ఉక్కిరిబిక్కిరి కావలసి వస్తుంది. "అటువంటి పరిస్థితి ఏదైనా ఏర్పడిందా!" అని ఆలోచించాడు గోపాలం.

గాంధీధామయ్య ఎంత నిష్టాగరిష్ఠుడైనా మంచివాడు. అన్నిటికంటె అతనికి కళ్యాణకింకిణి అంటే అమిత ఇష్టం. అసలు అతనీ వివాహానికి పూనుకున్నది ఆమె జీవితం సంతోషప్రదం చెయ్యాలనే. కాబట్టి ఆమె మనస్సును కష్టపెట్టుకోవలసిన పనిని అతను తెలిసి తెలిసి చేసి వుండడు. అందులో సందేహం లేదు.

కాకపోతే తీరికలేని పని, స్వాతంత్ర్య సముపార్జన అనే ఆవేశంలోనూ పడి కళ్యాణకింకిణి సంగతి ఎక్కువ ఆలోచిస్తూ ఉండడు. అన్నీ సక్రమంగా జరిగిపోతున్నాయ్ అనే నమ్మకంలోవుండి తనదారిన తాను వెళుతూ ఉండి ఉంటాడు.

కళ్యాణకింకిణి లత వంటిది. ఎక్కువ నీరు పోసినా ఇబ్బందే; అసలు నీరుపొయ్యకపోయినా ఇబ్బందే. తగు నీరు తగు కాలంలో పోసినప్పుడే ఆ లత నవనవలాడుతూ పెరిగి, వికసించి, సౌరభాలను వెదజల్లగలదు.

ఏదైనా కళ్యాణకింకిణికి, తన్ను గురించి తాను ఎక్కువగా ఆలోచించుకునే అవకాశం ఇవ్వకుండా, ఆమె ఉత్తరానికి వెంటనే సమాధానం ఇవ్వటం మంచిదని తేల్చుకున్నాడు. అలాగే వ్రాశాడు. అయితే ఆమె అసంతృప్తిని తాను కనిపెట్టినట్లు తెలియనివ్వలేదు. తన సంగతులే ఎక్కువ వ్రాశాడు.

చెల్లీ,

నీ ఉత్తరం అందినది. మీరు క్షేమంగా వుంటున్నందుకు సంతోషం. అమ్మ ఈ మధ్య ఉత్తరం వ్రాసింది. వివాహం విషయంలో నా ఉద్దేశం తెలియజెయ్యమని వ్రాసింది. త్వరలోనే నాకు వివాహం చెయ్యాలని ఆమె వాంఛిస్తూ వుందని నేనా ఉత్తరంవల్ల గ్రహించాను. నా కిప్పట్లో వివాహం చేసుకోవాలని లేదని నేను సమాధానం వ్రాశాను. అప్పటినుంచీ నాకిప్పుడు వివాహం చెయ్యాలని ఆమెకు ఎందుకు కలిగిందా అని ఆలోచిస్తున్నాను. నా మనస్సుకు తేల లేదు. ఈ విషయం ఆమె ఇంతవరకూ ఏనాడూ ప్రస్తావించి ఉండలేదు. పైగా చదువు పూర్తి అయ్యేవరకు వివాహం చెయ్యాలనే తలపు ఆమెకు ఇంతకుముందు వున్నట్లు నాకెప్పుడూ అనుమానం కలగలేదు. ఆమెకు ఈ అభిప్రాయం అకస్మాత్తుగానే కలిగి వుండాలి. ఎందుకు? కారణం నాకు తెలియడం లేదు.

ఇంతవరకు ఏ విషయంలోనూ నేను అమ్మమాటకు ఎదురు చెప్పినవాణ్ణి కాదు. ఆమె మాట జవదాటి ఎరుగను. ఇప్పుడు కూడా అంతే. నా అభిప్రాయం తెలియజేశాను. గాని ఆమె కాదు కూడదు అంటే ఒప్పుకొని ఒకరోజు ప్రొద్దున్నే పెండ్లి పీటలమీద కూర్చొని, ప్రక్కన కూర్చున్న ఆవిడ మీద తలంబ్రాలు పొయ్యటం కంటె చేసేది ఏమీ లేదు. ఎవ్వర్ని నేను వివాహం చేసుకునేది? ఆమె ఎక్కడ పుట్టింది? ఏ విధంగా పెరిగింది? అందంగా వుంటుందా? చదువుకున్నదేనా? గుణవతేనా? ఇవన్నీ అమ్మకే వొదిలివేస్తాను. ఇందులో కొంత స్వార్థం లేకపోలేదు. నా సంగతి నాకంటే అమ్మకే ఎక్కువ తెలుసు. నేను ఎటువంటి వ్యక్తితో కాపురం చెయ్యగలుగుతానో, నాతో ఎటువంటి వ్యక్తి కాపురం చెయ్యగలుగుతుందో అందరి

కంటే ఆమెకే బాగా తెలుసు. అయినా నా అభిప్రాయం తెలుసుకున్నమీదట ఇప్పట్లో నా వివాహం సంగతి ఆలోచించదనే ఆశ ఒకటి లేకపోలేదు. ఆమె ఎవ్వరినీ నిర్బంధం పెట్టే మనిషి కాదు.

ఇటీవల నాకు జీవితంలో సుఖపడాలంటే సర్దుకుపోవటం ముఖ్యమని అనిపిస్తూ వుందమ్మా. సుఖపడటానికే గాదు, అది ఉత్తమ లక్షణమని కూడా అనిపిస్తూ వుంది. ఎందుకంటే ఈ ప్రపంచంలో జీవిస్తూ వున్నది మనం వొక్కరమే కాదు. కోటానుకోట్లు జీవిస్తున్నారు. ఎవ్వరి ఆలోచనలు వారికి వున్నయ్. ఎవ్వరి సాంప్రదాయాలు వారికి ఉన్నయి. ఎవ్వరి నమ్మకాలు వారికి ఉన్నయ్. ఎవ్వరికి ఉండే కారణాలు వారికి ఉంటున్నయి. ఇక మన నమ్మకాల ప్రకారం ఇతరులు బ్రతకాలని ఆశించటంలో అర్థమేముందీ? అందరూ బతకటానికి వీలుగా ఎవ్వరి ఆలోచనలను వారు కొంచెం సర్దుకోవాలి. మనం కలిసి బ్రతకవలసి వచ్చిన మనుష్యులతో యీ సర్దుకోవటం అనేది మరీ ముఖ్యం.

ఇవి నాకున్న కొద్దిపాటి అనుభవంతో చెప్పే మాటలేనమ్మా. ఉదాహరణకు మా కుటుంబమే తీసుకుందాం. మా కుటుంబంలో నాన్నగారికి కొన్ని గట్టి నమ్మకాలున్నాయి. అమ్మ ఆయన నమ్మకాలతో ఎంతవరకు ఏకీభవిస్తుందో నేను చెప్పలేను. ఇక నా సంగతి నీకు తెలిసిందే. ప్రతి క్రొత్త భావం నన్ను కదలిస్తూనే వుంటుంది. అనిచెప్పి పాత భావాలను నేను వొదులుకోలేను. అవి పనికిమాలినవని కూడా నేను అనుకోను. అయినప్పటికీ చాలా కుటుంబాలలోని సభ్యులకంటే మేము సుఖంగానే జీవిస్తున్నాము అనుకుంటాను. నాన్నగారికి ఉండే నమ్మకాలు నాన్నకు వున్నా ప్రతి విషయంలోనూ “ఏమిచెయ్యమంటావు?” అని అమ్మను అడుగుతాడు. అడగటమేకాదు అంత పెద్దవాడూ ఆమె చెప్పినట్లు చేస్తాడు. నా ఉద్దేశాలేవో నాకున్నవి. కాని అడుగడుక్కీ అమ్మ చెప్పినట్లు చెయ్యబుద్ధి అవుతుంది నాకు. ఇక అమ్మ సంగతి మరీ విచిత్రమైంది. ఆమె ఉద్దేశాలేమిటో ఎవ్వరికీ తెలియవు. వాటిని కాసేపు అవతలపెట్టి వారి వారి మనస్తత్వాలకూ, పరిస్థితులకూ సరిపోయే సలహాలు చెపుతూ వుంటుంది. తన సంగతి ఏదన్నా వచ్చినప్పుడు నన్ను అడుగుతుంది. నా సలహా ప్రకారం చేస్తుంది. చెయ్యటమే కాదు. ఏ సందర్భంలోనైనా నాన్నగారు ప్రశ్నిస్తే “అబ్బాయి చెప్పాడు” అంటుంది. ఇక దాన్ని ప్రశ్నించడానికి వీలులేదన్నట్టు. అటువంటి సందర్భాలలో చాటున వుండి వింటున్న నాకు విపరీతమైన నవ్వు ఒచ్చేది, నన్నుచూచి ఆమె కూడా నవ్వేది. నేను చెప్పినది ఆమెకునచ్చి నా పేరుమీదుగా అలా చెప్పేదో, నామీద వున్న నమ్మకాన్నిబట్టి అలా చెప్పేదో ఇంతవరకు నాకు అర్థం కాలేదు. ఇక మా నాన్నగారు ఆమె ఏదైనా చెపితే చివరికి అంగీకరించినా మొదట

కాస్త వాదంలోకి దింపేవారు. నేను చెప్పాననంటే మాట్లాడేవారు కాదు. ఎందుకో ఆయనకే తెలియాలి.

ఈ పద్ధతిలో మేమంతా సుఖంగానే జీవయాత్ర సాగిస్తున్నామని నా నమ్మకం. అందరం సుఖపడుతున్నాం. ఈ పద్ధతిలో మరొక గొప్ప విశేషం ఏమిటంటే చెప్పేది ఏదీ ఎవ్వరి సొంతం కాదు గనక, అది జరగకపోతే అందరం కలిసి నవ్వుకోగలగటం జీవితాన్ని తేలికగా తీసుకోవటం నేర్పుతుందీ పద్ధతి.

సరే ఏదో వ్రాయబోయి, నా సొంత గొడవలో పడిపోయాను. నీ ఉత్తరంలో గాంధీగారి సిద్ధాంతాన్ని ప్రస్తావించావు గదూ? గాంధీగారిలో తాను నమ్మింది ఇతరులచేత నమ్మించాలనే మొటుదనం వున్నట్లు నేను అంగీకరిస్తాను చెల్లీ. అయితే ఎంత గొప్పవారితోనైనా మనం సంపూర్ణంగా ఏకీభవించాలని వ్రాసిపెట్టి లేదు గదా! మనకు నచ్చేవీ, నచ్చనివీ ఎప్పుడూ ఉండనే ఉంటై. దానికి మనం ఆరాటపడవలసిన అవసరం ఏముంది? నచ్చినవి తీసుకుంటాం, నచ్చనివి వొదిలివేస్తాం. అంతటితో సరిపోతుంది. ఎవ్వరినయినా మనం ఈ దృష్టితో చూడగలిగితే మనకు ఏ బాధా వుండదు.

గాంధీగారు ప్రతిపాదించిన నిరాడంబర దృష్టి, సృజనశక్తి విజృంభణకు అనువుగా ఉండనిమాట నిజమే. హద్దులనేవి ఏ రూపంలోవున్నా కళాకారునికి బాధాకరంగానే వుంటవి. కళాకారుడు జీవితాన్ని సమగ్రంగా అనుభవించాలని కోరతాడు. అలాగే చిత్రించటానికి ప్రయత్నిస్తాడు. తనలో వున్న సృజనశక్తి క్రీడకు తగిన ఆదరణ ఉంటే తప్ప అతను తృప్తిపొందడు; రాణించడు. అది లేనప్పుడు అతని జీవితం దుఃఖభూయిష్టం అవుతుంది. అందువల్లనే గదా రస హృదయులైన రవీంద్రనాథ్ ఠాగూరు వంటి కవిసత్తములు గాంధీగారి సిద్ధాంతంతో పూర్తిగా ఏకీభవించలేక పోయింది. అంతమాత్రాన వారు దేశభక్తులు కాకుండా పోలేదు. గాంధీగారి మిత్రులు కాకుండానూ పోలేదు. ఎవరి ధోరణిలో వారు దేశసేవ చేయవచ్చు. భిన్నత్వం సక్రమ మార్గంలో నడిచినప్పుడు ఏకత్వానికి పరిపుష్టిని చేకూరుస్తుందని గదా మనం నేర్చుకుంది. ఇక గాంధీగారి అంతటి వారితో మాత్రం ఏకీభవించక పోవటానికి జంకటం ఎందుకు? అలా ఏకీభవించలేక పోవటానికి ఇబ్బంది పడటం దేనికి? అది మన లోటేమోనని చికాకు పడటం ఎందుకు?

చెల్లీ! నీకు అక్కడ ఏమీ తోచడం లేదని వ్రాశావు. ఈ తోచటం తోచకపోవటం అనేదానికి బాహ్యపరిస్థితులు కొంతవరకు దోహదం చేసినా, ఇది ప్రధానంగా మానసిక అవస్థ అనే సంగతి నీకు తెలియందేముంది? మన మనస్సులు

విశాలపడవలసిన తరుణం. నూతనంగా వికసించవలసిన తరుణం వచ్చినప్పుడు అలా అనిపిస్తుంది. అంతేగాని నీకు తోచకపోవటం ఏమిటి చెల్లీ! నీవు ప్రకృతిని చూచి తన్మయత్వం చెందగలవు. అమాయక హృదయాలను చూచి ఉప్పొంగి పోగలవు. దీనుల ఆర్తనాదాలకు కరగిపోగలవు. పల్లెటూళ్ళల్లో ఇవి కరవైనవా చెల్లీ నీకు తోచకపోవటానికి? ప్రయత్నించి కాస్త ముందుకు చూడు. నీ పరిసరాలన్నీ మారు రూపాలలో కనపడి నిన్ను ఉత్తేజపరచగలవు. మనమంతా అంతర్ముఖులమని నీవు అప్పుడప్పుడూ అంటూవుండేదానివి. మనజాతి లోపలకు చూచుకోవలసిన జాతి అని అంటూ వుండేదానివి. మనకు తోచకపోవటం విచిత్రం కాదా చెల్లీ! కాస్త ప్రయత్నిస్తే మనకు కావలసినవన్నీ మానసిక వీధుల్లోనే పొందగలం గదా!

యీ ఉత్తరం ఇప్పటికే పెద్దదైంది. మరొక విషయం వ్రాసి ముగిస్తాను.

నీవు మంచి మంచి గ్రంథాలు క్షుణ్ణంగా చదివినదానవు. ప్రాచ్య పాశ్చాత్యదేశాలలోని ప్రముఖ రచయితలందరూ వారి గ్రంథాలద్వారా నీకు చిరపరిచితులే! తీరిక వేళల్లో ఏదో వొక పత్రికకు నీకుతోచిన వ్యాసాలు వ్రాసి ఎందుకు పంపగూడదు? మనస్సును తికమకపెట్టే భావాలు ఏదో వొకరూపంలో బయటకు వెళ్ళిపోతే మనస్సు స్వచ్ఛపడుతుంది గదా! బరువైనా కొంతవరకు తగ్గుతుంది గదా! కనీసం తోచకపోవటమైనా వుండదు గదా! నీ అన్నమాటను మన్నించి నేటినుంచీ నీ వీ ప్రయత్నంలో ఉండగలవని ఆశిస్తున్నాను.

నేడు మన సాంఘిక పరిస్థితులు ఉన్న స్థితిలో, స్త్రీకి రచనా వ్యాసంగం చాలా పవిత్రమైన, ఉత్తమమైన ప్రక్రియ అని నా దృఢ విశ్వాసం. ఇందుకు ఎక్కడికీ వెళ్ళవలసిన పనిలేదు. చీటికిమాటికి ఎవ్వరినీ కలువవలసిన పని లేదు. వ్యవహారిక విషయాలలో పురుషునితో పోటీ పడవలసిన అవుసరం లేదు. ఇంటిపనులు చూచుకుంటూనే సాహిత్యంలో కృషి చేయవచ్చు. తన మనస్సులో చెలరేగే దుమారాలకూ, తన మనస్సును ఉత్తేజపరిచే ఆనందాలకూ రూపకల్పన చేసుకుంటూ జీవితాన్ని సార్థకం చేసుకోవచ్చు. ఇందుకు పురుషునికంటే స్త్రీయే అర్హురాలని నాకు అనిపిస్తూ ఉంది చెల్లీ.

చెల్లివైన నీవు అన్నవైన నా ముచ్చట తీర్చగలవనే ఆశతో ఈ ఉత్తరం ముగిస్తున్నాను.

షరా:- పరంధామయ్యగారిని అడిగానని చెప్పవలసింది.

ఇట్లు
ప్రియమైన అన్న
గోపాలం

ఈ ఉత్తరం అందగానే సమాధానం వ్రాసినట్టు ఉంది కళ్యాణకింకిణి, తిరుగు టపాలోనే గోపాలానికి అందింది. అయితే ఉత్తరం చాలా క్లుప్తంగా ఉంది.

అన్నా,

నీ ఉత్తరం చదువగానే రవీంద్రకవీంద్రుని కృతులు మళ్ళీ వొకసారి చదవాలనిపిస్తూ వుంది. ఇక్కడ ఎంత ప్రయత్నించినా రెండు పుస్తకాలకంటే ఎక్కువ దొరకలేదు. అవీ తర్జుమాలు, ఆయన కృతులన్నీ వీలైనంత త్వరలో పంపవలసింది. ఆ పుస్తకాలకోసం ఎదురు చూస్తుంటాను.

షరా: నీ వివాహాన్ని గురించి అమ్మ ఏమన్నదో తెలియజెయ్యి.

ఇట్లు
నీ చెల్లి
కళ్యాణకింకిణి

రవీంద్ర కవి కృతులను ఆనాడే పంపాడు గోపాలం. వేరుగా ఇలా పంపిస్తున్నాననీ, గ్రంథపఠనమే కాకుండా గ్రంథరచనకు కూడా పూనుకోవలసిందనీ కోరుతూ వొక ఉత్తరం వ్రాసి పోస్టు చేశాడు.

అప్పటికి దమయంతి దగ్గరనుంచి గోపాలానికి ఉత్తరం వచ్చింది. ఆ ఉత్తరాన్నిబట్టి ఆమె గోపాలానికి త్వరలో వివాహం చెయ్యాలనుకునే సంకల్పం మానుకున్నట్లు స్పష్టపడింది. అయితే కమలకు వివాహం చెయ్యాలనుకునే ధోరణి సూచించింది. ఆమె ఈ విషయాలన్నీ కూడా కళ్యాణకింకిణికి వ్రాసిన ఉత్తరంలో వ్రాశాడు గోపాలం.

ఈ ఉత్తరం వ్రాసిన కొన్నాళ్ళవరకూ కళ్యాణకింకిణి దగ్గరనుంచి ఉత్తరం రాలేదు. వొక వారం రోజులు ఆమె ఉత్తరంకోసం ఎదురుచూచి ఆమె చదువు గొడవల్లోపడి ఉంటుందని సంతోషించాడు గోపాలం. నిజంగా రవీంద్రుడు ఆమె స్వభావానికి చాలా చేరువగా వుండే కవి. అతని గ్రంథాలు పదేపదే చదవటం వల్ల ఆమెకు తప్పక మనశ్శాంతి లభించగలదని ఊహించాడు గోపాలం.

ఒక రోజు అతను ప్రిన్సిపాల్‌గారి భార్యను చూడటానికి వారి ఇంటికి వెళ్ళాడు. ఆమె కళ్యాణకింకిణి సంగతులడిగింది. కళ్యాణకింకిణికి వివాహం అయిందని ఆమెకు తెలుసు. ఆ వివాహానికి ఆమె శుభాశీస్సులు పంపింది కూడా. కళ్యాణకింకిణి అంటే ఆమెకు చాలా ఇష్టం. అందుకని గోపాలం కనుపించినప్పుడల్లా ఆమె యోగక్షేమాలు అడుగుతూ వుండటం ఆమెకు రివాజు.

గోపాలం ఆమె తనకు వ్రాసిన ఉత్తరాల సంగతి చెప్పాడు.

ప్రిన్సిపాల్ గారి భార్య కాసేపు ఏదో ఆలోచించింది. ఆమె ముఖాన్ని విషాదచ్ఛాయలు అలుముకున్నాయి. "ఆమె అంత త్వరగా వివాహం చేసుకోకుండా వుంటేనే బాగుండేది గోపాలం" అన్నది.

గోపాలం మాట్లాడలేదు, ప్రిన్సిపాల్‌గారి భార్య తన మనస్సును బాధపెట్టే విషయం ఏదో చెప్పబోతూ వున్నదనిపించిందతనికి.

"మీరు వివాహం విషయంలో చాలా తొందర పడతారు. ఒక్క తొందరపడటమే కాదు ఆలోచించవలసిన విషయాలను ఎన్నిటినో ఇట్టే తోసివేస్తారు" అన్నది.

"దానికి ఇవ్వవలసినంత ప్రాముఖ్యం ఇవ్వం అంటారు" అన్నాడు గోపాలం మౌనంగా ఉండటం ఇక మర్యాద కాదనుకొని.

"అవును అది శాశ్వతంగా ఉండాలని కోరుకునే సంబంధం గదా! ఎన్నో ఆలోచించవలసిన విషయాలు వుంటై. వాటి నన్నిటినీ కూలంకషంగా పరిశీలించకుండా, అదృష్ట, దురదృష్టాలకు వదలటం ఏమంత వివేకం గల పని?"

ఉండి, ఉండి "పరంథామయ్యగారు చాలా మంచి మనిషి" అని గొణిగాడు గోపాలం.

"మంచి మనుష్యులు మంచి భర్తలు కావాలని ఎక్కడుంది గోపాలం?" అని అడిగింది. ప్రిన్సిపాల్‌గారి భార్య. అసలు వైవాహిక జీవితంలో చిక్కులు కొన్ని సిద్ధాంతాలను నమ్మిన మంచి మనుష్యులవల్లే వస్తుంటాయని నా నమ్మకం. పరంధామయ్య గారు నువ్వు చెప్పినట్లు మంచి మనిషే. నైతిక విలువలను గాఢంగా విశ్వసించిన మనిషి. కాని కళ్యాణకింకిణికి వున్న స్థాయి అతనికి లేదు. అంత విశాల దృక్పథం కూడా లేదనే నా అనుమానం. అందువల్ల ఆమెను ఎంతవరకు ఇముడ్చుకోగలుగుతాడా అనే ప్రశ్న ఆమెను తలచుకున్నప్పుడల్లా నన్ను కలవర పెడుతూ వుంటుంది."

"దృష్టులు భిన్నమైనా కలిసి సుఖంగా జీవించ వచ్చునే నా అభిప్రాయమండీ" అన్నాడు గోపాలం.

"అది నిజమే. అప్పుడు భర్తకు భార్యపట్ల విపరీతమైన సానుభూతి వుండాలి."

"అంత సానుభూతి కళ్యాణకింకిణీ మీద పరంధామయ్యకు ఉన్నది."

"కాని దురదృష్టవశాత్తూ దృఢమైన నమ్మకాలువున్న వాడతను" అని నిట్టూర్చింది ప్రిన్సిపాల్‌గారి భార్య. "నమ్మకాలకు అతీతమైన మానసిక స్థాయి కలిగింది కళ్యాణకింకిణి."

ఈ మాటలు గోపాలం మనస్సును కదిలించినై. అతని మనస్సు ఆలోచనలపుట్ట అయింది. ఒకే ఆలోచనగా చివరకు రూపొందింది.

"వైవాహిక నిబంధనలకు అతీతమైన మనస్తత్వం కొందరికి వుంటుందని నాకు ఇటీవల అనిపిస్తూ వున్నదండీ" అన్నాడు గోపాలం.

"అది నిజమే."

"వారేం చెయ్యాలి?"

"ఈ ప్రశ్నకు సమాధానం చెప్పటం చాలా కష్టం గోపాలం. ఇటువంటి వ్యక్తులు ముమ్మందు తమ స్థాయిని గుర్తెరిగి ఆర్థికంగా మరొకరిమీద ఆధారపడని స్థితిలో తమను తాము పెట్టుకోవాలి. మా దేశాలవంటి దేశాలలో ఇటువంటి వారికి రచనా వ్యాసంగం చాలా మంచి వృత్తి, ఈ దేశంలో గ్రంథరచన ద్వారా జీవయాత్ర సాగించే అవకాశం లేదు గనుక. ఆస్తి వుంటే సరేసరి, లేకపోతే తమకు అనువైన ఏదో వొక ఉద్యోగం చూసుకోవటం మంచిది. ఈవిధంగా ఆర్థిక సుస్థిరత ఏర్పరచుకున్న పిదప తమపట్ల తమ స్థాయిని గ్రహించి సానుభూతి వున్నవారిని వివాహం చేసుకుంటే చేసుకోవచ్చు. లేకపోతే తమ జీవితాన్ని ఏదో వొక ఆదర్శానికి అంకితం చేసి వివాహం లేకుండా వుండిపోయినా పోవచ్చు. ఇటువంటి వ్యక్తులు ఆర్థికంగా ఇంకొకరి మీద ఆధారపడవలసివస్తే చాలా ఇడుములకు లోనౌతారు. అంతేకాకుండా వారి తెలివితేటలన్నీ కూడా వృథా అయిపోతై. అటు సంఘానికీ, ఇటు తమకు తామూ పనికిరాకుండా పోతారు."

ఆమె చెప్పినవన్నీ శ్రద్ధగా విన్నాడు గోపాలం. ఆమె సత్యమే చెపుతూ ఉన్నదని అనిపించింది. మరికొంచెం కాలం ఆమెతో గడిపి, కళ్యాణకింకిణి సంగతే ఆలోచించుకుంటూ గదికి బయలుదేరాడు.

గదిలో పోస్టుమన్ వేసి వెళ్ళిన వొక ఉత్తరం వుంది. అది కళ్యాణకింకిణి వ్రాసిన ఉత్తరం, ఆతురతగా చించి చదివాడు.

అన్నా,

నీవు పంపిన రవీంద్రుల గ్రంథాలు చదివాను. అవి చదువుతూ ఇటీవల నేను ఎన్నడూ ఆనందించని ఆనందం అనుభవించాను.

కాళిదాసు అంటే నాకు చాలా అభిమానమని నీకు తెలుసుగా అన్నా, అతనికి కూడా రవీంద్రులకు వున్న భగవంతుని స్పృహలేదని అనిపిస్తూ వుంది. కాళిదాసు మహాకవి, దేవతలను మానవులను కలిపి వొకే రంగస్థలంమీద నిలిపి నాటకాలు వ్రాసిన ప్రతిభావంతుడు. ప్రకృతిలో ఉన్న ప్రతి వస్తువూ అతనికి సజీవమైనదే. అతనికి కవితా వస్తువే, అతని స్పర్శతో పులకలు పొందినదే. ఆయన తరువాత ప్రపంచంలో రవీంద్రుల అంతటి కవి జన్మించలేదనే నాకు అనిపిస్తూ వుందన్నా."

తరువాత ఆమె రవీంద్రుల సన్యాసి, మాలిని నాటకాలను గురించి ప్రస్తావించింది. చివరికి తన ఉత్తరాన్ని ఇలా ముగించింది:

"వారు వ్రాసిన గ్రంథాలన్నీ దేనికదే వొక పసిడి తునకే. కాని అన్నిటిలోకి నాకు "మాలిని" అనే నాటకం నచ్చింది.

పసివాళ్ళు భగవంతునికి చేరువలో వుంటారని రవీంద్రుల భావం. ఇది నిజమే. ఈ ప్రపంచంలో బ్రతకటం మొదలుపెట్టే గదా జీవకోటి భగవంతునికి దూరం అవుతూ వచ్చింది. ఇప్పుడున్న ఈ ప్రపంచంలో బ్రతకాలంటే అనేక లౌకిక విషయాలు నేర్చుకోవాలి. లౌకిక విషయాలన్నీ జీవకోటిని భగవంతుని నుంచి దూరం చేసేవే! క్రమక్రమేణా వేరు చేసేవే! ఈనాటి లౌకిక విషయాలంటే ఏమిటి అన్నా? ధనార్జన కోసం, కీర్తికోసం కృత్రిమ మార్గాలను అనుసరించటమే గదా! ఈ మార్గాలను ఎంత నిర్దాక్షిణ్యంగా, ఎంత నేర్పుగా అనుసరిస్తే అంత గొప్పవాడవుతాడు మానవుడు. తాత్కాలిక భోగాలకోసం, భగవంతుని సాన్నిధ్యాన్ని కోల్పోతాడు.

పసివాళ్ళు ఇంకా లౌకిక విషయాలలో చిక్కుకొని వుండరుగనుక భగవంతుని స్పృహను కోల్పోరు. అందుకని భగవంతుడ్ని పసివాళ్ళలోనే దర్శించగలం. పండితోత్తములూ, పరమ భాగవతులూ కూడా తమ జ్ఞానం అల్లిన సాలిగూడులో చిక్కుకొని, గమ్యస్థానాన్ని వదులుకున్నవారే, కాకపోతే పెద్ద పెద్ద మాటలు మాట్లాడగలరు.

ఆయన భగవంతుని స్పృహ కలిగిన మనిషే కాదు. భగవంతుని దర్శించిన మనిషి. బహుశా భగవంతునిలో లయమైన మనిషి. దీనికి ఆయన వ్రాసిన గీతాంజలే సాక్షి.

ఆ గ్రంథంలో భగవంతునికోసం ఆయన పడిన ఆరాటం చదువుతూ ఉంటే నాకు తపన పుట్టింది. కండ్లవెంట నీరు కారుస్తూనే ఆ గ్రంథం చదివాను. పసిపిల్లవానికి మల్లే నాకు దర్శనమివ్వమని ప్రార్థించాడు. ఇవ్వనందుకు పైపైకి ఎన్ని

మాటలు చెప్పినా, లోపల చాలా బాధపడ్డాడు. నీవు గమనించావో లేదో అన్నా, చివరికి ఆయనకు భగవంతుడు దర్శనం ఇచ్చాడు. ఆయన కళ్ళారా భగవంతుని చూశారు. "నేను భగవంతుని చూశాను" అని ఇంత స్పష్టంగా చెప్పినవారు ఇటీవల ఎవ్వరూ లేరు అనుకుంటాను. ఆయన భగవంతుని దర్శించి పసిపిల్లవానికి వలె గంతులు వేశారు.

చూశావా అన్నా! వారు భగవంతుని దర్శించారు. స్పృశించారు! ఎంత అదృష్టవంతులు!

నిరాకారుడ్ని ఆయన చూశారట? స్పర్శకు అతీతుడైన వాని స్పర్శతో ఆయన పులకలెత్తారట.

కొంతమంది రచనలను చదువుతుంటే వారి మేధా సంపత్తి మనలను ముగ్ధులను చేస్తుంది. మరికొందరు మనలను నిరుత్తరులను చేస్తారు. మరికొందరు తమ అభిప్రాయాలను అంగీకరించమని బలవంతపెడతారు. రవీంద్రులలో అటువంటి లక్షణాలు ఏమీ లేవు. తనకున్న భగవంతుని స్పృహతో మనలను శాంతచిత్తులను చేసి ఆకర్షిస్తారు.

వారి గ్రంథాలు పంపినందుకు నేను సర్వదా నీకు కృతజ్ఞురాలను. నేను ఎన్నాళ్ళనుంచో ఊహించుకుంటున్న లోకంలోకి వారు నన్ను ప్రవేశపెట్టారు. అదొక మధురస్వప్నంగా నా మనస్సుకు అనిర్వచనీయమైన ఆనందాన్ని కూర్చింది. వారి నాటకాలలోని ముఖ్యపాత్రలు నేనీలోకంలో చూడకపోయినా, నాకు సుపరిచితాలైనవిగా కనుపించి నా మనస్సుకు ఎంతో ఆహ్లాదాన్ని కలిగించినై, వీటితో నాకు ఎక్కడ పరిచయం? నేను వీటిని ఎక్కడ చూశాను? తరచి చూస్తే ఆ పాత్రలు నాలోనే ఉన్నవని అనిపించింది అన్నా. కొన్ని కొన్ని పాత్రలు మరీ నేనే అనిపించింది.

ఈ మనుష్యులు కొంతమందిని అతి తేలికగా అపార్థం చేసుకుంటారు. అందులో తమ శ్రేయస్సును కోరేవారినే ఎక్కువగా అపార్థం చేసుకుంటారు. ఎందుకో!

నీకు జ్ఞాపకం వుందా అన్నా, ప్రిన్సిపల్‌గారి భార్య, మనం హైదరాబాద్ చూడటానికి వెళ్ళినప్పుడు, మన దేశం ప్రపంచానికి వెలుగును చూపే సంస్కృతిని రూపకల్పన చేసుకుంటూ వుందనీ, స్థిరపరచుకుంటూ వుందనీ చెప్పింది. ఆమె చెప్పిన మాటలు సత్యమని ఆనాడే మనకు అనిపించింది. రవీంద్రులు తమ గ్రంథాల ద్వారా ప్రతిపాదిస్తున్న సంస్కృతే అదని ఇప్పుడు నాకు అనిపిస్తూ ఉంది. 'విశ్వకవి' అనే బిరుదు ఎవరు పెట్టారో గాని ఆయనకు ఎంతగానో సరిపోయింది.

మన మాతృదేశం ప్రపంచానికి వెలుగును చూపగలిగినంత ప్రతిభా వంతురాలని ఆయన నమ్మినంత గాఢంగా మరే భారతీయుడు నమ్మి ఉండలేదని నేను అనుకుంటున్నాను. ఆయన తాను స్థాపించిన విద్యాలయానికి 'విశ్వభారతి' అనే పేరు పెట్టటం కూడా ఈ స్పృహను, ఈ వాంఛను ఈ చైతన్యాన్నే సూచిస్తుంది. 'విశ్వభారతి' ఎంత మనోహరమైన పేరు!

చూశావా అన్నా? మామూలు మానవుడు విడివిడిగా చూచి, వైరుధ్యం కలిగినవి అని అనుకునే వాటిని రవీంద్రులు విశాలమైన ఒక చిత్రంలో ఎంత చక్కగా సర్దగలిగారో! ఆ చిత్రాన్ని ఎంత మనోహరంగా తీర్చిదిద్దగలిగారో!

గాంధీగారి ప్రపంచం వొట్టి వ్యవహారిక ప్రపంచం. వారు ప్రతిపాదిస్తున్న నిరాండంబర జీవితంలో నాకు బొత్తిగా ఊపిరి సలపడం లేదు. ఉక్కిరిబిక్కిరై ప్రాణం పోయేంత పని అవుతుంది. ఆ ప్రపంచం కంటే, రవీంద్రులు ప్రతిపాదించే భావజగత్తే నన్ను ఆకర్షిస్తూ ఉంది. ఇక్కడ వీచే స్వతంత్ర్య వాయువులు నా మనస్సును నిత్యం ఉత్తేజపరుస్తుంటవి. ఎన్ని రంగులు కలిగినదీ జగత్తు! ఎంతో మనోజ్ఞమైనది. ఈ జగత్తు నా కన్నవారి ఇల్లు. ఇక్కడ నేను విచ్చలవిడిగా ప్రవర్తించగలను. ఆడుకోగలను. పాడుకోగలను. నర్తించగలను. నాకెప్పుడూ ఈ జగత్తులోనే ఉండిపోవాలని అనిపిస్తుంది.

అన్నా! నీకు ఒక సంగతి చెప్పవలసి ఉంది. నేను రాట్నం వడకటం మానివేశాను. ఖద్దరు కట్టటం కూడా మానివేశాను. ఖద్దరు కట్టనందుకు మీ బావగారికీ, రాట్నం వడకనందుకు మా అత్తగారికీ నా మీద కొంచెం కష్టంగా ఉన్నట్లుంది. నేను ఏం చెయ్యను? నా మనస్సుకు ఇష్టంలేని పనులు నేను చెయ్యలేను. నా మనస్సును నేను బాధపెట్టలేను.

సహజంగా నాకు అన్నిటిని గురించీ తెలుసుకోవాలని ఉంటుంది గాని, దేనిని గురించీ వ్రాయాలని ఉండదు. నా భావాలను కాగితంమీద పెట్టగానే అవి శాశ్వతంగా నాలోనుంచి వెళ్ళిపోయినట్లనిపిస్తుంది. అయినా నీవు వ్రాయమని ఆజ్ఞాపించావు గనుక వ్రాయటం మొదలుపెట్టాను. ఇవాళే రిజిష్టరు పోస్టు ద్వారా కాళిదాసుని గురించి నేను వ్రాసిన వ్యాసం ఒకటి పంపుతున్నాను. అది నీ కోసమే వ్రాశాను. చదివి నీ ఉద్దేశం తెలియజేస్తే సంతోషిస్తాను. ఈ వ్యాసం నీకు బాగుంటే రవీంద్రులను గురించి ఒక వ్యాసం వ్రాసి పంపుతాను. వ్రాయటం అనేది మొదలు

పెట్టిన పిదప కవిత్వం వ్రాస్తే బాగుండును అని అనిపిస్తూవుందన్నా నాకు. వ్రాయమంటావా?

ఉంటాను.

ఇట్లు
నీచెల్లి
కళ్యాణకింకిణి.

షరా : నీ వివాహం ఆపి అమ్మ చాలా మంచిపని చేసిందనే నేను భావిస్తున్నాను.

ఈ ఉత్తరం చదివి సంతోషించాడు గోపాలం. కళ్యాణకింకిణికి రవీంద్రుల కృతులు నచ్చటంలో ఆశ్చర్యం లేదు. మాలిని మొదలైన పాత్రలలో ఉన్న అమాయికత్వం, అలౌకిక స్పృహ ఆమెలో చాలా ఎక్కువగా ఉన్నాయి. రవీంద్రుల రచనలో ఉన్న లాలిత్యం ఆమె రూపంలోనే ఉంది. రవీంద్రులు వర్ణించిన అంతస్థులు ఆమెలో సహజంగానే వున్నాయి. ఆమె రవీంద్రుల చిత్తరువే. ఇక రవీంద్రులు నిర్మించిన భావజగత్తు ఆమెకు కన్నవారి ఇల్లుకువలె కనుపించటంలో ఆశ్చర్యం ఏముంది? అక్కడ నివాసం ఏర్పరచుకొని శాశ్వతంగా ఉండిపోవాలనుకోవటంలో అసహజత్వం ఏముంది?

అయితే దేనినుంచి తప్పించుకోటానికి ఆమె రవీంద్రుల భావజగత్తుపట్ల ఇంత ఆవేశం పెంచుకుందో అనే భయం గోపాలానికి కలుగక పోలేదు. అప్పటికి ఆ భయాన్ని త్రోసివేసుకుని సంతోషాన్ని మిగుల్చుకున్నాడు.

మరునాడు ఆమె రిజిష్టరు చేసిపంపిన వ్యాసం గోపాలానికి అందింది.

అది ఆమె తన ఉత్తరంలో తెలియజేసినట్లుగా కాళిదాసుమీద వ్యాసం, వొక పసిడి రంగురంగుల చిలకను చూచినప్పుడు ఆవేశపడినట్లు వ్రాసింది. ప్రతి వ్యక్తి ప్రతిభలోనూ వొక ఆకర్షణ వుంటుంది. కాళిదాసులోని ఆ ఆకర్షణను పట్టుకోగలిగింది కళ్యాణకింకిణి. అది సామాన్య పని కాదు. ఒకరి గొప్పతనాన్ని సోదాహరణంగా ఏకరువుపెట్టటం తేలిక, పరిశీలించటం తేలిక. ఈ పని ఆ వ్యక్తికంటే తక్కువ స్థాయిలో వున్నవారు కూడా చెయ్యగలరు. కాని ఆ వ్యక్తి గొప్పతనంలోని ఆకర్షణకు అందుకోటానికి మాత్రం, ఆ వ్యక్తికి వున్నస్థాయి విమర్శకునికీ ఉండాలి.

కాళిదాసుని గురించి కళ్యాణకింకిణి వ్రాసిన వ్యాసం గోపాలాన్ని ముగ్ధుణ్ణి చేసింది. ఆ వ్యాసం చదువుతుంటే కాళిదాసు సంగతి భగవంతుడెరుగు, కళ్యాణకింకిణి అతనికి మానవమాత్రురాలుగా కనుపించ లేదు. వొక దేవతవోలె కనుపించింది.

ఆ వ్యాసాన్ని వెంటనే, ప్రచురణార్థం వొక దినపత్రికకు పంపించాడు. ఆ దినపత్రిక ఆదివారం సంచికలో ప్రచురించి వొక కాపీ గోపాలానికి పంపించింది. ఆ వ్యాసం ముందు రచయిత్రి చూపిన ప్రతిభను గురించి మంచి ప్రశంసను పొందుపరిచాడు ఎడిటర్.

ఆ కాపీ కళ్యాణకింకిణికి పంపాడు గోపాలం. ప్రచురణకు పంపే చనువు తీసుకున్నందుకు తనమీద కోపం తెచ్చుకోవద్దనీ, ఆ వ్యాసం చదివి పలువురు ఆనందం అనుభవించగలరనే ఉద్దేశంతో పంపాననీ, ఆమెకు వొక ఉత్తరం కూడా వ్రాశాడు. ఇదేవిధంగా రవీంద్రుని గురించి కూడా వొక వ్యాసం వ్రాసి పంప వలసిందని కోరాడు.

ఆమె దగ్గరనుంచి వెంటనే సమాధానం వస్తుందని ఆశించాడు గోపాలం. రాలేదు. ఆమె దగ్గర్నుంచి ఉత్తరం రావటానికి పదిపదిహేను రోజులు పట్టింది.

ఆశ్చర్యకరమైన విషయం ఏమిటంటే ఆ ఉత్తరంలో కాళిదాసు ప్రసక్తి లేదు. రవీంద్రుని ప్రసక్తి లేదు. అసలు సాహిత్యం ప్రసక్తే లేదు.

అన్నా,

నీ ఉత్తరం అందినది.

నేను అస్తమానం పుస్తకాలు చదువుతూ కూర్చుంటే మా అత్తగారికి చాలా కష్టంగా వుందని నాకు ఇటీవలే బోధపడింది. "కూటికి వచ్చే చదువా, గుడ్డకు వచ్చే చదువా?" అని నాకు వినపడేటట్లు నసకటం ప్రారంభించింది. ఒచ్చిన వారందరితోనూ "అది జమీందార్ల ఇంట్లో పుట్టిన పిల్లమ్మా, ఇక్కడి పుల్ల తీసి అక్కడ పెట్టదు. కోడల్ని తెచ్చుకున్నా నాకు మాత్రం పని తప్పలేదు. పైగా దానికి కూడా నేనే చెయ్యవలసివచ్చింది" అని చెపుతూ వుంది. "ఆడది చదివి చెడ్డది. మగవాడు చదవక చెడ్డాడు" అన్నది వొకరోజు.

ఆమె మనస్సుకు కష్టం కలిగించటం ఎందుకని నేను చదవటం వ్రాయటం మానివేశాను అన్నా. ఇందులో మా అత్తగారిని అనవలసింది కూడా ఏమీ లేదు. ఆమె వయస్సు చెల్లినది. ఇప్పటికీ ఇంటి పనంతా ఆమెకు వొదిలి నేను పుస్తకాలు ముందు వేసుక్కూచుంటే ఆమెకు కష్టంగా ఉంటుంది మరి. ఉండకేం చేస్తుంది?

అందుకని ఈ వ్యాసంగం పూర్తిగా మానివేసి, నాకు చేతనైనంత వరకు ఆమెకు పనిలో తోడ్పడటానికి ప్రయత్నించాను. కాని పనిచెయ్యటం నాకేం తెలుసన్నా? నాన్నగారు ఎప్పుడన్నా నేర్పించారు గనుకనా, చెయ్యనిచ్చారు గనకనా?

నేను పనిచేసి ఆమెకు సహాయపడలేకపోయాను. ఆమె చేసేపనికి అడ్డం రావటంకంటే నా వల్ల ఆమెకు కాస్త ప్రయోజనం కూడా లేకుండా పోయింది. నేను కల్పించుకోవటం వల్ల ఆమెకు చేసినపనే మళ్ళీ చెయ్యవలసి వచ్చేది. ఆమె విసుక్కునేది.

ఈ మధ్య మా ఆడుబిడ్డ వొచ్చింది. ఆమెకు ఆరుగురు పిల్లలు. ఆమెకు నా తరహా అసలే గిట్టటం లేదు. వాళ్ళ అన్నయ్యకు లక్షరూపాయిల కట్నం ఇస్తామని ఎన్ని సంబంధాలో వచ్చాయనీ, దమ్మిడీ తీసుకోకుండా నన్ను చేసుకున్నాడనీ, ఏం చూసి చేసుకున్నాడో ఆ పరమాత్ముడికే తెలియాలనీ, నన్నిప్పటికీ ఎద్దేవచేస్తూనే వుంది. ఆమెకు నా పెళ్ళిలో ఆడుబిడ్డకు తీరవలసిన ఏ ముచ్చటా తీరనేలేదట. నన్ను చూచి అస్తమానం మూతీ, ముక్కూ విరుస్తూ కూర్చుంటుందన్నా. నా అత్తా, ఆడుబిడ్డా ఎప్పుడూ ఏవో గుసగుస లాడుకుంటూనే వుంటారు. అన్ని సంగతులు వాళ్ళకు ఏముంటాయో, ఏమో?

నాకిక్కడ ఏమీ తోచటంలే దన్నా, ఒక్కక్షణం కూడా తోచటం లేదు. పోనీ ఉడుతాభక్తిని బీదవాళ్ళకు సహాయం చేద్దామనే ఉద్దేశంతో చిన్న పిల్లలకు మా ఇంట్లోనే చదువు చెప్పటం మొదలుపెట్టాను. ఒక వారం రోజులు వూళ్ళో వున్న పిల్లలు వచ్చారు. హరిజనుల పిల్లలు కూడా నలుగురయిదుగురు వస్తూ వుండేవారు.

చాలా కాలం నుంచీ మీ బావగారు ఇంట్లో పనికి హరిజనులను పెట్టారు. వాళ్ళే ఇంట్లోకి కావలసిన సామగ్రి తెచ్చిపెట్టటం, నీళ్ళు పొయ్యటం చేస్తూ వుండేవాళ్ళు. అందువల్ల హరిజనుల పిల్లలు ఇంటికి వస్తున్నారే, వాళ్ళతో నేను కలిసిమెలిసి వుంటున్నానే అనే కలవరం నా అత్తగారికి గానీ, ఆడుబిడ్డకు గానీ కలగలేదు. మీ బావగారు నే నిందుకు పూనుకున్నందుకు చాలా సంతోషించారు. అయితే వూళ్ళో గ్రామస్థుల్లో విపరీతమైన అలజడి బయలుదేరిందన్నా. అందులో ఈ ఊళ్ళో రెండు పార్టీలు వున్నాయి. ఆ పార్టీలు ఏ అభిప్రాయ బేధంవల్లో ఏ సిద్ధాంత ఘర్షణ వల్లో వచ్చినవి కావు. అనాదినుంచి ఇలా కక్షల రూపంలో వొస్తున్నయి. మంచికీ, చెడుకీ కూడా అవి పార్టీలే. వొకరు అవునన్నది రెండవవారు కాదనటమే ఈ పార్టీల పని.

అవతల పార్టీవారు నేను సవర్ణుల పిల్లలనూ, హరిజనుల పిల్లలనూ కలిపి 'మాలకూడు' చేస్తున్నానని పెద్ద దుమారం రేపారు. మా ఇంటికి తమ పిల్లలను పంపిన తోటి కులం వారి ఇంటి భోజనాలకు రామనీ, ఇచ్చిపుచ్చుకోవటాలు మానివేస్తామనీ కట్టడి చేశారు. దానితో సవర్ణులు తమ పిల్లలను చదువుకు పంపటం

మానివేశారు. క్రమక్రమేణా వూళ్ళో వున్న షావుకార్ల బెదిరింపులకు భయపడి హరిజనులు కూడా తమ పిల్లలను పంపటం మానివేశారు.

నేను ఎక్కడ బయలుదేరానో అక్కడకు వచ్చి ఆగాను. కాకపోతే వూళ్ళో నామీద కొన్ని కథలు ప్రచారం అవటానికి ఆస్కారం ఇచ్చాను.

ఆలోచించి చూస్తే ఈ హరిజనులపట్ల ప్రజల మనస్సులు గాంధీగారు ఆశించినంతగా మారలేదేమో అని అనిపిస్తూ వుందన్నా. హరిజనులపట్ల ప్రజల్లో సానుభూతి వుంది. కాని వారి పరిస్థితి బాగుచేసే కార్యక్రమం మీద ఉదాసీనభావం వున్నట్లు అనిపిస్తుంది.

ఇక ఇక్కడ ఏమి చెయ్యటానికీ పాలుపోవటం లేదు. కాలం జరగటం లేదు. రోజులనుంచి క్షణాలవరకూ అన్నీ వొకటిగానే వుంటున్నాయి. ఇంకా కొన్నాళ్ళిక్కడ ఈ విధంగానే వుంటే మొక్క మొలుస్తానేమోనని అనిపిస్తూ ఉంది. రాత్రిళ్ళు పీడకలలు వొస్తున్నాయి. ఇక్కడ నడుస్తున్న జీవితానికి నేను బొత్తిగా సరిపడనేమోనని అనిపిస్తూవుందన్నా.

నాకు ఎక్కడికన్నా వెళ్ళాని వుంది. ఈ మాటే మీ బావగారితో అన్నాను.

"ఎక్కడికి వెళతావు?" అని అడిగాడు.

నా మనస్సులో అంతకు ముందునుంచీ నాకు తెలియకుండా వుందేమో, "టాగూరుగారి విశ్వభారతిలో కొన్నాళ్ళు ఉండి వస్తాను," అన్నాను.

ఆయన మాట్లాడలేదు.

నీ వుద్దేశం ఏమిటి అన్నా? నేను విశ్వభారతిలో కొన్నాళ్ళు ఉండి వస్తే ఎలా వుంటుంది? నాకు ఎందుకనో ఈ మొత్తం ప్రపంచాన్ని మరచిపోవాలని అనిపిస్తూ వుందన్నా.

ఇట్లు
నీ చెల్లి
కళ్యాణకింకిణి.

గోపాలం ఈ ఉత్తరం చదివి చాలా కంగారుపడ్డాడు. తాను ఇన్నాళ్ళనుంచీ భయపడిందే జరగబోతున్నదనుకున్నాడు. తనకు తెలియకుండానే కళ్యాణకింకిణి, కుటుంబ జీవితం గిరినుంచి బయటకు అడుగుపెట్టబోతూ వుంది. ఉత్తరాల్లో వ్రాయకపోయినా ఆమెకు గాంధీధామయ్య పట్ల కూడా అసంతృప్తి ప్రబలుతూ వుండి వుండాలి అని నిర్ధారణ చేసుకున్నాడు. ఇక ఆమె ఏమైపోయేటట్లు? గాంధీ

ధామయ్యకు ఉత్తరం వ్రాయటం మంచిదని అతనికి అనిపించింది. కాని వెంటనే ఉత్తరాలవల్ల ప్రయోజనం లేదని తేల్చుకున్నాడు. గాంధీధామయ్య ఆలోచనలు ఎలా వున్నవో తనకు తెలియదు. కళ్యాణకింకిణిని గురించి అతను ఏమనుకుంటున్నాడో తనకు తెలియదు. కళ్యాణకింకిణి అక్కడి విషయాలను గురించి తనకు ఉత్తరాలు వ్రాస్తూ వుందనే సంగతి అతనికి తెలుసో, తెలియదో తనకు తెలియదు. అటువంటప్పుడు తను ఏమి వ్రాసినా విషమించవచ్చు. వాళ్ళిద్దరి మధ్యా పూట్చటానికి వీలులేని అగాధం ఏర్పడటానికి తాను కారణం కావచ్చు.

దూరం ఆలోచించి, గాంధీధామయ్య వూరు వెళ్ళి, అక్కడి పరిస్థితులు ప్రత్యక్షంగా చూచి, వారిద్దరితోనూ ముఖతా మాట్లాడటం మంచిదని తేల్చుకున్నాడు. మరునాడే ప్రయాణం కట్టాడు.

* * *

పరంధామయ్య వూరు బాపట్లపాలెంలోని సింగుపాలెం రైలు స్టేషన్ దిగి పదిమైళ్ళు వెళ్ళాలి. మధ్యలో తుంగభద్ర అనే మురికి కాలువ వొకటి ప్రవహిస్తూ వుంటుంది. వర్షాకాలంలో ఈ కాలువ చాలా లోతుగా వుండి, మనుష్యులు దాటటానికి ప్రమాదకరంగా ఉంటుంది. అప్పుడు బండ్ల ప్రయాణం వుండదు. ఇంకా అప్పటికి ఆ కాలువమీద వంతెన పడకపోవటం వల్ల ప్రయాణీకులు కాలువ ఈది దాటి అటూ ఇటూ వెళ్తుండేవారు.

అప్పటికి ఇంకా వర్షాలు పడకపోవటం వల్ల గోపాలాన్ని ఈ బాధ అడ్డుకోలేదు. స్టేషన్ నుంచి వొంటెద్దు బండి కట్టించుకొని సింగుపాలెం బయలుదేరాడు.

సింగుపాలెం జేరుకునేటప్పటికి మధ్యాహ్నం వొంటిగంట అవుతుంది. తాను రైలు దిగిన స్టేషన్లో కాఫీ కూడా అతనికి దొరకలేదు. అందుకని అతను ఇంకా పరగడుపునే వున్నాడు. ఆకలి నకనకలాడుతూ వుంది. ఏ చిన్నప్పుడో తప్ప ఇంత ఆకలితో అతను ఎన్నడూ బాధపడి ఎరుగడు. దారిలో వొకటి రెండుచోట్ల కుంటలు కనపడితే కడుపునిండా మంచినీళ్ళు మాత్రం త్రాగాడు, అంతే.

ఒంటెద్దుబండి గాంధీధామయ్య ఇంటి ముందు ఆగింది. ఆ వూళ్ళో మేడ అతనిది వొకటే. మేడ కూడా మామూలు పల్లెటూళ్ళల్లో వుండే ఇండ్లలాగు కాక శుభ్రంగా వుండి చూడటానికి ముచ్చటగా వుంది.

బండి ఆగగానే వొకామె చంకన బిడ్డను ఎత్తుకొని గడపలోకి వచ్చింది. బండి దిగుతున్న గోపాలం ఆమెను చూశాడు. ఆమె బహుశా కళ్యాణకింకిణి ఆడబిడ్డయి వుంటుంది అనుకున్నాడు. తన అత్తవారి తరపువారు ఎవరైనా వచ్చి వున్నారేమో అనుకుని వుంటుంది ఆమె. కాదని తెలిసి ఇంట్లోకి వెళ్ళి ఎవ్వరో వొచ్చారని తల్లికి చెప్పింది. ఆమె వొచ్చి చూచింది. బంధువులు కారనీ, తన కొడుకుని పనిమీద చూడటానికి వొచ్చిన వారెవరో అయి వుంటారనీ అనుకుంది. ప్రక్కవూళ్ళ వాళ్ళే కాక టౌన్నుంచి కూడా తన కొడుకుని చూడటానికి పెద్దమనుష్యులు రావటం కద్దు. ఈ మనిషి అటువంటివారిలో ఒకరై వుంటారని అనుకుంది.

అంతలో గోపాలం బండీ దిగి వచ్చి, "పరంధామయ్యగారు వున్నారా?" అని అడిగాడు.

"లేడు, ప్రక్కవూళ్ళో పని వుండి వెళ్ళాడు. సాయంకాలానికి గాని రాడు" అన్నది గాంధీధామయ్య తల్లి. ఆమె పేరు అన్నపూర్ణమ్మ అని తరవాత తెలుసుకున్నాడు గోపాలం.

ఒక్కక్షణం ఏమీతోచక నిశ్శబ్దంగా వూరుకున్నాడు గోపాలం. అన్నపూర్ణమ్మ కూడా అతను ఎవరో తెలియకపోవటం మూలాన ఇంట్లోకి పిలుద్దామా, వొద్దా అనే సందేహంతో చూస్తూ నిలబడింది.

"నేను పరంధామయ్యగారి స్నేహితుడ్ని. ఆయనతో పని వుండి వచ్చాను. ఇప్పుడే రైలు దిగి వస్తున్నాను." అన్నాడు గోపాలం.

అప్పటికీ అన్నపూర్ణమ్మ "సాయంకాలం గాని రాడు" అని వూరుకుంది.

అంతలో, "నువ్వా అన్నా?" అంటూ బయటకు వచ్చింది కళ్యాణకింకిణి.

కళ్యాణకింకిణిని చూచి ఆశ్చర్యపోయాడు గోపాలం.

ఆమె పూర్తిగా మారిపోయింది. చిక్కి పాలిపోయింది. కండ్లలో పూర్వం వున్న కాంతులు లేవు.

"అవునమ్మా ఈ బండికి వచ్చాను."

"రా అన్నా లోపలకు," అని ఆహ్వానించింది కళ్యాణకింకిణి.

గోపాలం ఇంట్లోకి వెళ్ళాడు. బండివాడు సామాను లోపలపెట్టాడు. వాడికి డబ్బిచ్చి పంపివేశాడు గోపాలం. కళ్యాణకింకిణి కాళ్ళకు నీళ్ళిచ్చింది. గోపాలం కాళ్ళు కడుక్కొని కూర్చున్నాడు.

"అంతా బాగున్నారా అన్నా?"

"బాగానే వున్నారు."

"నువ్విట్లా వొస్తావని అనుకోలేదన్నా"

"చూచి చాలా రోజులైంది గదా. వొకసారి చూచిపోదామని వచ్చాను."

"నాకు చాలా సంతోషంగా ఉంది" అన్నది కళ్యాణకింకిణి చటుక్కున తల వంచుకుంది.

"ఇంతకీ అతను ఎక్కడకు వెళ్ళినట్లు?"

"ప్రక్క వూళ్ళో వొక ఆసామీ కుప్పలు ఎవ్వరో తగులబెట్టారుట. ఆగ్రామస్థులు వచ్చి పంచాయితీకని ఉదయమే వీరిని తీసుకువెళ్ళారు."

"సరే, నాకు ప్రస్తుతం కడుపు కాలుతూ వుంది. రెండు మెతుకులు లోపలకు వెళితేగాని ఈ ప్రాణం నిలిచేటట్టు లేదు. ఈ అన్నకు ప్రాణదానం చెయ్యి చెల్లీ," అన్నాడు గోపాలం నవ్వుతూ.

"స్నానం చేద్దువుగాని" అని లోపలకు వెళ్ళి కాఫీ పట్టుకు వచ్చింది.

* * *

గోపాలం భోజనం ముగించేటప్పటికి రెండు దాటింది. అతను వొచ్చేటప్పటికి అంతా అన్నాలు పూర్తి చేసుకుని వుండటంవల్ల అతనికోసం మళ్ళీ ఎసరు పెట్టవలసి వచ్చింది. అదీకాక రాకరాక వచ్చిన అన్నకు ఆరిపోయిన పదార్థాలు వడ్డించటం ఇష్టం లేకపోయింది కళ్యాణకింకిణికి.

"ఎవ్వరే అమ్మాయి ఆ వొచ్చింది?" అని అడిగింది అన్నపూర్ణమ్మ.

"మా అన్న" అన్నది కళ్యాణకింకిణి.

"అంటే నీ పెద తండ్రి పినతండ్రి కొడుకా?" అని అడిగింది అన్నపూర్ణమ్మ.

"కాదు కాస్త దూరం. కాని మీ అబ్బాయితో కలసి వొక హాస్టల్లోనే వుండి చదువుకున్నాడు. మీ అబ్బాయికి దగ్గర స్నేహితుడు" అన్నది.

"ఏం స్నేహితుడో ఏం లోకమో! వొచ్చేవాళ్ళు అన్నాలు తిని రాక ఇట్లా మిట్టమధ్యాహ్నం వొచ్చి మీదపడితే ఎట్లాగమ్మా" అని సణుగుకుంది అన్నపూర్ణమ్మ. "అసలే నడుములులేని దానిని" అని పూర్తిచేసింది.

"అన్న రైలు దిగి సరాసరి ఇక్కడకే వొచ్చాడత్తయ్యా. మధ్యలో భోజనం చేసే వీలెక్కడుంది? ఏ మాత్రం వీలున్నా వొకరిని ఇబ్బంది పెట్టే మనిషి కాదాయన"

అన్నది కళ్యాణకింకిణి.

"ఏమోనమ్మా, అదీ నువ్వూ కలిసి ఏం చేసుకుంటారో చేసుకోండి నా వల్ల మాత్రం కాదు" అన్నది అన్నపూర్ణమ్మ.

"నేను మాత్రం ఏం చెయ్యగలనే అమ్మా. చంకనవున్న వీడు దిగకుండా ఈ వదాన ఏడిపిస్తుంటే" అన్నది కూతురు. అంటూ చంకన వున్న కొడుకు పిర్ర గిల్లిందేమో వాడు కంయ్‌మని ఏడుపు లంకించుకున్నాడు.

"వూరుకోరా, నువ్వొక కుమ్మరాం అయ్యావు నాకు" అని వాడికి రెండు వడ్డించేటప్పటికి, వాడు ఇంటికప్పు ఎగిరిపోయేటట్లు పెడబొబ్బలు పెట్ట నారంభించాడు.

కళ్యాణకింకిణే వంటకు పూనుకుంది. వంటమీద ఆమెకు శ్రద్ధలేకపోయినా ఇటీవల అవసరాన్నిబట్టి వంట నేర్చుకుంది. అందులో తనను సొంత చెల్లెలు కంటే గాఢంగా ప్రేమిస్తున్న అన్నకు వండిపెట్టే అవకాశం దొరికిందనే ఉత్సాహం, సంతోషం మనస్సులో వుందేమో చిటికెలో అన్నీ సిద్ధం చేసింది. స్నానానికి వేడి నీళ్ళుతోడి, అతను స్నానం ముగించేలోగా అన్నం వడ్డించింది.

వంటంతా కళ్యాణకింకిణే చేసిందని గోపాలం గ్రహించాడు. చాలా తృప్తిగా భోజనం చేశాడు. అతను తృప్తిగా భోజనం చెయ్యటం చూచి ఆనందాశ్రువులు రాల్చింది కళ్యాణకింకిణి.

ఆమె వడ్డించటం, అతను భోజనం చెయ్యటం తలుపు చాటున వుండి చూచిన కళ్యాణకింకిణి ఆడబిడ్డ, చెరుగు పరుచుకొని పడుకొని వున్న తల్లి దగ్గరకు వెళ్ళి, "మనం చెయ్యమంటే సెకలు పోతుందిగాని, అన్నీ చిటికెలో వండి చక్కగా వడ్డించిందే అమ్మా" అన్నది.

"దానికి చేతగాకేమే, చెయ్యాల్సి వొస్తుందని అన్ని నిక్కులు నిక్కుతుంది" అన్నది అన్నపూర్ణమ్మ.

"ఇంతకీ ఏమౌతాడట తనకి?"

"అన్నట!"

"ఎన్నాళ్ళుంటాడట?"

"అది ఆ పరమాత్ముడికే తెలియాలి" అన్నది అన్నపూర్ణమ్మ చేతులు బారలుచాస్తూ.

భోజనం చేసి గదిలోకి వెళ్ళగానే పక్క శుభ్రంగా పరచివుండటం గమనించాడు గోపాలం. టేబిల్‌మీద తమలపాకులూ, చక్రకేళీలూ పెట్టి వున్నాయి.

పనులన్నీ ఇంత సొగసుగా చెయ్యటం ఎప్పుడు నేర్చుకుందా కళ్యాణకింకిణి అని వొక్కక్షణం విస్తుపోయాడు. మరుక్షణం ఆమె ఈ పనులన్నీ చెయ్యవలసి వచ్చినందుకు ఖిన్నుడైనాడు.

తండ్రి జగదీశ్వర్రావు గారు ఆమెను కన్నాకువలె చూచుకుంటూ పెంచాడు. ఆమె కూడా ఈ వ్యవహార ప్రపంచపు రగడలకు సంబంధం లేకుండా పెరిగింది. గాలి అలల తాకిడికి కందిపోయేటంత అమాయకపు వాతావరణంలో పెరిగింది.

అలా ఆలోచించుకుంటూ పడుకున్న గోపాలానికి, తానూ మొదటిసారిగా జగదీశ్వర్రావుగారి ఇంట్లో ఆమెను చూచిన దృశ్యం జ్ఞాపకం వొచ్చింది. ఆమెను చూచి దివ్యాంగనే అని దిగ్భ్రమ చెందాడు. ఏ కారణంవల్లనో దివినుంచి భువికి దిగి వచ్చిందనుకున్నాడు. ఆమెను ఈనాడు తాను చూచిన రూపంతో పోల్చుకునేటప్పటికి అతని కండ్లు చెమ్మగిల్లినై.

కాసేపు ఆమె వొస్తుందేమో అని కనిపెట్టుకున్నాడు కాని రాలేదు. తనకు కావలసినవన్నీ చేసి పెట్టినా, ఆమెకు ఆ ఇంట్లో స్వతంత్రం లేదని గ్రహించటానికి ఎక్కువసేపు పట్టలేదు గోపాలానికి. పైగా ఆమె ప్రతి కదలికలోనూ అతనికి లీలగా భయం గోచరించింది. ఆమె చేసే ప్రతి పనిలోనూ ఎవ్వరేమనుకుంటారో అనే భీతి కనిపించింది.

ఇదివరకు ఆమెకు భయం అంటే ఏమిటో తెలియదు. తన మనస్సుకు నచ్చిన పనులు చేసుకుంటూ పోయేది. ఆ పనులకు మరెవ్వరికో సంజాయిషీ చెప్పుకోవలసిన బాధ్యత తనమీద ఉన్నట్లు ఆమె భావించేది కాదు. ఇప్పుడలా కనపడటం లేదు. ఎక్కడో ఆమె నిర్మల మనస్సు దెబ్బతిన్నది. ఏ పని చెయ్యబోయినా, ఏ మాట మాట్లాడబోయినా, ఎవ్వరో తనను వెయ్యి కన్నులతో కనిపెట్టి చూస్తున్నట్లు బెరుకుపడుతూ వుంది. ఆమె స్థాయి కలిగిన మనుష్యులకు ఇది ఎంత బాధాకరమైన విషయమో గోపాలం గ్రహించాడు. దీనికంటే చెరపెట్టటమే మేలు. లంకలో సీతమ్మ వారు అనుభవించిన యమచెరలాంటిది ఇది. అది తలచుకుంటే, ఇంటికప్పువైపు చూస్తూ పడుకున్న గోపాలం కండ్లనుంచి నీళ్ళు కణతలమీదుగా ప్రవహించి దిండును పూర్తిగా తడిపివేసినై. అతని హృదయంతోపాటు గదిలోని గాలి వెచ్చనైంది.

రైలు ప్రయాణంవల్లా, ఎద్దుబండు కుదుపులవల్లా బడలి వున్నాడేమో అతనికి నిద్రపట్టింది. నిద్రనుంచి లేచేటప్పటికి సాయంకాలం అయిదుగంటలైంది.

కండ్లు తెరవగానే ఎదురుగా కుర్చీలో కళ్యాణకింకిణి కూర్చొని వుండటం గమనించాడు.

అతను మేల్కోవటం చూచి, "బాగా నిద్రపట్టిందా అన్నా?" అని అడిగింది కళ్యాణకింకిణి.

"మైమరచి నిద్రపోయాను" అని, నవ్వుతూ "నిద్రలో గురకపెట్టలేదు గద!" అని ప్రశ్నించాడు గోపాలం ఆమెనుకూడా నవ్విద్దామనే ఉద్దేశంతో.

"లేదు" అని నవ్విందామె. "నీకోసం రెండుమూడుసార్లు కాఫీ తెచ్చాను అన్నా, నిద్రపోయే నిన్ను లేపటం ఎందుకని తిరిగి తీసుకువెళ్ళాను, తీసుకువస్తాను" అని లేచింది.

"ఇప్పుడు అవుసరంలేదు చెల్లీ, కూర్చో" అన్నాడు గోపాలం.

"వెచ్చగా వుండగలందులకు పొయ్యిగడ్డమీద పెట్టివచ్చాను. ఇప్పుడు ప్రత్యేకం పెట్టవలసి అవుసరం లేదు" అని చెప్పి లోపలకు వెళ్ళి కాఫీ తీసుకువచ్చి ఇచ్చింది గోపాలానికి.

"నువ్వు తీసుకోవా చెల్లీ?"

"నేను ఇంతకు ముందే తీసుకున్నాను అన్నా."

ఆమెతో గోపాలం మాట్లాడవలసిన విషయాలు చాలా వున్నయి. అదేవిధంగా అతనితో కళ్యాణకింకిణి చెప్పవలసిన విషయాలు కూడా చాలా వున్నయి. అయినా సంభాషణ ఎలా ఉపక్రమించాలో ఇద్దరికీ తెలియలేదు.

నెమ్మదిగా కాఫీ త్రాగుతూ, "పరంధామయ్య ఎప్పుడొస్తాడు?" అని అడిగాడు గోపాలం.

"వొచ్చే టైమైంది."

మళ్ళీ సంభాషణ ఆగిపోయింది. ఏదో వొక విధంగా సంభాషణ ఆగకుండా చూడాలని, "ఈ కాఫీ నువ్వు పెట్టిందేనా చెల్లీ?" అని అడిగాడు గోపాలం.

"ఏం బాగుండలేదా అన్నా?" అని ఇంత మొహం చేసుకుని అడిగింది కళ్యాణకింకిణి.

"అద్భుతంగా వుంది చెల్లీ, ఇన్ని పనులు ఎప్పుడు నేర్చుకున్నావమ్మా?" అని అడిగాడు గోపాలం.

ఆమె తల వంచుకుంది. మళ్ళీ సంభాషణ ఆగిపోయే స్థితికి వచ్చింది. ఏమయినా సరే సంభాషణ ఆగిపోగూడదనుకున్నాడు గోపాలం.

"నీ ఆరోగ్యం బాగున్నట్టు లేదు?" అన్నాడు.

"ఏదో వుంది"

"పట్టణాలలోవలె కాకుండా, పల్లెటూళ్ళల్లో వాతావరణం చాలా ప్రశాంతంగా ఉంటుంది. స్వచ్ఛమైన గాలీ, నీరూ వుండటంవల్ల ఆరోగ్యం సహజంగా బాగుండవలసింది."

"ఇక్కడ వున్నది ప్రశాంత వాతావరణం కాదన్నా, స్తబ్ద వాతావరణం! కొంతమందికి ఈ వాతావరణం సరిపోతే పోవచ్చేమోగాని నాకు మాత్రం ఏమీ బాగా లేదు. ఇక్కడ కాలంతోపాటు అన్నీ నిలబడి వుంటై. మనుష్యులు చచ్చేదాకా బ్రతుకుతారు. అంతకంటే ఏమీ చెయ్యరు. తమలోవున్న సృజనశక్తిని బయటకు పంపే అవకాశంలేక, వికల మనస్కులై, అసంతృప్తిపరులై అనవసరమైన కజ్జాలకు దిగుతుంటారు. బాహ్య ప్రపంచంతో సంబంధంలేక సంకుచిత దృష్టిగలవారై అసూయాద్వేషాలకు ఆటపట్టులవుతుంటారు. చూడన్నా, నన్నిక్కడనుంచి తీసుకువెళ్ళు నీకు పుణ్యముంటుంది" అన్నది కళ్యాణకింకిణి కంట తడిపెట్టుకుంది.

కళ్యాణకింకిణి కంటతడి చూసేటప్పటికి, గోపాలానికి తపన పుట్టింది.

"ఇక్కడనుంచి నువ్వు వెళ్ళదలిస్తే నిన్నెవరూ ఆపలేరు చెల్లీ" అన్నాడు.

"నీ బావగారు అంగీకరించరేమోనని భయంగా వున్నదన్నా."

"నీ ఇష్టానికి వ్యతిరేకంగా బలవంతపెట్టే మనిషికాదమ్మా అతను" అన్నాడు గోపాలం.

ఆమెను చూచి "ఇక్కడ ఉంటే ఆమె ఎక్కువరోజులు బ్రతకదు" అని తేల్చుకున్నాడు గోపాలం. ఆమె కోరినట్లు విశ్వభారతిలో కొన్నాళ్ళు ఉంచడమే మంచిదని నిశ్చయించుకున్నాడు. "నీకు విశ్వభారతిలో జేరాలని వుంటే అలాగే కానియ్యి" అన్నాడు.

"నాకు రవీంద్రుల సన్నిధిని కొన్నాళ్ళు బ్రతకాలని వుందన్నా" అన్నది కళ్యాణకింకిణి.

"నువ్వేమీ భయపడకు, పరంధామయ్యతో నేను మాట్లాడి అన్ని ఏర్పాట్లూ చేస్తాను" అన్నాడు.

అతని నోటినుంచి ఆ మాట వెలువడేటప్పటికి కళ్యాణకింకిణి కండ్లలోకి పూర్వపు తేజస్సు ప్రవహించింది. "చూడన్నా! నీ ఆజ్ఞను పరిపాలించి ఎన్నో వ్యాసాలు వ్రాయాలని పూనుకున్నాను. నువ్వు పంపిన పత్రికలో నా వ్యాసం చదువుకుంటే

నాకు ఆనందం కలిగింది. చిత్రమనిపించింది. మన భావాలు బయటకు వెళ్ళి తిరిగివచ్చి మళ్ళీ మనకే ఆతప్పుడు పుట్టవలసిందికాదు."

"నిజమే, కాని తీరా పుట్టాం గదా! ఆమె ఏమీ సమాధానం చెప్పకపోయేటప్పటికి, "మన వరుసన మనం బ్రతుకుదాం" అన్నాడు.

ఆమె ముఖం విప్పారింది. "నేను వొక మాటచెప్పనా అన్నా?" అని అడిగింది.

"చెప్పు చెల్లీ."

"ఈ మాట నీకు నేను చాలా కాలంనుంచీ చెవుదాం అనుకుంటున్నాను."

"ఏమిటది?"

"ఏ దురభిమానంవల్లో చెప్పలేకపోయాను."

"ఇప్పుడైనా చెప్పమ్మా."

"ఏ పూర్వజన్మ సుకృతంవల్లో నేను నిన్ను అన్నగా పొందాను." అన్నది కల్యాణకింకిణి.

గోపాలం ఏమనగలడు? మెదలకుండా కూర్చున్నాడు.

"నువ్వే లేకపోతే అన్నా, నేను ఎప్పుడో ఆత్మహత్య చేసుకొని వుండేదాన్ని."

ఈ మాటలకు గోపాలం ఉలిక్కిపడ్డాడు. ఆమాట అన్నది కళ్యాణకింకిణేనా అని ఆమె వంకకు తన కండ్లను తానే నమ్మలేనంత ఆశ్చర్యంగా చూశాడు. ఈ పల్లెటూరి జీవితంవల్ల, వోరకం మనుష్యులతో కలిసి బ్రతకవలసి రావటంవల్ల, ఆమె స్వభావంలో వివాహానికి పూర్వం వున్న లాలిత్యం కొంత సడలింది. కొన్ని అభిప్రాయాలను ఆమె ఇదివరకు వెలిబుచ్చినంత మృదువుగా వెలిబుచ్చటం లేదు. అంతకు ముందు ఆమె చెంతకు రావటానికే వెరచే భావాలకు ఈనాడు ఆమె హృదయంలో ఆస్కారం దొరికింది. ఏ మహర్షులో తప్ప మిగిలిన వారంతా పరిస్థితుల ప్రభావాలకు లోబడి జీవితాలను నడిపేవారేగదా!

"చూడు చెల్లీ, ఇవ్వాళ నీవు నాకొక మాట ఇవ్వాలి," అన్నాడు గోపాలం ఆందోళిత హృదయంతో.

"చెప్పన్నా, అదేమిటో."

"ఏ పరిస్థితుల్లోను అటువంటి అఘాయిత్యానికి తలపడనని మాట ఇవ్వు" అన్నాడు.

ఆమె చిరునవ్వు నవ్వుతూ, "అలాగే అన్నా, నువ్వు ఉన్నంతకాలం అటువంటి పనికి పూనుకోవలసిన కర్మ నాకేం బట్టె" అన్నది.

గోపాలం మనస్సు కుదుటపడ్డది.

ఆ గడియనుంచీ కళ్యాణకింకిణి పూర్తిగా మారిపోయింది. పూర్వపు మనిషైంది. ఇల్లంతా తానుగానే తిరిగింది. అన్ని పనులూ తానే చేసింది. సంతోషం పట్టలేక "నేను చదువుకోటానికి విశ్వభారతిలో జేరుతున్నాను" అని అత్తతోనూ, ఆడబిడ్డతోనూ చెప్పింది.

"ఇప్పుడు చదువేమిటే?" అన్నది అత్త బుగ్గన వేలు వేసుకొని.

"చదువుకి ఇప్పుడూ అప్పుడూ ఏమిటి అత్తా? ఎప్పుడైనా చదువుకోవచ్చు."

"ఏమోనమ్మా వాడి ఇష్టం. నీ ఇష్టం" అన్నది అత్త.

"అన్నయ్యతో చెప్పావా వొదినా?" అడిగింది ఆడబిడ్డ.

"రాగానే చెపుతాను."

"అన్నయ్య వొప్పుకోడేమోనే వొదినా!"

"ఎందుకు వొప్పుకోరు? నేను చదువుకోటానికి వారు తప్పకుండా వొప్పుకుంటారు."

అలా వారడిగే ప్రశ్నలన్నిటికీ సమాధానాలు చెప్పుకుంటూ పోయింది కళ్యాణకింకిణి. వారు ఆమె ఉత్సాహానికి నివ్వెరపోయి చూడటం తప్ప ఏమీ అనలేకపోయారు.

గాంధీధామయ్య ప్రక్కవూరునుంచి ఇంటికి వచ్చేటప్పటికి ఎటులేదన్నా రాత్రి ఎనిమిది గంటలయింది. అతను గోపాలాన్ని చూచి చాలా సంతోషించాడు. "వొక్క ఉత్తరం ముక్క ముందుగా వ్రాస్తే స్టేషనుకు నేనే బండి తోలుకు వచ్చేవాణ్ణి గదా!" అన్నాడు.

తలుపు దగ్గర నిలబడి వున్న భార్యను చూచి "ఏం కళ్యాణకింకిణీ, నీ అన్నకు ఏ లోటూ రాకుండా చూశావా!" అన్నాడు.

"ఏదన్నా లోటు జరిగినా సర్దుకుపోగలడు మా అన్న" అన్నదామె మురిపెంగా.

"రాగానే భోజనమైనా పెట్టావా!" అని అడిగాడు గాంధీధామయ్య.

"పంచభక్ష్య పరమాన్నం పెట్టింది" అన్నాడు గోపాలం.

"కబుర్లు పెట్టుకొని మరచిపోయిందేమో అని భయపడ్డాను" అన్నాడు గాంధీధామయ్య.

నాలుగు రోజులు ఇట్టే గడిచిపోయినై, ఆ నాలుగు రోజుల్లో అనేక సంగతులు గ్రహించాడు గోపాలం. వూళ్ళో పార్టీ వున్నా ఆ పరిసర ప్రాంతాల్లో గాంధీధామయ్యకు మంచిపేరు వుంది. వాళ్ళకు వచ్చే తగాదాలను సైతం పరిష్కరిస్తూ వుంటాడు. సేద్యం విషయంలో కూడా అతను మంచి అనుభవం గడించాడు.

అతని తండ్రికి ఆ గ్రామాలలో మంచిపేరు. ఆయన మరణానంతరం ఆ పేరు ప్రతిష్ఠలను చెదరకుండా కాపాడుకోగలిగాడు గాంధీధామయ్య.

ఆ పరిసర ప్రాంతాల్లో కాంగ్రెస్‌కు అతనే నాయకుడు. గాంధీగారి కార్యక్రమం ఆచరణలో పెట్టటానికి అతను అహర్నిశలూ పాటుపడుతున్నాడు. వ్యవహారిక ప్రపంచంలో అడుగుపెట్టి కూడా అతను తన నిజాయితీని వీసం ఎత్తు కూడా కోల్పోలేదు. చాలా నిక్కచ్చి మనిషిని అతనిని పెక్కుమంది పొగడటం గోపాలం విన్నాడు.

అతనికి కళ్యాణకింకిణి పడుతున్న బాధ, ఆమె తనకు ఉత్తరాలు వ్రాసిన సంగతీ తెలియదు. ఆమె బాధ పడవలసిన అవసరం వున్నట్టే అతనికి తట్ట లేదు. ఆమె అతనితో ఏమీ చెప్పలేదు. ఆమె అడిగిందేది అతను కాదనలేదు. ఆమెమీద అతనికి వున్న ప్రేమ వీసం ఎత్తు కూడా సడలలేదు. కాకపోతే సంఘసేవా మొదలైన విషయాలలో ఆమె తనతో కలిసిరావటం లేదనే అసంతృప్తి వొకటి అతనికి వుంది.

ఆ రాత్రి కళ్యాణకింకిణి విషయం ఎత్తాడు గోపాలం. "ఆమె ఆరోగ్యం ఏమీ బాగున్నట్టు లేదు" అన్నాడు.

గాంధీధామయ్య కాసేపు మౌనంగా ఉండి, "అదే బాగుపడుతుంది" అన్నాడు.

అతని వైఖరినిబట్టి కళ్యాణకింకిణి విషయం దీర్ఘంగా ఆలోచించడానికి అతను భయపడుతున్నాడని గ్రహించాడు గోపాలం. ఎందుకు భయం? ఆమెను సుఖపెట్టాలనే ఆకాంక్ష తీవ్రంగా కలవాడు గాంధీధామయ్య. అందులో సందేహం లేదు. ఆ సంగతి గోపాలానికి పూర్తిగా తెలుసు.

మరెందుకు భయం? ఆమెను ఎలా సుఖపెట్టాలో అతనికి అంతుపట్టి వుండకపోవచ్చు.

తెలియక ఆమె ఏమయి పోతుందో అనే భయంతో భవిష్యత్తులోకి చూడటానికి అతను నిరాకరిస్తూ ఉండవచ్చు. నివారణ చేతగానప్పుడు తర్జన భర్జనవల్ల భయంకరమైన దృశ్యాలను సృష్టించుకొని మనస్సును వికలం చేసుకోవటం కంటే

ప్రయోజనం ఏముంటుంది. ఈ ఉద్దేశంతో గాంధీధామయ్య మనస్సును మూసివేసుకోటానికి ప్రయత్నిస్తున్నాడని తలచాడు గోపాలం.

"మనం ఉపేక్షిస్తే ఆమె ఆరోగ్యం బాగుపడుతుందని నేను అనుకోవటం లేదు" అన్నాడు గోపాలం.

మళ్ళీ కాసేపు మౌనంగా ఉండి, "మరేం చేస్తే బాగుంటుందంటావ్? ఆమెను సుఖపెట్టటానికి నేను చెయ్యగలిగిందంతా చేశాననే అనుకుంటున్నాను" అన్నాడు గాంధీధామయ్య.

"మీ ప్రయత్నంలో లోటేమీ లేదు. మామూలు భర్తగానే కాక ఆమె సంరక్షకునిగా అతి సహనంతో ఆమెను చూస్తున్నావు. అదెవ్వరూ కాదనలేరు. కాని నీకు తెలిసిందేగా పరంధామయ్యా? ఆమె స్వభావం అతి కోమలమైంది. ఆమె ఆలోచనల ఆధారం మన ఆలోచనల ఆధారం వొకటి కాదు. ఆమెను మన ఆధారం మీద నిలబెట్టడానికి ప్రయత్నించటం శ్రేయస్కరమైన విషయం కాదు. అందువల్ల మంచి ఫలితాలు రావు" అన్నాడు గోపాలం.

మళ్ళీ మౌనముద్రాంకితుడైనాడు గాంధీధామయ్య. అతనికి కళ్యాణకింకిణి స్వభావం విమర్శ దృష్టితో చూడటం పవిత్ర గంగాజలాన్ని మలిన పరచటం కంటే బాధగా ఉంది. ఆమెను గురించి ఏ అయిష్టమైన వాక్కూ తన నోటి నుంచి వెలువరించదలచలేదు గాంధీధామయ్య.

అతనిలో రేగుతున్న ఘర్షణను కనిపెట్టాడు గోపాలం. అతని నిగ్రహశక్తికి మనస్సులో జోహారు లర్పించాడు.

"నువ్వంటే ఆమెకు అమితమైన భక్తి గోపాలం. ఆమెతో మాట్లాడి చూడకపోయావా?" అన్నాడు గాంధీధామయ్య.

"ఆమె పసిపాప వంటిది. తనకు కావలసిందేమిటో ఆమెకు తెలుసా?" అని అడిగాడు గోపాలం.

"పోనీ నీ సలహా ఏమిటి?"

"నీతో నిజం చెప్పకపోవటం ఎందుకు? కొన్నాళ్ళు స్థలం మార్పుచేస్తే బాగుంటుందనుకుంటాను. ఆమెకు తగిన వాతావరణంలో కొన్నాళ్ళు పెరగనిస్తే, ఈ సమస్య దానంతట అదే సర్దుకుంటుందనుకుంటాను."

పరంధామయ్య కాసేపు మాట్లాడలేదు. అతని మనస్సులో అనేక భావాలు ఉప్పతిల్లినై. కొన్నాళ్ళయినా కళ్యాణకింకిణిని విచిడిపెట్టి వుండటం అతనికి కష్టం

అనిపించింది. అతను ఉద్రేక మనస్కుడు కాదు. మాటికి మాటికి తన ప్రేమను ప్రకటించే స్వభావం కలవాడు కాదు. కాని అతని వివాహానికి ముందు కళ్యాణకింకిణి పట్ల దయారూపంతో ప్రారంభం అయిన భావం ఆనాటికి ప్రేమగా పరిఢవిల్లింది. అది అనురాగమే కావచ్చు. ఏదైనా ఆమెను విడిచి వుండటం కష్టమనే అనిపించింది అతనికి. పైగా ఆమె స్వభావం అతనికీ తెలుసు. ఆమె దేనికీ కట్టుబడి వుండగలిగిన మనిషి కాదు. ఆమె శ్రేయస్సును కాంక్షించి కనిపెట్టుకొని వుండే పురుషుడు లేకపోతే ఏమైపోతుందో అనే భయం కూడా అతనికి లేకపోలేదు. మోసాలతో, కుట్రలతో నిండి వున్న ఈ ప్రపంచంలో ఆమె ఏమైపోతుందో! జీవితాన్ని చేతులారా పాడుచేసుకుంటుందేమో, అందంగా మాట్లాడేవాళ్ళ మాటలను ఆమె ఇట్టే నమ్మివేస్తుంది. భావాలకు పరవశత చెందే స్వభావం ఆమెది. అటువంటి ఆమె ఇతరుల మాటలను నమ్మి బయటకు రాలేని ఏ వూబిలోనో చిక్కుకోదు గదా!

ఇటువంటి ఆలోచనలు అనేకం అతని మనస్సులో చెలరేగిన్నై. ఆమె కోర్కెను నిరాకరిస్తే వొచ్చే చిక్కులు కూడా అతను గ్రహించలేక పోలేదు. ఆమె సున్నితమైన మనస్సుమీద అది మాయని గాయంగా కలకాలం వుండిపోతుంది. గాలి పోసుకుని వృద్ధి చెందుతుంది. అది అసలే మంచిపని కాదని నిర్ణయించుకున్నాడు పరంధామయ్య. అయితే ఈ సమస్య రేపిన అంధకారంలో వొక వెలుగురేఖ లేకపోలేదు. అది ఇంకెక్కడికో కాక రవీంద్రుని విశ్వభారతికి వెళ్ళాలని కళ్యాణకింకిణి సంకల్పించుకోవటం, భగవంతుడు అనుగ్రహిస్తే రవీంద్రుని సాన్నిహిత్యం ఆమె అభివృద్ధికీ, జీవితానికి వొక లక్ష్యాన్ని కల్పించటానికి తోడ్పడవచ్చు అని ఆశించాడు. తనతో చెప్పిన తరువాత కళ్యాణకింకిణి మనస్సు మార్చుకున్నదేమో, అనే భయంతో "తనకు విశ్వభారతిలో జేరాలని వున్నట్టు వొకసారి ఆమె నాతో చెప్పింది" అన్నాడు.

పరంధామయ్య మనస్సులో జరుగుతున్న ఘర్షణ గోపాలం అర్థం చేసుకున్నాడు తనూ బాధపడ్డాడు. అతని ముఖంలోకి చూడకుండా చూపులు త్రిప్పి, "ఇప్పటికీ ఆమె ఆ ఉద్దేశంలోనే ఉంది" అన్నాడు.

"సరే, కలకత్తా తీసుకువెళ్ళి ఆమెను విశ్వభారతిలో జేర్పించవలసిన బాధ్యత నీదే" అన్నాడు పరంధామయ్య.

"ఆ బాధ్యతను సంతోషంగా స్వీకరిస్తాను" అన్నాడు గోపాలం.

ఇక ఆ క్షణం నుంచి గోపాలాన్ని సైతం నిర్విణ్ణుని చేసేటంత ఉదాత్తంగా ప్రవర్తించాడు పరంధామయ్య. కళ్యాణకింకిణి ఆమె కోర్కె మీద కాక తన పనుపునే

విశ్వభారతిలో ప్రవేశిస్తున్నట్లు ప్రవర్తించాడు. తనతో పని వుండి మాట్లాడటానికి వచ్చిన గ్రామ పెద్దలతో తానే పంపుతున్నట్లు చెప్పాడు.

"ఏమో అబ్బాయి నువ్వు చేస్తున్న పని మంచిదని నాకు తట్టటం లేదు అన్నాడొక వృద్ధ. అతని పేరు నాగయ్య. ఆయన పరంధామయ్యకు కాస్త దూరం చుట్టం, వేదాంతి. వూళ్ళో అందరూ ఆయనను పెద్దవాని క్రింద గౌరవిస్తూ ఉంటారు. ఆయన పరంధామయ్య తండ్రికి ప్రాణమిత్రుడుగా వుండేవాడు ఆయన వున్న రోజుల్లో.

"చదువుకోవటం మంచిదేగా తాతా" అన్నాడు పరంధామయ్య.

"మంచిదే. కాని జీవితంలో ఏ వయస్సుకి ఏది చెయ్యాలో అది చెయ్యటం అన్నిటికంటే మంచిది, ఆడపిల్లలకు చదువు ఎందుకు అని నేను అనను. ఎంత చదువు చదువుకున్నా వివాహానికి ముందు చదువుకోమను, వివాహం చేసుకోకుండా చదువుకోమను. నాకు అభ్యంతరం లేదు. కాని వివాహం అయిం తరవాత శుభ్రంగా కాపురం చేస్తూ, భర్తకు అండదండగా వుంటూ వంశం నిలపటం మంచిదని నా మతం. అసలు ఇంతకీ ఇప్పుడు అమ్మాయికి చదువు ఎందుకు కావలసి వచ్చింది చెప్పు" అన్నాడు.

"జ్ఞాన సేకరణకు తాతా, జ్ఞానానికి పరిమితం అనేది వుండదు గదా. బ్రతికి నన్నాళ్ళూ సేకరిస్తూ వుండవలసిందే" అన్నాడు పరంధామయ్య.

జ్ఞానం ఇచ్చేది జీవితం మనుమడా. పుస్తకాలు కాదు. ఇప్పుడు నువ్వున్నావు. పట్టణం పోయి బాగా చదువుకు వచ్చావు. మీ బాబు ఇక్కడే పుట్టి ఇక్కడే మట్టి అయ్యాడు. ఏదో వానాకాలం చదువు చదువుకున్నాడే గాని పెద్ద చదువు చదవలేదు. అంతమాత్రాన నీ బాబు కంటే నువ్వు పెద్ద జ్ఞానివని నేను అనుకోవటం లేదు మనుమడా!" అన్నాడు.

ఆ సంగతి నిజమేనని పరంధామయ్యకూ తెలుసు. కానీ వొప్పుకుంటే తనకు ఇష్టం లేకుండానే కళ్యాణకింకిణి వెళుతూ వుందనీ, ఆమె కోర్కెను ఇష్టం లేకుండానే తను అంగీకరించాడనీ ఆ ముసలాయన ఎక్కడ పసికడతాడోనని, "ఆ రోజులు వేరులే తాతా! ఆ రోజులకీ ఈ రోజులకీ వ్యత్యాసం వుంది. అందులో పల్లెటూళ్ళలో స్త్రీల సంగతి మరీ అధ్వాన్నంగా వుంది. ఏం తెలుసుకోవాలన్నా వాళ్ళకి అవకాశాలు ఏమున్నాయి తాతా?" అన్నాడు.

"నా మనుమరాలు చదువు ముగించుకొని ఇక్కడ వుండవలసిందే గదా. పల్లెటూళ్ళో బ్రతకటానికి వొకవిధమైన నేర్పూ, దృష్టి వుండాలి. అవి ఉంటే పల్లె

జీవితం సుఖవంతం అవుతుంది. అవి లేనప్పుడు దుఃఖభాజనం అవుతుంది. పల్లెల్లో సుఖంగా బ్రతకటానికి అనువైన నేర్పూ, దృష్టి చదువువల్ల కలగదు. అది పల్లెల్లో జీవించటంవల్ల కలుగుతుంది. అది సానుభూతితో పల్లె జీవితంలో పాల్గొనటంవల్ల కలుగుతుంది. నా మాట విని ఇప్పుడైనా నా మనుమరాలిని చదువుకి పంపించకుండా వుండటమే మంచిది అబ్బాయి!" అన్నాడు నాగయ్యగారు.

"లేదులే తాతా, ఆమెకు బాగా చదువు చెప్పించవలసిందే" అన్నాడు పరంధామయ్య.

నాగయ్యగారు ఏమనుకున్నారో ఇక ఆ సంగతి ఎత్తలేదు. మనస్సులో పరంధామయ్య నిర్ధారణ చేసుకున్నాడనీ, ఆ నిర్ధారణను ఎవ్వరూ కదలించలేరనీ గ్రహించి "ఏదో మాట వరుసకు అన్నాగాని, నీ కంటే నాకు ఎక్కువ తెలుసా. ఏది మంచిదని నీ మనస్సుకు తోస్తే అట్లాగే కానియ్" అన్నాడు.

అదే గ్రామంలో పరంధామయ్య పెదతండ్రి వొకాయన వున్నాడు. ఆయన పేరు లక్ష్మీపెరుమాళ్ళు. ఆయన గ్రామంలో మామూలు రైతుగా మాత్రమే ఉంటున్నాడు. తమ్ముడంత వృద్ధిలోకి రాలేదు. అందువల్ల తమ్ముడు బ్రతికి వున్నంతకాలం అతనంటే అసూయా ప్రేరితుడై అతనితో ఏ విషయంలోనూ కలిసి వచ్చేవాడు కాదు. వూళ్ళో తమ్ముణ్ణి గురించి ఏదో వొక పుల్లవిరుపు మాట అంటూనే వుండేవాడు. అప్పుడప్పుడూ వూళ్ళో తమ్ముడంటే ఇష్టం లేనివాళ్ల ప్రక్కకు జేరి వాళ్ళని తమ్ముడి మీదకు ఉసికొల్పుతూ వుండేవాడు.

కాని అనేక విషయాలకు ఆయన తమ్ముడిమీద ఆధారపడి వుండటం వల్ల, చాటుచాటుగా ఏమి మాట్లాడినా ఎదుట పడితే తమ్ముడి మాటకు ఎదురు చెప్పేవాడు కాదు. పరంధామయ్య తండ్రి కూడా అన్నగారి స్వభావం తెలిసి ఆయనపట్ల చాలా మెలుకువగా ప్రవర్తించేవాడు. ఆయన కుటుంబానికి ఏ లోటూ రాకుండా చూస్తూ వుండేవాడు. పెరుమాళ్ళుగారి పెద్దకొడుకు హనుమంతరావు, అప్పుడు బి.యస్.సి. ప్యాసయి ప్రభుత్వోద్యోగం చేస్తున్నాడు. అతని చదువు సంధ్యలకయిన ఖర్చంతా పరంధామయ్య తండ్రే భరించాడని గ్రామస్థులు చెప్పుకుంటూ ఉంటారు.

పరంధామయ్య తండ్రికి వొదినగారంటే చాలా గౌరవం. ఆమె పేరు బాపమ్మ. ఆమె ఇంట్లో అడుగు పెట్టింతరువాతే తమకు కలిసి వచ్చిందని ఆయన నమ్మకం. పైగా ఆయనకు పెండ్లి అయి ఏర్లు పడేవరకూ, ఇంట్లో ఆయన మంచి చెడ్డలన్నీ ఆమే చూసేది. ఏర్లుపడే సందర్భంలో ఆయనకు న్యాయం జరగటానికి కారణం కూడా ఆమేనని లోకులు చెప్పుకుంటూ ఉంటారు.

వాళ్ళ తండ్రి చనిపోయిం తరువాత పరంధామయ్య తండ్రి వివాహం అయ్యేవరకూ పెద్దవాడైన పెరుమాళ్ళుగారే ఇంటి వ్యవహారాలు చూస్తూ ఉండేవారు. హైదరాబాద్‌లో భూములు చౌకగా వస్తున్నాయని తెలిసి అక్కడ వొక వంద ఎకరాలు కొన్నాడు. కొనేటప్పుడు తన కట్నం బాపతు డబ్బుపెట్టి కొన్నాననీ, అది తన సొంత ఆస్తనీ చెప్పాడు. అప్పుడు ఆ భూములమీద చాలా లాభం వొస్తుందనుకోవటమే దానికి కారణం. కానీ తీరా చూస్తే ఆ భూములమీద డబ్బు విపరీతంగా ఖర్చవుటేగాని ఫలసాయం వొచ్చేటట్టు కనపడలేదు. అక్కడ వ్యవసాయం చేయించటానికని బావమరిదిని పెడితే అతను త్రాగుడూ మొదలైన వ్యసనాలకులోనై పెరుమాళ్ళుగారిని అపారమైన నష్టానికి గురిచేశాడు. ఆ నష్టం భరించలేక పొలం అమ్మజూపితే కొనేవాళ్ళే లేకపోయారు. చివరికి అడిగిన వారికి అడిగినట్లు ఇచ్చి ఆ భూమి వొదిలించుకునేటప్పటికి పెరుమాళ్ళుగారికి తలప్రాణం తోకకు వచ్చింది.

నష్టం వచ్చేటప్పటికి మొదటినుంచీ ఆ పొలం నా సొంతం అని చెప్పుతూ వచ్చిన పెరుమాళ్ళుగారు, ఏర్లుపడే సమయానికి ఆ పొలంకూడా సమిష్టి కుటుంబం తరపునే కొన్నానన్నాడు. ఆ నష్టం సమిష్టి కుటుంబం భరించవలసిందే అన్నాడు. ఈ అన్యాయాన్ని ఆయన భార్య, బాపమ్మగారు ఎదుర్కోకపోతే అలా జరిగి పొయ్యేదే. కాని ఆమె ఆస్తి పంచటానికి వచ్చిన పెద్దమనుషుల ఎదుటపడి ఉన్న సంగతి చెప్పింది.

"ఆ పొలం నాకు కట్నంగా ఇచ్చిన డబ్బుపెట్టి కొన్నది. కొన్నప్పుడు మా సొంతానికనే అనుకున్నాం. దానిమీద వొచ్చే కష్టనష్టాలు మేము భరించవలసిందే. వాటితో అబ్బాయికి ఎట్టి సంబంధమూ లేదు, ఉండగూడదు" అన్నది.

ఈ మాటలకు పెరుమాళ్ళుగారికి ఎక్కడలేని కోపమూ వచ్చింది. అందులో, ఆమె స్వభావసిద్ధంగా ఇతర మగవాళ్ళకు కనపడే మనిషి కాదు. అటువంటి మనిషి ఎదుటికి వచ్చి తనను అబద్ధాలకోరు క్రింద మాట్లాడుతుంటే ఆయన కోపం ఆపుకోలేకపోయాడు.

"నువ్వు వెళ్ళు" అన్నాడు.

"నేను వెళుతున్నాను. కాని అబ్బాయికి మాత్రం అన్యాయం జరక్కుండా చూడండి. అతను ఎన్నడూ మీ మాటకు ఎదురుచెప్పినతను కాదు. ఇంతవరకు మీరు చేసిన పనులనన్నింటినీ అంగీకరిస్తూ వచ్చాడు. దేనినీ కాదనలేదు. మీరు చెప్పిన పనల్లా చేస్తున్నాడు. అటువంటి పిల్లవాడికి అన్యాయం చేస్తే దేవుడు మెచ్చడు" అన్నది.

గ్రామ పెద్దమనుష్యుల ముందు ఈ విషయాలన్నీ ఆమె చెప్పేటప్పటికి పెరుమాళ్ళుగారికి ఊపిరి సలపలేదు. తప్పుకోలేక పోయాడు. "కానివ్వండి. అది చెప్పినట్లే కానివ్వండి. దానికి లేని విచారం నాకెందుకు? రేపు బిచ్చం ఎత్తుకు తినవలసి వచ్చినప్పుడు గాని, తాను ఎంత తెలివి తక్కువ పని చేసింది తెలిసిరాదు" అన్నాడు.

అక్కడే వున్న ఆయన తమ్ముడు అంటే పరంధామయ్య తండ్రి "నాకు చెప్పి చేసినా, చెప్పక చేసినా అన్నయ్య చేసిన పనులన్నిటినీ భరించవలసిన బాధ్యత నాకూ వుంది. ఆ పొలం సమిష్టి కుటుంబానికే కొన్నానని అన్నయ్య అన్నప్పుడు కాదని చెప్పే హక్కు ఎవ్వరికీ లేదు. ఆ పొలం మీద వచ్చిన అప్పు చెరి సగం వెయ్యాలి. బిచ్చం ఎత్తుకు తినవలసి వస్తే అందరం తింటాం" అన్నాడు.

కాని వదినగారైన బాపమ్మగారు అతని మాటలు చొరనియ్యలేదు. పైగా, "అబ్బాయీ! నీకు మల్లేనే మాకూ పరువుగా బ్రతకాలని వుంది. ఒకరి దయాదాక్షిణ్యాలమీద బ్రతకవలసిన అవుసరం మాకు రాలేదు. ఈ విషయంలో నువ్వు జోక్యం కలిగించుకోకు. నీ సంగతి నువ్వు చూచుకో" అని విదిలించింది.

తను మంచిపని చెయ్యదలచుకున్నప్పుడు ఆమె అంత నిష్ఠూరంగా మాట్లాడినందుకు పరంధామయ్య తండ్రికి వొదినమీద కోపం వచ్చింది. "సరే వదిన ఇష్టం వొచ్చినట్లే కానివ్వండి" అన్నాడు.

ఏర్లు పడటం పూర్తి అయింది. పెరుమాళ్ళుగారి వాటాకు నలభై ఎకరాల పొలమూ ఇరవైవేల అప్పు వచ్చింది. కాపురం వుండే ఇల్లు పరంధామయ్య తండ్రికీ, గొడ్ల చావిడి పెరుమాళ్ళుగారికీ వచ్చింది. ఎంత చెప్పినా వినకుండా మరునాడే వొదినగారు పిల్లలనూ, సామగ్రినీ తీసికొని గొడ్లచావిడిలో కాపురం పెట్టింది.

ఆనాడు పొలాలకు ఇంత ధర లేదు. పైగా వాళ్ళది మెట్టభూమి. అందువల్ల ముప్పయి ఎకరాలు అమ్మితే గాని పెరుమాళ్ళుగారి బాకీ తీరలేదు. ఏర్లుపడ్డ వొక నెలలో భర్తతో పొలం అమ్మించి ఋణం తీర్చి వేయించింది బాపమ్మ గారు. అప్పటినుంచీ పొలంమీద వచ్చింది ఆసీవస్తీగా మాత్రమే వారికి సరిపోతూవుంది. దీనికి తగినట్లు వారికి సంతు కూడా ఎక్కువైంది. ఆ నాటికి వారికి ఇద్దరు మగపిల్లలూ, ముగ్గురు ఆడపిల్లలూనూ.

పరంధామయ్య తండ్రి ఏర్లుపడేప్పుడు వదినగారి మాటలకు కోపం వచ్చి అప్పంతా అన్నగారు భరించటానికి వొప్పుకున్నాడే గాని, మరుక్షణం నుంచీ విపరీతమైన బాధకు లోనయ్యాడు. తనకు కోపం తెప్పించి, అంగీకరింపజెయ్యడానికే

ఆమె అంత కటువుగా మాట్లాడినట్లూ, తాను వెర్రిబాగులవానికివలె ఆమె ఊహకు అనుకూలంగా ప్రవర్తించినట్లూ గ్రహింపులోనికి వచ్చినప్పుడు అతని బాధ మరీ ఎక్కువైంది. ఇక వారు గొడ్లచావిడిలో కాపురం పెట్టడానికి ఇల్లు విడిచి వెళ్ళేటప్పుడు, వదినకు మొహం చూపలేక తెల్లవారకముందే లేచి పొలంవెళ్ళి ఇంటికి రాకుండా అక్కడే కూర్చున్నాడు. అప్పటికప్పుడే రైతులు నాగళ్ళను పొలంలోకి దింపారు.

అతని సరిహద్దు పొలమే నాగయ్యగారిదీనీ, పొలం దున్నుతున్న నాగయ్య గారు, వొక చాలు దున్ని, అతనిని చూచి, నాగలి ఆపి దగ్గరకు వొచ్చాడు.

"ఏమయ్యా పెందలకాడ వచ్చావు?" అని అడిగాడు.

"వ్యవసాయం పాలేళ్ళమీద పెట్టి వూరుకుంటే సరిగ్గా చూస్తారా? ఈ రోజుల్లో ఎవ్వరినీ నమ్మటానికి వీలులేకుండా ఉంది. అందుకని పాలేళ్ళు ఏం చేస్తున్నారో చూచి పోదామని వచ్చాను" అన్నాడు.

నాగయ్యగారు కాసేపు వూరుకొని, "ఇవ్వాళ పెరుమాళ్ళు ఇల్లు ఖాళీ చేస్తున్నాడటగా?" అని అడిగాడు.

"చెయ్యక తప్పేది ఏముంది? ఏర్లు పడేటప్పుడే ఇప్పుడు మేము ఉంటున్న ఇల్లు నన్ను తీసుకోమన్నాడు. ఆ ఇల్లు నాకిచ్చినందుకు గొడ్లచావిడి ఇచ్చి రెండువేలు అదనంగా ఇవ్వమన్నాడు. అందుకు నేను ఒప్పుకున్నాను. ఇక ఇప్పుడు ఇల్లు ఖాళీ చెయ్యక ఏంచేస్తాడు? ఏముంది? అనుకున్నట్లు ఇల్లు ఖాళీచెయ్యకపోతే నేను వూరుకుంటానా ఏమిటి? నేనేం చచ్చుదద్దమ్మను కాను" అన్నాడు.

"సరేలే, నువ్వు ఇంటికి వెళ్ళు, పాలేళ్ళని నేను ఆజ కనుక్కుంటాను. నీ అవుసరం మీ అన్నకు రావచ్చు. వాళ్ళు వెళ్ళేటప్పుడు నీవు దగ్గర లేకపోతే ఏ సామాను తీసుకువెళ్ళాలో, ఏ సామాను తీసుకువెళ్ళకూడదో వాళ్ళకేం తెలుసు? కాస్త ఎక్కువా తక్కువా అయితే అనవసరంగా తగాదాలు వొస్తయి."

"ఎక్కువా, తక్కువా ఎందుకవ్వాలి? గ్రామ పెద్దలు సామాన్ల దగ్గరనుంచి వాటా వేసిందే గదా! వాళ్ళ వాటాకు వొచ్చిన సామాను వాళ్ళు తీసుకువెళతారు" అన్నాడు పరంధామయ్య తండ్రి.

"నీ సామాను ఏదన్నా తీసుకువెళ్తే?"

"ఎందుకు తీసుకు వెళతారు?"

"పొరపాట్న."

"అదేం జరగదు. జరిగితే నేను ఎందుకు వూరుకుంటాను? పాలేరుని పంపి తెప్పిస్తాను. ఇవ్వకపోతే నేనే వెళ్ళి తీసుకువస్తాను. ఎవ్వరు అడ్డం వస్తారో చూస్తాను?"

వరుసకైతే ఇన్ని మాటలు అన్నాడేగాని, తన వొదిన వున్నది గనక అటువంటి పనేమీ జరగదని అతనికి లోపల ధైర్యం. అలా తీసుకువెళ్ళటమే జరిగితే అతను సంతోషిస్తాడేగాని విచారించడు.

అతని స్వభావం నాగయ్యగారికి పూర్తిగా తెలుసు. అతను బాధపడటానికి కారణం కూడా ఆయనకు తెలుసు.

"సమయానికి నువ్వు దగ్గర లేకపోతే ఎవ్వరి సంగతి ఎట్లా వున్నా నీ వదిన చాలా నొచ్చుకుంటుందోయ్" అన్నాడు.

"నొచ్చుకోనియ్! నొచ్చుకుంటే నాకేం? అసలు ఈ రభస అంతకీ కారణం ఆమె కదూ? అసలు ఇప్పుడీ ఏర్లు పడవలసిన అవసరం ఏమొచ్చిందీ? ఆమె వల్ల కాదూ? ఆమె పట్టుపట్టకపోతే అన్నయ్య ఇంతపనికి పూనుకునేవాడా? ఏర్లు పడి ఏమి బావుకు తిందామనుకున్నదో ఆమె! నా పనులు నేను చూచుకోలేను అనుకుంది కామాలె. మళ్ళీ వచ్చి బ్రతిమాలతాననుకుంది కామాలె. చూస్తాను ఈ రోజు మొదలుకొని వాళ్ళ గడప తొక్కితే వొట్టు. నేనేకాదు, నాయింట్లో ఎవ్వరినీ వాళ్ళ గడప తొక్కనివ్వను. నలభై ఎకరాలతో, ఇరవైవేల అప్పుతో ఎట్లా బ్రతుకుతారో చూస్తాను. నా అవుసరం లేకుండానే ఆవిడగారు కాపురం నడుపుతుంది కామాలె!" అన్నాడు.

నిజానికి ఏర్లు పడటానికి కారణం బాపమ్మగారే, అందులో సందేహం లేదు. అయితే దానికి కారణాలు వేరు. ఇంకా కొన్నాళ్ళు జరిగితే తన భర్త తమ్ముడికి ఆస్తిలో వొక సెంటు కూడా మిగల్చడనేది మొదటి కారణం. ఇక రెండవ కారణం ఆమె మరిది భార్య అన్నపూర్ణమ్మ.

అన్నపూర్ణమ్మ కాస్త గయ్యాళి మనిషి. మామగారూ, అత్తగారూ బ్రతికి వున్నంతకాలం ఆమె వారికి భయపడి అణిగిమణిగి వుంది. వాళ్ళు పోయింతరువాత పెత్తనం పెద్దకోడలైన బాపమ్మగారు వహించటం ఏ మాత్రం సహించలేకపోయింది. భర్తతో చెప్పి చూచింది. అతను వొదిన బ్రతికి వున్నంతకాలం కుటుంబం ఆమె చేతులమీదుగా జరగవలసిందేనని నిష్కర్షగా చెప్పాడు. ఇక కుటుంబం విచ్ఛిత్తికి తను నడుంకట్టటం కంటే వేరు గత్యంతరం ఆమెకు కనపడలేదు. అందుకు సిద్ధపడింది. చీటికీ మాటికీ బాపమ్మగారిని ఎత్తిపొడుపు మాటలు మాట్లాడేది.

గిల్లికజ్జా పెట్టుకోటానికి ప్రయత్నించేది. బాపమ్మగారు ఇవన్నీ చూచి చూడనట్లుగా వుండి, తన పని తాను చేసుకుంటూ పోయేది. అది సహించలేకపోయింది అన్నపూర్ణమ్మ.

ఆ కుటుంబానికి అప్పుడు నాలుగైదు బర్రెల పాడి వుండేది. బాపమ్మగారు వొక కుండెడు చిక్కటి మజ్జిగ ప్రత్యేకించి వుంచి బీదకీ బిక్కికీ లేదనకుండా పోస్తూ వుండేది. బీదకీ బిక్కికీ ఆ రోజుల్లో పశువులు వుండేవి కాదు. వారు వాటిని మేపలేరు. ఎవ్వరైనా మేపటానికి పూనుకున్నా వొక గేదెపాలు వారికి అనవసరం అవుతూ వుండేవి, అందుకని వారు మజ్జిగకు మోతుబరులమీద ఆధారపడుతూ వుండేవారు. ఆనాటి మోతుబరులకు కూడా అడిగినవారికి కాసిని మజ్జిగ పొయ్యటం కష్టంగా వుండేది కాదు. పశువులు వుండే. వాటికి పచ్చిగడ్డిగాని ఎండుగడ్డిగాని పొలంమీదే వొచ్చేది. తవుడు కావలసి వస్తే మజ్జిగకు వచ్చే బీదవాళ్ళే తెచ్చి ఇస్తూ వుండేవాళ్ళు. వాళ్ళు ఆసాములకు వడ్లు దంచి నూకలూ, తవుడూ కూలిక్రింద తీసుకుంటూ వుండేవాళ్ళు. నూకలు తిండిగింజలు క్రింద వుంచుకొని, తవుడు మజ్జిగపోసే ఇల్లాండ్రకు ఇస్తూ ఉండేవాళ్ళు.

బాపమ్మగారు అడిగినవాళ్ళకి అడిగినట్లు మజ్జిగ పోసేదిగాని ఎవ్వరిదగ్గరా తవుడు తీసుకునేది కాదు. "మీ దగ్గర ఏదన్నా తీసుకొని మజ్జిగపోస్తే మజ్జిగ అమ్ముకున్నట్టే గదా! ఇక మాకు వచ్చే పుణ్యం ఏముంటుంది?" అనేది.

ఆ రోజుల్లో మజ్జిగా, నెయ్యీ మొదలైనవి అమ్ముకోవటం మహదపచారంగానూ, మహాపాపంగానూ పరిగణింపబడేది. అందుకని బాపమ్మగారు అందుకు ఒప్పుకునేది కాదు.

ఆమె దొడ్డ ఇల్లాలు అవటంవల్ల వూళ్ళో అంతా ఆమెను గురించి గొప్పగా చెప్పుకునేవారు. అది సహించలేక ఈవిధంగా పేరు సంపాదించగలందులకు ఆమె మజ్జిగ అందరికీ వూరికినే పోస్తూవుందని ఊహించింది అన్నపూర్ణమ్మ. ఆ పని తను చెయ్యాలని నిర్ణయించుకుంది.

'రేపు మజ్జిగ నేను పోస్తాను అక్కా" అన్నది బాపమ్మగారితో ఒకరోజు.

ఆమె మాట్లాడలేదు. అన్నపూర్ణమ్మ స్వభావం, ప్రస్తుతం ఆమె చేస్తున్న ఆలోచనలన్నీ ఆమెకు విదితమే! అందుకని ఆమె ముభావంగా వూరుకుంది. ఆమె ముభావంగా వూరుకోవటం సాకుగా తీసుకొని, మరునాడు కోడికుయ్యగానే లేచి, అన్నపూర్ణమ్మ మజ్జిగ చెయ్యటానికి పూనుకుంది.

పాలేళ్ళను లేపి పొలం వెళ్ళటానికిగాను లేచిన పరంధామయ్య తండ్రి తన భార్య మజ్జిగ చెయ్యటం చూచి ఆశ్చర్యపడ్డాడు.

పల్లెటూళ్ళల్లో మజ్జిగ కుండమీద పెత్తనం పెద్దరికానికి గుర్తు. అందుకని ఇంట్లోవున్న పెద్ద ఆడవాళ్ళకే ఉంటుంది. అత్తగారు ఉన్నన్నాళ్ళూ ఆ పెత్తనం ఆమెకు ఉంటుంది. ఆమె గతించిన పిదప ఆ పెత్తనం ఇంటి పెద్దకోడలికి వస్తుంది. మొగవాళ్ళ పెత్తనానికి తాళపుచెవి లాగు ఆడవాళ్ళ పెత్తనానికి మజ్జిగకుండ చిహ్నం. అందుకని ఆడవాళ్ళు మజ్జిగకుండ మీద పెత్తనాన్ని వొకపట్టాన వొదలరు. మజ్జిగకుండ చేతులు మారాలంటే ఇంట్లో వొక పెద్ద విప్లవం జరిగినంతపని అవ్వాలి.

అత్తగారు మరణించిన దగ్గరనుంచీ బాపమ్మగారు మజ్జిగకుండ ఇంకొకరికి అప్పగించి ఎరుగదు. ఎంత సుస్తీగావున్నా ఏ పనన్నా మానుకునేదిగాని, ఈ పని మానుకునేది కాదు. కోడి కుయ్యగానే లేచి కవ్వం తిప్పుతుండేది. అటువంటిది ఇప్పుడు తన భార్య కవ్వం త్రిప్పుతుంటే ఆశ్చర్యం కలగక ఏం చేస్తుంది?

"వదిన ఏమయిందీ?" అని అడిగాడు.

"ఆమెకు సుస్తీగావుండి ఇవ్వాల్టికి నన్ను చెయ్యమంది" అని తడుముకోకుండా సమాధానం చెప్పింది అన్నపూర్ణమ్మ.

అతను ఆమె సమాధానానికి తృప్తిచెంది, మూలనున్న ముల్లుగర్ర తీసుకొని, కిర్రుచెప్పులు వేసుకొని పాలేళ్ళను పొలం తీసుకువెళ్ళగలందులకు మాలపల్లి వెళ్ళాడు. వదిన తన భార్యను నమ్మి ఒకరోజుకైనా మజ్జిగకుండను అప్పగించి నందుకు లోలోపల అతనికి సంతోషంగానే వుంది.

ఆ ఉదయం బాపమ్మగారు మజ్జిగచేసే వంటగదివైపు రాలేదు. పెందలాడే స్నానంచేసి దొడ్లో తులసిపూజ చేసుకుంటూ కూర్చుంది. ఆ రోజు పూజ మామూలు కంటే ఎక్కువసేపు పట్టిందామెకు.

అన్నపూర్ణమ్మ రైతు కుటుంబంలో పుట్టి పెరిగిన ఆవిడే, కవ్వం తిప్పే నేర్పు రైతు కుటుంబంలో పుట్టిన ఆడపిల్లలకు చిన్నప్పటినుంచీ అలవడే వుంటుంది. ఆ రోజుల్లో నాగలి పట్టని మగపిల్లవాడూ, కవ్వం తిప్పలేని ఆడపడుచూ రైతు కుటుంబాల్లో ఉండనేవుండేవారు కాదు. మచ్చుకైనా దొరికేవారు కాదు. రైతు సంస్కారంలో పెరిగిన ఆడపిల్ల అవటంవల్ల అన్నపూర్ణమ్మకు కవ్వం త్రిప్పటం బాగా తెలుసు. అయితే అత్తవారింటికి వచ్చినప్పటినుంచీ కొన్నాళ్ళు అత్తగారూ, ఆ తరువాత బాపమ్మగారూ ఆ పని చూచుకుంటూ ఉండటంవల్ల ఆమెకు కాస్త అలవాటు తప్పింది.

అలవాటు తప్పిందనీ, అలవాటు తప్పితే కవ్వం త్రిప్పటం అంత సులువైన పని కాదనీ ఆమెకు తట్టలేదు. కవ్వపు గుంజకు వేసిన తాళ్ళు కవ్వానికివేసి రెండు త్రిప్పులు త్రిప్పేటప్పటికి ఆమెకు క్రొత్త అనిపించింది. అయినా తిరిగినచెయ్యి అవటంవల్ల కొద్దిసేపట్లోనే లయ అందుకుంది. జుం, జుం అని ధ్వని చేసుకుంటూ కవ్వం పెరుగులోకి దిగుతూ వుంది. పైకి వస్తూ వుంది. పెరుగు చెదిరి నురగలు క్రక్కుతూ ఉంది. కొన్ని బిందువులు కుండమీద పడుతున్నయి. గిరగిర తిరిగే కవ్వానికి తాడు పాము చుట్టుకున్నట్లు చుట్టుకోవటం, విడిపోవటం చూస్తూ కవ్వం త్రిప్పుతూఉంది అన్నపూర్ణమ్మ. ఆ లయ ఆమెకు ఆనందాన్ని కలిగించింది. అసలే మజ్జిగకుండ తన ఆధీనంలోకి వచ్చిందనే సంతోషంలో వున్న అన్నపూర్ణమ్మ ఆ లయవల్ల కలిగిన ఆనందంతో పారవశ్యం చెంది కవ్వం త్రిప్పుతూ వుంది. లయ తప్పింది. కవ్వం తాడు కర్రకు చుట్టులు వేసుకుంది. కవ్వం చివరవున్న కొయ్యముద్ద కుండకు కొట్టుకుంది. కుండ బ్రద్దలయింది. కుండలోవున్న మజ్జిగ నేలమీదకు ప్రాకింది. తన కండ్లను తానే నమ్మలేనట్లు చూస్తూ నిలబడిపోయింది అన్నపూర్ణమ్మ. ఆ సంఘటన చూస్తూ నిలబడిన బాపమ్మగారి పెద్దకూతురు అప్పుడే పూజ ముగించుకున్న తల్లి దగ్గరకు పరుగెత్తుకొని వెళ్ళి జరిగిన సంగతి చెప్పింది. ఆమె మాట్లాడలేదు. హారతి పళ్ళెం పట్టుకొని మెదలకుండా తన గదిలోకి వెళ్ళింది.

ఏడు గంటలయ్యేటప్పటికి మజ్జిగకోసం ముంతలు పట్టుకొని బీదాబిక్కీ అంతా దొడ్లోకి వచ్చారు. వాళ్ళు వచ్చేటప్పటికే దొడ్లో కుండపెట్టుకుని వుండేవారు బాపమ్మగారు. అవ్వాళ మజ్జిగకుండ లేదు. బాపమ్మగారు లేరు. వాళ్ళకు అంతా వింతగా ఉంది. జరిగిన సంగతి చెప్పటానికి దొడ్లో పాలేళ్ళు ఎవ్వరూ లేరు. పనుల ఎద్దడి ఉన్నరోజులు అవటంవల్ల ఎవరికి వాళ్ళు పొలం వెళ్ళారు.

దొడ్లో ఉన్న బీదా బిక్కీ కాసేపు చూచి, వాళ్ళలో వాళ్ళు ఏదో గుసగుసలాడుకొని, చివరికి "బాపమ్మ దొరసానీ, ఎక్కడున్నావమ్మా" అని కేకలు పెట్టారు.

ఆ కేకలు విని, "మీ పిన్ని ఎక్కడుందే?" అని అడిగింది కూతుర్ని బాపమ్మగారు.

"గడియ వేసుకొని గదిలోపల పండుకుంది" అని చెప్పింది కూతురు.

"వెళ్ళి వాళ్ళకి ఈ పూట మజ్జిగ దొరకవని చెప్పమను" అన్నది.

ఆ పిల్ల వెళ్ళి అన్నపూర్ణమ్మ పడుకున్న గది తలుపు కొట్టింది.

ఆ పిల్ల కంఠస్వరం విని ఆమె లేచివచ్చి తలుపు తీసింది. "దొడ్లో వాళ్ళు మజ్జిగకోసం అరుస్తున్నారు పిన్నీ, అమ్మ నిన్ను వెళ్ళి ఇవ్వాల్టికి మజ్జిగ దొరకవని చెప్పమన్నది" అన్నదాపిల్ల.

వాళ్ళకు తనమీదకంటే బాపమ్మగారిమీదే ఎక్కువ గౌరవం అని అన్నపూర్ణమ్మకి తెలుసు. అందుకని బాపమ్మగారు వెళ్ళి చెబితేనే బాగుంటుందని ఆమెకు అనిపించింది. కాని ఆమెను చెప్పమని అడగటానికి అభిమానం అడ్డువచ్చింది. తనే దొడ్లోకి వెళ్ళింది.

దొడ్లో ఇంకా మజ్జిగ వస్తాయనే ఉద్దేశంతో బీదాబిక్కీ ముంతలు పట్టుకొని వరుసనే కూర్చున్నారు, వాళ్ళని చూసేటప్పటికి నిజంగానే జాలి వేసింది అన్నపూర్ణమ్మకి.

ఏదో తప్పిదం చేసిన దానికి మల్లే, "ఇవ్వాళ మజ్జిగ లేవే" అన్నది తనకు బాగా తెలిసిన వొక హరిజన స్త్రీ ముఖంలోకి చూస్తూ.

"అదేమిటి దొరసానమ్మగారూ!" అంతా ఏకకంఠంతో. వాళ్ళామాటను నమ్మలేకపోయారు. ఎందుకంటే బాపమ్మగారి హయాంలో వారెప్పుడూ రిక్తహస్తాలతో తిరిగి వెళ్ళలేదు. అంతగా ఏదన్నా ఇబ్బంది వచ్చినా బాపమ్మగారు ఎవ్వరికీ తెలియకుండా ఎక్కడన్నా తెప్పించి వాళ్ళకు పోసి పంపేది.

"ఇవ్వాళ మజ్జిగ లేవే," అన్నది మళ్ళీ అన్నపూర్ణమ్మ.

"ఎందుకనండీ దొరసానమ్మగారూ" అని అడిగింది వున్నవాళ్ళల్లోకెల్లా ధైర్యం కలిగిన వొక హరిజన స్త్రీ.

కారణం చెప్పవలసి వచ్చేటప్పటికి కోపం వచ్చింది అన్నపూర్ణమ్మకి. "ఆ సంగతులన్నీ మీకెందుకే వెళ్ళండి." అని కసురుకుంది.

కాని వాళ్ళు వెళ్ళలేదు. ఆమెను చూడగానే లేచినుంచున్నవాళ్ళు కదలకుండా బొమ్మల్లాగు అలాగే వుండిపోయారు.

"కదలరేం? వెళ్ళరేం?" అన్నది అన్నపూర్ణమ్మ కోపంగా.

వాళ్ళు నిశబ్దంగా ఒకళ్ళ మొహాలు ఒకరు చూసుకున్నారు. "బాపమ్మ దొరసాని ఇంట్లోలేదా చిన్న దొరసానీ?" అని అడిగింది హరిజన స్త్రీ.

ఆ మాటకు అన్నపూర్ణమ్మకు మరీ కోపం ఎక్కువైంది. వాళ్ళు తన మాటలు నమ్మలేదు. మజ్జిగ ఉంచుకునే లేవంటున్నారనుకున్నారు. అసలే అవమానంతో కుమిలిపోతున్న అన్నపూర్ణమ్మకు ఈ మాటలు పుండుమీద కారం జల్లినట్లయింది.

"ఇకనుంచి నేనసలు మీకు మజ్జిగ పొయ్యనే పొయ్యను. మీకు ఏనాడన్నా బాకీవుండి పోస్తున్నామా? దయతలచి పోస్తుంటే మీకేదో హక్కు వున్నట్లు వగలబడుతున్నారు. పొండి, ఇక ఇక్కడకు రాకండి" అని కేకలు వేసింది. వాళ్ళు మారుమాట మాట్లాడకుండా, వచ్చినవాళ్ళు వచ్చినట్లు ముంతలు పట్టుకొని, మొహాలు వేళ్ళాడ వేసుకొని వెళ్ళిపోయారు.

సాయంకాలం ఇంటికి రాగానే, పరంధామయ్య తండ్రికి అన్న కూతురు జరిగిన సంగతంతా చెప్పింది. అతను గబగబా వదిన వుండే గది దగ్గరకు వెళ్ళాడు. గదిలో ఆమె పండుకొని వుండటం చూశాడు. గడపలో నుంచునే "తప్పంతా నీది వదినా, కాస్త సుస్తీగావుంటే మాత్రం పెద్దదానివి నువ్వు వుండగా మజ్జిగకుండ దానికి ఎందుకు అప్పజెప్పాలి? మా అమ్మ చచ్చిపోయేవరకూ ఎప్పుడూ ఇటువంటి పనిచేసి ఎరుగదు. ఇంట్లో పెద్దవాళ్ళు ఉండి చిన్నవాళ్ళకు బాధ్యతలు అప్పగించటం ఎక్కడైనా చూశామా? ఏనాడైనా విన్నామా? పోనీ నీకు తెలియకపోతే అన్నయ్యను చూసైనా నేర్చుకోకూడదా వదినా? ఆయన నాకేనాడైనా తాళపుచెవ్వి ఇచ్చాడా? అందుకని ఆయనకు నా మీద మమకారం లేదని ఎవ్వరైనా అనగలరా? పెత్తనం చేసే పెద్దవాళ్ళకి ఏ పని చిన్నవాళ్ళకు అప్పగించవచ్చో, ఏ పని అప్పగించగూడదో తెలియాలి" అన్నాడు.

బాపమ్మగారు మాట్లాడలేదు. మరిది అమాయకత్వానికి ఆమెకు జాలివేసింది. అమాయికత్వానికి కూడా అర్థం పర్థంవుండాలని కోపం కూడా వచ్చింది.

గది గడపలోనుంచున్న పరంధామయ్య తండ్రి చెప్పుకుపోతున్నాడు. "సరే నీకు సుస్తీగాఉండి మజ్జిగకుండ బాధ్యత నువ్వు దానికి అప్పజెప్పావు. బాగానేఉంది. కాని అదేంచేసిందో విన్నావా? మజ్జిగకుండ పగలగొట్టింది. కుండెడు మజ్జిగా వొలకబోసింది. పైగా మజ్జిగకోసం వచ్చిన బీదాబిక్కీని పోట్లాడి పంపివేసింది. ఇట్లా అయితే ఈ వూళ్ళో మనకేమన్నా పరువు ఉంటుందా? తల ఎత్తుకు తిరగగలమా?" అన్నాడు.

అప్పటికీ బాపమ్మగారు మాట్లాడకపోయేటప్పటికి ఆమెకు ఎక్కువ సుస్తీగా వుందేమోనని భయపడ్డాడు పరంధామయ్య తండ్రి. వొక్కసారి చల్లబడి "జ్వరం వచ్చిందా వొదినా?" అని అడిగాడు.

"నీకు ఎవ్వరు చెప్పారయ్యా నాకు సుస్తీ చేసిందని?" అని అడిగింది బాపమ్మగారు.

తన భార్య చెప్పిందని చెప్పటానికి సిగ్గువేసింది పరంధామయ్య తండ్రికి. ఆ రోజుల్లో ఏ సందర్భంలోనైనా భార్యలను ఉదహరించటం భర్తలకు తేలిక పనిగా వుండేది కాదు. అందుకని, "వొకళ్ళు చెప్పేదేమిటి? నీకు సుస్తీగా వుండబట్టేగదా మజ్జిగకుండ ఇంకొకళ్ళ కప్పజెప్పింది?" అని అడిగాడు సంబాషణలో భార్య ప్రమేయం రాకుండా జాగ్రత్త తీసుకొని.

అతను ఎంత జాగ్రత్త తీసుకున్నా తన తోడికోడలు చెప్పి వుంటుందని గ్రహించింది బాపమ్మగారు. ఇక ఆ తీగె లాగితే డొంకంతా కదులుతుందని మెదలకుండా వూరుకుంది.

ఆమె బదులు చెప్పకపోవటం అతనికి ఏమీ బాగాలేదు. "మాట్లాడవేం వొదినా?" అని అడిగాడు.

"నువ్వు మాట్లాడుతున్నావుగా" అన్నది బాపమ్మగారు.

"నేను మాట్లాడుతున్నానులే. ఇంట్లో ఎవ్వరు చేసేపని వారు చేసుకోనప్పుడు నాకు మాట్లాడక తప్పేది ఏముంది? ఏదన్నా కానీ రేపటినుంచీ ఆ మజ్జిగకుండ బీదాబిక్కీ వ్యవహారాలన్నీ నువ్వు చూసుకోవలసిందే. ఎవ్వరికీ అప్పజెప్పటానికి వీల్లేదు. నువ్వు ఏం చేసినా అనేవాళ్ళు ఎవ్వరూ లేని అనుకుంటున్నావేమో! నేను వూరుకోను" అన్నాడు.

"వూరుకోక ఏం చేస్తావేమిటి? మీ అన్నయ్యతో చెప్పి ఇంట్లో నుంచి వెళ్ళకొట్టిస్తావా?" అన్నది బాపమ్మగారు అతని కోపాలనికి తాను నవ్వుకుంటూ.

"నువ్విటువంటి పనులుచేస్తే తప్పేది ఏముంది? అంతపనీ చేయించవలసే వస్తుంది" అన్నాడు పరంధామయ్య తండ్రి, వదిన కోపం తగ్గుతున్నదని గ్రహించి.

"పోనీలే, నువ్వంతపనీ చేయించాలేగానీ నేను బ్రతకలేకపోతానా? నాకు కావలసింది నాలుగు మెతుకులేగదా? ఎవ్వరి పంచనో వొకరి పంచన కాలం వెళ్ళబుచ్చుకుంటాను" అన్నది.

"ఎందుకు వెళ్ళబుచ్చుకోవు? అందులో నీకు వచ్చే కష్టం ఏముంది? వూళ్ళోవాళ్ళంతా మమ్మల్ని తిడుతూ దుమ్మెత్తిపోస్తుంటే నవ్వుతూ కూర్చోగలవు కూడాను" అన్నాడు.

అంతలో తన భార్య వసారాలోనుంచి ఇంట్లోకి రావటం చూశాడు పరంధామయ్య తండ్రి. తన భర్త గడపలో నిలబడి వొదినతో మాట్లాడుతూ ఉండటం ఆమె చూచింది. బాపమ్మగారు తన భర్తకేదో దుర్బోధ చేస్తూవుందని

అనుమానించింది. వాళ్ళ మాటలు వీలైనన్ని చెవిన వేసుకోటానికని నెమ్మదిగా నడుస్తూవుంది.

"ఇదిగో నిన్నే" అన్నాడు పరంధామయ్య తండ్రి.

అతని కంఠంలోని కాఠిన్యం విని ఉలిక్కిపడింది అన్నపూర్ణమ్మ.

"ఈరోజు మొదలుకొని వొదిన చెప్పినా సరే మజ్జిగకుండ వ్యవహారం నువ్వు పెట్టుకోకు" అన్నాడు.

"ఈ ఇంటి పెత్తనం అంటకట్టుకుందామని నాకు లేదు. ఆమెగారు చెయ్యమంటేనే చేశాను" అని టంకంపొడి అతికినట్లు అతికేటట్లుగా అబద్ధం ఆడింది అన్నపూర్ణమ్మ.

"ఆమె చెయ్యమన్నా సరే. చెయ్యటానికి వీల్లేదు అంటున్నాను. నీకు వినబడటం లేదా?" అన్నాడు పరంధామయ్య తండ్రి.

"ఎందుకు వినబడటం లేదు? వినబడుతూనే వుంది. నేనేమన్నా చెవుల్లో దూది పెట్టుకున్నాననుకున్నారా, వినబడకపోవడానికి?" అని విసురుకుంది అన్నపూర్ణమ్మ.

బాపమ్మగారికి మరిది సంగతి పూర్తిగా తెలుసు. అతను చాలా బోళామనిషి. కాని కోపం వస్తే ఆపుకోలేడు. ఆపుకోలేకపోవటమే కాదు, నోటికి ఏమాటవస్తే ఆ మాట అంటాడు. అందుకని అన్నపూర్ణమ్మ విసురుకి అతనికి ఎక్కడ కోపం వస్తుందో అని భయపడి "చూడబ్బాయి, ఈ ఇంట్లో నువ్వు ఎన్నాళ్ళనుంచి పెత్తనం సాగిస్తున్నావు?" అని అడిగింది.

"నేనా? పెత్తనమా?" అని తబ్బిబ్బుపడ్డాడు పరంధామయ్యతండ్రి.

"ఈ ఇల్లు ఎవ్వరి పెత్తనం క్రింద జరగాలంటావ్?" అని వెంటనే మరొక ప్రశ్న వేసింది బాపమ్మగారు.

"నీ పెత్తనం క్రిందనే వొదినా. అందులోసందేహం ఏముంది?"

"మరి నా తోడికోడలికి నా మాట వినవద్దని చెబుతున్నావెందుకు? నా పెత్తనం వొప్పుకున్నవాళ్ళు చెయ్యవలసిన పనేనా. మజ్జిగ చెయ్యమని నా తోడికోడలిని నేనే పురమాయించాను. మజ్జిగ చెయ్యటం కష్టం అయినా. నా మాట కాదనలేక ఆమె అందుకు పూనుకుంది. ఏ పనైనా మొదలు పెట్టగానే ఎవ్వరికయినా చేతనవుతుందా? నెమ్మదిగా వాళ్ళే నేర్చుకుంటారు. మంచి జరగనీ, చెడు జరగనీ. ఇకనుంచి మజ్జిగ చెయ్యడం గానీ, బీదాబిక్కీకి పొయ్యటంగానీ ఆమె

చూసుకోవలసిందే. ఇంటి పనులు ఒక్కొక్కటి ఆమెకు అప్పగించకపోతే, ఆమె మాత్రం నేర్చుకునేదెప్పుడు? మనం ఎప్పుడూ కలిసే ఎందుకువుంటాం. ఎపుడో ఒకప్పుడు ఏర్లు పడవలసిందే గదా! అప్పుడు ఇంటిపనంతా ఆమె చూసుకోవలసి వుంటుంది. ఇప్పటినుంచీ నేర్చుకోకపోతే ఆ భారం నెత్తిమీద పడ్డప్పుడు ఒక్కసారిగా ఆమె ఏం చెయ్యగలుగుతుంది? అప్పుడు నువ్వే అంటావు నా ఒదినె తన తోడికోడలికి ఇటు పుల్ల అటు పెట్టటం కూడా నేర్పలేదని. నేనెందుకు అనిపించుకోవాలి ఆ మాట? చూడబ్బాయి, ఈ ఇంటి పెత్తనం నాది. ఈ ఇంటి అభివృద్ధికి నా మనస్సుకి ఏ పని మంచిదని తోస్తే అది చేస్తాను. ఇతరులకు సంజాయిషీ చెప్పుకోవలసిన అవుసరం నాకు లేదు. ఈ ఇంటి పెత్తనం నేను చూస్తున్నంతకాలం అందరూ నేను చెప్పినట్లు వినవలసిందే. నా మాట ప్రకారం నడుచుకోవలసిందే. ఎదురు చెప్పే హక్కు ఎవ్వరికీ లేదు. అట్లా అయితేనే ఈ కాపురం నడుస్తుంది. అసలు ఆడవాళ్ళ పనుల్లో జోక్యం కలిగించుకోవాలనే బుద్ధి నీకెందుకు పుట్టింది? ఇంటిపనులు మాకంటే నీకు ఎక్కువ తెలుసునా? అట్లా అనుకుంటే అన్నిపనులూ నువ్వే చేసుకో, నువ్వేది చెపితే మేము అది చేస్తాం. లేకపోతే మేము చేసుకుపోతుంటే చూస్తూ ఉండు. అంతేగాని చీటికిమాటికీ వచ్చి ప్రతి చిన్న విషయంలోనూ జోక్యం కలిగించుకోకు" అన్నది.

వదిన మాటలకు పరంధామయ్య తండ్రి సమాధానం చెప్పలేకపోయాడు. సమాధానం చెప్పే అవకాశం వున్నట్లు అతని మనస్సుకు లీలగా గోచరించింది. కాని ఆ అవకాశానికి వొక రూపం లేదు. స్పష్టత లేదు. "సరే, నీ ఇష్టం వొచ్చినట్టే చెయ్యి వదినా, నువ్వేం చేసినా నేను అడగను" అని కోపంగా వెళ్ళిపోయాడు.

మరునాడు పొలం వెళుతూ పరంధామయ్య తండ్రి కవ్వం ధ్వనులు వినిపించగా మజ్జిగ ఎవ్వరు చేస్తున్నారో తెలుసుకుందామని వంట ఇంట్లోకి తొంగి చూశాడు తన భార్యే చేస్తూ వుంది. అతని మనస్సు కలుక్కుమన్నది. "కుండ జాగ్రత్త. నిన్న చేసినట్లు చేసేవు!" అన్నాడు.

"ఇదేం బ్రహ్మ విద్యేం కాదు. ఈ విద్య మీ వొదినగారి ఒక్కరికే రాలేదు. అందిరికీ తెలిసిన విద్యే ఇది. మా కన్నవారి ఇంట్లో పదికుండల పాడి వుంది" అన్నది అన్నపూర్ణమ్మ.

ఆ రోజు ఏ ప్రమాదం జరగకుండానే మజ్జిగ చేసింది అన్నపూర్ణమ్మ. బీదా బిక్కీ రాకముందే పాలేరుతో మజ్జిగ కుండ దొడ్లో పెట్టించింది. వచ్చిన వాళ్ళకు ఒచ్చినట్లు పోసింది. అయితే ఎవ్వరికి ఎంత పొయ్యాలో తెలియక ముందు వచ్చిన

వాళ్ళకు ఎక్కువ పోసేటప్పటికి కొంత మందికి మిగల్లేదు. మరునాడు జాగ్రత్తగా వుండాలనే వుద్దేశంతో మొదటివాళ్ళకు తక్కువ తక్కువ పోస్తే చివరికి కుండకి సగానికి మిగిలినై.

ఈవిధంగా నాలుగైదు రోజులు చిన్నచిన్న చిక్కులకు లోబడ్డా, పంపకానికి కావలసిన నేర్పు ఆమె త్వరలోనే గ్రహించింది. పైగా బాపమ్మగారికంటే ఎక్కువ పేరు సంపాదించాలనే వుద్దేశంతో ఎక్కువ మజ్జిగ చేసి, వచ్చిన ప్రతివారికీ ఎక్కువగా పోసి పంపుతూ వుండేది కూడాను. ఒక్క నెలరోజులు గడిచేటప్పటికి మజ్జిగకు వచ్చేవాళ్ళందరూ అన్నపూర్ణమ్మను గురించి గౌరవంగా చెప్పుకోవటం మొదలుపెట్టారు. ఏ ఒకరిద్దరో తప్ప మిగిలిన అందరూ బాపమ్మగారిని మరచిపోయారు కూడాను.

దీనికి తోడు అన్నపూర్ణమ్మ మరొక పని కూడా చేసింది. నెలకొకసారి ఉదయం బాపమ్మగారు ఒక బస్తా జొన్నలు వేరుగా తీసి పది గంటలముందు వచ్చిన బిచ్చగాళ్ళందరికీ లేదనకుండా వేస్తూ వుండేది. ఆ రోజు తెల్లవారిన దగ్గరనుంచి పది గంటలలోగా ఆ ఇంటికి చాలామంది బిచ్చగాళ్ళు వచ్చిపోతూ వుండేవాళ్ళు. అందులో కుంటివాళ్ళూ, గుడ్డివాళ్ళూ ఎక్కువగా ఉండేవాళ్ళు. వాళ్ళని బాపమ్మగారు ప్రత్యేకం ఆదరించి పంపేది. ఈ సంగతి ఆ చుట్టుపక్కలవున్న గ్రామాదులన్నిటికీ తెలుసు. అందుకని శనివారం తెల్లవారేటప్పటికి చుట్టుప్రక్కల గ్రామాదుల్లో వున్న కుంటి, గ్రుడ్డివాళ్ళందరూ ఆ ఇంటి చుట్టూ జేరేవారు. ఆ రోజు బాపమ్మగారు తెల్లవారక ముందే స్నానం చేసి ముఖాన అర్ధణా వెడల్పు కుంకుమ బొట్టు పెట్టుకొని తులసిపూజ చేసి, బిచ్చం పెట్టటానికి దొడ్లోకి వచ్చి కూర్చునేది. అవుసరం అనుకుంటే క్రొత్త బస్తా వూడదీయించి పెట్టేదే గాని ఎవ్వరినీ రిక్త హస్తాలతో పంపేది కాదు. ఎంత పని వచ్చినా పది గంటలముందు అక్కడనుంచి లేచేది కాదు.

ఈ ఆచారం వారి కుటుంబంలో అనాదినుంచి వస్తూ వుంది. అనవసరంగా ఇంత ఖర్చు ఎందుకని అంతకుముందు ఆ ఇంట్లో పుట్టినవారు ఎవ్వరూ అడిగి ఎరుగరు. బాపమ్మగారికి ముందు ఈ పని ఆమె అత్తగారు చేస్తూ వుండేది. అత్తగారి తరువాత ఈ సత్కార్యం ఆమెకు సంక్రమించింది.

ఈ పని మానిపించాలని మొదటినుంచీ చాలా ప్రయత్నించింది అన్నపూర్ణమ్మ. కాని ఆమెవల్ల కాలేదు. చివరికి తనే ఆ పనికి పూనుకుంది.

ఈవిధంగా ఒక్కొక్క పనీ తన చేతిల్లోకి తీసుకోవటం మొదలు పెట్టేటప్పటికి, ఇక భాగాలు పడవలసిన తరుణం వచ్చిందని గ్రహించింది బాపమ్మగారు. భాగాలు

పడవలసిందని భర్తతో చెప్పింది. మొదట్లో ఆయన అంగీకరించలేదు. కాని ఆమె పట్టు పట్టుకు కూర్చునేటప్పటికి అతనికి తప్పలేదు.

భాగాలు పడిం తర్వాత ఏ నాలుగైదుసార్లో తప్ప మరిది ఇంటికి రాలేదు బాపమ్మగారు. మరిది కాలం చేసినప్పుడు ఒకసారి వచ్చింది. పరంధామయ్య వివాహానికి ఒకసారి వచ్చింది.

పరంధామయ్యకు కూడా పెద తల్లి అంటే చాలా అభిమానం. చదువుకునే రోజుల్లో సెలవలకు ఇంటికి వచ్చినప్పుడల్లా మొదట్లో అతను చేసేపని ఆమెను చూచిరావటం. ఆమెకు కూడా పరంధామయ్య అంటే చాలా వాత్సల్యం. పరంధామయ్య వివాహానికి పనికట్టుకొని ముందుగా వచ్చి పనులన్నీ ఆమెచేసి వెళ్ళింది. అప్పటి నుంచీ ఇప్పటివరకూ ఆమె పరంధామయ్య ఇంటికి రాలేదు.

ఇక రేపు కళ్యాణకింకిణి కలకత్తా బయలుదేరుతుందనగా, ఆ రాత్రి పొద్దుగూకిం తరువాత నౌకరు పరుగెత్తుకుంటూ వచ్చి, "పెద్దమ్మగారు వస్తున్నారు బాబూ" అని చెప్పాడు.

నౌకరు మాటలు వెంటనే అతనికి అర్థం కాలేదు. "ఏ పెద్దమ్మ గారు?" అని అడిగాడు.

"బాపమ్మ దొరసానండీ" అన్నాడు నౌకరు.

పరంధామయ్య ఆశ్చర్యానికి మేరలేకపోయింది. ఏదో ప్రబలమైన కారణం వుంటే తప్ప ఆమె ఇల్లు కదలదు. అందులో ఆమెకు ఈమధ్య ఆరోగ్యం బాగా లేక అసలే ఇల్లు కదలటం లేదు. ఇప్పుడు ఎందుకు వస్తున్నట్లు? హడావిడిగా లేచి ఆమెకు ఎదురుగా వెళ్ళాడు పరంధామయ్య.

"ఏమిటి పెద్దమ్మా ఇలా వచ్చావు?" అని అడిగాడు.

"నీతో మాట్లాడవలసిన పని వుండి వచ్చానయ్యా" అన్నది బాపమ్మగారు.

"కబురు పంపితే నేను రాకపోయానా?" అన్నాడు పరంధామయ్య.

"నాకే రాబుద్ధి అయిందయ్యా?" అన్నది బాపమ్మగారు. ఆమె తాను వచ్చినపని ఎక్కువసేపు మభ్యపెట్టలేదు. "కోడల్ని చదువుకి ఎక్కడికో పంపిస్తున్నావని తెలిసి వచ్చాను" అన్నది.

అప్పుడు ముందుగానే ఆసంగతి ఆమెకు చెప్పనందుకు పరంధామయ్య పశ్చాత్తాపపడ్డాడు. నిజానికి ఆమెకు చెప్పి ఆమె సలహా తీసుకోవాలని అతను మొట్ట మొదటిసారిగా ఆ ప్రస్తావన వచ్చినప్పుడు అనుకున్నాడు. కాని ఎవరు చెప్పినా

కళ్యాణకింకిణి తన మనస్సు మార్చుకోదని తెలిసి వూరుకున్నాడు. అయినా పెద్దమ్మకు చెప్పకపోవటం తప్పేనని అప్పుడు తేల్చుకున్నాడు. తలవంచుకొని "అవును పెద్దమ్మా! కలకత్తా పంపుతున్నాను" అన్నాడు.

"కాపురానికి వచ్చిన పిల్లను చదువుకి అంతదూరం పంపమని నీకు ఎవరు సలహా చెప్పారయ్యా?" అని అడిగిందామె తన వాత్సల్య దృష్టులు అతని మీదకు ప్రసరిస్తూ.

పరంధామయ్య వెంటనే ఆమెకు సమాధానం చెప్పలేకపోయాడు. ఇతరుల దగ్గిర చెప్పినట్లు తానే ఆమెను చదువుకి పంపుతున్నానని అనలేక పోయాడు. మెదలకుండా కూర్చున్నాడు.

"మాట్లాడవేమయ్యా?" అని అడిగింది బాపమ్మగారు.

"ఆమెకు చదువుకోవాలని ఉంది" అని నసిగాడు పరంధామయ్య.

"మనకు అనేకం చెయ్యాలని ఉంటుందయ్యా? ఈ పంజరం చీమూ నెత్తురుతో కూడుకున్నదవటంవల్ల మనకు అనేక కోర్కెలు ఉంటయి. కాని అవన్నీ చెయ్యగలుగుతామా? మనకు చెయ్యబుద్ధి పుట్టినవన్నీ చేస్తూ కూర్చుంటే కాపురాలు నిలుస్తవా? నలుగురు కలసి బ్రతుకుతామా? నలుగురం కలసి బ్రతకాలంటే, ఒకరి కోసం ఒకరం మన కోర్కెలను వదులుకోవటం నేర్చుకోవాలి. అదీ కాకుండా మన కోర్కెలనన్నిటినీ ఒక జన్మలోనే తీర్చుకోవాలంటే, జీవితం కలగాపులగం అయిపోదుటయ్యా. కోర్కెలు ఈ జన్మలో తీరకపోతే వచ్చే జన్మలో తీరుతవి, ఏమంత తొందర వచ్చి పడిందట" అన్నది.

"చదువుకోవాలని ఆమె చాలా ఉబలాటపడుతూ వుంది పెద్దమ్మా" అన్నాడు పరంధామయ్య.

బాపమ్మగారు కళ్యాణకింకిణి చదువు సంగతి ఎత్తినప్పటినుంచీ అతనికి దుఃఖం పొంగి పొర్లివస్తూవుంది. దానిని నిగ్రహించుకోవటం అతనికి క్రమక్రమేణా కష్టమే అవుతూ ఉంది. అతను తలవంచుకొని మాట్లాడటం వల్ల అతని బాధను తొందరగా బాపమ్మగారు గ్రహించలేక పోయారు.

"చదువుకోవాలని వుంటే ఇక్కడే చెప్పించక పోయావటయా. మన పూజారి బాపనయ్యకు కబురుపెడితే, రోజూ ప్రొద్దున్నే వచ్చి భారత, భాగవత, రామాయణాలు చెప్పి పోయేవాడు. ఆయన డొక్కశుద్ధీ, వాక్శుద్ధీ వున్న మనిషి కూడాను. ఇక్కడలేని చదువులు కలకత్తాలో వున్నాయా? మన భారత భాగవత రామాయణాల్లో లేని క్రొత్త

చదువులు ఆమెగారు కలకత్తా వెళ్ళి నేర్చుకు వచ్చేదేమిటి? ఇప్పటికైనా మించి పోయిందేమిటి గాని ఈ ప్రయాణం ఆపించు అబ్బాయి. మీరు సలక్షణంగా కాపురం చేసుకుంటే నాబోటి వాళ్ళు చూచి ఆనందిస్తారు" అన్నది.

పరంధామయ్య ఇక తన మనస్సులోని ఆవేదనను ఆపుకోలేకపోయాడు. జరిగిన సంగతంతా ఆమెకు చెప్పాడు. "కాకపోతే ఆమెను బలవంతంగా చదువు మాన్పించటానికి నేను ప్రయత్నించలేదు" అన్నాడు.

అకస్మాత్తుగా పరిస్థితులన్నీ అవగాహన అయినై బాపమ్మగారికి. ఆమె మనస్సులో అనేక ఆలోచనలు చెలరేగినై. కళ్యాణకింకిణీ స్వభావం ఆమెకు తెలుసు. అది బంగారం వంటిది. అయితే మలిపే కంసాలి నైపుణ్యాన్నిబట్టి అది మారుతూ వుంటుంది. ఆ నైపుణ్యానికి అదిలోకువే. ఆ క్షణం, బహుశా తాను ఈ ఇంటికి అప్పుడప్పుడూ వొచ్చి వెళ్ళకపోవటమే తప్పయిపోయిందేమోనని అనిపించిందామెకు. ఇంతకు ముందు ఆ ఇంటికి ఆమె వొచ్చి వెళుతూ వుండకపోయినా, అక్కడ జరిగే సంగతులన్నీ ఆమె ఎప్పటికప్పుడు కనుక్కుంటూ వుండేది. ఇటీవల ఆరోగ్యం చెడినప్పటినుంచీ ఆమెకు భగవద్ధ్యాస ఎక్కువై ఏవిషయాలూ ఆమె పట్టించుకోవటం లేదు. తన కుటుంబ వ్యవహారాలే ఇతరులకు వొదిలి తాను సాక్షి మాత్రంగా వుంటూ వుంటుంది. అందువల్ల కాకతాళీయంగా చెవినిపడ్డ మాటలు తప్ప మిగిలిన విషయాలేమీ ఆమెకు తెలియటం లేదు. అలా తెలుసుకోకపోవటం పొరపాటే అయిందేమోనని అనిపించిందామెకు ఆ క్షణం.

"నా కోడలు చదువుకు వెళుతూ ఉందని అనుకున్నప్పుడు ఇటువంటిదేదో జరిగి వుంటుందనే అనుకున్నాను" అన్నది. ఈ మాటలు తనకు తానే చెప్పుకుంటున్నట్లు అన్నది. అని కాసేపు మౌనంగా వుండి, తలవంచుకొని కూర్చున్న పరంధామయ్యను జాలిగా చూస్తూ, "నీ అంత నువ్వు ఇంత తెలివి తక్కువ పని చేస్తావని నమ్మలేక పోయాను అబ్బాయి. అయితే నా మరిదిలో వున్న అమాయకత్వం నీలోనూ వుంది. అంత మొండితనం కూడా వుంది. అందువల్ల ఏదో ఒక ధోరణిలో పడి వెనుక ముందు ఆలోచించుకోకుండా ఈ పనికి పూనుకొన్నావేమోనని అనుకున్నాను. నా మరిదికి వున్నట్టే నీకూ నామీద కొంచెం గౌరవం వుంది గనుక చెప్పి ఈ పనినుంచి విరమింప జేద్దామనే ఉద్దేశంతో వచ్చాను. సరే, ఇక నేను చెయ్యగలిగింది ఏమీ వున్నట్టు కనపడదు" అన్నది నిట్టూరుస్తూ.

పెదతల్లి మాటలకు పరంధామయ్య మనస్సు ద్రవించింది. ఇక అతను తన ఆవేదనను బిగబట్టలేకపోయాడు. కన్నీరు బొటబొట రాలింది. అతని బాధకు

బాపమ్మగారు ఊగిపోయింది. అతను పసివాడైతే తన ఒడిలోకి తీసుకొని వోదార్చి వుండేది. ఇప్పుడు తనంతవాడైన అతనిని, ఏవిధంగా అనునయించ గలదు.

"మనం అంతా వెర్రివాళ్ళం అబ్బాయి. ఎవ్వరికి వాళ్ళం అన్నీ మనకే తెలుసు అనుకుంటాం. జీవితం మన ఆలోచనలకు అనుకూలంగా నడవాలనుకుంటాం. అలా నడవనప్పుడు అది తప్పుదారి పట్టిందనుకొని వెత జెందుతాం. నిజానికి అది మనం భావించినట్టు నడిస్తే ఇక భగవంతుడెందుకు? పైగా నా ఆలోచనకు అనుకూలంగా నడవటం, నీ ఆలోచనలకు వ్యతిరేకంగా నడవటం ఆయె. అది అందరినీ ఎలా మెప్పించగలుగుతుంది. జీవితం మన ఇష్టం వొచ్చినట్లు భావించటం చాలా కృత్రిమమైన ఆలోచనగా కనపడుతుంది అబ్బాయి. ఇన్ని మనసులను కలుపుకొని రావాలంటే, అది ఎవ్వరికీ దాసురాలు అవగూడదు. భగవంతుడు అన్నీ మన మంచికే చేస్తాడనే నమ్మకంతో సాక్షీభూతంగా వుండటమే మంచిదని తోస్తుంది. భగవంతుడు ఏది ఎందుకు చేస్తున్నాడో ఈ లౌకిక వ్యవహారాల్లో పడి కొట్టుకునే మనకేం తెలుస్తుంది చెప్పు? ఆయన ఆలోచన సమగ్ర స్వరూపాన్ని ధరించినప్పుడు గాని మనకు అర్థం అవదు. అప్పటి వరకూ ఉపేక్షాభావం వహించటమే మన ధర్మం" అన్నది.

"ముందుగా ఈ పరిస్థితి నీకు చెప్పనందుకు నన్ను క్షమించు పెద్దమ్మా. చెప్పి నిన్ను బాధపెట్టటం కంటే ప్రయోజనం లేదని వూరుకున్నాను."

ఆమె కొంచెం సేపు మౌనంగా కూర్చుంది. అంతలో ఆమె ముఖం చిరునవ్వుతో వికసించింది. ఆమెను ఆశ్చర్యంగా చూస్తూ కూర్చున్నాడు పరంధామయ్య.

"ఇంతకీ భగవంతుడు ఇలా నిర్దేశించాడు. ఇక దీనిని గురించి మనం విచారించి ప్రయోజనం లేదబ్బాయి" అన్నది.

కాని ఆమె మాటలు పరంధామయ్యను ఓదార్చలేకపోయినై. ఆమె వచ్చి చేసేది ఏమీ లేదని యింతకు ముందు అతను అనుకున్నమాట నిజమే. కళ్యాణకింకిణి మనస్సు మారదనే విషయంకూడా అతనికి తెలిసిందే. అయినప్పటికీ తీరా ఆమెకై ఆమె వొచ్చిం తరువాత, ఆమె ఏదో ఒకటి చేసి పరిస్థితులను చక్కదిద్దగలదనే ఆశ అతనిలో లీలగా ఉంటూ వచ్చింది. ఆ ఆశ ఇప్పుడు నిరాశ అయింది.

అతని ఆలోచనలను బాపమ్మగారు ఎంతవరకు కనిపెట్టగలిగిందో, "ఇంతకీ కోడలు ఎక్కడ?" అని అడిగింది.

"లోపల ఉంది" అన్నాడు పరంధామయ్య.

"పలకరించి వస్తాను."

బాపమ్మగారు వెళ్ళేటప్పటికి ప్రయాణం నిమిత్తం పెట్టెలు సర్దుకుంటూ ఉంది కళ్యాణకింకిణి.

బాపమ్మగారితో మొత్తం ఏ నాలుగైదుసార్లో మాట్లాడి ఉంటుంది కళ్యాణకింకిణి. ఆ పరిచయంతోనే ఆమె మీద పుణ్యభావం ఏర్పడి ఉంది. పైగా తన భర్తకూ, గ్రామంలోవున్న పిన్నలకూ, పెద్దలకూ ఆమెమీద ఉన్న సదభిప్రాయం, గౌరవం ఆమెకు తెలియనివి కావు. అందుకని బాపమ్మగారిని చూచీ చూడగానే ఆమెకు ప్రాణం లేచి వచ్చింది. "నమస్కారమండీ" అంటూ ఎదురుగా వెళ్ళి ఆమె పాదధూళి శిరస్సున ధరించింది.

"నువ్వు వూరు వెడుతున్నావని తెలిసి వచ్చానమ్మా" అన్నది బాపమ్మగారు.

అప్పుడు కళ్యాణకింకిణి ఆమె దగ్గరకు వెళ్ళి సెలవు తీసుకోకపోవటంలో తానెంత తప్పు చేసిందీ గమనంలోకి వచ్చింది. "హడావుడిలో వుండి మీ దగ్గరకు రాలేకపోయానండీ" అన్నది.

"దాన్దేముందిలే అమ్మా. నాకివ్వాళే తెలిసింది. లేకపోతే ఇంతకుముందే వచ్చి నీతో కాసేపు కాలక్షేపం చేసి వుండేదాన్ని" అన్నది బాపమ్మగారు.

తాను వచ్చి ముందుగా చెప్పనందుకు బాపమ్మగారు ఏమీ అనుకోవటం లేదని మనస్సులో నిశ్చయించుకొని అతి సంతోషంగా రవీంద్రుల సంగతీ, విశ్వభారతిలో నేర్పే చదువుల సంగతి చెప్పుకు పోయింది కళ్యాణకింకిణి. తనకక్కడ మిగిలిన చదువులతో పాటు చిత్రకళ నేర్చుకోవాలని వుందని కూడా చెప్పింది.

"చూడండీ, పరప్రభుత్వ పాలనలో పడి మనం మన సంస్కృతిని మరచిపోయాం. అపూర్వమైన మన సంస్కృతిని వదలి పరుల సంస్కృతిని అనుకరిస్తున్నాం. ఈ భావం పోగొట్టి మన సంస్కృతి యొక్క ఔన్నత్యాన్ని బోధించి దానిమీద ప్రీతి కలిగేటట్టు చేస్తారక్కడ. నేను అక్కడకు వెళ్ళి రవీంద్రుల సాన్నిధ్యంలో కొన్నాళ్ళు ఉండబోతున్నాననే స్పృహ తన్మయత్వం కలిగిస్తూ ఉంది" అన్నది.

బాపమ్మగారు మాట్లాడలేదు. బాపమ్మగారు ఏనాడూ భారతీయ సంస్కృతి మీద తూష్ణీభావం పెంచుకున్న మనిషి కాదు. ఆమె భారతీయ సంస్కృతిలోనే పుట్టి భారతీయ సంస్కృతిలోనే పెరిగింది. పైగా రక్తంలోవున్న సంస్కృతిని తెలుసుకోటానికి గాను స్వగ్రామం విడిచి ఎక్కడికో వెళ్ళవలసిన అవసరం వుంటుందని కూడా ఆమె

ఎప్పుడూ అనుకొని ఎరుగదు. ఆమెకు కళ్యాణకింకిణి ఆవేశం చాలా కృత్రిమంగానూ లోకజ్ఞానం లేకపోవటం వల్ల పొటమరించిందిగానూ కనుపించింది. కాని ఆమె పైకి ఏమీ అనలేదు.

నిజానికి ఆమె కళ్యాణకింకిణి దగ్గరకు వచ్చినప్పుడు ఆమెను ప్రయాణాన్నుంచి విరమింపజెయ్యాలని అనుకోకపోలేదు. అవకాశాన్నిబట్టి వొకమాట అని తన ధర్మం నెరవేర్చుకుందామని అనుకుంది. కాని తీరా కళ్యాణకింకిణి ఆవేశం చూచేటప్పటికి ఆమె మనస్సు కష్టపెట్టటంకంటే, ఆమెను తన ప్రయత్నాన్నుంచి విరమింప జెయ్యటానికి ప్రయత్నించటంవల్ల ప్రయోజనం లేదని తేల్చుకొని వూరుకుంది.

కాసేపు ఆమె మాటలు వింటూ కూర్చొని, "సరేనమ్మా, వెళ్ళిరా. సెలవలకు మాత్రం డబ్బు ఖర్చు అనుకోక ఇంటికి వచ్చి పోతూ వుండు. ఇక్కడ నా కొడుకు ఒక్కడే వుంటాడని మాత్రం మరిచిపోకు" అన్నది.

"తప్పకుండా వచ్చి వెళ్తానండీ," అన్నది కళ్యాణకింకిణి. ఆమెలో జరుగుతున్న సంక్షోభాన్ని ఏమాత్రం గుర్తించకుండా, "అయినా మీ కొడుకు నేను లేనని బెంగపెట్టుకోరు లెండి, ఆయనకు సాంఘికసేవ ఒకటి వున్నది గదా! అది వుంటే అన్నీ మరచిపోతారు" అని కలిపింది చిరునవ్వు నవ్వుతూ.

ఈ మాటకు బాపమ్మగారు ఉలిక్కిపడ్డారు. సాంఘిక సేవలోపడి బహుశా పరంధామయ్య కళ్యాణకింకిణి సంగతి అట్టే పట్టించుకునేవాడు కాదేమోనని అనుమానం ఆమెకు కలిగింది. అందుకు ఆమెకు తనకు తెలియకుండానే లోలోన అసంతృప్తి ప్రబలి వుండవచ్చు. అసంతృప్తి పర్యవసానం, ఈ చదువుకోవాలనే కోర్కెగా పరిణమించి వుండవచ్చు.

ఆమెకు తెలుసు పరంధామయ్య బుద్ధి యెటుపడితే అటే వెడుతుందని. అతను వొంటిచూపు మనిషి, ఒక వంకకు చూపు పడితే ప్రక్కన యేమున్నదీ కూడా అతను గమనించడు. ఏదో ఒక ప్రబలమైన ఆటంకం కలిగే వరకూ అటు పడిపోతాడు. కళ్యాణకింకిణి విషయంలో కూడా అతను అలాగే ప్రవర్తించి ఉండవచ్చు అనుకున్నది.

"నీ భర్తను నేను బాల్యంనుంచీ యెరుగుదునమ్మా. అతను నా దగ్గరే పెరిగాడు. అతను పైకి కనపడడుగాని చాలా మెత్తనివాడు. ప్రతి చిన్న విషయానికీ లోలోన చాలా బాధపడతాడు. తన బాధలు ఇతరులకు చెప్పుకోడు గనక అతనిని అర్థం చేసుకోవటం కష్టం. పైకి పొక్కదు గనుక అతనికి బాధలు లేవనుకోటం

పొరపాటమ్మా. ఇతరులకు చెప్పుకుంటే బాధ కొంత తీరును. అతను అలా చెప్పుకోడు గనుక అతనిబాధ మనస్సులోనే సుళ్ళు తిరిగి వృద్ధి చెంది మనిషిని కృంగదీస్తుంది. అటువంటి వాళ్ళని వాళ్ళ భార్యలు అస్తమానం ఒక కంట కనిపెట్టి వుండాలమ్మా, లేకపోతే ఏనాడో వొకనాడు ముక్కలై వూరుకుంటాడు" అన్నది.

కళ్యాణకింకిణికి తన వివాహంనాటి సంగతులు జ్ఞాపకం వచ్చినై. తనను వివాహం చేసుకోవటంలో పరంధామయ్య యెంత ఉదారంగా ప్రవర్తించిందీ జ్ఞాపకం వచ్చింది. ఆమె పల్లెటూరు వచ్చిం తరువాత అనేకమంది దంపతులను చూచింది. అనేకమందిని గురించి విన్నది. తనపట్ల తన భర్త ప్రవర్తిస్తున్నంత ఉదారంగా, యెవ్వరూ భార్యలపట్ల ప్రవర్తించరు. పల్లెటూళ్ళలో ఏమిటి? పట్టణాల్లో మాత్రం భార్యలు బ్రతికినన్నాళ్ళూ వొదిగి బ్రతకటం, తమ స్వభావాలను పూర్తిగా భర్తల గుణాలకు అనుగుణంగా మార్చుకొని బ్రతకటం, చివరికి తమ వ్యక్తిత్వాలను పూర్తిగా చంపుకొని భర్తల అలంకరణ పోషకవస్తువులుగా బ్రతకటం, అంత కంటే ఏం జరుగుతున్నది.

ఆ మాటకువస్తే తన అత్తగారు, ఇరుగుపొరుగు అమ్మలక్కలతో, "పెండ్లి అయిం తరువాత నా కొడుకు పూర్తిగా మారిపోయాడమ్మా. ఇప్పుడు భార్య యెంత చెపితే అంత" అని ఎన్నిసార్లు చెప్పడం తను వినలేదు. "ఆవిడగారు ఏం చేసినా వాడికి సంతోషంగానే వుంటుంది. పన్నెత్తి వొక్కమాట అనడు. మనమూ కాపురాలు చేసినవాళ్ళమే గదా! ఆడదాన్ని మగవాడు అదుపులో పెట్టకపోతే, ప్రపంచం నిలుస్తుందా పిన్నీ" అని బుగ్గన చెయ్యి వేసుకొని ఇరుగుపొరుగు అమ్మలక్కలతో చెప్పడం ఆమె యెన్నిసార్లు వినలేదు.

ఊళ్ళోవాళ్ళుకూడా తన భర్త తనను అర్హతను మించిన మంచితనంలో చూస్తాడనే చెప్పుకుంటారు. మరీ మొదటిరోజుల్లో మరీ విడ్డూరంగా చెప్పుకునేవారు.

"ఎవరో జమీందారీ కూతురటమ్మా! ఆమెను వొక్కపని ముట్టనివ్వడట మన పరంధామయ్య. పేరున పిలుస్తూ ఇంట్లో ఉన్నంతసేపూ ఆమె కొంగు పట్టుకునే తిరుగుతాడట. పాపం, ఇంటిపనంతా ఆ తల్లిముండే చేసుకోవలసి వచ్చింది. కోడలు వచ్చిందని సుఖమే లేదు ఆమెకు" అని చెప్పుకునేవారు.

"ఆమె అడగటమే తరువాయి ఏది కావలిస్తే అది కొనుక్కువస్తాడట. మొన్న ఆమెగారు యేదో పుస్తకం కావాలంటే పనిమాలా బండి కట్టుకొని టౌనుకి వెళ్ళి వొక బండెడు పుస్తకాలు వేసుకు వచ్చాడట. ఆమె టేబిలు, కుర్చీ వేసుకొని, ప్లీడరుగారికి మల్లే రాత్రింబగళ్ళు చదువుకుంటూ కూర్చుంటుందట. కాఫీ కప్పులో పోసుకొని

అక్కడికి అత్తగారే పట్టుకు రావాలట. లేకపోతే ఆయనగారు వూరుకోరట! ఇంత యెత్తున లేచి, నవమాసాలు మోసి కని పెంచిన తల్లిని నానామాటలూ అని తానే తీసుకువెళ్ళి యిచ్చి వస్తాడట. ఇంత చిత్రం మనం యేనాడైనా విన్నామా!" అని గుసగుసలు పోయేవారు.

తన భర్త అంటే గిట్టనివాళ్ళు "మనకిన్ని ఉపదేశాలు చేస్తాడు, ఇన్ని తీర్పులు చెపుతాడు. పెళ్ళాన్ని ఒక్కమాట అనమను. పెళ్ళాం ముందు పిల్లయ్యా పిల్లి; ఇంట గెలిచి రచ్చగెలవమని ఊరికే అన్నారా మన పెద్దలు!" అనుకునేవారు.

ఇవన్నీ జ్ఞాపకం వచ్చి కళ్యాణకింకిణి మనస్సు ఆర్ద్రమయింది.

"ఆయన స్వభావం నాకు తెలుసండీ. నాపట్ల ఆయన చూపుతున్న ఆర్ద్రతకు ఆజన్మాంతం కృతజ్ఞత చూపవలసిన బాధ్యత నామీద వుంది" అన్నది. ఈ మాటలు అంటుంటే ఆమె ముఖంలోకి వెలుగు ప్రసరించి కాంతివంతం చేసింది.

బాపమ్మగారు సంతోషించి "అయితే ఒకమాట అడుగుతా చెప్పమ్మా" అన్నది.

"అడగండి."

"అతను ఇంటిపట్టున ఉండకుండా వూళ్ళుపట్టుకు తిరుగుతున్నాడనే అసంతృప్తి నీలో ఏమాత్రం లేదు గదా!"

ఈ ప్రశ్నకు ఉలిక్కిపడింది కళ్యాణకింకిణి. "లేదండి లేదు. ఆయన పనులన్నీ కట్టిపెట్టుకొని నాతోపాటే వుండాలనుకునే స్వార్థపరురాలను కాదండీ నేను. నాకు మొదటినుంచీ పెద్ద పెద్ద చదువులు చదువుకోవాలనే అభిలాష వుండేది. నేనిప్పుడు కలకత్తాకు వెళ్ళాలనుకోవటానికి కారణం అభిలాషకంటే వేరే ఏమీ లేదు. ఆ అభిలాష యెక్కువయి నేనేదన్నా అసంతృప్తికి లోనైవుంటే వుండవచ్చు. ఆ అసంతృప్తి మార్పు అనేది లేకుండా ఒకేరకంగా ప్రవహిస్తూన్న జీవితంమీద వారి ప్రవర్తన పట్ల కానే కాదు. వారిపట్ల యెప్పుడయినా నేను అసంతృప్తినీ చెందితే అది భగవంతుని పట్ల మహదపచారం చేసినట్లు అవుతుందండీ" అన్నది.

ఇలా చెపుతుండగా ఆమె కండ్లలో నీరు తిరగడం గమనించింది బాపమ్మగారు. అయినా ఆమె మాటలు యెంతవరకు నమ్మిందో చెప్పడం కష్టం. ఆ కన్నీళ్ళకు ఆమె ఏమి కారణం ఊహించుకుందో చెప్పటం అంతకంటే కష్టం.

"మంచిదమ్మా, అతనిపట్ల నీకంత సద్భావం ఉన్నందుకు నేను చాలా ఆనందిస్తున్నాను. అయితే వెళ్ళబోయేముందు నువ్వు నాకొక మాట ఇవ్వాలి."

"మీకు మాట ఇవ్వటం, ఆ మాట నిలబెట్టుకోవటం నా అదృష్టంగా భావిస్తానండీ" అన్నది కళ్యాణకింకిణి. ఆ క్షణం ఆమె ఏది అడిగితే అది ఇచ్చివెయ్యాలనే ఆవేశంలో ఉన్నదామె.

"అక్కడ చదువుమీద విరక్తి కలిగితే మాత్రం, భేషజానికిపోయి అక్కడ ఉండకమ్మా. వెంటనే వచ్చేయి. నువ్వు తిరిగి వచ్చినందుకు ఇక్కడ ఉన్న వాళ్ళంతా సంతోషిస్తారేగాని, అపార్థం చేసుకోరు" అన్నది బాపమ్మగారు.

ఆమె ఏదో గొప్ప విషయం అడుగబోతున్నదనుకొన్న కళ్యాణకింకిణికి, బాపమ్మగారి కోరిక ఆశాభంగం కలిగించిందనే చెప్పవలసి ఉంది. "అలాగేనండి" అన్నది.

బాపమ్మగారు మరికాసేపు కళ్యాణకింకిణితో కూర్చొని కాలక్షేపం చేసి ఇంటికి వెళ్ళగలందులకు బయలుదేరింది.

కళ్యాణకింకిణి గదిలోనుంచి బయటకు అడుగుపెట్టగానే, గొడ్ల చావిడినుంచి ఇంట్లోకి వస్తున్న అన్నపూర్ణమ్మ ఆమెకు తారసిల్లింది.

బాపమ్మగారిని చూచి ఆశ్చర్యపడి, తబ్బిబ్బుపడి, "ఎప్పుడొచ్చావు అక్కా?" అని అడిగింది అన్నపూర్ణమ్మ.

"ఇప్పుడేనమ్మా" అని సమాధానం చెప్పి, అన్నపూర్ణమ్మ చేతులో వున్న పాల తెప్పాలాచూచి, "ఇంతపొద్దుపోయి పాలుపితుకుతున్నావేం అన్నపూర్ణమ్మా" అని అడిగింది.

ఆ ఇల్లు విడిచి అనేక సంవత్సరాలయినా, వొచ్చినప్పుడల్లా ఆ ఇంటిమీద తనకేదో హక్కున్నట్లు మాట్లాడుతుందనే కోపం బాపమ్మగారి మీద అన్నపూర్ణమ్మకు వుంది. ఈ ప్రశ్నకూడా ఆమెకు అలాగే వినిపించి కోపం వచ్చింది. "నువ్వెవరవు అడగటానికి," అని అడుగుదామనుకుంది. కాని ఇంటి పరిస్థితి తనకు అనుకూలంగా లేదని జ్ఞాపకం తెచ్చుకొని, "ఆ గవిడిగేదే వొట్టి పలవగొడ్డయిందక్కా, ఇంతకు ముందు పాలు పితకటానికి తెప్పాలపట్టుకొని నాలుగుసార్లు వెళ్ళాను. నాలుగుసార్లు తన్నింది. కాళ్ళకు బందంవేసి పితుకుదామంటే ఎగచేపుకు కూర్చుంది. పొద్దుగూకినప్పటినుంచీ తంటాలుపడితే ఇవిగో ఈ నాలుగుచుక్కలూ పితికేటప్పటికి గగనమయింది" అని తనచేతి తెప్పాలలో సగానికి వున్న పాలు చూపింది.

అయితే అంతకు ముందే పాలతో నిండివున్న మరొక తెప్పాలా తీసుకొని మరొకదారిన గొడ్లచావిడిలోనుంచి ఇంట్లోకి వెళ్ళిన అన్నపూర్ణమ్మ పెద్దకూతుర్ని బాపమ్మగారు చూచింది. ఆ పాలు కూడా ఈ గేదె ఇచ్చినవే అని ఆమెకు తెలుసు.

గేదెకు యెక్కడ దిష్టి తగులుతుందోనని అసలు విషయం మభ్యపెట్టి సగం ఖాళీగావున్న తెప్పాలా అన్నపూర్ణమ్మ తనకు చూపిస్తూ ఉందని గ్రహించి, తన తోడికోడలు పోకిళ్ళకు తనలో తాను నవ్వుకుంది బాపమ్మగారు. ఆ గేదె ఇచ్చే పాలు ఎవ్వరూ చూడకుండా వుండగలందులకే తన తోడికోడలు ఇంత చీకటి పడింతరువాత పాలు తీయటం అలవాటు చేసుకొని వుంటుందని అనుకుంది.

పాలమీదనుంచి బాపమ్మగారి దృష్టి మరల్చాలనే ఉద్దేశ్యంతో "రా అక్కా కాసేపు కూర్చొని వెళుదువుగాని" అన్నది.

"వెళ్ళాలమ్మా. కోడలు వూరికి వెళుతూవుందని తెలిసి పలకరించిపోదామని వచ్చాను" అన్నది బాపమ్మగారు.

"ఆ మాట మాట్లాడదామనే నిన్ను ఉండమన్నానక్కా, ఇప్పుడు ఆవిడగారికి చదువు ఎందుకు కావాలసి వొచ్చింది చెప్పు? ఆవిడగారు పట్టణం వెళ్ళి కూర్చుంటే ఈ ఇంటిపనులు చేసేది ఎవ్వరు చెప్పు? నువ్వు నమ్ముతావో లేదోగాని అక్కా, నా ఆరోగ్యం ఇదివరకులాగా ఉండటం లేదు. పైకి మనిషిని బాగానే ఉంటున్నా, కాని ఒక్క మెతుకు లోపలకు పోదు. ఎవ్వరితో చెప్పుకుందామన్నా నా ఆకారం చూసి నమ్మరని నాలో నేనే విసుక్కొని వూరుకుంటున్నాను. నా సంగతి అంతా తెలిసిందానివి గనుక నీముందు వెళ్ళబోసుకుంటున్నానక్కా" అన్నది.

ఇది అన్నపూర్ణమ్మ కనుపించిన వారందరి దగ్గరా పాడేపాటే. తనముందు కూడా ఆమె ఈ పాట చాలాసార్లు పాడింది. మళ్ళీ ఆ పాటే అన్నపూర్ణమ్మగారు యెత్తుకునేటప్పటికి, అంత నిగ్రహం గల బాపమ్మ గారికి కూడా కొంచెం విసుగు పుట్టింది.

"అయితే ఇప్పుడు నువ్వనేది ఏమిటి అన్నపూర్ణమ్మా?" అని అడిగింది.

"కోడలికి నువ్వుచెప్పి ఈ ప్రయాణం మానిపించక్కా. నువ్వంటే ఆమెకు గురి. నీ మాట వింటుంది."

"ఆవిడతో మాట్లాడే వచ్చాను."

"ఏమన్నది?"

"వెళ్ళక తప్పదంటున్నది."

"నీ మాటకూడా వినలేదా అక్కా" అని అడిగింది అన్నపూర్ణమ్మ. కళ్యాణ కింకిణి తననేకాక, తన పెద్దతోటికోడల్ని కూడా ఎదిరించిందనే కొంత తృప్తితో.

ఆమె లోపలిభావం గ్రహించి, "వెళ్ళవద్దని నేను చెప్పలేదమ్మా" అన్నది బాపమ్మగారు.

అన్నపూర్ణమ్మ హతాశ అయింది. నిలబడటానికి ఏదో ఒక ఆధారం దొరికిందనుకున్న ఆ కాస్త తృప్తి అంతరించింది. "అంతేలే అక్కా మీరందరూ ఒకటే. ఎటు తిరిగి నేనే పరాయిదాన్ని. ఇప్పుడే కాదు. నేను ఈ ఇంట్లో అడుగు పెట్టినప్పటినుంచీ నన్ను మీరందరూ పరాయిదాన్నిగానే చూస్తున్నారు. ఎప్పుడూ రెక్కలు విరుచుకొని కష్టపడి బ్రతకటమే నా కర్మ అయింది" అని ఏడువ నారంభించింది.

అన్నపూర్ణమ్మ స్వభావం బాపమ్మగారికి తెలిసిందే. కళ్యాణకింకిణి ప్రయాణం ఆమె మనస్సును కలవరపెడుతూ ఉండకపోతే అన్నపూర్ణమ్మ ఏడుపును ఆమె సహించివుండేదే. కాని ఇప్పుడు ఆమె మనస్సు చికాకుపడింది. "చూడు అన్నపూర్ణమ్మా! మంచో చెడో మన రోజులు అయిపోయినై. మనం కాటికి కాళ్ళు చాచుకొని వున్నవాళ్ళం. కాటికి కాళ్ళు చాపుకొని వున్నవాళ్ళు ప్రవర్తించినట్లే మనం ప్రవర్తించాలి. అంటే పిల్లలు చేసుకుపోతూవుంటే మనం చూస్తూ వుండటం నేర్చుకోవాలి. అంతేగాని మనం చచ్చేదాకా మనమాటే చెల్లుబడి అవ్వాలన్నా, మనపెత్తనమే సాగాలన్నా, దానివల్ల కుటుంబాన్ని చిక్కుల్లోకి దింపటంకంటే ప్రయోజనం ఉండదు. పిల్లలు ఎల్లకాలం పిల్లలుగా ఉంటారా? వాళ్ళూ పెరిగి పెద్దవారవుతారు. క్రొత్తగా జీవితంలో ప్రవేశించినవారు అవటంవల్ల జీవితాన్ని తమ చెప్పుచేతల్లో ఉంచుకోవాలనే తహతహ వాళ్ళకు ఉండటం సహజం. అటువంటప్పుడు మేమూ ఉన్నాం అంటూ మనం మన తోలు చేతులు బయటకు పెడితే, దానివల్ల ఘర్షణా, చిత్తక్షోభా, కుటుంబ విచ్ఛిత్తీ జరగక తప్పదు. మనం ముసలివాళ్ళం అయినందుకు మనకు కొంచెం ఇబ్బంది అయినా కుటుంబం ఐకమత్యాన్ని కాపాడటానికి ప్రయత్నించాలి గాని, ఎంత విషమ పరిస్థితి వొచ్చినా, కుటుంబంలోని ఇతర సభ్యులకు ఆవేదన కలిగించి పొరుపులు పుట్టేటట్టు చెయ్యగూడదు. అలాచేస్తే మన జీవితాలు సుఖంగా వెళ్ళమారిపోవు. భగవంతుడు మనలను మెచ్చడు" అన్నది తన సహజ ధోరణికి మించిన పటుత్వంతో.

"అయితే నువ్వనేది ఏమిటక్కా? నా కొడుక్కీ కోడలికీ నేను పొరుపులు పెట్టాననా?" అని అడిగింది అన్నపూర్ణమ్మ పమిటచెంగుతో కన్నీరు తుడుచుకొని వాగ్వాదానికి సిద్ధపడుతూ.

"వాళ్ళిద్దరి మధ్యా పొరుపులు ఉన్నవనే నాకు తెలియదు" అన్నది బాపమ్మగారు.

"లేనిదే ఇల్లు విడిచి వెళతానని ఆమెగారు ఎందుకు పట్టుపట్టుకొని కూర్చుంటుంది?"

"చదువుకోసమని చెపుతూనే వుండెను గదా! అబ్బాయి కూడా అంగీకరించే. ఎందుకు నువ్వు లేనిపోనివి ఊహించి అందరినీ ఇబ్బంది పెడతావ్?" అని కొంచెం నిష్ఠూరంగానే అడిగింది బాపమ్మగారు.

అంతటితో కస్సుమని లేచింది అన్నపూర్ణమ్మ. "నేను ఇబ్బంది పెడుతున్నానా? నీ కట్లా కనపడక ఏమవుతుంది? చెప్పిన పనల్లా చేసిపెడుతూ నిన్ను అందలం మీద కూర్చోబెట్టి పూజించే కోడలు రాబట్టి నువ్వు ఏమన్నా చెల్లుతుంది. నీ కోడలు నాకోడలు వంటిదైతే అప్పుడు తెలిసొచ్చేది నీకు. ఈ ఇంట్లో నేను కాబట్టి నిభాయించుకు వొస్తున్నా, ఇంకొకళ్ళయితే ఈపాటికి ఏనుయ్యో గొయ్యో చూచుకునేవాళ్ళు" అన్నది.

"అయితే నీ కోడలు నిన్ను ఏవిధంగా ఇబ్బంది పెడుతుందంటావు?" అని అడిగింది బాపమ్మగారు.

వెంటనే కోడలిమీద ఎన్నో చెప్పాలనుకుంది అన్నపూర్ణమ్మ. కాని వెతికి చూస్తే ఏమి చెప్పటానికి పాలు పోలేదు. ఏమీ తోచక, "అటు పుల్లతీసి ఇటు పెట్టదు" అని నసిగింది అన్నపూర్ణమ్మ.

"ఆ పిల్ల పనిపాటలు చేసుకునే మన కుటుంబాలవంటి కుటుంబంలో పుట్టలేదు. ఇతరులతో పనిపాటలు చేయించుకునే కుటుంబంలో పుట్టింది. అది ఆ పిల్ల తప్పు కాదుగదా, పైగా నీకు కోడలు అయ్యేవరకూ చదువుకుంటూ వుంది. అటువంటి పిల్ల వచ్చిం దగ్గరినుంచీ ఇంటిపనులు చెయ్యటం లేదనటం ఏమి సబబు? మనం నేర్పుగా నేర్పుకోవాలి. మనలో నేర్పు అనేదివుంటే పనిపాటలు చెయ్యటానికి వెనుకంజ వేసేవాళ్ళు ఎవ్వరూ వుండరు. ఎవ్వరికైనా కుటుంబజీవితం ప్రశాంతంగా జరగాలనే వుంటుందిగానీ, ఆ ప్రశాంతత కొరవడినప్పుడు మాత్రమే క్రొత్తదారులు వెతుకుతారు" అన్నది.

బాపమ్మగారి మాటలకు పోట్లాడాలని వుంది అన్నపూర్ణమ్మకి, కాని యెలా పోట్లాట మొదలుపెట్టాలో తెలియక, "ఏమోనమ్మా, చిన్నప్పటినుంచీ వొళ్ళు దాచుకోకుండా పనిచేసినదాన్ని నేను. నాకేం తెలుస్తవి ఈ సంగతులన్ని? నీకు మల్లే పెద్దపెద్దమాటలు మాట్లాడటం కూడా నాకు చేత గాదు. నా తండ్రి నాకు చదువు

చెప్పించిన పాపాన పోలేదు. కన్నదన్న మాటేగాని నా తల్లిమాత్రం నా సంగతి ఆలోచించిందా? నాకు ఊహ వొచ్చినప్పటినుంచీ పనిపాటల్లోనే పెట్టింది. తాను ఇంత అన్నం ఉడకేసి పెట్టేది. మిగిలిన పనులన్నీ నాతోనే చేయించేది. కసూవూడ్చటం, కళ్ళాపి చల్లటం, ముగ్గులు వెయ్యటం, చెంబులు తోమటం అన్నీ నేనే చేసేదాన్ని. నాకూ తీరికవుంటే నేనూ చదువుకొని పెద్ద పెద్దమాటలు మాట్లాడేదాన్ని. అందరితోనూ ఆరిందాని అనిపించుకునేదాన్ని. ఇంతకీ బ్రహ్మదేవుడు ఆ గీత నానొసట వ్రాయలేదు." అని మళ్ళీ కంటనీరు పెట్టుకుంది.

పల్లెటూళ్ళల్లో అన్నపూర్ణమ్మ ఏకరువుపెట్టిన పనులన్నీ ప్రతి ఆడపిల్లా చేసే పనులే. ఇంట్లో పనులకు జీతగాళ్ళను పెట్టుకునే తాహతు లేకపోవటంవల్ల గానీ, పనులు చిన్నప్పటినుంచీ నేర్చివుండటం ఆడపిల్లలకు మంచిది అనే ఉద్దేశంతోగానీ చిల్లరమల్లర పనులన్నీ ఆడపిల్లలతో చేయించటం పల్లెటూళ్ళల్లోని తల్లులకు రివాజే. ఆడపిల్లలు పనిచెయ్యక చెడతారని వారి భయం. ఆడపిల్లలను ఏ అయ్యచేతుల్లో పెట్టవలసివస్తుందో, ఏ రకం అత్తగారికి అప్పగించవలసివస్తుందో, చిన్నప్పటినుంచీ పని పాటలన్నీ నేర్చుకొని, పనిపాటల్లో వొళ్ళు హూణం చేసుకొని, యెటువంటి కష్టాలనైనా సహించే మనస్తత్వం అలవరచుకొని వుండటం మంచిదని ఆడపిల్లల తల్లుల భావం.

అందులో ఆ రోజుల్లో అత్తరికం పెట్టడం అలవాటుగా వుండేది. అత్తలను మెప్పించటం, అసాధ్యమయిన విషయంగా వుండేది. కోడలు యెంత కష్టపడి పనిచేసినా, ఎంత నేర్పుగా పనిచేసినా అత్తలు మెచ్చుకునేవారు కాదు. ఏదో వొకమాట అంటూనే వుండేవారు. మెదలకుండా కూర్చుంటే, "మన గ్రామదేవత పెద్దిరావమ్మ లేదూ అట్లా కళ్ళప్పగించి కూర్చుంటుందమ్మా. పనంతా నేనూ, నా కూతురే చేసుకుంటున్నాం. ఎవ్వనికి తప్పినా మాకు తప్పేది ఏముంది?" అనేవారు. పనులన్నీ కోడలే చేసుకుపోతుంటే "అస్తమానం పనిచేసినట్టే కనపడుతుందమ్మా, కాని వొక్క పని తెమలనివ్వదు. వొక్క చట్టి బ్రతకనివ్వదు. అది వొచ్చిన దగ్గర నుంచీ కుమ్మరి మాణిక్యమ్మ దగ్గర కొన్న చట్లూ, కుండలూ లెక్కవేసుకుంటే, నా కూతురి మెళ్ళోకి వొక బంగారపు గొలుసు వచ్చేదంటే నమ్ము," అనేవారు. ఇంట్లో కలుపుగోలుగా వుంటే "అది వొట్టి వసనారి పిట్టమ్మా. ఎవ్వరితో మాట్లాడాలో, ఎవరితో మాట్లాడకూడదో కూడా తెలియదు. మొన్న ముసలాయనతో (తన భర్త) మాట్లాడుతుంటే నేను కళ్ళారా చూశా" అనేవారు. కోడలు ఎక్కువ మాట్లాడకుండా వుంటే, "వొట్టి మూగదమ్మా. అరిచి అరిచి మన నోరు నొప్పిపెట్టవలసిందే గాని అది మాత్రం పెదవి కదల్చదు. ఇంతకీ దేవుడు దానికి

అన్నీ ఇచ్చాడుగానీ నాలుక పెట్టలేదు. ఎవ్వరినని ఏం లాభం?" అనేవారు.

కోడళ్ళను ఇలా హింసించటానికి వెనుక, అత్తలకు తెలియకపోయినా, వొక ప్రబలమైన కారణం వుంది. నవమాసాలు మోసి పెంచి పెద్దవాణ్ణి చెయ్యటంవల్ల ప్రతి తల్లీ, కుమారుడు తన సొంత ఆస్తి అనుకునేది. వివాహం కావటంతో ఆ సొంత ఆస్తిలో భాగం పంచుకోటానికి భార్య పేరుతో వొక నూతన వ్యక్తి ప్రత్యక్షం అయ్యేటప్పటికి ప్రతి తల్లీ తబ్బిబ్బు పడేది. ఈ నూతనవ్యక్తి తన ఆస్తినీ, హక్కును కాజెయ్యటానికి ప్రయత్నిస్తున్నట్లు బాధపడేది. ఆ బాధ వారివారి తాహతునుబట్టి వివిధ రూపాల ప్రకటితం అయ్యేది. పులిమీద పుట్ర అన్నట్లు తన కుమారుడు భార్య తప్ప వేరొక లోకం లేదన్నట్లు ప్రవర్తించటం ఆమె మనస్సు వికలపరచి ఆమెలోవున్న మంచిని తుడిచిపెట్టేది. అక్కడితో ఆమె మన సారస్వతంలో ప్రసిద్ధి చెందిన "గయ్యాళి అత్త" రూపం ధరించేది.

ఈ పరిస్థితి అనుభవించి, ముందుగా ఊహించే పల్లెగ్రామంలోని తల్లులు తమ కూతుళ్ళకు ఓర్పూ, నిగ్రహం, కష్టపడి పనిచెయ్యటం, కష్టాలను సరకు చెయ్యకపోవటం నేర్పుతుండేవారు. ఇది ప్రతి కుటుంబంలోనూ విధిగా జరిగేపనే అయినప్పటికీ అన్నపూర్ణమ్మ తన ప్రత్యేకతగా చెప్పుకుంది. ఆమెమాటల్లో బాపమ్మ గారిమీద విసుర్లు లేకపోలేదు. బాపమ్మగారు కన్నవారి ఇంట్లో వున్నంతకాలం పనిచేసేది కాదని ప్రతీతి. ఆమె తల్లి చెయ్యనిచ్చేది కాదట.

ఆ విసురు గ్రహించి, చిరునవ్వు నవ్వుతూ ఇలా అన్నది బాపమ్మగారు. "నా చిన్నతనంలో మా అమ్మ నన్ను పని ముట్టనిచ్చేదికాదు. నిజమే, పైగా ఏ పని చెయ్యబోయినా "నీకు అత్తవారింటికి వెళ్ళిం తరువాత ఎట్లాగూ తప్పదు. ఇప్పటినుంచీ ఎందుకే తల్లీ" అనేది. అయితే మా అమ్మ నన్ను పనిచెయ్య నివ్వనందుకు నేనూ, మీ అమ్మపని నేర్పినందుకు నీవూ వాళ్ళని విమర్శించటం తప్పు. వివాహం అయ్యేంతరకూ మా అమ్మ నన్ను పని ముట్టనివ్వలేదు అని నేను సంతోషిస్తాను. అన్ని పనులూ మా అమ్మ చిన్నప్పుడే నేర్పింది అని నీవు సంతోషించు. అలా చేస్తే వాళ్ళెక్కడున్నా వాళ్ళ ఆత్మలు శాంతిస్తయి. కనీసం మనలను కన్నందుకు వారు పశ్చాత్తాపపడరు. మన జీవితాలు సుఖంగా వెళ్ళమారిపోవాలని వారు దీవిస్తారు. వారి దీవెనల బలంతో మనం ఎంతటి కష్టాన్నయినా తోసుకు పోగలుగుతాం."

అంతలోకి అన్నపూర్ణమ్మ పెద్దకూతురు అక్కడకు వొచ్చింది పిల్లవాణ్ణి చంకన వేసుకొని.

"నువ్వు ఎన్నాళ్ళయిందే అమ్మాయి వొచ్చి?" అని అడిగింది బాపమ్మగారు.

"ఇవ్వాల్టికి నాలుగురోజులు పెద్దమ్మా."

నిజానికి ఆమె అత్తవారింటి దగ్గర్నుంచి వచ్చి పదిపన్నెండు రోజులయింది.

కాని ఎప్పుడూ ఇక్కడే ఉంటూ ఉందని బాపమ్మగారు ఎక్కడ అనుకొని పోతుందోనని ఆవిధంగా అబద్ధం ఆడింది అన్నపూర్ణమ్మగారి పెద్దకూతురు. ఆమె పేరు కమలమ్మ.

"అక్కడ అంతా బాగున్నారా?"

"బాగానే ఉన్నారు."

"అల్లుడుగారు ఎలా ఉంటున్నారు?"

"ఆయనకేం, ఆయన బాగానే ఉన్నారు" అన్నది కమలమ్మ.

"ఏమో అక్కయ్యా, దాని కాపురం ఇంకా కుదుటపడలేదు. అత్త వొక్క క్షణం వూపిరి సలపనివ్వదు. రాచి రంపాన పెట్టింది పెట్టినట్టే ఉంటుంది. ఆయనగారేమో తిరుగుళ్ళు మానలేదు. ఆ మూడుముళ్ళూ ఏ నక్షత్రాన పడ్డవో దాని బ్రతుకు అడవికాచిన వెన్నెలయింది అక్కయ్యా" అని అందుకుంది అన్నపూర్ణమ్మ.

బాపమ్మగారికి కమలమ్మ వివాహం సందర్భం జ్ఞాపకం వచ్చింది. పరంధామయ్య నేనిప్పట్లో వివాహం చేసుకోను అనటంవల్ల అతని పెళ్ళికంటే ఆ పిల్ల పెళ్ళే ముందు అయింది. ఆ పిల్ల భర్త పెండ్లికి ముందునుంచీ చెడు తిరుగుళ్ళు తిరుగుతున్నాడు. అతని గ్రామం బాపట్లతాలూకాలోదే. పైగా పరంధామయ్య గ్రామానికీ ఆ గ్రామానికీ ఎక్కువ బాంధవ్యం వుంది. అందువల్ల పెండ్లికొడుకు పరిస్థితి కొంతమందికి ముందే తెలిసి అన్నపూర్ణమ్మకి చెప్పారు. ఆ సంబంధం పిల్ల శ్రేయస్సుకోరి మానుకోవటం మంచిదని సలహా చెప్పారు. కాని పెండ్లికొడుకు ఆస్తివున్న వాడవటంవల్ల అన్నపూర్ణమ్మ వాళ్ళ మాటలను చెవికి ఎక్కించుకోలేదు. పైగా పెండ్లికొడుకు ఆమె తరపు బంధువు. ఒక కుఱ్ఱవాడుంటే, ఆ కుఱ్ఱవాడికి ఆస్తి ఎక్కువ లేకపోవటంవల్లా, కూతుర్ని తన తరపు బంధువుకి ఇచ్చుకోవాలనే కోర్కెవల్లా, ఆ సంబంధం పడనివ్వలేదు అన్నపూర్ణమ్మ. పెండ్లికుమారుణ్ణి గురించి చెప్పిన పెద్దమనుష్యులతో, "మగవాడు అన్న తరువాత అటువంటివి లేకుండా వుంటాయా? ఆ మాటకు వస్తే ఎవ్వరు పత్తిత్తులు గనక. వివాహం అయితే అన్నీ అతనే మానుకుంటాడు, ఎన్ని చూడటం లేదు?" అన్నది.

"ఒకవేళ మానుకోడనుకో! ఎందుకు తెలిసి తెలిసి రొంపిలోకి దిగటం?"

అని అన్నవారితో "మానుకోకపోతే మానుకోక పోతాడు. మానకోకపోతే అతని కర్మాన అతను పోతాడు. నిక్షేపంలాంటి ఆస్తి వుంది. మన పిల్లకేంలోటు? దాని కడుపున వొక కాయ పడితే అతగాడు ఎక్కడ తిరిగితే దానిదేం పోతుంది? మహారాణిలాగ వేళకు ఇంత తిని, వేళకు గుర్రుపెట్టి నిద్రపోతుంది. అంతకంటే ఏం కావాలి?" అనికూడా అన్నది.

వివాహం అయింది. వివాహం అయినప్పటినుంచీ తన కూతురు కాపురం కూలబడ్డదని కంట తడిపెట్టుకొని అందరితోనూ చెప్పనారంభించింది. ఎవ్వరైనా "ముందే జాగ్రత్తపడి వుంటే నీకూ, నీ బిడ్డకీ ఈ కష్టం తప్పివుండేది" అంటే, "మనం అనుకుంటాంగాని పిన్నీ నొసట వ్రాసిన వ్రాత తప్పుతుందా?" అని వేదాంతం మాట్లాడేది. మాటవరసకు నింద తనమీదకు రాకుండా వుండగలందులకు అలా అనేదేగాని కూతురు కాపురం నిలబెట్టటానికి తన ప్రయత్న లోపం ఏమీ చెయ్య లేదు. చెవిలో ఇల్లు కట్టుకొని పోరింది, వియ్యపువారు విభాగాలుపడేటట్లు చేసింది. వారు కమలమ్మ నోరు భరించలేక ఆస్తినయితే పంచుకున్నారేగాని, ఏరేటి కుండ పెట్టుకోడానికి వొప్పుకోలేదు. అన్నపూర్ణమ్మ మనస్సుని ఆ పుండు ఇంకా కెలుకుతూనే వుంది. ఆమె తన కూతురికి కొడుకు పుట్టింతర్వాత అల్లుడితో ఆస్తి తన కూతురిపేర వ్రాయించడానికి కూడా పూనుకుంది. అందుకు పరంధామయ్య అంగీకరించకపోవటంవల్ల ఆ ప్రయత్నం విఫలమయింది.

తల్లి ఈ ప్రస్తావన తెచ్చిపెట్టినప్పుడు, "ఈ పాడు ఆలోచన నీ మనస్సులోకి ఎలా వచ్చిందమ్మా?" అని అడిగాడు పరంధామయ్య.

"ఆస్తంతా ముండకీ ముతక్కీ ఖర్చుపెడుతున్నాడురా. మనం చూస్తూ వూరుకుంటే అమ్మాయికిగాని మనమడికిగాని వొక్క చిల్లిగవ్వకూడా దక్కనివ్వడు" అన్నధి అన్నపూర్ణమ్మ.

తన భార్యాబిడ్డల సంగతి ఆలోచించకుండా ఆస్తి పాడుజేసుకుంటే చేసుకోనీ, అంతేగాని మనం మాత్రం ఆస్తి అమ్మాయిపేర పెట్టమని అడగవద్దు" అన్నాడు పరంధామయ్య.

"ఆస్తి కాస్త పోయినాక దానిమొహం చూసేదెవర్రా?" అని అడిగింది అన్నపూర్ణమ్మ.

"అమ్మాయికి వచ్చిన ఇబ్బంది ఏముంటుంది. మనం ఇచ్చిన అయిదు ఎకరాలు ఆమె పేరే వుండె. మనం పెండ్లికి ఇచ్చిన కట్నం నీదగ్గరే వుంచుకుని వడ్డీకి త్రిప్పుతుంటివి" అన్నాడు పరంధామయ్య.

వడ్డీమాట అతను కొంచెం నిష్ఠూరంగానే అన్నాడు. ఎందుకంటే ఆ డబ్బు వడ్డీకి ఇవ్వవద్దనీ, కావాలంటే పొలంకొని కమలపేరు పెడదామనీ అన్నాడు పరంధామయ్య. కాని అన్నపూర్ణమ్మ అంగీకరించలేదు. వడ్డీ లెక్కలు వేసి పొలంమీద వచ్చే ఫలసాయం గుడ్డిగవ్వకూడా కొరగాదని తేల్చుకొని ఆ డబ్బుతో వడ్డీవ్యాపారం మొదలుపెట్టింది. పైగా అవసరంవున్న ఏ రైతుకో కాక, కానీ అర్థణామీద, తన ఇంటికి దగ్గరగా ఉన్న అలగాజనానికి అప్పులిచ్చేది. పరంధామయ్యకు ఈ పని తలకొట్టివేసినట్లుండేది. కాని ఎన్ని చెప్పినా తల్లితో మానిపించలేకపోయాడు.

ఒకనాడు అత్యవసరమైన కాగితం ఒకటి పరంధామయ్యకు కనపడలేదు. దానికోసం ఇల్లంతా గాలించాడు. పెట్టెలన్నీ వెతికాడు. ఆ సందర్భంలో తుప్పుపట్టిన పాత ట్రంకుపెట్టె వొకటి కనిపించింది. ఆ కాగితం పొరపాటున ఆ ట్రంకుపెట్టెలోకి ఏమన్నా వచ్చిందేమోనని ఆ పెట్టెమూత తెరిచాడు. ఆ పెట్టెలోని వస్తువులను చూచి తన కండ్లను తానే నమ్మలేకపోయాడు. ఆ పెట్టెలో పిల్లలు పెట్టుకునే జలతారు టోపీలు ఉన్నాయి. ఇత్తడిగ్లాసులూ, చెంబులూ ఉన్నాయి. ఆడవాళ్ళు కాళ్ళకు పెట్టుకునే వెండికడియాలూ, అందెలూ ఉన్నాయి. పెండ్లి అయిన ఆడవాళ్ళు కాళ్ళకు పెట్టుకునే మెట్టెలుకూడా ఉన్నాయి. బంగారపు ముక్కుపుడకలూ, పోగులూ, చేతిగాజులూ, ఉంగరాలు వున్నాయి. ఇటువంటి అనేక వస్తువులతో ఆ పెట్టె నిండి, తేరగా వచ్చినదని అన్ని పదార్థాలనూ అడిగి వడ్డించుకొని తిన్న దురాశపరుని ఉదరంవలె ఉబ్బి వుంది. ఆ పెట్టె ఎవ్వరిదో, ఆ వస్తువులు అందులోకి ఎలా వచ్చాయో పరంధామయ్యకి అర్థం కాలేదు. అంతలోకి దొడ్లో గొడ్ల దగ్గిర పనిచేస్తున్న పాలేరు ఏదో పనిమీద రాగా ఈ పెట్టె "ఎవరిది" అని అడిగాడు.

"అమ్మగారిదండీ.. అన్నపూర్ణమ్మగారిది" అన్నాడు పాలేరు.

"ఈ వస్తువులన్నీ ఏమిటి? ఎక్కడివి?"

ఆ ప్రశ్నకు వెంటనే సమాధానం చెప్పలేదు పాలేరు. కాని చూపులనుబట్టి అతనికి సమాధానం తెలుసనీ, చెప్పటానికి ఏ కారణం వల్లనో సంశయిస్తున్నాడనీ గ్రహించాడు పరంధామయ్య.

"ఎక్కడివి?" అని మళ్ళీ అడిగాడు పరంధామయ్య.

"అవి కుదువ పెట్టుకొని అమ్మగారు అలగాజనానికి అప్పులిచ్చారుకదండీ" అన్నాడు పాలేరు.

ఆ విషయం తెలిసేటప్పటికి పరంధామయ్యకు మిన్ను విరిగి మీద పడినంత పనైంది. ఆ పెట్టెలోని వస్తువులన్నీ తేళ్ళూ, మండ్రగబ్బలూ, జెర్రులూ, పాములకు

వలె కనిపించినై. ఈ వస్తువులను విడనాడుకొని ఎందరి బ్రతుకులు కళావిహీనమై పోయినవో! వాళ్ళు ఎటువంటి దుర్భర పరిస్థితుల్లో చిక్కుకొని ఈ వస్తువులను వొదలటానికి సిద్ధపడ్డారో! ఆ వస్తువులను చూస్తుంటే స్మశానంలోని గోరీలనుంచి శవాలులేచి పేడ పురుగులవలె పాకుతూ, పిశాచాలక్కువలె లేస్తూ తనను చూచి వికటాట్టహాసం చేస్తున్నట్లు అనిపించింది పరంధామయ్యకు.

రపీమని పెట్టెమూసి నుంచున్నాడు. అతను చదువు పూర్తిచేసుకొని ఇంటికి వచ్చిన రోజులవి. అతనికి అప్పటికి ఇంకా వివాహం కాలేదు. అన్యాయాన్నీ, అక్రమాన్నీ చూస్తే ఇప్పుడున్న సహనం అప్పుడు లేదు. అన్యాయం అక్రమం కనపడీ కనపడగానే వాటిమీద విరుచుకుపడేవాడు. అలా విరుచుకుపడటంలో వెనుకా, ముందూ ఆలోచించేవాడు కాదు.

ఉగ్రస్వరూపంతో, “ఈ వస్తువులన్నీ ఎక్కడవో నీకు తెలుసా?” అని అడిగాడు పాలేరుని.

“ఆడ కూలోళ్ళు గుడిసెలు వేసుకు వున్నారుగదండీ ఆళ్ళవి” అన్నాడు పాలేరు.

“ఈ పెట్టె ఎత్తుకొని నావెంట రా!” అని ఆజ్ఞాపించాడు.

అది మండువేసవి. బయట ఎండ నిప్పులు చెరుగుతూ వుంది. పరంధామయ్య కోపోద్రుక్తుడై కిర్రుచెప్పులు వేసుకుని, తాటాకు గొడుగు ధరించి కూలీలవాడకు బయలుదేరాడు. పెట్టె నెత్తిన పెట్టుకొని అతనిని అనుసరించాడు పాలేరు.

బజారున గబగబ నడిచివెళుతున్న వాళ్ళిద్దరినీ విడ్డూరంగా చూస్తూ నిలబడ్డారు. ఇండ్ల అరుగులమీదా, వసారాల్లోనూ కూర్చుని కబుర్లు చెప్పుకుంటున్న గ్రామస్థులు. వాళ్ళు నడిచి వెళుతున్నారని అలా ఇంటిలో పనిపాటలు ముగించుకొని పమిటలు పరుచుకొని పడుకున్న గృహిణులకు ఎలా తెలిసిందో పరిగెత్తుకుంటూవచ్చి గడపల్లో చూస్తూ నిలబడ్డారు.

ఈ దృశ్యాలు వేటినీ గమనించే స్థితిలోలేడు పరంధామయ్య. సరాసరి వెళ్ళి కూలీలవాడలో ఆగాడు. అతనిని చూచి కూలీలందరూ బయటకువచ్చి గౌరవ సూచకంగా కాస్త దూరంలో చేతులు కట్టుకొని నిలబడ్డారు. పరంధామయ్య పాలేరు మోసుకువచ్చిన పెట్టె దింపించి, అందులోని సరుకంతా అతనిచేత బోర్లించి, ఈ వస్తువులు ఎవ్వరివో చూడండి. ఎవ్వరి వస్తువులు వారు తీసుకోండి” అన్నాడు.

కాని కూలీలు ఎవ్వరూ ముందుకు రాలేదు. పరంధామయ్య ఉద్దేశం తెలియక, వొకరిముఖాలు వొకరు చూసుకుంటూ నిలబడ్డారు. అవి తమ వస్తువులని

వారికి తెలుసు. అయితే వస్తువులు వాపసు చేసి, డబ్బు వసూలికి వచ్చేడేమోనని వారొక్క క్షణం భయపడ్డారు.

వారి భయం కనిపెట్టి పరంధామయ్య, "ఎవ్వరి వస్తువులు వారు తీసుకోండి. నాకు మీరు డబ్బేమీ తిరిగి ఇవ్వనక్కరలేదు" అన్నాడు.

కూలీలలో ధైర్యం కలిగిన అతను ముందుకువచ్చి, బోర్లించిన వస్తువులనుంచి తనవి ఏరుకున్నాడు. అవి అతని భార్య మెట్టెలూ, కాళ్ళ కడియాలూనూ అతని భార్య వాటిని అతని చేతులలోనుంచి ఆతురతగా తీసుకొని హృదయానికి అంటిపెట్టుకుంది. మళ్ళీ తన దగ్గరనుంచి లాక్కుంటాడేమో అనే భయంతో అతి దీనంగా పరంధామయ్యవంక చూస్తూ నిలబడింది. ఆమె చూపులకు కుంచుకుపోయి, తలవంచుకొని నిలబడ్డాడు పరంధామయ్య. వస్తువులను కుదువపెట్టిన మిగిలిన కూలీలుకూడా ధైర్యం చేశారు. ఒకరి తరువాత ఒకరు ముందుకువచ్చి తమ తమ వస్తువులను తీసుకుని నిలబడ్డారు. వాళ్ళు తమ అదృష్టాన్ని తామే నమ్మలేని స్థితిలో ఉన్నారు. వాళ్ళు తమ వస్తువులను తీసుకోగానే, "ఈ వస్తువుల తాలూకు డబ్బు మీరు ఎవ్వరికీ ఇవ్వవలసిన అవుసరం లేదు" అని చెప్పి అక్కడ ఇంకొక్క క్షణం కూడా ఉండకుండా ఇంటిముఖం పట్టాడు పరంధామయ్య. అతని పాలేరు ఖాళీ ట్రంకుపెట్టె నెత్తిన పెట్టుకొని యజమానిని అనుసరించాడు.

ఈ వార్త వూరంతా ఒక్కసారి గుప్పుమంది. అతను ఇంటికి తిరిగి వచ్చేటప్పటికే అందరికీ తెలిసింది. పక్క ఇంటికి ఉబుసుపోక వెళ్ళిన అన్నపూర్ణమ్మకుఈ సంగతి అక్కడే తెలిసి ఆదరాబాదరా పరుగెత్తుకుంటూ వచ్చింది. రొమ్ములు బాదుకుంటూ ఏడుస్తూ కూర్చుంది. చచ్చిపోయిన భర్తను తనను ఒక్కదాన్నీచేసి వెళ్ళిపోయినందుకు నోటికి వచ్చిన తిట్లన్నీ తిట్టింది.

అంతలో పరంధామయ్య వొచ్చాడు. అతనిని చూడగానే పెద్ద పెట్టున శోకాలు పెడుతూ, "ఏమిరా, నిన్ను నవమాసాలుమోసి కనిపెంచినందుకు, ఇదా తల్లిముండకు నువ్వు చూపే ఆదరణ? ఆ ట్రంకుపెట్టె ఇంట్లో వుంటే నీకేం అడ్డం వచ్చిందిరా? ఆ పిల్లదాని బ్రతుకు అడ్డదిడ్డంగా వుంటే దానికొక రక్షణ ఏర్పడుతుందిగదా అని, దాని డబ్బు వొడ్డీకి ఇచ్చాను. అది పెరిగితే దానికీ దాని పిల్లలకూ ఇంత అండగా వుంటుందనుకున్నాను. ఆ కూలివాళ్ళు తిండికి లేక మలమల మాడిపోతున్నాం అంటే వాళ్ళకు సహాయం చేసినట్లు ఉంటుందని ఇచ్చాను గాని, అప్పు ఇస్తానంటే మహారాజుల్లాగ తీసుకునేవాళ్ళు ఎంతమంది లేరు గనుక.

వాళ్ళు కాళ్ళమీదపడి బ్రతిమాలారు. మమ్మల్నీ, మా పిల్లల్నీ రక్షించమని ప్రాధేయపడితే మనస్సు కరిగి సరే అన్నాను. అదే తప్పయిపోయిందా? తీసుకున్న డబ్బుకి కుదువపెట్టమని నేను అడిగానా? వాళ్ళే వేసిపోయిరి. తీసుకునేవరకూ వొదిలిపెట్టకపోయిరి. తీసుకోకపోతే మమ్ములను చంపుకుతిన్నట్టే దొరసానీ అని వొట్టుపెడితే కాదనలేక తీసుకుంటిని. దీనికింత రాద్ధాంతం చేస్తావుటరా? పదిమందిలోనూ నా బతుకు నగుబాటు చేస్తావుటరా? అన్నపూర్ణమ్మ బ్రహ్మరాక్షసై బీదా బిక్కీని పీల్చుకు తింటుంటే, ఆమె కొడుకువచ్చి వాళ్ళని రక్షించాడు అని చెప్పుకోగలందులకేగా నువ్వాపని చేసింది. ఇక ఈ వూళ్ళో తల ఎత్తుకు ఎట్లా తిరిగేదిరా?" అని భోరున ఏడ్చింది.

అప్పటికి పరంధామయ్య కొంచెం కుదుటబడి వున్నాడు. తల్లి దుఃఖం అతని మనస్సును కొంత మెత్తబరచకపోలేదు. "చూడమ్మా! నాకు నిన్ను అవమానపరచాలని ఏ కోశానా లేదు కాని అనాదినుంచీ ఈ వూళ్ళో మన కుటుంబం పరువుగా బ్రతుకుతూ వుంది. బీదా బిక్కి ఏ కష్టం వొచ్చినా, నివారణకు మన కుటుంబం వైపు చూపులు నిగిడించటం నేర్చుకొని ఉన్నారు. మన కుటుంబానికి కొన్ని అలవాట్లు వంశపారంపర్యంగా వొస్తున్నవి. దీనావస్థలో వున్నవాళ్ళకు మన కుటుంబం ఎప్పుడూ ఉడుతాభక్తిని సహాయం చేస్తూనే వుందిగాని, తనకు పట్టనట్టూ, ఆ పని తనది కానట్టూ ఏనాడూ చూస్తూ ఊరుకోలేదు. అటువంటిది నాన్నగారు పోయినప్పటినుంచీ నువ్వు చేస్తున్న పనేమిటి చెప్పమ్మా. బీదవాళ్ళకు మజ్జిగ పొయ్యటం మానివేశావు. చాటుమాటుగా అమ్ముతున్నావని కూడా వూళ్ళోవాళ్ళు అనుకుంటున్నారు. మజ్జిగ అమ్ముకొని బ్రతుకవలసిన కర్మ మనకేమొచ్చిందమ్మా? మన కొట్టంలో విడవకుండా నాలుగు పాడిగేదెలు వుంటున్నాయంటే వ్యాపారం నిమిత్తం వాటిని ఉంచామా! దీనికితోడు వికలాంగులకు దానం చెయ్యడం నువ్వు మానుకున్నావు. ఎందుకు మానుకున్నావు? మానుకోమని నేను నీకు చెప్పానా? వాళ్ళకు పెట్టటానికి నీకు జొన్నలబస్తాలు కరువైనవా? వీటన్నిటికితోడు పుండుమీద కారం చల్లినట్లు ఈ వడ్డీవ్యాపారం వొకటి తలపెట్టావు. అందుకు తిండిలేక పస్తులు పడుకొని మడత కుడుములు తినే బీదాబిక్కే దొరికారా అమ్మా నీకు? అప్పులిచ్చి వాళ్ళ భార్యల మెడలలోని పుస్తెలూ, కాళ్ళ మెట్టెలూ, మన ఇంట్లో పెట్టుకుంటామా? వాళ్ళు అప్పులు తీర్చలేకపోతే అవి అమ్ముకొని తింటామా? నా రక్తనాళాల్లో నా పూర్వుల సదాచార సంపన్నతవల్ల పవిత్రమైన రక్తం ప్రవహిస్తూవుందని అనుకుంటున్నానమ్మా. నా రక్తం నా బిడ్డల రక్తం బీదల ఆక్రందనాల సెగతో కలుషితం అవటానికి నేను అంగీకరించను" అన్నాడు.

ఈ మాటలు అతని నోటినుంచి స్వచ్ఛ జలపూరితమైన వొక ప్రవంతివలె ప్రవహించినై. అతను కేకలు వేస్తాడనుకున్నది అన్నపూర్ణమ్మ. కాని అతను తన ఆవేశాన్ని నిగ్రహించుకొని చాలా నెమ్మదిగా మాట్లాడాడు. నెమ్మదిగా మాట్లాడటంవల్ల అతని మాటలకు వొక వింతబలం చేకూరింది. పైగా మాట్లాడుతున్నప్పుడు అతనిగొంతు గాద్గదికమైంది. కండ్లు చెమ్మగిల్లినై. ఇది అన్నపూర్ణమ్మ ఊహించని పరిస్థితి. ఈ పరిస్థితిని ఎలా ఎదుర్కోవాలో ఆమెకు తోచలేదు.

"నేను ఎవ్వరినీ కష్టపెట్టాలని పెట్టలేదు. నేను ఏం చేసినా ఈ కుటుంబం మంచికే చేశా. ఈ కుటుంబం సేవలో నా ఎముకలన్నీ అరిగిపోయినై. ఇందుకు శ్రీమన్నారాయణమూర్తీ నీవే సాక్షి" అని చేతులు పైకెత్తి నమస్కరించి, "తండ్రీ! ఈ ఊళ్ళో నేనంటే గిట్టనివాళ్ళు చాలామంది వున్నారు. నేనేదో సుఖంగా, గుట్టుగా బ్రతుకుతున్నానని వాళ్ళు వోర్వలేకుండా వున్నారు. నా కొడుకుని నాకు కాకుండా చేస్తున్నారు. నా కొడుకు మతి విరిచి తల్లినైన నా మీదకే వుసికొల్పుతున్నారు తండ్రీ. వాళ్ళకు నా కొడుకు నన్ను తన ఇంట్లోనుంచి వెళ్ళగొడితే చూడాలని వుంది. నా కాపురం చట్టుబండలైతే విని ఆనందించాలని వుంది. శ్రీమన్నారాయణమూర్తీ! వాళ్ళు ఎవరో నీకు తెలుసు. వాళ్ళను శిక్షించి నాకాపురం నిలబెట్టు తండ్రీ" అని ప్రతిమాటా పరంధామయ్య మనస్సులో నాటేటట్లు అంటూ భగవంతుణ్ణి ప్రార్థించింది.

ఆమె మాటలు వింటూ గడపలో నుంచున్న పాలేరు నోటికి చెయి అడ్డం పెట్టుకొని పొంగివస్తున్న నవ్వు ఆపుకొని బయటకు తుర్రున పరుగెట్టాడు. అతనికి అన్నపూర్ణమ్మగారి ఇటువంటి ప్రార్థనలు వినటం అలవాటే. కాని పరంధామయ్యకు క్రొత్త, తల్లియొక్క ఈ రూపం అతను అంతకుముందు ఇంత నగ్నంగా చూడలేదు. "నీ కొడుకును నీకు కాకుండా చేస్తున్నది ఎవరమ్మా?" అని అడిగాడు.

"నన్నడుగుతా వెందుకు. మనస్సులో నీకుమట్టుకు తెలియదూ?" అని ఎదురుప్రశ్న వేసింది అన్నపూర్ణమ్మ.

"నిజంగా నాకు తెలియదు," అన్నాడు పరంధామయ్య

"ఊర్లో అందరికీ తెలుసు. నీకు తెలియకపోతే వాళ్ళని అడుగు, ఎవ్వరిని అడిగినా చెపుతారు."

ఈ మాటకు పరంధామయ్యకు కోపం వచ్చింది. ముఖం కందగడ్డ అయింది. తమాయించుకొని, "నా యింటి సంగతులు ఊళ్ళోవాళ్ళని అడిగి తెలుసుకునే దుర్గతికి నేను ఎన్నడూ దిగజారను" అన్నాడు. అన్న వెంటనే తల్లి వుద్దేశాన్ని

దుర్గంధాన్ని పసికట్టినట్టు పసికట్టాడు. అతని శరీరం జలదరించింది. "మన కలతలకు కారణం పెద్దమ్మనా నీ ఉద్దేశం!" అని అడిగాడు తనను తానే నమ్మలేని స్థితిలో.

"మరింకేం? అన్నీ తెలిసి నన్నడగటం దేనికి? నా నోటితో చెప్పిద్దామనా?" అని అడిగింది అన్నపూర్ణమ్మ.

పరంధామయ్య తదేకధ్యానంతో తల్లిని చూస్తూ నిలబడిపోయాడు. అతని స్థితిని గ్రహించలేక తన మాటలను శ్రద్ధగా ఆలకిస్తున్నాడని భ్రమపడి బాపమ్మగారి మీద తనకున్న అక్కసునంతా వెళ్ళబోసుకుంది అన్నపూర్ణమ్మ.

"కన్నకొడుకువైన నీకూ నాకూ పడకుండా చేస్తున్న ఆమె, ఎంతటి అన్యాయానికైనా పాల్పడుతుంది. కాపరం చక్కబెట్టుకోవటం చేతకాక తనేమో ఉన్న ఆస్తంతా ఎకరం వెనుక ఎకరం అమ్ముకు తింటూ వుంది. మనం కాస్త గుట్టుగా బ్రతుకుతున్నామని ఆమెకు గుఱ్ఱు. మనంకూడా తనకుమల్లే అయితే చూడాలని వాచిపోయి చూస్తూ వుంది. నువ్వేమో పెద్దమ్మా పెద్దమ్మా అంటూ ఆమెగారిదగ్గరకే జేరతావు. నా బిడ్డ ఎక్కడ బాగుపడి పోతున్నాడో అని కళ్ళల్లో నిప్పులు పోసుకోవటం కాకపోతే, నాబిడ్డ డబ్బు వడ్డీకి ఇచ్చుకుంటే ఆమెకేం? పాతర వేసుకుంటే ఆమెకేం? మనం ఎక్కడ బాగుపడిపోతామో అని కుమిలికుమిలి చస్తూవుంది" అన్నది.

పరంధామయ్య వొక్క క్షణం ఏమీ మాట్లాడలేదు. కొడుకు మనస్సు కనిపెట్టలేని తల్లికి ఆ క్షణం వొక యుగంగా గడిచింది. కొడుకు ఏమంటాడో వినాలని తెరచిన నోరు తెరచినట్లుగానే వుంచుకొని నిలబడి చివరికి, "నువ్వా కూలీలకు ఎంత అప్పు పెట్టావో చెప్పు, నేనిచ్చుకుంటాను" అన్నాడు.

"నువ్వు ఇచ్చుకోవటం ఏమిట్రా?" అని అడిగింది బుగ్గన వేలు వేసుకొని అన్నపూర్ణమ్మ.

"అది అమ్మాయి డబ్బు గదా! అమ్మాయి దండుగపడకుండా ఆ డబ్బు నేనిస్తాను."

"నువ్వు ఎందుకురా ఇవ్వటం, నువ్వొక్కమాట అంటే ఆ కూలీలే దక్కించు కుంటూ ఇంటికివచ్చి ఇచ్చిపోతారు," అన్నది అన్నపూర్ణమ్మ ఇంకా కొడుకు ఉద్దేశం తెలుసుకోలేక.

"అది కుదరదు, నేనే ఇస్తాను. అయితే రెండు షరతులున్నాయి. ఆ డబ్బు నీచేతిలోకి రావటానికి. మొదటిది ఈ రోజు మొదలుకొని కూలీలకు నీవు అప్పు

ఇవ్వవద్దు. ఇక రెండవది నాముందు పెద్దమ్మని గురించి ఏమాటా అనవద్దు" అని చరచరా తన గదిలోకి వెళ్ళిపోయాడు.

అప్పుడు తెలిసింది ఆ తల్లికి కొడుకు మనస్సు. "నాకొడుకుని నాకు కాకుండా చేశారు" అని శోకాలు పెడుతూ కూర్చుంది. వొక నెలరోజులు తిండీ నీళ్ళూ కూడా ముట్టకుండా ఏడుస్తూనే వుందని ప్రతీతి. కాని వారి ఇంట్లో పనిచేసే పాలేర్లు మాత్రం రాత్రి మిగిలిన అన్నం కూరలూ తెల్లవారేటప్పటికి ఏ దయ్యమో కనపడకుండా చేస్తూవుందని వాళ్ళల్లో వాళ్ళు గుసగుసలు పోయేవారు.

కాని ఆనాటినుంచీ తల్లి విషయం పట్టించుకోవటం మానివేశాడు పరంధామయ్య. అతని మనస్సు పూర్తిగా విరిగిపోయింది. కొడుకు ముందుకు రావటానికి ఆమెకూడా భయపడేది. ఆమె ధైర్యంచేసి ఏమన్నా అడిగినా ముక్తసరిగా సమాధానం చెప్పి వెళ్ళిపోయేవాడు.

పరంధామయ్య మాట అన్న ప్రకారం కూలీలు ఇవ్వవలసిన డబ్బు వడ్డీతో తల్లికి ఇచ్చివేశాడు. "కన్నబిడ్డవి నువ్వు నన్ను ఇంత పరాయిదాన్నిగా చూస్తావను కోలేదురా" అంటూనే ఆమె ఆ డబ్బు తీసుకుంది. తన మాటైతే పరంధామయ్య చెల్లించుకున్నాడేగాని అన్నపూర్ణమ్మ మాత్రం వడ్డీవ్యాపారం మానుకోలేదు. కాకపోతే మరొకర్ని అడ్డంపెట్టి నడుపుతూ వుంది. తనది ఏమీ లేనట్లు నటిస్తూవుంది. ఆమె మజ్జిగ అమ్మటం కూడా మానలేదు. దానికి తోడు ఎవ్వరూ లేనప్పుడు పురులుకోసి వడ్లు అమ్మటం కూడా మొదలుపెట్టింది. ఇందుకు వూళ్ళో వున్న ఒక కోమటిని మంచి చేసుకొని వడ్లు అతని కొట్టుకు చేరవేయిస్తూ వుండేది. ఈ పనులన్నిటికి సహాయంగా వుండగలందులకు కూతుర్ని ఎక్కువరోజులు తనతోనే అట్టిపెట్టుకునేది. పరంధామయ్య ఆమె అత్తవారింటినుంచి వొచ్చినప్పుడు, "ఎందుకు వచ్చావు?" అని అడిగేవాడు కాదు, క్రమక్రమేణా "ఎప్పుడు వచ్చావు" అని అడగటం కూడా మానివేశాడు.

ఈ సంగతులన్నీ బాపమ్మగారికి తెలుసు. తన తోడికోడలూ- తోడికోడలు కూతురూ తనను గురించీ ఏమనుకున్నా, ఆమె ఆ ఇంటి శ్రేయస్సుకోరేది గనుక పరంధామయ్య తనను చూచి పోవటానికి వచ్చినపుడు ఈ విషయాలు ప్రస్తావనకు తెచ్చిచూసింది. కాని పరంధామయ్య వైఖరి ఆమెకు ఉత్సాహకరంగా కనబడక ఊరుకుంది. "నువ్వీ విషయాలలో జోక్యం కలిగించుకోకు పెద్దమ్మా. ఎవ్వరు చెప్పినా నా మనస్సు మారదు. నా బ్రతుకు నేను బ్రతుకుతున్నాను. అమ్మా, చెల్లెలూ వాళ్ళ బతుకులు వాళ్ళు బ్రతుకుతున్నారు. ఇలా వెళ్ళిపోనీయ్" అన్నాడు పరంధామయ్య.

"నేను జోక్యం కలిగించుకోకపోతే ఎట్లా అబ్బాయి?" అని బాపమ్మగారు ఏదో చెప్పబోయింది.

"నువ్వుకూడా నా కష్టం ఆలోచించకపోతే పెద్దమ్మా, నేనీవూళ్ళో ఉండనే వుండను" అన్నాడు పరంధామయ్య

పరంధామయ్య స్వభావం బాపమ్మగారికి తెలుసు. అతను అన్నంత పని చేసే స్వభావం కలవాడు. అందుకని కొన్నాళ్ళపాటు ఆ ప్రస్తావన ఎత్తకుండా వూరుకుంది బాపమ్మగారు. కాని తల్లీకొడుకులు ఎడమొఖం పెడమొఖంగా వుండటం ఆమె మనస్సుకు ఎప్పుడూ తొలుస్తూనే ఉంది. పరంధామయ్య మనస్సును మార్చటం అంత సులువైన పనికాదని ఆమెకు తెలుసు. అందుకని మంచి అవకాశంకోసం ఎదురుచూస్తూ వేచివుంది. ఆ అవకాశం పరంధామయ్య వివాహంలో లభ్యమైంది.

వివాహానంతరం బాపమ్మగారి ఆశీర్వాదం పొందగలందులకు వధూవరులు ఆమె పాదాభివందనం చేశారు. బాపమ్మగారు తన మనస్సులోని కోర్కెను తీసుకోటానికి అంతకంటే మంచి అదను దొరకదని గ్రహించి, "మీరిద్దరు కుటుంబంలోని మిగిలిన సభ్యులందరితోనూ కలిసి మెలసి ఉండి, బీదాబిక్కీని మీ సొంత బిడ్డలులాగ చూచుకుంటూ సుఖంగా వర్ధిల్లాలని నేను కోరుతున్నాను. భగవంతుడు మీకు ఆయురారోగ్యాలు ప్రసాదించుగాక!" అన్నది.

కళ్యాణకింకిణికి ఈ దీవెనలో ప్రత్యేకత ఏమీ కనుపించలేదు. పరంధామయ్యే మాత్రం ఆమె మనస్సులోని కోర్కెను గ్రహించాడు. ఒక్కక్షణం ఆలోచించి "అలాగే పెద్దమ్మా" అన్నాడు. బాపమ్మగారు సంతోషించింది.

ఆనాటినుంచి పరంధామయ్య తన తల్లి చెంతకు జరగటానికి ప్రయత్నించాడు. కాని అతని మనస్సు, అతకటానికి వీల్లేనంతగా విరిగిపోయి వుండటంవల్ల ఎక్కువ దగ్గరకు జేరలేకపోయాడు. తల్లిమీద కొడుకుకి సహజంగా ఉండవలసిన మమకారాన్ని పెంచుకోలేకపోయాడు. అతని ప్రయత్నాన్ని అన్నపూర్ణమ్మకూడా అపార్థం చేసుకుంది. కొడుకు భార్య సుఖం కోరి తనతో బాగా ఉండటానికి ప్రయత్నిస్తున్నాడనుకుంది. ఇంతకుముందు అతడు వొంటరిగాడు అవటంవల్ల ఎలా వున్నా చెల్లుబాటయింది. ఇప్పుడు అతని భార్య ఇరవైనాలుగు గంటలూ తనతో కలిసివుండాలి. ఆమె ఈ ఇంట్లో సుఖంగా వుండాలంటే తనమంచి అవుసరం. అందుకని తనతో వివాదానికి పూర్వం ఉన్నట్టు ఉండటానికి ప్రయత్నిస్తున్నాడని తేల్చుకుంది. తనతో మంచిగా ఉండటం అతనికి తప్పని సరైందనుకుంది. ఇంకేముంది? అంతకుముందు కాస్త వొదిగి ఉంటున్న మనిషి

ఇంట్లో పెత్తనం చలాయించటం మొదలుపెట్టింది. ఇంట్లో గణగణ మ్రోగింది మ్రోగినట్లే ఉంటూ ఉంది. వీలు దొరికినప్పుడల్లా కొడుక్కి ఎవ్వరిమీదో ఒకరిమీద చాడీలు చెప్పనారంభించింది. చివరికి కొడుక్కి కోడలుమీద చాడీలు చెప్పటానికి కూడా జంకలేదు.

పరంధామయ్యకు విసుగెత్తింది. ఒకరోజు బాపమ్మగారి ఇంటికి వెళ్ళి, “పెద్దవాళ్ళు సలహా చెప్పేటప్పుడూ, ఇతరులనుంచి వాగ్దానాలు తీసుకునేటప్పుడూ కొంచెం వెనుకా ముందూ ఆలోచించి చెయ్యాలి” అన్నాడు.

అతను సంభాషణ మొదలుపెట్టిన పద్ధతి చెవినపడగానే బాపమ్మ గారికి తన మరిది, పరంధామయ్య తండ్రి జ్ఞాపకం వొచ్చాడు. అతనికి తనమీద కోపంవస్తే సంభాషణ అచ్చంగా ఇదేవిధంగా ప్రారంభించేవాడు. మరిది జ్ఞాపకం వచ్చి ఆమె కండ్లు చెమ్మగిలినై.

“ఇప్పుడు ఏమొచ్చిపడిందయ్యా? ఇంతకీ నేను చేసిన నేరమేమిటట!” అని అడిగింది.

“అమ్మ స్వభావం నీకు తెలిసిందేగదా...” అని మొదలుపెట్టాడు. పరంధామయ్య.

వెంటనే అతను ఏమి చెప్పదలిచిందీ గ్రహించింది బాపమ్మగారు. “నా తోడికోడలు స్వభావమే కాదు, నీ స్వభావంకూడా నాకు తెలుసు” అన్నది.

“మా అందరి స్వభావాలూ తెలిసేనా పెద్దమ్మా! నువ్వు అమ్మతో కలిసిమెలిసి ఉండమని సలహా చెప్పావు!” అని అడిగాడు పరంధామయ్య.

“తల్లితో కలిసివుండమని నాతో చెప్పించుకున్నదికాక ఇంకా నిష్ఠూరం ఆడుతున్నావటయ్యా?” అని అడిగింది బాపమ్మగారు చిరునవ్వు నవ్వుతూ.

“నిజం చెపుతున్నాను పెద్దమ్మా. ఆమెతో కలిసి ఉండటం నాకు చేతగావటం లేదు. పైగా నేను ఆమెతో మంచిగా ఉండటంవల్ల ఆమెకు చెరుపే జరుగుతూ వుంది. నా అండ చూసుకొని నేను ఏమీ అనననె ధైర్యం తెచ్చుకొని ఇంట్లో పెత్తనం సాగిస్తూ వుంది.”

“పెద్దది. ఆమె పెత్తనం చెయ్యటంలో తప్పేమి ఉందయ్యా?”

“ఆమె పెత్తనం చెయ్యటం అంటే ఏమిటో నీకు తెలియకే అడుగుతున్నావా పెద్దమ్మా?” అని ఎదురుప్రశ్న వేశాడు పరంధామయ్య.

బాపమ్మగారు ప్రత్యుత్తరం చెప్పకుండా కాసేపు పరధ్యానంగా కూర్చుంది. తన తోడికోడలు పెత్తనం క్రింద ఉండటం ఎంతకష్టమో ఆమెకు తెలియంది కాదు.

ఆమె కించిత్తు మారలేదనీ, ఇక మారదనికూడా ఆమెకు తెలుసు. ఆమెను గురించి పరంధామయ్యకు తెలియని విషయాలు ఆమెకు తెలుసు. పరంధామయ్య వేదన కూడా ఆమెకు తెలియంది కాదు. ఇవన్నీ ఆలోచించుకొని ఇలా అన్నది బాపమ్మగారు.

"ఇవ్వాళ నీతో వున్న సంగతి వున్నట్లు మాట్లాడదలచాను అబ్బాయి. అలా మాట్లాడి చాలా రోజులు అయింది కూడాను. నా తోడికోడలు సంగతీ నాకు తెలియంది కాదు. ఆమెను గురించి నాకు ఎటువంటి భ్రమలూ లేవు. కాని నువ్వేమో గ్రామస్థుల అభివృద్ధికి అనేక కార్యక్రమాలు తలపెట్టి ఉన్నావు. ఈ కార్యక్రమాల విజయం గ్రామస్థులకు నీమీదవున్న దృష్టిమీద ఆధారపడి ఉంటుందయ్యా. వారి దృష్టి చెదిరితే నువ్వేపనీ చెయ్యలేవు. నేను చూస్తున్నాను. నువ్వు మంచి మార్గాన నడిచి వెళుతున్నావు. భగవంతుడు కనిపెట్టి ఉండాలేగాని నీకు మంచి భవిష్యత్తు ఉంది. అయితే నీ భవిష్యత్తుకి తల్లిని పెడగా ఉంచటం, తల్లిపట్ల విముఖత్వం చూపటం సహాయకారికాదయ్యా, ఏ పరిస్థితుల్లో నువ్వలా ఉంటున్నావో ఇతరులకేం తెలుస్తుంది? తెలిసినా గ్రామస్థుల మనస్సులలో తల్లి తల్లే. తల్లి ఎటువంటిదైనా తల్లికీ కొడుక్కీ ఉండవలసిన సంబంధం కొడుకు తెంచుకుంటే వారు సహించరు. ఆ కొడుకుని గురించి చిలువలు పలువలుగా విడ్డూరంగా చెప్పుకుంటారు. గ్రామస్థులు నిన్నుగురించి అలా చెప్పుకోవటం నాకిష్టం లేదయ్యా. వారలా చెప్పుకోవటం మొదలుపెట్టారంటే గ్రామాదుల్లో నువ్వు వొక్క పనీ చెయ్యలేవు. మంచికీ, చెడుకీ కూడా గ్రామస్థులు నీతో కలిసిరారు.

"ఇక ఇంట్లో చూద్దామా అంటే ఇల్లు ఇల్లుగా ఉండదు. ఇదివరకు లాగా ఇప్పుడు నీవు వంటరివాడవు కాదు గదా! నా కోడలు వచ్చింది. నీవు నా తోడికోడలితో సరిగా ఉండకపోతే ఆమె తన కోపం కోడలిమీద తీర్చుకుంటుంది. పైకి కనపడకుండా నా తోడికోడలు ఎటువంటి మాటలు అనగలదో నాకు తెలుసు. మనస్సు విరిగే మాటలు అనగలదు. నా కోడలు చదువుకుంది. పౌరుషం గల కుటుంబంలో పుట్టింది. గారాబంగా పెరిగింది. ఏ పల్లెటూరిపిల్లో అయితే అత్తమాటలు పడి వుండేదేమోగాని, ఈ పిల్ల అలా ఉండదు. ఎందుకు ఉండాలి? మాటలు పడుతూ, కష్టాలు పడుతూ జీవయాత్ర చెయ్యటానికి కాదుగదా వివాహం చేసుకునేది. నాకోడలు ఓర్పు గలదైతే ఒకసారి రెండుసార్లు వూరుకుంటుంది. మూడోసారి తనూ ఏదో అంటుంది. అప్పుడు ఏమవుతుంది? నువ్వేం చేస్తావు? మన కుటుంబాలు గుట్టుగానూ, పరువుగానూ బ్రతికిన కుటుంబాలు. ఇప్పుడు తప్పు ఎవ్వరిదైనా రచ్చకెక్కటం నాకు ఇష్టం లేదు. ఫలానావారి అబ్బాయి భార్యను వెనుక వేసుకొని తల్లిని హింసిస్తున్నాడని నిన్ను గురించి లోకులు అనుకోవటం నాకు ఇష్టం

లేదు. నిన్ను నమ్మి, నీవల్ల సుఖపడదామని మనయింట్లో అడుగుపెట్టిన నా కోడలు పశ్చాత్తాప పడటం నాకు అంతకంటే ఇష్టంలేదు. ఏదో లౌకికంగాపోతే సరిపోయేదానికి ఇంట్లో ఇన్ని కలతలు తెచ్చిపెట్టడం దేనికి చెప్పు. అందుకని అబ్బాయీ నేను ఇన్ని రోజులనుంచీ అమ్మను ఏదో ఒకవిధంగా కలుపుకుపొమ్మని చెపుతూవచ్చాను. అది ఎంత కష్టమైనపనో నాకు తెలుసు. నువ్విప్పుడు ఆ ఇంటికి పెద్దతలవి. మొత్తం కుటుంబ శ్రేయస్సుకోసం బాధ్యతను వహించిన పెద్దతల ఎప్పటికప్పుడు ఇబ్బంది పడవలసి వస్తుంది. పదిమంది మంచికోసం కాస్త ఇబ్బంది పడటంలో చిక్కేమి ఉంది. అలా పడటం మంచి కూడాను" అన్నది.

పెద్దతల్లి మాటలు వింటూ కూర్చున్నాడు పరంధామయ్య. ఈ విషయం మీద పెద్దమ్మతో విడమరచి మాట్లాడే అవకాశం ఇంతకుముందు అతనికి కలగలేదు. కలిగినా ఆమె ఆ అవకాశాన్ని అందుకు వినియోగించుకోలేదు. ఇప్పుడు ఈ విషయం సాంగోపాంగంగా చర్చించి నిగ్గు తేల్చవలసిన తరుణం ఆసన్నమయినదని తెలుసుకొని ఆమె మనస్సులో వున్న సంగతులన్నీ పరంధామయ్యకు చెప్పివేసింది.

పరంధామయ్య ఆమె మాటలను తల వంచుకుని కూర్చుని విన్నాడు. పెదతల్లి పాదాలు మాత్రమే అతనికి కనుపిస్తున్నాయి. ఆమె మాటలను వింటున్నంత సేపూ అతను ఆమె పాదాలనే చూస్తూ కూర్చున్నాడు. పెదతల్లి పాదాలు అతనికి సరస్వతీదేవి బంగారు పాదాలవలె కనుపించినై. ఆమె పాదాలకు మనస్సులోనే నమస్కరించుకున్నాడు.

"సరే పెద్దమ్మా, నువ్వు చెప్పినట్టే చేస్తాను. అయితే నీవు నాకొక సహాయం చెయ్యాలి?" అని అడిగాడు.

"ఏమిటయ్యా అది?"

"కమల అత్తవారి ఇల్లు విడిచి ఎక్కువకాలం ఇక్కడే ఉండటం నా మనస్సుకి ఏమీ బాగాలేదు పెద్దమ్మా. నేను ఏమన్నా అంటే ఎక్కడ బాధపడి పోతుందో అని ఊరుకుంటున్నాను. నా యింట్లో ఉంచుకోవటం ఇష్టంలేక అంటున్నానని అనుకున్నా అనుకోవచ్చు. అందుకని నువ్వు చెప్పి దానిని అత్తవారింట్లో ఉండేటట్లు చెయ్యి" అన్నాడు.

పరంధామయ్య కమలమ్మ సంగతి ఎత్తేటప్పటికి బాపమ్మగారి మనస్సు కలుక్కుమన్నది. అతను బాపమ్మగారి దగ్గర కమలమ్మ సంగతి ప్రస్తావించటం ఇదే మొదలు.

ఇటీవల వారిద్దరూ ఎప్పుడు కలిసినా వారిద్దరి మనస్సులలోనూ కమలమ్మ ఉంటూనే వుంది. కాని ఎవ్వరూ ఆమె విషయం ప్రస్తావించేవారు కాదు. అటువంటిది

ఇప్పుడు అకస్మాత్తుగా ఆ విషయం ఎత్తాడు పరంధామయ్య. దానికి కారణం తెలుసుకోవటం బాపమ్మగారివంటి అనుభవశాలికి కష్టం కాదు.

ఇంతవరకూ కమలమ్మకూ ఆమె భర్తకూ పడటంలేదనే సంగతి ఏ కొద్దిమందికి మాత్రమే తెలుసు. ఆమె తరచు కన్నవారి ఇంటికి వచ్చి వెళుతున్నా, కన్నవారి ఇంట్లోనే ఎక్కువకాలం వుంటున్నా క్రొత్తగా పెండ్లి అయిన పిల్ల, గ్రామస్థులు దానికి ఎక్కువ ప్రాధాన్యత ఇవ్వలేదు. పైగా అన్నపూర్ణమ్మ కూతురు వొచ్చినప్పుడల్లా ఎప్పటికప్పుడు ఏదోవొక సాకు చెపుతూ నమ్మించేది. వొకప్పుడు, "నాకు వంట్లో బాగాలేక పిలిపించానమ్మా" అనేది. ఇంకొకప్పుడు, "అన్నను చూడాలని బెంగ పెట్టుకుందమ్మా. చూచిరమ్మని మా అల్లుడే పంపించాడు" అనేది. మరొకప్పుడు, "పండుగకు పిలిపించమని నా కొడుకు అంటే తప్పక పిలిపించాను. భర్తను విడిచిపెట్టి రావటం దానికి సుతరామూ ఇష్టం లేదు. అన్నమాట కాదనలేక వచ్చింది" అనేది. ఇలా అసలు విషయం కొన్నాళ్ళు మభ్యపెట్టింది అన్నపూర్ణమ్మ. ఆమె మాత్రం ఎన్నాళ్ళు మభ్యపెట్టగలుగుతుంది? క్రమక్రమేణా గ్రామస్థులు సత్యం కనిపెట్టారు. "అసలు భర్త విడిచిపెట్టాడటే!" అని అమ్మలక్కలు గుసగుసలు పోవటం మొదలుపెట్టారు. "కాకపోతే ఆ మొగరాయుడితో ఏ మొగుడు కాపురం చేస్తాడులేవే!" అని తీర్మానించుకున్నారు.

గ్రామాల్లో భర్తకు దూరంగా ఉంటున్న భార్యకు గౌరవం ఉండదు. చాలా తేలికగా చూస్తారు. చాలా తేలికగా మాట్లాడుకుంటారు. అటువంటి తేలికమాట లేవో పరంధామయ్య చెవిని పడివుండటం అతని ఆతురతకు కారణం అని తేల్చుకుంది భాపమ్మగారు.

"ఆ సమయం ఇంకా రాలేదు అనుకుంటా అబ్బాయి. నేనూ ఆ సమయం కోసమే కాచుకొని వున్నాను. ఆ సమయం వచ్చినప్పుడు తప్పకుండా కమలమ్మను భర్త దగ్గరకు పంపుతాను. అది ఇక్కడ వుండి ఏం చేస్తుంది? పదిమంది నోళ్ళల్లో నానటం తప్ప" అన్నది.

తనముందు నిలబడివున్న తల్లీ, కూతురులను చూస్తూ, వాళ్ళ మాటలను వింటూ నిలబడివున్న బాపమ్మగారి మనస్సుమీదకు ఈ జ్ఞాపకాలన్నీ వొకదాని తరువాత వొకటి తోసుకువచ్చినై.

ఈ జ్ఞాపకాలన్నీ రావటంతో, తల్లీకూతుళ్ళు ఒంటరిగా వుండటంతో, కమలమ్మ కుటుంబ వ్యవహారాలు మాట్లాడటానికి అదే మంచి అదను అనుకుంది బాపమ్మగారు.

"అయితే అల్లుడు ఇంటిపట్టున వుండటంలేదన్నమాట" అన్నది కమలమ్మ వైపు తిరిగి.

"లేదు పెద్దమ్మా. టౌనుకివెళ్తే పది పదిహేనురోజులకు గాని రాడు" అన్నది కమలమ్మ.

"రాడంటే వూరికనే రాకపోవటం కూడా కాదు అక్కయ్యా. అక్కడ బోగం కొంపలు పట్టుకు తిరుగుతాడట. ఎవ్వతెనో ఒకదానిని అట్టిపెట్టుకున్నాడని కూడా వూళ్ళో వదంతిగా ఉంది. దాని ఇంట్లోనే తిని, దాని ఇంట్లోనే పడక అట. తీరిక దొరికినప్పుడల్లా తనలాంటివాళ్ళనే నలుగురిని పోగుచేసి చీట్లపేక ఆడతారట. అదేదో పెద్ద ఆట అక్కా! ఆ మాయదారి పేర్లు నా నోటికి వస్తాయా చస్తయ్యా. ఆ ఆటలముఖం నేను ఎన్నడయినా చూసిందాన్ని అయితేగా" అన్నది అన్నపూర్ణమ్మ.

ఏదో దీర్ఘాలోచనలోవున్న బాపమ్మగారు అన్నపూర్ణమ్మ మాటలు ఎంతవరకు విన్నదో చెప్పటం కష్టం. వుండి వుండి "ఈ పరిస్థితుల్లో నువ్వు అత్తవారి ఇంటినే అంటిపెట్టుకొని వుండటం మంచిది" అన్నది కమలమ్మతో.

ఆ మాట అన్నపూర్ణమ్మకు నచ్చలేదు. "మొగుడు ఇంటికి రాకుండా మొద్దులయినప్పుడు అక్కడ వుంటే ఏం, ఇక్కడ వుంటే ఏంలే? దానికి ఇక్కడ ఏం జరగదు గనుక?" అని తుస్కారించింది.

"నీ ఉద్దేశం ఏమిటమ్మాయి?" అని అడిగింది బాపమ్మగారు కమలమ్మని.

కమలమ్మ మాట్లాడకముందే అన్నపూర్ణమ్మ అందుకొని "దానికి ఉద్దేశం ఏముంటుంది. అభం శుభం తెలియనిదానికి?" అన్నది. కమలమ్మ ఏం మాట జారుతుందో అని ముందుగానే కల్పించుకొని.

అన్నపూర్ణమ్మ ధోరణి గ్రహించి, "సరే అయితే నా ఉద్దేశం చెపుతాను, ఇప్పుడున్న పరిస్థితుల్లో ఎంత అవుసరంవున్నా ఇక్కడకు రాకుండా అత్తవారిల్లు అంటిపెట్టుకొని ఉండటమే మంచిది" అన్నది బాపమ్మగారు.

ఈ మాటకు అన్నపూర్ణమ్మకు కోపం వచ్చింది. "ఎందుకు? ఆయనగారు వూళ్ళుపట్టుకు తిరుగుతుంటే, ఈవిడ అక్కడ అక్కుపక్షిలాగా పడివుండి చేసేది ఏమిటి? అందరికీ వూడిగం చేస్తూ పడివుండవలసిన కర్మ దానికేం పట్టింది? నా కూతురు ఏమన్నా దాసీదా? అతగాడేమన్నా ఏం చేసినా పడివుంటుందను కున్నాడేమో? వొకక్షణం పడివుండదు. నా కూతురు మంచి అతను చూడనప్పుడు, మేము అతని మంచి ఎందుకు చూడాలి. నా కూతురు బ్రతుకు నగుబాటుచేసి అతనేం బాపుకు తింటాడో చూస్తాను. నా కూతురు బ్రతుకుతోపాటు, అతని బ్రతుకూ

బజారెక్కవలసిందే" అన్నది.

"అలా కక్షపట్టడం తేలికే" అన్నది బాపమ్మగారు అన్నపూర్ణమ్మ కోపానికి తనలో తాను చిరునవ్వు నవ్వుకుంటూ, "కాని కక్షపట్టి సాధించిన వాళ్ళకంటే క్షమించినవాళ్ళే వివేకవంతులు అన్నపూర్ణమ్మా. తప్పులు అందరం చేస్తాం. చెయ్యనివాళ్ళెవరు గనుక? ఇప్పుడు పరంధామయ్యే ఇటువంటివాడయ్యాడనుకో, అతనిమీద కక్ష పూనుతామా? అతనిని పారవేసుకుంటామా? అనునయంగా నాలుగు మాటలు చెప్పి దారికి తీసుకురావటానికి ప్రయత్నిస్తాం ఎవ్వరిబిడ్డలయినా అంతే. మనబిడ్డకు వర్తించే ధర్మాలన్నీ పరాయిబిడ్డకు వర్తిస్తవి" అన్నది బాపమ్మగారు.

"అయితే ఏమిటమ్మా నువ్వనేది?" అని బుగ్గన వేలు వేసుకొని రాగాలుతీస్తూ మొదలుపెట్టింది అన్నపూర్ణమ్మ. "అతగాడు ఏ కొంపలో వున్నాడో వెతికి, కాళ్ళమీదపడి, బ్రతిమలాడి ఇంటికి తీసుకురమ్మంటావా? నా బిడ్డ అటువంటి పనులు చెయ్యలేదమ్మా. అటువంటి పనులు ఎరిగింది కూడా కాదు?" అన్నది.

"అవుసరం అయితే ఆ పనిమాత్రం తప్పుతుందా అన్నపూర్ణమ్మా? కాని నే నిప్పుడుమాత్రం అటువంటిపని చెయ్యమనటం లేదు, అతను పెద్దలమాట పెడచెవిని బెట్టి విచ్చలవిడిగా తిరుగుతూ అమ్మాయిని కష్టపెట్టటం తప్పే. అది తలుచుకున్న ప్పుడల్లా నా మనస్సే ద్రవించుకుపోతుంటే, కన్నతల్లివి ఇక నీ మాట చెప్పవలసిన అవుసరం ఏముంది. అయితే తొందర పడగూడదంటాను. తప్పు జరిగినప్పుడల్లా సంబంధాలు త్రుంచివేసుకోవటం మొదలుపెడితే ఎంత పవిత్రమైన సంబంధమూ నిలువదు. తొందరపడి తప్పుచేసేవాళ్ళు తొందరగా పశ్చాత్తాపపడటం కూడా కద్దు. ఆ అవకాశం అల్లుడికి ఇవ్వవలసిందని మాత్రమే నేను కోరుతున్నాను. అతను ఇంటికి వచ్చేటప్పటికి నువ్వు కూడా ఇంటిదగ్గర లేకపోతే అతను ఇంకా రెచ్చిపోవటంకంటే జరిగేదేమి ఉంటుంది? ఎవరి సత్ప్రవర్తనను చూచి అతను పశ్చాత్తాపపడతాడు? ఇంతకీ ఒకమాట అడుగుతాను చెప్పు అమ్మాయి? ఇంటిదగ్గర వున్న ఆ కాసేపయినా నిన్ను సరిగ్గా చూస్తాడా?" అని అడిగింది బాపమ్మగారు.

"బాగానే చూస్తారు పెద్దమ్మా" అన్నది కమలమ్మ.

"చూస్తాడంటే, అదంతా నిజంగా మనస్సులో ఉందా? ఒట్టి నటన. లోకులకు భయపడి అట్లా ఉంటాడు. నా మాట నువ్వు నమ్ముతావో లేదో అక్కయ్యా అతను ఒట్టి మాయలమారివాడు" అన్నది అన్నపూర్ణమ్మ.

అన్నపూర్ణమ్మ మాటలకు బాపమ్మగారు ఏమాత్రం విలువా ఇవ్వలేదు. అలాగే నుంచొని కాసేపు ఆలోచించి, "నేను అట్లా అనుకోవటం లేదు. కమలమ్మ మీద

అతనికి ప్రేమ లేకపోలేదు. కాకపోతే ఒకరకం జీవితానికి అలవాటుపడి తత్సంబంధమైన కొన్ని పరిచయాలు చేసుకొని, జారిన కాలు తీసుకోలేక, కలతపడుతున్నాడని నేను అనుకుంటున్నాను. అందుకు, అమ్మాయీ వింటున్నావా, నువ్వు సహాయపడాలి. ఇంటికి వచ్చినప్పుడు కాస్త ఆదరంగా చూడు. అవకాశం దొరికినప్పుడల్లా ఒక మంచి మాట అను. తను చేసిన తప్పుతో కుంగిపోతూ ఇంటికి వచ్చిన అతనిని సూటిపోటి మాటలతో వ్యధ పెట్టకు. అతని వ్యవహారాలను ఏ పరిస్థితుల్లోనూ కెలకకు. ఏం జరిగినా నీవు భార్యవు. అతను భర్తా... ఇవి భగవంతుడు నిర్దేశించిన ధర్మంగా ప్రవర్తించు. అతను తప్పకుండా పశ్చాత్తాప పడతాడు, తప్పకుండా నీవాడవుతాడు. అటువంటి మగవాళ్ళు పశ్చాతాపపడటమే అనేది జరిగితే ఇంటిని స్వర్గతుల్యంగా చెయ్యగలరు. నేను పెద్దదాన్ని చెపుతున్నాను. నా మాట విను" అన్నది.

బాపమ్మగారి మాటలు విని కమలమ్మ మెదలకుండా వూరుకుంది. ఆమె మాటలను ఏవిధంగా ఖండించాలో తెలియక అన్నపూర్ణమ్మ నిలువుగ్రుడ్లువేసి చూస్తూ నిలబడింది.

"ఏమి అన్నపూర్ణమ్మా మాట్లాడవేం?" అని అడిగింది బాపమ్మగారు.

"ఏమోనమ్మా, నాకేం తెలుస్తవి ఇటువంటి సంగతులు? నువ్వు చోద్యాలు మాట్లాడుతావుగాని, అతను ఏం చేసినా నా పిల్ల దిక్కులేనిదానికి మల్లే అక్కడేవుంటే వాళ్ళందరికీ అలుసైపోదూ? అలుసైతే వాళ్ళింకా దాన్ని వొక్క గడియ బ్రతకనిస్తారా? చూస్తూ చూస్తూ నేను నా పిల్లని కాకులకూ, గద్దలకూ అప్పగించి, కళ్ళు అప్పగించి చూస్తూ వూరుకోలేనమ్మా" అన్నది అన్నపూర్ణమ్మ.

ఇక అన్నపూర్ణమ్మతో ఏం మాట్లాడీ లాభంలేదని తెలుసుకుంది బాపమ్మగారు. కొందరి స్వభావాలు విచిత్రంగా వుంటై. వాళ్ళు తమకు ఉచితం అని తోచిన నిర్ణయాలు తీసుకుంటారు. ఇక ఎవ్వరెన్ని చెప్పినా వినరు. మాటకు మాట అడ్డం వేస్తూ, తాను తీసుకున్న నిర్ణయం చుట్టూ, తమ గూడు చుట్టూ వేటగాని బారినుంచి పిల్లలను రక్షించుకోటానికి "కావు కావు" మంటూ ఎగురుతూ తిరిగే కాకికి మల్లే తిరుగుతుంటారు. అటువంటివాళ్ళల్లో అన్నపూర్ణమ్మ ఒకతె. ఎవ్వరికోసం తామా నిర్ణయం తీసుకున్నారో, వారికి దానివల్ల శ్రేయస్సు చేకూరుతుందా లేదా అనికూడా ఆలోచించరు. వ్యక్తిగత జ్ఞానం సంకుచితమైందనీ, సంప్రతింపులవల్లా, కూడబలుక్కోవటం వల్లా, సమస్య అనేక దృక్కోణాలనుంచి పరిశీలించబడి, పరిష్కార మార్గం అందుబాటులోకి వస్తుందనీ వాళ్ళకు తట్టదు. జీవితం ఒక ప్రవాహం

లాంటిది. నిత్యనూతనమైంది. అనంతంగా ప్రవహిస్తూ ఎప్పటికప్పుడు సరిక్రొత్త పరిస్థితులను సృష్టించుకుంటూ పోతూ వుంటుంది. నిర్ణయం ఘనస్వభావం గలది. అందువల్ల జీవితాన్ని పట్టుకోలేదు. జీవితం ఎప్పటికప్పుడు నిర్ణయాన్ని అధిగమించి పారుతూ వుంటుంది. పైగా నిర్ణయం అనేది మానవునికి ఆలోచించవలసిన అవుసరం లేకుండా చేస్తుంది. మనస్సుని మూసివేస్తుంది. అందువల్ల జీవిత ప్రవాహంలో నుంచి పుట్టుకువచ్చే నవ్యతరంగాల గాలి దానికి సోకక, ఆ గాలివల్ల కలిగే స్పందనలను రూపొందించుకోలేక, ఆ గాలిని స్వీకరించి జీవితాన్ని పాదుకోగలిగిన విశాలత్వాన్ని పెంపొందించుకోలేక, ఆ మనస్సు తన ప్రభావం పడినంత మేరకు అపకారం చేస్తుంది. అప్పుడా వ్యక్తి ఏదో ఒక వ్యక్తినో, భగవంతుణ్నో నిందించి, దూషించి తృప్తి పడవలసి వస్తుంది. కాని జీవితం మాత్రం ఆ నిందలనూ, దూషణలనూ లెక్కపెట్టకుండా తనదారిన తాను ప్రవహిస్తూ పోతూ వుంటుంది. మారని నిర్ణయాలు చేసుకునే వ్యక్తి 'నాకు ఒకటే నాలుక,' 'నా నాలుక తాటిమట్టకాదు' అని తన వీపు తాను చరచుకుంటూ కూర్చోవచ్చు. కాని ఆ మృదంగం ధ్వనులను జీవితం తన చెవిని వేసుకోదు. చరచుకుంటున్న వీపు పొంగి బీటలుపడటం మాత్రమే ఈ పని పర్యవసానం.

ఇటువంటి విషయాలన్నీ అన్నపూర్ణమ్మ బుద్ధికి అతీతమైనవి. ఆమె ప్రతి నిర్ణయం చటుక్కున చేసుకుంటుంది. అవికూడా క్రోధావేశాలమీద ఆధారపడి చేసుకుంటుంది. అందువల్ల ఆమె చేతికి చిక్కిన జీవితం, కొండచిలువ నోటికి చిక్కిన ప్రాణివలె మెలికలు తిరిగి టపటప కొట్టుకుంటుంది. ప్రాణం కోల్పోయి కొయ్యబారి పోతుంది. ఆమె పట్టే పట్టు మూర్ఖపుపట్టు అవటంవల్ల, దానినుంచి విడిపించు కోవటం కూడా కష్టమే.

ఆ క్షణం ఇటువంటి ఆలోచనలు ఎన్నో చెలరేగినై బాపమ్మగారి మనస్సులో, ఆమె చివరికి ఇలా అడిగింది.

"అయితే - అమ్మాయి నీతో ఉండాలనేనా నీ ఉద్దేశం?"

"ఉంటే ఉంటుంది" అని తేల్చి చెప్పింది అన్నపూర్ణమ్మ.

"అది అమ్మాయికి శ్రేయస్కరం కాదు, అమ్మాయి శ్రేయస్సు కోరి నీవు ఈ మాట అనటం లేదు" అన్నది బాపమ్మగారు కొంచెం నిష్ఠూరంగా.

ఆ మాటకు తోకతొక్కిన పామల్లే లేచింది అన్నపూర్ణమ్మ. "నేను దాని మంచి కోరటం లేదా? దేన్నిచూచి అన్నావు ఆ మాట? నవమాసాలు మోసి, కనిపెంచినదాన్ని నేను, దాని శ్రేయస్సు కోరకపోతే ఊసుపోనప్పుడల్లా సలహాలు

చెప్పిపోయే లోకులా దాని మంచికోరేది? దాని బ్రతుకిట్టా చట్టుబండలయిందనీ, మొగుడు ఉండీ లేనట్లే అయిందని తలుచు కున్నప్పుడల్లా నా గుండె చెరువు అవుతుంది. నేను కడుపుకి ఇన్ని మెతుకులు తిని ఎన్ని రోజులయిందో, నా కంటికి కునుకుపట్టి ఎన్ని రోజులైందో నీకేం తెలుస్తుంది? ఆ పరమాత్ముడికే తెలియాలి. దానిని ఇక్కడ ఉంచుకుంటున్నా నంటే నాకోసం, నా సుఖం కోరీ ఉంచుకుంటున్నానా? కన్నకడుపు గనక, అది కష్టపడుతుంటే చూడలేక ఉంచుకుంటున్నాను. అది కూడా చూడలేక వూళ్ళోవాళ్ళు కళ్ళల్లో నిప్పులు పోసుకుంటూ వుంటే నేనేం చెయ్యగలను? వాళ్ళ మాటలు నేనెందుకు వినాలి? వీలైనప్పుడల్లా ఒక పుల్లవిరుపు మాట అనేవారే గాని, మంటను ఎగదోసేవారే గాని, వాళ్ళేం ఆర్చేవారా, తీర్చేవారా? మ్మమ్మల్నేం వాళ్ళు పోషిస్తున్నారు గనక. వాళ్ళమాట నేను చెవిని వేసుకోవాలా? నేనూ నా కూతురూ సుఖంగా ఉంటున్నామని ఎవరైనా కళ్ళల్లో జిల్లేడుపాలు పొడుచుకుంటే పొడుచుకుంటారు. దానికి నేనేం చేస్తాను? వాళ్ళకళ్ళే పువ్వులేసిపోతై" అని ఓర్వలేనివాళ్ళు ఎన్నెన్ని కష్టాలకు గురవుతారో, ఏకరువు పెట్టసాగింది అన్నపూర్ణమ్మ.

లోకులమీద పెట్టి అన్నా, ఆ మాటలన్నీ తన్నే అంటూవుందని తెలుసు కోవటం బాపమ్మగారి వంటి అనుభవశాలికి ఏమంత కష్టమైన విషయం కాదు. అయినా ఆమెకు కించిత్తు కోపం కూడా కలగలేదు. పైగా అన్నపూర్ణమ్మ పట్ల అపారమైన జాలి కలిగింది. తల్లి చెప్పుచేతల్లో వుంటున్న కమలమ్మ జీవితం అతి భయంకరంగా తోచింది.

కాసేపు ఆమె ఏమీ మాట్లాడలేదు. అన్నపూర్ణమ్మ మాటలతో బీటలువారిన నిశ్శబ్దం కలద్రొక్కుకుంది. ఆ నిశ్శబ్ధం భరించలేకపోయింది అన్నపూర్ణమ్మ. మాటలు చెప్పలేని భావాలను ఒక్కొక్కప్పుడు నిశ్శబ్దం మోసుకువచ్చి మనుష్యుల మనస్సులను నింపుతుంది. అప్పుడు వెలసిన నిశ్శబ్దానికి ఆ బలం వుంది. బాపమ్మగారి మాటలను తట్టుకొని ఎదురు మాట్లాడగలిగిన అన్నపూర్ణమ్మ ఆ నిశ్శబ్దతరంగాల వేడికి చితికి ముక్కలైంది. కడుపులో ఏదో దేవినట్లయింది. శోకం పెళ్ళగిలి వచ్చింది. ఆ శోకం తనకు అలవాటైన శోకమూ కాదు. ఆ శోకంతో కోపావేశం పెనవేసుకు వచ్చింది. ఆ కోపం ఇతరుల మీద కాదు. తనమీదే! కాని ఆ సంగతి ఆమెకు తెలియదు. ఎవ్వరిమీదో అనుకుంది, తనింత కష్టదశలో వుంటే, తనతోపాటు కన్నీరు కార్చక, నిబ్బరంగా నిలబడి తొణకకుండా నీతులుచెప్పే బాపమ్మగారి మీద అనుకుంది. అయినా ఆమెమీద ఏవిధంగా చూపగలదు. చూపితే ఆమె వూరుకుంటుంది గనుకనా? లోకం హర్షిస్తుంది గనకనా? అందుకని, ఉవ్వెత్తుగా లేచి

తరుముకువస్తున్న కోపాన్ని కూతురుమీదకు తిప్పింది.

"ఇందులో ఒకళ్ళని అనవలసిందేముంది. నా కడుపున చెడబుట్టిన నిన్ననాలిగాని, నీ జాతకమే మంచిదైతే ఇంతమందితో ఇన్ని మాటలు అనిపించుకుని, సిగ్గువిడిచి బ్రతకవలసిన గతి నాకు పట్టేది కాదు గదా? నేనూ అందరికిమల్లేనే ధర్మపన్నాలు వల్లిస్తూ వాడవాడలా తిరిగేదాన్ని, అందరితోనూ అన్నపూర్ణమ్మ అంత మంచిది లేదనిపించుకునేదాన్ని. నా ముఖాన ఆ గీత ఎక్కడిది? కుమిలి కుమిలి చావమని బ్రహ్మ నా నుదుటున వ్రాశాడు. నువ్వు నా కడుపున పుట్టక పోయినా పోయేది. పుట్టిందానివి ఏ చిన్నబిడ్డనొప్పి వచ్చినపుడో గుటుక్కుమన్నా పోయేది. ఒక ఏడుపు విడిచి వూరుకునేదాన్ని, నువ్వెందుకు చస్తావు. నన్ను చంపి గాని చావవద్దని బ్రహ్మ నీ నుదుట వ్రాశాడు. పోనీ ఆ దేవుడికైనా నా మీద జాలి కలుగుతుందేమో అనుకుంటే అదీ కనపడదు. నన్ను ఎత్తుకుపోడు" అని వలవల ఏడుస్తూ ఇక అక్కడ వుండలేక ఇంట్లోకి వెళ్ళిపోయింది.

అన్నపూర్ణమ్మ ఈ ధోరణి బాపమ్మగారికి సైతం ఆశ్చర్యంలో ముంచెత్తక పోలేదు. సంబాళించుకొని, తల్లిమాటలకు బాధపడుతూ, కన్నీరు వొత్తుకుంటూ నిలబడివున్న కమలమ్మతో ఇలా అన్నది.

"చూడమ్మాయి, మీ అమ్మ మాటలకు నువ్వు కలతజెందకు, ఆమెకు నిజంగా నన్ను అనాలని వున్నది. నన్ను అనలేక చనువు గనుక నిన్ను అన్నది. మీ అమ్మకంటే నీ మంచికోరేవాళ్ళు ఎవ్వరూ వుండరు గదా! అటువంటప్పుడు నీ మనస్సు కష్టపెట్టాలని ఎందుకు వుంటుంది. అయితే నీవూ ఈడువచ్చినదానివి. నీ జీవితాన్ని గురించి నీవే ఆలోచించుకోవాలి గాని, వొకరిమీద ఆధారపడటం ఏమంత మంచిది గాదు. ఇప్పుడు నీకు యిక్కడే వుండాలని వుండవచ్చు. ఆడపిల్లలకు పుట్టి పెరిగిన కన్నవారి ఇంట్లో వుండాలని వుండటం సహజమే. ఆ సంగతి తప్పని ఎవ్వరూ అనరు. కాని ఈనాటి సంగతి కాదుగదా నువ్వు ఆలోచించుకోవలసింది. భవిష్యత్తు సంగతి ఆలోచించుకోవాలి. జీవితం అంటే వొక్కనాటిది కాదు. ఈనాడు మనం మంచిది అనుకున్నది రేపటికి మంచిది కాకపోవచ్చు. జీవితాన్ని ఊహ వొచ్చిందగ్గరనుంచీ చచ్చేవరకూ వొకటిగా చూచుకొని, సమన్వయం చేసుకొని నడుపుకోగలిగినప్పుడే ఎవ్వరయినా సుఖపడగలుగుతారు.

ఇవ్వాల్టికి యిక్కడ మీ అమ్మ వొక్కతే వుండబట్టీ, పరంధామయ్య మంచివాడు కాబట్టీ, అత్తవారి ఇంటిదగ్గర కంటే ఇక్కడే బాగా వుండవచ్చు. కాని పరిస్థితులు ఎల్లకాలం వొకేరీతిగా వుండవు గదా! ఇప్పుడు మీ వొదినె వొచ్చింది. నువ్వు

ఈ ఇంట్లో పుట్టి పెరిగిందాని వైనప్పటికీ ఆచారం ప్రకారం నీకంటే ఆమెకే ఎక్కువ హక్కు వుంది గదా. రేపటి నుంచీ ఆమెకు పిల్లలు కలగటం, వాళ్ళు పెద్దవాళ్ళు అవటం జరుగుతుంది. మీ అమ్మా, నేనూ పెద్దవాళ్ళం అయ్యాం. మేము ఇక ఎన్నాళ్ళు వుంటాం? ఎప్పుడు పుటిక్కిన రాలిపోయినా ఆశ్చర్యం లేదు. అప్పుడు నీ సంగతి ఈ ఇంట్లో ఎట్లా వుంటుందో ఆలోచించుకో. పరంధామయ్య తన భార్యాపిల్లల గొడవలో తాను వుంటాడు. అలా వుండటం ధర్మం కూడాను. మీరు ఏకోదరులే అయినప్పటికీ భిన్నమార్గాల వెళ్ళవలసినవాళ్ళు. ఇక నూతన వాతావరణంలో పుట్టి పెరిగిన పిల్లలకు నీమీద పెద్దగా ప్రేమ వుండవలసిన అవుసరం లేదు. వొకవేళ నీకూ నీ వొదినెకూ పడకపోతే, పరిస్థితి ఎంత దుర్భరం అవుతుందో చెప్పనే అక్కరలేదు. నీ వొక్క పరిస్థితే కాదు, ఈ ఇంట్లోవున్న అందరి పరిస్థితీ దుర్భరమే అవుతుంది. అందరిలోకీ పరంధామయ్య పని మరీ అధ్వాన్నం అవుతుంది. ఇటు చెల్లెలివైన నిన్నూ, అటు చేసుకున్న భార్యనూ చక్కదిద్దుకోవాలనే వుండొచ్చు అతనికి. కాని అది పడనప్పుడు అతను ఏం చెయ్యవలసి వుంటుందో నువ్వే చెప్పు. ఇల్లు నరకం చేసుకోవటం కంటే అప్పుడు వేరుమార్గం కనుపించదు. ఈ పరిస్థితి ఏరికోరి ఎందుకు తెచ్చుకుంటావు చెప్పమ్మా? ఎవరి సుఖంకోరి నువ్వు ఈ పనికి పూనుకోవాలి? ఆడపిల్ల వివాహం అయిం తరువాత కష్టమైనా నిష్ఠురం అయినా అత్తవారి ఇంటిదగ్గర ఉండవలసిందే. అక్కడ కష్టమనుకొని కన్నవారి ఇంటికి వస్తే, కన్నవారు ఎంత మంచివారైనా, అంతకంటే పెద్ద కష్టాలను ఎదుర్కోవలసి వస్తుంది. కాస్త వోర్పు వహించి అక్కడే వుంటే, పెద్ద పెద్ద కష్టాలు అనుకున్నవి కాలం కలిసివొచ్చినప్పుడే ఇట్టే తీరిపోతవి. ప్రబల సమస్యలు అనుకున్నవి ఇట్టే విడిపోతవి. అటువంటి తరుణం దురదృష్టవశాత్తూ రాకపోయినా, కన్నవారి ఇంటిని నమ్మిన ఆడపడుచు జీవితంకంటే ఏనాడైనా మెరుగుగానే వుంటుంది. నా మాట వినమ్మా. నీవు మంచో చెడో భర్తతో ఉండాలనే నిశ్చయం చేసుకో. నా మాట విన్నందుకు పశ్చాత్తాపపడవు. అయితే నా మాటలకు వెంటనే సమాధానం చెప్పమని నేను కోరటం లేదు. ఈ విషయాలన్నీ ఆలోచించుకొని వొక నిర్ణయానికి రావలసిందని మాత్రం కోరుతున్నాను. మరొక సంగతమ్మా, నువ్వు భర్తను విడిచివుంటే నీ పిల్లవాడికి మాత్రం తగిన సంబంధం వొస్తుందా? నీ పిల్లవాడి మాట అటుంచు, నీ అన్న పిల్లలకు తగిన సంబంధాలు వస్తవా? అలా రానప్పుడు ఒకప్పుడు రాకపోతే వొకప్పటికైనా నీవల్ల, నీవుచేసిన పొరపాటువల్ల, తామందరూ ఇబ్బంది పడవలసి వొస్తూవుందని వదినె అనుకోకపోదు. ఆమె అలా అనుకున్న తరువాత ఈ ఇంట్లో వుండటం నీకంత సులభసాధ్యం అవుతుందా అమ్మా?

మామూలుదారికి భిన్నమైనదానిని అనుసరించబోయేముందు ఇటువంటివి ఎన్నో ఆలోచించవలసి వుంటుంది. నా మాట విని మనోవాక్కాయ కర్మలతో నీ భర్తతో వుండాలని కోరుకో అమ్మా. ఈ జీవితంలో ఏది గాఢంగా కోరుకుంటే అదే అవుతుంది; నీవు నేను చెప్పిన నిర్ణయం తీసుకుంటే నీ జీవితం సుఖవంతం అవటంకాక, నీ భర్తను రక్షించుకున్న మహాసాధ్విని అవుతావు. దారి తప్పిన ఒక జీవిని సక్రమమార్గంలో పెట్టటంవల్ల వచ్చే ఆనందం, పుణ్యం, సాధారణమైనవి కాదమ్మా. వాటి ఫలితం నిన్నూ నీ కుటుంబాన్నీ, కలకాలం కాపాడుతుంది. నేను ఎన్ని చెప్పినా చివరికి నీ జీవితాన్ని దిద్దుకోవలసినదానివి నీవే. కాకపోతే కాస్త నింపాదిగా ఆలోచించమని చెపుతున్నాను" అని సమాధానం కోసం వేచి వుండకుండా వెళ్ళిపోయింది బాపమ్మగారు.

చంకనున్న బిడ్డను హృదయానికి హత్తుకొని వోడిగలు కట్టేటట్టు కన్నీరు కారుస్తూ అలాగే నిలబడిపోయింది కమలమ్మ. ఆమె మనస్సు ప్రతిభావాన్ని అనుభవించే స్థితిలో ఉందిగాని, మాటలను వెలిబుచ్చే స్థితిలో లేదు. ఆమెకు వీలైనన్ని కన్నీరు కార్చే అవకాశం ఇవ్వగలందులకే బాపమ్మగారు ఆగకుండా వెళ్ళిపోయి ఉంటారు అని అనిపించక పోదు ఆ పరిస్థితి చూచినవారికి.

* * *

అది కళ్యాణకింకిణి కలకత్తా వెళ్ళవలసిన రోజు. ఆ రోజు కోడి కూసేటప్పటికే లేచాడు పరంధామయ్య. ఇంటిల్లపాదినీ లేపాడు. పాలేరుని లేపి బండి కూర్చమన్నాడు. పాలేరు అంతకుముందురోజే బండికి గుడిసెకట్టి సిద్ధం చేశాడు. అప్పుడు లేచి గిత్తలను శుభ్రంగా తుడిచి వాటికి సిగమార్లూ, మెడకు గంటలూ, మువ్వలు కట్టాడు.

అయిదయ్యేటప్పటికి ప్రయాణసన్నాహం పూర్తయింది. ఆరోజు కళ్యాణకింకిణికి జడకట్టి, బొట్టుపెట్టి చీరకట్టి ముస్తాబు చేసింది కమలమ్మ. ప్రయాణసన్నాహం పూర్తి అయ్యేటప్పటికి సాగనంపటానికి గాను బాపమ్మగారు వచ్చారు. బాపమ్మగారికి గోపాలాన్ని పరిచయం చేశాడు పరంధామయ్య. "నేను మొదట్లో నా కోడలు చదువుకు వెళ్ళకుండా వుంటేనే మంచిదనుకున్నాను అబ్బాయి. మిమ్ములనందర్నీ చూచి మనస్సు మార్చుకున్నాను. పెద్ద పెద్ద చదువులు చదువుకున్న మీ అందరికంటె నాకు ఎక్కువ తెలుసా? అయితే వొక సంగతి అబ్బాయి. నా కోడలుని నీవు తీసుకువెళ్ళి దింపి వస్తున్నావు? మళ్ళీ తీసుకువచ్చి ఆ బిడ్డను మా పరంధామయ్యకు అప్పజెప్పవలసిన బాధ్యతకూడా నీదే" అన్నది. "అలాగేనండీ"

అన్నాడు గోపాలం. తన పెద్దమ్మని గురించి పరంధామయ్య అంతకుముందే గోపాలానికి చెప్పాడు. ఆ మాటలవల్ల బాపమ్మగారంటే ఆమెను చూడకముందు నుంచీ అతనికి గౌరవం ఏర్పడింది. అందువల్ల ఆమెతో ఎక్కువగా మాట్లాడలేక పోయాడు. ఆమె ముఖవర్చస్సు చూస్తూ వుండిపోయాడు.

అందరిదగ్గరా సెలవు తీసికొని కళ్యాణకింకిణి బండి ఎక్కింది. ఆమె తరువాత గోపాలం ఎక్కాడు. పరంధామయ్య చెరణాకోల తీసుకొని తొట్లో కూర్చున్నాడు. పాలేరు ఎడ్లతాళ్ళు పట్టుకొని నడుస్తుండగా బండి కదిలింది. అంతకుముందు ఎలా వున్నా బండి కదిలేటప్పటికి అన్నపూర్ణమ్మ మనస్సు కూడా కలుక్కుమన్నది.

"మళ్ళీ తొందర్లోనే తిరిగి రా వొదినా" అని కేకవేసి చెప్పింది కమలమ్మ. గాద్గదికమైన కమలమ్మ స్వరం విని ఆతురతగా ఆమె వైపుకి తిరిగి, ఆమె ముఖాన్ని తేరపార జూచింది బాపమ్మగారు. మందస్మితవదన అయింది.

నాలుగవ ప్రకరణము

గోపాలం చెల్లెలు వివాహం వైభవోపేతంగా జరిగింది. బంధువులూ, స్నేహితులూ అనేకమంది వచ్చారు. కళ్యాణకింకిణిని విశ్వభారతిలో దింపి వచ్చేటప్పటికి ముహూర్తం నిశ్చయమైందనీ, కాలేజీకి సెలవుపెట్టి పది పదిహేను రోజులు ముందు రావలిసిందనీ గోపాలానికి దమయంతి దగ్గరనుంచి ఉత్తరం వచ్చింది. అలాగే వెళ్ళాడు గోపాలం. పరంధామయ్యకూ, శివకుమార్‌కూ, సుశీలకూ, అతను వివాహానికి రావలసిందిగా ప్రత్యేక ఆహ్వానాలు పంపాడు. పరంధామయ్య, శివకుమార్ వచ్చారు గాని, సుశీల తాను రాలేకపోయినందుకు చింతిస్తూ ఉత్తరం వ్రాసి కమలకు బహుమతి పంపించింది. ఆమె వ్రాసిన ఉత్తరంలో రాలేక పోయినందుకు కారణం స్పష్టంగా వ్రాయకపోవటం గోపాలం గమనించాడు. అతనికి చాలా ఆశాభంగం కలిగింది.

అతను కాలేజీకి సెలవుపెట్టి ఇంటికి రాగానే రత్నమ్మగారు మరొక శుభవార్త చెప్పింది. దమయంతికి నెల తప్పిందని చెప్పి, "నీకు తమ్ముడు కలగబోతున్నాడు" అన్నది. గోపాలానికి ఈ వార్త సంతోషాన్నిచ్చింది. అతను సంతోషించింది తనకు ఒక తమ్ముడు కలగబోతున్నాడనే, విచిత్రమైన సంగతేమిటంటే అతనికంటే ఎక్కువ సంతోషించింది రత్నమ్మగారు. "నేను ఎన్నాళ్ళనుంచో ఆమెకు ఒక కొడుకు కలగాలని కోరుకుంటున్నాను బాబూ. ఆ కోరిక నేటికి నెరవేరింది. వృద్ధాప్యంలో ఆమెకు అండగా వుంటాడు. ఆమె జీవితానికి ఒక ఆశ ఏర్పడుతుంది" అన్నది.

తనకు కలిగిన సంతోషాతిశయంతో గోపాలం తన అమ్మమ్మ మాటలను గురించి ఆలోచించలేదు. ఆమెకూడా సంతోషిస్తూ ఉంది అనేదే మనస్సుకి పట్టింది. అందుకు ఆమెను మెచ్చుకున్నాడు.

కాని ఈ మార్పువల్ల దమయంతి మనస్సులో కలిగిన మానసిక సంచలనాన్ని కనిపెట్టడం మాత్రం అతనికి కష్టమైంది. ఆమె పనులన్నీ యథాప్రకారం చేసుకుపోతూ ఉంది. అందరినీ ఆదరణగా చూస్తూ ఉంది. అందరి అవసరాలనూ ముందే పసిగట్టి తీరుస్తూ వుంది. నిశితంగా చూసేవారికి మాత్రం ఆమె ముఖంలో అంతకుముందుండే గాంభీర్యముద్ర ఇంకా బలపడిందని మాత్రం కనుపించకపోదు.

కమలకు వచ్చిన సంబంధం మంచిది. పెండ్లి కుమారుడు ఎం.ఏ. ప్యాసయి లెక్చరర్‌గా పనిచేస్తున్నాడు. పెద్ద ఆస్తిలేకపోయినా తిండికి లోటు లేదు. అతని పేరు మాధవరావు. అతని తండ్రి మామూలు రైతు. కష్టపడి కొడుకుకి చదువు జెప్పించి ఉన్నతికి తీసుకువచ్చాడు. తండ్రికీ, కుమారుడికీ కూడా కృష్ణస్వామిగారంటే అమిత అభిమానం, గౌరవమూనూ. అందువల్ల కృష్ణస్వామిగారితో సంబంధము చేసుకుంటేనే చాలని కట్నంకూడా అడగకుండా ఈ వివాహానికి అంగీకరించారు.

అయితే పెండ్లి ఖర్చులకు డబ్బు ఎక్కడనుంచి వొచ్చింది? అనే ప్రశ్న గోపాలం మనస్సుని పీకుతూనే వుంది. ఆ సంగతి ముందుగా రత్నమ్మగారిని అడిగాడు గోపాలం.

"ఏమో నాయనా, కుటుంబ పరిస్థితులు తెలిసిందానిని అవటంవల్ల, రామయ్యగార్కి వ్రాసి డబ్బు తెప్పిస్తానని అమ్మాయితో అన్నాను. కాని అమ్మాయి సుతరామూ వొప్పుకోలేదు. నేను బలవంతపెడితే, "మేము కూతురికి పెండ్లి చెయ్యలేని స్థితిలో ఉన్నామా అమ్మా?" అని కన్నీరు పెట్టుకుంది. అప్పటినుంచీ ఆమె ముందు ఆ ప్రస్తావన తేవటం మానివేశాను. డబ్బు ఎక్కడనుంచి తెచ్చిందో, ఎలా ఖర్చు పెడుతుందో ఆ పరమాత్ముడికే తెలియాలి" అన్నది. పెండ్లి ఖర్చుకి డబ్బు తన తండ్రి తెచ్చి ఉండడు. ఆయనకు ఆ విషయం తట్టి వుండదు. తట్టినా ఆయనకు ఇతరులను అడగటం చేతగాదు. అందువల్ల ఆయనను అడగకుండానే అమ్మే ఏర్పాటుచేసి వుండాలి అనుకున్నాడు గోపాలం. ఆమె కన్నవారి ఇంటినుంచి తెప్పించిందేమోనని అతనికి ఆ క్షణం భయమేసింది.

సమయంచూసి, ముందుగానే అసలు ప్రశ్న వెయ్యకుండా, "ఎందుకమ్మా ఇంత ధారాళంగా ఖర్చుపెడుతున్నావు" అని అడిగాడు.

"ఇటువంటి సత్కార్యాలప్పుడు ఖర్చుపెట్టుకోటానికి కాకపోతే డబ్బు ఎందుకు

అబ్బాయి?" అని అడిగింది దమయంతి. కాని మనస్సులో గోపాలం డబ్బుని గురించి ఇంకా ఏమేమి ప్రశ్నలు వేస్తాడోనని కలవరపడింది.

"అసలు ఇంతకీ ఆ డబ్బు ఎక్కడిది?" అని సూటిగా ప్రశ్నించాడు గోపాలం.

"డబ్బు నా కెక్కడినుంచి వస్తుంది? ఇంటి యజమాని తెచ్చిచ్చారు. నేను ఖర్చు పెడుతున్నాను" అన్నది చిరునవ్వు నవ్వుతూ.

"నాన్నగారు ఇచ్చారా, నీవు తెచ్చావా? నిజం చెప్పమ్మా?" అని అడిగాడు గోపాలం.

"నిజమేనయ్యా, మీ నాన్నగారు తేకపోతే నేను ఎక్కడనుంచి తెస్తాను? ఒకవేళ నేను తెస్తానంటేమాత్రం మీరంతా కలిసి నన్ను తేనిస్తారా? ఈ ఇంట్లో నాకు డబ్బు ఖర్చుపెట్టే స్వాతంత్ర్యమేగాని, తెచ్చే స్వాతంత్ర్యం ఏనాడో పోయింది" అన్నది.

"ఇంతడబ్బు నాన్నగారు ఎక్కడనుంచి తెచ్చారంటావు?"

"ఆ సంగతి నేను అడిగితే మాత్రం వారు చెపుతారంటావా? ఆడదానిని నీకెందుకీ సంగతులు అని అనరూ? అందుకని నేను అడగలేదు. ఇదిగో డబ్బు అని నాచేతికి ఇచ్చారు. నేను ఖర్చుపెడుతున్నాను" అన్నది.

ఆమె నిజం చెప్పటంలేదని, నిజం దాచిపెట్టడానికి ఈ ధోరణి అవలింబించిందని తెలుసుకోటానికి గోపాలానికి ఎక్కువసేపు పట్టలేదు.

"ఇట్లా నీవు ఖర్చుపెడితే, ఇక మిగిలినవాళ్ళకు ఏం మిగులుతుంది?" అన్నాడు.

అతని ఉద్దేశం గ్రహించింది దమయంతి. అతను తనను గురించిగానీ, కమల గురించిగానీ ఆ మాట అనలేదు. ఆ ఇంట్లో అడుగుపెట్టబోయే పిల్లలను గురించి అంటున్నాడు.

"మిగిలినవాళ్ళు చేతులు లేనివాళ్ళయి ఉండరు గదా! కష్టపడతారు. సంపాదించుకుంటారు, తింటారు. అదీకాక భవిష్యత్తుని గురించి ఆలోచించటం ఏమంత మంచిపనికాదని నేను తేల్చుకున్నాను అబ్బాయి" అన్నది దమయంతి.

అంతలో బయటనుంచి ఆమెను ఎవ్వరో పిలిచారు. ఆ సాకుమీద గోపాలం ముందునుంచి ఆమె వెళ్ళిపోయింది.

వివాహం సుఖప్రదంగా పూర్తి అయింది. వచ్చిన పెండ్లిపెద్దలను పంపి, చెల్లెల్ని పెండ్లివారితో పంపి కాలేజీకి ప్రయాణం కట్టాడు గోపాలం.

ఆ పూట దమయంతి ఇంట్లో లేదు. ఏదో మొక్కుబడి తీర్చుకోవాలని

దేవాలయానికి వెళ్ళింది. రత్నమ్మగారు ఇంట్లో ఏదోపని చేసుకుంటున్నారు. అప్పుడే వూళ్ళోకి పనిమీద వెళ్ళిన కృష్ణస్వామిగారు ఇంట్లోకి వచ్చారు. ఆయన పరమానందంలో ఉన్నారు. కొడుకుని చూచి "వివాహం చక్కగా జరిగిందని వూళ్ళో పెద్దలందరూ మెచ్చుకుంటున్నారోయ్" అన్నాడు.

"చెల్లాయి అదృష్టవంతురాలు" అన్నాడు గోపాలం.

"అవునవును, అన్నీ అలా కలిసివచ్చినై" అన్నారు కృష్ణస్వామిగారు.

కాని ఎవరివల్ల కలిసివచ్చినయ్యో, ఆ ఇంటిని వెయ్యికండ్లతో కనిపెట్టుకొని కాపాడుతూ వున్న దేవతా స్వరూపిణి ఎవ్వరో ఆయన ఆలోచిస్తున్నట్లు లేదు. అటువంటి ఒక వ్యక్తి ఆ ఇంట్లో వున్నదని కూడా ఆయన గమనంలో వున్నట్లు లేదు.

"పెండ్లికి అయిన ఖర్చంతా అమ్మ ఎకౌంటు వ్రాసిందండీ. నిన్న కాకతాళీయంగా ఆ పుస్తకం నా కన్నులపడితే చూశాను" అన్నాడు గోపాలం.

"అవునవును. ఆమెకు మొదటినుంచి జమా ఖర్చులు వ్రాసే గుణం వుంది" అన్నారు కృష్ణస్వామిగారు. ఆమాట ప్రశంసో, విమర్శో గుర్తుపట్టడానికి వీల్లేని ధోరణిలో అన్నారు. ఒక మనిషి గుణం చెప్పి వూరుకున్నట్లు వూరుకున్నారు.

నిజానికి ఆ ధోరణికి గోపాలానికి కష్టం వేసింది. తన పినతల్లి ఆ యింటి సేవలో ఎంత హరించుకు పోతూవుందో ఆయన గమనించినట్లు లేదు.

"మొత్తం పెండ్లి ఖర్చు నాలుగువేల పై చిల్లర అయింది" అన్నాడు.

"ఎంత?" అని ఆశ్చర్యంగా అడిగారు కృష్ణస్వామిగారు.

"నాలుగువేల పైచిల్లర"

ఆయన అంతకుముందు ఖర్చు సంగతి ఆలోచించివుండరు. అందువల్ల ఈ మొత్తం చాలా ఎక్కువగా కనిపించింది. ఎక్కువ అయితే మాత్రం చేసేది ఏముంది?

"అవుతుంది మరి, అవదూ? ఎంత వైభవంగా నడిపాం. వొక్క లోటు రానిచ్చామా?" అని తనకు తాను సంజాయిషి చెప్పుకుంటున్నట్లు అన్నారు. కాని అప్పటికి కుమార్తె పెండ్లికి ఇంత ఖర్చయిందనే తప్ప ఈ డబ్బు ఎక్కడనుంచి వొచ్చింది, రేపు ఎలా తీర్చటం అనే ప్రశ్నలు ఆయన మనసులో వుదయించినట్లు లేదు.

"ఇంత డబ్బు ఎక్కడిది? అని నేను అమ్మను అడిగాను. నాన్నగారు నాచేతిలో పెట్టి ఖర్చు పెట్టమన్నారు. నేను ఖర్చుపెడుతున్నాను అన్నది అమ్మ" అన్నాడు గోపాలం విషయం సాంగోపాంగంగా ఆయనకు తెలియజెయ్యాలనే ఉద్దేశంతో.

"నేనా? నేనిచ్చానా ఆ డబ్బు? ఆ సంగతి నాకు తెలియదే? ఎందుకు చెప్పిందబ్బా ఆవిధంగా?" అని ఆలోచించసాగారు కృష్ణస్వామిగారు.

"అయితే ఆ డబ్బు అమ్మే తెచ్చి వాడి ఉంటుంది" అన్నాడు గోపాలం.

"అవును, అన్ని విషయాలూ ఆమే చూసుకుంటూ ఉంది గదా!" అన్నారు కృష్ణస్వామిగారు.

"అన్ని విషయాలూ ఏముందండీ? ఇంటికి అవుసరం అయినప్పుడు ఎక్కడనుంచో డబ్బు తెప్పించటం, మనకోసం ఖర్చు పెట్టటమే గదా అమ్మ చేస్తూ వుంది" అన్నాడు గోపాలం తండ్రికి సంగతులన్నీ నిష్కర్షగా చెప్పాలనే వుద్దేశంతో.

కృష్ణస్వామిగారు కాసేపు మెదలకుండా వూరుకున్నారు. వారి మనస్సులో ఏ రకం భావాలు మెదులుతున్నవో ఆకళించుకోలేకపోయాడు గోపాలం.

చివరికి, "అయితే ఈ డబ్బు మీ అమ్మ ఎక్కడనుంచి తెప్పించిందంటావు?" అని అడిగారు.

"మీకీ విషయం ఇంతకుముందు..."

"అవునోయ్, నా మనస్సులోకి రానిమాట నిజమే" అన్నారు కృష్ణస్వామిగారు కొంచెం విసుగ్గా. "నీకు తెలిస్తే ఎక్కడనుంచి తెప్పించిందో చెప్పరాదూ?"

"కన్నవారి ఇంటినుంచి తెప్పించి వుంటుంది."

"అయితే తొందరేముంది? నెమ్మదిమీద తీరుద్దాం" అన్నారు కృష్ణస్వామిగారు సమస్య ఇట్టే పరిష్కారం అయిపోయిందనే భావంతో.

ఇంతసేపూ గోపాలం తలవంచుకునే తండ్రితో మాట్లాడుతున్నాడు. ఇప్పుడు తలపైకెత్తి తండ్రిముఖంలోకి చూస్తూ! "ఏం పెట్టి తీర్చేది" అని అడిగాడు.

సమస్య తీరిపోయిందని మనస్సులో సంతోషిస్తున్న కృష్ణస్వామి గారికి ఇదొక నూతన సమస్య అయింది. ఈ సమస్య పరిష్కారానికి ఆయనకు దారి దొరకలేదు. "ఈ గొడవలన్నీ నాకేం తెలుస్తవి. డబ్బు విషయం నేనెప్పుడైనా పట్టించుకున్నాను గనకనా? అమ్మని అడుగు. ఆమె ఏదో ఒకదారి చూపుతుంది."

"ఆమె దారి చూపకపోదు. ఆమె చూపే దారి కూడా నాకు తెలుసు" అన్నాడు గోపాలం నిష్ఠూరంగా.

"ఏమిటది?"

"ఆమె వొంటిమీద నగలు ఏమన్నా మిగిలివుంటే అమ్మి తీరుస్తుంది" అన్నాడు.

"ఇంకేం సరిపోయే" అన్నారు కృష్ణస్వామిగారు ఆ నూతన సమస్యకు కూడా పరిష్కారమార్గం ఇట్టే దొరికినందుకు సంతోషిస్తూ

"మరి ఆ డబ్బు మనం ఎలా తీర్చడం?" అని అడిగాడు గోపాలం.

కృష్ణస్వామిగారికి ఈ ప్రశ్న వెంటనే అర్థం కాలేదు. "ఆమె డబ్బేమిటి?" అన్నారు ఆశ్చర్యంగా.

"ఆమె వంటిమీద నగలు ఆమె కన్నవారు పెట్టినవి. అది ఆమె డబ్బే. ఆమె నగలు అమ్మిగానీ, ఇతరత్రా అప్పు తెచ్చిగానీ చెల్లాయి వివాహం జరిపి వుంటే, ఆ డబ్బు ఆమెకు ఇచ్చివెయ్యటం మన ధర్మం అని నేను అనుకుంటున్నాను" అని సమాధానం చెప్పాడు గోపాలం.

"ఏమిటోయ్ నువ్వు మాట్లాడేది? ఎక్కడ నేర్చుకున్నావు ఈ మాటలు? ఈ ఇంట్లో ఎవ్వరూ ఇది నాడబ్బు అని ఇంతకుముందెన్నడూ అనుకోలేదు. ఇక ముందు అలా అనుకోవలసిన అవసరమూ లేదు. తెలిసిందా?" అన్నారు కృష్ణస్వామి కొంచెం కోపంగా.

"నేను అలా అనుకోవటంలేదండీ" అని ప్రారంభించాడు గోపాలం. "ఈ ఇంట్లో ఇది నా డబ్బు అని అనుకునేవాళ్ళు లేకపోలేదు" అన్నాడు.

"ఎవరువాళ్ళు?"

"మాటవరుసకు నేను."

"నీవా?" అన్నారు కృష్ణస్వామిగారు, కొడుకుని ఒక క్రొత్త మనిషిని చూసినట్లు చూస్తూ. ఆ క్షణం ఆయనకు కొడుకు నిజంగా క్రొత్త మనిషిలాగే కనుపించాడు.

"అవునండి, నేనే... మా అమ్మ తరుపునుంచి వొచ్చిన ఆస్తి నాపేర కొంతవుందనే సంగతి మరిచిపోలేదనుకుంటాను."

"అవును ఉన్నది."

"ఆస్తిలోంచి మన కుటుంబం కోసం వొక్క చిల్లిగవ్వ కూడా అమ్మ నన్ను ఖర్చుపెట్టనివ్వడం లేదు. అలా ఖర్చుపెడితే ఈ ఇంట్లో నేను ఒక్క క్షణం కూడా వుండనని ప్రతిజ్ఞపట్టింది. నా పొలం మీద వచ్చే డబ్బు అక్కడ కుప్పలు పడుతూ వుంది. ఫలసాయం మీద వచ్చిన డబ్బులో మిగిలింది రామయ్యగారు వడ్డీకి ఇచ్చి జాగ్రత్తగా పెంచుతున్నారు. అక్కడ ఆ డబ్బులు పెరుగుతూ వుంటే, ఇక్కడ మా కోసం అమ్మ తన డబ్బు ఖర్చుపెట్టి ఒంటిమీద ఒక్క నగన్నా లేకుండా చేసుకోటానికి

సిద్ధపడుతూ వుంది. ఇది ధర్మమని నేను అనుకోవటం లేదు. నా మనస్సుకి ఏమీ బాగా లేదు" అన్నాడు.

"నే నీవిధంగా ఆలోచించ లేదు సుమా!" కృష్ణస్వామిగారు కాసేపు మీసం పంటితో నొక్కుతూ కూర్చున్నారు. అది ఆయన ఆలోచిస్తున్నట్లు గుర్తు. ఎంతసేపు ఆలోచించినా ఈ నూతన సమస్యకు ఆయనకు పరిష్కారమార్గం దొరికినట్లు లేదు. "మరి ఇప్పుడు ఏం చెయ్యమంటావోయ్?" అని అడిగాడు కొడుకుని.

"చెల్లాయి పెండ్లికి అయిన ఖర్చు నేను భరించటం ధర్మం అనుకుంటున్నానండి."

"ధర్మమనిపిస్తే అలాగే ఇవ్వు" అన్నారు కృష్ణస్వామిగారు. ఈ నూతన సమస్యకూడా ఇట్టే పరిష్కారం అయినందుకు సంతోషిస్తూ.

"అమ్మ ఒప్పుకోదు. ఆమెకు మీరు చెప్పి అంగీకరింపజేశారంటే, నామనస్సు తేలికపడుతుంది. రామయ్యగారు వెళ్ళేటప్పుడు నేను వారిని అడిగాను. డబ్బు సంతన చెయ్యటం ఏమంత కష్టమైన పని కాదన్నారు. వారికి తెలియజేస్తే ఒక వారం రోజుల్లో పంపగలరు."

దమయంతి సాధారణంగా ఏపనైనా ఇలా జరగాలని పట్టుపట్టే మనిషి కాదు, కాని పట్టుపట్టటం అనేది వొస్తే విడిచే మనిషికూడా కాదని కృష్ణస్వామిగారికి తెలుసు. అందుకని "సరే మీ అమ్మతో మాట్లాడి చూస్తాను" అన్నారు.

అంతలో దేవాలయానికి వెళ్ళిన దమయంతి రానే వచ్చింది. తండ్రీ కొడుకుల్ని చూచి ఏదో తన సంగతే మాట్లాడుకుంటున్నారని గ్రహించింది. వెంటనే పెండ్లి ఖర్చుల విషయమే గోపాలం తండ్రితో మాట్లాడుతూ ఉండాలని అనుమానించింది. దానికి తగినట్లు, "ఈ పెండ్లికి నాలుగువేలు ఖర్చయిందంటు న్నాడు గోపి" అన్నారు కృష్ణస్వామిగారు పరిచయవాక్యంగా.

"ఎవ్వరు చెప్పారట ఆయనకీ సంగతి?" అని అడిగింది దమయంతి, ఏదో ఒకవిధంగా తప్పుకుందామనే ఉద్దేశంతో.

"నువ్వు వ్రాసిన ఎకౌంటు చూశాడట!"

"ఎవ్వరి పర్మిషన్‌తో చూశాడు"

ఈ ప్రశ్నకు సమాధానం కృష్ణస్వామిగారికి తోచలేదు. కొడుకువైపుకు చూశాడు. గోపాలం పెదవి కదల్చకుండా నుంచున్నాడు. తను ఏం మాట్లాడీ ప్రయోజనం లేదని అతనికి తెలుసు.

ఇక కృష్ణస్వామి గారికి దమయంతికి సమాధానం చెప్పక తప్పలేదు. "ఇందులో వొకళ్ళ పర్మిషన్ ఎందుకు దమయంతీ? ఆ పుస్తకం కనబడి వుంటుంది, చూసి వుంటాడు."

"ఆయన చూడకుంటే బాగుండేది. అందులో ఆ లెక్కలేకాక, నా సొంత లెక్కలు అనేకం వున్నాయి" అన్నది దమయంతి.

అందులో యదార్థానికి ఏ లెక్కలూ లేవు. మాట తప్పించటానికే దమయంతి అలా అన్నది. ఆ విషయం గ్రహించాడు గోపాలం.

"సరే ఇప్పుడా గొడవలన్నీ ఎందుకుగాని, పెండ్లికయిన ఖర్చు తానే భరిస్తానంటున్నాడు గోపి. దానికి నీ అభ్యంతరం ఏమిటి?" అన్నాడు కృష్ణస్వామి గారు.

"అంతా అభ్యంతరమే..."

"ఏమిటది?"

దమయంతి కోపం నటిస్తూ ఇలా అన్నది... "అసలీమధ్య ఇతని వాలకం నాకేమీ బాగాలేదండీ. తనేదో ఈ రెండు సంవత్సరాల్లో పెద్దవాడయినట్టూ, ఈ ఇంటిపై పెత్తనం తనమీదే వున్నట్టూ నటిస్తున్నాడు. ఇంకా చదువుకునే వయస్సులో ఈ విషయాలలో జోక్యం కలుగజేసుకోవలసిన అవసరం తనకేమొచ్చిందో ముందు కనుక్కోండి" అన్నది దమయంతి.

ఇక కృష్ణస్వామిగారు మాట్లాడలేదు. తమ సంభాషణ ఇలా పరిణమిస్తుందని గోపాలానికి తెలుసు. అయినా "పెండ్లి ఖర్చు వరకూ నన్ను పెట్టుకోనివ్వమ్మా. ఇక చిల్లిగవ్వ నా దగ్గరనుంచీ నీవు తీసుకోవద్దు...." అని ప్రార్థించాడు.

"నువ్వెవ్వరవయ్యా పెండ్లి ఖర్చు పెట్టుకోటానికి. ఆ బాధ్యత తండ్రిదీ, తల్లిదీ. మేమేం చేతగానివాళ్ళమని మామీద జాలిపడి నువ్వు భరించదలిచావా? లేకపోతే మాకన్నా వున్నవాడవా? ఇటువంటి ఆలోచనలు నీ మనస్సులోకి రానివ్వకు. ఎవ్వరన్నా వింటే నవ్విపోతారు" అని ఇక అక్కడ వుండకుండా చరచరా లోపలకు వెళ్ళిపోయింది దమయంతి.

ఆరాత్రి ఆ ఇంట్లో సుఖంగా నిద్రపోయింది ఒక్క దమయంతే. పై సంభాషణ విన్న రత్నమ్మగారికి నిద్రపట్టలేదు. సంభాషణ జరిపిన కృష్ణస్వామిగారికీ, గోపాలానికి నిద్రపట్టలేదు.

తెల్లవారి గోపాలం కాలేజీలో జేరటానికి వూరువిడిచి వెళ్ళాడు.

* * *

మరునాడు "మరి ఈ అప్పు ఎట్లా తీరుద్దాం?" అని అడిగారు కృష్ణస్వామి గారు.

"ఏ అప్పండీ?"

"పెండ్లికయిన అప్పు."

ఆయన ధోరణిని బట్టి ఆయన రాత్రంతా ఈ విషయమే ఆలోచిస్తూ కూర్చున్నారని గ్రహించింది దమయంతి.

"అప్పు అయిందని ఎవ్వరు చెప్పారండీ మీకు?"

"గోపాలం నువ్వుండగానే అన్నాడు గదా!"

"ఆ పిల్లవాడికి ఈ మధ్య కాస్త చాదస్తం పట్టుకున్నట్టు వుంది. తన చదువేదో తనను చూసుకోమనండి, అంతే చాలు" అన్నది దమయంతి.

* * *

మనుమరాలు పెండ్లి అయిందగ్గరనుంచీ రత్నమ్మగారి మనస్సు తేటబడింది. ఇక ఉన్నది గోపాలం. అతనికేం అతను మగపిల్లవాడు, తన బ్రతుకు తాను బ్రతకగలడు. ఇప్పుడు అస్తమానం ఆమె దమయంతి సంగతే ఆలోచిస్తూ వుంది. దమయంతి సుఖంగా వుండాలని వెయ్యి దేవుళ్ళకు మ్రొక్కుకుంటూ వుంది. ఆమె సుఖంగా వుండాలంటే తన అల్లుడి దృష్టి మారాలి. ఆయన కాస్త సంపాదన సంగతికూడా పట్టించుకోవాలి. లేకపోతే ఈ కాపురం సాగదు. ఏం చెయ్యాలి. దమయంతికి ఎంత చెప్పినా ఆమె వినదు. భర్తదృష్టి మరల్చటానికి ఆమె ప్రయత్నించదు. ఆవిషయం ఇదివరకే తేల్చుకుంది రత్నమ్మగారు. ఇక అల్లుడితో ముఖాముఖి మాట్లాడ్డం కంటే గత్యంతరం లేదు అని నిశ్చయించుకుంది.

* * *

తన గదిలో దిగులుగా పడుకొని వున్నాడు గోపాలం. అతని మనస్సు పరిపరివిధాల పోతూ వుంది. ఎంత ప్రయత్నించినా తడవ తడవకీ ఇంటి సంగతులే జ్ఞాపకం వస్తున్నాయి. పెండ్లి ప్రయత్నంలో పడి తనతల్లి ఆరోగ్యం పూర్తిగా చెడిపోయిన సంగతి అతనికి పదేపదే జ్ఞాపకం వస్తూ వుంది. తండ్రి ఇంటిపనులు పట్టించుకోకపోవటం, అన్ని పనులూ తన పినతల్లే నెత్తిన వేసుకొని మొయ్యడం

తలుచుకున్నప్పుడల్లా అతని గుండె గుబేలుమంటూ వుంది.

తమను పెంచి పెద్దవాళ్ళను చేసిన ఋణం ఎలా తీర్చుకోవాలో అతనికి బోధపడటం లేదు. తనకు తమ్ముళ్ళూ, చెల్లెళ్ళూ ఎంతమంది కలిగితే అంత సంతోషం. కాని వాళ్ళ భవిష్యత్తు? ఇంతమంది దురదృష్టులను ఆ తల్లిమాత్రం ఎన్నాళ్ళు భరించగలుగుతుంది.

* * *

దమయంతి మాత్రం తన భవిష్యత్తును గురించిగానీ, తనకు కలగబోయే సంతానం గురించిగానీ ఆలోచించటం లేదు. తన అక్క జానకమ్మ బిడ్డలను పెద్దవాళ్ళను చేసి ఈడేర్చినందుకు ఆమె మనస్సు సంతోషంతో నిండి వుంది.

* * *

ఇప్పుడు రత్నమ్మ కమల సంగతీ, గోపాలం సంగతీ ఆలోచించటమే లేదు. దమయంతి సంగతీ, ఆమెకు కలిగే భవిష్యత్ సంతానాన్ని గురించే ఆలోచిస్తూ వుంది. ఒకరోజు అల్లుడు ఒంటరిగా వున్నప్పుడు అతని దగ్గరకు వెళ్ళి, "చూడబ్బాయ్" అన్నది.

ఆమె కంఠం విని ఉలిక్కిపడ్డారు కృష్ణస్వామిగారు! ఆమె తప్పని సరైనప్పుడు తప్ప ఆయనతో మాట్లాడి ఎరగదు. తప్పనిసరయ్యేది ఏదో ఒక ఆపద సంభవించినప్పుడే గదా!

"నేను ముసలిదాన్నయ్యాను. నా బిడ్డలు ఈడేరారు. ఇక నాకు జీవితంమీద కూడా ఎక్కువ ఆశ లేదు. ఎప్పుడు పిలుపు వస్తుందా అని ఎదురుచూస్తూ కూర్చున్నా. అమ్మాయి మంచితనం వల్ల ఏలోటూ రాకుండా నా జీవితం వెళ్ళమారిపోయింది. అయితే నీకు ఒక సంగతి చెప్పకుండా వుంటే చనిపోయిన జానకమ్మ సంగతి ఎలా వున్నా, ఇన్నాళ్ళూ మమ్మల్ని కంటికి రెప్పకుమల్లే కాచిన దమయంతికి అన్యాయం చేసిన దాన్నవుతానని నీతో మాటాడే ధైర్యం చేశా నాయనా" అన్నది రత్నమ్మగారు.

"చెప్పండి అదేమిటో?" అన్నారు కృష్ణస్వామిగారు.

"అమ్మాయికి నెల తప్పిందనే సంగతి నీకు తెలుసా నాయనా?" అని అడిగింది రత్నమ్మగారు.

"ఎవరికి?" అన్నారు కృష్ణస్వామిగారు. అది సమాధానంకోరి వేసిన ప్రశ్న కాదు. యధాలాపంగా అన్నాడు.

"నా కూతురు దమయంతికి"

ఉన్నట్టుండి కృష్ణస్వామిగారి ముఖం చిరునవ్వుతో మెరిసింది. ఆ సంగతి కనిపెట్టింది రత్నమ్మగారు.

"అది ఆమె అదృష్టమే. కాని ఇటీవల ఆమెను చూస్తే భయంగా వుంది నాయనా, ఆమె ఆరోగ్యం సరిగా వుండటం లేదు. ఆమె ముఖంలో పూర్వం వున్న వర్చస్సు క్రమక్రమేణా మాయమైపోతూ వుంది. జీవితంపట్ల ఇదివరకు వున్న పట్టుదల కూడా ఇప్పుడామెకు వున్నట్లు కనబడటం లేదు. బహుశా నీ పనుల్లో నువ్వు వుండి ఈ మార్పులు కనిపెట్టి వుండవు. పెద్దదాన్ని చెపుతున్నాను. ఆమె మాణిక్యం లాంటిది. ఆమెపట్ల నువ్వింకా ఎక్కువ శ్రద్ధ చూపవలసి వుంది నాయనా" అన్నది.

ఆమె మాటలు వింటూ వుంటే అంత ధీశక్తి గలిగిన కృష్ణస్వామి గారికి కూడా భయం వేసింది. రత్నమ్మగారి వైపు చూడలేక ఇంటికప్పుకు చూస్తూ ఆమె చెప్పింది విన్నారు.

"ఇక ఈ ఇల్లు ఇదివరకులాగవుంటే జరగదు నాయనా, నాకు సంగతులన్నీ తెలుసు కనక చెపుతున్నాను. ఇన్నాళ్ళూ ఎప్పటికైనా నీవే తెలుసుకుంటావులే అని ఉపేక్ష చేస్తూ వచ్చాను. చెపితే నీకు ఎక్కడ కోపం వొస్తుందో అనే భయం కూడా లోపలవుంటే ఉండవచ్చు. ఇక ఇప్పుడు నాకా భయం లేదు. ఇప్పుడు నేను దేనిని గురించైనా భయపడుతుంటే నా కూతురు దమయంతిని గురించీ, పుట్టే పిల్లలను గురించే. ఇప్పటికి నా బిడ్డ కన్నవారు తనకిచ్చిన ఆస్తంతా అమ్మి ఈ ఇంటికి వాడింది. ఒంటిమీద వున్న నగలన్నీ అమ్మింది. మెడలో వున్న వొక్క గొలుసు మాత్రం వుంది. అది కూడ నీకు తెలియకుండానే అమ్మి వేస్తుంది. నీకు తెలుసో లేదో నాయనా కన్నవారిచ్చిన వెండిసామానంతా కూడా ఈ మధ్య అమ్మి వేసింది. ఇక ఈ ఇంటికి వున్న ఆధారము ఏమిటి? పుట్టే పిల్లలంతా ఏంకావాలి? నువ్వు చదువుకున్నవాడివి, నీకు నేను చెప్పే అంతదాన్నా? కాకపోతే నీ మనస్సు ఇంకొక దానిమీద లగ్నం అవబట్టి, ఈ సంగతులమీదకు నీ బుద్ధి పోవటం లేదు. నా మాట విని సంపాదన మీదకు కాస్త నీ బుద్ధి చొరనివ్వు నాయనా. నా బిడ్డ నిజానికి దేవతా స్వరూపమే. ఆమెకు నీ సేవ చెయ్యడం కంటే కష్టం సుఖం అనేవి లేవు. అది నిజమే కాని ఆమెను సుఖపెట్టవలసిన బాధ్యత మాత్రం నీ మీద ఉంది. ఆమెకు కలిగే పిల్లలకు పెరిగి పెద్దవాళ్ళయ్యే అవకాశాలు తండ్రివైన నీవు కలిగించాలి నాయనా. కుటుంబ భారం అంతా ఆమె మీదే వెయ్యక నువ్వుకూడా భాగం పంచుకోవాలి. నీ బిడ్డ గోపాలం మంచివాడు. అందులో పినతల్లి అంటే ప్రాణాలు వొదులుతాడు.

ఆమెకు ఏ కష్టం వచ్చినా సహించలేదు. అందువల్ల ఈ కుటుంబానికి చేతనైన సహాయం చెయ్యటానికి అతను ఎప్పుడూ సిద్ధంగానే వుంటాడు. అయితే నా కూతురు చాలా అభిమానం గలది. ఏ పరిస్థితుల్లోనూ ఎవ్వరి దగ్గరనుంచీ సహాయం పొందటానికి వొప్పుకోదు. అసలు అటువంటి అవకాశమే కలుగనివ్వదు. అటువంటి అవుసరానికి లోనవవలసి వొస్తే ఏం చేస్తుందో ఊహించుకోటానికే నాకు భయంగా ఉంది. అందువల్ల ఎటుచూచినా ఈ పరిస్థితి బాగుపడటానికి నాకు వొకటేమార్గం కనిపిస్తూవుంది నాయనా. నీమీద ఆధారపడినవాళ్ళు, సుఖపడటానికీ, బాగుపడటానికీ నాకు వొకటే మార్గం కనిపుస్తూ వుంది. నీవు సంపాదించాలి. ప్లీడరీ చదువుకొని ప్రాక్టీసు మానివెయ్యడం ఎందుకు నాయనా? నీకు బయట ఏవన్న పనులుంటే అటు అవీ చూచుకోవచ్చు, ఇటు ప్లీడరీ చూచుకోవచ్చు. సొంత కుటుంబం సంగతి చూచుకోవటం తప్పుకాదుగా నాయనా. సొంత కుటుంబం సంగతే చూచుకోనివాడు ఇతరుల సంగతేం చూస్తాడని పల్లెటూళ్ళల్లో అనుకుంటూ ఉంటారు. నేను చదువుకోని దాన్నయినా అనుభవం మీద అది నిజమే అనిపిస్తుంది. నేను నిన్ను చివరకు కోరేది వొకటే నాయనా. ఎటువంటి పరిస్థితుల్లోనూ నా బిడ్డను దుఃఖపెట్టకు, అన్యాయం చెయ్యకు. నీ గొడవల్లో నీవు ఉండి ఆమె విషయం పట్టించుకోకుండా ఉండకు" అని ఒక పెద్ద నిట్టూర్పు విడిచింది.

రత్నమ్మగారి మాటలు కృష్ణస్వామిగారిలో ఎన్నో ఆలోచనలను రేపాయి. తాను విసర్జించిన జీవితం కళ్ళకు కట్టిన ఒక భయంకరాకారంగా కనుపించింది. ఆయన కండ్లలో నీళ్ళు నిలిచినై.

"నాయనా, ఇన్నాళ్ళనుంచి కడుపులో పెట్టుకొని వున్న విషయాలన్నీ ఇవ్వాళ నీకు చెప్పాను. నా మనస్సు తేటబడింది. ఇక నీ యిష్టం. నేను వెళ్ళి వస్తా నాయనా" అని చెప్పి ఇంట్లోకి వెళ్ళిపోయింది.

ఆమె వెళ్ళిన ద్వారబంధంవైపు అలాగే చూస్తూ కూర్చుండిపోయారు కృష్ణస్వామిగారు. అంతకుముందు తన పనులను ఇంట్లో అందరూ హర్షిస్తున్నారని అనుకున్నారాయన. కొడుకు గోపాలం మాటలతో, అత్త రత్నమ్మగారి మాటలతో, ఇప్పుడా మాయ తొలగిపోయింది. ఇప్పుడు ఇంట్లో అందరూ తనను విమర్శించే వారుగానే తోచింది ఆయనకు.

దమయంతిని తాను వివాహం చేసుకున్నది మొదలు ఇప్పటిదాకా జరిగిన జీవితం ఒక్కసారిగా ఆయన కండ్లముందు తాండవించింది. ఆమెపట్ల తాను చూపిన నిర్లక్ష్యం గోరంతలు కొండంతలుగా కనుపించి ఆయన శరీరం జలదరించింది.

తాను ఇన్నాళ్ళూ ఆమె మంచితనాన్ని తన స్వార్థానికి వాడుకున్నట్లు కనుపించింది. తన మీద ఆధారపడినవారందరికీ తాను ద్రోహం చేసినట్టే అనిపించింది. కన్నీరు మున్నీరుగా కారుస్తూ అలాగే శూన్యంలోకి చూస్తూ ఉండిపోయారు కృష్ణస్వామిగారు.

ఉదయం స్నానంచేసి, గోపాలం సొంతతల్లి జానకమ్మ ఫొటో ఉన్న గదిలోకి వెళ్ళింది దమయంతి. ఆ ఫోటోను తదేకధ్యానంతో పరికించి భక్తి పూర్వకంగా నమస్కరించింది ఆమె. "నీ బిడ్డలను ఈడేర్చి నా బాధ్యత తీర్చుకున్నాను. నీవు ఎక్కడున్నా ఆనందించగలవనే భావిస్తున్నాను" అనుకున్నది మనస్సులో

* * *

తన గదిలో బీరువాలలో ఉన్న లా పుస్తకాలను తిరుగవేస్తున్నారు కృష్ణస్వామి గారు. ఆయన ఆ పుస్తకాల ముఖంచూచి ఎన్నేళ్ళయిందో! ఆ పుస్తకాలను చూస్తుంటే ఆయనకు పాత స్నేహితులను చూచినట్లు ఉంది.

అంతలో గ్లాసులో కాఫీ పట్టుకొని గదిలోకి వచ్చింది దమయంతి. భర్త లా పుస్తకాలు తిరుగవెయ్యటం చూచి ఆశ్చర్యపడింది.

"ఏం చేస్తున్నారు?" అన్నది.

కృష్ణస్వామిగారు చిరునవ్వు నవ్వుతూ, "బూజు దులుపుకుంటున్నాను" అన్నారు.

"నేను చెయ్యకపోయానా?"

"ఇక నేను నేర్చుకునేదెప్పుడు?"

"సరి, కాఫీ తీసుకోండి, ఆరిపోతూ ఉంది."

"నీవు తీసుకున్నావా?"

ఆయన వైఖరి ఆమెకు క్రొత్తగా తోచింది, నవ్వింది.

"ఎందుకు నవ్వుతున్నావు?" అని అడిగారు కృష్ణస్వామిగారు.

"ఊరికినే?"

కృష్ణస్వామిగారు కాఫీ త్రాగుతూ, "నేను మళ్ళీ ప్రాక్టీసు ప్రారంభిస్తే ఎట్లా ఉంటుంది దమయంతీ?" అని అడిగారు.

ఆ మాటకు భర్తను తేరపార చూచింది దమయంతి. పెద్ద సంఘర్షణకు లోనై తేరుకున్న మనిషిలా ఉన్నారాయన. ఆయన ముఖం అతి నిర్మలంగా ప్రకాశిస్తూ వుంది. ఆమె కండ్లకు ఆయన ఎప్పుడూ అంత సౌమ్యాకృతిలో కనపడి ఎరుగరు.

"ఇప్పుడెందుకొచ్చిందండీ ఆ విషయం?" అన్నది.

"నేను ప్రాక్టీసు ప్రారంభిద్దామని నిశ్చయించుకున్నాను దమయంతీ?"

"దేనికట?"

"నా కుటుంబ పోషణ కోసం" అన్నారు కృష్ణస్వామిగారు.

"అమ్మాయి అత్తవారింటికి వెళ్ళిపోయింది. అబ్బాయి చదువు పూర్తి కావస్తూ వుంది. కుటుంబంకోసం తాపత్రయపడవలసిన అవసరం ఇప్పుడు మీకేమి వచ్చిందండీ."

ఈ ప్రశ్నకు కృష్ణస్వామిగారు వెంటనే ప్రత్యుత్తరం ఇవ్వలేదు. ఏదో ఆలోచించుకుంటూ కూర్చున్నారు. ఆయన కండ్లలో నీళ్ళు తిరిగినై. "దమయంతీ! ఇన్నాళ్లు నేను ఎంత పొరపాటు చేశానో నాకిప్పుడు అర్థమౌతూ వుంది. ఈ కుటుంబ భారమంతా నీ మీదపెట్టి తిరిగాను. ఈ భారం నీవు మోయగలవో లేదో కూడా నేను ఆలోచించలేదు. నీవైనా నేను చేస్తున్న పని తప్పని చెప్పకపోతివి. నీవు అనుభవిస్తున్న కష్టాన్ని తెలియజెయ్యక పోతివి. నేను తప్పుదారిన నడుస్తూ వుంటే నీవు చూస్తూ వూరుకున్నావు. ఇది నీకు ధర్మమేనా?" అన్నారు.

భర్త స్థితిచూసి దమయంతి కూడా కన్నీరు పెట్టుకుంది. పమిటచెంగుతో కన్నీరు తుడుచుకుంటూ నాకిదేమీ అర్థం కావటం లేదు. నా వివాహం దగ్గరనుంచీ ఇప్పటివరకూ నేను ఏ కష్టమూ పడి ఎరుగను. మీరీవిధంగా ఎందుకు మాట్లాడుతున్నారు? మీరీ వయస్సులో ప్రాక్టీసు మొదలుపెట్టడం ఏమిటి? సంపాదనకు పూనుకోవటం ఏమిటి? నాకేమీ బాగాలేదు?" అన్నది.

"లేదు దమయంతీ! నేను చేసిన పొరపాటు నాకిప్పుడు కండ్లకు కట్టినట్లు కనిపిస్తూ వుంది. ఇక ఎవ్వరు కాదన్నా నమ్మేది ఎట్లా?"

"ఏమిటట ఆ పొరపాటు?"

"నా గొడవలో నేనుపడి జీవితంలోని ముఖ్యాంశాలను కొన్నిటిని తృణీకరించాను. అంటే నేను చేస్తున్న పని నాకొక వ్యసనమైంది. బంధమైంది. జీవితంలో అన్ని అంశాలూ ముఖ్యమైనవేనని, బహుముఖాల జీవితానుభవాన్ని పొందిన మానవుడే సక్రమంగా అభివృద్ధి చెందుతాడనీ తెలుసుకోలేక పోయాను. అందువల్ల సమగ్రదృష్టి నాకు కొరవడింది. ఇప్పుడు గ్రహించాను. ఇటీవల నన్ను విపరీతమైన అసంతృప్తి వొకటి దహింపసాగింది. దానికి స్పష్టమైన కారణం కనుపించేది కాదు. ఎంత ప్రయత్నించినా పూర్వం వున్న పట్టుదలను నిలుపుకోలేక

పోతూ వుండేవాణ్ణి. నేను అలసిపోవటం, నిరాశకు లోనవటం ఇందుకు కారణమేమోనని నెట్టుకుంటూ వచ్చాను. ఒక్కొక్కప్పుడు ఏదో కృత్రిమ వాతావరణం నన్ను లోబరచుకుంటూ వున్నట్లనిపించేది. అంతకుముందు నేను ఏమాత్రం సహించని భావాలెన్నో నన్ను ముసురుకొని వెతపెడుతూవుండేవి. వాటిని తోసివేసుకుందామనుకున్న కొద్దీ బలపడుతూ వుండేవి. అవి బలపడుతున్న కొద్దీ నేను చికాకుపడుతూ వుండేవాడిని. నేను చికాకుపడుతున్న కొద్దీ అవి విజృంభించేవి, కొన్నాళ్ళకు అవి నాలో వొక భాగంగా పరిణామం చెందుతూ వుండేవి. అప్పుడు నాతో నేనే పోరాడుతూ వున్నట్లు అనిపించి నేను రెండు ముక్కలుగా విరిగి పోతున్నట్లు భయం వేసేది. ఏదైనా నాలో జరుగుతున్న ఈ ఘర్షణకు మార్పుకి కారణం మాత్రం నిన్నటివరకూ ఊహించ లేకపోయాను. అకస్మాత్తుగా నిర్నిమిత్తంగా ఆ కారణం నిన్న తెలిసింది."

దమయంతి ఆలోచించింది. తన భర్త ఈ సంభాషణ మొదలుపెట్టినప్పుడు ఏదో నవ్వులాటకు మాట్లాడుతున్నారనుకుంది. తరువాత ఏదో తాత్కాలికోద్రేకానికి లోనై ప్రాక్టీసు ప్రస్తావన ఎత్తారనుకుంది. ఇప్పుడాయన ఈ విషయం దీర్ఘంగా చర్చించుకొని, ఒక నిశ్చితాభిప్రాయానికి వచ్చారని తేల్చుకుంది. ఇన్నాళ్ళూ ఆమె తనకు నెల తప్పిందని ఆయనతో చెప్పలేదు. మొదట్లో, చెపితేనే మంచిదేమో అనుకుంది. ఈ వార్త ఆయన ఏవిధంగా స్వీకరిస్తారో చూడాలనికూడా ఆమెకు ఒక సమయంలో అనిపించింది. తరువాత దానంత అదే తెలిసేవరకూ ఈ ప్రస్తావన తనకుగా ఆమె ఆయన దగ్గర తేగూడదనుకుంది.

ఈ సంఘటనలో ఏమంత ప్రాముఖ్యత వున్నదని పనికట్టుకొని ఆయనకు తెలియజెయ్యటం? నిజానికి దమయంతి మనస్సులో ఈ సంఘటనకు ఎక్కువ ప్రాముఖ్యత లేదు. పిల్లలు కావాలని ఆమె ఏనాడూ కోరుకోలేదు. గోపాలం, కమలలే తన పిల్లలు అనుకుంది. వారు ఈడేరి తమ కాళ్ళమీద తాము నిలబడితే చాలు అనుకుంది. అంతకంటే ఎక్కువ దూరం ఆమె ఆలోచించలేదుకూడా! తనకు నెల తప్పిందని తెలిసినప్పుడు ఆమె సంతోషించనూ లేదు, విచారించనూలేదు. ప్రత్యేకించి ఎవ్వరికీ చెప్పలేదుకూడా.

కాని ఇటీవలి వాతావరణాన్నిబట్టి చూస్తే ఈ విషయం అందరికీ తెలిసినట్లే వుంది. గోపాలం తెలిసినట్లే మాట్లాడాడు. ఇప్పుడు భర్త ప్రవర్తన చూస్తుంటే, ఆయన మాటలు వింటుంటే ఆయనకు కూడా తన సంగతి తెలిసిందని అనుమానం కలిగింది దమయంతికి, ఎలా తెలిసింది?

"సరే, మీకు ప్రాక్టీసు చెయ్యాలని ఉంటే చేద్దురుగాని, మిమ్ములను అభ్యంతరపెట్టే వాళ్ళు ఈ ఇంట్లో ఎవ్వరూ లేరు. అయితే నాకు వొక మాట చెప్పండి" అన్నది దమయంతి.

"అడుగు" అన్నట్లు చూశారు కృష్ణస్వామిగారు.

"డబ్బు సంపాదించాలనే అభిప్రాయం మీకు కలగటానికి కారణం ఎవ్వరు? నేను కాదు గదా!"

"నీవైతే నాకీ అభిప్రాయం కలగడానికి ఇంతకాలం పట్టేదా?"

"మరి ఎవ్వరట"

"రత్నమ్మగారు" అన్నారు కృష్ణస్వామిగారు ముక్తసరిగా. దమయంతికి ఆశ్చర్యం వేసింది. రత్నమ్మగారు ఈ విషయాలు కృష్ణస్వామిగారితో మాట్లాడిందని గాని, మాట్లాడే అవకాశం ఉందనిగాని ఆమె ఎప్పుడూ అనుమానపడలేదు. ఎటువంటి ఉద్దండులు చెప్పినా వినని తన భర్తకు రత్నమ్మగారి మాటలు నచ్చటం ఆమెకు మరీ వింతగా తోచింది.

"అయితే అమ్మ మిమ్మల్ని ప్రాక్టీసు పెట్టి డబ్బు సంపాదించవలసిందని సలహా చెప్పిందా?"

"ఆమె సలహా చెప్పిన మాటైతే నిజమేగాని అలా అనలేదు."

"మరేమన్నది?"

"నిన్ను కష్టపెట్టటం ధర్మం కాదన్నది."

'నేను కష్టపడుతున్నానని ఆమెకెలా తెలుసో అడగకపోయారా?"

"ఆ సంగతి నాకు తప్ప అందరికీ తెలుసు దమయంతీ, తెలియని వాణ్ణి నేను వొకణ్నే," అన్నారు కృష్ణస్వామిగారు. ఆయనకు నిగ్రహం తప్పింది, కంఠం రుద్ధమయింది.

"అసలు దీనికంతకూ అబ్బాయే కారణం. ఆయనగారి కెందుకటా ఈ సంగతులన్నీ? పెండ్లి చేసుకొని వొక ఇంటివాడై సుఖంగా కాలం వెళ్ళబుచ్చక, నేను ఏదో కష్టపడి పోతున్నానని ఒక్కడూ కూర్చుని ఊహించుకొని ఉంటాడు. ఆ సంగతి నెమ్మదిగా మొన్న ఇక్కడకు వచ్చినప్పుడు అమ్మకు చెప్పివుంటాడు. అమ్మ నమ్మి మీకు చెప్పింది. మీరు నమ్మారు. మొత్తం ఇంటిల్లపాదీ నేను కష్టపడి పోతున్నాననే నిర్ణయానికి వచ్చారు. అంతటితో ఆగినా బాగుండిపోను. ఎవ్వరికి వారు నా కష్టాలను తీర్చటానికి పూనుకున్నారు. బాగుంది, ఇక నేను కష్టపడటం

లేదని చెపితే మాత్రం నమ్మేది ఎవరు? మీరివాళే అబ్బాయికి ఉత్తరం వ్రాయండి" అన్నది దమయంతి.

"ఏమని వ్రాయమంటావు?"

"మీ అమ్మ ఇక్కడ ఏమీ కష్టపడిపోవటం లేదు. సలక్షణంగా తిని తిరుగుతూ ఉంది. అయినా ఆమె బాధ్యత నాది. నువ్వు ఇంటి సంగతులు ఏమీ పట్టించుకోనక్కరలేదు. చక్కగా చదువుకొని ఫస్టుక్లాసులో ప్యాసయి, పదిమందితోనూ మంచివాడవు అనిపించుకో. నువ్వు మాకు చెయ్యగలిగిన సహాయం ఇదొక్కటే, అని వ్రాయండి."

ఆమె మాటలకు కృష్ణస్వామిగారి ముఖం చిరునవ్వుతో ప్రకాశించింది. "పోనీ ఆ నాలుగు ముక్కలూ నీవే వ్రాయగూడదూ?" అన్నారు.

"ఆయనగారు ఇప్పుడు పెద్దవాణ్ణి అయ్యాననుకుంటున్నాడు. తల్లికీ, తండ్రికీ ధర్మోపదేశాలు చెయ్యగలను అనుకుంటున్నాడు. నామాట వింటాడా?"

"విన్నా వినకపోయినా నువ్వు వ్రాస్తేనే బాగుంటుందనుకుంటాను" అన్నారు కృష్ణస్వామిగారు.

"వ్రాయవలసివస్తే తప్పుతుందా? నేనే వ్రాస్తాను" అన్నది దమయంతి. అని కాసేపు ఆగి, "ఆయనగారికి నా మనస్సులో సంగతులు చెప్పటానికి నాకేమన్నా భయమా?" అన్నది.

"సరే ఆ విషయం నిర్ణయం అయిపోయింది గదా. ఇక నా విషయం కాస్త ఆలోచించు..."

"చెప్పండి అదేమిటో."

"నీవు నాకొక చిన్న సహాయం చెయ్యాలి?"

"ఏమిటండీ నావల్ల అయ్యే సహాయం?"

"ఉంది."

"ఇవ్వాళ నాకు చాల చెప్పదలచినట్లు ఉన్నారు మీరు. ఒద్దంటే వూరుకుంటారు గనకనా. చెప్పండి, అది కూడా చెవిని వేసుకుంటా."

"రేపు నీవు నాకు రెండుకోట్లు కుట్టించాలి."

"కోట్లా?" అని ఆశ్చర్యంగా అడిగింది దమయంతి.

"అవును కోట్లే."

"దేనికి?"

"కోట్లు వేసుకోకుండా కోర్టుకి వెళ్తే ఏం బాగుంటుంది చెప్పు. అక్కడవున్న ప్లీడర్లందరూ నవ్వుతారు. నేను అసలే సీరియస్ మనిషిని. ప్రతిచిన్న విషయానికీ ఉలిక్కిపడే స్వభావం నాది. నేను వారి నవ్వులు సహించగలనా? వారికంటే బిగ్గరగా నేను నవ్వవలసి వస్తుంది. పైగా కోటు వేసుకోకుండా, కోర్టుకి వెళితే పార్టీలకు మాత్రం ఏం గౌరవం వుంటుంది? ఎవ్వరోయ్ ఈ చెట్టుక్రింద ప్లీడరు? అని వారు హేళన మొదలుపెడతారు. అప్పుడు నేను నా పేరు చెప్పుకొని, వారిని ఊరడించవలసి వస్తుంది. ఈ గొడవంతా లేకుండా రేపు నువ్వు నాకు రెండుకోట్లు కుట్టిస్తే వొకటి విడిచినప్పుడు, రెండోది ధరించి కోర్టుకు వెళతాను. అప్పుడు చూసేవాళ్ళకీ బాధ వుండదు, నాకూ బాధ వుండదు. ఆ కోట్లు కుట్టటం కాస్త ఎగుడుదిగుడుగా వున్నా పరవాలేదు. అంతకీ ఎవ్వరన్నా ఎగతాళిచేస్తే, 'నా భార్య కుట్టించిందోయ్, ఏమనుకున్నారో!' అని బెదిరిస్తే వాళ్ళే నోరు మూసుకొని వూరుకుంటారు."

ఈ విధంగా మాట్లాడుకుపోయారు కృష్ణస్వామిగారు. దమయంతి తన చెవులను తానే నమ్మలేని స్థితిలో వింటూ కూర్చుంది. తన ఎరుకలో ఆయన ఏనాడూ ఈ ధోరణిలో మాట్లాడలేదు. ఎప్పుడయినా హాస్యం చేసినా, ఒకమాటో, రెండుమాటలో అంతే.

అయితే ఈ మార్పు మొదట్లో ఆమెకు నిర్విణ్ణురాలను చేసినా, క్రమక్రమేణా ఇన్నాళ్ళూ ఏ పొదలోనో దాగివున్న సృజన శక్తిని స్పృశించి గిలిగింతలు పెట్టింది. ఇంతకుముందు కృష్ణస్వామిగారిని చూచినప్పుడల్లా ఏ పవిత్ర సిద్ధాంతాన్నో, ఏ ఉన్నత భావాన్నో చూచినట్లు వుండి, వారిపట్ల గౌరవభావం ఉప్పతిల్లేది. అప్పుడప్పుడూ ఏ ఉప్పెననో, ఏ సుడిగుండాన్నో చూచినట్లు మనస్సు కలవరపడుతూ ఉండేది కూడాను.

ఇప్పుడాయనను చూస్తే తోటి మానవుణ్ణి చూచినట్లు ఉంది. తనతోపాటు కష్టాలూ సుఖాలూ పంచుకునే వ్యక్తి అప్పుడామె ఎదుట ప్రత్యక్షమయ్యాడు. ఈ వ్యక్తి విచారం వస్తే ఏడ్వగలడు సంతోషం వస్తే నవ్వగలడు; తాను తప్పులు చెయ్యగలడు; ఇతరుల తప్పులను సహించగలడు; తాను సహజంగా ప్రవర్తించగలడు; ఇతరుల సహజప్రవర్తనను చూచి ఆనందించగలడు. ఈ వ్యక్తి ఉత్తి మానవుడు. ఒక సిద్ధాంతం కాదు; వొక భావంకాదు; వొకే అభిప్రాయం కాదు, ఉత్తిమానవుడు. ఏ అన్వేషణకూ పాల్పడని నిర్గుణమానవుడు. జీవిత ప్రవాహంలో ఒక బిందువుగా, తన్ను తాను మరచి, ప్రయాణం చెయ్యగలిగిన మానవుడు. జీవితం నుంచి కించిత్తు కూడా వేరుపడని మానవుడు. అతనే జీవితం, అతనికి సోకిన ప్రతిగాలి కెరటమూ జీవితమే.

అతనిలో కదిలే ప్రతి కదలికా జీవితమే. ఈ మానవుడు దేనికోసమూ ఆరాటపడడు. అందిన దేనినీ ఏదో వొక నెపం సృష్టించుకొని వొదులుకోడు. ఎంత ఆనందం వుందీ ఈ భావనలో! ఈ భావంలో ఇంత ఆనందం వుందంటే ఇదే నిజమై వుండాలి.

ఇటువంటి ఆలోచనలు ఎన్నో భర్తకు ఎదురుగా నిలబడివున్న దమయంతి మనస్సులో చెలరేగినై. ఆ ఆలోచనల తియ్యదనంలో మైమరచి, భర్త ప్రశ్నకు సమాధానం చెప్పటమే మరచిపోయిందామె.

"మాట్లాడవేం దమయంతీ?" అని ప్రశ్నించాడాయన.

ఆమె తల పైకెత్తింది. చూపులను ఆయన మీదకు ప్రసరించింది. ఆమెకు ఆ క్షణం పూర్వపు కృష్ణస్వామిగారికీ, ఇప్పుడు తనకు ఎదురుగా కనపడుతున్న వ్యక్తికీ రామావతారానికీ, శ్రీకృష్ణపరమాత్మకూ వున్న తేడా కనిపించి, నవ్వుకుంది. ఆ నవ్వు తనలో తాను నవ్వుకున్నాననుకుంది. కాని ఆమె శరీరం అంతా నవ్వింది అంత నవ్వు ఆమె ఏ చిన్నతనంలోనో నవ్వి వుంటుంది. పెరిగి పెద్దయింతర్వాత ఇంత గొప్ప నవ్వు ఆమె ఏనాడూ నవ్వి ఎరుగదు. అది సామాన్యమైన నవ్వుకాదు. మనోవాక్కాయ కర్మలతో నవ్విన నవ్వు.

"ఎందుకు నవ్వుతున్నావు దమయంతీ? నా మాటలకు నీకు నవ్వొస్తూ వుందా?" అని అడిగాడు కృష్ణస్వామిగారు నవ్వుతూనే.

"అవును" అన్నది దమయంతి తానూ నవ్వుతూనే.

"దేనికి?" అని అడిగారు కృష్ణస్వామిగారు ఇంకా నవ్వుతూనే.

"ఊరికినేలే" అన్నది దమయంతి ఇంకా నవ్వుతూనే. ఆమెకు తామిద్దరూ అకస్మాత్తుగా చిన్నపిల్లలై ఆడుకుంటున్నట్లనిపించింది. ఇంకా నవ్వింది. ఆమె కండ్లవెంట ఆనందబాష్పాలు రాలినై.

"ఇంతకీ నా మాట ఏం చేశావ్?" అని అడిగారు కృష్ణస్వామిగారు.

"ఏమిటి?"

"నా కోట్లు."

అప్పుడామెకు ఆ సంగతి జ్ఞాపకం వచ్చింది. కన్నీరు వొత్తుకుంటూ, "కోట్లులేక మీరు కోర్టుకు వెళ్ళటం ఆపవలసిన అవసరం లేదు" అన్నది.

"రేపు పొద్దునకు కావాలి."

"ఇప్పుడు కావాలన్నా యిస్తాను."

"ఎక్కడివి?"

"మీరు ప్రాక్టీసు చేసేటప్పుడు కుట్టించుకున్న కోట్లన్నీ అలాగే వున్నాయి. పెట్టెలో పెట్టి దాచి వుంచాను. అప్పుడప్పుడూ ఎండవేసి, ఇస్త్రీ పెట్టెతో రుద్దించి మడతలు చెడకుండా వుంచాను. ఈ మధ్య మీరు పెరిగింది లేదు. తరిగింది లేదు. ఆ కోట్లను మీరు చక్కగా వాడుకోవచ్చును" అన్నది.

ఈ మాటలకు కృష్ణస్వామిగారు కాసేపు కనురెప్ప వెయ్యకుండా అలాగే చూస్తూ నిలబడిపోయారు. ఆమె నవ్వుతూనే వుంది. "అయితే ఎప్పటికో వొకప్పటికి నేను తిరిగి ప్రాక్టీసు చేస్తాననే విషయం నీకు ముందునుంచీ తెలుసన్నమాట!" అన్నారు.

"నాకు అదేమీ తెలియదు. వూరికినే పారవెయ్యటం ఎందుకని వుంచాను. ఎందుకైనా మంచిదని వుంచాను. ఎలాగూ వుంచాను గనుక పాడు కాకుండా చూశాను. నేను చేసిన ఈ పనికి మీరు ఏ అర్థం చెప్పుకున్నా నాకు ఇష్టమే!" అన్నది దమయంతి.

"అయితే నా నెక్‌టైలు కూడా వుంచావా?"

"ఆ!" అన్నది దమయంతి. ఆమె కన్నులలోకి వెన్నెల ప్రవహించింది.

"అయితే రేపు నీవే నాకు కోటు తొడిగి, నీవే నాకు నెక్‌టై వేసి కోర్టుకు పంపు" అన్నారు కృష్ణస్వామిగారు.

"అలాగే"

"నన్ను ఊరికే పంపడం కాదు. దీవించి పంపాలి సుమా!" అన్నారు కృష్ణస్వామిగారు.

ఈ మాటతో దమయంతికి ఎక్కడలేని సిగ్గూ ఆవహించింది. "ఊరుకుందురూ ఎవ్వరన్నా వింటే నవ్విపోతారు," అని తలవంచుకుంది. వెంటనే తనను పెండ్లికూతురు చేసిననాటి రోజు జ్ఞాపకం వచ్చింది. సిగ్గును భరించలేకపోయింది. తనలో తాను నవ్వుకుంటూ, అడుగులో అడుగు వేసుకుంటూ గదిలోనుంచి ఇంట్లోకి వెళ్ళిపోయింది.

ఆమె వైఖరి, కృష్ణస్వామిగారిలో దాగివున్న ఏ శక్తినో కదిపింది. ఆయన బిగ్గరగా నవ్వారు.

ప్రక్క గదిలో వుండి భార్యాభర్తల సంభాషణ వింటున్న రత్నమ్మగారు ఒక్క నిట్టూర్పు విడిచి ఆనందబాష్పాలు రాల్చింది.

అయిదవ ప్రకరణం

గోపాలం చదువులో పడ్డాడు. తండ్రి ప్రాక్టీసు పెట్టాడని అతనికి కర్ణాకర్ణిగా తెలిసి సంతోషించాడు. ఇక కుంటుబ పరిస్థితులు చక్కబడతయ్యని ఆశించాడు. తండ్రి కృష్ణస్వామిగారు గానీ తల్లి దమయంతిగానీ, ఈ విషయం అతనికి వ్రాయలేదు. తన వూరునుంచి వొచ్చిన పెద్దమనిషి ఒకాయన చెప్పాడు. ఆనాటినుంచీ తన కుటుంబం ఏమయిపోతుందో అనే దిగులు అతనిని విడనాడింది. చదువులో నిమగ్నుడయ్యాడు.

ఒక రోజు అతను కాలేజీ నుంచి తిరిగి వొచ్చేటప్పటికి అతని గదిలో ఒక ఉత్తరం పడివుంది. ఆ ఉత్తరంమీద దస్తూరి అతనికి పరిచితమైంది కాదు. చించి చూశాడు. ఆ ఉత్తరం రత్నమ్మగారు పొరుగు ఆయనతో వ్రాయించిన ఉత్తరం. తనకు తమ్ముడు కలిగాడనీ, తల్లీ పిల్లవాడూ కులాసాగానే వున్నారనీ ఆ ఉత్తరం సారాంశం. ఆ ఉత్తరం చూసి చాలా సంతోషించాడు గోపాలం. తన సంతోషాన్ని వెలిబుచ్చుతూ పినతల్లికి ఉత్తరం వ్రాయాలని నిశ్చయించుకున్నాడు. కాని తన సంతోషాన్ని మాటల రూపంలో పెట్టడం చేతగాక వూరుకున్నాడు.

కాని నెల రోజులు తిరిగి వచ్చేటప్పటికి అతనికి తండ్రి దగ్గరనుంచి టెలిగ్రాం వచ్చింది. ఆ టెలిగ్రాంలో తన పినతల్లికి జబ్బుగా వుందనీ వెంటనే బయలుదేరి రావలసిందనీ వుంది. అది చదివి అతను కొయ్యబారిపోయాడు. కూర్చున్నవాడు కూర్చున్నట్లుగానే వుండిపోయాడు. అక్షరాలు పొరపాటున చదివానేమోనని ఆ టెలిగ్రాం మళ్ళీ చదవాలనుకున్నాడు. కాని టెలిగ్రాం మీదకు చూపులు మరల్చటానికే అతనికి భయం వేసింది. ప్రాణం చిక్కబట్టుకొని మళ్ళీ చదివాడు. అవే అక్షరాలు. అదే అర్థం. అది చదువుతుంటే తన మరణ శాసనాన్ని తానే చదువుకుంటున్నట్లు అనిపించింది అతనికి. కళ్ళవెంట కారుతున్న కన్నీటికి అంతూ పొంతూ కనపడలేదు.

కాసేపు తాను ఊహించినంత పెద్ద జబ్బయి వుండదని తన్ను తాను సముదాయించుకోటానికి ప్రయత్నించాడు. వెంటనే తన తండ్రి చిన్న చిన్న విషయాలకు గాబరాపడి ప్రవర్తించే మనిషికాదనే భావం కలిగింది అతనికి.

అతనికి ప్రపంచమంతా శూన్యంగా కనుపించింది. అతనికి అకస్మాత్తుగా ప్రపంచం అంధకార బంధురంగా కనుపించింది. ఈ ప్రపంచంలో తన సంగతి ఆలోచించేవాడు వొక్కడూ లేడు అనిపించింది. ఈ ప్రపంచానికి అర్థమే లేదు అనిపించింది. ప్రపంచం వొక ఘోర రాక్షసి రూపంలో తనను చుట్టుముడుతుంటే

ఎవ్వరూ మాట్లాడరేం? ఎవ్వరూ తన వైపు కన్నెత్తి అయినా చూడరేం? ఒక్క నిట్టూర్పు అయినా విడువరేం?

ఒకవేళ తన తల్లికే ఏదైనా ప్రమాదం జరిగితే తామంతా ఏం కావాలి? చెట్టు కూలినప్పుడు దానిని ఆశ్రయించుకొని వున్న పక్షులగతే తమకూ పడుతుంది. ఇన్నాళ్ళూ తామంతా ఆమె చుట్టూ ఉపగ్రహాలకు మల్లే తిరుగుతూ, ఆమె ప్రసాదించిన కాంతిని స్వీకరిస్తూ బ్రతికారు. ఆమె ఆకర్షణే తామందరూ కలిసి జీవించటానికి మూలకారణం. తమను ఒకటి చేసింది కూడా ఆమే. ఆమే లేకపోతే తామంతా ఎక్కడివాళ్ళక్కడ రాలి, నుసై హరించి పోవలసిందే!

తమ సంగతి ఎలా వున్నా తన తండ్రి ఏమైపోవాలి? ఆయన బ్రతకటం చేతగాని మనిషి. ఆయనకు తెలిసినా తెలియక పోయినా, తన పినతల్లి ఆయన జీవితానికి కట్టుగొయ్యి. ఎక్కడ తిరిగినా, ఎంత వేగంగా తిరిగినా ఆ కట్టుగొయ్యకు పలుపు తగిలించుకొని ఆయన తిరుగుతుండేవాడు. అందువల్ల పెద్ద పెద్ద ప్రమాదాలేవీ జరక్కుండా ఇంతవరకూ జీవితం దొర్లిపోయింది. ఆ కట్టుగొయ్యే లేకపోతే ఆయన తన మానసిక శాంతిని ఏనాడో కోల్పోయి వుండేవాడు. ఏనాడో తన జీవితాన్ని గజిబిజి చేసుకొని వుండేవాడు. ఇక ఇప్పుడు ఏమి కానున్నదో!

వేదనతో చివికిన మనస్సుతో ఆరోజు సాయంకాలం రైలు ఎక్కి ఇంటికి బయలుదేరాడు గోపాలం. ఊళ్ళో ఎవ్వరినీ కలువలేదు. తన ముఖం ఎవ్వరికీ చూపించ బుద్ధిపుట్టలేదు అతనికి. తనను ఎవ్వరూ ఎక్కడ చూచి పలకరిస్తారో అనే భయంతోనే క్రుంగి రైలుపెట్టెలో వొక మూల కూర్చున్నాడు అతను. ఎరిగిన వాళ్ళు కనపడి, "ఎక్కడికోయ్?" అని అడిగితే చాలు ఆవుర్న ఏడ్చే స్థితిలో వున్నాడతడు. జీవితంలో ఇంత శోకం నిగూఢంగా వున్నదని, అదెప్పుడో పైకి వుబికి వికటాట్టహాసం చెయ్యగలదనీ అతను ఇంతకుముందెప్పుడూ అనుకొని వుండలేదు. ప్లాట్‌ఫారం అతి సందడిగా వుంది. ఆ సందడి అతని మనస్సును మరీ చీకాకు పరిచింది. ప్రయాణీకుల కేకలు, వొక్కొక్క కేక వొక్కొక్క బాణమై అతని హృదయాన్ని ఛేదించింది.

అంత హడావుడిగా, అంత సంతోషంగా జనం ఎందుకుంటారో అతనికి అర్థం కాలేదు. వాళ్ళకు దిగుళ్ళు అనేవి ఉండవా? వాళ్ళ మనస్సుల్లో అగ్ని రగలదా? ఇంత మందిలోనూ తనను ఒకణ్ణేనా జీవితం వెక్కిరిస్తూ వుంది. తను చేసుకున్న పాపం ఏమిటి?

అతనికి తన చిన్ననాటి రోజులు జ్ఞాపకం వొచ్చినై. బాల్య స్నేహితుడు రాంబాబు జ్ఞాపకం వొచ్చాడు. సన్యాసులలో కలిసిపోయిన అతనే తన కంటే అదృష్టవంతుడేమో అనిపించింది ఆ క్షణం గోపాలానికి.

అతను ఎక్కడ వుంటున్నాడో! ఏ స్థితిలో ఉంటున్నాడో? అసలు ఉంటున్నాడో లేదో? ఎక్కడున్నా, ఏ స్థితిలో ఉంటున్నా, అసలు వుంటున్నా లేకపోయినా తనకంటే అతనే అదృష్టవంతుడు. అతనికి ఈ బాధలు లేవు. దేనికీ అతను ఆవేశపడినంతగా తాను పడేవాడు కాదు. ఆవేశంలో మునిగి దాని వెంట కొట్టుకుపోయేవాడు రాంబాబు, తనను ఏ ఆవేశం అంతగా ఊపదు. తాను తనను మరచి దేని వెంటా పడిపోలేదు. ఒక్కొక్కప్పుడు ఇది నిగ్రహమనీ, మంచి గుణమనీ అనుకున్నాడు. కాని ఇప్పుడు రైలులో కూర్చున్న గోపాలానికి అలా అనిపించలేదు. ఏదో ఒక ఆవేశానికి లోబడి పనులు చేసుకుపోయేవాడే ధన్యుడని అనిపించింది. అలా చెయ్యటంలో అపాయం ఉందనుకుంటే, ఈ ప్రపంచంలో అపాయం లేనిదెక్కడ? జీవితమే అపాయాల గొలుసు, మెదలకుండా కూర్చునేవాడు మాత్రం అపాయాల నుంచి తప్పించుకో గలుగుతాడా? అపాయాలు మనం చేసే పనుల పర్యవసానంగా మాత్రమే ఉద్భవించాలని ఎక్కడ వుంది. వాటికి వుండే తర్కం వాటికి వుంటుంది. జీవితంలో వాటికి వుండే స్థానం వాటికి వుంటుంది. అవి దొర్లుకువచ్చి మీదపడతై,మనిషిని అణగద్రొక్కుతై. ఛిన్నాభిన్నం చేస్తాయి. ఇక అపాయాలనుంచీ, దుఃఖాన్నుంచీ తప్పుకోవాలని ప్రయత్నించటం దేనికీ, ఆవేశాలను అనుసరిస్తే ఏమవుతుందో అని భయపడి, వాటిని అణుచుకోటానికి ప్రయత్నించటం దేనికీ? నిగ్రహంవల్ల వచ్చే లాభం ఏమిటి? ఆ క్షణం 'నిగ్రహం' అనేది పిరికివాళ్ళు కనిపెట్టిన మాటగా గోచరించింది గోపాలానికి. పిరికితనానికి అది పర్యాయపదం. కాకపోతే తెలివిగలవాళ్ళు తమ పిరికితనాన్ని కప్పివేసుకోటానికి అందమైన ఈ మాటను సృష్టించారు. మనస్సు చెప్పినట్లు నడవకపోవడం వొక గొప్పవిషయంగా కనుపించేటట్లు, ఆ పదం చుట్టూ ఒక జాలరి వల అల్లాడు. ఈ ప్రపంచంలో ఆవేశపూరితుడే ఒక ఆవేశానికి లోబడి తన్ను తాను మరచి పోగలిగిననాడే గమ్యస్థానం జేరుకోగలుగుతాడు. మిగిలినవారు పుడతారు, మరణిస్తారు. అంతకంటే వారివల్ల అయ్యేది ఏమీ వుండదు.

రైలు కూత వేసింది. అతడు భయపడినట్లుగానే వొక స్నేహితుడు అతని కంపార్టుమెంటులోకి ఎక్కాడు. అతనికి వీడ్కోలు ఇవ్వటానికి పదిమంది విద్యార్థులు ప్లాట్‌ఫారం మీదకు వచ్చారు. అతని చేతిలో మూడు నాలుగు టెన్నిస్ బ్యాటులున్నాయి. అతని పేరు శేఖర్. శేఖర్ గోపాలం చదివే కాలేజీలో ప్రసిద్ధిచెందిన

టెన్నిస్ ఆటగాడు. అతను దక్షిణ భారత టెన్నిస్ పందాలలో పాల్గొనే నిమిత్తం మద్రాసు వెళుతున్నాడని వాళ్ళ సంభాషణనుబట్టి తెలుసుకున్నాడు గోపాలం.

"ఆంధ్రుల పేరు నిలబెట్టాలోయ్ శేఖర్" అన్నాడొక మిత్రుడు.

"నా శక్తివంచన లేకుండా ప్రయత్నిస్తాను" అన్నాడు తలుపు పట్టుకొని నిలబడివున్న శేఖర్.

అంతలో మరొక మిత్రుడు అతనిని పుష్పమాలాలంకృతుణ్ణి చేశాడు. అంతా కరతాళ ధ్వనులు చేశారు. జయజయధ్వానాలమధ్య రైలు కదిలింది. రైలు ప్లాటుఫారం దాటేదాకా గేట్లోనే నిలబడి మిత్రుల వీడ్కోలును అందుకున్నాడు శేఖర్.

తరువాత తలుపువేసి వచ్చి టెన్నిస్ రాకెట్లను పై బల్లమీద జాగ్రత్తగా సర్ది గోపాలానికి ఎదురుగా కూర్చున్నాడు.

శేఖర్ని గోపాలం ఎరుగును. అతను టెన్నిస్ ఆడుతుంటే స్కోరు సంగతి ఎలా వున్నా చూడముచ్చటగా ఉంటుంది. అతనితో గోపాలానికి మంచి పరిచయంకూడా వుంది. అతను వొకసారి ఇంటర్ కాలేజీ స్పోర్ట్సులో, టెన్నిస్‌లో గెలిచినందుకు విద్యార్థుల తరపున గోపాలం ఒక పెద్ద టీపార్టీ కూడా ఇచ్చాడు. కాని, ఆ రోజు అతనితో మాట్లాడబుద్ధి పుట్టలేదు గోపాలానికి. అతను ఎక్కడ మాట్లాడిస్తాడోనని ముణగదీసుకొని కూర్చున్నాడు.

గోపాలానికి ఎదురుగా కూర్చున్న శేఖరం కాసేపు గడిచిన తరువాతగాని అతనిని చూడలేదు. తన ఆనందంలో తాను వుండి ఏదో సినిమా పాట గొణుక్కుంటూ కూర్చున్నాడు. ఆ కాసేపూ చీమలు పట్టినట్లయింది గోపాలానికి. ఎటూ అతను చూడకపోడూ, ముందుగానే పలకరించటం మంచిది అనుకున్నాడు. అంతలోకి శేఖర్ అతనిని చూడటం, పలకరించటం జరిగింది.

"ఏమోయ్ గోపాలం, ఎరగనట్లు కూర్చున్నావేం?" అన్నాడు.

గోపాలం అనుకున్నంత పనీ అయింది. ఏమీ బదులు చెప్పాలో తోచక, "నీ సంతోషానికి అడ్డురావటం ఇష్టంలేక మాట్లాడించలేదు" అన్నాడు.

"అంత సంతోషంగా వున్నానా?" అని అడిగాడు శేఖరం.

"అవునోయ్, వున్నావు. ఇంతసేపూ ఎదురుగా వున్న నన్నే గమనించకపోతివి" అన్నాడు.

"సంతోషంగా వున్న మాట నిజమేనోయ్ నీతో చెప్పకపోవటం ఎందుకు జరగబోయే దక్షిణ భారత టెన్నిస్ పోటీల్లో తప్పకుండా గెలుస్తానని అనుకుంటున్నాను."

"గెలవాలనే మా అభిలాష" అని క్లుప్తంగా ముగించాడు గోపాలం.

"మీ అందరి ఆశీర్వాదం వుంటే గెలవక ఏం చేస్తాను" అని టెన్నిస్ బంతి డ్రయివు చేసే అలవాటు చొప్పున కుడిచేతిని గిర్రునతిప్పాడు శేఖర్.

సంభాషణ ఇక అంతటితో ఆగిపోతే బాగుండును అనుకున్నాడు గోపాలం. అతను ప్రస్తుతం ఉన్న మానసిక స్థితిలో శేఖర్ ఆనందాన్ని భరించటం కష్టమయింది గోపాలానికి. కాని అతను కోరుకున్నట్లు సంభాషణ ఆగలేదు.

"ఎక్కడికి వెళుతున్నావోయ్?" అని అడిగాడు శేఖర్.

"ఇంటికి"

అంతటితోనైనా అతను ఊరుకుంటే బాగుండు ననుకున్నాడు గోపాలం, కాని అతను ఆగలేదు.

"వర్కింగ్ డేస్‌లో వెళుతున్నావేమిటి? అంత అర్జంటుగా వెళ్ళవలసిన అవసరం ఏమొచ్చింది?" అని అడిగాడు శేఖర్.

జరగవలసింది జరిగింది ఎక్కడ ఈ ప్రశ్నవేస్తాడోననే అతనిని చూచినప్పటినుంచీ కలవరపడ్డాడు గోపాలం. ఆ ప్రశ్న అతను అడగనే అడిగాడు. సమాధానం చెప్పక తప్పేది ఏముంది?

"మా తల్లిగారికి సుస్తీగా వుందని తెలిసి చూడటానికి వెళుతున్నాను" అన్నాడు గోపాలం. ఈ సంగతి చెపుతుంటే అతని కంఠం వొణికింది. ఎక్కడ కండ్లవెంట నీరు కారుతుందోనని బిగపట్టుకు కూర్చున్నాడు.

"ఏదన్నా పెద్ద సుస్తీయా," ఏదో యధాలాపంగా అడిగాడు శేఖర్.

"అలాగే వుంది?"

"కబురు వచ్చిందా?"

"టెలిగ్రాం వచ్చింది."

"అయితే ఏదో పెద్ద జబ్బే అయివుండాలి పాపం అన్నాడు శేఖర్. ఇక అంతటితో ఆ సంగతి తన మనస్సునుంచి తీసివేసి, టెన్నిస్ ఆటను గురించి చెప్పనారంభించాడు శేఖర్. ఇతర దేశాల్లోని టెన్నిస్ ఆటగాళ్ళను గురించి చెపుతూ మన దేశంలో ఆ ఆటకు తగిన ప్రోత్సాహం లేనందుకు వాపోయాడు. తనవంటి ఆటగాడు ఇతర దేశాల్లో వుంటే ప్రభుత్వమే పోషించి అహర్నిశలూ ఆట అభివృద్ధి చేసుకోటానికి తగిన అవకాశం ఇచ్చేదని చెప్పాడు. ఎడమచేతి వైపుకి వచ్చిన బంతిని తను తీసినంత బలంగా మరే ఆటగాడు తియ్యలేడని చెప్పాడు. హాఫ్ వాలీలో తను

అందెవేసిన చెయ్యి అన్నాడు. తన సర్వీస్ బంతి పడాలేగాని పడితే ప్రముఖ ఆటగాళ్ళు సైతం తియ్యలేరు అన్నాడు. తన ప్రతిభకు తన తండ్రే కారణమనీ, ఆయన చిన్నప్పటినుంచీ తన్ను ఇందుకు తయారు చేశాడనీ చెప్పాడు. దమ్ముపట్టటం నేర్చుకోటానికని ఆయన ప్రతి ఉదయం అతనిని లేపి, రెండు మైళ్ళు పరుగెత్తించేవాడట. తను పరుగెత్తకుండా ఎక్కడైనా కూర్చుని తిరిగి వస్తాడేమోనని, అతని తండ్రి మోటర్‌బైక్ మీద వెళుతూ, ఆ రెండు మైళ్ళూ అతనివెంట పరిగెత్తించేవాడు. ఆయన అంత శ్రద్ధ తీసుకోబట్టి ఈనాడు తానింత గొప్పవాడయాడట.

తన ప్రతిభను గురించి ఈవిధంగా మహోద్రేకంతో చెప్పుకుపోయాడు శేఖర్.

గోపాలం అతని మాటలు వినీ వినకుండా కూర్చున్నాడు. తన తల్లి జబ్బు సంగతి ఇట్టే కొట్టివేసి తన ప్రతిభను గురించి గప్పాలు కొట్టటం అతని మనస్సుకి కష్టం వేసింది. ఈ ప్రపంచంలో ఎవ్వరి గొడవ వారిది. ఇతరుల బాధలకు స్పందించే శక్తిని కోల్పోయాడు మానవుడు. అందులో ఇటీవల ఎవ్వరిని గురించి వారు ప్రగల్భాలు కొట్టుకోవటం పరిపాటి అయిపోయింది. ఆత్మస్తుతి, పరనింద నాగరిక లక్షణాలుగా పరిగణించబడుతున్నయి.

తనూ అదే స్థితిలో వున్నాడు గదా! తన కష్టం మరిచిపోయి శేఖర్ ఆనందంలో భాగం పంచుకోలేకపోతున్నాడు. ఇక ఇతరులను అని మాత్రం ప్రయోజనం ఏముంది? ఎవరి ఆవేశం వారికి నిజం. ఇతరుల ఆవేశాలకు సానుభూతిని చూపే రోజులు కావివి.

ఇప్పుడు తన తల్లి ఏ స్థితిలో వుందో.

అంతర్ముఖుడై కూర్చున్న గోపాలం తన మాటలు వినటంలేదని గ్రహించాడు శేఖర్. అతనికి కష్టం వేసింది. "టెన్నిస్ ఆట నీకు అట్టే తెలియనట్లుంది" అన్నాడు.

"తెలియనిమాట నిజమే."

"తెలిస్తే తప్ప దాని గొప్పతనాన్ని గ్రహించలేం."

"నిజమే"

ఇక గోపాలాన్ని మాట్లాడించి ప్రయోజనం లేదని గ్రహించాడు శేఖర్. "సరే, నేను నిద్రపోతాను. ఎల్లుండి అదే ఆటకు ఇప్పటినుంచీ ఎంత విశ్రాంతి తీసుకుంటే అంత మంచిది." అన్నాడు.

అతని మాటలకు ఊకొట్టవలసిన బాధ్యత అంతటితో తీరిపోయినందుకు మనస్సులో వెయ్యి దేవుళ్ళకి నమస్కరించుకున్నాడు గోపాలం. మళ్ళీ మధ్యలో మనస్సు మార్చుకొని, మధ్యలో అందుకొని ఎక్కడ మాటలు మొదలు పెడతాడో అనే భయంతో తానూ పడుకున్నాడు. నిద్రపోతున్నట్లు నటించాడు. ఇద్దరిలో ఎవ్వరూ నిద్రపోలేదు. ఒక అతను ఆనందంతో కలలు కంటున్నాడు. రెండవ అతను బాధతో కుమిలిపోతున్నాడు. ఇద్దరిలో ఎవ్వరికీ రెండవ వ్యక్తితో మాట్లాడాలని అనిపించలేదు.

రైలు గోపాలం తండ్రి నివసిస్తున్న టౌన్ జేరింది. అతను శేఖర్ దగ్గర సెలవు తీసుకొని రైలు దిగాడు. "ఎల్లుండినుంచీ మద్రాసులో జరిగే టెన్నిస్ టోర్నమెంట్సు సంగతులు పత్రికలు ప్రచురిస్తాయి. నువ్వు చూస్తూ వుంటావు గదూ?" అని అడిగాడు శేఖర్.

"అలాగే" అన్నాడు గోపాలం.

రైలు కదిలి వెళ్ళిపోయింది. గోపాలం అలాగే నిలబడిపోయాడు. అతనికి అడుగు ముందుకు పడలేదు. రైలు దిగిన ప్రయాణీకులు హడావుడిగా వెళ్ళిపోతున్నారు. సామాను కూలివాళ్ళ నెత్తినపెట్టి ముందు నడుస్తున్న వాళ్ళు నడుస్తున్నారు.

ప్లాట్‌ఫారం మీద ఎరిగిన వాళ్ళు ఎవ్వరైనా కనుపిస్తారేమోనని చూశాడు గోపాలం. కనుపిస్తే తన తల్లి సంగతి వాళ్ళకేమైనా తెలుసునేమో అడుగుదాం అనుకున్నాడు. దూరంగా తను ఎరిగిన వ్యక్తి వొకతను దృగ్గోచరం అయ్యాడు. అతను తనను చూడలేదుగాని తనవైపే నడుస్తున్నాడు. అతనిని అడుగుదాం అనుకున్నాడు గోపాలం. కాని అడిగితే ఏ దుర్వార్త వినవలసి వస్తుందోనని అతనినుంచి తప్పించుకోటానికి గేటు వైపు నడిచాడు.

అప్పటికి ఆ టౌన్లో వున్నవి జట్కా బండ్లే, టాక్సీలు ఇంకా రాలేదు. ఒక జట్కాబండి ఎక్కి "పోనివ్వు" అన్నాడు.

"ఎక్కడికయ్యా?" అని అడిగాడు జట్కాబండివాడు.

ఎక్కడికో చెప్పటానికి గోపాలానికి తత్తర పుట్టింది. అతనికి తన ఇంటి సంగతి తెలుసేమో? నిన్నా, నేడు అటు ఎవ్వరికైనా బండి తోలాడేమో! తన తల్లి జబ్బు సంగతి ఏమైనా తెలుసేమో? తన ఎడ్రస్ చెపితే తాను ఎవ్వరో గ్రహించి తన తల్లికి ప్రమాదంగా వుందని చెపుతాడేమో?

"పోనివ్వు" అన్నాడు మళ్ళీ.

"ఎక్కడికి పోనివ్వమంటారు?" అని అడిగాడు బండివాడు.

ఇక ఎడ్రస్ చెప్పక తప్పేది ఏముంది గోపాలానికి? చెప్పాడు. చెప్పి వెంటనే బండివాని వైఖరి పరీక్షగా చూశాడు. అతని వైఖరిలో మార్పేమీ లేదు. తన ఇల్లున్న వీధి సంగతి అతను తెలిసినవాడు కాదని తేల్చుకున్నాడు గోపాలం. తన తండ్రిపేరు అతను విని వుండడు. తన తల్లి జబ్బు సంగతి అతనికి తెలిసి వుండదు. అంతవరకూ బండివానికి ఎక్కడ తెలుసో, ఏం వార్త చెపుతాడో అని భయపడిన గోపాలం అతనికి తెలియదని తేలగానే, తెలిసివుంటే ఎంత బాగుండేది అనుకున్నాడు. ముందుగానే తనకూ తెలిసేది. ఆరాటం తగ్గేది. తన తల్లికి ఎలా వుందో ఎప్పటికైనా తెలుసుకోవలసిందేగదా! ఎంత త్వరగా తెలుసుకుంటే అంత బాగుండేది.

"నిన్నగానీ, ఇవ్వాళగానీ ఈ వీధికి ఎప్పుడైనా వెళ్ళావటోయ్" అని అడిగాడు బండివాడ్ని.

"లేదయ్యా" అని బాడుగలు దొరకటంలో ఇటీవల వొచ్చిన కష్టాలను గురించి అతను వొక చిన్న ఉపన్యాసం మొదలు పెట్టాడు.

ఆ మాటలు తప్పించటానికి "వూళ్ళో సంగతులేమిటోయ్?" అని అడిగాడు గోపాలం.

"ఏమున్నయ్ బాబూ?" అని అప్పుడు ఆడుతున్న సినిమాల సంగతి చెప్పనారంభించాడు బండివాడు.

ఆ మాటలు తప్పించటానికి "ఈ గుఱ్ఱం ఎంతకి కొన్నావ్?" అని అడిగాడు గోపాలం.

"నేను ఎక్కడ కొన్నాను బాబూ" అని ఆ గుఱ్ఱం తల్లిని తాను ఎంత కష్టపడి కొన్నదీ, దానికి ఈ గుఱ్ఱం పిల్ల ఏవిధంగా జన్మించిందీ. దీనిని తాను కన్నబిడ్డకు మల్లే సాకి ఏవిధంగా పెద్దదానిని చేసిందీ చెప్పటం మొదలు పెట్టాడు బండివాడు.

"ఇది ఇంకా పిల్లేనండీ, ఏడాదిన్నర వయస్సుకూడా ఉండీ వుండనట్లే" అన్నాడు.

అంతలో బండి గోపాలం ఇల్లున్న వీధి మలుపు తిరిగింది.

వీధి నిశ్శబ్దంగా వుంది. గోపాలం గుండె దడదడ కొట్టుకుంది. "ఈ వీధిలో ఏ సందడీ లేదే" అన్నాడు.

"ఇప్పుడు ఎవ్వరు వుంటారు బాబూ? ఎవ్వరి పనులమీద వాళ్ళు వెళ్ళి వుంటారు" అన్నాడు బండివాడు.

నిజమే! ఆ వీధి అంత జనసమ్మర్ధం వున్న వీధి కూడా కాదు. నిశ్శబ్దంగా వుండగలందులకు ఊరి చివర వున్న ఆ ఇంట్లో కాపురం పెట్టాడు తన తండ్రి. కాని అప్పుడా నిశ్శబ్దం అతనికి బాధాకరం అనిపించింది.

బండి అతని ఇంటిముందు ఆగింది. బండివానికి డబ్బిచ్చి పంపించివేశాడు గోపాలం. అతను తనతోపాటు ఏ సామాను తెచ్చుకోలేదు.

ప్రాణాలను బిగపట్టి ఇంటి ఆవరణలో అడుగుపెట్టాడు. ఇంట్లో అలికిడి వున్నట్టు లేదు. ఒచ్చే పోయ్యే వారితో హడావుడిగా వుండే వరండా సైతం నిశ్శబ్దంగా ఉంది. ఏదో పని ఉండి బయటకు వచ్చిన కమల అతనిని చూచింది.

"వచ్చావా అన్నయ్యా?" అన్నది.

"నువ్వు ఎప్పుడు వచ్చావమ్మా?"

"ఉదయమే వొచ్చాను. నాన్న టెలిగ్రాం ఇస్తే వచ్చాను"

"అమ్మకు ఎలా వుంది?" అని చెల్లెలి ముఖంలోకి చూడలేక తలవంచుకొని అడిగాడు గోపాలం.

"ఇవ్వాళ తగ్గే వుంది ఇంతకు ముందే కాస్త నిద్ర కూడా పట్టింది."

ఈ వార్తకు వొక్క నిట్టూర్పు విడిచాడు గోపాలం, కాస్త ధైర్యం తెచ్చుకొని "జబ్బేమిటి?" అని అడిగాడు.

"కీళ్ళ జ్వరం అంటున్నాడు డాక్టరు."

ఈ మాటతో మరికొంత ధైర్యం వచ్చింది గోపాలానికి. కీళ్ళజ్వరం రోగిని అష్ట కష్టాలకు గురి చేస్తుందే గాని ప్రమాదకరమైంది కాదని అతనికి తెలుసు.

"డాక్టరు ఏమంటున్నాడు?"

"రెండు మూడు రోజుల్లో తగ్గుముఖం పట్టవచ్చు అంటున్నాడు."

అంతలో ఇంటి పనిలో నిమగ్నమై ఉన్న రత్నమ్మగారు వాళ్ళ మాటలు విని బయటకు వచ్చింది. గోపాలాన్ని చూచి నోటి మాట పెగలక కంటతడి పెట్టుకు నుంచుంది.

ఆమెను చూచి గోపాలం కూడా ఏమీ మాట్లాడలేకపోయాడు. కమల మాటలు అతనికి కొంచం ధైర్యం ఇచ్చినా అమ్మమ్మ ముఖం చూసేటప్పటికి అతని గుండె గుభేలుమన్నది.

తన మనస్సును సమాధానపరుచుకుంటున్నట్లు "అమ్మకు తగ్గిందిగా అమ్మమ్మా" అన్నాడు గోపాలం.

"రా నాయనా, రా. ఇంతకుముందే నువ్వు వచ్చావా అని అడిగింది. ఒకసారి కనపడి వద్దువుగాని" అని ఇంట్లోకి దారి తీసింది రత్నమ్మగారు.

"నాన్నగారేరి?"

"పక్కవూళ్ళోకి ఎవ్వరో స్వాములవారు వచ్చారట. ఆయన వనమూలికలతో చాలా జబ్బులు నయం చేస్తున్నారని ప్రతీతిగా ఉంటే అమ్మాయి జబ్బు సంగతి ఆయనతో చెప్పటానికి వెళ్ళారు" అన్నది రత్నమ్మగారు.

ఇంట్లో అడుగు పెట్టినప్పటినుంచీ పినతల్లిని చూడాలని తపనగా ఉంది గోపాలానికి. కాని కాళ్ళు కడుక్కోకుండా ఆమె గదిలోకి అడుగు పెట్టనివ్వలేదు రత్నమ్మగారు. "పసిపిల్లవాడు ఉన్న గది, ఎక్కడ తిరిగి వచ్చావో, కాళ్ళు కడుక్కొని శుభ్రంగా తుడుచుకొని వెళ్ళు నాయనా" అన్నది.

గోపాలం దమయంతి ఉన్న గదిలోకి వెళ్ళేప్పటికి, ఆమె కండ్లు మూసుకొని ఉంది. ఆమె చాలా పాలిపోయి ఉండటం గమనించాడు గోపాలం. కాని ముఖం అతి నిర్మలంగా ఉంది. ఆ ముఖం చూసేటప్పటికి దుఃఖం పొంగి పొర్లి వచ్చింది గోపాలానికి. ఒకప్పుడు ఆ ఇంటినంతా నడుపుతున్న ఆమె అచేతనంగా పడివుండటం అతను భరించలేని దృశ్యం అయింది.

ఆమె మంచానికి కాస్త దూరంలో ఉయ్యాల ఉంది. ఆ ఉయ్యాలలో పడుకొని నిద్రపోతున్నాడు తన తమ్ముడు. అతనిని చూడాలనే ఆపేక్షకొద్దీ, దమయంతి ఎక్కడ లేస్తుందో అనే భయంతో అడుగులో అడుగువేసుకుంటూ ఉయ్యాల దగ్గరకు వెళ్ళాడు గోపాలం. పిల్లవాడు పొత్తిగుడ్డలు ముఖంమీదకు లాక్కొని పడుకొని ఉన్నాడు. గుడ్డలు నెమ్మదిగా తొలగించి పిల్లవాని ముఖం చూస్తూ నిలబడ్డాడు గోపాలం. పిల్లవాడు నిద్రలోనే నవ్వుతున్నాడు. అంతలో ఉలిక్కిపడ్డాడు. ఎక్కడ లేచి ఏడుస్తాడో అని తత్తరపడ్డాడు గోపాలం.

కండ్లు తెరచి అతని చర్యలు గమనిస్తున్న దమయంతి, "అచ్చంగా మీ నాన్నగారి పోలికలే" అన్నది.

ఆమె మాటలు అకస్మాత్తుగా వినిపించటంవల్ల కాస్త కంపించాడు గోపాలం. హృదయం రెపరెప కొట్టుకుంది. ఆమె చిరునవ్వు నవ్వుతూ ఉంది. నవ్వటం అయితే నవ్వుతుందిగాని, ఆ నవ్వు అమిత బలహీనంగా ఉండటం గమనించాడు గోపాలం. నిజమే ఆమె అన్నమాట నిజమే. తన తమ్ముడు అచ్చగా తన తండ్రిలాగే ఉన్నాడు. అంత పసితనంలోనూ పోలికలు స్పష్టంగా కనిపిస్తూనే ఉన్నాయి. తన తండ్రికి తన తమ్ముడొక ఎబ్రిడ్జిడ్ ఎడిషన్.

"బాగా చదువుతున్నావా అబ్బాయి?" అని అడిగింది దమయంతి.

"నీకెలా ఉందమ్మా?"

"బాగానే ఉంది, కాని నీ చదువు సంగతి చెప్పవే?"

"చక్కగా చదువుకుంటున్నాను."

"నుంచున్నావేం? కూర్చో."

మంచం మీద ఆమె కాళ్ళదగ్గర కూర్చున్నాడు గోపాలం. ఆమె కాళ్ళు ఉబ్బి ఉండటం చూశాడు. అతని కండ్లలో నీళ్ళు తిరిగినై.

"డాక్టరు ఏమన్నాడమ్మా?"

"ఏమంటాడు? అదే తగ్గిపోతుందన్నాడు."

"మరి నాన్నగారు స్వాములవారి దగ్గరకు వెళ్ళాడట ఎందుకు?"

"ఆయనగారికి ఈ మధ్య ఇదొక పిచ్చిపట్టిందబ్బాయి. ఒక్క స్వాములవారి దగ్గరకేమిటి? ఎవ్వరి దగ్గర మందులున్నాయని విన్నా సరే. అక్కడికి వెళుతున్నారు. చెపితే వినరు. నా జబ్బు నయం అయ్యేటప్పటికి ఆయన గారు ఒక పెద్ద డాక్టరు అయ్యేటట్లున్నారు. ఇక ఇంట్లో మందులకు ఖర్చు వుండదు" అన్నది నవ్వుతూ. "నిన్న మరీ విచిత్రమైన పని వొకటి చేశారు. ఒక బైరాగినుంచి తాయెత్తు తెచ్చి కట్టుకొమ్మని నాకిచ్చారు. తాయెత్తుకు జబ్బులు నయం అవుతాయా అంటే వూరుకుంటేగా. నష్టమేమొచ్చె. కట్టుకు చూడరాదూ? అని వొక్కటే పోరు..."

"కట్టుకున్నావా అమ్మా?" అడిగాడు గోపాలం. ఆమె మాటలకు అతనికీ నవ్వొచ్చింది.

"మీ నాన్నగారి సంగతి నీకు తెలియందేముంది అబ్బాయి? ఆయన మాట వినకపోతే వూరుకుంటారా? అలాగే కట్టుకుంటానని తీసుకొని ఇదిగో ఈ పరుపు క్రింద పెట్టాను" అని చెప్పి తీసి చూపించటానికి చెయ్యి జాపింది. చెయ్యి కదలలేదు. ఆ సంగతి గోపాలం గమనించి మనస్సుని ఎక్కడ కష్ట పెట్టుకుంటాడో అని "నాకు నిద్ర ముంచుకు వస్తూంది అబ్బాయి. కాసేపు నిద్రపోతాను" అని కన్నులు మూసుకుంది.

గోపాలం అలాగే ఆమె కాళ్ళదగ్గర కూర్చున్నాడు. ఈ జబ్బు రోగిని చాలా బాధ పెట్టే జబ్బు. పైకి కనుపించకపోయినా లోలోపల ఆమె చాలా బాధపడుతూ వుండి వుండాలనుకున్నాడు. ఆమె ఇంతగా మాట్లాడటం ఆ బాధను కప్పిపుచ్చుకోడానికే అని మనస్సులో నిర్ణయించుకున్నాడు. "తన తల్లికి రావలసిన

జబ్బేనా ఇది" అని వాపోయాడు. ఏదో తెలిసినట్లు నటిస్తాం గాని ఈ ప్రపంచానికి అర్థం లేదు. అర్థం చెప్పుకోకుండా బ్రతికే నేర్పు మనిషికి ఇంకా అలవడలేదు గనుక, తన బుద్ధికి తోచిన అర్థం చెప్పుకొని దానిని ఆధారం చేసుకొని బ్రతుకుతున్నాడు అంతే.

అంతలో బయట అడుగుల సవ్వడి వినిపించింది. అవి తన తండ్రివే. ఆయన భూమి మీద అడుగులు భారంగా వేస్తాడు. ఆయన పాదం ఎత్తినప్పటినుంచీ మళ్ళీ అడుగు భూమిమీద ఎప్పుడు మోపుదామా అనే తహతహలోనే వుంటాడు. ఆ తహతహ వల్ల పాదం అతి బలంగా భూమిమీద పెడుతుంటారు. ఆయన తరచుగా కంఠం సవరించుకుంటూ వుంటారు. ఆ సవరింపు కూడా వినబడింది గోపాలానికి. తండ్రిని చూద్దామనే ఉద్దేశంతో అతను లేచి బయటకు వెళ్ళాడు.

"ఎంతసేపయింది వొచ్చి?" అని అడిగాడు తండ్రి.

"ఇంతకుముందే నండీ."

ఆయన చాలా చిక్కిపోయి వున్నాడు. ముఖం అలసిపోయి వుంది. కండ్లు తేలిపోతున్నాయి. మాటలు తడబడ్తున్నయి.

"మీ అమ్మను చూశావా?"

"ఇప్పుడు ఆమె గదిలోనుంచే వొస్తున్నాను."

"ఏమంటున్నది?"

"నిద్రపోతున్నది."

"అది నిద్ర కాదు. బాధ భరించలేక అలా కండ్లు మూసుకొని పడుకుంటుంది. ఏం చెయ్యాలో నాకేమీ తోచటం లేదు. తనబాధ చెప్పదు. తనకేమీ బాధ లేదంటుంది. నీతోనైనా ఏమైనా చెపుతుందేమో అనుకున్నా."

"స్వాములవారు ఏమన్నారు?"

ఈ ప్రశ్నకు కొడుకుని ఒక్క క్షణం తేరిపార జూశారు కృష్ణస్వామిగారు, స్వాములవారి దగ్గరకు వెళ్ళినందుకు కించిత్తు సిగ్గుపడుతూ, "ఇది ప్రమాదకరమైన జబ్బు కాదన్నారు. కాకపోతే రోగి నెమ్మదిగా కోలుకుంటుందన్నారు. మన డాక్టరు ఇస్తున్న మందు ఆయనకు చూపాను. సరైనమందే ఇస్తున్నాడన్నారు. ఆయనను ఏదైనా మందివ్వమంటే అవుసరం లేదు అన్నారు. మళ్ళీ మళ్ళీ అడిగితే మాట తప్పించారు. నాకేమీ పాలుపోక మన డాక్టరుగారి దగ్గరకు వెళ్ళాను. ఆయన ధైర్యంగానే వున్నాడు. నేను ఊరికే కంగారుపడుతున్నానన్నాడు. అయితే ఒక సంగతి

గోపీ. ఈ జబ్బు ప్రమాదం అయింది కాకపోయినా, హార్ట్‌ఎటాక్ వొచ్చే వీలుందట. ఈ మాట స్వాముల వారూ చెప్పారు. మన డాక్టరూ చెప్పాడు. అది రాకుండా చూసుకోవాలట. మన డాక్టరు ఇంకొక మాట కూడా చెప్పాడు. ఇటువంటి జబ్బులు మానసిక సంక్షోభం వల్ల కూడా రావచ్చుట. మరి ఈమెకు వచ్చిన మానసిక సంక్షోభం ఏమిటో? ఏ మాటా పైకి చెప్పదు కద. సరే ఒకమాట ఆమెతో మాట్లాడి వస్తాను" అని లోపలికి వెళ్ళారు కృష్ణస్వామిగారు.

గోపాలం అక్కడే చతికిలపడ్డాడు. మానసిక సంక్షోభంవల్ల ఈ జబ్బు రావచ్చు అనే తన తండ్రి మాటలు అతని చెవుల్లో గింగురుమన్నాయి. ఈమెకు వొచ్చిన మానసిక సంక్షోభం ఏమిటో అని ఆ విషయాన్ని తేలిగ్గా కొట్టివేశాడు తండ్రి. కాని మానసిక సంక్షోభానికిలోనయ్యే అవకాశం ఆమెకంటే ఎవ్వరికి వుంది, ఆమె ఎన్ని సముద్రాలను తనలో ఇముడ్చుకొని వుందో? జీవితం వొరిపిడివల్ల పుట్టిన హాలాహలాన్ని ఇతరులకు రవ్వంతయినా తెలియనివ్వకుండా ఎంత మ్రింగిందో! ఆమెలో ఎన్ని అగ్నిశిఖలు ప్రజ్వరిల్లుతున్నవో! ఆమె సంక్షోభం తెలియటానికి ఆమె మానసికమైన జీవితం ఎవ్వరికి తెలుసు గనుక! అగ్నికణాలను దిగమ్రింగి అమృతాన్ని ఇతరులకు పంటిపెట్టిన వ్యక్తి ఆమె. ఆ అగ్నికణాలు ఆమె మనస్సుని దహిస్తూ వుండవచ్చు. ఆమె పంచిపెట్టిన అమృతాన్ని త్రాగి ఆనందించే వారికి ఆ సంగతి ఏమి తెలుస్తుంది.

అలా ఆలోచిస్తూ కూర్చున్న గోపాలాన్ని ఇంట్లోనుంచి తండ్రి పిలిచాడు. "గోపీ, వొకసారి ఇట్లా రా!" అన్నాడు.

ఆ పిలుపులోని ఆతురత గోపాలాన్ని కలవరపెట్టింది. కంగారుగా దమయంతి పడుకున్న గదిలోకి వెళ్ళాడు.

అక్కడ కృష్ణస్వామిగారు వున్నారు, వంటఇంటి ద్వారంబంధం దగ్గర రత్నమ్మగారూ, కమలా నిలబడివున్నారు. ఉయ్యాలలోని పిల్లవాడు ఇంకా నిద్రపోతూనే ఉన్నాడు.

"చూశావా అబ్బాయి. మీ నాన్నగారు చేసే పనులు? ఈ గ్లాసుడు నిమ్మరసం ఏక బిగువున త్రాగమంటున్నారు" అన్నది దమయంతి టేబుల్‌మీద నిమ్మరసంతో నిండిన గ్లాసు చూస్తూ. "నేను తాగనంటే దండించటానికి కాబోలు నిన్ను పిలుస్తున్నారు" అన్నది.

"కాదు గోపీ. ఈ జబ్బుకి నిమ్మరసం, మంచినీళ్ళు ఎక్కువగా తాగవలసి ఉంటుందని డాక్టరు చెప్పాడు. ఎన్ని చెప్పినా ఈమె తాగనంటె తాగనని కూర్చుంటుంది. ఏం చెయ్యాలి."

"నాకు నిమ్మరసం పడదయ్యా. ఎవరికైతే మాత్రం అదే పనిగా తాగితే జలుబు చేసుకు రాదూ!" అన్నది దమయంతి.

"ఆ మాత్రం డాక్టరుకి తెలియదా?" అని అడిగాడు కృష్ణస్వామిగారు.

ఈ జబ్బుకు నిమ్మరసం మంచిదని ఆయనగారి పుస్తకాల్లో వుండి వుంటుంది. అది చదివి నిమ్మరసం జలుబు చేస్తుందనే సంగతి ఆయన మరచిపోయి వుంటారు." అన్నది దమయంతి.

"చూశావా గోపి? ఇదీ వరస. ఈమెగారిని ఏం చెయ్యాలో నాకు పాలుపోవటం లేదు" అన్నారు కృష్ణస్వామిగారు.

"మీరంతా ఇక్కడనుంచి వెళ్ళిపొండి, నేను కాసేపు నిద్రపోతాను" అన్నది దమయంతి.

"నిద్ర, నిద్ర, నిద్ర! ఇంత నిద్ర ఎక్కడనుంచి వొచ్చిందో నాకు అర్థం కావటం లేదు. ఈ నిద్ర నిజమైన నిద్ర అనుకుంటున్నావేమో గోపీ! కానే కాదు. అది వొట్టి దొంగ నిద్ర. మనలను మోసం చెయ్యటానికి కళ్ళు మూసుకొని పడుకుంటుంది. అంతే... సరే అలాగే నిద్రపోదువుగాని, ఆ కాస్త నిమ్మరసం తాగు" అన్నారు కృష్ణస్వామిగారు.

"నాకు జలుబు చేస్తుంది. నేను తుమ్మలేను."

"విన్నావా గోపి?"

"తాగమ్మా" అన్నాడు గోపాలం.

"ఆయనగారు అయ్యారూ, ఇక నువ్వు మొదలుపెట్టావా. బాగా వుంది ఈ తంతు. మొత్తానికి మీరంతా కలిసి నన్ను నిద్రపోనిచ్చేటట్టు లేరు. సరే, ఇవ్వండి తాగుతాను. మీ మాట కాదనటం ఎందుకు? ఇప్పుడు త్రాగితే మళ్ళీ రాత్రికే. ఈ మధ్య తాగమంటే మాత్రం నేను తాగను."

గడపలో నుంచున్న రత్నమ్మగారు వచ్చి ఆమెకు నిమ్మరసం పట్టింది. ఆమె గరిటెతో పోసిన నిమ్మరసం తాగి "ఇక సరా? ఈ నిమ్మరసానికి ఇంత గొడవ దేనికి? మీ పట్టు నెగ్గించుకోవాలని తప్ప, ఈ ఇంట్లో వొకప్పుడు నా పట్టు నెగ్గిందా? ఎప్పుడూ మీ పట్టే నెగ్గుతూ వుంది" అన్నది కృష్ణస్వామిగారిని ఉద్దేశించి.

"మరి ఆ మాత్రలు వేసుకో!"

"చూశావా అబ్బాయి! నాకు ఈయన్తో ఎక్కడలేని చిక్కొచ్చింది. ఈ జబ్బు నయం అయ్యేటప్పటికి నేను ఒక మందుల సంచిగా తయారవుతాను."

ఆమె మాట్లాడుతున్న ధోరణిని బట్టి, ఆమె నవ్వుతూ మాట్లాడుతూ ఉందో, సీరియస్‌గా మాట్లాడుతూ ఉందో తెలుసుకోవటం కష్టం అయింది గోపాలానికి.

"ఒక్క క్షణం ఆగి వేసుకుంటుందిలే నాన్నా" అన్నాడు.

"అబ్బే, అందుకు వారు ఎందుకు ఒప్పుకుంటారు? ఒప్పుకోరు. ఇప్పుడు వేసుకోవలసిందే. ఆయన అన్నమాట వెంటనే నెగ్గవలసిందే. అలా నెగ్గకపోతే వారికి తోచదు. ఏమీ తోచదు. ఆయన ఇదివరకటి మనిషి అనుకుంటున్నావేమో అబ్బాయి, కానే కాదు. ఈ మధ్య ప్రాక్టీసు మొదలుపెట్టారు. నీకు తెలుసో, లేదో రెండు చేతులా సంపాదిస్తున్నారు. అప్పటినుంచీ ఇంట్లో పెత్తనం సాగిస్తున్నారు. మేమంతా ఆయన చెప్పింది చెప్పినట్లు చేయవలసిందే! ఆయన అడుగులకు మడుగులొత్తవలసిందే. లేకపోతే కస్సున ఇంత ఎత్తున లేస్తున్నారు. అప్పుడు చూడాలి ఆయన్ని, చూడవేం బాబూ."

"ఎందుకే అమ్మా, నువ్వేది అడిగితే అది చేసిపెట్టే మనిషిని పట్టుకొని అంటావు?" అన్నది రత్నమ్మగారు.

"చూశావా అబ్బాయి, ఆయనకు ఈమె వత్తాసు. కూతుర్ని వదలి అల్లుడుగారి పక్షం మాట్లాడే తల్లిని ఈమెను ఒక్కదాన్నే చూశాను. ఇంతకుముందు ఈ ఇంట్లో అంతా నేను చెప్పినట్లు వినేవారు. ఇప్పుడు నా మాట వినేది ఎవ్వరు? అంతా నాకే చెప్తున్నారు. దీనికంతకూ ఆయనే కారణం. నన్నొక బొమ్మను చేసి కూర్చోబెట్టారు."

అంతలో ఉయ్యాలలో ఉన్న పిల్లవాడు ఏడ్చాడు. రత్నమ్మగారు ఆ పిల్లవాణ్ణి తీసుకొని లోపలకు వెళ్ళింది. పిల్లవాణ్ణి తీసుకు వెళుతున్న రత్నమ్మగారి వంక దమయంతి ఒక్కక్షణం సాలోచితంగా చూసి మెదలకుండా వూరుకుంది.

ఆ పిల్లవాడికి పుట్టినప్పటినుంచీ పోత పాలే. పాలు పట్టటం, నీళ్ళు పొయ్యటం మొదలైన పనులన్నీ రత్నమ్మగారే చూస్తూ ఉంది.

ఒక్కక్షణం ఆగి, "అబ్బాయి నిన్నూ, కమలనూ అమ్మే సాకింది. ఈ పిల్లవాణ్ణి కూడా ఆమే సాకుతూ ఉంది. ఒక్కొక్కళ్ళ అదృష్టం అది. పిల్లలను పెంచి పెద్దవాళ్ళనుచేసి తరిస్తారు" అన్నది దమయంతి.

"సరే ఇక పడుకో" అన్నారు కృష్ణస్వామిగారు.

"నా పడకకు ఏమొచ్చింది లెండి," అని ఒక్కక్షణం ఆగి "అమ్మకు ఆజన్మాంతం కృతజ్ఞత చూపవలసి ఉంటుందని ఆయనగారికి చెప్పు అబ్బాయి" అన్నది.

ఆ మాటకు కృష్ణస్వామిగారి కండ్లలో నీరు తిరిగింది.

"నేను చాలా మందికి కృతజ్ఞత చూపవలసి ఉంటుంది. పొక్కరికేమిటి?" అన్నారు. తమకు తామే చెప్పుకుంటున్నట్లు అన్నారు.

ఇక దమయంతి మాట్లాడలేదు. నిద్ర పట్టిందనుకొని తండ్రీ కుమారులిద్దరూ బయటకు వచ్చారు.

"నువ్వు వచ్చావు, నాకు సగం భారం తీరినట్లయింది" అన్నారు కృష్ణస్వామిగారు.

ఆ మాటకు ఉలిక్కిపడ్డాడు గోపాలం. తన తండ్రి ఎంత మారిపోయాడు! అతను యింట్లో అడుగు పెట్టినప్పటినుంచీ గమనిస్తూనే ఉన్నాడు. అయినా ఈ మాట అతనిని తబ్బిబ్బు పరచింది. ఏమి చెప్పటానికి తోచక మెదలకుండా వూరుకున్నాడు.

"మీ అమ్మ మాట్లాడే మాటలన్నీ ఆమె తన సహజ ధోరణిలో మాట్లాడేమాటలను కుంటున్నావేమో? కావు, అన్ని మాటలు ఆమె ఎప్పుడు మాట్లాడింది. జ్వర తీవ్రత హెచ్చేముందు అలా మాట్లాడుతూ ఉంటుంది. జ్వరం హెచ్చటానికి అదే గుర్తు. ఇక రాత్రులు మన స్మారకంలో ఉండనే ఉండదు. అపస్మారకంలో వుండి కూడా ఆమె పడే బాధ నేను చూడలేకుండా వున్నాను. ఇంత బాధకు నేను ఏవిధంగా అర్హుణ్నో నాకు అర్థం కావటం లేదు" అన్నారు.

పొర్లుకు వస్తున్న కన్నీటిని ప్రబల ప్రయత్నంమీద ఆపి, "అదే తగ్గిపోతుంది. ప్రమాదం లేదని డాక్టరు చెప్పారు గదా!" అన్నాడు గోపాలం.

"ఈ రోగంలో గుండె ఆగే ప్రమాదం వుందన్నాడు డాక్టరు. ఆమె గుండె అసలే బలహీనమైనది. ఈ జబ్బు వచ్చేముందు ఎంత చిన్నపని చేసినా ఆమెకు రొప్పు వచ్చేది. ఆ మధ్య మేమిద్దరం ఒక నాటక ప్రదర్శన చూడటానికి వెళ్ళాం. నాకు నాటకాలు చూసే అలవాటు లేదని నీకు తెలుసు. అది హరిశ్చంద్ర నాటకం. ఆమెకు ఎందుకో చూడాలని బుద్ధి పుట్టింది. ఇద్దరం వెళ్ళాం. హరిశ్చంద్రుడు చంద్రమతిని అమ్మే సీను వచ్చేటప్పటికి ఆమె కూర్చోలేక పోయింది. కండ్లు బయర్లు కమ్మినై. ప్రక్కన కూర్చున్న నాకే ఆమె గుండెదడ వినిపించింది. నెమ్మదిగా ఇంటికి తీసుకువచ్చాను. ఒక రోజు రోజంతా ఆమె మంచం మీదనుంచి లేవలేక పోయింది. అప్పుడే డాక్టర్ని తీసుకువస్తానంటే ఆమె నా మాట వినలేదు. అటువంటి

బలహీనమైన గుండె కలిగిన ఆమె ఈ జబ్బు తట్టుకోగలుగుతుందా? ఇప్పుడు ఈ కీలూ, అప్పుడు ఆ కీలూ పట్టుకొని, వుండి వుండి గుండెను పట్టుకుంటుందట ఈ జబ్బు" అని ఒక పెద్ద నిట్టూర్పు విడిచారు కృష్ణస్వామిగారు.

"మీరు విచారపడకండి. మీరు ధైర్యం కోల్పోతే, మేము అసలు నిలువలేం" అన్నాడు గోపాలం.

ఇక కొడుకుతో మాట్లాడలేక, కొడుకు ముందు తన గోడు వెళ్ళబోసుకోలేక, అక్కడనుంచి వెళ్ళిపోయారు కృష్ణస్వామిగారు.

గోపాలం అక్కడే కూలబడ్డాడు.

"లోపలకు వొచ్చి కాసిని కాఫీ తాగు బాబూ" అన్నది రత్నమ్మగారు ఇంట్లోనుంచి వచ్చి.

"వొద్దు, అమ్మమ్మా వొద్దు" అన్నాడు గోపాలం.

తన తండ్రి మాటల్లోని యదార్థం ఆ రాత్రి ప్రత్యక్షంగా చూశాడు గోపాలం. తన పినతల్లి పడే వేదనను ఇన్ని రాత్రులు తన తండ్రి భరించగలగటం అతనికి ఆశ్చర్యం కలిగించింది.

రాత్రి పదిగంటలయ్యేటప్పటికి ఆమె జ్వరం ఉధృత రూపం ధరించింది. కాళ్ళూ, చేతులూ ఆడించే వీలు వుంటే ఆమె బాధ కొంచెం ఉపశమించేదేమో, ఆమె అందుకు నోచుకోలేదు. ఎటువేసిన కాలు అటే, ఎటు వేసిన చెయ్యి అటే, కదిలించే ప్రాప్తం లేకుండా ఆమె పడి వుంది. లోపల ఎంత బాధ వుందో? అంత నిబ్బరం కలిగిన మనిషి సైతం దానిని భరించలేక పెద్దపెట్టున మూలగ నారంభించింది.

"ఎక్కడ నొప్పి" అని అడిగితే కళ్ళు తెరచి చూడటం కంటే పెదవి కదల్చేది కాదు. కండ్లలో నీరు గిర్రున తిరిగేది.

ఆమె మాట్లాడక పోవటం ఉద్దేశపూర్వంగానో, నాలుక కదలకో చెప్పటం కష్టం.

ఉండి ఉండి ఏదో వొకమాట అనేది. ఆమాట ఈలోకానికి సంబంధించిన మాటగా ఉండేది కాదు. ఏమిటి అని అడిగితే సమాధానం ఉండేది కాదు. ఏం కావాలో ఆమెకే తెలియదు. ఇక ఇతరులకు ఏమి చెప్పగలుగుతుంది?

పది గంటలకల్లా అందరూ వారి వారి పనులు పూర్తిచేసుకొని, ఆమె మంచం చుట్టూ జేరారు.

రత్నమ్మగారూ, కమలా చాప పరచుకొనీ, కృష్ణస్వామిగారు కుర్చీలోనూ, గోపాలం మంచంమీద పినతల్లి కాళ్ళదగ్గర కూర్చున్నారు. ఎవరికి వారికి పెదవి కదల్చటం భయంగానే వుంది.

"మీరు మళ్ళీ ఉదయమే లేచి పని చెయ్యవలసి వుంటుంది. మీరు వెళ్ళి పడుకోండి" అన్నారు కృష్ణస్వామిగారు రత్నమ్మగారితో.

"నా పడకకేమొచ్చింది?" అన్నది ఆమె. అంతేగాని అక్కడనుంచి కదల్లేదు.

అందరి చూపులూ పడుకొనివున్న దమయంతి మీదే వున్నాయి. ఆమె మూలుగుకు అందరి మనస్సులూ బాధ పడుతున్నాయి. బాణం గురిపెట్టిన వానికి మాత్రమే తగిలి బాధ పెడుతుంది. మూలుగు అలా కాదు. వినిపించుకున్న వారందరినీ బాధ పెడుతుంది. చుట్టుముట్టి, కట్టకట్టి క్రుంగదీస్తుంది.

కొంచెం సేపు గడచిన పిదప దమయంతి కలవరింతలు ప్రారంభించింది. ఇదే మొదటిసారిగా వింటున్న గోపాలం తత్తరపడి తండ్రి వంకకు చూశాడు. ఆయన ఏం చెప్పగలడు? గోపాలాన్ని ఎలా వోదార్చగలడు?

"ఆ మాటలు తెలిసి మాట్లాట్టం లేదు" అని కన్నీరు తుడుచుకున్నాడు కృష్ణస్వామిగారు.

"డాక్టర్ని తీసుకురానా?" అడిగాడు గోపాలం.

"ఆయన వచ్చి చేసేది ఏమీ లేదు. ఈ రాత్రి ఇట్లా గడచి పోవలసిందే" అన్నారు కృష్ణస్వామిగారు.

"ఉపశాంతికి ఏమైనా ఇస్తారేమో!"

"మరీ ఎక్కువగా ఉంటే వెయ్యమని ఒక మందు పొట్లాం ఇచ్చాడు. ఆ మందు జబ్బును నయంచేసేది కాదు, బాధను నివారించేది కాదు. నిద్రపట్టించేది. మగతను కలిగించేది" అన్నారు కృష్ణస్వామిగారు.

"ఏదైనా మనకి బాధ తప్పుతుంది గదా? ఆమె బాధపడుతుంటే ఏమీ చెయ్యకుండా చూస్తూ కూర్చోవటం కష్టంగా వుంది" అన్నాడు గోపాలం చెదరిన కంఠంతో. రత్నమ్మగారు అతని బాధను గ్రహించింది. అతనికి సమాధానం చెప్పే స్థితిలో కృష్ణస్వామిగారు లేరనే విషయం గమనించింది.

"మీరిక్కడ వుండి చేసేది ఏముంది? నేనూ, కమలా చూస్తూ వుంటాం. మీరు వెళ్ళి పడుకోండి. వేళకు మందు కమల ఇస్తూ వుంటుంది. అంతగా అవసరమైతే అప్పుడు వొద్దురుగాని" అన్నది.

"నువ్వెళ్ళు గోపీ" అన్నాడు కృష్ణస్వామిగారు.

గోపాలం మాట్లాడలేదు. అందరూ ఎవ్వరి స్థానాల్లో వాళ్ళు కూర్చున్నారు. ఎవ్వరూ మాట్లాడలేదు. అనుకోవటం అనటమేగాని ఏ ఒక్కరూ కదలరని మిగిలిన అందరికీ తెలుసు.

"చూడమ్మా, అమ్మాయి పెదవి తడుపుకుంటూ వుంది. మంచినీళ్ళు కావాలేమో, గరిటెతో కాసిని పొయ్యి" అన్నది రత్నమ్మగారు కమలతో.

కమల పొయ్యగా నాలుగైదు చెంచాల నీళ్ళు గుటకలు వేసింది దమయంతి.

"జాగర్తగా పొయ్యమ్మా. నీళ్ళు బొట్లుపడి మెడ దగ్గర దిండు తడుస్తుంది" అన్నది రత్నమ్మగారు.

నీళ్ళు గుటకలువేసి కాస్త తేరుకుంది దమయంతి. కండ్లు విప్పి కమలను కాస్త తెలివిగా చూచింది.

"నువ్వు పోస్తున్నావా?" అని అడిగింది.

"అమ్మమ్మకు చేతగాదు. పక్క తడుపుతుంది" అన్నది కమల.

"ఇన్నాళ్ళూ ఎవ్వరు పోస్తున్నారు అమ్మకాక? మీ నాన్నగారా?" అని అంత బాధలోనూ హాస్యమాడింది దమయంతి.

"సరిసరి పడుకో" అన్నాడు కృష్ణస్వామిగారు.

"మీరు కూర్చున్నారు సరే, బాగానే వుంది. ఎందుకు అబ్బాయిని కూడా కూర్చోబెట్టారు?" అని అడిగింది దమయంతి గోపాలాన్ని గురించి.

"అతను నా మాట వినలేదు."

"ఏమయ్యా, అప్పుడే తండ్రిగారి మాట తిరస్కరించేదాకా వచ్చావా? అలా చెయ్యకు. ఆయన పైకి కనపడక పోయినా లోపల చాలా బాధపడతారు" అన్నది దమయంతి.

అంతకష్ట సమయంలోనూ ఆమె మాటలకు చిరునవ్వు నవ్వగలిగారు కృష్ణస్వామిగారు. "నేను బాధ పడకుండా వుండాలంటే నువ్వు మాట్లాడకుంటే చాలు."

"మాట్లాడవలసిన అవసరం నాకేమి ఉంది" అన్నది దమయంతి.

"పెద్దవాళ్ళు మొదలుకొని చిన్నవాళ్ళ వరకూ నా నోటివెంట ఏమాట రాకముందే పనులన్నీ చేసి పెడుతుంటే ఇంకా నాకు మాట్లాడవలసిన అవసరం ఏముంది?"

ఈ మాటలు అంటూ వుండగానే ఆమెకు మళ్ళీ స్మృతి తప్పుతూ వుందని గ్రహించింది రత్నమ్మగారు. "ఎందుకు అమ్మాయిని అట్లా వాగిస్తారు? కాసేపు పడుకోనివ్వండి" అని దమయంతికి కప్పిన శాలువా కంఠం వరకూ సర్దింది.

ఆ పట్టు పట్టు తెల్లవారి నాలుగయిదు అయ్యేవరకూ ఆమె మన స్పృహలో లేదు. మూలుగుతూ కలవరిస్తూ వుంది. అర్థం వున్నవీ, లేనివీ ఏదో ఒకటి అస్తమానం మాట్లాడుతూనే వుంది.

ఆమె మాటలనుబట్టి తమకు కనబడని దృశ్యాలేవో ఆమెకు కనిపిస్తూ వున్నాయని ఊహించాడు గోపాలం.

జ్వర తీవ్రతలో, నరాలు లాగే స్థితిలో అలా కొన్నికొన్ని చిత్రమైన దృశ్యాలు కనుపించటం కద్దు. అవి ఎక్కడనుంచి వస్తున్నాయి? ఎందుకు కనుపిస్తున్నయి? అవి నిజమా? అబద్ధమా? జ్వర తీవ్రతవల్ల కనుపిస్తున్నయ్యనీ, మనస్సు ఆందోళనా పూరితమైనప్పుడు అలా కనుపిస్తున్నాయనీ అంటారు. కాని దానివల్ల తేలిందేముంది? అవి ఎలా కనిపిస్తున్నాయో,. అలా కనుపించటం ఎలా సంభవం అయిందో ఆ విషయాలు తేలలేదుగదా! అవి ఇప్పట్లో తేలవుకూడాను.

ఆమె తృళ్ళిపడి లేచింది. "అబ్బాయి ఇంకా రాలేదా?" అని ఎదురుగా వున్న భర్తను అడిగింది.

"అదుగో" అని ఆమె కాళ్ళదగ్గర వున్న గోపాలాన్ని చూపి, "ఇప్పటిదాకా మాట్లాడి అట్లా అడుగుతావేమిటి?" అన్నారు కృష్ణస్వామిగారు.

"ఎవ్వరు ఇప్పటిదాకా మాట్లాడింది?" అని ఆశ్చర్యంగా అడిగింది దమయంతి.

"నీవే గదా?"

"ఎవ్వరితో?"

"గోపాలంతో."

"అవును మరిచిపొయ్యాను" అని గోపాలం వైపు తిరిగి, "ఏమయ్యా, నాకు ఇటీవల మతి సరిగ్గా వుండటం లేదు కదూ?" అని అడిగింది.

గోపాలం మాట్లాడలేదు.

"చెప్పవ్?.. నువ్వొచ్చి నిజం చెపుతావనుకున్నాను" అని నిష్టూరంగా అన్నది.

"ఎందుకమ్మా అలా అనుకుంటావు. నీ మతికి వచ్చిన ఇబ్బంది ఏమీ లేదు" అన్నాడు గోపాలం

అన్నాడేగాని ఇక భరించలేకపోయాడు. ఆమె దుస్థితికి అతని మనస్సు వ్రక్కలయింది. నోటికి చేతి రుమాలు పెట్టుకొని ఏడుస్తూ అక్కడ నుంచి లేచి తన గదిలోకి వెళ్ళాడు.

గోపాలం వస్తే తనకు కొంత ధైర్యంగా వుంటుందనుకున్న కృష్ణస్వామిగారికి గోపాలం ఏడుపుతో ఆనకట్ట తెగినట్లయింది. కండ్లవెంట నీరు నిర్విఘ్నంగా ప్రవహించింది. ఆయనకు తుడుచుకోవాలని కూడా అనిపించలేదు.

కమల, రత్నమ్మగారి వొడిలో తలపెట్టుకొని ఏడ్చింది. రత్నమ్మ గారు దుఃఖంతో కొయ్యబారిపోయారు.

* * *

గదిలో పక్కపరచి వున్న మంచం మీద పడుకొని మనసారా ఏడ్చాడు గోపాలం. అతని మెదడులో వున్న ఆలోచనలూ, హృదయంలో వున్న ఆవేశాలూ ఒకచోట సంగమించి ప్రవాహరూపంలో కన్నీరుగా బయటకు ఉరికింది. మెదడూ, హృదయం, లోకం అన్నీ అతనికి శూన్యంగా కనిపించినై. మొక్క సైతం మొలవని పెద్ద బయళ్ళుగా కనుపించినై. ఆ బయళ్ళను, ఆ శూన్యాన్ని తన కన్నీటితో తడపటం కంటే తను చెయ్యగలిగిందిగానీ, చెయ్యదగ్గదిగానీ అతనికి ఏమీ కనుపించలేదు.

పినతల్లి ఏదో మాట్లాడుతూ ఉంది. రత్నమ్మగారు ఆమెకు ఏదో సమాధానం చెపుతూ వుంది. అంతా నాటకం. ఆమె అడిగేదానికీ అర్థం లేదు. ఈమె చెప్పేదానికీ అర్థం లేదు. కాని రెండు పనులూ జరిగిపోతున్నాయి.

తండ్రి ఏమీ మాట్లాడటం లేదు. అంత మనిషి నిస్సహాయుడై పసిపిల్లవానికి మల్లె కన్నీరు పెట్టుకుంటూ కూర్చోవటం భగవంతుని సృష్టిలోని ఘోరాన్యాయాలలో వొకటిగా కనుపించింది గోపాలానికి.

"ఎవ్వరు ఆయనమీద కక్ష తీర్చుకుంటూ ఉంది?"

"ఎందుకు ఆయన మీద కక్ష కట్టింది?"

"అందుకు తన పినతల్లిని హింసపెట్టటం ఎంత అన్యాయం?"

ఆ క్షణం భగవంతుడు లేడనే తన తండ్రివాదంలో ఉన్న సమంజసత్వం అతని మనోవీధిలో స్వైరవిహారం చేసింది. నిర్దాక్షిణ్యంగా బ్రతకటం కంటె ఈ లోకంలో ఏముంది?

అతనికి తెలియకుండానే అతని గుప్పెళ్ళు బిగిసినై, ఎవ్వరిమీదో పగనీ క్రౌర్యాన్నీ పెంచుకుందామనుకున్నాడు. ఒక్కొక్కప్పుడు బ్రతకటానికి అవి అవసరం అనిపించింది.

"బాబూ?" అనే పిలుపు వినిపించింది.

"ఎవ్వరు?" ఉలిక్కిపడ్డాడు గోపాలం.

ఆమె ఏమి చెప్పటానికి వచ్చిందో అని భయం వేసింది గోపాలానికి.

"చూస్తున్నావుగా నాయనా, కాటికి కాళ్ళు చాచుకొని వున్న ఏ నాబోటిదానికో రాగూడదూ ఈ జబ్బు?" అన్నది రత్నమ్మగారు కండ్లు తుడుచుకుంటూ.

"ఈ జబ్బు ప్రమాదమేనా అమ్మమ్మా?"

"ప్రమాదమా అంటే ఏ జబ్బు ప్రమాదం కాదు బాబూ? పూర్వం పల్లెటూళ్ళల్లో ఈ జబ్బులు చాలా ఎక్కువగా వొస్తూ వుండేవి. మూలిగినన్నాళ్ళూ మూలిగి వాళ్ళదారిన వాళ్ళు వెళ్ళిపోతుండేవారు. ఆ రోజుల్లో తిండి పుష్టి లేకపోవటం వల్ల ఈ జబ్బులు వొస్తాయని అనుకునేవాళ్ళం బాబూ. ఇప్పుడు అమ్మాయికి ఏం తక్కువై వొచ్చినట్లు? ఏదో అనుకుంటాం గాని, అవి రావలసే వొస్తూ వుంటై. ఎందుకైనా మంచిది నాయనా అమ్మాయి కన్నవారింటికి కబురుపెట్టు. ఆమె అన్నలు కూడా వచ్చి వుంటే సలహాలకీ, సంప్రతింపులకూ అనువుగా ఉంటుంది."

అంతవరకూ తన పినతల్లి కన్నవారి సంగతే జ్ఞాపకం రాలేదు గోపాలానికి. రత్నమ్మగారు గుర్తుకు తెచ్చేటప్పటికి వాళ్ళకు ఎప్పుడో కబురు పెట్టవలసిందని అతనికి అనిపించింది.

"ఇంతవరకూ వాళ్ళకు కబురు చెయ్యలేదా అమ్మమ్మా?"

"లేదు బాబూ. నేను అప్పుడప్పుడూ అంటున్నా, అమ్మాయి నా మాట పెడచెవిని పెట్టింది. 'వాళ్ళు వొచ్చి చేసేది ఏముంది?' అనేది. కాని వాళ్ళకి కబురు పంపటం ధర్మం. మా అమ్మాయికి ఇంత జబ్బుచేస్తే కబురన్నా పంపకపోయారు అని వారు ఎప్పుడైనా అంటే మనం ఏం సమాధానం చెపుతాం. వాళ్ళతో ఆ మాట మాత్రం ఎందుకు అనిపించుకోవాలి. తెల్లవారగానే తప్పకుండా కబురుచెయ్యి బాబూ. ఎవ్వరినో వొకర్ని వున్నవాళ్ళని ఉన్నట్టు రమ్మను."

"అట్లాగే అమ్మమ్మా."

తెల్లవారి మూడు గంటల దగ్గర నుంచి దమయంతి జ్వరం తగ్గుముఖం పట్టింది. నొప్పులు కూడా తగ్గినై. ఆమె మూలుగుడు ఆపింది. ఆమెకు నిద్రపట్టింది.

ఇతరులు కునికిపాట్లు పడ్డారేమోగాని రత్నమ్మగారు మాత్రం రాత్రంతా జాగారం చేసింది. రెప్ప వెయ్యలేదు. కమల కూర్చున్న చాపమీద కూర్చున్నట్టే నిద్రపోయింది. కృష్ణస్వామిగారు కాసేపు నడుం వాలుద్దామనే వుద్దేశంతో తన పడక గదిలోకి వెళ్ళారు.

రత్నమ్మగారు ఇంటి పనిలో నిమగ్నురాలైంది. కంటికి కునుకు లేకుండా ఆమెగారు ఎన్ని రాత్రులు ఆవిధంగా గడిపిందో ఆ భగవంతుడికే తెలియాలి.

తెల్లవారి ఎనిమిది గంటలకు కాస్త కన్ను తెరిచింది దమయంతి. జ్వరం, నొప్పులు తగ్గటం వల్లా, కాసేపు నిద్రపోవటం వల్లా ఆమె ముఖం ప్రశాంతంగా, నిర్మలంగా వుంది.

ఆమె కన్ను తెరిచేటప్పటికి కాళ్ళ దగ్గర కూర్చుని వున్న గోపాలం కనుపించాడు. ఆమె చిరునవ్వు నవ్వుతూ "రాత్రంతా అట్లాగే కూర్చున్నావా అబ్బాయి? అని అడిగింది.

"లేదమ్మా ఇప్పుడే వచ్చి కూర్చున్నాను."

"నా జబ్బు సంగతి ఆలోచించడం తప్ప ఈ ఇంట్లో ఎవ్వరికీ ఇంకొక పని లేదనుకుంటాను" అన్నది దమయంతి గోపాలం చూపుల్లోని ఆవేదననూ, ఆందోళననూ గమనించి.

"చూడమ్మా! నీ జబ్బుని తేలికపరుస్తూ నువ్వు మాట్లాడవలసిన పని లేదు. నీకు జబ్బు ఎక్కువగానే వుందనీ, దానివల్ల నువ్వు చాలా బాధపడుతున్నావనీ మా అందరికీ తెలుసు" అన్నాడు గోపాలం.

గోపాలాన్ని పరీక్షగా చూస్తూ. "ఊఁ తెలిస్తే?" అని అడిగింది దమయంతి.

"నువ్వు డాక్టరు ఇచ్చిన మందు తాగాలి. మేము చెప్పినట్లు చెయ్యాలి. ఎక్కువ మాట్లాడగూడదు" అన్నాడు గోపాలం.

"సరి, నీకంటే మీ నాన్నగారే నయం లాగుంది. నీ హయాం వస్తే మా అందరి నోళ్ళకీ తాళాలు వేసేటట్టు ఉన్నావు" అన్నది దమయంతి చిరునవ్వు నవ్వుతూ.

"అవసరం అయినప్పుడు తప్పేది ఏముంది?" అన్నాడు గోపాలం.

అంతలోకి కాఫీ పట్టుకొచ్చింది రత్నమ్మగారు.

"అబ్బాయికి ఇచ్చావా అమ్మా?" అని అడిగింది దమయంతి.

"ఏదీ, అతను ఇప్పుడే లేచాడు, ఇస్తాను."

రత్నమ్మగారు అందించిన కాఫీ దమయంతి ఎదురు మాట్లాడకుండా తాగింది. ఆమె అలా తాగుతుంటే ఆశ్చర్యంగా చూసింది రత్నమ్మగారూ. రోజూ కాఫీ తాగటానికి పెద్ద గ్రంథం జరిగేది.

కాఫీ కప్పు రత్నమ్మగారికి అందిస్తూ, "కాఫీ ఇచ్చింది ఇచ్చినట్లు తాగకపోతే అబ్బాయిగారు వూరుకునేటట్లు లేదు. అందుకని మెదలకుండా తాగాను. నావల్ల ఎందుకు ఇతరులకు కోపం రావటం?" అన్నది దమయంతి.

"ఏదో ఒక దారకం లేకపోతే ఎట్లా తల్లి? అందుకని గట్టిగా అంటారు ఎవ్వరైనా" అన్నది రత్నమ్మగారు.

రత్నమ్మగారు లోపలికి వెళ్ళగానే "మీ నాన్నగారు లేరా?" అని అడిగింది దమయంతి.

"వూళ్ళోకి వెళ్ళారు."

"మళ్ళీ ఏ స్వాములవారి దగ్గరకో, ఏ వైద్యుని దగ్గరకో వెళ్ళి ఉంటారు" అని నిట్టూర్పు విడుస్తూ అన్నది దమయంతి. "నా జబ్బుకేం గాని ఆయన్ని చూస్తే నాకు చాలా విచారం వేస్తూ ఉందయ్యా. ఆయన సరిగా భోజనంచేసి విశ్రాంతి తీసుకొని ఎన్నాళ్ళయిందో! జబ్బులు వస్తయి, నయం అవుతయి. ఒక వేళ మాటవరసకు అనుకుందాం, నయం కాదనుకో, దానికంత హైరానా పడిపోవటం ఎందుకు? ఎవ్వరం ఇక్కడ శాశ్వతంగా ఉండటానికి రాలేదు గదా! అందరం ఎప్పుడో ఒకప్పుడు వెళ్ళిపోవలసిన వాళ్ళమే గదా. దీనికింత గొడవ ఎందుకు? చెపితే వినిపించుకోరు. పైగా నాకోసం ఆయనకు చిన్నప్పటి నుంచీ ఉన్న నమ్మకాలను ఒక్కొక్కదాన్నీ వదులుకుంటున్నారు. ఆ నమ్మకాలన్నిటినీ వదులుకొని తరువాత చేసేది మాత్రం ఏముంది? నా మాట వినేటట్టు లేరుగాని నువ్వు చెప్పుబాబూ ఆయనకు" అన్నది దమయంతి.

తండ్రిని గురించి తన పినతల్లి చెబుతున్న మాటల్లో చాలవరకు నిజముందని గోపాలం గ్రహించాడు. ఆమెకు జబ్బువచ్చినప్పటి నుంచీ క్రమక్రమేణా మారుతూవచ్చి ప్రస్తుతం ఏమాత్రం గుర్తుపట్టడానికి వీల్లేని మనస్థితిని అలవరచుకొని ఉన్నాడు తన తండ్రి. అంతకుముందు జీవితగమనానికి ఆయన వేసుకున్న దారులన్నీ కష్టాలలో కరిగిపోవడం వల్ల ఏ దారీ లేని పథికుడుగా తయారయ్యాడు ఆయన. అందువల్ల ఏ పుట్టలో ఏ పాముందోననే శంకతో అందరి సలహాలనూ పాటించడం మొదలుపెట్టాడు.

తండ్రియొక్క ఈ స్థితిని చూచినపుడు మొట్టమొదట మనస్సును చాలా కష్టపెట్టుకున్నాడు గోపాలం. కష్టాలకు బెదిరి ఆత్మవిశ్వాసాన్ని కోల్పోయిన మామూలు మనిషిగా కనిపించాడాయన. కాని చూస్తున్నకొద్దీ అతనికి మరొక అభిప్రాయం కలిగింది.

మనస్సు విశాల పడడానికి ఇది పునాదేమో అనుకున్నాడు.

కష్టాలు మానవుని స్థాయిని పెంచుతాయని అంటారే - అది ఇదేనేమో అనుకున్నాడు.

ఈ దృష్టి నిర్గుణ స్వభావానికీ తద్వారా భగవద్దర్శనానికీ దోహదమిస్తుందేమో నని అనుకున్నాడు.

ఈవిధంగా అనుకోవడం మొదలు పెట్టినప్పటినుంచీ తండ్రి విచిత్రమైన మరొక రూపంలో కనిపించాడు గోపాలానికి.

తల్లి దగ్గరినుంచి విడివడి దేనితోనో ఆకర్షింపబడి, దానికోసం కొంతదూరం వెళ్ళి, ఏ పెద్దపులో ఎదురురాగా భయపడి వెనుదిరిగి తల్లి దగ్గరికి పెరుగెత్తుకొని వెళ్ళే పిల్లవానిలా కనిపించాడు.

గోపాలం వచ్చినప్పటినుంచి అతని సలహా తీసుకోకుండా ఏ పనీచేసేవారు కాదు కృష్ణస్వామిగారు. సలహా చెప్పడానికి గోపాలం జంకాడు. తన తండ్రికి తాను సలహా చెప్పడం సృష్టివైచిత్ర్యాల్లో ఒకటిగా కనిపించింది గోపాలానికి. సలహా చెప్పకుండా తప్పించుకుందా మనుకున్నాడు. కాని వీల్లేకపోయింది. తన నోటివెంట ఏదో ఒకమాట వచ్చేవరకూ ఎదురుచూస్తూ వూరుకొనేవాడు తండ్రి. ఏ మాట వస్తే దాన్ని మంచీ చెడూ కూడా ఆలోచించకుండా అమల్లో పెట్టేవాడు.

ఈ పరిస్థితులకు గోపాలం సిగ్గుపడ్డాడు. కాని చేయగల్గిందేముంది? ఆయనడగడం, తాను చెప్పడం క్రమక్రమేణా అలవాటైపోయింది. తను మాట్లాడుతుంటే ఒక్కొక్కసారి తన తండ్రే మాట్లాడుతున్నట్లనిపించేది గోపాలానికి. తాను చెప్పిన మాటలకు తన తండ్రి తల వూపితే ఆయన మాటలకు తాను తల వూపినట్లే వుండేది. అనుకోకుండానూ, కోరుకోకుండానూ తండ్రీ కొడుకులు తాము అంతకు ముందు నిర్విహిస్తున్న పాత్రలను మార్చుకున్నట్లనిపించింది గోపాలానికి.

ఈ విషయాన్ని గురించి ఆలోచిస్తుంటే అకస్మాత్తుగా జీవిత రహస్యమొకటి తెలిసినట్లయింది గోపాలానికి. తన తండ్రి కుటుంబ వ్యవహారాలు తనకు వదలడానికి నాంది అనుకున్నాడు గోపాలం. ఇక ఆ బాధ్యత తానే మోయవలసి వుండే పరిస్థితి ఏర్పడుతుందని తేల్చుకున్నాడు గోపాలం. వయసులో తండ్రి కుమారుడ్ని పోషిస్తాడు, సాకుతాడు. వయసు మళ్ళిం తర్వాత అదేవిధంగా కుమారుడు తండ్రిని పోషించాలి, సాకాలి. ఆ పరిస్థితుల్లో తండ్రిమాట కుమారుడూ, ఈ పరిస్థితుల్లో కుమారుని మాట తండ్రీ వినాలి. ఆ పరిస్థితుల్లో తండ్రి ఇంటికి పెద్ద. కుమారుడు మిగిలిన సభ్యుల్లో ఒకడు. ఈ పరిస్థితుల్లో కుమారుడు ఇంటికి పెద్ద. తండ్రి మిగిలిన సభ్యుల్లో తానూ ఒకడు.

ఏ ప్రాణయినా అన్ని రకాల అనుభవాలను అనుభవించి ఈ ప్రపంచంలో నుంచి బయటికి అడుగు పెట్టవలసిందే. ఇతరులకు చేసినది తిరిగి అనుభవించకుండా ఏ ప్రాణీ తప్పించుకోలేదు. అంతేకాదు. ప్రతి ప్రాణీ నిష్క్రమించే నాటికి కొద్ది మార్పు వుంటే వుండవచ్చుగాని - ప్రారంభించిన దశకే వస్తూ వుంటుంది. కొడుకు తండ్రయి, మళ్ళీ కొడుకు దశకే వస్తున్నాడు. కోడలు అత్తయి, మళ్ళీ కోడలు దశకే వస్తున్నది. కూతురు తల్లయి మళ్ళీ కూతురు దశకు వస్తూ వుంది. ఈ ప్రపంచంలో ప్రతిదీ వలయంగా తిరుగుతూ వున్నట్లనిపించింది గోపాలానికి. అయితే గీత మీద గీత పడడం లేదు. పొగ చుట్టలు చుట్టుకొని నడుస్తున్నట్లుంది ఈ ప్రపంచం. అందువల్ల ఆకారం వలయంగా కనుపిస్తున్నప్పటికీ అభివృద్ధికి అవకాశం వుంది. ప్రతి వ్యక్తీ అన్నిరకాల ఆవేశాలనూ అనుభవంలోకి తెచ్చుకొని పురోగమిస్తున్నాడు. ఇటువంటి ఆలోచనలెన్నో గోపాలం మనస్సును కలవరపరుస్తూ వుండేవి. ఈ ఆలోచనలు అతను ఒంటరిగా తల్లి పాదాల చెంత కూర్చున్నప్పుడే వస్తూ వుండేవి. ఆలోచించేటప్పుడు అతనికి మంచి చెడ్డలు, పరిసరాలు గమనంలో వుండేవి కాదు. కాని మధ్య మధ్య తన తల్లి కనులుతెరచి తనను పరిశీలిస్తూ వుందనే స్పృహ మాత్రం వుండేది. ఆ స్పృహ కలిగినప్పుడు అతని శరీరం జలదరించేది. తన ఆలోచనలు ఆమెకు తెలియకుండా వుంచాలనే వుద్దేశంతో మనసును విదిలించుకొని కూర్చునేవాడు.

అయినా ఆమె అడిగేది - "ఏమిటబ్బాయి ఆలోచిస్తున్నావు?" అని.

"ఏమీ లేదమ్మా."

"ఆలోచించడం కంటే జీవితాన్ని వచ్చింది వచ్చినట్లు స్వీకరించటం మంచిది బాబూ."

"ఆలోచనాపరులు జీవితాన్ని తమ వైపుకి మలుపుకోవాలని చూస్తారు. కాని జీవితం అనేది అలా మలుపుకోటానికి వీలైంది కాదు. ఈ సంగతి అనుభవంమీద మాత్రమే మానవుడు తెలుసుకోగలుగుతాడు. మొదట్లో జీవిత ప్రవాహంలోని ఏ బిందువునో చెదరగొట్టి, ఏ అలనో విరగగొట్టి జీవితాన్ని మనవైపుకు త్రిప్పుకుంటున్నాం అనుకుంటాం. కాని అది ఒట్టి భ్రమ అని నెమ్మది మీదగాని తెలుసుకోలేం. మనం, అనంతకోటి జీవాలను తనలో ఇముడ్చుకొని - పోనీ తనలో కలుపుకొని - నడిచిపోతున్న ప్రపంచం ఏ వొక్కడికోసమైనా ప్రక్కకు తిరుగుతుందను కోవటం ఒట్టి అహం బాబూ."

"ఈ సంగతి కనిపెట్టటానికి నాకు పది సంవత్సరాలు పట్టింది. మా అక్క జానకమ్మగారు జీవితాన్ని దాని కర్మకు దాన్ని వొదిలి ఎందుకు వూరుకుందో నాకు ఇటీవలగాని అర్థంకాలేదు" అన్నది.

జానకమ్మగారు తన జనకతల్లి. తన జనకతల్లిని దమయంతి ఎప్పుడూ 'అక్క' అనే సంబోధిస్తుంది.

అంతకుముందు తన జనకతల్లినీ, పినతల్లినీ పోల్చుకొని చూచుకుంటూ ఉండేవాడు గోపాలం. తన జనకతల్లి చాలా నిర్లిప్త స్వభావం గలదని ప్రతీతి. పినతల్లి తన జనకతల్లి అంత మంచిదే అయి కూడా, జీవితాన్ని తనకు అనుకూలంగా మలుపుకోవాలనే స్వభావం కలది అని అనుకునేవాడు గోపాలం.

"మరి ఇలా మాట్లాడుతుందేమిటి?" అనుకొని ఆశ్చర్యపడ్డాడు గోపాలం.

తన పినతల్లిని తేరిపార చూశాడు. ఆమె మాట్లాడి, అలసి కండ్లు మూసుకుని పడుకొని ఉంది. ముంగురులు చెదిరి నుదురును ఆక్రమించుకొని ఉన్నాయి. ముఖం పాలిపోయి, బుగ్గలు పలుచబడి, పెదవులు ఎండిపోయి ఉన్నా, పసిపాపల నవ్వుల్లోని నిర్మలత్వం అలముకొని ఉండటం గమనించాడు గోపాలం.

గోపాలం ఏనాడో పినతల్లిని తల్లిగా స్వీకరించాడు. మాతృదేవిగా ప్రేమించి పూజించాడు. కాని తన జనకతల్లి ఒకామె ఉందనే స్పృహ అతనికి ఎప్పుడూ ఉండనే వుండేది. అలసి కండ్లు మూసుకొని వున్న ఆమెను చూస్తుంటే ఆస్పృహ కాస్తా రాలిపోయింది. అంతరించింది. తన జనకతల్లికీ, ఈమెకూ తేడా లేదు అనిపించింది. ఈమే తన జనకతల్లి. తన జనకతల్లే ఈమె. అసలు ఆ మాటకు వస్తే తల్లులందరూ వొక్కటే అయి ఉండాలి. తల్లి అనేది ఒక భావం. ఆ భావం ఆశ్రయించినవారందరూ ఒకేవిధంగా ఉంటారు. ఆకారంలో మార్పు ఉండవచ్చుగాని భావంలో మార్పు ఉండవలసిన అగత్యం ఏముంది.

ఒకవేళ వారి భావాల్లో భేదాలు ఉన్నా, చూసే వ్యక్తి మాతృభావంతో చూస్తే వారంతా ఒకే విధంగా కనపడతారు. కనపడక ఏం చేస్తారు?

"అమ్మా?" అని పిలిచాడు గోపాలం.

దమయంతి కన్నులు తెరచి చూచింది. కాళ్ళ దగ్గర ఉన్న గోపాలాన్ని పరిశీలించింది.

"ఏం బాబూ?"

"నాదొక కోర్కె ఉంది."

"ఏమిటి అది?"

"నీ కాళ్ళు పడతాను" అన్నాడు గోపాలం.

ఆమె అకస్మాత్తుగా తన పాదాలను పైకి తీసుకోటానికి ప్రయత్నించింది. అవి కదలటం చాలా రోజుల క్రిందటే మానుకున్నాయనే సంగతి ఆమె మరచిపోయింది.

అవి కదలలేదు.

ఆ కదలని ఆమె పాదాలను చేతులతో తాకాడు గోపాలం. ఆమె కన్నులు మూసుకుంది. కనుకొలకులనుంచి కన్నీరు వోడిగలు కట్టింది.

ఆమెకు ఎంతవరకు తెలుసో అతను అలాగే ఆమె కాళ్ళుపడుతూ కూర్చున్నాడు. ఆమె పాదాలు బండబారి ఉన్నయి. అతని చేతికి వొక దేవతా విగ్రహం పాదాలవలె సోకి తన్మయుణ్ణి చేసినై. తల్లికి సపర్యలు చెయ్యటంలో ఉన్న ఆనందంతో మైమరచి కూర్చున్నాడు.

ఆమె ఏమనుకుంటూ ఉంది? ఆ సంగతి భగవంతుడికే ఎరుక.

* * *

ఆనాడే గోపాలం దమయంతి అన్నగారికి వైరిచ్చాడు. వెంటనే బయలుదేరి రావలసిందని. ఆ సంగతి మాత్రం దమయంతికి చెప్పలేదు.

మరునాడు ఉదయానికి దమయంతి అన్నగారు ఆదరాబాదరా రైలు దిగారు.

గోపాలాన్ని ఆయన చిన్నప్పుడే చూశాడు. తరువాత మళ్ళీ కమల పెండ్లి సమయంలో చూచి మాట్లాడాడు. గోపాలం చాలా నిబ్బరం అయిన కుర్రవాడనీ, ఒక మాదిరి వాటికి తొణికే స్వభావం కాదనే అభిప్రాయం ఆయనలో కొద్దిపాటి పరిచయంతోనే స్థిరపడింది. అటువంటి గోపాలం నుంచి టెలిగ్రాం వచ్చేటప్పటికి, తన చెల్లెలు చాలా ప్రమాదస్థితిలో వుండివుండాలని నిశ్చయించుకున్నాడాయన. అసలు చూపులు అందుతవో లేవో అనే భయం కూడా పడ్డాడు.

ఇల్లు ప్రశాంతంగా ఉండటం చూచి అతను మనస్సులోని ఆరాటం కొంత తగ్గింది. ఆయన్ని మొదట చూచింది కృష్ణస్వామిగారు.

కృష్ణస్వామిగారికి గోపాలం టెలిగ్రాం ఇచ్చాడనీ, ఆయన వొస్తాడనీ తెలుసు. ఆయన రావటం వొకవిధంగా మంచిదే అనుకున్నాడు. తీరా ఆయన వొచ్చి ఎదురుపడేటప్పటికి పలకరించలేకపోయాడు.

అతి ప్రయత్నం మీద, "ఇదేనా రావటం" అని అడిగాడు.

"అవును" అన్నాడు దమయంతి అన్నగారు. అంతకంటే ఏమి అడగటానికీ ఆయనకు నోరు రాలేదు. ఏమి చెప్పటానికీ కృష్ణస్వామిగారికి పెదవి కదల్లేదు.

"గోపీ!" అని పిలిచాడు.

గోపీ బయటకు వచ్చి మేనమామను చూచి పరామర్శించి, కాళ్ళకు నీళ్లు తీసుకురావలసిందని కమలకు కేకవేసి చెప్పాడు.

"అమ్మాయికి ఎలా ఉంది?" అని అప్పుడు అడగగలిగాడు దమయంతి అన్నగారు.

"నిలబడి వుంది" అన్నాడు గోపాలం.

"అసలు జబ్బేమిటి?"

గోపాలం సంగతులన్నీ వివరంగా చెప్పాడు. "ప్రమాదం లేదనే డాక్టరుగారు చెపుతున్నాడు. అయినా మీరు ఒకసారి వచ్చి చూచివెళితే మంచిదనే ఉద్దేశంతో టెలిగ్రాం ఇచ్చాను" అన్నాడు.

"మంచిపని చేశావోయ్. కుర్రవాడవయినా బాధ్యత గలవాడివి" అన్నాడు దమయంతి అన్నగారు.

ఆయన కాళ్ళు కడుక్కొని చెల్లెలిని చూడటానికి వెళ్ళాడు. ఆమెకు ముందుగా తెలియపరచటం మంచిదనే ఉద్దేశంతో కృష్ణస్వామిగారు మిగిలిన వారికంటే నాలుగడుగులు ముందుగా దమయంతి గది ప్రవేశించి, "చూడు దమయంతీ, నిన్ను చూద్దామని మీ అన్నగారు వచ్చారు" అని చెప్పాడు.

తాను విన్న సంగతి అర్థంచేసుకోనట్లు దమయంతి ఒక్క క్షణం భర్తను తదేకధ్యానంతో చూసింది. ఆ చూపులు కృష్ణస్వామిగారికి అర్థం కాలేదు. అన్న వచ్చినందుకు ఆమె సంతోషిస్తుందని ఆయన అనుకున్నాడు. ఆమె సంతోషించలేదు.

"అబ్బాయి చేసిన పనేనా?" అని అడిగింది.

"ఒకసారి వచ్చి చూచిపొమ్మని టెలిగ్రాం ఇచ్చినట్లున్నాడు" అన్నారు కృష్ణస్వామిగారు. అనటం అయితే అన్నారేగాని ఆమె అయిష్టానికి భయపడి, బాధ్యతను కుమారుని మీదకు జరుపుతున్నాననే స్పృహ ఆయనకు లేకపోలేదు.

"అంటే టెలిగ్రాం నాకు చెప్పకుండా పంపాడని కాదు. నేను సరే అంటేనే పంపాడు" అన్నాడు.

"ఆ అబ్బాయి అన్నదానికి మీరు సరే అనన్డి దేనికి? మీ తరహా చూస్తే ఆ పిల్లవాణ్ణి గారాంపెట్టి చెడగొడుతున్నారని అనిపిస్తూ ఉంది. మీరు చెప్పటం

ఆ పిల్లవాడు చెయ్యటం పోయి ఆ పిల్లవాడు చెప్పటం మీరు చెయ్యటంలోకి దిగింది. ఇక ఈ ఇల్లు బాగుపడమంటే ఎట్లా పడుతుందీ?" అన్నది దమయంతి.

ఆమె ఈ మాటలు పైకి నిష్ఠూరంగా అన్నట్లే అన్నా, ఆమె మనస్సులో మాత్రం అటువంటి భావం ఏకోశానా లేదని కృష్ణస్వామిగారు గ్రహించారు. తాను కొడుకు మీద ఆధారపడటం వొక విధంగా ఆమెకు సంతోషం కలిగించి కూడా వుండవచ్చనే అనుమానం కూడా ఆయనకు కలిగింది.

నవ్వుతూ, "పిల్లలు చెప్పినట్లు వినటం, వాళ్ళు కోరినట్లు నడుచుకోవటం మనస్సుకి ఎంత హాయినిస్తుందనుకున్నావు దమయంతీ?"

"అవునవును కుక్కతోకను పట్టుకొని గోదావరి ఈదినంత ఆనందాన్నిస్తుంది" అన్నది దమయంతి.

"అలా అనకు, లౌకిక వ్యవహారాల్లో నాకంటే గోపాలం అనేక రెట్లు మెరుగని నేను ఇటీవల ఒక నిర్ధారణకు వచ్చాను" అన్నాడు కృష్ణస్వామిగారు.

"మంచిపని చేశారు. ఇంకా నయం, లౌకిక విషయాలలోనే ఆగారు. అన్ని విషయాలలోనూ ఆ పిల్లవాడు మీకంటే మెరుగనే నిర్ణయానికి రాలేదు" అన్నది దమయంతి.

ఆమె ధోరణి చూస్తున్న కృష్ణస్వామిగారికి తాను అలా అనుకుంటేనే ఆమె సంతోషించేటట్లు వుందని అనిపించింది. ఆమె సంగతి ఎట్లావున్నా తనకు మట్టుకు అట్లాగే అనిపించింది. ఈ జీవితభారం మొయ్యటం తనవల్లకాదని ఆయన తేల్చుకున్నాడు.

అంతలో గోపాలం, దమయంతి అన్నగారూ ఆ గదిలోకి ప్రవేశించారు.

గదిలో అడుగుపెట్టీ పెట్టగానే, "ఎట్లా వుందమ్మా?" అని అడిగాడాయన.

"ఈయనగారు వొట్టి తొందర పిల్లవాడయిపోయాడన్నయ్యా. పైగా అన్నీ తనకే తెలుసు అని కూడా అనుకుంటున్నాడు. లేకపోతే ఇప్పుడు నాకేం ప్రమాదం వచ్చిందని నీకు వైరివ్వాలి చెప్పు. నువ్వేమో ఆయన గారి టెలిగ్రాం నమ్మి, కంగారుపడి, వున్నవాడివి వున్నట్లు బయలుదేరి వస్తివి" అన్నది.

తన చెల్లెలు తనకు తటస్థించిన ప్రతి ప్రమాదాన్నీ తేలికపరచి చెప్పే స్వభావం గలదని ఆయనకు తెలుసు. అందుకని ఆమె మాటలకు విలువ ఇవ్వలేదాయన. ఆమె స్థితిని పరీక్షగా చూస్తూ మంచం పక్కనవున్న కుర్చీలో కూర్చున్నాడు.

ఆమె స్థితి ఆయన మనస్సును నిలువునా క్రుంగదీసింది. అప్రయత్నంగా ఆయన కన్నుల్లో నీళ్ళు తిరిగినై. ప్రబల ప్రయత్నం మీద వాటిని ఆపుకున్నాడాయన.

ఆయన వచ్చాడని తెలిసి రత్నమ్మగారు గది గడపలోకి వచ్చి నిలబడింది. కమల పినతల్లి మంచం దగ్గరకు వచ్చి, ఆమె కప్పుకున్న దుప్పటి సర్ది, మంచం పట్టెను ఆనుకొని కూర్చుంది.

తన చుట్టూ జేరిన అందరి మనస్సులూ విషాదంతో నిండి వున్నాయనీ, తాను తన స్థితిని సూచించే ఏ వొక్కమాట జారినా ఏడ్పులు తప్పవనీ గ్రహించింది మంచంలో వున్న దమయంతి.

వాళ్ళ మనసులను ఏదో వొకవిధంగా తేలిక పరచాలనే వుద్దేశంతో,"పోనీ టెలిగ్రాం ఇచ్చేముందు ఇట్లా ఇస్తున్నానని నాతో చెప్పాడా అంటే అదీ లేదు. పెద్ద వాళ్ళంతా వుండగా వాళ్ళకెవ్వరికీ లేని తొందర తనకే ఎందుకు వచ్చినట్లు? ఇక్కడవున్న వాళ్ళని కంగారు పెడుతున్నది చాలక, ఎక్కడెక్కడ వున్న చుట్టాలని కూడా కంగారు పెడితేగాని ఆ అబ్బాయి మనస్సు ఊరట చెందేటట్లు లేదు" అని చూపులు భారంగా గోపాలం వైపుకి తిప్పి, "ఏమయ్యా, అన్నయ్యతోపాటు ఇంకా ఎంతమందికి టెలిగ్రాములు ఇచ్చావో కాస్త వివరంగా చెప్పు?" అని ప్రశ్నించింది.

గోపాలం సమాధానం చెప్పలేదు. వొక్క గోపాలానికే కాదు అక్కడవున్న వారందరికీ, ఆమె అతనిని నిష్టురోక్తులు ఆడటానికి కాక, తనకు జబ్బు ఎక్కువగా లేదని నిరూపించటానికే ఆవిధంగా మాట్లాడుతూ వుందని తెలుసు. అందుకని చివరికి వారు మాట్లాడకుండా వూరుకున్నారు.

ఆ నిశ్శబ్దం భరించటం అక్కడవున్న ప్రతి వొక్కరికీ కష్టమైంది.

"లేచి కూర్చోగలవా అమ్మా?" అని అడిగాడు అన్నగారు.

"ఎందుకు కూచోలేను. కాకపోతే ఇవ్వాళ కొంచెం నడుం నొప్పిగా వుంది" అన్నది దమయంతి.

ఆమె మాటలు అన్నగారు నమ్మలేదు. ఆ ప్రశ్న ఏదో ఒకవిధంగా మాటల్లోకి దింపి గాలిలో వున్న భారాన్ని కొంత తగ్గిద్దామనే ఉద్దేశ్యంతో వేసిందిగాని, విషయం తెలుసుకుందామనే ఉద్దేశ్యంతో వేసింది కాదు. ఉన్న విషయమేదో ఆయన కండ్లకు కనపడుతూనే వుంది.

"ఎప్పటినుంచమ్మా నడుంనొప్పి?"

"ఇంతకుముందు నుంచే."

ఈమాటకు ఏమీ తోచక గోపాలం వంకకు చూశాడు దమయంతి అన్నగారు. గోపాలం ఏం చెపుతాడోనని, అతనికి మాట్లాడే అవకాశం ఇవ్వకుండా, "ఇందులో ఆయనగారిని అడిగేది ఏముంది? ఆయనగారిని అడిగితే వున్నవీ లేనివీ చాలా చెపుతాడు. అసలు నేను మంచంమీదనుంచి లేవటమేలేదని నీకిచ్చిన టెలిగ్రాంలో ఏమన్నా వ్రాశాడా ఏమిటి కొంపతీసి" అని అడిగింది.

ఇక ఈ ధోరణి ఆపాలనుకొని, "అమ్మా, గోపాలం వయస్సులో చిన్న వాడయినా బాధ్యత కలిగినవాడు. ఊరికినే అంటున్నావుగాని ఆ సంగతి నీకూ తెలుసు" అన్నాడు.

"సరే అన్నయ్యా, నువ్వు కూడా ఆయనగారి పక్షమే మాట్లాడుతున్నావా? ఇక అసలు ఆపలేం" అన్నది.

ఆయన కూర్చున్నప్పటినుంచీ, ఏదో వొక మాట అంటున్నా దమయంతిని పరీక్షగా చూస్తూనే వున్నాడు. ముఖం, కాళ్ళూ, చేతులూ వుబ్బివుండటం గమనించాడు. ఆమె ఎన్ని మాటలు చెపుతున్నా కాలుగాని చెయ్యిగానీ కదిపే స్థితిలో లేదని గ్రహించటానికి ఆయనకు ఎక్కువసేపు పట్టలేదు. కన్నీరు ఆపుకోలేక పోయాడు.

"అమ్మా?"

"ఏం అన్నయ్యా?"

"నీకు ఎంత కష్టం వొచ్చిందమ్మా" అని పై పంచెతో ముఖం కప్పుకొని బావుర్న ఏడ్చాడు. ఆయనతోపాటు అందరూ ఏడ్చారు. దమయంతి కూడా ఏడ్చింది. కన్నీరు మున్నీరుగా ప్రవహించేటట్లు ఏడ్చింది.

ఆ రోజే దమయంతి అన్నగారు గోపాలాన్ని చాటుగా పిలిచి బంధువు లందరికీ టెలిగ్రాములు ఇప్పించాడు. మరునాటికల్లా ఆయన స్వగ్రామమైన మేడూరునుంచి బంధువులే కాక ఇరుగు పొరుగు అమ్మలక్కలు కూడా వచ్చారు. ఆ వాడకట్టు అందరికీ దమయంతి తలలో నాలుకలాగు వుండటమే అందుకు కారణం. కోడూరునుంచి కృష్ణస్వామి పెద్ద అన్న సోమశేఖరంగారూ, చెల్లెలు రుక్మిణమ్మా మొదలైన వారందరూ వచ్చారు.

ఎవ్వరు వచ్చి ఏం లాభం? శోభనాచలపతి గారు వచ్చినప్పటినుంచీ, ఇంట్లో వున్న మిగిలిన వాళ్ళే కాకుండా, దమయంతి సైతం తన్ను తాను మోసం చేసుకోవటం మానివేసింది. అంతకుముందు ఎవ్వరూ దమయంతి జబ్బును గురించి వున్నది వున్నట్లు చెప్పుకునేవారు కాదు. మిగిలిన వారికి యదార్థం లీలగా ఏ మనస్సు

పొరలలోనో మెదలుతూ వుండేది గాని, దమయంతి మాత్రం తెలిసి తెలిసి కృత్రిమ వాతావరణాన్ని ప్రోత్సహిస్తూ వుండేది. ఏ కారణం వల్లనోగాని శోభనాచలపతిగారు ఆ ఇంట్లో అడుగు పెట్టటంతో ఈ వాతావరణం చురకత్తితోవలె చేధించబడింది.

ఆయన ముఖం మీద గుడ్డ వేసుకొని ఏడుస్తుంటే దమయంతి కూడా ఆపుకోలేక ఏడ్వటమే దీనికి కారణం కావచ్చు.

నిజానికి దమయంతి అప్పుడు చచ్చిపోతాననే భయం కొద్దీ ఏడ్వలేదు. ఆమెకు ఆ భయం ఎప్పుడూ లేదు. ఒకప్పుడు తాను ఏదన్నా అయితే ఈ కుటుంబం ఏమవుతుందో అనే తాపత్రయం వుండేది. ఇప్పుడు అదీ లేదు. ఇక ఎందుకు ఏడ్చినట్లు అంటే ఏకోదరుడైన అన్న ఏడుస్తుంటే అతని బాధను చూడలేక ఏడ్చింది. మొత్తానికి ఆ ఏడ్పు అంతకుముందు సత్యాన్ని కప్పుతున్న ఉల్లిపొరను తుడిచి వేసింది. ఆక్షణం నుంచీ ఆ ఇంట్లో వున్న వాళ్ళందరు దమయంతి ప్రమాదస్థితిలో వుందని అంగీకరించటమే కాక, పరామర్శించటానికి వచ్చిన వారికి వున్నది వున్నట్టు చెప్పనారంభించారు. అంతకుముందు 'ఇవాళ కొంచెం నయమేనమ్మా' అనీ, 'వొక వారం రోజుల్లో లేచి నడవవచ్చని డాక్టరుగారు చెప్పారు' అనీ 'తీసివేసినట్లు పొమ్మంటే పోతుందా అమ్మా? దానికి రోజు రావొద్దు' అనీ అంటూ వుండే రత్నమ్మగారు కూడా 'ఏమోనమ్మా, ఏమికానుందో అన్నిటికీ ఆ పరమాత్ముడే వున్నాడు' అని కన్నీరు పెట్టుకుంటూ చెప్ప మొదలిడింది.

ఇక దమయంతి సంగతి చెప్పనే అవుసరం లేదు ఆమె మాటల్లో ఈ విషయం ప్రస్తావించకపోయినా, ఆమె ప్రతి కదలికా, చూపుల ప్రతి అంచూ, ఆమె సెలవు తీసుకునే ప్రయత్నంమీదే వున్నదనే సంగతి స్ఫురింపజేసేది.

ఇక కృష్ణస్వామిగారి సంగతి చెప్పనే అవుసరం లేదు. అకస్మాత్తుగా జీవితాదర్శం పోగొట్టుకున్న వ్యక్తివలె ప్రవర్తించేవారు. ఏం చెయ్యాలో, ఏం చెయ్యకూడదో, ఏం మాట్లాడాలో, ఏం మాట్లాడకూడదో ఆయనకు తెలిసేది కాదు.

ఇంట్లో జరుగుతున్న పనులన్నీ చూస్తూ మెదలకుండా కూర్చునేవారు. అయినప్పటికీ దమయంతి జబ్బు నయం కాదనే భావం ఆయన నమ్మలేకపోయారు. ఎవ్వరెన్ని అనుకున్నా 'ఏదో జరుగుతుంది. ఆమె మామూలు మనిషి అవుతుంది' అనే నమ్మకం ఆయనను విడిచిపెట్టలేదు.

"ఇంతకుముందుకంటే కొంచెం నయం అనుకుంటాను" అనేవారు గోపాలంతో.

గోపాలం ఏమనగలడు? "అవును, నిజమే" అనేవాడు.

“కాలు కొంచెం ఇంతకుముందు కదిలింది” అనేవారు.

“నిజమే” అనేవాడు గోపాలం.

“చూపుల్లో తెలివి కనిపిస్తూవుంది కదూ?”

“అవును”

“ఏ జబ్బయినా బాగా హెచ్చిగాని తగ్గదు.” అని తనకు తాను సమాధానం చెప్పుకునేవారు.

శోభనాచలపతిగారు వచ్చిన రోజు సాయంకాలానికల్లా ఆమెలో మార్పు కనిపించిన మాట నిజమే. మాటిమాటికీ రత్నమ్మగారినీ, కమలనూ పిలిచి ఇంటి సంగతులు మాట్లాడుతూ వుండేది. ఇంటి సంగతులు అంటే ఆ పూట వండబోయే కూరల దగ్గరనుంచీ మాట్లాడేది. కమల అత్తవారి ఇంటి దగ్గర విషయాలన్నీ గుచ్చిగుచ్చి అడిగి తెలుసుకుంటూ వుండేది. కృష్ణస్వామిగారు ఆమె మంచం దగ్గరకు రావటానికి జంకి అటూ ఇటూ తిరుగుతుంటే, చిరునవ్వు నవ్వుతూ పరియాచకాలు ఆడుతుండేది.

‘ఈ కుంటిదాన్ని ఏం చేద్దామా అని ఆలోచిస్తున్నారా?’ అని అడిగేది.

‘కుంటి కులాసం ఇంటికి మోసం’ అనేది.

“కుంటిదాన్నయినా ఈ ఇంటిమీద పెత్తనం చెయ్యటం మానుకోను. మంచం మధ్య కూర్చొని పెత్తనం చెలాయిస్తాను” అనేది.

“అలాగే చెయ్యి. ఈ ఇంట్లో నీ పెత్తనం కాదనేవాళ్ళెవరున్నారు?” అనేవారు కృష్ణస్వామిగారు.

“కాదనే వాళ్ళు లేకేం? వున్నారు. కాని పాపం సాగక వూరుకుంటున్నారు. సాగితే ఈపాటికి ఈ ఇంట్లోనుంచి బయటకు సాగనంపేవారు కూడాను” అనేది.

కృష్ణస్వామిగారు ఆమె తనని గురించే అంటూ వుందని తెలిసి నవ్వుకునేవారు. “అవునవును, నీ నోటికి జడిసి మంచిగా వుంటున్నాం” అనేవారు.

అందర్లోకీ ఆమె గోపాలంతోనే తక్కువగా మాట్లాడేది. అతను విడవకుండా ఆమె కాళ్ళ దగ్గర కూర్చొని వుండేవాడు. ఆమె మగతగా పడుకొని వున్నంతకాలం పడుకొని వుండేది. కాస్త తెరిపిన పడగానే, గోపాలంతో వొంటరిగా వుంటే ఏం మాట్లాడవలసి వస్తుందోనని ఎవ్వరినో వొకరిని పిలిచేది, ఏదో మాటలు పెట్టుకొని కూర్చునేది.

గోపాలానికి కూడా మాట్లాడటానికి ఏమీ కనబడేది కాదు. ఆమెకు ఏదన్నా జరిగితే, ఈ ప్రపంచంలో తనకు మిగిలేది ఏమిటో అతనికి అర్థం అయ్యేది కాదు. ప్రపంచం అంతా బావురుమన్నట్టు కనుపించటంవల్ల మనస్సుని అటు పోనివ్వకుండా, దృష్టిని ఆమె పాదాల మీద కేంద్రీకరించి కూర్చునేవాడు.

అలా కూర్చోవటం అతనికి అలవాటైపోయింది. అతనిని ఆవిధంగా చూడటం ఆమెకు అలవాటైంది.

తల్లినీ, కొడుకునీ ఆవిధంగా చూచి శోభనాచలపతిగారు చాలా ఆశ్చర్యపడ్డారు. అదేదో అపూర్వమైన దృశ్యం అనిపించింది ఆయనకు. ఏ కవి భావనగానో, ఏ చిత్రకారుని ఊహగానో కనిపించింది. ఆయన మనస్సు ఆర్ద్రమయింది.

ఆయన ఇటీవల చెల్లెలును గురించి చాలా ఆలోచిస్తూవుండేవాడు. ఆమె డబ్బుకోసం ఉత్తరం వ్రాసినప్పుడల్లా ఆయన మనస్సు వేదనపడుతూ వుండేది. ఆ ఆవేదన ఆమెకు డబ్బు పంపవలసి వచ్చినందుకు కాదు ఆమె కుటుంబ పరిస్థితులు పర్యాలోకనం చేసుకొని.

ఆయనకు అటువంటి పరిస్థితుల్లో తన చెల్లెలిని కృష్ణస్వామికి ఇచ్చి వివాహం చెయ్యటం వివేకవంతమైన పనిగా తోచేది కాదు. తాము ఆమెను ఇచ్చింది రెండవ వివాహానికి, పోనీ ఆయనకు సంపాదన ఏమన్నా వున్నదా అంటే అదీ లేదు. తాము ఈ చెల్లెలికి వివాహ సమయంలో ఇచ్చిన ఆస్తి అమ్ముకుతినేట్లుగా కనుపిస్తున్నాడు. పోనీ సంఘంలో ఏదన్నా ఉన్నత పదవిలోకి వొచ్చే అవకాశం ఆయనకు వున్నదా అంటే అదీ కనపడలేదు. ఈ పద్ధతిన ఈ సంబంధంవల్ల తన చెల్లెలు బావుకు తినేది ఏమిటో ఆయనకు అర్థం అయ్యేది కాదు. పైగా మారుటిపిల్లలు పెరిగినవాళ్ళు ఇద్దరున్నారు. కొడుకు ఇంట్లోనే ఉంటున్నాడు. వాళ్ళతోపాటు వాళ్ళ అమ్మమ్మ కూడా ఉండటం మరీ అన్యాయంగా తోచేది శోభనాచలపతిగారికి. తన చెల్లెలు ఒక పద్మవ్యూహంలో చిక్కుకున్నట్లు అనిపించి విపరీతంగా బాధపడేవాడు.

తన చెల్లెలికి కూడా పిల్లలు కలుగుతున్నారు వాళ్ళేమయ్యేటట్టు. ఎప్పటికైనా వాళ్ళని తామే పెద్దవాళ్ళను చెయ్యవలసిన అవుసరం రావచ్చునిపించేది ఆయనకి.

ఈవిధంగా ఆలోచించుకొని చాలా విచారించేవాడాయన. ఇక ఇప్పుడు తాను చెయ్యగలిగింది మాత్రం ఏముంది? అక్కడికి ఒకటి రెండుసార్లు ఈ విషయాలు చూచాయిగా చెల్లెలికి వ్రాసిన ఉత్తరాల్లో ఆయన ప్రస్తావించారు.

దానికి ఆమె తన ధర్మం నిర్వర్తిస్తున్నాను అనే ఒకే ఒక ముక్క సమాధానంగా వ్రాసి వూరుకుంది. ఆమెకు ఆ విషయం ప్రస్తావించటం ఇష్టం లేదని ఆమె ఉత్తరాలవల్ల తెలుసుకొని తానూ మెదలకుండా వూరుకున్నాడు శోభనాచలపతి.

అంత దూరాన వుండి తన చెల్లెలిని కృష్ణస్వామిగారూ, రత్నమ్మగారూ, గోపాలం మొదలైన వారూ మాయ చేస్తున్నారని అనుకుంటూ వుండేవారాయన.

అటువంటి ఆయన చిత్తవృత్తి ఆ ఇంట్లో అడుగుపెట్టినప్పటినుంచి మారజొచ్చింది. తన చెల్లెలు ఆరోగ్యం కోసం ఆ ఇంట్లో ఉన్న ప్రతి వ్యక్తీ పడే తహతహకు ఆయన మనస్సు కరగింది. ఈ తల్లీ కొడుకుల దృశ్యం అతనికి భక్తి పారవశ్యాన్ని కలిగించింది. ఈ ఇంట్లో అడుగుపెట్టడం వల్ల తన చెల్లెలు జీవితం ధన్యత చెందిందని భావించి ఆనందాశ్రువులు రాల్చాడు.

ఈ కుటుంబంలో వున్న వాళ్ళంతా ఎవ్వరి ధోరణిలో వాళ్ళు వెర్రివాళ్ళే కావచ్చు. ఈ వెర్రివాళ్ళందరూ కలిసి తన చెల్లెలిని వెర్రిదాన్ని చేసి వుండవచ్చు. కాని ఈ వెర్రిలో ఎంత ఆకర్షణ వుంది! అనుకున్నారు శోభనాచలపతిగారు.

ఇంతకు ముందు తనను కలవరపెట్టిన భావాలు తనలో ఉప్పతిల్లినందుకు ఆయన అమితంగా సిగ్గుపడ్డారు. ఈ ప్రపంచంలో కొందరు భోగలాలసతకు పుడతారు. కొందరు విముక్తిని సంపాదించుకోటానికి పుడతారు. ఇందులో ఎవ్వరి ఆనందం వారిది. వీరిని వొకరితో వొకరిని పోల్చటం అంత అవివేకమైన పని ఇంకొకటి వుండదు.

ఈ కుటుంబం విముక్తి సాధనకు పుట్టిన కుటుంబం. ఈ కుటుంబంలోని ప్రతి వ్యక్తీ ఎవ్వరి ధోరణిలో వారు, తమకు తెలిసీ తెలియకుండా కూడా అందుకే ప్రయత్నిస్తున్నారు. అటువంటి కుటుంబంలో కాలుపెట్టి ధన్యురాలైంది తన చెల్లెలు. నిజానికి తన చెల్లెలు కూడా మొదటినుంచీ వెర్రిదే. "ఇంత పిచ్చిది, ఇది ఎట్లా బ్రతుకుతుందిరా!" అని తమ తల్లి ఎప్పుడూ అంటూ వుండేది. ఆ వెర్రిది. ఈ వెర్రి ఇల్లు ప్రవేశించింది.

చూడగా చూడగా ఈ ప్రపంచం వొక క్రమ పద్ధతినే నడుస్తూ వున్నట్లు కనిపించింది శోభనాచలపతిగారికి. ఎక్కడకు జేరవలసినవారు, అక్కడకు జేరుతూ వుంటారు. ఎవ్వరికి వారు వారి ఆదర్శం చేరువకు నెమ్మది నెమ్మదిగా జేరుకుంటూనే వుంటారు. కాకపోతే మిగిలినవాళ్ళు తమ ఆదర్శంతో వాళ్ళను కొలిచి, వెర్రివాళ్ళనో, అసమర్ధులనో, దురదృష్టవంతులనో అనుకుంటూ వుంటారు.

నెమ్మదిగా తన చెల్లెలు మంచం దగ్గరకు వెళ్ళి "అమ్మా?" అని ఆమె చేతిని స్పృశించారు శోభనాచలపతిగారు.

దమయంతి నెమ్మదిగా కండ్లు తెరచి చూసింది. "నీవు ధన్యురాలవు. పుట్టినింటికి, మెట్టిన ఇంటికీ కీర్తిని తెచ్చావు" అన్నారు.

ఆమె కండ్లు తళుక్కున మెరిసినై.

"నేను అర్థం చేసుకున్నానమ్మా. నాకిప్పుడు అర్థమయింది" అన్నారు శోభనాచలపతిగారు.

ఆమె అన్నను ప్రీతి పూర్వకంగా చూచి, నిర్విచారంగా రెప్పలను ఆర్పి సంతోషంగా కళ్ళను మూసుకుంది.

ఆరోజు సాయంకాలం ఆమె పడుకున్న గది నిశ్శబ్దంగా వుంది. ఆమె ఎంతసేపటినుంచి మగతలో వుందో, కన్నులు తెరిచి చూసేటప్పటికి గదిలో ఎవ్వరూ లేరు. ఎక్కడకు వెళ్ళివుంటారా అని ఆలోచించింది దమయంతి.

అంతలో పాదాలచెంత కూర్చునివున్న గోపాలం కనుపించాడు ఆమెకు. అతను తలవంచుకొని కూర్చుని వున్నాడు. ప్రార్థన జరుపుతున్నాడా? కన్నీటిని కప్పుకుంటున్నాడా? ఆమెకు అకస్మాత్తుగా కొడుకుమీద అమిత జాలి కలిగింది. అతనిని విడిచి వెళ్ళటం ఆ క్షణం కష్టమే అనిపించింది.

"ఏనాటి అనుబంధమో ఇది!" అనుకున్నది. ఎంత ఆపుకుందామన్నా ఆగకుండా కన్నీరు ధారగా ప్రవహించి చెంపలనూ, పక్కనూ తడిపింది. గుండె దడదడ కొట్టుకుంది.

"ఇతనిని విడిచివెళ్ళటం నా తరమా?" అనుకున్నదా తల్లి ఆ క్షణం.

ఆ భారం శరీరాన్ని కదిపి, పరవశతను కలిగించిందామెకు.

"బాబూ?"

ఆ పిలుపుకు తలవంచుకొని ఏదో ఆలోచిస్తూ కూర్చున్న గోపాలం ఉలిక్కిపడి, తల పైకెత్తి చూశాడు.

తన తల్లి అలా పిలిచి ఎన్నాళ్ళయింది!

"ఏమమ్మా!"

"నువ్విలా విచారిస్తూ కూర్చోవటం నాకేం బాగాలేదయ్యా"

గోపాలం పొంగి పొర్లివస్తున్న శోకాన్ని ఆపుకోలేక "అమ్మా?" అని ఆమె పాదాలమీద పడి ఏడ్చాడు.

ఆమె కాదనలేదు. కాసేపు మెదలకుండా వూరుకొని అతని ఆక్రోశం తగ్గిం తర్వాత "బయటవాళ్ళు ఈ కుటుంబంలో వాళ్ళంతా మొండివాళ్ళు, అమిత ధైర్యవంతులూ అని అనుకుంటూ ఉంటారు. పట్టినపట్టు విడువని సాహసులని కూడా అనుకుంటారు. నిజం వాళ్ళకేం తెలుసు? ఈ ఇల్లు ఒట్టి పిరికివాళ్ళ, బేలలపుట్ట. మీ అంత అమాయకులనూ, పిరికి వాళ్ళనూ ఇంతవరకు నేను ఎక్కడా చూడలేదు. నేర్పు అనేది వుండాలి గాని ఈ ఇంట్లో పుట్టిన వాళ్ళతో ఎవ్వరయినా ఏపనయినా చేయించవచ్చు. మరి మిమ్మల్ని గడుసువాళ్ళనీ, ధైర్యస్థులనీ అనుకుంటారెందుకో! ఇతరులు అనుకోటానికీ, నిజానికీ ఎంత తేడా వుంది! పిరికివాళ్ళు, ధైర్యస్థులం అనిపించుకోటానికి భీకరమైన ముఖాలు పెట్టుకు తిరిగితే ఇతరులు నమ్మి మోసపోతూ వుంటారనుకుంటాను. ఆవిధంగానే గదా మీ నాన్నగారు అత్యద్భుతమైన ధైర్యసాహసాలు గలవారని పేరు పొందింది!" అన్నది.

అప్పుడప్పుడు గోపాలానికి కూడా ఈవిధంగానే ఆలోచించబుద్ధి అయ్యేది. నిజానికి తమకున్న ధైర్యం ఏమిటి? ఇతరులకు లేనిది ఏమిటి? ఈ కుటుంబంలో పుట్టిన ప్రతివాడూ ప్రతి చిన్న విషయానికి హైరానపడతాడు. రాత్రుళ్ళు నిద్రకు రోసి, పగలు అమ్మ అన్నట్లు భీకరముఖాలు పెట్టుకు తిరుగుతున్నారు. ఇది ధైర్యం ఎట్లా అవుతుంది?

"ఏమయ్యా నిజమేనా నేనన్నమాట?" అని అడిగింది దమయంతి. అతని ఆలోచనలను చెదరగొట్టాలనే ఉద్దేశించి.

"నిజమేనమ్మా."

"కాకపోతే మీకు మార్పు అంటే, ఆ భయంవల్ల మారకుండా వుండగలందుకు, ఎటువంటి అపాయాన్ని ఎదుర్కోటానికయినా మీరు వెనుకంజ వెయ్యరు. అది ధైర్యం అని ఎవ్వరన్నా అనుకుంటే పాపం మీరు మాత్రం ఏం చేస్తారు."

ఆమె మాటలకు అంత ప్రమాదకర స్థితిలోనూ నవ్వు వచ్చింది గోపాలానికి.

"నవ్వుతావెందుకయ్యా?" అని అడిగింది దమయంతి.

"ఊరికినే!" అన్నాడు గోపాలం.

"నేను చెప్పింది నిజమంటావా, కాదా?"

"నిజమేనమ్మా. మేము పిరికివాళ్ళం. తెలివితక్కువవాళ్ళం, సరా!" అన్నాడు గోపాలం.

"నువ్వు వొప్పుకుంటావు, నీకేం?"

"మరింకెవరమ్మా వొప్పుకోవలసింది?"

"మీ నాన్నగారు"

"నువ్వు ఒప్పుకోమని చెపితే ఆయనా ఒప్పుకుంటారు."

"నాతో చెప్పించుకుంటే ఆయనకు మాత్రం ఏం గౌరవం?" అని నవ్వింది దమయంతి. ఆమెకు మళ్ళీ ఆయాసం ఎక్కువ అవుతూవుందని గ్రహించాడు గోపాలం.

"కాసేపు మాట్లాడకుండా పడుకో అమ్మా, డాక్టరు ఎక్కువ మాట్లాడనీయవద్దని మరీమరీ చెప్పాడు."

ఆమె కాసేపు నిజంగానే మాట్లాడకుండా పడుకుంది. ఆమె నిద్రపోతూ వుందేమో అనుకుని నెమ్మదిగా కాళ్ళు వొత్తనారంభించాడు గోపాలం.

ఆమె కండ్లు తెరచి గోపాలాన్ని వొక్కక్షణం సాదరంగా చూచి, "వొచ్చే జన్మలో నీ కడుపున పుట్టి నీ ఋణం తీర్చుకుంటానయ్యా" అన్నది.

గోపాలం పెల్లగిలి వచ్చే శోకాన్ని ఆపుకోలేక, ఆమె ముందు ఏడ్వలేక, నెమ్మదిగా మంచంమీదనుంచి లేచి ఇంట్లోకి వెళ్ళటానికి ఉద్యుక్తుడయ్యాడు.

"ఇక అటువంటి మాటలు అనను గాని కూర్చో" అన్నది దమయంతి.

అతను కూర్చున్నాడు. అంతలోకి కమల నిమ్మకాయ రసం తెచ్చి ఇచ్చింది. దమయంతి తాగి "అమ్మను వొకసారి ఇక్కడికి రమ్మని చెప్పమ్మా" అన్నది.

కమల ఇంట్లోకి వెళ్ళి చెపితే రత్నమ్మగారు వచ్చారు. ఆమెతో పాటు కమల కూడా తిరిగి వచ్చింది.

"చూడమ్మా, కాస్త కూర్చోవాలని వుంది కొంచెం కూర్చోబెట్టమ్మా" అన్నది దమయంతి.

"కూర్చోగలవా అమ్మా! నడుం నిలుస్తుందా!" అని ఆశ్చర్యపోతూ అడిగింది రత్నమ్మగారు.

"కూర్చోలేక నాకేం?" అన్నది దమయంతి, తనంత తానే నెమ్మదిగా లేవటానికి ప్రయత్నిస్తూ.

రత్నమ్మగారూ, కమలా సాయంపట్టి ఆమెను కూర్చోపెట్టారు.

"అమ్మా, నన్నొకసారి దేవుడి గదిలోకి తీసుకువెళ్ళమ్మా" అన్నది దమయంతి.

"డాక్టరు కదలనివ్వద్దన్నాడు తల్లీ, తేలిగ్గా ఉంటే రేపు చేసుకోకూడదా దేవుని దర్శనం. పోనీ ఆ బొమ్మను ఇక్కడకు తీసుకువస్తాను" అన్నది రత్నమ్మగారు.

"వొద్దమ్మా, ఆ గదిలోని వస్తువులను ఆ గదిలోనే చూడాలని అనిపిస్తూ వుందమ్మా. బాబూ! అమ్మ నన్ను ఆప లేదు. కాస్త చెయ్యి సాయం ఇవ్వు" అని చెయ్యిపట్టుకొని నెమ్మదిగా లేచింది. రత్నమ్మగారి భుజం మీజా కమల భుజంమీదా చేతులువేసి నెమ్మదిగా దేవుడి గుడివైపు అడుగులు వేసింది.

గోపాలం వాళ్ళను అనుసరించాడు. ఆమె అంత తేలిగ్గా అడుగులు వెయ్యడం అతనికి చాలా ఆశ్చర్యం కలిగించింది. అంతకు ముందు వరకూ ఆమె పాదాలు మొద్దుబారి బహుకొద్ది స్పర్శజ్ఞానం మాత్రమే కలిగివున్నాయి. ఇప్పుడు అవి నడుస్తున్నయి. ఆమె భారాన్ని ఏ కొద్దిగానైనా మోయగలుగుతున్నాయి.

ఆమెకు జబ్బు తగ్గుముఖం పట్టిందేమో అనిపించింది గోపాలానికి వొక్కక్షణం.

ఆ దేవుడి గది వొకప్పుడు జానకమ్మగారు పూజ చేసుకున్న గది అని ఇంతకు ముందు చెప్పాం. ఆమె మరణానంతరం జానకమ్మగారి ఫోటో వొకటి అక్కడ తగిలించబడిందని గూడా చెప్పాం.

దమయంతి రత్నమ్మ, కమలల సహాయంతో నెమ్మదిగా అడుగులు వేసుకుంటూ వెళ్ళి ఆ ఫోటోని తదేక ధ్యానంతో చూడసాగింది. తనతల్లి ఫొటోను తదేకధ్యానంతో చూస్తూ నిలబడివున్న దమయంతిని చూసేటప్పటికి ఎందుకనో గోపాలం శరీరం జలదరించింది.

"అక్కా, ఇదిగోనమ్మా నీ బిడ్డలు, నీకే అప్పగించి వెళుతున్నా" అన్నది దమయంతి జానకమ్మతో.

ఆ మాటతో రత్నమ్మగారి మనస్సులో లుంగలుపడి తిరుగుతున్న శోకం, ఉధృతరూపంలో బయటపడింది.

"అలాంటి మాటలు అనకమ్మా, ఆ మాటలను మీ అక్కకూడా హర్షించదు" అన్నది రత్నమ్మగారు అని పసిపిల్లవలె రోదించింది.

జానకమ్మ ఫోటో రూపంలో వున్నా ఆమెకూడా శోకించి ఉంటుందని పించింది ఆ వాతావరణంలో.

దమయంతి జానకమ్మకు నమస్కరించి, "ఇక నన్ను తీసుకువెళ్ళి పడుకోపెట్టండి" అన్నది.

అంతే, ఇక ఆ మరుక్షణం నుంచీ ఆమెకు స్మారకం లేదు. ఇంచుమించు చేతులమీద తీసుకువచ్చే పరుండబెట్టారు.

తెల్లవారేటప్పటికి అటు కోడూరునుంచీ, ఇటు మేదూరునుంచీ బంధువులు వచ్చిపడ్డారు. వారిని చూసి కృష్ణస్వామిగారు పసిపిల్లవానికంటే కనాకష్టంగా ఏడ్చారు.

ఆయన అన్న సోమశేఖరంగారు, "తమ్ముడూ, ఆమెవల్ల నీ జీవితం తరిస్తుందనుకున్నాను. జానకమ్మ లేని లోటు పూర్తిగా తీరుస్తుందనుకున్నాను. జానకమ్మ చేసినట్లే ఈమె మనలను మోసంచేసిపోయింది" అని భోరుమన్నారు.

చెల్లెలు రుక్మిణమ్మ, "అన్నయ్యా ఇక నీ గతేం కాను?" అని ఏడ్చింది. "జానకమ్మ పోయినప్పుడు నీకు ఇన్ని మెతుకులు ఉడకేసి పెట్టటానికి రత్నమ్మత్త అయినా ఉంది. అన్నయ్యా ఇప్పుడెవరున్నారు? ఈ వయస్సులో ఈ కుటుంబ భారం ఆమె ఎక్కడ మొయ్యగలుగుతుంది?" అని బావురుమన్నది.

అదే సమయానికి రామాపురం నుంచి రామయ్యగారు వచ్చారు. ఆయన్ని చూచీచూడటంతోనే రత్నమ్మగారు, "రామయ్య తండ్రీ, నా ప్రాణం ఈ కట్టెను విడిచిపెట్టి పోయేటట్టు లేదు" అని తలను నేలకు కొట్టుకుని దురపిల్లింది.

రామయ్యగారు వొక్క క్షణం దమయంతి మంచందగ్గర కూర్చున్నారు. "అమ్మాయీ?" అని పిలిచారు. ఆమె కన్నులు విప్పిచూసింది. పసిపిల్లవాని చూపులకు మల్లే ఆ చూపులు ఎక్కడా నిలవటంలేదు.

"ఇంతమందిని ఇట్లా వలవల ఏడ్పించటం నీకు ధర్మమేనా అమ్మా?" అని అడిగారు.

వొక్క క్షణం దమయంతి చూపు మామూలు చూపు అయినట్లే అనిపించింది. మరుక్షణం ఆమె మళ్ళీ పిచ్చిచూపులు చూడనారంభించింది.

కాని ఆమె కండ్లవెంట కన్నీరు ఏకధారగా కారుతూనే ఉంది.

"జానకమ్మబిడ్డలదే దురదృష్టం" అని పైపంచతో కండ్లు అద్దుకున్నారు రామయ్యగారు.

రత్నమ్మగారు పంచె చెంగుతో కండ్లు తుడుచుకుంటూ, "వొకసారి ఇట్లా వస్తావా నాయనా" అని రామయ్యగారిని పిలిచింది.

రామయ్యగారు వెళ్ళారు. వారిద్దరూ ఏం మాట్లాడుకున్నారో అక్కడవున్న ఎవ్వరికీ అంతుపట్టలేదు. పట్టినా ఎవ్వరూ వూహించగలిగి ఉండేవారు కూడా కాదు.

* * *

చాలా రాత్రులనుంచి గోపాలానికి నిద్రలేదేమో ఆ రాత్రి నిద్రపట్టింది. అతనికి అలా నిద్రపట్టటానికి చుట్టాలందరూ చుట్టూ వుండటం వల్ల కలిగిన ధైర్యం ముఖ్య కారణం, దానికి తగినట్లు రాత్రి ఎనిమిది గంటలనుంచీ దమయంతి ప్రశాంతంగా నిద్రపోతూవుంది.

అతను గాఢనిద్రలో వుండగా ఎవ్వరో వీపుతట్టి లేపినట్టు అనిపించింది గోపాలానికి. కండ్లు తెరిచి చూచేటప్పటికి తండ్రి.

"మీ అమ్మ నిన్ను రమ్మంటూ వుంది" అన్నారు కృష్ణస్వామిగారు.

"ఎలా వుంది?" అని అప్రయత్నంగా అడిగాడు గోపాలం.

"ఎక్కువగా వుంది."

నిద్రపోయినందుకు తన్ను తాను తిట్టుకుంటూ గబగబా దమయంతి మంచం దగ్గరకు వెళ్ళాడు గోపాలం.

మంచానికి తల ఆన్చి కూర్చుని వుంది రత్నమ్మగారు. ఆమెకు దగ్గరగా కమల క్రిందేపడుకొని నిద్రపోతూ వుంది. దమయంతి వుండి వుండి ఏవేవో పిచ్చి పిచ్చి మాటలు మాట్లాడుతూవుంది.

"గోపీ వచ్చాడు, ఇటుచూడు" అన్నారు కృష్ణస్వామిగారు.

"వచ్చాడా?" అన్నది దమయంతి పిచ్చిమాటల మధ్య.

"పిలిచావుగదా, అందుకని వచ్చాడు."

"చూడయ్యా, నిన్ను విడిచిపెట్టి పోతున్నానని నీవు ఏమీ అనుకోవద్దు" అన్నది దమయంతి. అని మళ్ళీ పిచ్చి మాటలు ప్రారంభించింది.

"నా టైమైపోయింది, ఆలస్యం అవుతూ వుందా? నేను ఎందుకు ఆలస్యం చేస్తాను.. అరుగో వచ్చారు. పిలుస్తున్నారు నేను వెళుతున్నా" అని ఏమేమో మాట్లాడ నారంభించింది. ఒకరితరువాత వొకరు అందరూ లేచారు. మంచం చుట్టూ కూర్చున్నారు. ఎవరికి వాళ్ళు గుడ్లప్పగించి చూస్తూ కూర్చున్నారు.

దమయంతి అన్న శోభనాచలపతిగారూ, రామయ్యగారూ మాత్రం అక్కడ లేరు. అక్కడవున్న వారెవ్వరూ వారిని గురించి ఆచూకీ తీసే స్థితిలో లేరు.

"అరుగో పెద్ద పెద్ద కిరీటాలు పెట్టుకు వచ్చారు" అన్నది దమయంతి పైకి చూస్తూ.

"అమ్మా, నీకోసం తన భటుల్ని పంపకుండా యమధర్మరాజే దిగి వచ్చాడా అమ్మా?" అని గొల్లుమన్నది రత్నమ్మగారు.

"ఊరుకోండి రత్నమ్మగారూ, మీరే అట్లా హడలిపోతే ఈ పిల్లలు తట్టుకోగలుగుతారా?" అన్నారు కృష్ణస్వామిగారి అన్న సోమశేఖరంగారు.

"బాబూ రాతకోతలు ఏమన్నావుంటే పూర్తి చేయించటం మంచిది" అన్నారాయన తమ్మునివంక చూస్తూ.

కృష్ణస్వామిగారు ప్రక్కనవున్న స్థంభానికి ఆనుకుని కూర్చున్నారు. వారు ఏమీ మాట్లాడలేదు.

"ఈ పాటికి అబ్బాయి శోభనాచలపతీ, రామయ్యా వస్తూ వుండివుంటారు" అని గొణిగింది రత్నమ్మ.

ఎక్కడికి వెళ్ళారు? ఎక్కడనుంచి వస్తారు? అని ఇతరులు ఎవ్వరూ అడక్కముందే వారు రానే వచ్చారు. వెంట మేజిస్ట్రేటుని తీసుకువచ్చారు. "బావగారు, అమ్మాయిపేర ఇంకా రెండు ఎకరాలు వుంది. ఆమెకు ఇవ్వవలసిన డబ్బు ఆమెవాడుకున్నది వాడుకోగా నా దగ్గర రెండువేలు మిగిలివుంది. ఆ రెండు ఎకరాలూ, నేను ఇవ్వవలసిన డబ్బుకు గాను వొక ఎకరం మిమ్మల్ని గార్డియన్‌గా పెట్టి పసివాడి పేర వ్రాయిస్తాను. అందుకు సాక్ష్యానికిగాను మేజిస్ట్రేటుగారిని కూడా తీసుకువచ్చాం" అన్నారు శేషాచలపతిగారు.

కృష్ణస్వామిగారు బదులు చెప్పలేదు. వారికి ఆ మాటలు వినపడ్డవో లేవో చెప్పటం కష్టం.

"అల్లుడిగారితోపాటు మీరుకూడా గార్డియన్‌గా వుంటే మంచిది" అన్నది రత్నమ్మగారు శేషాచలపతిగారిని ఉద్దేశించి.

"ఆ భారం వారు మొయ్యవలసిందే" అన్నారు శేషాచలపతిగారు.

"రత్నమ్మ పిన్ని చెప్పిందాంట్లో వొక సబబు లేకపోలేదు. మీరు అంగీకరించటమే మంచిది" అన్నారు రామయ్యగారు.

"నీ వుద్దేశం ఏమిటయ్యా!" అని శోభనాచలపతిగారు గోపాలాన్ని అడిగారు.

గోపాలం నోటినుంచి మాట పెగల్లేదు.

"వాడికేం తెలుసు. మీ అందరికీ ఏది మంచిదైతే వాడికి అదే మంచిది" అన్నది రత్నమ్మగారు.

కృష్ణస్వామిగారూ, శోభనాచలపతిగారూ గార్డియన్లుగా వుండటం నిశ్చయమైనది. ఆవిధంగా వ్రాతకోతలు పూర్తిచేశారు. దమయంతితో దస్కత్తు పెట్టించటం మిగిలివుంది. ఆమె దస్కత్తు పెట్టే స్తితిలో లేదు., గనుక వ్రేలుముద్ర

వేయించాలని రామయ్యగారూ, శోభనాచలపతిగారూ తీర్మానించుకున్నారు. అది చాలా తేలిక పని అని అనుకున్నారుగాని, క్రియలోకి వచ్చేటప్పటికి అలా జరుగలేదు.

దమయంతికి ఏవిధంగా అర్థమయిందో ఏమో వేలుముద్ర వెయ్యటానికి ఎదురు తిరిగింది. చేతిని తన అన్న చేతినుంచి గుంజుకోవటమేకాక, పెద్ద పెద్ద కేకలు వేయనారంభించింది. అంతా నిరుత్తరులై ఏమీ చేయటానికీ తోచక చూస్తూ నిలబడిపోయారు.

అప్పుడు రత్నమ్మగారు "బాబూ నువ్వు అమ్మతో చెప్పు" అన్నది గోపాలంతో.

"వ్రేలుముద్ర వెయ్యమ్మా ఆ కాగితంమీద" అన్నాడు గోపాలం.

ఆ మాటకు వొక్క క్షణం గోపాలాన్ని తేరిపారచూసింది దమయంతి. ఏమనుకుందో ఏమో వాళ్ళు వ్రేలుముద్ర వేయించుకుంటే పట్టించుకోకుండా తన ధోరణిలో తాను మాట్లాడటం మొదలు పెట్టింది.

"నాకు మాత్రం ఇక్కడేముంది, పద వస్తున్నాను" అన్నది పైకి చూస్తూ "ఇక్కడ కొంతమంది వుంటే అక్కడ కొంతమంది వుంటారు" అన్నది "ఏదో అనుకుంటాంగాని ఎక్కడైతేనేం" అన్నది.

అలా మాట్లాడుకుపోతుంటే రత్నమ్మగారు గోపాలంతో "బాబూ వొకసారి పలకరించు" అన్నది.

"అమ్మా" అని పిలిచాడు గోపాలం. ఆమె వినిపించుకోలేదు. మళ్ళీ పిలిచాడు. ఆమె ధోరణే ఆమెది. మళ్ళీ వినిపించుకోలేదు.

"బిడ్డ క్రమక్రమేణా దూరం అయిపోతూవుంది బాబూ!" అని ఏడ్చింది రత్నమ్మగారు.

అలా మాట్లాడి మాట్లాడి తెల్లవారి నాలుగు గంటలకు అకస్మాత్తుగా వూరుకుంది దమయంతి.

"దగ్గరిస్తూ వుంది" అన్నారు రామయ్యగారు

కాసేపు గొంతులో ఏదో కొట్టుకున్నట్లు అయింది, ఆగింది.

"అయిపోయింది" అన్నారు రత్నమ్మగారు నోట్లో గుడ్డ కుక్కుకుంది.

"వెళ్ళిపోయావా?" అని స్థంభానికి చేరగిలబడ్డారు కృష్ణస్వామిగారు. వొంచిన తల ఎత్తకుండా నిశ్చేష్టుడై కూర్చున్నాడు గోపాలం.

అప్పుడే లేచిన రుక్మిణమ్మ గుండెలు బాదుకుంటూ శోకాలు మొదలుపెట్టింది.

ఆరవ ప్రకరణం

దమయంతి పెద్దకర్మకి బంధువులందరూ వచ్చారు. బంధువులందరితోపాటు గోపాలం వ్రాసిన ఉత్తరాలను చూసుకుని సుశీల, పరంధామయ్యలు కూడా వచ్చారు. దమయంతి మరణవార్త పత్రికల్లో చూసి, శివకామయ్యగారు కూడా వచ్చారు. వీరు ముగ్గురూ రావటం గోపాలం మనస్సుకి కొంత శాంతిని కలిగించింది.

దమయంతి పోయినప్పటినుంచీ కృష్ణస్వామిగారు భౌతికంగానూ, మానసికంగాను చాలా నీరసపడిపోయారు. అస్తమానం ఇంట్లో ఆ గదిలోంచి ఈ గదిలోకి, ఈ గదిలోంచి ఆ గదిలోకి తిరుగుతూ వుండేవారు. ఎవరు కనిపించినా ఏం మాట్లాడాలో తెలీక తప్పుకుపోతూ వుండేవారు. గోపాలం ఒంటరిగా వుంటే మాత్రం వచ్చి, అతని చెంత కాసేపు కూర్చుని వెళుతుండేవారు. తండ్రీ కొడుకుల మనస్సులో మెదులుతూ వున్నది ఒకే భావమైనా దానిని గురించి వారు మాట్లాడుకునేవారు కాదు. అలా మాట్లాడుకోటానికి ఇద్దరూ భయపడేవారు. తండ్రి పసిపిల్లవాడికి మల్లే తనచెంతకు వచ్చి కూర్చుని ఊరట చెందటం గోపాలాన్ని సిగ్గు పడేటట్టు చేసింది.

వారి తోటలో ఒక పెద్ద అశోకవృక్షం వుండేది, ఇంట్లో ఎక్కువ సందడిగా వుండటంవల్ల ఏడ్పులు వినలేక గోపాలం ఒకరోజు సాయంకాలం ఆ చెట్టుకి జారగిలపడి కూర్చున్నాడు. కొడుకు అక్కడ ఒంటరిగా వుండటం కృష్ణస్వామిగారు ఎప్పుడు చూశారో ఏమో నెమ్మదిగా అతని చెంత చేరారు.

“ఒరే గోపీ - ఈ ప్రపంచానికేమైనా అర్థం వుందంటావా?” అనడిగారు కృష్ణస్వామిగారు.

తండ్రి ప్రశ్నకు తృళ్ళిపడ్డాడు గోపాలం. అంతకు ముందువరకూ తను ప్రశ్నించటం, తండ్రి సమాధానం చెప్పటం రివాజుగా వుండేది. ఆ రివాజు తారుమారవటంవల్ల అతని మనస్సు కొంత కల్లోలపడింది. తను తండ్రికి యేమి సమాధానం చెప్పగలడు? మెదలకుండా ఊరుకున్నాడు. తండ్రికూడా అతన్నుంచి సమాధానం ఆశించి ప్రశ్నవేసినట్లు లేదు. తనకు తానే సమాధానం చెప్పుకున్నట్లు ఇలా అనుకున్నాడు.

“ఎంతో పెనవేసుకుపోయిన మానవ సంబంధాలు ఇంత పుటిక్కున తెగిపోతూవుంటే ఈ ప్రపంచానికి అర్థం ఏముంటుంది? ఈ సంబంధాలు యెందుకేర్పడుతున్నట్టు, యెందుకు తెగిపోతున్నట్టు? పోనీ అర్థం లేదనుకుందామా

అంటే - అలా అనుకోటానికి కూడా అర్థం వున్నట్లు కనపడ్డం లేదు. ఇంత బ్రహ్మాండమైన సృష్టి. ఈ సృష్టిలో వున్న వైచిత్ర్యాలు ఊరికినే ఉద్భవించి- ఊరికినే నశించిపోతున్నాయని అనుకోవటంలో కూడా సబబున్నట్లు కనపడదు. ఇక ఏమనుకోవాలి? ఏమనుకోటానికి కుదరటం లేదు."

ఈ మాటలు అని కాసేపు మౌనంగా కూర్చున్నారు కృష్ణస్వామిగారు. మళ్ళీ యిలా అన్నారు.

"స్వర్గ నరకాలు లేని మాట నిజమే. లేవని నా హృదయం చెబుతూవుంది. కాని వుంటే బాగుణ్ణని అనిపిస్తూవుంది నాకు ఈ మరణించినవారు అక్కడ వుంటారు. వారిని ఎప్పుడో ఒకప్పుడు కలుసుకోవచ్చు- అని ఆశ అయినా వుంటుంది."

గోపాలానికి తండ్రి మానసికాందోళన పూర్తిగా అర్థమైంది. కాని ఆయనకు తన సానుభూతిని ఏవిధంగా చూపాలో అర్థం కాలేదు. తండ్రికి కొడుకు సానుభూతిని చూపే అలవాటు లేదు- ఈ ప్రపంచంలో "వుంటే ఎంత బాగుండును" అని అనిపించింది గోపాలానికి. ఆ ఆచారమే ప్రచారంలో వుండే తల్లి పసిపిల్లవాడిని బుజ్జగించినట్లు తండ్రిని దగ్గరకు తీసుకుని బుజ్జగించి వుండేవాడు, కాని అందుకతను నోచుకోలేదు. అందుకు కారణం ఈ లోకంలో మానవ సంబంధాలు ఘనీభవించటమే.

కృష్ణస్వామిగారు కాసేపు కొడుకు సరసన ఆ అశోక చెట్టుక్రింద కూర్చుని వెళ్ళిపోయారు. గోపాలం ఆలోచనలు పరిపరివిధాల పరుగెత్తినవి.

తన ఉత్తరం చూసుకుని సుశీల వస్తుందని అతనెప్పుడూ అనుకుని వుండలేదు. తీరా సుశీల వాకిట్లో బండిదిగి, ఇంట్లోకి వస్తున్నప్పుడు చూసి, ఆమె రావటం సహజమే అనుకున్నాడు గోపాలం. ఆమె గోపాలాన్ని ఒక్క క్షణం నఖశిఖ పర్యంతం పరిశీలించి, "బాగున్నావా?" అనడిగింది.

ఈ ప్రశ్నకు సమాధానంగా కండ్లు తుడుచుకున్నాడు గోపాలం.

"అమ్మ జన్మ చరితార్థం అయింది. అటువంటివాళ్ళు ఈ లోకంలో ఎక్కువ కాలం వుండరు. అలా వుండాలని ఆశించటంకూడా పొరపాటే" అన్నది సుశీల అని ఇంట్లోకి వెళ్ళింది.

అప్పటినుంచీ మళ్ళీ ఆమె గోపాలంతో మాట్లాడలేదు. అస్తమానం రత్నమ్మగారితోనే కూర్చునేది. ఇంటి పనుల్లోనూ, చంటిబిడ్డ పోషణలోనూ ఆమెకు తోడ్పడుతూ వుండేది.

సుశీల వచ్చినప్పటినుంచీ ఆమెతో మాట్లాడాలని గోపాలం చాలా ఆరాటపడ్డాడు. తన బాధను ఆమెముందు వెళ్ళబోసుకుని, మనసారా ఏడ్వాలనుకున్నాడు. కాని ఆమె అతనికా అవకాశం యివ్వలేదు. ఇవ్వాలని యివ్వలేదో - యాదృచ్ఛికంగా అలా జరిగిందో చెప్పటం కష్టం. ఒకటి రెండుసార్లు ఆమెను పలకరించాలని గోపాలం ఇంట్లోకి వెళ్ళాడు కూడా. అతను వెళ్ళేటప్పుడు ఆమె వంటింట్లో రత్నమ్మగారితో ఏవో కబుర్లు చెప్పుకుంటూ కూర్చొని వున్నది. చంటిపిల్లవాడు ఆమె చేతుల్లోనే వున్నాడు. అతనిని చూసి ఆమె తలవంచుకుంది.

తను ఎందుకొచ్చిందీ పసికట్టిన అమ్మమ్మ "ఏమే - గోపాలంతో మాట్లాడావుటే" అనడిగింది సుశీలను

"ఏముందమ్మమ్మా మాట్లాడటానికి?" అన్నది సుశీల.

"పాపం నీతో మాట్లాడుదామని వచ్చాడే - బిడ్డ" అన్నది రత్నమ్మగారు.

"ఆయనకేం - మహరాజు. అలాగే వస్తూంటాడు" అన్నది సుశీల. అంతే ఇక మాట్లాడలేదు. చేతుల్లోవున్న పసివాడిని లాలిస్తూ కూర్చుంది.

ఆ క్షణం గోపాలానికి కష్టం వేసింది. సుశీల ఎందుకలా ప్రవర్తిస్తుందో అతనికి అర్థం కాలేదు. తనమీద కోపం వచ్చిందేమో అనుకున్నాడు. కోపకారణం మాత్రం ఏముంది? ఏమీ లేదు.

"వాళ్ళమ్మకి ఏం సపర్యలు చేశాడే గోపాలం. అహోరాత్రాలూ కాళ్ళు పిసుకుతూ కూర్చున్నాడు. నువ్వు చూసివుంటే అతని మంచితనానికి మురుసుకు చచ్చేదానివి" అన్నది రత్నమ్మగారు.

సుశీల ఒక్కక్షణం కన్నెత్తి గోపాలాన్ని చూసింది. ఆ చూపు గోపాలాన్ని తన్మయుణ్ణి చేసింది. అంతే మళ్ళీ మొగం దించివేసుకుంది సుశీల.

"చూశావా సుశీలా, జానకమ్మ వీళ్ళను పెంచమని నా కప్పజెప్పి వెళితే - ఇప్పుడు దమయంతి ఈ పసివాడిని నా ఒళ్ళోవేసి వెళ్ళింది" అన్నది రత్నమ్మగారు.

"ఈ ఇంటికి మూలస్థంభానివగుట వల్ల వచ్చిపోయే పాత్రలన్నీ నీ చుట్టూ తిరగటం సహజమేగా - అమ్మమ్మా" అన్నది సుశీల.

"ఏమి సహజమోగాని, కళ్ళముందు జరిగిపోతున్న దృశ్యాలను చూసి చూసి నా మనస్సు మాత్రం ముక్కలవుతోంది" అన్నారు రత్నమ్మగారు.

ఆమె చెప్పిన మాటల్లో సత్యం లేకపోలేదు అనుకుంది సుశీల.

"ఎందుకురా అబ్బాయ్– అట్లా నుంచున్నావ్? పోనీ వచ్చి కాసేపు ఇక్కడ కూర్చోకూడదూ..." అని గోపాలాన్ని అడిగింది రత్నమ్మగారు.

"నేను రావటం ఆమెగారికి ఇష్టంగా వుండదులే అమ్మమ్మా" అన్నాడు గోపాలం.

"దానికెందుకుండదు? చిన్నప్పటినుంచీ నువ్వంటే ప్రాణాలిచ్చేది, ఏదో మన తెలివితక్కువ వల్ల చెయ్యి జారిపోయిందిగాని, మనయింట్లో ఉండవలసిన పిల్లే యిది" అన్నది రత్నమ్మగారు.

ఆమె మాటలకు సుశీల శరీరం జలదరించింది. పిల్లవాడిని పట్టుకున్న చేతులు గజగజా వణికినవి. మొగానికి ముచ్చెమటలు పోసినవి.

ఆమె వైఖరిని గమనించకుండా "అది చిన్నప్పటిమాట" అన్నాడు గోపాలం.

"చిన్నప్పుడేమిటి– అది ఇప్పటికీ అంతే, నీ ఉత్తరం చూసుకునే నీవిక్కడ ఎన్ని కష్టాలు పడుతున్నావో అని రెక్కలు కట్టుకొని వచ్చి వాలింది" అన్నది రత్నమ్మగారు.

"అయితే నన్నింతవరకూ పలకరించకపోవటానికి కారణం?" అనడిగాడు గోపాలం.

"మీ యింటికి అది వచ్చినప్పుడు పలకరించవలసింది నువ్వా? అదా?.." అని ఎదురుప్రశ్న వేసింది రత్నమ్మగారు. ఆ ప్రశ్నకు సమాధానం చెప్పకుండా నిలబడ్డాడు గోపాలం.

రత్నమ్మగారు మాట్లాడకుండా నిలబడివుండటం చూసి, సుశీలవైపు తిరిగి, "అబ్బాయి అంతగా కోరుకుంటున్నప్పుడు పలకరిస్తే మాత్రం నీ సొమ్మేం పోయిందే?" అని అడిగింది.

"నాకేం బట్టే!" అన్నది సుశీల క్లుప్తంగా.

"అయితే నాకే అంత అవసరం వచ్చిందంటావా?" అని అడిగాడు గోపాలం.

రత్నమ్మగారు నవ్వుతూ "ఏమో అనుకున్నానుగాని – మీ ఇద్దరికీ ఇంకా చిన్నతనం పోలేదు. మిమ్మల్ని చూస్తుంటే రామాపురంలో మనం గడిపిన రోజులు జ్ఞాపకం వస్తున్నాయ్" అని కంటతడి పెట్టుకుని అన్నది.

"అతన్ని వెళ్ళమని చెప్పు అమ్మమ్మా... వుంటే పని చెరుపు" అన్నది సుశీల.

"నీ కంత అయిష్టంగా వుంటే నేనే వెళతాను" అని వెళ్ళిపోయాడు గోపాలం.

* * *

సుశీల స్థితి ఇలా వుంటే పరంధామయ్య స్థితి వేరుగా వుంది. అతను వచ్చీ రావటంతోనే గోపాలాన్ని చూసి, బావురు్న ఏడ్చాడు. అతన్ని చూసి అంతవరకూ ఎంతో నిగ్రహంగా వుంటున్న గోపాలం ఏడుపుని ఆపుకోలేక పోయాడు. పైపంచెతో కన్నీళ్ళు తుడుచుకుంటూ కుమిలి కుమిలి ఏడ్చాడు.

పరంధామయ్య స్నేహితుని ఆర్థిక పరిస్థితి తరచి తరచి అడిగి తెలుసుకున్నాడు. అప్పటికి నిజంగా కృష్ణస్వామిగారి చేతిలో ఒక్క చిల్లిగవ్వ లేదు. ఇన్నాళ్ళూ దమయంతి ఇల్లు గడపటం వల్ల ఆ ఊళ్ళో అప్పులు తెచ్చే అలవాట్లు ఆ యింట్లో ఏ ఒక్కరికీ లేదు.

"అవుసరం అవుతుందేమో ఈ డబ్బు వుంచు" అని పరంధామయ్య స్నేహితునికి ఐదువందలిచ్చాడు. గోపాలం ఆ డబ్బు తండ్రికివ్వబోతే "నాకెందుకు నేనేం చేసుకుంటాను" అన్నారాయన.

"అవసరం అవుతుందేమో" అని పరంధామయ్య అన్నమాటే తండ్రికి అప్పగించాడు గోపాలం.

"అవసరం అయితే నువ్వే ఖర్చుపెట్టు" అన్నారు కృష్ణస్వామిగారు.

కాసేపు జరిగేటప్పటికి పరంధామయ్య చాలా మారిపోయాడని గ్రహించాడు గోపాలం. మనిషి పూర్వంకంటే నీరసపడిపోయాడు. ఇది వరకున్న నిగ్రహం అతనికి ఇప్పుడున్నట్టు లేదు. ప్రతి చిన్నవిషయానికి ఆవేశపడటమే కాకుండా ఆ ఆవేశాన్ని చటుక్కున ఏదో ఒక రూపంలో బహిర్గతం చేసుకోవటం అతనికి అలవాటైంది. అతను ఆత్మ విశ్వాసం కోల్పోయిన మనిషిలాగా కనిపించాడు గోపాలానికి. ఇందుకు కళ్యాణకింకిణి అతని చెంత లేకపోవడం ఎంత కారణమో ఊహించలేక పోయాడు గోపాలం.

అతని ద్వారా కళ్యాణకింకిణి ఇంకా కలకత్తాలోనే ఉందనీ, బాగా చదువుకుంటోందనీ కులాసాగానే ఉందని తెలుసుకుని సంతోషించాడు గోపాలం.

"నేనీ మధ్య వెళ్ళివచ్చాను. ఆమె నక్కడికి పంపటానికి మొదట్లో సంకోచించాను గాని – పంపినందుకు ఇప్పుడు పశ్చాత్తాప పడటం లేదు. ఆమె చిత్రలేఖనంలో ప్రత్యేక కృషి చేస్తూ వుంది. ఆమె గీసిన కొన్ని చిత్రాలు నేను వస్తూ వస్తూ తీసుకొచ్చాను. నీకు చూపించవలసిందని మరీమరీ చెప్పింది. ఈ విషాద సమయంలో ఇక్కడకు తీసుకు రావటం బాగుండదని ఇంటిదగ్గరే పెట్టి వచ్చాను. మా వూరు నువ్వు ఒకసారి రాకూడదా?" అని అడిగాడు పరంధామయ్య.

"వీలు చూసుకుని రావాలనే వుంది. ఇప్పుడు కమల అత్తవారింటి దగ్గర ఉంటోందా? నీ దగ్గర వుంటోందా?" అని అడిగాడు గోపాలం.

"అత్తవారి ఇంటిదగ్గరే ఉంటోంది. ఇప్పుడు మనం బొట్టూ, కాటుకా పెట్టి పిలిచినా వచ్చే స్థితిలో లేదు. భార్యా,భర్త చాలా అన్యోన్యంగా ఉంటున్నారు" అన్నాడు పరంధామయ్య. తరువాత సంభాషణ పరంధామయ్య పెదతల్లి బాపమ్మగారి మీదకు మళ్ళింది. బాపమ్మగారు ఇటీవల ఆధ్యాత్మిక చింతనలో లగ్నమై వున్నదని పరంధామయ్య చెప్పినప్పుడు గోపాలం చాలా సంతోషించాడు. ఆమెకు పరిసర గ్రామాల్లో చాలామంది శిష్యురాండ్రు తయారయ్యారని, వారందరూ నిత్యం భగవత్సేవలో కాలం గడుపుతున్నారనీ చెప్పాడు పరంధామయ్య.

"ఆమె దగ్గరకు నువ్వెళ్ళుతున్నావా?" అని అడిగాడు గోపాలం.

"వారానికి కొకసారైనా వెళుతుంటాను."

"ఇదివరకు నేను చూసినప్పటికన్నా ఆమెలో మార్పేమన్నా వచ్చిందా?"

"పెద్ద మార్పే వచ్చింది. ఇదివరకటి కంటే ఆమె కన్నుల్లో కాంతి, ముఖంలోని ప్రశాంతత ఎక్కువయినది. ఆమె ఇదివరకంత మాట్లాడటం లేదు. మాట్లాడక పోయినా ఆమె చెంతకూర్చున్నంత సేపూ మనస్సు చాలా ఉల్లాసంగా ఉంటుంది. ఆ ఉల్లాసం ఒక వారం రోజులవరకూ వదలదు. అది తగ్గుతూందని తెలియగానే మళ్ళీ వెళ్ళి కాసేపు కూర్చుని వస్తూంటాను."

"కల్యాణకింకిణి సంగతి ఎప్పుడైనా అడుగుతూ వుంటుందా?"

"లేదు"

"నా సంగతో?"

"నీ సంగతి ఇంతవరకు అడగలేదు" అన్నాడు పరంధామయ్య కాస్త ఇరుకునపడి.

"నీకు జ్ఞాపకం ఉందో లేదో కళ్యాణకింకిణి కలకత్తా వెళ్ళేటప్పుడు ఆమెను యధాప్రకారం తీసుకొచ్చి అప్పగించే బాధ్యత నామీద పెట్టిందామె. ఆ మాట జ్ఞాపకం వచ్చినప్పుడల్లా ఒళ్ళు ఝుల్లుమంటుంది" అన్నాడు గోపాలం.

"అప్పుడామె అన్నమాటలే కాదు. నడిచిన దృశ్యం అంతా ఇంకా నా మనస్సులో పచ్చిపచ్చిగానే వుంది" అన్నాడు పరంధామయ్య.

"కళ్యాణకింకిణిని నీకు అప్పగించవలసిన బాధ్యత పూర్తిగా నాదే. పెద్దమ్మగారికిచ్చిన మాట నెరవేర్చగలిగితే నా జీవితం ధన్యమైనట్లే" అన్నాడు గోపాలం.

ఈ మాటలకు పరంధామయ్య మొఖం తేటపడింది. కృతజ్ఞతా సూచకంగా అతను చిరునవ్వు నవ్వాడు.

* * *

శివకామయ్యగారు దమయంతి గతించిన ఐదోరోజున వచ్చారు. ఆయనతో పాటు దుర్గ కూడా వచ్చింది. ఆ యిద్దరితోపాటు ఆ ఇంట్లోకి వెలుగు ప్రవేశించింది.

వారొచ్చినప్పుడు వాకిట్లో కృష్ణస్వామిగారు గాని, గోపాలంగాని లేరు. ఆయన వాకిట్లో నిలబడి "కృష్ణస్వామీ!" అని కేకవేశారు. ఆ కేకకు ఇల్లు ఇల్లూ దద్దరిల్లింది. ఇంట్లో వున్నవారందరూ ముఖాలు పైకెత్తి చూశారు.

కృష్ణస్వామిగారు ఆ కేకను గుర్తుపట్టి, తత్తరిల్లి గబగబా బైటకు వెళ్ళారు. ఆయన అంత తత్తరగా నడవటం ఇటీవల ఎవరూ చూడలేదు. అందరికీ విడ్డూరంగా కనిపించింది.

శివకామయ్యగారు అంతకుముందే వరండాలో వున్న కుర్చీలో కూర్చున్నారు. ఆయన పక్కనే దుర్గ కూర్చుని వుంది.

బైటికి వచ్చిన కృష్ణస్వామిగారిని "రా-కూర్చో" అని శివకామయ్య గారే ఆహ్వానించారు.

అంత పెద్దవారైనా కృష్ణస్వామిగారు సైతం ఆ ఆహ్వానానికి వశీభూతులై గబగబా వెళ్ళి ఆయనకెదురుగా వున్న కుర్చీలో కూర్చున్నారు.

"కృష్ణస్వామీ- జరిగిందానికి విచారిస్తున్నావా?" అని అడిగారు శివకామయ్యగారు.

పరామర్శించే ఈ కొత్తపద్ధతికి కృష్ణస్వామిగారు నిర్విణ్ణులయ్యారు.

"విచారించకు" అన్నారు శివకామయ్యగారు ఆజ్ఞాపిస్తున్న ధోరణిలో. "ఆమె పుణ్యాత్మురాలు. వెళ్ళిపోయింది. ఈ అనుభవాలన్నీ బ్రతికున్న మనకు పరిపూర్ణత్వాన్ని సంపాదించి పెట్టటానికి పనికి వస్తాయి. నువ్వు భగవంతుణ్ణి జేరటానికి దగ్గర దారిని వెతుక్కునే వాడివి. ఎప్పుడైతే ఒక వ్యక్తి గమ్యస్థానం జేరటానికి దగ్గర దారిన నడవటానికి నడవటం ప్రారంభిస్తాడో అప్పుడే అనేక సంకటాలకు, భయంకర భీభత్స సంఘటనలకు గురికావలసి వస్తుంది. దగ్గరదారి దూరపుదారంత సుగమంగా వుండటంలో అర్థంలేదుగా మరి? అటువంటివాటిని ఎదుర్కోటానికి భయపడే నాబోటి పిరికివాడు చుట్టుదారిని ప్రయాణిస్తూ వుంటాడు. నీవు ధైర్యోపేతుడవు. భగవంతుని కూడా ఎదురించి పోట్లాడే సాహసం గలవాడివి. పట్టుదలతో ముందుకు నడువు. నీకు వచ్చే చిక్కేమీ ఉండదు" అన్నారు.

ఈ మాటలకు కృష్ణస్వామిగారు స్మృతిపథంలో మనపూర్వ గ్రంథాలలోని ఎన్నో దృశ్యాలు, సంఘటనలు, గాథలు మెదిలినవి. వాటి స్పర్శతో ఆయన శరీరం జలదరించినది. విదిలించుకున్నట్లయింది. అంత నిగ్రహంగల మనిషి, శోకతప్తుడైన ఆ మనిషి, హటాత్తుగా లేచివెళ్ళి శివకామయ్యగారిని ఆలింగనం చేసుకున్నారు. ఆ ఆలింగనంతో శివకామయ్యగారు పరవశత్వం చెంది అర్ధనిమీలిత నేత్రుడై కూర్చున్నాడు.

ఎవరో తండ్రికోసం వచ్చారని తెలిసి బైటికొస్తున్న గోపాలం ఈ దృశ్యం చూసి స్థభించిపోయాడు. తన కన్నులను తానే నమ్మలేని స్థితిలో ఉండిపోయాడు.

కృష్ణస్వామిగారు తన ఆలింగనాన్ని సడలించి శివకామయ్యగారి మొఖంలోకి సాదరాభిమానాలతో చూస్తూ "శివకామయ్యా! నువ్వు నిజంగా నా సోదరుడవు. మనిద్దరం ఒక తల్లి కడుపున పుట్టవలసిన వాళ్ళం" అన్నారు.

"నువ్వు పొరబడుతున్నావు కృష్ణస్వామీ! మనిద్దరం ఒకతల్లి బిడ్డలమే. ఒకతల్లి కడుపున పుట్టిన బిడ్డలంతా ఒకేదారిన నడవటం మొదలుపెడితే అభ్యుదయ మనేది ఎట్లా సాధింపబడుతుంది? ఒక్కొక్కరూ ఒక్కొక్క మార్గాన్ని అనుసరించినప్పుడే విశ్వాన్నంతా అందుకోగలుగుతాం. అప్పుడే మన కన్నతల్లి నోము ఫలిస్తుంది. ఆమె కడుపు పండుతుంది. అందుకనే నేను చుట్టుదారిన నడుస్తున్నాను, నీవు అడ్డదారిన పరిగెత్తుతున్నావు. అడ్డదారిన పరిగెత్తేవానికి అడ్డంకులుగాని, చుట్టుదారిన నడిచేవానికి అడ్డంకులేముంటవి? అడ్డంకులు వుంటే మాత్రమేం? అగస్త్యునికి వింధ్యపర్వతాలు లోబడినట్లు అవి నీకు లోబడి తీరుతవి. శ్రీరామచంద్రుని పాద స్పర్శకు అహల్యకువలె నీ వల్ల వాటికి శాపవిమోచనం కలుగుతుంది. నీ ప్రయత్నం అమోఘమైంది. చుట్టుదారిన నడుస్తున్న నాకే అత్యద్భుతంగా కనుపిస్తుంది. నన్నే ఆకర్షిస్తూ ఉంది... వెనుకకు తిరగవలసిన పనిలేదు" అని అన్నారు శివకామయ్యగారు.

ఆయన మాటలు గుడిగంటల వలె ఖంగు ఖంగున మ్రోగినవి. ఆ ధ్వనికి ఆ యింటిని ఇంతకుముందు ఆశ్రయించిన విచారం పటాపంచలైంది. ఎవరికివారు ఇంట్లోంచి పరుగెత్తుకువచ్చి, ఆ దృశ్యాన్ని తిలకిస్తూ నిలబడ్డారు.

అంతలో శివకామయ్యగారు ఏదో అభూత దృశ్యాన్ని చూస్తూ వున్నట్లు నిలబడివున్న గోపాలాన్ని చూశారు.

"రావోయ్-రా" అని ఆహ్వానించారు.

ఆ క్షణం ఆ గృహానికి అధిపతి అయినట్లు, మిగిలిన వారందరూ అతిథులైనట్లు కనిపించింది. శివకామయ్యగారు ఆవిధంగా భావిస్తూకూడా వుండి వుండవచ్చు.

శివకామయ్యగారి పిలుపుకి గోపాలం మేఘగర్జనకు పురివిప్పి నృత్యం చేసే నెమలివలె నడిచాడు.

"కూర్చోవోయ్... కూర్చో" అన్నారు శివకామయ్యగారు. గోపాలం నిలబడి వున్నాడు.

"తండ్రి ఎదుట కూర్చునే ఆచారం లేదా ఏమిటి?" అని అడిగారు శివకామయ్యగారు.

ఆయన ప్రశ్నకు ఎవరూ సమాధానం చెప్పలేదు.

"అయితే నిల్చో. అదీ ఒకందుకు మంచిదే" అన్నారు శివకామయ్యగారు.

"ఇలారా- గోపీ! నా సరసన కూర్చో" అని దగ్గరికి తీశారు కృష్ణస్వామిగారు.

తండ్రి చేతిస్పర్శకు గోపాలం శరీరం పులకరించింది, కరిగిపోతున్నట్ల నిపించింది. తనతండ్రి, శివకామయ్యగారు, దుర్గ, ఆ పరిసరాలు ఒక గంభీర సముద్రంలోని కెరటాలుగా మారుతున్నట్లు అనిపించింది. వివేకానందునికి రామకృష్ణ పరమహంస స్పర్శవల్ల కలిగిన అనుభూతి ఇటువంటిదే అనుకున్నాడు గోపాలం.

"నీకు తెలుసో-లేదో కృష్ణస్వామీ! నీ కొడుకు నాకు చిరపరిచితుడు" అన్నాడు శివకామయ్యగారు.

"అవును, చెప్పాడు," అన్నాడు కృష్ణస్వామిగారు.

"నీ కొడుకు నీకు దగ్గిరంటావా? నాకు దగ్గిరంటావా?" అనడిగాడు శివకామయ్యగారు.

"నా దగ్గర బయల్దేరి నీ దగ్గరకు వస్తున్నాడు" అన్నారు కృష్ణస్వామిగారు చిరునవ్వు నవ్వుతూ.

తండ్రి పెదవులమీద ఎన్నాళ్ళకో చూచిన ఆ చిరునవ్వుకు గోపాలం ఆనంద తరంగాల్లో తేలిపోయాడు.

"బాగానే అన్నావోయ్ కృష్ణస్వామీ, చాలా బాగా అన్నావు నా దగ్గర బయల్దేరినవారు నీ దగ్గరికి, నీ దగ్గర బయల్దేరినవారు నా దగ్గరకు రావటమే ఈ ప్రపంచపు స్వభావం. ఈ అనంత ప్రయాణం స్వభావమే అది. మనిద్దరినీ జేరటంతో ఈ భౌతికలోకంలోని ప్రయాణం ముగుస్తుంది. తరువాత వారి స్వబుద్ధితో

ఇతర లోకంలో పయనిస్తూ వుంటారు. బాగా అన్నావు, చాలా బాగా అన్నావు" అన్నారు శివకామయ్యగారు.

తన తండ్రి, శివకామయ్యగారు కలిస్తే చూడాలని కుతూహలం గోపాలానికి చాలాకాలంగా వుండేది. ఇప్పుడు వారిద్దరూ ఒకరి కెదురుగా ఒకరు కూర్చున్న ఈ దృశ్యం అతని మనస్సుమీద శాశ్వతంగా హత్తుకు పోయింది. క్షణాలమీద అతని మనస్సు పరవబడుతూన్న చిరుచాపవలె పొరలు పొరలుగా వీడి విశాలపడింది. ఆ మనస్సులో ఆ యిద్దరికీ స్థానం ఏర్పడింది.

"ఏమిటోయ్ ఆలోచిస్తున్నావ్?" అని అడిగారు శివకామయ్యగారు, గోపాలాన్ని.

"ఏమీలేదండీ" అన్నాడు గోపాలం.

"లేకేం- ఉంది" అన్నాడు గోపాలం.

"లేకేం - ఉంది" అని కృష్ణస్వామిగారి వైపు తిరిగి "నువ్వు మాట్లాడుతావు- నీ కొడుకు వింటాడు; నువ్వు భావాలను విరజిమ్ముతావు - నీ కొడుకు వాటిని హృదయంలో నాన్చుకుంటాడు; నువ్వు సెగల పొగలను ఊదుతావు-నీ కొడుకు వాటిని హృదయంలో దాచుకుంటాడు. బలే పొత్తు!" అని బిగ్గరగా నవ్వారు శివకామయ్యగారు.

ఆ నవ్వు మామూలు నవ్వుగా లేదు గోపాలానికి, శివుని శంఖధ్వని లాగుందది. ఇంద్రుని వజ్రాయుధంలా ఉంది. శ్రీకృష్ణుని చేతిలోని చక్రంలా గిరగిరా తిరిగింది.

"చూశావా గోపాలం, నేను బయల్దేరుతూంటే ఈ దుర్గ "నేనూ వస్తానని" నాతో బయల్దేరింది. నువ్వెంత కష్టపడుతున్నావో చూచి ఓదార్చాలని ఆమె ఉద్దేశం. నేను మొదట్లో తీసుకురావద్దు అనుకున్నానుగాని తరువాత ఆలోచించి, కాదనలేకపోయాను" అన్నారు శివకామయ్యగారు.

గోపాలం తలపైకెత్తి దుర్గను చూశాడు. దుర్గ మొదట్నుంచి తలవంచుకొనే కూర్చుందని అప్పుడు గ్రహించాడు. ఇక్కడకు రావటంలో దుర్గ చూపిన ఆప్యాయతకు గోపాలం కండ్లు చెమర్చినవి.

"ఈ పిల్ల నాదగ్గిరే చదువుకుంటోంది. చురుకైనదీ, అణకువ గలిగినది కూడాను. మొత్తం నా చుట్టూవున్న జీవకోటిలో గంగిగోవన్నా, దుర్గ అన్నా నాకిష్టమే" అని కృష్ణస్వామిగారికి పరిచయం చేశారు శివకామయ్యగారు.

శివకామయ్యగారి రాకతో ఆ యింటి వాతావరణమంతా ఇట్టే మారిపోయింది.

ఆయన వచ్చిన రోజే, "కృష్ణస్వామీ! నేనూ, దుర్గా పెద్దదినం వరకూ ఇక్కడే వుంటాం, అలా నిశ్చయం చేసుకొనే బయల్దేరి వచ్చాం" అన్నారు.

అలాగే ఉన్నారు కూడాను.

ఆయన ఉన్నన్నాళ్ళూ ఎక్కడా ఒక్క క్షణం కూర్చునేవారు కాదు. వంటిల్లు మొదలుకొని ముఖద్వారం వరకూ ఎప్పుడూ తిరుగుతూనే వుండేవారు. కనిపించిన ప్రతివ్యక్తినీ పలకరించేవారు, బిగ్గరగా నవ్వేవారు, అంతకంటే బిగ్గరగా కేకలు వేసేవారు.

ఒకరోజు రత్నమ్మగారితో "ఒకప్పుడీ కుటుంబాన్ని నీవు నడిపావమ్మా, మళ్ళీ ఈ కుటుంబాన్ని నడపవలసిన బాధ్యత దమయంతి నీమీద పెట్టి పోయింది" అన్నారు.

"నేనేం నడుపుతానయ్యా – ముసలిదాన్ని" అన్నారు రత్నమ్మగారు.

"నువ్వు నడపలేని స్థితిలో వుంటే భగవంతుడీ భారాన్ని నీమీద వేసేవాడు కాదమ్మా. ఈ బాధ్యత నువ్వు స్వీకరించవలసిందే. ఇది భగవదాదేశంగా భావించి స్వీకరించు" అన్నారు శివకామయ్యగారు.

ఆమె అంగీకరించింది.

ఆయన వచ్చినప్పటినుంచి సుశీలను గురించి తెలుసుకోవాలనే కుతూహలం కనపర్చుతూ వుండేవారు. ఆమెను గురించిన విషయాలు కొన్ని రత్మమ్మ గారిని అడిగి తెలుసుకున్నారు. మరికొన్ని గోపాలాన్ని అడిగి తెలుసుకున్నారు.

సుశీలకు కూడా శివకామయ్యగారంటే చాలా గౌరవం ఏర్పడింది. ఒకరోజు తనంత తానుగా వచ్చి శివకామయ్యగారు "నేను వచ్చి ఒక నెల మీ యింట్లో ఉండాలమ్మా" అన్నప్పుడు ఆమె హృదయపూర్వకంగా సంతోషించింది.

"కొన్ని సంవత్సరాలు ఈ ప్రపంచాన్ని విడిచిపెట్టి అరణ్యాల్లో తిరగాలని ఉంటుంది నాకు. అప్పుడుగాని మనస్సులో ఈ ప్రపంచం వేసే ముద్రను అధిగమించి ఆలోచించలేను, ప్రపంచపు పోకిళ్ళు మనస్సుకి వేసిన సంకెళ్ళను పటాపంచలు చేసి, ప్రశాంతంగా– నిర్మలంగా ఆలోచించటానికి అరణ్యవాసం కంటే వేరేమార్గం నాకు కనిపించటం లేదు" అన్నారు శివకామయ్యగారు.

తప్పకుండా రండి. మీ పాదస్పర్శవల్ల మా గృహం పావనమవుతుంది" అన్నది సుశీల.

"సుశీలా! మనం ఊరికే అనుకోవటమేగాని ఈ ప్రపంచంలో కష్టం-సుఖం; అదృష్టం- దురదృష్టం; అనేవే లేవనుకుంటాను. నీ ఉద్దేశమేమిటి?" అని అడిగారు శివకామయ్యగారు.

తన్ను ఆ ప్రశ్న ఎందుకు అడుగుతున్నదీ అర్థంకాక తబ్బిబ్బుపడింది సుశీల. ఆమె తబ్బిబ్బుపడటంచూసి, శివకామయ్యగారు బిగ్గరగా నవ్వుతూ "ఈ మాట మరిచిపోకు" అన్నారు.

ఆమె అప్రయత్నంగా "అలాగేనండి" అంది.

దుర్గ వచ్చినప్పటినుండీ సుశీలకూ దుర్గకూ మంచి స్నేహం ఏర్పడింది. అంతకుముందు రత్నమ్మగారితో కూర్చుని కబుర్లు చెబుతున్న సుశీల ఇప్పుడు దుర్గ చెంతకు జేరింది. వాళ్ళిద్దరూ అస్తమానం ఏవో కబుర్లు చెప్పుకుంటూనే వుండేవారు. వాళ్ళను చూచి గోపాలం మాట్లాడుకోటానికి ఇన్ని కబుర్లు ఎక్కడ ఉంటాయా అని ఆశ్చర్యపోయేవాడు. ఒక్కొక్కప్పుడు వాళ్ళు తన్ను గురించే మాట్లాడుకుంటున్నారేమోనని అనిపించేది కూడాను. ఒకసారి వాళ్ళిద్దరూ మాట్లాడుకుంటూ వుండగా అతడు ఆ పక్కకు వెళ్ళటం తటస్థించింది. అతనినిచూసి దుర్గ లేవబోయింది, సుశీల లేవనివ్వలేదు.

"మీరు మాట్లాడుకునేది నా గురించేనా?" అనడిగాడు గోపాలం.

దుర్గ సిగ్గుపడింది. సుశీల మాత్రం "మనకిక యితర విషయాలేవీ లేవా? అని దుర్గనడిగింది.

దుర్గ మరీ సిగ్గుపడింది.

"తన సంగతి కాదని చెప్పు" అన్నది సుశీల దుర్గతో, దుర్గ మాట్లాడలేదు.

"బైట ఏదైనా పనివుంటే చూసుకోమను" అన్నది సుశీల.

"ఆ అనేదేదో నువ్వే అనరాదా అక్కా?" అని ప్రశ్నించింది దుర్గ.

"ఈ కాలంలో అందరూ గడుసుపిల్లలే!" అని నవ్వింది సుశీల.

"ఔనౌను, నువొక్కదానివే అమాయకురాలివి" అని మాట కలపటానికి ప్రయత్నించాడు గోపాలం.

"అతన్నక్కడినుంచి వెళ్ళమని చెప్పకపోతే నేనూరుకోను దుర్గా!" అన్నది సుశీల.

"ఊరుకోక ఏం చేస్తుందో అడుగు దుర్గా!" అన్నాడు గోపాలం.

"ఉరి మాత్రం పోసుకోను" అన్నది సుశీల, ముగ్గురూ నవ్వుకున్నారు.

గోపాలం వెళ్ళిపోయిం తరువాత "ఎందుకక్కా ఆయనదగ్గర నన్నిబ్బంది పెడతావ్" అనడిగింది దుర్గ.

"మీ యిద్దరూ మాట్లాడుకుంటే వినాలని వుంది" అని సుశీల నవ్వుతూ అంది.

"పో అక్కా! నువ్వు మరీని..." అని పెడమొఖం పెట్టింది దుర్గ.

దుర్గను దగ్గరికి తీసుకుని ఏదో ఆలోచిస్తూ కూర్చుంది సుశీల.

ఆమె కండ్లలో నీళ్ళు తిరిగినవి.

* * *

బంధువులు, స్నేహితులు దినం బ్రహ్మాండంగా జరిపేశారు. ఎవరికీ ఏ లోటూ రాకుండా చూసే భారం రత్నమ్మగారు తనమీద వేసుకుంది. బంధువులు, స్నేహితులు ఎక్కడివారక్కడకు వెళ్ళిపోతున్నారు.

ఆ పరిస్థితిలో కృష్ణస్వామిగారికి ఇక వండిపెట్టే దిక్కు ఎవరా? అనే మీమాంస వచ్చింది. కృష్ణస్వామిగారి బంధువులు ఆయన చెల్లలు రుక్మిణమ్మను కొన్నాళ్ళపాటు ఆ యింట్లో వుండవలసిందిగా కోరారు.

ఆమె అంగీకరించలేదు.

"నే నిక్కడ వుంటే నా గేదెపాలు తీసేవారు ఎవరూ లేరు" అనే సాకు చెప్పింది.

అది సాకే అని అందరికీ తెలిసినా ఎవరు మాత్రం ఆమెను ఏం చేయగలరు?

చివరికి చాలాసేపు చర్చలు జరిగింతరువాత ముందుగానే శివకామయ్యగారు ఊహించినట్లు ఆ భారం రత్నమ్మగారి మీదనే పడింది.

ఆమెకు అంగీకరించక తప్పేదేముంది?

శివకామయ్యగారు వెళుతూ వెళుతూ "కృష్ణస్వామీ! నువ్వప్పుడప్పుడు ఆశ్రమానికి వస్తూ వుండు, మనం తరచు కలుసుకుంటూ వుండటం ఇద్దరికీ మంచిది" అన్నారు.

అందుకు కృష్ణస్వామిగారు అంగీకరించారు.

"గోపాలం! నీవు కాలేజీలో చేరగానే ఆశ్రమానికి ఒకసారి రా" అన్నారు శివకామయ్యగారు.

అందుకు గోపాలం అంగీకరించాడు.

వారు దుర్గను వెంట పెట్టుకుని వెళ్ళిపోయారు. ఆమె వెళుతూ వెళుతూ సుశీలను కావలించుకుని సెలవు తీసుకుంది. కృష్ణస్వామిగారికి, గోపాలానికి నమస్కరించి వెళ్ళిపోయింది.

ఇక మిగిలింది సుశీల.

రత్నమ్మగారి కోరికపై సుశీల అందరూ వెళ్ళిపోయిన తరువాత రెండురోజులు ఆగింది. ఆ సందడిలో చెరిగిపోయిన విచారం మళ్ళీ ఆ యింటికి నెమ్మది నెమ్మదిగా ముసురుకో జొచ్చింది.

కృష్ణస్వామిగారికి అప్పుడప్పుడు దమయంతి ఆ యింట్లోఉన్నట్లే అనిపిస్తూ వుండేది. ఎందుకో హటాత్తుగా లోపలికొచ్చి, నిర్విణ్ణులై, మళ్ళీ బైటికి వెళ్ళిపోతూ వుండేవారు.

గోపాలానికి ఎక్కడికీ వెళ్ళబుద్ధి అయ్యేది కాదు. ఒంటరిగా కూర్చుని తనలోకి తాను చూచుకోబుద్ధయేది. సుశీల వెళ్ళే ముందురోజు సాయంకాలం అతను అశోకచెట్టుకింద కూర్చునుండగా రత్నమ్మగారూ, సుశీలా వచ్చారు.

"ఏరా అబ్బాయ్, సుశీల రేపే వెళుతూ వుంది" అని సంభాషణ ప్రారంభించింది.

"ఇంకా నాలుగురోజులుండకూడదా?" అన్నాడు గోపాలం.

"అదింకా చిన్నపిల్లట్రా, దానికున్న పనులు దానికీ వుంటై" అన్నది రత్నమ్మగారు. "సరేగాని అది అంతదూరాన్నుంచి వస్తే ఒక్క మాటైనా మాట్లాడలేదటేం?"

"నేను మాట్లాడకపోతే ఏం తను మాట్లాడకూడదా?"

"ఎంత చనువైనా ఆడపిల్లకదట్రా" అన్నది రత్నమ్మగారు. "ఇట్లా కూర్చో అమ్మా" అని సుశీలను అక్కడ కూర్చోపెట్టి రత్నమ్మగారెళ్ళిపోయారు.

ఇద్దరూ కాసేపు మౌనంగా కూర్చున్నారు.

అకస్మాత్తుగా గోపాలం "ఈ ప్రపంచానికి అర్థం ఏమన్నావుందా?" అని తండ్రి తన్ను ప్రశ్నించినట్లుగా సుశీలను ప్రశ్నించాడు.

"చూడు గోపాలం, సుఖంగా బ్రతకటానికి ఇటువంటి ప్రశ్నలన్నీ అనవసరం. ఈ మాట చెప్పటానికే ఇప్పుడు నీదగ్గరి కొచ్చాను" అన్నది సుశీల.

గోపాలం కాసేపు ఆగి, "మనం ఒకచోట ప్రయాణం మొదలుపెట్టాం. క్రమక్రమేణా విడిపోయాం. రోజులు గడుస్తున్న కొద్దీ దూరమవుతున్నాం. ఇందుకైతే ఒకేచోటనుండి ఎందుకు బయల్దేరాలి?" అని అడిగాడు గోపాలం.

"ఇటువంటి ప్రశ్నలే అనవసరం అంటున్నాను" అన్నది సుశీల.

"మరి ఏవి అవసరమంటావ్?"

"బ్రతకటానికి ఈ ప్రశ్నలతో నిమిత్తం లేదు. కష్టాలొచ్చినప్పుడు వాటిని మర్చిపోవటానికి ప్రయత్నిస్తూ, సుఖాలను హృదయంలో పదిలపర్చుకుంటూ బ్రతికితే సరిపోతుంది" అన్నది సుశీల.

గోపాలం అకస్మాత్తుగా ఆమె ముఖాన్ని పరీక్షగా చూశాడు. ఆ ముఖంలో ఏం కనిపించిందో ఏమో "అతను నిన్ను కష్టపెడుతున్నాడా సుశీలా?" అనడిగాడు. సుశీల మనస్సు తత్తరపడింది. ఆమె బిత్తరపోయింది. ఏమీ మాట్లాడకుండా కూర్చుంది.

"మనం ఇంత దగ్గరవాళ్ళం. మన మనసులు చిన్నప్పటినుంచీ పెనవేసుకుని ఉన్నయి. అయినా ఒకరికొకరం సహాయం చేసుకోలేని స్థితిలో ఉన్నాం. నీ కిష్టంలేక పోయినా మళ్ళీ అడుగుతున్నాను" అని ప్రశ్నించాడు గోపాలం.

"నేను కష్టాలను భరించగలను గోపాలం. నేను కోరేదిమాత్రం నీవు సుఖంగా ఉండాలని" అన్నది సుశీల.

"అసలు నీకు కష్టాలు ఎందుకు రావాలి?" అని వెక్కి వెక్కి ఏడ్చాడు గోపాలం.

చెట్టునానుకుని ఏడుస్తున్న అతన్ని చూసింది సుశీల. అతన్ని తన అంకంలోకి తీసుకుని ఓదార్చాలనుకుంది. కాని అలా ఓదార్చడానికి వీలు లేదు. అది తప్పు. వెంటనే ఈ ప్రపంచానికి ఏమైనా అర్థం ఉన్నదా? అన్న ప్రశ్న ఆమె చెవుల్లో గింగురుమన్నది.

"గోపాలం! నీ సంగతి నాకు తెలిసినంతగా మరొకరికి తెలియదు. మన మనస్సులు పెనవేసుకున్నమాట నిజమే. వాటినెవ్వరూ విడదీయలేరు కూడాను. నీకింత దగ్గిరదానను గనుక ఒకమాట చెబుతాను" అన్నది సుశీల.

"ఏమిటి సుశీలా?"

"అమ్మమ్మ ముసలిదైంది. దిగులుతో పూర్తిగా బలహీనపడి పోయింది. ఎక్కువకాలం ఇంటిపనులు చేయలేదు. ఈ కుటుంబం మళ్ళీ కళకళలాడాలంటే నీవు వివాహం చేసుకోవాలి. నీవెంత త్వరగా వివాహం చేసుకుంటే అంత మంచిది" అన్నది సుశీల.

"ఏమిటి సుశీలా నువ్వంటున్నది?" అనడిగాడు గోపాలం.

సుశీల మళ్ళీ చెప్పింది.

"ఎందుకంట నాకు వివాహం?" అనడిగాడు గోపాలం.

"అదేమిటి గోపాలం అలా అంటావు? జీవితాన్ని సరిదిద్దటానికి..." అన్నది సుశీల.

"నీకు తెలీదు సుశీలా... ఈ జీవితాన్ని సరిదిద్దుకోవాలనే ఆశ నాకు లేదు. చిన్నప్పటినుంచీ ఒకటిగా పెరిగిన నీవు నాకు దూరమయ్యావు. నన్ను పెంచి, పోషించిన అమ్మ దూరమైంది. నాకింకా జీవితంలో ఏముంది?" అని ముఖాన్ని చేతుల్లో కప్పుకొని భోరున ఏడిచాడు గోపాలం.

అతని ఏడ్పు సుశీల హృదయాన్ని బ్రద్దలు చేసింది. తను ఈ ప్రపంచంలో వున్నానని, ఇనపచక్రంవంటి సంఘంలో తానొక గొలుసునని, సాంఘిక జీవితమనే గోడలమధ్య ఇరుక్కునే జీవినని అనేమాట ఆ క్షణం ఆమె మర్చిపోయింది. గోపాలాన్ని దగ్గిరికి తీసుకుని, అతని కన్నీళ్ళను తుడుస్తూ తల నిమురుతూ ఓదార్చింది.

చల్లనిగాలి వీచింది, దూరాన ఒక పోలికేక వినిపించింది. అశోకచెట్టు ఆకులు మెల్లగా కదిలినవి. తమకుతాము ఏదో రహస్యాలను చెప్పుకుంటున్నట్లని పించింది.

"రామాపురంలో నీవు నన్ను కొయ్యవంతెన మీదుగా నడిపించేదానివి. నీ సహాయం లేకుండా నేను ఆ వంతెన మీదుగా నడువగలిగేవాడిని కాదు. జ్ఞాపకం ఉందా సుశీలా?" అనడిగాడు గోపాలం.

"ఎందుకిట్లా జరిగిపోయిన సంగతులన్నీ జ్ఞాపకం పెట్టుకుంటావ్? కొన్ని మర్చిపోవటం మంచిది" అన్నది సుశీల.

"ఇప్పుడు నా స్థితి అట్లా వుంది. కాని ఒక్కటే భేదం. అప్పుడు కర్రవంతెన మీదుగా నడిపించి, కాలువను దాటించటానికి నువ్వున్నావు. ఇప్పుడెవరూ లేరు."

"ఇప్పుడు మాత్రం నేనేమయ్యాను?" అనడిగింది సుశీల. "నీకు నేను దూరంగా వున్నట్లు అనిపిస్తూందేమోగాని, నా కట్లాలేదు. ఎక్కడున్నా, నీవు నా చెంతనే వున్నట్టు వుంటుంది. నీకేదన్నా కష్టం వుంటే నాకు తెలుస్తూవుంటుంది కూడాను. నువ్వెప్పుడు కోరుకుంటే నేనప్పుడు వస్తాను" అన్నది సుశీల.

ఈ మాటలను యిముడ్చుకుంటూ కొంచెంసేపు కదలకుండా కూర్చున్నాడు గోపాలం.

"ఇవన్నీ సరే- నేనడిగిన మాటకు నువ్వింతవరకూ సమాధానం చెప్పలేదు."

"ఏ మాట అది?"

"నీ వివాహం సంగతి. నేనొకటి అడుగుతాను నిజం చెప్తావా?"

"నీ దగ్గర ఏదీ దాచవలసిన అవసరం నాకు లేదు. ఒకవేళ దాచినా నువ్వు కనుక్కోగలవు" అన్నాడు గోపాలం.

"శివకామయ్యగారితో వచ్చిందే- దుర్గ ఆమెతో నీ కెన్నాళ్ళనుంచి పరిచయం?"

శివకామయ్యగారి దగ్గరకు వెళ్ళినప్పుడు ఒకటి రెండుసార్లు చూశాను అంతే" అన్నాడు గోపాలం.

"అంత మాత్రానికే ఆ పిల్ల నిన్ను ఎంత గుర్తుపెట్టుకుందో చూశావా? నీ కేదో కష్టమొచ్చిందంటే ఇట్లే వచ్చి వాలింది. పైకి కనిపించక పోయినా, భౌతిక పరిచయం తక్కువైనా నిన్ను గురించి మనస్సులో ఎంత ఆలోచించుకుంటుందో, ఆ పిల్ల వున్నన్నాళ్ళూ మేమిద్దరం అస్తమానం ఏదో ఒకటి మాట్లాడుకుంటూ వుండటం నువ్వు చూస్తూ వచ్చావు. మేం ఏమేం మాట్లాడుకునే వాళ్ళమో నీకు తెలుసా?" అనడిగింది సుశీల.

"నాకెట్లా తెలుస్తుందీ? అడిగినా చెప్పకపోతిరిగదా" అన్నాడు గోపాలం.

"నీ సంగతే మాట్లాడుకునే వాళ్ళం" అన్నది సుశీల. "ఆ పిల్ల ఎప్పుడూ నీ సంగతే ఏదో ఒకటి అడుగుతూ వుండేది. నాకు తెలిసినంత వరకూ నేను చెప్తూ వుండేదానిని. చెప్పించుకోవటంలో ఆమెకు ఆనందంగా-చెప్పటంలో నాకు ఆనందంగా వుండటంవల్ల అంత త్వరగా అతుక్కుపోయాం."

"దుర్గకు నా సంగతులెందుకు కావలసివచ్చాయ్?" అనడిగాడు గోపాలం.

"నువ్వంటే ఆ పిల్లకు చాలా యిష్టం- ప్రేమ" అన్నది సుశీల.

ఈ మాటకు విస్తుపోయాడు గోపాలం. ఆ శివకామయ్యగారు ఆశ్రమానికి వెళ్ళినప్పుడు తను ఆ పిల్లనప్పుడప్పుడు చూశాడేగాని, ఎప్పుడూ ఆమెతో మాట్లాడి ఎరగడు. తనకు జ్ఞాపకం వున్నంతవరకు తనతో మాట్లాడాలని ఆ పిల్ల ఎప్పుడూ కుతూహలం చూపలేదు. తను ఆశ్రమంలో అడుగు పెట్టగానే ఇంతింత కన్నులతో చూసి, శివకామయ్యగారికి చెప్పేది. వెళ్ళి గంగిగోవు దగ్గర కూర్చునేది. అంతే, తనుకూడా ఆమెను చూడగానే తబ్బిబ్బు పడేవాడేగాని ఆకర్షింపబడలేదు. కాకపోతే ఆశ్రమానికి వచ్చినప్పుడు ఆమె కనిపించకపోతే మాత్రం దిగులుగా వుండేది. ఆ దిగులు గంగిగోవు కనుపించక పోయినా వుంటుందతనికి.

ఈ విషయాలన్నీ జ్ఞాపకం వచ్చి “ఆ పిల్ల ఏదో ఉబుసుపోకకు అడిగి వుంటుంది. నువ్వు దానికి లేనిపోని అర్థాలు కల్పిస్తున్నావు” అన్నాడు గోపాలం.

“ఇది నాకు తెలియని విషయమా?” అని ఒక పెద్ద నిట్టూర్పు విడిచింది సుశీల. ప్రపంచంలో వున్న అనుభవాలన్నిటినీ రంగరించుకుని, తనతో కలుపుకున్న నిట్టూర్పది. అనేక కష్టాలనూ, బాధలనూ మనస్సులో ఇముడ్చుకొని వాటి సారాన్ని బైటకి ఊదిన నిట్టూర్పది.

ఆ నిట్టూర్పు విని చలించాడు గోపాలం.

సుశీల చెప్పుకుపోయింది. ఆ పిల్ల మనస్సు చాలా మెత్తనిది; నిండైనది; ఆకాశమంత విశాలమైనది. ఆమె మనస్సు ఎన్ని ముఖాలైనా త్యజించగలదు. ఎన్ని కష్టాలైనా భరించగలదు. నీకు అన్నివిధాలా తగిన పిల్ల దుర్గ. నీవామెను వివాహం చేసుకుంటే నేను చూచి సంతోషిస్తాను” అన్నది సుశీల.

సుశీల మాటలు ఒకవిధంగా గోపాలం మనస్సును తేటపరిచినవి. అతనింతవరకు తన వివాహం సంగతి ఆలోచించలేదు. అది తాను ఆలోచించవలసిన విషయంగా అతను పరిగణించలేదు. అన్నిటినీ తల్లి దమయంతికి వదిలి పెట్టినట్టే ఈ విషయంకూడా వదిలిపెట్టాడు.

“ఈ విషయం నీవు హృదయపూర్వకంగానే చెబుతున్నావా సుశీలా?” అని అడిగాడు.

“ఆలోచించి, ఆలోచించి నా తెలివినీ, నా అనుభవాన్నీ అరగదీసి, అరగతీసి చెబుతున్నాను. నీవు సుఖపడాలంటే, నీ జీవితానికొక ధ్యేయం ఏర్పడాలంటే నువ్వు దుర్గను వివాహం చేసుకోవడం మంచిది. నీపట్ల దుర్గకున్న అభిప్రాయాలు శివకామయ్యగారు పసికట్టినట్టున్నారు. అందుకనే ఆమె ఇక్కడకు రావాలని కోరగానే ఇష్టపడక ఆలోచించి, ఒక నిర్ణయానికి వచ్చి తీసుకొచ్చారు” అన్నది సుశీల.

“నువ్వు నన్ను దుర్గకు అప్పజెప్పి, నీ బాధ్యతను వదులుకోవాలని చూస్తున్నావు...” అన్నాడు గోపాలం ఆమె ముఖాన్ని పరిశీలిస్తూ.

“లేదు గోపాలం లేదు. నా బాధ్యత వదులుకుంటే పోయేది కాదని నాకు తెలుసు” అన్నది సుశీల.

ఈ మాటకు గోపాలం కదిలిపోయాడు, “నువ్వెంత మంచిదానివి! నా పట్ల ఇంత సానుభూతి చూపిస్తున్నావు. నేనెప్పటికైనా నీ ఋణం తీర్చుకోగలనా సుశీలా?” అని అన్నాడు.

అకస్మాత్తుగా సుశీల చిన్నప్పుడు రామాపురంలోను, తాను వెళ్ళినప్పుడు అత్తవారి యింట్లోనూ మాట్లాడినట్టు" అన్నీ తీర్చుకున్నావులే.. పద ఇంట్లోకి" అన్నది.

ఆ రాత్రి చాలా సేపటివరకూ వాళ్ళిద్దరూ నిద్రపోలేదు. గోపాలం ఎప్పుడో తన తల్లి దమయంతి మీద కొన్ని పద్యాలు వ్రాశాడు. వాటిని ఎవ్వరికీ చూపకుండా తన దగ్గరే దాచుకున్నాడు. ఆ పద్యాలను వినిపించాడు సుశీలకి. ఆ పద్యాలు విని సుశీల కన్నీరు మున్నీరుగా ఏడ్చింది. ఆమెతోపాటు తానూ ఏడ్చాడు గోపాలం.

"నీకు జ్ఞాపకం వుందా-గోపాలం? అమ్మ రామాపురం వచ్చినప్పుడు నీ బాధ్యత నాకప్పగించింది. అప్పటినుంచీ నువ్వెక్కడున్నా నీ బాధ్యత నాదేననిపిస్తుంది. నాకు అమ్మ ఈ లౌకిక రంగంనుంచి నిష్క్రమించటంతో ఆ బాధ్యత పూర్తిగా నా మీదే పడినట్లు అనిపిస్తూ వుంది. అమ్మ ఉన్నప్పుడు నాకే భయము ఉండేది కాదు. ఇప్పుడు ఆ బాధ్యతను నిర్వర్తించుకోగలనో-లేదో అని భయపడుతున్నాను" అన్నది సుశీల.

సుశీల యెన్నడూ గోపాలంతో ఇంతమనస్సు విప్పి మాట్లాడలేదు. ఎంత చనువుగా వున్నా ఏదో దాస్తున్నట్లే అనిపించేదతనికి, ఇప్పుడు ఆభావం పూర్తిగా తొలిగిపోయింది. ఆమె మాటలు వింటూ వుంటే తన తల్లి విడిచిపెట్టి వెళ్ళిన ఖాళీని క్రమక్రమేణా ఆమె నింపుతూ వుందనిపించింది. ఈ భావం కలగటంతోనే ఒకపెద్ద ఆకాశంలా అతని మనస్సు ఉద్రూతలూగింది. ఆమె పాదాలను చేతులతో స్పృజించి, కన్నీటితో తడిపాడు గోపాలం.

ఆమె అతని వీపు నిమురుతూ "ఎంత పిచ్చివాడివయ్యా నువ్వు!" అన్నది.

ఆ మాట లచ్చంగా దమయంతి అన్నట్టుగా వినిపించింది గోపాలానికి. మరునాడే సుశీల భర్త దగ్గరికి వెళ్ళిపోయింది.

ఏడవ ప్రకరణము

సుశీల వెళ్ళిన మరునాడు వొక విచిత్ర సంఘటన జరిగింది. ఆ సంఘటన గోపాలాన్ని కూకటివ్రేళ్ళతో పెకలించివేసింది. తనతల్లి దమయంతి గురించి అతను అనేక అద్భుతాలు ఊహించాడుగాని ఈ సంఘటన అతని ఊహలన్నిటినీ అధిగమించింది.

అప్పుడతను ఇంట్లో కూర్చుని, కొత్తగా తండ్రి వ్రాస్తున్న గ్రంథాన్ని తిరగవేస్తున్నాడు. ఆ గ్రంథం మానవ పతనాన్ని వర్ణించిన గ్రంథం. భగవంతుని పేరుమీదుగా లోకంలో ఎన్ని దుష్టకార్యాలు జరుగుతున్నవో వర్ణించిన గ్రంథం

మానవుడు భగవంతుడిని తన స్వార్థపంకిత ఆలోచనల్లోకి దింపి, భగవంతుడిని ఎంత అపభ్రంశపు స్థితికి గుంజిందీ వర్ణించిన గ్రంథం.

ఆ గ్రంథంలో తన రూపానికీ, గుణాలకీ అపార్థాలు కల్పించినందుకు భగవంతుడు మానవుణ్ణి దూషిస్తూ ఉంటాడు. అదొక పద్యకావ్యం. ఆ కావ్యంలోని ప్రతి పద్యం మహత్తరమైనదిగా కనిపించింది గోపాలానికి.

మొదటినుంచీ అతని బుద్ధికి అందని సమస్య ఒకటి తన తండ్రి గ్రంథాలను పోల్చి చూసుకున్నప్పుడు అతని మనస్సును కలవరపెడుతూ వుండేది.

కృష్ణస్వామిగారు వ్యక్తిగా చాలా సీరియస్‌గా వుండేవారు. చాలా కటువుగా మాట్లాడేవారు. సంస్కారానికి సంబంధించిన సున్నితత్వంగాని, సౌందర్యంగాని ఆయనలో ఎక్కడా కనిపించేవి కావు. కాని కలం పట్టుకున్నప్పుడు వేరొక మనిషి దృగ్గోచరమయ్యేవాడు. ఆ మనిషి మన తెలుగు కావ్యాల్లోవున్న అందచందాల నన్నింటినీ ఏర్చికూర్చగలిగిన వ్యక్తి. అందమైన పదాలనూ అంతకంటే అందమైన భావాలనూ వ్యక్తం చేయగలిగిన వ్యక్తి. సునిశితమైన హాస్యాన్ని అతి సుందరంగా చెప్పించగలిగిన వ్యక్తి.

ఈ ఇద్దరు వ్యక్తులను గురించీ గోపాలం ఎప్పుడూ ఆలోచిస్తూ వుండేవాడు. ఈ ఇద్దరు వ్యక్తులను సమన్వయం చేసుకుని చూడగలగటం అతనికి చేతనయ్యేపనిగా కనిపించేదికాదు.

ఒకే మనిషి ఈవిధంగా ఇద్దరు వ్యక్తులుగా విభజించటానికి కారణమేమిటా అని ఆలోచించేవాడు. ఇంత మెత్తగా ఆలోచించగలిగిన వ్యక్తి జీవితంలో, అంత కటువుగా వుండవలసిన కారణమేమిటి?

రచనల్లో ఇంత సున్నితమైన హాస్యాన్ని ప్రదర్శించ గలిగిన వ్యక్తి, జీవితంలో అంత సీరియస్‌గా వుండటానికి కారణమేమిటి?

కృష్ణస్వామిగారి రచనలు చదివి, ఆయన మీద మోజుపడి, చూసి మాట్లాడాలని వచ్చిన ప్రతివారూ ఆశాభంగాన్నే పొందుతూ వుండేవారు. ఆయన రచనలద్వారా పరిచయమైన వ్యక్తిని కృష్ణస్వామిగారిలో కించిత్తు కూడా చూడలేక పోయేవారు.

ఇలా ఆశాభంగం పొంది, ఆయనకు విరోధులైన ప్రముఖులు లేకపోలేదు. ఒక వ్యక్తిని గురించి ఎంతో ఉన్నతంగా ఊహించి తాను ఊహించినది ఆ వ్యక్తిలో కనబడనప్పుడు మానవుడు సహించలేడు. ఇన్నాళ్ళూ ఆ వ్యక్తి తన్ను మోసం చేసినట్లుగా భావిస్తాడు; తనకు ద్రోహం చేసినట్లు రోషిస్తాడు; పరమ శత్రువుగా

తయారవుతాడు. ఇందులో అవతలి వ్యక్తి పొరపాటు చేసి వుండడు; ఏ పాపమూ తలపెట్టి వుండడు. ఐనప్పటికీ ఆ వ్యక్తివల్ల ఆశాభంగం పొందినవారు తమకు తెలిసీ తెలియక విరోధులవటం కద్దు.

ఈ మానసిక స్థితిని ఆలోచించుకోలేని మధ్యస్తులు ఈ పరిణామానికి ఎవరికి తోచిన కారణాలను వారూహించుకుంటారు. నిన్నటి వరకూ అభిమానిగా, శిష్యపరమాణువుగా ఉన్న ఒక వ్యక్తి ఈనాడు దూషణ తిరస్కారాలకు పూనుకున్నాడంటే అవతలి వ్యక్తిలో ఏదో ఒక లోటు ఉండకపోదు అనుకుంటారు. విమర్శకుని దూషణ- తిరస్కారాలలో ఎంతోకొంత సత్యం ఉండి వుంటుంది అనుకుంటారు.

తండ్రి వ్రాసిన గ్రంథం చదువుతూ కుర్చున్న గోపాలానికి ఇటువంటి ఆలోచనలెన్నో వచ్చినయ్.

ఇందులో ఏ వ్యక్తి నిజం? ఇద్దరూ నిజమై యుండాలి. అయినప్పుడు ఈ పరిస్థితికి కారణమేమిటి?

ఆలోచించగా-ఆలోచించగా అతని మనస్సుకి ఒక్కటే కారణం కనిపించింది. రచయిత ఒక రచనకు పూనుకున్నప్పుడు తన శక్తినంతా కేంద్రీకరిస్తాడు. లోకానికేదో చెప్పాలనే సంకల్పంతో ఉంటాడు గనుక తనలో ఉన్న మంచితనాన్నంతా ఒకచోట కుప్పగా పోస్తాడు. అందువల్ల తన్నుతాను అధిగమించి ఆలోచిస్తాడు. ఈ ఆలోచనలను జీర్ణించుకుని తనలోనే ఉంచుకోగలిగితే క్షణక్షణం మారి మహర్షి అవుతాడు. అలాకాక వాటిని బహిర్గతం చేసుకుంటే రచయిత అవుతాడు. ఆలోచనలు బహిర్గతం అయినప్పుడు కొంతకాలం వరకూ, అంటే మనస్సు మళ్ళీ ఆలోచనలు పోసుకునే వరకూ మనిషి డొల్లగా వుండటం గోపాలానికి కాస్త అనుభవంలో వున్న విషయమే. జ్యోతికి కారణమైన నూనె ఒక ప్రమిదలో నుంచి ఇంకొక ప్రమిదలోకి వెళ్ళినట్లనిపిస్తుంది ఆ పరిస్థితి.

ఈ కారణంవల్లే ప్రతి రచయితా ఇద్దరి వ్యక్తులుగా గోచరిస్తూ వుంటాడని అతనికి అనిపించింది. వ్యక్తిలో కనపడని గుణాలు రచనల్లో కనపడటం, రచనల్లో కనపడని గుణాలు వ్యక్తిలో కనపడటం ఎందువల్లని అతను అనుకున్నాడు. మనస్సును కేంద్రీకరించటంవల్ల వచ్చిన ఔన్నత్యం స్థిరత్వాన్ని పొందకపోవడమే ఇందుకు కారణం అని తేల్చుకున్నాడు.

అలా స్థిరత్వం పొందిన ప్రముఖులు రచనలు చేయటం మానివేయటం అతను ఎరిగిన విషయమే.

ఒకప్రక్క ఇటువంటి ఆలోచనలకు లోనవుతూ, రెండో ప్రక్క తనతండ్రి వ్రాసిన గ్రంథాన్ని తిరగవేస్తూ కూర్చున్నాడు గోపాలం.

ఆ గ్రంథంలో భగవంతుడు "ఓ మానవుడా! నాకు వెలుతురూ, గాలి రాని యిళ్ళు కట్టి వాటిలో నన్ను ప్రతిష్టించావు. నాకు నీ యిష్టం వచ్చినంతమంది భార్యలను అంటగట్టి, నన్ను చపలచిత్తుణ్ణి చేశావు. మాటిమాటికి నేను సృష్టించిన సృష్టిలోనే నేను జోక్యం చేసుకుంటునట్లుగా వర్ణించి, నన్నొక మూర్ఖుడిగా తయారు చేశావు. నీ చర్యలను నేను సహిస్తూ ఊరుకోను. నీకు కాలం దగ్గరపడింది" అని అంటున్నాడు.

భగవంతుని ఆక్రోశానికి నవ్వు వచ్చింది గోపాలానికి.

"మానవుడు దుశ్చర్యలకు పాల్పడితే మాత్రం భగవంతుని కింత ఆక్రోశం రావలసిన అవసరం ఏముంది?" అనుకున్నాడు.

అంతలో రత్నమ్మగారు "నాయనా, ఈ పెట్టేమిటో చూడు" అన్నది. ఒక చందువా పెట్టెను అతనికి అందిస్తూ.

గోపాలం ఆ పెట్టెను అందుకుని చూశాడు. అది చిన్న పెట్టె. ఆ పెట్టెమీద "గోపాలానికి" అని వ్రాసి అంటించబడి ఉంది.

"దమయంతి ట్రంకుపెట్టె కమల వెదుకుతూంటే ఇది కనిపించిందట నాయనా" అన్నది రత్నమ్మగారు.

ఆ క్షణం కమల తన తల్లి వస్తువులున్న పెట్టెను ఎందుకు వెతకాల్సి వచ్చిందో అతనికి ఆలోచించబుద్ధి పుట్టలేదు. 'గోపాలానికి' అని ఆ పెట్టెమీద వ్రాసి ఉన్న అక్షరాలు తిలకిస్తూ కూర్చున్నాడు. ఆ అక్షరాలు తన తల్లి దమయంతివే. అందులో సందేహం లేదు. ఆ పెట్టెలో ఏముంది? తన తల్లి దమయంతి తనకేమి విడిచివెళ్ళింది? తాను చెప్పదలచిన కడసారి మాటలు ఇందులో ఉన్నాయా?

వెంటనే పెట్టెకు కట్టి వున్న దారాన్ని వూడదీసి, మూతతీసి లోపలకు చూశాడు గోపాలం.

అందులో ఉన్నదొక గొలుసు. గోపాలానికి అర్థం కాలేదు.

అది బంగారపు గొలుసు.

అప్పటికీ గోపాలానికి అర్థం కాలేదు.

ఆ గొలుసుని చేత్తో పైకితీసి చూశాడు గోపాలం.

అప్పుడతనికి అర్థం అయింది. ఏ గొలుసును తాకట్టుపెట్టి, తన చదువుకోసం డబ్బు పంపించిందో– ఆ గొలుసిది. ఏ గొలుసు తనుతాకట్టు విడిపించి, తన తల్లికి తిరిగి యిచ్చాడో – ఆ గొలుసిది. ఆ గొలుసు తిరిగి ఇచ్చివేసినందుకు గోపాలం మీద ఆమెకు కష్టంవేయటం గోపాలానికింకా జ్ఞాపకం ఉంది. తిరిగి యిచ్చినందుకు ఆమె నిష్ఠూరంగా మాట్లాడటం అతని మనస్సు నింకా వ్యథపెడుతూనే ఉంది. ఆమె గొలుసు నామె తీసుకోవడమైతే తీసుకుందేగాని ఏనాడూ ధరించి ఎరుగదనేది కూడా అతనికి గమనంలో ఉంది. ఆ గొలుసును ఆమె ఈ ప్రపంచాన్ని విడిచిపెట్టి పోతూ మళ్ళీ తనకు అప్పగించి వెళ్ళింది. తమను రామాపురంనుంచి తీసుకొచ్చేటప్పుడు తమడబ్బు ఒక దమ్మిడీ ముట్టనని ఆమె రత్నమ్మగారికి మాట ఇచ్చింది. ఆ మాటను అక్షరాలా, ఈ గొలుసును మళ్ళీ అందజేయటంతో తీర్చుకుంది.

గోపాలం కళ్ళల్లో నీరు గిర్రున తిరిగింది. చెయ్యి వణికింది. గొలుసు కిందపడింది.

అతను "అమ్మా అమ్మా" అంటూ ముందున్న టేబిల్‌మీద తలను ఆన్చి ఏడువ నారంభించాడు.

"ఏం నాయనా! ఏం జరిగింది!" అనడిగింది రత్నమ్మగారు. ఆ పెట్టేమిటో, ఆ పెట్టెలో గొలుసేమిటో, ఆ గొలుసును చూసి తన మనుమడు పసిపిల్ల వానికంటే కనాకష్టంగా ఏడవటమేమిటో తన కర్థం కాలేదు.

"ఏం జరిగిందయ్యా?" అనడిగింది గోపాలం మేను నిమురుతూ.

గోపాలం అశ్రుధారలతో ముద్దయిన ముఖాన్ని పైకెత్తి, "చూశావా అమ్మమ్మా, అమ్మ ఎంతపని చేసిందో" అన్నాడు.

అతని మాటల అర్థానికి జంకి, ఆశ్చర్యపడి, "ఎవరయ్యా? దమయంతేనా?" అనడిగింది.

"అవునమ్మా–అవును"

"ఏం చేసిందయ్యా?"

గోపాలం ఆ గొలుసుని పైకెత్తిచూపి, దాని చరిత్ర అంతా రత్నమ్మగారికి చెప్పాడు. రత్నమ్మగారికి ఆ గొలుసు తాకట్టు పెట్టటం, తిరిగి తీసుకురావటం తెలుసుగాని మిగిలిన విషయాలు తెలియకపోవటంవల్ల, గోపాలం మాటలు విని స్థంబించి పోయింది.

"నీ మాటయితే నెగ్గించుకున్నావుగాని, మా మనస్సులు ఎంత కష్టపడతాయో ఆలోచించలేకపోయావా తల్లీ" అని రోదించింది.

గోపాలానికి ఆ గొలుసు వొక పెద్ద సమస్య అయింది. ఆ గొలుసును ఏమి చెయ్యాలి? ఏమి చెయ్యాలని తన తల్లి తనకు వదిలిపోయింది?

ఆ సాయంకాలంవరకూ ఆ గొలుసును గురించి ఆలోచిస్తూనే ఉన్నాడు గోపాలం. ఈ విషయం మొదట్లో కృష్ణస్వామిగారికి చెపుదాం అనుకున్నాడు. కాని అలా చెప్పటంవల్ల సమస్య క్లిష్టపడటమేతప్ప, పరిష్కారం కాదని మనస్సులో తేల్చుకొని ఆ సంకల్పం విరమించాడు. మరింకేం చెయ్యాలి? రత్నమ్మగారిని అడిగాడు. ఆమెకూడా తృప్తికరమైన సమాధానం ఏమీ చెప్పలేకపోయింది. ఆమెకు చాలా అనుభవం వున్నమాట నిజమే. కాని ఆమె మొత్తం అనుభవంలో ఇటువంటి విచిత్రమైన సమస్యను ఎన్నడూ ఎదుర్కోవలసి రాలేదు. ఇక తానేం చెప్పగలుగుతుంది?

ఆమె జ్ఞానం అనుభవంమీద ఆధారపడి పెరిగింది గాని, ఆలోచనమీద కాదు. అందువల్ల అంతకుముందు తన జీవితంలో తనకు పరిచయం వున్న ఏ పరిస్థితుల్లోని సమస్యను గురించి అడిగినా ఇట్టే సలహా చెప్పగలిగేది. ఆ సమస్య తాను ఎరిగింది కాకపోయినా, పరిస్థితిని ఎరిగివుంటే చాలు. ఈ సమస్య అటువంటిది కాదు. లౌకిక వ్యవహారానికి కాక గోపాలం హృదయానికి సంబంధించింది. తన కూతురికీ మనమడికీ మధ్య వెలిసిన అలౌకిక అల్లికకు సంబంధించినది. ఇక ఆమె ఏమి సలహా చెపుతుంది?

"ఏమో నాయనా నాకేమి తెలియడం లేదు" అని వూరుకుంది.

ఇక గోపాలం అడుగగలిగిన వారుగానీ, గోపాలానికి చెప్పగలిగిన వారు గాని ఎవరూ లేరు.

సుశీల వుంటే ఎంత బాగుండేది అనుకున్నాడు. సుశీల వెళ్ళకముందే కమల ఈ గొలుసును చూచివుంటే ఎంత బాగుండేది అనుకునేవాడు. ఆమె తప్పకుండా తనకు తన ధర్మాన్ని విదితపరచి వుండేది. ఆమె ఏది చెప్పితే అది మళ్ళీ ఆలోచించకుండా తాను చేసివుండేవాడు. ఈ వ్యధ తప్పి వుండేది. కాని అలా జరగలేదు. తనను పరీక్షించాలనే విధంగా ఈ గొలుసు బయటపడింది.

అన్ని రోజులకుగాను అతను ఆనాడే బయటకు వెళ్ళటం, ఇంట్లో తోచక ఊరుదాటి తోటల్లోకి వెళ్ళాడు. ఆ ప్రదేశాలన్నీ అతనికి చిరపరిచితాలైనవే. కాని మారిపోయినై. తాను ఎరిగిన మామిడితోటలు బాగా పెరిగినై. మొక్కలు చెట్లయి, చెట్లు వృక్షాలయినై. అక్కడ తాను ఎరిగిన ఒక పంటకాలువ వుంది. నీళ్ళు ఉరవడిగా

ఉన్నప్పుడు దిగి అవతలి గట్టుకు వెళ్ళటం హైస్కూల్లో చదువుకునే రోజుల్లో అతనికి ఒక సరదాగా వుండేది. ఇప్పుడు దానిమీద వంతెన కట్టారు.

కాసేపు ఆ వంతెనమీద కూర్చున్నాడు గోపాలం. వెనుక ఆ వంతెనమీదుగా వెళ్ళే రోడ్డు మట్టిరోడ్డుగా వుండేది. ఇప్పుడది కంకరరోడ్డు. కాని ఈ కంకరరోడ్డు కంటే మట్టిరోడ్డే బాగుండేదనిపించింది గోపాలానికి. రోడ్లను కంట్రాక్టర్లు వేస్తారు. ఆ కంట్రాక్టులు తెచ్చుకోడానికి వాళ్ళు చాలా డబ్బు ఖర్చుపెట్టవలసి వుంటుంది. అందువల్ల వారు లాభాలను రోడ్లను వెయ్యటంలో కక్కుర్తి పడటం ద్వారా సంపాదించ వలసిందే! ఈ కారణంవల్ల "మా రోడ్లకి కంకర పరిపించాం" అని పంచాయితీ ప్రెసిడెంట్లూ, మున్సిపల్ ఛైర్మన్లూ పైకి ప్రగల్భాలు చెప్పుకునేందుకు తప్ప అవి ప్రజలకు వుపయోగించవు. అటువంటి రోడ్లలో ఆ వంతెనమీదుగా పరచబడిన ఈ రోడ్డు వొకటి.

ఆ రోడ్డును చూస్తూ కూర్చున్నాడు గోపాలం. ఇటీవల అతనికి దేనిని చూచినా ఆలోచనలు తోసుకువస్తున్నయి. పిపీలికాది బ్రహ్మ పర్యంతం అన్ని వస్తువులకూ మనకు మల్లేనే చరిత్రలు వుంటై, అయితే మనం వాటిని ఆ దృష్టితో చూడం గనకా మనకా చరిత్రలు పలకవు. మనస్సు నెమ్మకొని పదునెక్కి వున్నప్పుడు, మన దృష్టి విశాలపడుతుంది. అప్పుడీ విశ్వంలోని ప్రతి వస్తువూ మనలను పలకరిస్తుంది. కనీసం మనం పలకరిస్తే పలుకుతుంది. అప్పుడాయా వస్తువుల చరిత్రపుటలు ఇట్టే మన కండ్లముందు తిరుగుతై. అప్పుడు మనకు ప్రకృతి మనకోసం పుట్టిందిగా కనబడదు. ప్రకృతిలో ఉన్న వస్తువుల్లో మనం వొకరం అనిపిస్తుంది. అహం విడిపోయే పరిస్థితి అది.

ఇప్పుడా పరిస్థితిలో వున్నాడు గోపాలం. వంతెన క్రిందగా ప్రవహిస్తున్న కాలువ చిరుకెరటాల మీదుగా వస్తున్న చల్లనిగాలికి అతని శరీరం గగుర్పొడిచింది.

వూళ్ళోనుంచి ఎవ్వరో పెద్దమనిషి జరీ అంచు కండువా వేసుకొని కర్ర వూపుకుంటూ అటే రావటం చూశాడు. గోపాలం ఎవ్వరో షికారుకు వెళుతున్నాడనుకున్నాడు. బాగా దగ్గరకు వచ్చిన తరువాతగాని ఆయన చదువుకున్న హైస్కూలు హెడ్‌మాస్టరు అని గోపాలం గుర్తుపట్టలేకపోయాడు. అతను ఆయన్ని చూచి చాలా రోజులైంది. అంతే కాకుండా ఆయన్ని ఎన్నడూ తలగుడ్డలేకుండా గోపాలం చూడలేదు.

హెడ్‌మాష్టరు అని తెలియగానే లేచి, "నమస్కారమండీ!" అన్నాడు గోపాలం.

ఆయన గోపాలాన్ని వొక్కక్షణం తేరిపారజూచి "నువ్వా గోపాలం" అన్నాడు.

"అవునండీ."

"విన్నానోయ్, మీ తల్లిగారి మరణవార్త విన్నాను. చాలా విచారించాను" అన్నాడాయన.

గోపాలం ఏమీ మాట్లాడకుండా నుంచున్నాడు.

"నీకు కష్టమే అనుకో, కాని అందరికంటే కష్టం మీ నాన్నది. ఈ వయస్సులో మళ్ళీ పెళ్ళిచేసుకుంటే దానివల్ల వచ్చే చిక్కులు దానికీ ఉన్నయ్. అలా చేసుకోకపోతే అంతకంటే గొప్పచిక్కులను ఎదుర్కోవలసి ఉంటుంది. ఇంట్లో అన్నం వండిపెట్టే దిక్కే ఉండదు" అన్నాడు.

ఈ మాటలకు గోపాలం మొహం వెలాతెలా పోయింది. అది గమనించారు హెడ్‌మాష్టరుగారు.

"నువ్వు మంచివాడివే అనుకో, అయితే రేపు నీకు వచ్చే భార్య మంచిది కావాలని ఎక్కడుంది? మంచిదయితే మాత్రం ఇంట్లో నీ తల్లి బ్రతికి ఉన్నప్పుడు ఉన్న చనువు ఉంటుందా మీ నాన్నకు? ఎవ్వరికయినా, అందులో ముఖ్యంగా మగవాడికి, ఆంతర్యం చెప్పుకునే వ్యక్తి వొకళ్ళు ఉండాలోయ్. అలా లేనప్పుడు బ్రతకటమే కష్టం అవుతుందనుకో, ఇంతకీ మీ నాన్నకు కష్టపు రోజులు వచ్చినై, పాపం!" అన్నారు.

ఈ దృష్టితో ఇంతకు ముందెన్నడూ ఆలోచించక పోవటంవల్ల హెడ్‌మాష్టరుగారు మాట్లాడిన ప్రతిమాటా గోపాలం మనస్సులోకి బాకై దిగింది.

హెడ్‌మాష్టరుగారు వెళ్ళిపోయిన చాలా సేపటివరకూ అలాగే నిలబడి ఉన్నాడు గోపాలం. తన తండ్రికి సంబంధించిన అనేక దృశ్యాలు అతని మనోవీధిలో తాండవించినై. తన తల్లి అండలేకుండా తన తండ్రి జీవితాన్ని ఊహించుకోవటం గోపాలానికి గగనమైంది. ఆమె వెయ్యి కన్నులతో అనుక్షణం కనిపెట్టి ఉంటేనే, ఆయన జీవితం అంతంతమాత్రంగా నడిచింది. ఇక ఆమె లేని జీవితం ఆయనకు ఎలా సాధ్యం?

ఆయనకు వేళకు భోజనానికి లేవటం తెలియదు. అంతేకాదు ఎప్పుడు భోజనం చెయ్యగూడదోకూడా తెలియదు. ఇంటికి వచ్చినవాళ్ళని పలకరించటం తెలియదు. అంతేకాదు ఎప్పుడు పలకరించటం ఆపాలో కూడా తెలియదు. ఆయనకు డబ్బు సంపాదించటం తెలియదు. అంతేకాదు, డబ్బు ఎలా ఖర్చుపెట్టాలో కూడా తెలియదు. ఆయన చొక్కా తిరగవేసుకొని బయటకు వెళ్ళినరోజులు అనేకం

ఉన్నాయి. గుండీలు పెట్టుకోకుండా వూళ్ళు తిరిగి వచ్చిన సమయాలు ఇక చెప్పనే అవుసరం లేదు. ఆయనకు తన విరోధి ఎవ్వరో, స్నేహితుడెవరో తెలియదు.

ఇక ఈ మనిషి భవిష్యత్తు ఏం కావాలి?

గోపాలానికి అమితమైన తపన పుట్టింది; శరీరం క్షణాలమీద వేడెక్కింది. "ఈ ప్రపంచంలో మంచివాళ్ళూ, నిజాయితీపరులూ బ్రతకటం ఇంతకష్టం భగవంతుడు ఎందుకు చేశాడా?" అని ఆలోచించాడు. శివకామయ్యగారు అన్నట్లు పరీక్షించటమేనేమో! ఈ పరీక్ష గమ్యస్థానాన్ని జేరటానికి కావలసిన అనుభవాన్ని గడించి పెడుతుందేమో!"

వంతెన క్రిందనుంచి గలగలా ప్రవహిస్తున్న నీటివైపుకి అప్రయత్నంగా అతని దృష్టి మరలింది.

ఎందుకో అతనికి తన బాల్య స్నేహితుడు రాంబాబు జ్ఞాపకం వచ్చాడు. రాంబాబు తండ్రి పద్మనాభశాస్త్రిగారూ, ఆయన భార్య వేదవతమ్మగారూ, కుమార్తె శశికళ జ్ఞాపకం వచ్చారు. శశికళ వేసిన రాంబాబు బొమ్మ జ్ఞాపకం వచ్చింది. రాంబాబుకంటే, అతనిమనస్సుకి శశికళ వేసిన అతని చిత్రమే నిజమైందిగా కనుపించింది. ఆక్షణం అతనికి వేసిన కల్యాణకింకిణి గీసిన చిత్రాలు చూడాలనిపించింది. ఇటు శశికళ, అటు కల్యాణకింకిణి చిత్రలేఖకులవటం అతనికి విచిత్రమనిపించింది. ఇద్దరినీ పోల్చి చూచుకోబుద్ధి అయిందతనికి.

ఇద్దరూ అపురూప సౌందర్యవతులే. కాని కల్యాణకింకిణి సౌందర్యంలో ఉన్న తళతళ శశికళలో లేదు. ఇద్దరూ మంచివాళ్ళే. కాని కల్యాణకింకిణి మనస్సులో ఏ పొరలోనో పలుకు లేకపోలేదు. శశికళ మనస్సు ఎల్లప్పుడూ శాంతంతో నిండి తొణికిసలాడుతూ ఉంటుంది. కల్యాణకింకిణి స్వభావంలో ఉన్న ఆవేశం శశికళలో లేదు. శశికళ నిండుకుండ. ఈ బేధం వారు పుట్టి పెరిగిన వాతావరణాన్ని బట్టి సంక్రమించి ఉండవచ్చును. కల్యాణకింకిణి స్వభావంలోనూ, సౌందర్యంలోనూ రాజసం పాలు ఎక్కువ. అయితే శశికళలో సత్వగుణం ప్రాధాన్యత వహిస్తూ వుంటుంది. కల్యాణకింకిణిని ఎప్పుడూ ఎవ్వరో వొకరు కాపాడుతూ వుండవలసిన అవుసరం వున్నట్లు కనిపిస్తుంది. శశికళలో ఇతరులను కాపాడగలిగిన శక్తి వున్నట్లు కనిపిస్తుంది.

కల్యాణకింకిణి సౌందర్యంలోనూ, స్వభావంలోనూ ఉన్న అస్పష్టత శశికళలో లేదు.

కళ్యాణకింకిణిలో ఉన్న అస్పష్టత ఆమె ఆకర్షణ. శశికళలో ఉన్న స్పష్టతవల్ల ఆమె మనస్సును ఇట్టే పెనవేసుకుంటుంది. ఈ స్వభావాలు వారి వారి చిత్రలేఖనలో కనుపిస్తవేమో అని ఆశ్చర్యపడ్డాడు గోపాలం.

ఇలా ఆలోచిస్తున్న గోపాలానికి చటుక్కున హైస్కూల్లో చదివేరోజుల్లో రాంబాబూ తనూ స్నానం చేసింది ఈ కాలువలోనే అనే సంగతి జ్ఞప్తికి వచ్చింది. వెంటనే తాము స్నానంచేసిన చోటికి నడిచివెళ్ళి, తాము తడిబట్టలను ఆరవేసుకున్న స్థలంలో కాలువగట్టుమీద కూర్చున్నాడు. కాసేపటికి ఆ గట్టుమీదే పడుకున్నాడు.

పడుకున్న గోపాలానికి తాను రాంబాబుకి ఈత నేర్పటం, ఇద్దరూ కొండ మీదకు వెళ్ళినప్పుడు వర్షం రావటం, ఆ కొండమీద ఉంటున్న స్వాములవారు ఆ వర్షంలోనుంచి రక్షించటం, రాంబాబు జబ్బుపడటం మొదలైన దృశ్యాలు ఎన్నో స్ఫురణకు వచ్చినై.

కాలం ఇలా రీళ్ళురీళ్ళుగా కండ్లముందు గడిచిపోతూ వుంది. ఈ అనుభవాల పర్యవసానం ఏమిటో! అసలు పర్యవసానం అనేది వొకటి ఉందా?

అలా ఆలోచిస్తూ పడుకున్న గోపాలానికి పొద్దున్నుంచీ తనను కలవరపెడుతున్న సమస్య జ్ఞాపకం వచ్చింది. తన తల్లి విడిచిపెట్టి వెళ్ళిన గొలుసు ఏం చెయ్యాలి? అనేది ఆ సమస్య. అతనికి ఉన్నట్టుండి ఆ సమస్యకు పరిష్కారం దొరికింది. ఆ గొలుసు దమయంతి అన్నగారైన శోభనాచలపతిగారికి పంపి, అమ్మి ఆ డబ్బు బ్యాంకులో వేసిగానీ, తగిన వాళ్ళకి వడ్డీకి ఇచ్చిగానీ, పొలంకొనిగానీ తన తమ్మునికోసం వృద్ధి చెయ్యమని ఉత్తరం రాయటం మంచిదనే అభిప్రాయం అతని మనస్సులో తళుకున్న మెరిసింది.

వెంటనే తిరిగి ఇంటికి తిరిగి వచ్చాడు. తనకు కలిగిన అభిప్రాయం రత్నమ్మగారికి చెప్పాడు. ఆమె సంతోషించింది.

మరునాడే ఆ పని చేశాడు. అతని మనస్సు శాంతించింది.

* * *

ఇక్కడ దమయంతి మరణానంతరం జరిగిన మరికొన్ని విషయాలు కూడా చెప్పుకోవలసి ఉంది.

పెద్దకర్మ పూర్తయిన రోజు గోపాలం, రత్నమ్మగారూ, కృష్ణస్వామిగారి అన్న చంద్రశేఖరంగారూ, చెల్లెలు రుక్మిణమ్మ, కమలా, ఆమె భర్తా, రామయ్యగారూ ఇంట్లో ఒక గదిలో సమావేశం అయ్యారు. ఈ సమావేశం కర్తవ్యం. ఇక కృష్ణస్వామిగారి

కుటుంబం ఏవిధంగా జరగాలో నిర్ణయించటం. ముందుగా ఇలా సమావేశం కావాలనీ, పై విషయం చర్చించి నిగ్గు తేల్చాలనీ ఎవ్వరూ అనుకోలేదు. ఈ విషయం అందరి మనస్సుల్లోనూ ఉన్నట్లుంది. ఎవరికి వారే అక్కడకు జేరారు.

కృష్ణస్వామిగారు ఆయన గదిలో ఉన్నారు. శివకామయ్యగారు దుర్గను తీసుకొని అప్పుడే వెళ్ళిపోయారు.

తమ్ముడిపట్ల అతిప్రీతి కలిగిన చంద్రశేఖరంగారు విషయం ఎత్తారు.

"రామయ్యగారూ, మీరు అనుభవంగలవారు. నా తమ్ముడి కుటుంబాన్ని మీరు మొదటినుంచీ ఎరిగి ఉండటమేకాక, అందులో ఉన్న అందరి సభ్యులమీదా మీకు గౌరవమో, వాత్సల్యమో, సానుభూతో ఉన్నాయి. ఇక ఈ కుటుంబం ఏవిధంగా నడుపవలసి ఉందో మీరు చెప్పటం ధర్మం" అన్నారు.

ఆయన కొంచెంసేపు ఆలోచించి, "ఈ సందర్భంలో కృష్ణస్వామిగారి అభిప్రాయాలు ఎలా ఉన్నాయో!" అన్నారు.

"తమ్ముడితో నేను ప్రస్తావించాను. ఇప్పుడు దీన్ని గురించి ఆలోచించవలసిం దేముంది? ఇంతకుముందు ఎలా జరిగిందో, ఇప్పుడూ అలాగే జరుగుతుంది, అని అన్నాడు" అన్నారు చంద్రశేఖరంగారు.

రామయ్యగారు కొంచెంసేపు వూరుకొని, "ఇంతకుముందున్న ఇల్లాలు ఈ ఇంటిలో ఇప్పుడు లేదు" అన్నారు.

"లేదని అయితే తెలుసుగాని దాని పర్యవసానం ఇంకా వాడి మనస్సుకి ఎక్కినట్లు లేదు" అని నిట్టూర్పు విడిచారు చంద్రశేఖరంగారు.

ఒక్కక్షణం ఎవ్వరూ మాట్లాడలేదు. నిశ్శబ్దం తాండవించింది. ఆ నిశ్శబ్దాన్ని పోగొట్టాలనే వుద్దేశంతో, "అసలిప్పుడు తేలవలసిన విషయాలేమిటి రామయ్య తండ్రి?" అని అడిగింది రత్నమ్మగారు.

"కృష్ణస్వామిగారు యిక ప్రాక్టీసు చెయ్యగలరనే నమ్మకం నాకు లేదు" అని ప్రారంభించాడు రామయ్యగారు.

"ఆయనకంత ఇష్టం లేకపోతే మానుకుంటారు. వారిని ప్రాక్టీసు చెయ్యమని బలవంతపెట్టే వారెవరున్నారిక్కడ?" అన్నది రత్నమ్మగారు.

"ఆ మాట అనటం తేలికే. కాని ఈనాటికి అన్నయ్యకు రెక్క ఆడితేగాని, డొక్క ఆడదు. ఆయనకర్మ అట్లా కాలింది" అన్నది రుక్మిణమ్మ నిష్ఠూరంగా, ఆ నిష్ఠూరం ఎవ్వరిమీదా అంటే చెప్పటం కష్టం. అన్నమీద మాత్రం కాదు.

రుక్మిణమ్మ అంటే రత్నమ్మగారికి ఏనాడూ సద్భావం లేదు. తన అల్లుడి చెల్లెలు అనే అభిమానం ఏ కాస్తన్నా వుంటే అదికాస్తా ఆమె అన్నమాటతో తుడిచి పెట్టుకొనిపోయింది.

"ఈ కుటుంబం జరుగుబాటును గురించి ఎవ్వరూ ఎట్టి ఆందోళనా పడవలసిన అవుసరంలేదని చెప్పు బాబూ. ఈ కుటుంబానికి అయ్యే ఖర్చు మాత్రం ఎంతుంటుందీ. మనుమడు తన చదువుకి తాను వెళతాడు. అతనికి కావలసిన డబ్బు నువ్వు పంపు. కమల ఇవ్వాళో రేపో తన దారిన తాను వెళుతుంది! దాని సంగతి ఎవ్వరూ ఆలోచించవలసిన అవుసరం లేదు. ఇక అల్లుడుగారూ, నేనూ ఈ పసికందేగా ఇక్కడ వుండేది. మాకు ఎంత కావలసి వస్తుంది? అబ్బాయి చదువుకి పంపగా మిగిలిన పంట డబ్బు ఇక్కడికి పంపు" అన్నది రత్నమ్మగారు.

"అయితే తనకు ఎప్పుడు డబ్బు కావలసివచ్చినా, నిన్ను అడిగి తీసుకోమంటావా నా అన్నని? ఈనాడు నా అన్నలు ఎంత లేని వాళ్ళయినా, ఇంతవరకు వారెవర్నీ చెయ్యి చాచి అడిగి ఎరుగరు" అన్నది రుక్మిణమ్మ.

వెంటనే రత్నమ్మగారు అందుకుంది. ఆమె చాలా రోజులు రుక్మిణమ్మను ఉపేక్షించి, సహించి వూరుకుంది. ఈనాడు ఊరుకోదలచలేదు. దానికి కారణం ఈ కుటుంబంపట్ల ఆమెకు ఏమాత్రం సానుభూతి లేదని తెలుసుకోవడమే. ఏ కాస్త సానుభూతి వున్నా ఇల్లు చక్కబడేవరకూ ఇక్కడ వుండమంటే వుండనంటుందా? ఆమె పిల్లాజెల్లా లేని మనిషి. ఏ బాదరబందీ లేని మనిషి. పైగా గేదె తనుంటే తప్ప పాలు ఇవ్వకపోవటం సాకుగా చెపుతుందా? ఇటువంటివి ఎన్నో ఆమె మనస్సులో కదిలినై. కదిలి ఇలా అన్నది.

"డబ్బు పంపమన్నప్పుడు నా ఉద్దేశం అదికాదని ఆమెకు చెప్పు బాబూ. ఈ ఇంటిమీద పెత్తనం చెయ్యాలనేకోరిక నాకు ఎప్పుడూ లేదు. చాటుమాటుగా వుండి జానకమ్మ బిడ్డల్ని పెద్దవాళ్ళను చెయ్యాలనే ఉద్దేశంతో ఈ ఇంట్లో అడుగుపెట్టాను. దమయంతి మంచితనంవల్ల ఈ ఇంట్లో స్థిరపడిపోయాను. అంతే, డబ్బు అల్లుడిగారికే పంపు. నాక్కావలసింది ఆయన్ని అడిగి తీసుకుంటాను. ఆయన్ని అడగటానికి నాకు ఎటువంటి అభిమానమూ పడవలసిన అవుసరం లేదు. అంతేకాదు. రామయ్యతండ్రీ ఈ విషయం కూడా ఆమెకు బోధపరచు. మాట వరుసకు పంటడబ్బు అని అన్నాగాని, ఆయనకు కావలసిన డబ్బంతా నువ్వు పలిపవలసిందే. అలా పంపకపోతే ఆయన ఎక్కడనుంచి తేగలుగుతాడు. ఆయనకు ఇచ్చేవాళ్ళు మాత్రం ఎవరున్నారు. ఎందుకైనా కావలసి వస్తుంది. నువ్వు వెళ్ళగానే వొక వెయ్యి రూపాయలు పంపు."

రత్నమ్మగారి మాటలు అందర్నీ చకితుల్ని చేసినై. ఇటీవల ఆమెలో వచ్చిన మార్పును గమనించిన గోపాలం మాత్రం చలించకుండా కూర్చున్నాడు. అందర్లోకీ చలించింది చంద్రశేఖరంగారు.

పరమయ్య ఆమె కొత్తగా కాపురానికి వచ్చినప్పుడు దమయంతికి చెప్పినట్లు ఆయన వస్తుతః మంచిమనిషే. కాకపోతే, అప్పుడు తమ్ముని అవుసరాన్నిబట్టి రత్నమ్మగారు డబ్బు ఇవ్వనంటే వోర్వలేక, డబ్బు సేకరించే వేరు గత్యంతరంలేక దురుసుగా మాట్లాడారు. అందులో తాను ఎన్నడూ అనగలనని అనుకోని మాటలు అన్నాడు తమ్ముణ్ణి ఉద్దేశించి. "ఒరే, కృష్ణస్వామీ, పిల్లల్ని తీసికొని దీన్ని ఇంట్లోనుంచి వెళ్ళగొట్టరా," అన్నాడు తాను. అన్న ఆ మాటలు జ్ఞాపకం వొచ్చినప్పుడల్లా, ఇన్నేళ్ళూ ఆయన కుమిలిపోతూనే ఉన్నాడు. ఆ మాట అహర్నిశలూ ఆయన మనస్సుని తొలుస్తూనే వుంది.

అసలే వ్యధచెందుతున్న ఆయనను, రత్నమ్మగారి ఔదార్యం పూర్తిగా క్రుంగదీసింది. గద్గద స్వరంతో, "రత్నమ్మగారూ, ఒకప్పుడు నేను మిమ్మల్ని చాలా క్షోభపెట్టాను. పిల్లల్ని తీసుకొని మిమ్మల్ని ఇంట్లోనుంచి వెళ్ళగొట్టమని నా తమ్ముడికి సలహా యిచ్చాను. అది నా తమ్ముని మంచికోరి చెప్పాననుకున్నాను. అటువంటి మీరే ఈనాటికి ఆదరువు అయ్యారు. నా తొందరపాటుకు నాకు సిగ్గువచ్చేటట్టు చేశారు. ఆనాటి పరిస్థితిని అన్నికోణాలా ఆలోచించకుండా మాట్లాడినందుకు నాకు గుణపాఠం నేర్పారు. నన్ను క్షమించండి" అన్నాడు.

రత్నమ్మగారు చంద్రశేఖరంగారు అన్నమాటలు, దమయంతితో పరిచయం అయినప్పుడే మరచిపోయింది. "అమ్మయ్యో, ఎంతమాట! మీరైనా నామీదా, నా బిడ్డలమీద ప్రీతిలేక అన్నారా ఆ మాటలు!" అన్నది.

కాని ఆనాటి సంగతులన్నీ జ్ఞాపకంవచ్చి మరొకసారి కన్నీరు పెట్టుకుంది.

"ఎలా అన్నాను. ఆ మాట స్ఫురణకు వచ్చినప్పుడల్లా నా నాలుక దహించుకు పోతూ వుంది. మెడ కత్తెరలో ఇరుక్కున్నట్లు అనిపిస్తూవుంది. మీరు క్షమించానంటే తప్ప నా మనస్సుకి శాంతి వుండదు" అన్నారు చంద్రశేఖరంగారు.

రత్నమ్మగారు ఏమి అనగలదు? అంతమాట చంద్రశేఖరంగారు కోరినంత మాత్రాన ఎలా అనగలదు? ఆమె పరిస్థితి గ్రహించి, చంద్రశేఖరంగారు, "మీరా విషయం మనస్సులోంచి తుడిచివెయ్యండి. అందరి తప్పులనూ దమయంతమ్మగారు ఏనాడో కడిగివేసింది. ఒక్కొక్క మనిషి తన పరిసర ప్రాంతాలను పరిశుభ్రం చెయ్యడానికీ, తన ప్రభావంలో పడిన మనుష్యుల మనస్సులను పునీతం చెయ్యటానికి

జన్మిస్తారు. అటువంటి వ్యక్తి దమయంతమ్మగారు. ఆమెతో పరిచయం ఏర్పడి మీరూ, నేనూ, రత్నమ్మగారే కాదు, కృష్ణస్వామిగారు కూడా పునీతులయ్యారని నా ఉద్దేశం. ఆమె భౌతికంగా మరణించినా, ఇంకా ఈ ఇంటిని ఆశ్రయించుకొని వున్నదనే నా ఉద్దేశం. కనీసం ఆమె ప్రభావం ఈ ఇంటిని విడిచిపెట్టిపోలేదు. ఇప్పట్లో విడిచిపెట్టి పోదని కూడా నేను అనుకుంటున్నాను. ఆమెవల్ల మన మనస్సులు ఇంకా క్షాళనం అవుతూ వుండకపోతే మనం ఈనాడు యిలా మాట్లాడుకునే వాళ్ళమా!" అన్నారు.

"గోపాలం, నన్ను గురించి నీ మనస్సులో ఎటువంటి ఏహ్యాభావం ఉంచుకోకయ్యా?" అని దీనంగా అడిగారు చంద్రశేఖరంగారు.

దీనికి గోపాలం పెద్దనాన్నగారికి ఏ సమాధానం చెప్పలేదు. చెప్పగూడదని కాదు, చెప్పలేకపోయాడు. ఆయన దగ్గరకు వెళ్ళి ఆయన పాదాలను స్పృశించాడు. ఆయన అతన్ని లేవనెత్తి కావలించుకున్నాడు.

"రామాయణ కథ వింటున్నట్లున్నది" అని రామయ్యగారు అనుకున్నారు తమలో తాము. చెమ్మగిల్లిన నయనాలను పై పంచె చెరుగుతో తుడుచుకున్నారు.

రత్నమ్మగారు చెప్పుకుపోయారు. "నా బిడ్డ బ్రతికినన్నాళ్ళూ నా డబ్బు వొక దమ్మిడీ ఖర్చు కానివ్వలేదు. అలా ఆమె ప్రవర్తిస్తుంటే అప్పుడప్పుడూ నా మనస్సుకి కష్టంగా వుండేది. ఒకప్పుడు నా పిల్లలతో ఇక్కడవుంటే, అల్లుడుగారు మా డబ్బు ఎక్కడ ఖర్చుచేస్తారో అని భయపడినందుకు, ఇప్పుడీవిధంగా ప్రాయశ్చిత్తం అనుభవిస్తున్నాను అనుకునేదాన్ని. ఇప్పుడు నడుస్తున్న చరిత్రను చూస్తుంటే "మీరు ఖర్చుపెట్టవలసిన రోజులు ముందున్నయ్" అని దమయంతి తన చేష్టలవల్ల తెలియజెప్పిందా అనిపిస్తూ వుంది. రామయ్య తండ్రీ, ఈ ఇంటికయ్యే ఖర్చంతా మేమే పెట్టుకుంటాం. అల్లుడిగారికి ఏదున్నా ఏది లేకపోయినా పెద్దవాడయిన కొడుకు వున్నాడు. అన్నీ వాడే చూసుకుంటాడు. ఇక ఎవ్వరూ ఈ విషయం తరచవలసిన అవసరంలేదు" అన్నది.

రత్నమ్మగారు పదిమందిచే "ఔ" ననిపించుకోవటం రుక్మిణమ్మ భరించలేక పోయింది. "ఒకవేళ నా అన్న మళ్ళీ వివాహం చేసుకోవాలంటేనో?" అన్నది.

ఒక్కక్షణం తటపటాయించి, "చేసుకోవటం చేసుకోకపోవటం ఆయన స్వవిషయం. ఆయన వివాహం చేసుకున్నా నేను అన్నట్లు జరిగేదే. ఆ వొచ్చే ఆవిడకు ఇష్టమయితే కలిసి వుంటాం. లేకపోతే వేరుగా వుంటాం. మేము ఎక్కడున్నా దమయంతి కొడుకు మాత్రం మాతోనే వుంటాడు" అన్నది రత్నమ్మగారు.

"ఎందుకు రుక్మిణమ్మా, అలా మాట్లాడుతావు? తమ్ముడు తిరిగి వివాహం చేసుకునే ప్రమేయమే లేనప్పుడు ఈ విషయాలు ప్రసావించటం వల్ల వొచ్చే లాభం ఏముంది? అతను తిరిగి వివాహం చేసుకోగూడదనే దృఢ సంకల్పంతో వుండబట్టే, అతనే ఖర్మ చేశాడు. వివాహం చేసుకోదలచినవారు భార్యల కర్మలు చెయ్యరని నీకు తెలియదా రుక్మిణమ్మా?" అని మందలించాడు చంద్రశేఖరంగారు. ఎందుకైనా మంచిది గోపాలంతో చేయిద్దామంటే, తమ్ముడు నా ఉద్దేశం గ్రహించి వీల్లేదని తనే చేశాడు" అంతలో లోపల ఉయ్యాల్లో వున్న దమయంతి కొడుకు ఏడిస్తే రత్నమ్మ గారు లోపలికి వెళ్ళారు.

* * *

ఈ సందర్భంలో గోపాలం చెల్లెలు కమలను గురించి రెండు మూడు మాటలు చెప్పవలసి వుంది ఆ అమ్మాయి వివాహం అయింతర్వాత పూర్తిగా మారిపోయింది.

కమల భర్త మాధవరావు ఎం.ఎ ప్యాసయి లెక్చరర్‌గా పనిచేస్తున్నాడని ఇంతకుముందు తెలుసుకున్నాం. మాధవరావు కుటుంబం మామూలు కుటుంబం అవటంవల్ల డబ్బు దగ్గర చాలా జాగ్రత్తగా ఉండే కుటుంబం. మాధవరావు కూడా అటువంటివాడే.

మాధవరావు లెక్చరర్‌గా పని చేస్తున్నది నెల్లూరు కాలేజీలో వివాహం అయిన దగ్గరనుంచీ కమల అతనితో నెల్లూరులోనే ఉంటూ వుంది. అతనితో కాపురం మొదలు పెట్టినప్పటినుంచీ కమల పూర్తిగా మారిపోయింది. కమల ఎరుకలో నెలనెలకు జీతం రావటం అనేది ఎరుగదు. కన్నవారి ఇంట్లో డబ్బు అవసరం ఎప్పుడూ వున్నట్లుగానే వుండేది. అవసరం అయినప్పుడు ఆమె పినతల్లి ఎక్కడనుంచో తెప్పించి ఆ అవసరం గడుపుతూ ఉండేది. నెల నెలకూ డబ్బు రావటం ఆ పిల్లకు ఆనందంగా కనుపించింది. తరువాత తన కన్నవారి ఇంట్లో ఎప్పుడూ ఏదో వొక సందడిగా, గోలగా ఉండేది. ఇక్కడ ఉండేది తనూ, తన భర్త ఇద్దరే. వాతావరణం చాలా ప్రశాంతంగా ఉండేది. అతను కాలేజీనుంచి రాగానే ఇద్దరూ కలిసి ఎక్కడికో వొకచోటుకి షికారు వెళుతుండేవారు. వారానికి వొకసారి సినిమాకు వెళుతుండేవారు.

పైగా మాధవరావుకి ఆమె అంటే అమితమైన ప్రేమ. జీతం రాగానే తీసుకువచ్చి ఆమె చేతుల్లో పోసేవాడు. ఆమె ఖర్చుపెట్టేది. ఆ డబ్బు పెద్ద మొత్తం కాకపోయినా తన కన్నవారి ఇంట్లో అంత డబ్బు ఆ పిల్ల చేతికి ఎప్పుడొచ్చింది? తాను సొంతంగా ఎప్పుడు ఖర్చు పెట్టింది?

పైగా ఇక్కడ ఏ చర్చలూ వాదోపవాదాలూ, తత్సంబంధమైన రోషాలూ, ద్వేషాలూ లేవు. తన కన్నవారి ఇంట్లో ఎప్పుడూ ఏదో వొక ఆందోళన ఉంటూనే వుండేది. తన తండ్రి ఎవ్వర్నో విమర్శించటం, మళ్ళీ తన తండ్రిని వాళ్ళు విమర్శించటం, దానిమీద ఉగ్రుడై వాళ్ళమీద చెలరేగడం అంతా గంద్రగోళంగా వుండేది. అందరూ ఎప్పుడూ నరాలను బిగపట్టి వున్నట్లు వుండేవారు.

తన భర్తతో జీవితం తన కన్నవారి ఇంట్లో జీవితానికి పూర్తిగా విరుద్ధంగా వుంది. జీవితం ఇంత మధురంగా, నిర్మలంగా ప్రవహించే అవకాశం ఉందని ఆమెకు ఇదివరకు ఎన్నడూ తట్టలేదు.

అందుకని వొక నెలా, రెండు నెలలు నెల్లూరులో వుండేటప్పటికి ఆమెకు తన కన్నవారి ఇంటి జీవితం మీద ఆమెకు తెలియకుండానే ఒక నిరసన భావం వృద్ధి కాజొచ్చింది.

నెల్లూరునుంచి కన్నవారి ఇంటికి వచ్చినప్పుడు ప్రతి చిన్న విషయానికీ విసుక్కుంటూ ఉండేది. ఏ ఖర్చయినా అనుకోగానే డబ్బు దొరక్కపోతే, "దరిద్రపు కొంప" అని అనటానికి కూడా వెనుదీసేది కాదు.

నెల్లూరులో వాళ్ళ ఇంటికి ఒక్క పత్రిక కూడా వచ్చేది కాదు. మాధవరావుకి పత్రిక చదివే అలవాటు లేదు. ఎవ్వరయినా ప్రశ్నిస్తే, వాటిల్లో వ్రాసేవన్నీ అబద్ధాలే, ఆ అబద్ధాలను చదువుకోటానికి డబ్బు ఖర్చు పెట్టటం దేనికి?" అని అంటూ వుండేవాడు.

ఇక్కడ కన్నవారి ఇంట్లో తెల్లవారితే అరడజను పత్రికలు వచ్చి పడుతుండేవి. తన తండ్రి వాటిని కాసేపు ముందు వేసుకొని కూర్చునేవాడు. ఆ పత్రికలు చదవటానికి వూళ్ళో పదిమంది పోగయ్యేవారు. అక్కడనుంచి విమర్శలు ప్రారంభం అయ్యేవి. ఈ కార్యక్రమం చూస్తుంటే ఆమెకు తలనాదు పుట్టేది. అటువంటి సమయాల్లో "ఏమి కొంపరా బాబూ!" అని అనటానిక్కూడా వెనుతీసేది కాదు.

కమలలో వొచ్చిన ఈ మార్పు దమయంతి కనిపెట్టకపోలేదు. కాని ఏం చేస్తుంది? పైగా కమలకు ఆమె దగ్గర గోపాలానికి వున్న చనువు లేదు. విచారించి వూరుకుంది.

ఒకసారి గోపాలం సెలవులకి ఇంటికి వచ్చినప్పుడు చూచాయగా ఈ విషయం ప్రస్తావించింది.

"ఆడపిల్లలు ఇట్టే పెద్దవాళ్ళవుతారు" అన్నది.

"పరిస్థితులకు తేలిగ్గా లొంగిపోతారు" అన్నది.

"పూర్వం ఆడపిల్లలు కన్నవారిమీద ప్రేమ వొదలక కొట్టుకులాడుతుండే వారు" అన్నది.

"ఎవ్వరి సంగతమ్మా నువ్వు మాట్లాడేది?" అని అడిగాడు.

"ఒకరి సంగతి దాకా ఎందుకయ్యా, నా సంగతే. అష్టకష్టాలూపడి నన్ను పెంచిన కన్న వారికోసం ఇప్పుడు నేనేం తహతహలాడుతున్నాను! ఈ ఇంట్లో అడుగుపెట్టాను. వాళ్ళను పూర్తిగా మరచిపోయినట్లే కనుపిస్తుంది. నా కన్నవారు రైతులు. ఆ రోజుల్లో కంకివేసిన వరిచేలు చూడాలని, కోతలు చూడాలనీ, కుప్పనూర్పిళ్ళు చూడాలనీ నాకు చాలా కుతూహలంగా ఉండేది. ఇక అట్లతద్ది మొదలైన పండగలు వస్తే మాకు కంటిమీద కునుకుపట్టేదా? ఇప్పుడవన్నీ లేకపోగా వాటిమీద మనస్సే ఉండటం లేదు. ఈ ఇంట్లో అడుగుపెట్టాను. మరుక్షణమే మీలో ఒకదాన్నయిపోయాను. చచ్చేలోగా వొక పెద్ద ఉద్గ్రంథం రాసినా మీరు ఆశ్చర్య పడవలసిన అవసరం లేదు. ఎవ్వరయినా అంతే" అన్నది.

కాని ఆమె కమలను గురించి మాట్లాడుతూ వుందని గోపాలానికి అర్థం కాక పోలేదు. కమల సంగతి అతను చూస్తున్నాడు. తాను సెలవలకు ఇంటికి వచ్చినప్పుడు ఆ పిల్ల వొకటి రెండుసార్లు నెల్లూరునుంచి వచ్చి వుంది. అప్పుడు ఆమెలో వచ్చినమార్పును గమనించాడు గోపాలం.

కృష్ణస్వామిగారి యింట్లో ఎవరూ డ్రస్ విషయం శ్రద్ధచూపేవారు కాదు. అంటే అంతా సింపుల్‌గా వుండే దుస్తులనే ధరిస్తూ ఉండేవారు. దుస్తులు పరిశుభ్రంగా ఉండాలనే అభిప్రాయం తప్ప ఆ యింట్లో వారికి మరే అభిప్రాయమూ ఉండేది కాదు. రంగు రంగుల దుస్తులంటే, అందరికీ భయంగానే ఉండేది. దమయంతి మహా వాడితే చాలా లేత రంగులు వాడేది. ఇక కృష్ణస్వామిగారి సంగతి చెప్పనే అక్కర లేదు. ఏ గుడ్డ వంకెన ఉంటే అది వేసుకొని బజారుకు బయలు దేరేవారు.

అటువంటిది కమల నెల్లూరునుంచి వచ్చినప్పుడల్లా ముదురు రంగు చీరెలూ, జాకెట్లూ, పెద్ద పెద్ద జరీ బోర్డర్లున్న చీరెలూ, జాకెట్లూ పట్టుకు వస్తూండేది. అలా రావటమే కాక, వాటిని కట్టుకొని ప్రదర్శించటంలో అమిత కుతూహలం చూపుతూ ఉండేది.

ఒక రోజు అటువంటి దుస్తులు వేసుకుని తండ్రిముందు నుంచి వెళితే ఆయన వెంటనే దమయంతిని పిలిచి, "ఎవ్వరా అమ్మాయి?" అని అడిగారుట. ఆయన ఆ దుస్తుల్లో వున్న కుమార్తెను గుర్తుపట్టలేక పోయారు.

"కమల కదటండీ?" అన్నది దమయంతి పొంగి వస్తున్న నవ్వును ఆపుకుంటూ.

"ఏ కమల?" అనేది కృష్ణస్వామిగారు వేసిన తర్వాత ప్రశ్న.

"మన అమ్మాయి కమలండీ" అని దమయంతి సమాధానం. ఆ సమాధానానికి ఆయన కాసేపు విస్తుపోయి, "గంగిరెద్దుకు మల్లే, ఆ రంగు రంగుల బట్టలేమిటీ?" అని అడిగారు.

"బాగుంది మీరనేది. పెండ్లి అయింతర్వాత కూడా మీకు ఇష్టమైన బట్టలే కట్టుకు తిరగమంటారా? ఆ రకం బట్టలు మీ అల్లుడికి ఇష్టమట, ఆయన్ని ఆనంద పరచటం గదా ముఖ్యం. అందుకని అటువంటి దుస్తులతోపాటు బట్టలు కడుతూ వుంది" అని చెప్పింది దమయంతి.

"పోనీ నెల్లూర్లో ఉన్నప్పుడు ఈ బట్టలు కట్టుకోమను. ఇక్కడ ఉన్నప్పుడు సాదా బట్టలు కట్టుకోమను" అన్నారు కృష్ణస్వామిగారు.

"అసలు ఇంతకీ ఈ గొడవ ఎన్నాళ్ళనుంచీ? మీకు ఇటీవల పట్టని విషయం అనేది లేదే!" అని సంభాషణ మార్చింది దమయంతి. ప్రవర్తనలో కూడా కమల మారిపోయింది.

ఆ పిల్ల నెల్లూరునుంచి కన్నవారింటికి రావటమే తక్కువ. వచ్చినా ఉండేది చాలా కొద్ది రోజులు. ఆ కొద్దిరోజుల్లో ఎవ్వరితోనూ కలుపుగోలుగా ఉండేది కాదు. ఇంట్లో ప్రతిదానికి వంక పెడుతూ ఉండేది. చివరికి రత్నమ్మగారు కూడా ఆ పిల్లతో విసిగిపోయి, గోపాలంతో, "దానికేదో పొయ్యేకాలం వచ్చినట్టుంది బాబూ" అన్నది.

ఒకరోజు దమయంతి చేసిన వంటకు ఆ పిల్ల వంకలు పెడుతుంటే విని, గోపాలం గట్టిగా మందలించాడు. అప్పటినుంచీ ఆ పిల్ల గోపాలం దగ్గర చనువుకూడా పోగొట్టుకుంది.

ఆ పిల్లే అలా వుంటే, ఇక ఆ పిల్ల భర్త సంగతి వేరే చెప్పనక్కరలేదు. అతను కూడా పెడగా వుండటం మొదలుపెట్టాడు.

కమల ఆ కుటుంబానికి క్రమక్రమేణా దూరం అవుతూవుందని, వొక్క కృష్ణస్వామిగారు తప్ప మిగిలిన వారందరూ గమనించారు. ఎవ్వరి ధోరణిలో వారు విచారించారు.

ఆ రోజు జరిగిన సంభాషణలో కమల గానీ, ఆమె భర్తగానీ పాల్గొనకపోవ టానికి వారి మనస్సులు ఎదురవటమే కారణం. రత్నమ్మగారికి గానీ, గోపాలానికి

గాని వారు సంభాషణలో పాల్గొనాలని లేదు. కాని పాల్గొంటే మాత్రం సంతోషించేవారు.

ఆ సంతోషానికి వారు నోచుకోలేదు.

కమలా, ఆమె భర్తా ఎవరెన్ని చెప్పినా వినకుండా దినమైన మరుసటినాడే నెల్లూరికి ప్రయాణం కట్టారు.

వెళుతూ వెళుతూ ఆ పిల్ల రత్నమ్మగారిని "మమ్మల్ని పెంచి నిర్వాకం చేశావు. ఇక దమయంతమ్మగారి బిడ్డను పెంచుతావు" అని నిష్టూరాలాడింది.

ఆమె వెళ్ళిం తర్వాత ఆ విషయం గోపాలానికి చెప్పి కంట తడిపెట్టుకుంది రత్నమ్మగారు. ఆమె కంట తడిపెట్టుకుంది ఆ పిల్ల అన్న మాటలకు నొచ్చుకుని కాదు. ఆ పిల్లని చూచి జాలిపడి.

* * *

ఇక లోకం సంగతి.

పరమ నాస్తికుడైన కృష్ణస్వామిగారు తన భార్యకు కర్మ చేశాడనీ చాలా శాస్త్రోక్తంగా చేశాడనీ నెలల తరబడి విడ్డూరంగా చెప్పుకుంది.

* * *

అదే రోజు జరిగిన మరొక ముఖ్య సంఘటన; కవి కులాలంకార వేంకటరత్నం చౌదరి కను చీకటి పడిం తర్వాత కృష్ణస్వామిగారిని పరామర్శించ టానికి రావటం.

వెంకటరత్నం చౌదరిగారు కవులు, వ్యక్తిగత జీవితంలో వొక హైస్కూల్లో తెలుగు పండితులుగా వుంటూ వుండేవారు. వారు సంస్కృతంలో విద్వాన్ పరీక్షలో ఉత్తీర్ణులైనట్టివారు. వారు చదువుకున్నది కృష్ణస్వామిగారు నివసిస్తున్న టౌన్‌లోనే. ఆ టౌన్లో వొక సంస్కృత కళాశాల వుంది. ఆ కళాశాలలో చదువుకున్నారు.

ఆ కళాశాలలో సీటు ఇప్పించటం మొదలుకొని, అవుసరమైన ఖర్చువరకూ ఆయనకు కృష్ణస్వామిగారే సహాయం చేశారు.

ఆయన టైం దొరికినప్పుడల్లా కృష్ణస్వామిగారితోనే ఉంటూ ఉండేవారు. మొదటిరోజుల్లో "కృష్ణస్వామిగారు మా గురువులు" అని నిర్భయంగా చెప్పుకునేవారు. ఆయనకు కవిత్వం నేర్పింది కృష్ణస్వామిగారే.

అయితే విద్య పూర్తిచేసుకొని, హైస్కూల్లో ఉద్యోగంలో జేరి నాలుగయిదు పుస్తకాలు ప్రచురించిం తరువాత కృష్ణస్వామిగారి పట్ల ఆయనకున్న గురుభావం చెదిరింది. ఇటీవల చెదురుమదురుగా, ఆయన కృష్ణస్వామిగారి కవిత్వాన్నీ, గ్రంథాలనూ విమర్శిస్తున్నట్లుగా కూడా వార్తలు వస్తుండేవి. దానికి తగినట్లు వారు రాకపోకలు కూడా ఆపివేశారు.

"ఎందుకు?" అంటే ఇటువంటి వాటికి పైకి రకరకాల కారణాలు కనుపించినా, ప్రచారంలోకి వచ్చినా, అంతర్గతంగా వుండేది ఒకేవొక కారణం. అది పదిమందిలోనూ గౌరవం, పేరూ సంపాదించాలనే ఆకాంక్ష. ఈ ఆకాంక్ష ప్రతి మానవునిలోనూ అంతో ఇంతో వుంటుంది. అందువల్ల ప్రతి మానవుడూ ఆ ఆకాంక్షకు ఎంతో కొంత దాసుడయ్యే వుంటాడు.

కృష్ణస్వామిగారి శిష్యుడు అనిపించుకోవటంవల్ల ఈ ఆకాంక్ష తీరదని వెంకటరత్నం చౌదరిగారు త్వరలోనే గ్రహించారు. కృష్ణస్వామిగారి అభిమానులకు తనెప్పుడూ కృష్ణస్వామిగారి తరువాతివాడే. ఇక కృష్ణస్వామిగారి శత్రువులకు తానూ శత్రువే. అందువల్ల వారు తనను గురించిగానీ, తన రచనలను గురించిగానీ వొక్క మంచిమాట కూడా అనరు. ఈ ఇరకాటంలో ఎక్కువసేపు మనలేకపోయారు వెంకటరత్నం చౌదరిగారు. ఉండి ఉండి కృష్ణస్వామిగారికి ఎదురుతిరిగి వూరుకున్నారు. అలా ఎదురు తిరగటంలో వారికి మరొక లాభం కూడా కనుపించకపోలేదు.

ఆనాటికి బ్రాహ్మణేతరులలో చదువు కొద్దిగా వ్యాపించినా, పూర్తి విద్యాగంధం వున్నది బ్రాహ్మణులలోనే. చాలాకాలం నుంచీ వారు చదువుకున్నవారై వుండటంవల్ల, జీవితంలోని అన్ని కీలక స్థానాలూ అప్పటికి వారు ఆక్రమించుకుని వున్నారు. అంటే వారు విద్యా సంపన్నలే కాక, వ్యవహార దక్షులుకూడా అయి వుండటంవల్ల, సంఘంలో పైకి కనుపించక పోయినా వారన్నమాటే చెల్లుబడి అవుతూ వుండేది.

ఇక సాహిత్యం విషయంలో చెప్పనవసరం లేదు. వారు మొదటినుంచీ సాహితీపరులు. అందువల్ల సాహిత్యంలోని అందచందాలు వారికి గోచరించినంతగా ఇతరులకు గోచరించవు. వాటిని మభ్యపెట్టాలన్నా, వారు మభ్యపెట్టినంత చాకచక్యంగా ఇతరులు మభ్యపెట్టలేరు.

ఈ విషయం ఒక సందర్భంలో కృష్ణస్వామిగారే వొప్పుకున్నారు. తన రచనలను గురించి ఒక బ్రాహ్మణేతర కవి వ్రాసిన ప్రశంసను చదివి మంచికైనా,

చెడుకైనా కవిత్వంలోని సౌందర్యాన్ని విపులపరచాలన్నా, మలినపరచాలన్నా అన్నిటికీ వారే సమర్థులు. మన వాళ్ళకు అదీ చేత కాదు. ఇదీ చేత గాదు" అన్నారు.

ఇది అక్షరాలా నిజం. బ్రాహ్మణుల మెప్పును పొందకుండా సాహిత్యరంగంలో పైకి రావటం జరిగే పని కాదు. మామూలు ప్రజలు ఎందరు నోరు చేసుకొని ఏం ప్రయోజనం? వారి ప్రశంసలను వినేది ఎవ్వరు? అవి వట్టి ఆక్రందనలుగానే వుండిపోతై.

ఈ విషయం పసికట్టారు వెంకటరత్నం చౌదరిగారు. పసికట్టి ఈ నూతన దృష్టిని ఆచరణలో పెట్టటానికి ప్రథమ ప్రయత్నంగా కృష్ణస్వామిగారిని విమర్శిస్తూ ఒక ప్రముఖ పత్రికలో ఒక వ్యాసం ప్రచురించారు. దాని ఫలితం ఆయనకు వెంటనే, ప్రత్యేకంగా అనుభవంలోకి వచ్చింది.

సాహిత్యరంగంలో వేత్తలుగా పరిగణింపబడిన వారి దగ్గరనుంచి అనేక ఉత్తరాలు వచ్చినై. అందులో ప్రతివారూ వెంకటరత్నం చౌదరిగారి కుల, మత వర్గరహిత దృష్టిని మెచ్చుకున్నారు. ఇంత విశాల దృష్టివున్న కవి మరెవ్వరూ లేరన్నారు. వెంటనే ఒక పెద్ద సన్మానసభను ఏర్పాటుచేసి, 'కవికులాలంకార' అనే బిరుదును ప్రసాదించారు.

అప్పటినుంచీ వెంకటరత్నం చౌదరిగారు పూర్తిగా కృష్ణస్వామి గారి శత్రువర్గంలో కలిసిపోయారు. వారు అన్నిటికీ అతన్ని ముందు పెడుతుండేవారు. అలా పెట్టటంవల్ల ఇతరులకు తెలియకుండా కృష్ణస్వామి గారి మీద పగ తీర్చుకోవటమేకాక, తమకు కుల ద్వేషం లేదని నిరూపించుకోటానికి వసతి కలుగుతూ ఉండేది. ఇక వెంకటరత్నం చౌదరిగారికి తాము ప్రముఖ కవుల్లో ఒకరుగా పరిగణింపబడే గౌరవం దక్కటం ఆనందాన్నిచ్చింది. వారు ఒకందుకు పోశారు; ఆయన ఒకందుకు తాగాడు.

సాహిత్యరంగంలో గొప్పవాళ్ళుగా పరిగణింపబడుతున్న వ్యక్తులు నిరంతరం పొగడటంవల్ల వేంకటరత్నం చౌదరిగారిని నిజంగానే ప్రతిభ కలిగిన కవి అని బ్రాహ్మణేతరులు అనేకులు నమ్మటం మొదలుపెట్టేరు. ఈవిధంగా బ్రాహ్మణేతర వర్గంలోని ప్రముఖుల దృష్టి చెదరటానికి కూడా వేంకటరత్నం చౌదరిగారు, పైకి సాహితీవేత్తలుగా కనుపిస్తూ నిజానికి సాహిత్యరంగంలో గుత్త వ్యాపారం సాగిస్తున్న వ్యక్తులకు ఉపయోగపడ్డారు.

యదార్థం చెప్పుకోవాలంటే, వేంకటరత్నం చౌదరిగారి కవిత్వం అందం చందం లేనిది. అయితే ఏం? కృష్ణస్వామిగారి శత్రువులు ఆ కవిత్వం

నిరాడంబరమైనదనీ, నిరాడంబరత్వంలోనే నిజమైన కళవుందనీ ప్రచారం చేశారు. అందుకు ఉదాహరణగా గాంధీజీని ప్రస్తావించారు.

అయితే వేంకటరత్నం చౌదరిగారి కవిత్వంలోని నిరాడంబరతను కనిపెట్టిన ప్రముఖుల్లో నిరాడంబరంగా వ్రాసేవారు మాత్రం ఏ ఒక్కరూ లేరు. అందరూ 'గజ్జెల రవళుల'ను గురించీ, 'నీలి నీలాంబరాలను' గురించీ, 'కంకణ నిక్వాణాలను' గురించీ, 'కింకిణీ నిస్వనాలను' గురించీ వ్రాసినవారే. ఇతర సమయాల్లో, ఉన్నది వున్నట్లు చెప్పటం వచనంచేసే పని, మాటలను వెలుగు జిలుగులను అద్దటం కవిత్వం చేసేపని అని ఉపన్యాసాలు దంచేవారే.

అయితే ఏం? ఇప్పటికి ఇలా చెప్పటం వారికి అవుసరం. దానికి కొన్ని కారణాలను పోగుజేసి ప్రజల మీదకు విరజిమ్మారు.

వేంకటరత్నం చౌదరిగారు. నవ్యరీతులతోగానీ, నవ్యవాదాలతోగానీ పరిచయం వున్నవారు కారు. అందువల్ల వారి కవిత్వం పాతఫక్కీలో ఉంది. భావాలు ఊరగాయవతుగా వుంటూ ఉండేవి. అయితే ఏం? 'కవికి అన్నిటికంటే ముఖ్యం నిజాయితీ. ఆ గుణం ఈ కవిలో వున్నట్లుగా మరే కవిలోనూ లేదు" అని ఆ సాహిత్యవేత్తలు వ్యాసాలు వ్రాసేవారు. వేదికలెక్కి ఉపన్యాసాలు చెప్పేవారు. అయితే వారిలో మాత్రం నిజాయితీపరులు ఒక్కరూ లేరు. నిజాయితీగా వుండటం వారికొక ఆటవిక లక్షణం. అయితే ఏం? వారికి కృష్ణస్వామిగారిని కొట్టటానికి ఏ కొరముట్టయినా మంచిదే, ఈ కొరముట్టు ఉత్తమంగా కనిపించింది. నిర్దాక్షిణ్యంగా ఉపయోగించారు.

ఈ సంగతులన్నీ గోపాలానికి కూడా తెలుసు. కృష్ణస్వామిగారికన్నా గోపాలానికి బాగా తెలుసేమో! అందువల్ల వేంకటరత్నం చౌదరిగారు తన తండ్రిని పరామర్శించడానికి రావడం చూచి, చాలా ఆశ్చర్యపడ్డాడు గోపాలం.

ఇక కృష్ణస్వామిగారి సంగతి చెప్పనే అవసరం లేదు. ఆయనకు తనకు ఇష్టం లేనివారితో మాట్లాడటం చేతనే చేత కాదు. అటువంటివారిని చూడగానే ఆయన మనస్సు చటుక్కున ముకుళించుకుంటుంది. వేంకటరత్నం చౌదరిగారిని చూచినప్పుడు ఈ పనే జరిగింది.

మొహం పెడగా తిప్పుకు కూర్చున్నారాయన.

వేంకటరత్నం చౌదరిగారికి గోపాలం కూడా తెలుసు. తెలియటంలో బాగానే తెలుసు. ఎంతవరకు తెలుసునంటే, గోపాలం తండ్రితో కలిసి వుండటం వారికి యిబ్బంది కలిగించింది.

కృష్ణస్వామిగారితో పనులు చేయించుకోవటంగానీ, ఆయన మనస్సును లోబరచుకోవటంగానీ చాలా తేలిక. ఆయన ముందు ముందు బడబడా మాటలు అంటారు. ఆ మాటలను తట్టుకొని నిలబడగలిగితే ఆయన్ని జయించినట్లే.

ఆయన కల్లబొల్లి మాటలను ఇట్టే నమ్మే స్వభావం గలవారు. మనుష్యులు త్వరగా మారతారని కూడా ఆయన విశ్వాసం. ఎవ్వరయినా వచ్చి, "అప్పుడు మిమ్ములను దూషించినమాట నిజమే. ఇప్పుడందుకు పశ్చాత్తాపపడుతున్నాను" అంటే వెంటనే "పాపం" అనుకుంటారాయన.

తనతో పనివుండి వచ్చి, ఆ పని చేయించుకోటానికి అలా అంటున్నాడేమో అని ఆయనకు తట్టనే తట్టదు. ఆయన శ్రేయస్సు కోరినవారు ఎవ్వరయినా చెప్పినా, పొరపాటు చేశానని ఏడుస్తూ వుంటే ఇంక అంతకంటే వాడిని మాత్రం ఏం చావమంటావు?" అనేవారు. అనడమే కాదు, ఆ "పశ్చాత్తాప్పుని" వెనకవేసుకొని వచ్చి, తనకు నిజం చెప్పిన శ్రేయోభిలాషులతో పోట్లాడేవారు.

గోపాలం గుణం వేరు, అతనికి మనష్యులను చూచీ చూడగానే కొద్దిగానో, గొప్పగానో వారి స్వభావం గ్రహించేశక్తి వున్నది.

అందువల్ల కృష్ణస్వామిగారితో మాట్లాడటానికి వచ్చిన ప్రతివారూ తండ్రితో గోపాలం ఉండకుండా ఉండటాన్నే కోరుకునేవారు. అతను ఉండగా మనస్సు విప్పి కృష్ణస్వామిగారితో మాట్లాడటానికి సంకోచించేవారు.

వేంకటరత్నం చౌదరిగారు కూడా గోపాలాన్ని చూడగానే ఇటువంటి కలవరానికే లోనయ్యారు. కాని తీరా కృష్ణస్వామిగారు ముందుకు వచ్చి కనపడితే, ఇంకా ఇప్పుడు చేసేది ఏముంది?

అంతలో, "రండి, కూర్చోండి" అన్నాడు గోపాలం

కూర్చొని, "ఈకష్టం మీకు రావలసింది కాదు" అన్నారు వేంకటరత్నం చౌదరిగారు, కృష్ణస్వామిగారిని ఉద్దేశించి.

కృష్ణస్వామిగారు మాట్లాడ లేదు. గోపాలానికి ఏమనాలో తోచక మెదలకుండా వూరుకున్నాడు.

నిశ్శబ్దం భయంకర రూపం దాల్చనారంభించింది. ఆ నిశ్శబ్దాన్ని వేంకటరత్నం చౌదరిగారు భరించలేకపోయారు.

"నేను వారం పదిరోజులనుంచీ ఇంటిదగ్గర లేను. ఇవ్వాళే వచ్చాను. వచ్చీ రాగానే తమరి దర్శనార్థం వద్దామనుకున్నాను. కాని పదిమందిలో ఉన్నప్పటికన్నా, ఒంటరిగా ఉన్నప్పుడు కలిస్తే మంచిదనే ఉద్దేశంతో ఇప్పుడు వచ్చాను."

దీనికికూడా కృష్ణస్వామిగారు మాట్లాడలేదు. దీనికి కూడా, ఏం చెప్పాలో తెలియక వూరుకున్నాడు గోపాలం. కారణాలు ఏమైతేనేం, మొత్తానికి తండ్రీకొడుకు లిద్దరూ మొదలకుండా కూర్చున్నారు.

రెండు కొండల మధ్య ఇరుక్కున్నట్లు అనిపించింది వేంకటరత్నం చౌదరిగారికి. ఏదో వొకవిధంగా ఆ కొండల మధ్యనుంచి బయటపడాలనే ఉద్దేశంతో "నేను ఇవాళ మీతో వొక ముఖ్యమయిన విషయం చెప్పాలని మనస్సులో దృఢంగా సంకల్పించుకొని వచ్చాను" అన్నారు.

అప్పటికీ కృష్ణస్వామిగారు మాట్లాడలేదు. కాని మాట్లాడటానికి గోపాలానికి అవకాశం దొరికింది. "నేనున్నానని మీకు అభ్యంతరం లేకపోతే, అదేమిటో నాన్నగారికి చెప్పండి" అన్నాడు.

గోపాలం మాట్లాడటంతో అంతకు ముందు దాకా గాలిలో వున్న బిగువూ, బరువూ, అస్పష్టతవల్ల వచ్చిన భయమూ సడలినై. వేంకటరత్నం చౌదరిగారి మనస్సు కొంచెం తేటపడ్డది.

"నువ్వు ఉంటే ఏం నాయనా? నువ్వు వినకూడనివి నాయనగారూ, నేనూ ఏం మాట్లాడుకుంటాం? ఒకరకంగా నువ్వు వుండటం కూడా మంచిదనే అనుకుంటున్నాను నేను. ఎందుకంటే నేను చెప్పదలచింది నువ్వు వినటంవల్ల కూడా కొంత ప్రయోజనం వుండకపోదు" అన్నారు.

నిజానికి ఆయన ఇక్కడకు రావాలని సంకల్పించుకున్నప్పుడు, కృష్ణస్వామిగారితో ఏమేమి చెప్పాలో అన్నీ మనస్సులో నిర్ధారణ చేసుకునే వచ్చారు. తీరా గోపాలం కూడా ఉండటంతో పథకం మారవలసి వచ్చింది. దాంతో మనస్సు తబ్బిబ్బుపడింది.

"చాలాకాలంనుంచీ నా మనస్సుని చికాకు పరుస్తున్న ఒక విషయం ఇవాళ మీకు విప్పి చెప్పదల్చుకున్నాను కృష్ణస్వామిగారూ - నేను ముఖప్రీతి మాటలు చెబుతున్నానని దయచేసి మీరనుకోవద్దు. కడుపులో ఉన్నదే చెబుతున్నాను" అని ప్రారంబించాడు వేంకటరత్నం చౌదరిగారు.

ఈ మాటలకు కృష్ణస్వామిగారు కొంచెం చలించారు. గోపాలం శ్రద్ధగా వింటూ కూర్చున్నాడు.

"మాబోటి వారికోసం మీరు చేసిన త్యాగం నేను అర్థం చేసుకోలేదని మీరనుకోవద్దు. మీబోటివారు ఒకరు మహాపర్వత శ్రేణిలాగా మాకు అండగా నిలబడి వుండబట్టే బ్రాహ్మణ కవులు మిమ్మల్ని గురించి కొద్దో-గొప్పో మంచిగా చెబుతున్నారు.

మీరే లేకపోతే మమ్మల్ని క్షుద్ర కీటకాలుగా పరిగణించి దులిపివేసేవారని నాకు తెలుసు. అంతేగాదు, ఒకవిధంగా మీమీద పగ తీర్చుకోటానికి మా కవిత్వాలను పొగిడి మమ్మల్ని అభినందిస్తున్నారనే సంగతి కూడా నాకు తెలుసు. మీ కవిత్వాన్ని తెగడి, మా కవిత్వాన్ని పొగడుతున్నప్పుడల్లా ఈ విషయం మాబోటివాళ్ళకు జ్ఞాపకం వస్తూనే వుంటుంది. మీరు అనేక బాధలకు లోనై మాలాంటివాళ్ళకు సంఘంలో కాస్త గౌరవ ప్రతిపత్తి కలిగే అవకాశం చేకూర్చిపెడుతున్నారనే సంగతి తిరుగులేని సత్యం."

ఈ మాటలకు కృష్ణస్వామిగారి మనస్సు కొంత మెత్తబడటం, గోపాలం మనస్సు మరీ గట్టిపడటం జరిగింది. అయినప్పటికీ తన తండ్రి ఆయన మాటలు నమ్ముతున్నాడనే భయం కలుగకపోతే గోపాలం మెదలకుండా ఊరుకునేవాడే. ఇప్పుడు మాత్రం ఊరుకోబుద్ధి కాలేదు.

"ఇటువంటి అభిప్రాయాలు మీకున్నప్పుడు ఈ విషయాలు పదిమందికీ ఎందుకు వెల్లడిచేయరు? దానివల్ల ప్రజాసామాన్యానికి ఈ సత్యం తెలుస్తుంది కదా, సత్యం తెలియటం దోషం కాదు గదా?" అనడిగాడు వేంకటరత్నం చౌదరిగారిని.

వేంకటరత్నం చౌదరిగారు ఈ ప్రశ్నవల్ల కలిగిన కలవరాన్ని దిగమింగి యిలా అన్నారు!

"అబ్బాయీ, నువ్వు అడగవలసిన ప్రశ్నే అడిగావు. కాని ఒక విషయం మాత్రం మర్చిపోయావు. అందరూ మీ నాయనగారిలాంటి ధైర్యసాహసాలు కలిగినవారు కారు. ఒక ఆదర్శంకోసం తన సర్వస్వాన్ని త్యజించగలిగిన ఆవేశం, నిస్వార్థబుద్ధి ఏ కొద్దిమందికి మాత్రమే వుంటుంది. అటువంటివారిలో మీ నాయనగారు ముఖ్యులు. వారు కారణజన్ములు. ఇక మేమంటామా- ఏదో.. ప్రాపంచక సుఖాలకోసం ప్రాకులాడేవాళ్ళం. బ్రతికినన్నాళ్ళూ సుఖంగా బ్రతికి దాటిపోవాలనే సంకల్పం గలిగినవాళ్ళం. మీ నాయనగారికీ- మాకూ పోలికెక్కడ? అతి బలహీనమైన మమ్మల్ని ఆదర్శ శిఖరాలమీదకు నడిచి కూర్చోమంటే మా వల్ల అయ్యేపనా? అందుకు పూనుకున్నా నడుములు విరగడంకన్నా జరిగేదేమీ వుండదు. అంతమాత్రాన ఆదర్శ పురుషుల ఔన్నత్యం, మిరిమిట్లుగొలిపే వారి ప్రతిభా, సుఖప్రదంగా బ్రతకటానికి వారివల్ల మేము పొందుతున్న, సహాయమూ గ్రహించడం లేదని మాత్రం నువ్వనుకోవద్దు. మా కన్నీ తెలుసు. తెలిసీ వ్యవహారిక ప్రపంచాన్ని అధిగమించలేక, తుచ్ఛ సుఖాలను వదులుకోలేక ఈవిధంగా బ్రతుకుతున్నాం" అన్నారు.

ఈ వాదం గోపాలానికి నచ్చలేదు. "అయితే మీకోసం కష్టపడేవారిని ఆదుకోవలసిన బాధ్యత మీమీద లేదా? కష్టాల నన్నిటినీ వారికే వదలి - పైగా శత్రుకోటిలో చేరి వారి దారిలో పల్లేరుకాయలు జల్లడం భావ్యమేనా? దానివల్ల వారు తలపెట్టిన ఉద్యమానికి ద్రోహం చేయటం కాదా?" అనడిగాడు.

ఈ ప్రశ్నకు తలవాల్చి, "ఇంతటి మహానుభావులకు సహాయం చేయటానికి మేమెంతటివారం? మేము వారికి చేయగలిగిన సహాయం ఏముంది? అభివృద్ధి నిరోధకులతో వారు ఒక్కరే పోరాడగల శక్తిమంతులు. మేము వారి నీడన కాలం వెళ్ళబుచ్చేవాళ్ళం. ఈ సంగతి మా అవస్త - చిన్నవాడవు నీకు తెలియకపోయినా మానవుల బలహీనతలపట్ల ఎంతో సానుభూతి కలిగిన మీ నాన్నగారు గ్రహించగలరు" అన్నారు వేంకటరత్నం చౌదరిగారు.

కవికులాలంకారుల ఉద్దేశం వారు మాట్లాడటం మొదలుపెట్టినప్పుడే అర్థమైంది గోపాలానికి. వారి మనస్సు కృష్ణస్వామిగారికి వ్యతిరేక భావంతోటే నిండి వుంది. అందులో సందేహం లేదు, కాని కృష్ణస్వామిగారికి కోపం తెప్పించాలనే అభిప్రాయం ఆయనకు లేదు. కృష్ణస్వామిగారికి కోపం వస్తే తనకీనాటికే అపకారం చేయగలరని ఆయనకు తెలుసు. అందుకని ఆయన మనస్సుని మెత్తపరచటమే ఆయన ఆకాంక్ష.

ఇవన్నీ జ్ఞాపకం వచ్చి ఆయనకు గట్టిగా సమాధానం చెప్పాలని సంకల్పించాడు గోపాలం. రెండావుల దూడగా వుండటంవల్ల ఎవరూ ఉద్ధరించబడరు అని చెపుదామనుకున్నాడు. స్వార్థబుద్ధితో కాక ఎవరి నమ్మకాలను బట్టి వారు జీవితాలను నడుపుకోవటం మంచిదని సలహా యిద్దామనుకున్నాడు.

గోపాలం మనస్సులో చెలరేగుతున్న కలవరం కృష్ణస్వామిగారు కనిపెట్టారు. కనిపెట్టి "ఆయన చెప్పిందాంట్లోకూడా కొంత సత్యం లేకపోలేదు గోపీ... నే నీ ఉద్యమం ప్రారంభించింది నాకోసం కాదు కదా? ఇతరులకు సుఖం కలగాలనే కదా? నేను యిబ్బంది పడటంవల్ల వారు సుఖపడితే అందుకు నేను సంతోషించవలసిందే. నాకు వ్యతిరేకభావాన్ని ప్రదర్శించడంవల్లా, నన్ను విమర్శించటంవల్లా వేంకటరత్నం చౌదరిగారికి సంఘంలో గౌరవం, ఉత్తమ కవి అనే కీర్తి లభిస్తే ఆ మేరకు నేను ఆనందించవలసిందే. సంఘంలో మానసికంగా పీడింపబడుతున్న ఒక వ్యక్తి పదిమంది పొగడ్తలను అందుకుంటున్నాడంటే అది ముదావహమైన విషయమే. నాతోపాటు ఇతరులు కూడా కష్టాలకు గురి కావాలని కోరే హక్కు నాకెక్కడ ఉంది?" అన్నారు.

గోపాలం మాట్లాడలేదు. తండ్రీ, వేంకటరత్నం చౌదరిగారూ మాట్లాడుకుంటుంటే వింటూ కూర్చున్నాడు. ఒక్క క్షణంలో కృష్ణస్వామిగారు వేంకటరత్నం చౌదరిగారు చేసిన తప్పుల నన్నింటినీ మర్చిపోయి- ప్రాణ స్నేహితునివలె మాట్లాడ నారంభించారు. తన కష్టసుఖాలనన్నిటినీ ఆయనకు చెప్పారు. ఇకముందు వ్రాయదలచుకున్న గ్రంథాలను ఆయనకు విడమర్చి చెప్పారు. వేంకటరత్నం చౌదరిగారు కృష్ణస్వామిగారు ప్రచురించిన గ్రంథాలలోని పద్యాలను చదివి వినిపించి వాటిల్లోని చమత్కృతులను పొగుడుతూ కూర్చున్నారు. అంతేగాక కృష్ణస్వామిగారింకా ఏఏ గ్రంథాలను వ్రాస్తే బాగుంటుందో కూడా చెప్పి చెప్పనట్లు చెప్పారు. అవన్నీ హృదయపూర్వకంగా నమ్మి వేంకటరత్నం చౌదరిగారిని పరమ మిత్రులుగా భావిస్తూ వింటూ కూర్చున్నారు కృష్ణస్వామిగారు.

వేంకటరత్నం చౌదరిగారు మరికొంచెం సేపు కూర్చుని, కృష్ణస్వామిగారి వద్ద సెలవు తీసుకుని వెళ్ళిపోయారు.

ఆయన వెళ్ళగానే, "పాపం, మనిషి మంచివాడే" అన్నారు కృష్ణస్వామిగారు.

ఇక గోపాలం ఏం చెప్పగలడు? ఏమి చెప్పి మాత్రం ఏమి ప్రయోజనం? వేంకటరత్నం చౌదరిగారు దిగ్విజయం చేసిన వారికి మల్లే ఉండి ఉంటారని అతనికి తెలుసు. బైటకువెళ్ళి, తన తండ్రిమీద వినరాని నిందలు మోపుతారని కూడా అతనికి తెలుసు. అయినప్పటికి వాటిని చెప్పటంవల్ల తండ్రి మనస్సుని కష్టపెట్టడం మాత్రమే అవుతుందని భావించి మెదలకుండా ఊరుకున్నాడు.

కృష్ణస్వామిగారు తన ఆలోచనలో తానున్నారు. కుమారుని మానసిక ఆందోళన పసికట్టే స్థితిలో వారు లేరు. "ఈ ప్రపంచం ఎంత విచిత్రమైంది? ఈ విచిత్రానికి అంతున్నట్లు లేదు. నేను బ్రాహ్మణేతరులకు సహాయం చేయటానికి గాను నా జీవితాన్ని అంకితం చేశాను. అటువంటి నన్ను ద్వేషించినట్లు నటించటంవల్ల మాత్రమే ఆ సంఘానికి ఉపకారం జరుగుతూంది. నావల్ల బ్రాహ్మణేతర సంఘం ఏ మాత్రమేనా నోరు విప్పగలిగితే, మాట్లాడటం నేర్చుకుని ఉంటే, ఆ మాటలు ప్రప్రథమంగా నన్ను విమర్శించటానికీ, నామీద వ్యతిరేకతను ప్రకటించటానికీ వినియోగపడుతున్నవి. ఈ పరిస్థితి చాలా విచిత్రంగా లేదా గోపీ?" అని కుమారుడిని అడిగారు.

"అందులో సందేహంలేదు" అన్నాడు గోపాలం. ఆ మాట అతని మనస్సులో వున్న ఏ భావాలకు చిహ్నంగా బైటపడిందో ఆలోచించే ధోరణిలో లేరు

కృష్ణస్వామిగారు. వారు దీర్ఘాలోచనాతత్పరులై అలముకుంటున్న చీకటిలోకి తమ దృష్టిని నిగిడిస్తూ కూర్చున్నారు.

* * *

మరునాడు గోపాలాన్ని పరామర్శించటానికి అతని హాస్టల్ స్నేహితుడు శివకుమార్ వచ్చాడు. శివకుమార్ కాలేజీ మానివేసి, పార్టీ పనిలో నిమగ్నుడైన తరువాత ఇదే మొదటిసారిగా గోపాలానికి కనపడటం.

అతను చాలా మారిపోయాడు. శారీరకంగా చాలా చిక్కిపోయాడు. చూసీ చూడగానే అతను శరీరపోషణ విషయంలో ఏ కాస్త శ్రద్ధా తీసుకోవటం లేదని ఇట్టే ద్యోతక మవుతుంది. అతని బుగ్గలు పీక్కుపోయి ఉన్నవి. నుదురుమీద చర్మం ముడతలుపడ నారంభించింది. జుట్టు సంస్కారంలేక చిందరవందరగా రేగివుంది. కండ్లు గుంటలు పడి వున్నై. కాని మాటలలోనూ, చూపుల్లోనూ పట్టుదలా, దానితోపాటు ఇదివరకు అతనిలో ఉండే క్రౌర్యం కొట్టవచ్చేట్టు కనిపిస్తూ వున్నై. మనిషి మానసికంగా కూడా చాలా మారిపోయాడని అతన్ని చూడగానే నిర్ధారణ చేసుకున్నాడు గోపాలం.

అతను వచ్చీ రావటమే విసురుగా ఉప్పెనలాగా వచ్చాడు. ఏదో పనిమీద వున్న గోపాలం అతన్ని వెంటనే గుర్తుపట్టలేకపోయాడు.

"నేనోయ్! శివకుమార్‌ని..." అని చెప్పి, మిగిలిన కుశల ప్రశ్నలకు తావివ్వకుండా గోపాలానికెదురుగా కూర్చొని, "ఈ ప్రపంచం లోపభూయిష్టమైంది గనుక ఇటువంటి కష్టాలు తరచు వస్తూనే వుంటై. వాటిని మనం లెక్కచేయకూడదు. లొంగిపోకూడదు. కష్టాలు వస్తున్నకొద్దీ మనం విజృంభించి ఇటువంటి కష్టాలు లేని సమాజంకోసం ద్విగిణీకృతోత్సాహంతో పాటుపడాలి" అన్నాడు.

కాసేపు స్నేహితులిద్దరూ మాట్లాడకుండా ఒకరినొకరు చూసుకుంటూ కూర్చున్నారు. అప్పుడు శివకుమార్ ఏమాలోచిస్తున్నదీ చెప్పటం కష్టం. గోపాలం మనస్సు మాత్రం దర్పణం లాగా వుంది. తన స్నేహితుని చూపుల్లో కనబడే క్రౌర్యం, మాటల్లో వినబడే మొరటుతనం ఎటువంటి భయంకర కష్టాలకు లోనైతే వొచ్చామా-అని ఆలోచిస్తున్నాడు. పూర్వం అతని మనస్సులో ఉన్న మార్దవం ఇప్పుడు లేదు. మానవ సంబంధాల కోసం ఆరాటపడి అర్రులు చాచే కోమలత్వం ఇప్పుడతనిలో లేదు. అతనిలో ఉన్న శక్తులన్నీ ఇప్పుడు ఒకే ఒక పరుషభావంగా రూపొందాయి.

"నువ్వు వచ్చినందుకు నేను చాలాసంతోషిస్తున్నాను శివకుమార్...." అన్నాడు గోపాలం.

"తీరికలేని పనుల్లో చిక్కుకుని ఉన్నాను. అయినా నిన్ను పలకరించి పోదామని వచ్చాను".

"ఇప్పుడేం జేస్తున్నావ్?" అనడిగాడు గోపాలం.

"గనుల కార్మికులతో పనిచేస్తున్నాను. వాళ్ళ జీవితాలను చూస్తుంటే మనం పడే కష్టాలు ఒక కష్టాలేనా అని అనిపిస్తూంటుంది గోపాలం. తిండికి ఉండి వచ్చేకష్టాలు వేరూ, తిండికి లేకపోవటంలో వచ్చే కష్టాలు వేరూ. తిండికి లేకపోవటంవల్ల మానవ పరిణామమే ఆగిపోతుంది. ఆగిపోవటమే కాదు వెనక్కి దేకుతుంది కూడానూ. తిండికిలేని ఈ కార్మిక జనాన్ని చూస్తుంటే వారిలో మానవులకు సహజంగా ఉండే లక్షణాలే నశించినై అనిపిస్తుంది. రాయి నుంచి దేవతలుగా పరిణామం చెందేవారు కొందరుంటే, దేవతలనుంచి రాళ్ళుగా దిగజారిపోయేవారు కొందరుంటారని అనిపిస్తూ వుంది. ప్రజల్లో ఎక్కువమందిని ఈ వికృత పరిణామానికి గురిచేసింది ఎవరు? పుట్టుకతో కొన్ని హక్కులను పొందిన మనలాంటివాళ్ళే. ఈ నిర్ధారణకు వచ్చినప్పుడు ప్రత్యేక హక్కులనుభవించే ప్రతి వ్యక్తిమీదా ఎంత ద్వేషం, కక్షా ప్రబలుతుందో ఎప్పుడైనా ఆలోచించావా? అందులో అటువంటి వ్యక్తులు తమ దౌష్ట్యాలవల్ల పశుప్రాయులుగా తయారవుతున్న మానవకోటిపట్ల ఒక్క కన్నీటిబొట్టయినా రాల్చనప్పుడు హృదయం భగ్గుభగ్గున మండుతుంది. మొత్తం ఈ ప్రపంచాన్నే దగ్ధపటలం చేసి, ఆ బూడిదలో నుంచి దోపిడీ విధానానికీ, హెచ్చుతగ్గులకూ ఆస్కారం లేని ఒక నూతన జీవితాన్ని నిర్మించ బుద్ధవుతుంది. అలా నిర్మించలేకపోతే, సామాన్య ప్రజలతోపాటు ప్రత్యేక హక్కులను, అనుభవించేవారు కూడా నాశనమైపోనీ అని అనుకోబుద్ధవుతుంది. నేనిప్పుడా స్థితిలో ఉన్నాను గోపాలం. ప్రపంచం బాగుపడటమో, దగ్ధపటలమవటమో తక్షణం ఏదో ఒకటి జరగాలని కోరుకుంటున్నాను" అన్నాడు శివకుమార్.

తన స్నేహితుడిని చూస్తుంటే గోపాలానికి విచారమే కలిగింది. ఈ సంఘంలో ప్రత్యేక హక్కులను అనుభవిస్తున్న అదృష్టవంతుల మూర్ఖత్వంవల్ల ఎన్ని సుకుమార హృదయాలు ఈవిధంగా మారి అగ్నిజ్వాలలను విరజిమ్ముతున్నాయో అతను ఊహించలేకపోయాడు.

ప్రత్యేక హక్కులు అనుభవించేవాళ్ళు సున్నితమైన మాటలు మాట్లాడతారుగాని, సన్నాయి నొక్కులు నొక్కుతారుగాని ఈ జీవితంలో క్రౌర్యానికి కూడా చోటులేక పోలేదు అని అంగీకరించరు. అలా చోటులేకపోతే అది పుట్టే వుండేది కాదు. మానవ హృదయాలలో దానికి స్తలం ఉండేదే కాదు, మూర్ఖత్వం

బలిసినప్పుడు, హృదయాలు పిడచకట్టినప్పుడు, విశాలదృష్టి కొరవడినప్పుడు, కరుణ నశించినప్పుడు వాటి నెదుర్కోటానికి క్రౌర్యం జనిస్తుంది, విజృంభిస్తుంది, దహిస్తుంది. ఈ పరిస్థితి పరమ వేదాంతులు సైతం అంగీకరించిందే. వేదాంతులేకాదు? భగవద్గీతలో శ్రీకృష్ణ భాగవానుడు చెప్పినది కూడా యిదే. దుష్టశిక్షణ తప్పనిసరి అయిన పరిస్థితి అది.

అయితే మానవసంఘంలో ప్రత్యేక హక్కులను అనుభవించినవారు, తమ కిరాతక చర్యలవల్ల అనివార్యమవుతున్న ఈ దృష్టిని అంగీకరించరు, క్రౌర్యాన్ని వారు నిరసిస్తారు. తమ ప్రత్యేక హక్కులను నిలబెట్టుకోటానికి వారీ పని చేయటం సహజమే. కాని వారే సంఘంలో పెత్తందార్లుగా ఉండటంవల్ల వారు ప్రచారం చేసిన సంస్కారాన్ని అనుసరించటానికి అమాయక ప్రజలు ప్రయత్నించటంతో సంఘం సంస్కారులకూ, విప్లవకారులకూ ఒక పెద్ద చిక్కు వచ్చి పడుతుంది. ఏ సంస్కారం వల్ల ప్రజలు హీనస్థితిలో మ్రగ్గుతున్నారో ఆ సంస్కారాన్ని ఎదుర్కోటానికి ప్రజలను సంఘటిత పర్చటం వారికి కష్టం అవుతుంది. గోటితో తీరే పని గొడ్డలితో తీర్చవలసివస్తుంది. ఏ కారణంవల్ల సంఘ సంస్కారులూ, విప్లవకారులూ ఇటువంటి పనికి పూనుకోవలసి వచ్చిందో ప్రపంచం మర్చిపోయి వారిని నిందిస్తూ హాహాకారాలను రేపుతుంది. ఏదో ఘోరాన్యాయం జరుగుతున్నట్టు పల్లవిస్తుంది. ప్రచారక సాధనాలన్నీ ఈ ప్రత్యేక హక్కులనుభవించే వారిచేతుల్లో ఉండటంవల్ల సత్యం మరుగున పడుతుంది. ఆ సత్యం అందంగా అలంకరించుకుని తన విన్యాస వీచికలతో ప్రజల మనస్సులను ఆకర్షించి, మోసగించి, వారి పతనానికి పరాకాష్టను రూపొందిస్తుంది. అన్ని యుగాలలోనూ, అన్ని పరిస్థితుల్లోనూ నడుస్తున్న జగన్నాటకమే యిది.

ఈ విషయాలన్నీ శివకుమార్ మాటలను వింటూ కూర్చున్న గోపాలం హృదయంలో మూకుమ్మడిగా చెలరేగినై. శివకుమార్ ప్రసరిస్తున్న అగ్నిజ్వాలల వేడికి అతను కుతకుత ఉడికిపోయాడు.

"ఇప్పుడు నువ్వు చేస్తున్నపని నీ తల్లిదండ్రులంగీకరించారా శివకుమార్?" అనడిగాడు. అడగడమైతే అడిగాడుగాని, అడిగీ అడగ్గానే ప్రశ్న చాలా పేలవమైనదిగానూ, అనుచితమైందిగానూ అతని మనస్సుకే తట్టింది. తన ప్రశ్నను ఉపసంహరించుకునే అవకాశం వుంటే అతను చాలా సంతోషించేవాడు. కాని ఆ అవకాశం లేదు. అతని ప్రశ్న అప్పటికే శివకుమార్ హృదయాన్ని తాకి కలవర పెట్టింది. జలదరిస్తున్న పెదిమలతో శివకుమార్ చెప్పుకుపోయాడు.

"అది చాలా స్వల్ప విషయం గోపాలం! చెడుపనులు చేయడానికైతే ఇతరుల అంగీకారం, ఆశీర్వాదం కావలసి రావచ్చు, మంచిపని చేయటానికి ఎవరి ప్రోద్బలం అవసరం లేదు. తల్లీ దండ్రీ నన్ను పోషించి పెద్దవాణ్ణి చేశారు. ఇక నా జీవితం నాదే. అంతే కాదు, హెచ్చుతగ్గులకు శాశ్వతం చేయదల్చిన, ప్రస్తుతం ఆచరణలోవున్న, ఈ యినుపచట్రంలో పడి ఎంతమంది తల్లిదండ్రులు-ఎంతమంది బిడ్డలు ముక్కలు ముక్కలు అవుతున్నారో మనం చెప్పగలమా?...మరి వారి మాటేమిటి? తల్లిదండ్రులకూ, బిడ్డలకూ ఉండే సంబంధం అందరిపట్ల ఒకటిగానే వుండాలి. ఆ సంబంధం వర్ధిల్లడం మంచిదైతే అందరిలోనూ వర్ధిల్లే అవకాశం వుండాలి. అలా లేనప్పుడు ఈ సంబంధాలకు అర్థం లేదు. ఇతర తల్లిదండ్రులకూ, బిడ్డలకూ ఉంటున్న సంబంధాన్ని నిర్దాక్షిణ్యంగా తృంచివేసి, నాకు వర్తించే మానవ సంబంధాలను నిలబెట్టుకోటానికి నేను ప్రయత్నించను. అది ఘోర పాపం. ఈ సంబంధాలకు నిలయమైన ప్రజల కుటుంబాలను నిలబెట్టడానికి నేను నా తల్లిదండ్రులను వదులుకోవటం అనుచితమనుకోవటం లేదు. నేను చేస్తున్న పనికి నా తల్లిదండ్రులు అంగీకరించలేదు గోపాలం! అందుకని నేను వారిని వదులుకున్నాను" అన్నాడు శివకుమార్, అని పెద్ద నిట్టూర్పు విడిచాడు.

శివకుమార్ వాదనలో ఉన్న తర్కానికీ, బీదల అభివృద్ధికోసం అతను చూపుతున్న ఆవేశానికీ, నిస్వార్థ బుద్ధికీ వివశుడై కూర్చున్నాడు గోపాలం. మనిషిని అంతగా ఊపివేయగలిగిన ఆ ఆవేశానికి ముగ్ధుడయ్యాడు. ఒక మనిషి, ఒక ఆవేశానికి ఆత్మార్పణ చేసుకోడానికి సిద్ధపడ్డాడంటే అందులో సత్యం ఉండి ఉండాలి. ఆ ఆవేశంలో సత్యస్వరూప దర్శనం కలగబట్టే ఆ మనిషి దానికి దాసుడై ఉంటాడు. లేకపోతే అందరిలాగా సుఖాలను అనుభవించకుండా కష్టాలను ఆశ్రయించి ప్రాణత్యాగానికి పూనుకునే అంత వెర్రివాడు కాడు మానవుడు. అతని అనుభవంలోనికి వచ్చిన సత్యం సంపూర్ణ సత్యంయొక్క శకలమే అవుగాక- అంతకంటే విశాలమైన సత్యం మరి ఒకటి ఉండుగాక- అయినప్పటికీ మానవుడు తనకు అందిన సత్యం ద్వారానే సంపూర్ణ సత్యాన్ని సాధించ గలుగుతాడు; ముక్తిని పొందగలుగుతాడు; భగవంతుని చేరగలుగుతాడు. అలాగాక ఇది అర్థసత్యమని ఎప్పటికప్పుడు దాని జోలికి వెళ్ళటానికి నిరాకరించిన మానవుడు పతనమవుతాడు; పాపపంకిలంలో చిక్కుకుంటాడు రాక్షసరూపం ధరిస్తాడు. ఆ మానవునికి అందిన సత్యం చురకత్తి వంటిది కావచ్చు; అగ్నిజ్వాలవంటిది కావచ్చు; దానివల్ల కొందరికి అపాయం కలగొచ్చు. కాని ఆ మానవుని పురోగమనానికి అతి ఉత్తమమైన సాధనమే.

అందువల్లే అతని మాటలకు బలం వుంటుంది; తేజస్సుంటుంది; అతను ఇతరులను ప్రబలంగా ఆకర్షించగలుగుతాడు.

అవి గాంధీగారు స్వాతంత్ర్య స్థాపనకోసం మరొక ఉద్యమాన్ని నడపాలని సంకల్పించుకున్న రోజులు; అందుకుగాను ఆయన సర్వప్రయత్నాలూ చేస్తున్న రోజులు; ఆయన పిలుపుకోసం ప్రజలు అర్రులెత్తి ఎదురుచూస్తున్న రోజులు. ప్రతి గ్రామంలోనూ సంఘాలను స్థాపించి, ప్రజలు సహాయ నిరాకరణోద్యమంలో పాల్గొనడానికి ఆయత్తమవుతున్న రోజులు.

శివకుమార్ కమ్యూనిస్టు కార్మిక కర్షకుల్లో అతను చేస్తున్న కృషి అంతా ఆ పార్టీ తరఫునే చేస్తున్నాడు. కమ్యూనిస్టు పార్టీకి గాంధీ సిద్ధాంతాలమీద నమ్మకంగానీ, చివరకు సానుభూతిగానీ లేదని గోపాలానికి తెలుసు. అప్పుడు జరగబోయే ఉద్యమంలో వారే పాత్ర ధరించబోతున్నదీ శివకుమార్ ద్వారా తెలుసుకోదలచు కున్నాడు గోపాలం.

"ఇప్పుడు జరగబోయే స్వాతంత్ర్యోద్యమంలో నీవు కూడా పాల్గొంటావను కుంటాను."

"లేదు" అన్నాడు శివకుమార్.

"ఎందుకని?"

"గాంధీ ఉద్యమం ఫలించదు. అసహాయ నిరాకరణానికి జడిసి, మనకు స్వాతంత్ర్యాన్నిచ్చి వెళ్ళిపోయేంత భీరువులు కారు ఇంగ్లీషువారు. ఒకవేళ వెళ్ళిపోయినా మనదేశంలో అధికారంలోకి వచ్చేదెవరు?.. ధనవంతులు. మనకు కావలసింది దోపిడీ విధానం నిర్మూలమై సర్వమానవులకూ సమానత్వం కలగటమే గాని– పరదేశస్తులు పోయి స్వదేశస్తులు అధికారంలోకి రావడం కాదు. ఆమాటకొస్తే పరదేశస్తులకంటే స్వదేశస్తులే సామాన్య ప్రజలకు పరమశత్రువులవుతారు. మనదేశంలోని ధనవంతులకు ఇంగ్లీషువారికంటే సంఘంలో ఎక్కువ మద్దతు కనిపిస్తుంది. ఇంగ్లీషువారికిక్కడ ఎవరున్నారు? నా అనే వారెవరూ లేరు. వారికి స్వార్థపరులు ఏ కొద్దిమందో తప్ప మిగిలిన వారందరూ శత్రువులే. ఈ దేశంలోని ధనవంతులు కూడా వారికి శత్రువులే. ఎందుకంటే ఇంగ్లీషువారున్నంతకాలం తమ వ్యాపారానికి అడ్డు గనుక, తాము విజృంభించి, బీదలను దోచుకుని లాభాలు సంపాదించే అవకాశం తక్కువ గనుక. ఈ కారణంవల్ల యింగ్లీషువారిని తరిమి ఈ దేశంలోని ధనవంతులకు అధికారాన్ని అప్పగించడానికి మేము అంగీకరించం..."

"మరేం జరగాలంటావు?"

"ఇంగ్లీషువారు వెళ్ళవలసిందే. వారు వెళ్ళటంతో అధికారం కార్మిక కర్షకుల కైవసం కావాలి. అటు ఆంగ్లేయులూ, ఇటు మన దేశంలోని ధనవంతులూ ఇద్దరూ మన శత్రువులే. ఇద్దరినీ అధికారంలోకి రాకుండా చూడాల్సిన బాధ్యత మామీద వుంది."

"అందుకేం చేయదలచారు?" అని అడిగాడు గోపాలం.

"ఇంగ్లీషువాళ్ళమీద ఈ ధనికవర్గం నడిపే ఉద్యమంలో మేము పాల్గొనం. ఈ అవకాశం తీసుకుని దేశంలో వున్న కార్మిక కర్షకులను సంఘటితపర్చి ఈ ఉద్యమంవల్ల కలిగిన గంద్రగోళంలోనో, ఈ ఉద్యమం అపజయం పొందటంవల్ల కలిగిన నిస్పృహలోనో అధికారాన్ని హస్తగతం చేసుకుంటాం. ఈ ఉద్యమంయొక్క నిష్ప్రయోజకత్వం అప్పటికి ఋజువైయుంటుంది. కనుక ప్రజలు మా మాట వింటారు. మా నాయకత్వం క్రింద నడవటానికి ఉత్సహిస్తారు. ఇది చరిత్ర చెప్పిన సత్యం. ఇప్పటినుంచీ ఈ అవకాశాన్ని సద్వినియోగం చేసుకోటానికిగాను మేము జాగరూకులమై ఉన్నాం" అన్నాడు శివకుమార్.

శివకుమార్ ఆవేశానికి చలించాడు గోపాలం. అతని భావాలు సడలిన గోపాలం మనస్సులోకి చొచ్చుకుపోయినై. స్నేహితులిద్దరూ కాసేపు మౌనంగా కూర్చున్నారు. భావాల బరువును మోయలేక ఇద్దరూ కాస్సేపు పిచ్చాపాటీ మాట్లాడుకున్నారు.

"ఇక నేను వెళ్ళి వస్తాను. నాకు తొందరపనులనేకం ఉన్నాయి..." అన్నాడు శివకుమార్.

గోపాలానికి శివకుమార్‌ని అప్పుడే విడిచిపెట్టబుద్ధి కాలేదు. ఎన్నేళ్ళక్రిందటో చూసిన చూడటం, "నువ్వెళ్ళటానికి వీల్లేదు శివకుమార్" అన్నాడు.

"వెళ్ళక తప్పదు గోపాలం"

వీల్లేదు, నిన్ను తనివితీరా చూసినట్లే లేదు. నీతో తనివితీరా మాట్లాడినట్లే లేదు. మళ్ళీ ఎప్పుడు కలుస్తామో-అసలు కలుస్తామో లేదో..." అని బలవంతంగా ఆపూట కాపాడు గోపాలం.

ఆ రాత్రి భోజనాలు చేసి మిత్రులిద్దరూ తెల్లవారు మూడు గంటల వరకూ మాట్లాడుకుంటూ పడుకున్నారు. ఏమేమి మాట్లాడుకున్నారో చెప్పటం కంటే- అన్ని విషయాలూ మాట్లాడుకున్నారంటే సరిపోతుంది. వారు ఒకరితో ఒకరు

మాట్లాడుకున్నారన్న దానికంటే - ఒకరి మనస్సుని ఒకరు చదువుకున్నారంటే సరిపోతుంది. వారి చిన్ననాటి సాంగత్యం మళ్ళీ చిగిర్చింది. మొగ్గలు తొడిగింది- ఎవరి మనస్సులు వారివే అయినా ఏకమైనవి.

మరునాడు మిత్రుడి దగ్గర సెలవు తీసుకొని వెళ్ళిపోయాడు శివకుమార్. "ఇతన్ని మళ్ళీ చూస్తానా?" అని అనుకున్నాడు గోపాలం. అలా అనుకోవడంతో అతని కళ్ళల్లో గిర్రున నీళ్ళు తిరిగినవి. "పాత్రలు వస్తున్నవి - పోతున్నవి. ఇందులో ఏ పాత్ర నిత్యం. ఏ సంబంధం సత్యం" అని ప్రశ్నించుకున్నాడు గోపాలం. వెంటనే తన తండ్రి వేసిన ప్రశ్న అతని కండ్లముందు తాండవించింది. "ఈ ప్రపంచానికి ఏమైనా అర్థముందా?"

ఎనిమిదవ ప్రకరణం

ప్రిన్సిపాల్‌గారి భార్య ఆనాడు కాలేజీ లైబ్రరీకి కాస్త పెందలకడే వచ్చింది. విద్యార్థులకు లైబ్రరీ పుస్తకాలు యిస్తూ కిటికీ దగ్గర కూర్చుంది. ఒక్కొక్క విద్యార్థి తాను అంతకుముందు తీసుకున్న పుస్తకాలను తిరిగి యిచ్చేసి, కొత్త పుస్తకాలను తీసుకుంటున్నారు. అంతలో ఆమెకు తన క్లాస్‌రూముకి వెళ్తున్న గోపాలం కనుపించాడు.

"గోపాలం" అని పిల్చింది.

నిజానికి గోపాలం ఆమెను చూసికూడా పలకరించలేక ముఖం తిప్పుకుని పోతున్నాడు. ఆమెతో మాట్లాడితే తనతల్లి మరణాన్ని గురించి చెప్పవలసి వస్తుందని, అప్పుడు ఆపుకోలేని దుఃఖం వస్తుందని భయపడి, అతను తప్పుకుపోవటానికి ప్రయత్నించాడు. ఇప్పుడిక ఆమెకు ఎదురుపడక తప్పలేదు.

ప్రిన్సిపాల్‌గారి భార్యకు గోపాలం తల్లికి జబ్బుగా ఉన్నదని తెలుసు. కాని అంతవరకే తెలుసు. గోపాలం వెళ్ళి చాలా రోజులవరకు తిరిగి రాకపోవడంవల్ల ఆమె మనస్సులో అనుమానంగానే ఉంది. అప్పుడప్పుడు గోపాలాన్ని గురించి అతని స్నేహితులను అడుగుతూ ఉండేది కూడాను. కాని ఆమెకెవ్వరూ సరైన సమాధానం చెప్పలేకపోయారు.

తనెక్కడ వున్నా గోపాలం వచ్చి, పలకరించి, తనతో కాసేపు కూర్చుని మాట్లాడి వెళుతూవుండేవాడు. అటువంటి గోపాలం ఆనాడు తలత్రిప్పుకుని వెళుతూవుంటే అంతకుముందు ఆమెలో లీలగా వున్న అనుమానం అకస్మాత్తుగా బలపడింది. వెంటనే మనస్సు దడదడ కొట్టుకుంది.

దగ్గరికి వచ్చిన గోపాలాన్ని చూడ్డంతో విద్యార్థులకు పుస్తకాలందిస్తున్న ఆమె చేతులు ఒణికినై. అతని ముఖంవంక తేరపారజూచి, "ఇదేమిటి గోపాలం ఇట్లావున్నావ్?" అనడిగింది.

అడిగి ఇక అతని ముఖంవంక చూడలేక అతను చెప్పబోయే సమాధానాన్ని వినలేక తలవంచుకుంది.

గోపాలం సాధారణంగా డ్రస్సువేసుకునే విషయంలో గాని, క్రాపు దువ్వుకునే విషయంలోగాని ఎక్కువ శ్రద్ధ చూపేవాడు కాదు. కాని గలీజుగా మాత్రం ఉండేవాడు కాదు. ఆరోజు ఒంకీకి తగిలించివున్న, చేతికందిన షర్టు వేసుకుని ఉదయం తొడుక్కున్న పైజమాతోనే కాలేజీకొచ్చాడు. అంతవరకూ ఏదో ఆలోచిస్తూ పడుకుని, కాలేజీ టైమయిందని తెలుసుకుని, తొందరగా లేచి రావటంవల్ల జుట్టు దువ్వుకోలేదు, గడ్డం గీసుకోలేదు. తల్లి మరణం అన్ని విధాలా తలక్రిందులు చేయటంవల్ల అతని ఆరోగ్యం కూడా సరిగ్గా లేదు. అందువల్ల కండ్లు పీక్కునిపోయి బుగ్గలు తోసుకుపోయి వున్నై.

ప్రిన్సిపాల్ గారి భార్య ప్రశ్నకు సమాధానంగా, "ఏమీ లేదండీ..." అన్నాడు.

తలవంచుకునే, "ఖాయిలా పడ్డావా?" అనడిగింది ప్రిన్సిపాల్‌గారి భార్య.

"లేదు."

తరువాత ఒక్క క్షణం ఇద్దరూ మాట్లాడకుండా ఊరుకున్నారు.

ఏ ప్రశ్న వేస్తే ఏ సమాధానం వస్తుందో అని ప్రిన్సిపాల్‌గారి భార్యా, అంతమందిలోనూ ఎక్కడ బావుర్న ఏడవాల్సి వస్తుందోనని గోపాలం మనస్సులను చిక్కపెట్టుకుని మెదలకుండా వున్నారు.

లైబ్రరీనుంచి పుస్తకాలు తీసుకున్న విద్యార్థులు వారిద్దర్నీ విచిత్రంగా చూస్తూ నిలబడి పోయారు.

అంతలోకి టెన్నిస్ ఆటగాడు శేఖరం అక్కడికొచ్చాడు. వచ్చీ రావడంతోనే "హలో గోపాలం!" అని కరస్పర్శ చేసి, నీతో ఆనాడు రైల్లో చెప్పినట్టు టెన్నిస్ పోటీలో నేనే గెలిచానోయ్. నువ్వు పేపర్లో చూసేవుంటావు. మద్రాసులో ఉన్న ఆంధ్రులంతా నన్ను చాలా గౌరవించారు. మన ప్రిన్సిపాల్‌గారు నాకొక టీపార్టీచేసి అందులో నా వల్ల మన కాలేజీకి గౌరవం వచ్చిందని కీర్తించారు. నువ్వున్నావేమోనని నేను చాలా వెతికాను. కాని నువ్వు రాలేదు" అన్నాడు అమితోత్సాహంతో.

ఆ ఉత్సాహంలో గోపాలం అప్పుడేపరిస్థితుల్లో ఉన్నది కూడా అతను గమనించలేదు. కరస్పర్శ చేసేటప్పుడు ప్రాణం లేని చేతిని ఊపుతున్నట్టు కూడా అతని స్పృహలోకి రాలేదు. గోపాలం ఆకారంలో ఉన్న మార్పు కూడా అతని దృష్టి పథంలో పడలేదు.

“నువ్వొకసారి నా గదికి రావోయ్. నేను గెలిచిన కప్పు చూపిస్తాను” అన్నాడు.

ఆ దృశ్యం ప్రిన్సిపాల్‌గారి భార్యను చాలా కలతపెట్టింది. కొందరంతే.. తమ గొడవ తమదేగాని– ఇతరుల మానసిక పరిస్థితిని గ్రహించటానికి ప్రయత్నించరు. దానికనుకూలంగా ప్రవర్తించరు. తమ ఆనందాన్ని సర్వలోకాల ఆనందంగానూ, తమ దుఃఖాన్ని సర్వలోకాల దుఃఖంగానూ భావించి... మాట్లాడుతారు. ప్రవర్తిస్తూ నడిచిపోతుంటారు. తను ఆనందంగా ఉన్నప్పుడు ప్రపంచంలో ఉన్న ఏ జీవి దుఃఖపడవలసిన అవసరం లేదనుకుంటారు. తను దుఃఖంలో ఉన్నప్పుడు ప్రపంచంలో వున్న ఏ జీవికీ ఆనందాన్ననుభవించే హక్కు లేదనుకుంటారు. ఈ స్వభావం ప్రతి వ్యక్తిలోనూ కొద్దో గొప్పో వుంటున్నమాట నిజమే కాని శేఖర్ వంటి వ్యక్తుల్లో ఘనీభవించి వుంటుంది.

శేఖరం గోపాలాన్ని ఎంత కష్టపెడుతుందీ ప్రిన్సిపాల్‌గారి భార్య అనుభవంలోకి తెచ్చుకుంది. కాని అతనినుంచి గోపాలాన్ని రక్షించే ఉపాయంతోచక చికాకుపడుతూ చూస్తూ ఊరుకుంది.

“సరే–నే వెళ్ళొస్తా గోపాలం.. నా రూంకి రావడం మాత్రం మర్చిపోకే–” అని రెండడుగులు వేశాడు శేఖరం. అంతలో గిరుక్కున వెనక్కితిరిగి, “రైల్లో మనం మాట్లాడుకునేటప్పుడు నీ తల్లికి జబ్బుగా వుందని చెప్పావు కదూ... తగ్గిందా?” అనడిగాడు. అంతటితో ఊరుకున్నా బాగుండేది అటువంటివాళ్ళ మనస్సులు ఊరుకోనివ్వవు. ఏ ఒక్క క్షణమో మాత్రమే వాళ్ళు ఇతరులను గురించీ, ఇతర విషయాలను గురించీ, ఆలోచించ గలుగుతారు. అంతకంటే ఎక్కువకాలం తమ మీదనుంచి దృష్టిని యితరులమీదకు ప్రసరింప జేయలేరు. శేఖరం ఆ పనే చేశాడు. ఒక్కక్షణం శేఖరంమీదకు ప్రసరించిన దృష్టిని తనవైపుకు త్రిప్పుకుని, “చూశావా నాకెంత జ్ఞాపకముంటుందో. నువ్వానాడు ఏవో యదాలాపంగా చెప్పావు. అయినా నేను మర్చిపోలేదు. నా జ్ఞాపకశక్తిని తల్చుకున్నప్పుడు ఒక్కొక్కసారి నాకే ఆశ్చర్యమేస్తుంది” అన్నాడు.

గోపాలం మాట్లాడలేదు. తన చెవులదగ్గర ఒక కారు స్టార్టవటానికి యిష్టపడక పెద్దపెట్టున గంద్రగోళం చేస్తున్నట్టు, ఒక విమానం ఎగిరిపోడానికి ప్రయత్నిస్తున్నట్టు, ఒక రైలు తన పక్కనుంచి దూసుకుపోతున్నట్టు అతనికి వినిపించింది. ఆ ధ్వనులకు అతని శరీరం కంపించింది.

"మాట్లాడవేం?" అనడిగాడు శేఖరం.

ఇక గోపాలానికి తప్పలేదు. అంతేకాదు తన తల్లి మరణాన్ని దాచుకోవడం ఇక దుర్భరం అనిపించింది. ఎప్పుడో ఒకప్పుడు యితరులకు చెప్పక తప్పదు. ఇప్పుడు చెప్పడమే మంచిదనుకున్నాడు.

"మా అమ్మ మమ్మల్ని విడిచిపెట్టి పోయింది" అన్నాడు.

"ఎక్కడికి?" అనడిగాడు శేఖరం అప్రయత్నంగా, గోపాలం బాధను ఏమాత్రమూ గుర్తించకపోబట్టే అతనీ ప్రశ్న అడగ్గలిగాడు. అప్పటికీ తన్ను గురించే ఆలోచించుకుంటున్నాడేగాని గోపాలం బాధను గమనించే స్థితిలో లేడు.

గోపాలం ఇక నిలబడలేకపోయాడు. ప్రక్కనున్న బెంచీమీద చతికిలబడ్డాడు. కన్నీరు మున్నీరయింది. అప్పటికి ప్రాపంచిక స్పృహలోకొచ్చాడు శేఖరం.

"మరణించిందా?" అనడిగాడు.

గోపాలం తలను చేతుల్లో పెట్టుక్కూర్చున్నాడు. అతని డొక్కలు ఊర్పుల వడితో ఎగిరిపడుతున్నవి.

ప్రిన్సిపాలుగారి భార్య ఆదృశ్యాన్నిక భరించలేక పోయింది. లైబ్రరీ గదిలోంచి గబగబా బైటికివచ్చి, "నువ్వెళ్ళు శేఖరం..." అన్నది. ఆమెస్వరం ఆమె కోరిందానికంటే బిగ్గరగా ధ్వనించింది.

"గోపాలం తల్లి మరణించిందండీ.." అన్నాడు శేఖరం. సానుభూతి చూపటానికే ఆ మాట అన్నాడుగాని అతని కంఠం అతని మాట వినలేదు. ఏదో మామూలు విషయాన్ని పలికినట్లే పలికింది.

"సరే... ఇక నువ్వెళ్ళు" అన్నది ప్రిన్సిపాల్ భార్య.

"ఐ యామ్ సారీ గోపాలం!" అన్నాడు శేఖరం. ఇటువంటి మాటలకు మానవసంఘంలో ఏనాడో అర్థం లేకుండా పోయింది. ప్రతి చిన్న విషయానికీ యిటువంటి మాటలే ఉపయోగించటం వల్ల వాటి వెనుకవుండవలసిన మమతలు

ఏనాడో నశించాయి. మమతలు నశించి ఈ మాటలు ఒక ఆచారంగా నిలిచినై. అటువంటి ఆచారాన్నే అనుసరించాడు శేఖరం.

"మరి నేను వెళ్ళొస్తాను" అన్నాడు.

'నేను గెలిచిన కప్పుచూడటానికి రూముకి రావటం మాత్రం మర్చిపోకేం' అని ఎక్కడంటాడో అని భయపడింది ప్రిన్సిపాల్‌గారి భార్య.

భగవంతుని దయవల్ల అటువంటి మాటలు అనకుండానే వెళ్ళిపోయాడు శేఖరం. అతను వెళ్ళగానే ప్రిన్సిపాల్‌గారి భార్య "లోపలికి వెళదాం రా, గోపాలం" అని అతని చెయ్యి పట్టుకుని లైబ్రరీలోకి తీసుకెళ్ళింది.

అది చాలా పెద్ద లైబ్రరీ. గోడలకు ఆనించి ఉన్న రాకుల్లోనూ, హాలుమధ్య ఉన్న బీరువాల్లోనూ రకరకాల పుస్తకాలు పేర్చబడి వున్నాయి. ఆ లైబ్రరీ గోపాలానికి చిరపరిచితమైనదే. ఇదివరకు ఆ లైబ్రరీని చూసినప్పుడల్లా అతని ప్రాణం లేచి వచ్చేది. ప్రపంచ మేధావులనేకమంది ఆ రాకుల్లోనూ, బీరువాల్లోనూ నిలబడి అతనికి హితోపదేశం చేస్తూ ఉన్నట్లగపడేది. అతనికి ఆ లైబ్రరీలో అడుగుపెట్టినప్పుడల్లా మరొక ప్రపంచంలో అడుగుపెట్టినట్లుండేది. అంతమంది మేధావులు తనను చుట్టుముట్టి ఉండటంవల్ల ఎనలేని ధైర్యం వచ్చేది. జీవితాన్నెదుర్కొనేశక్తి, సాహసం అతనికి తెలియకుండానే అతని రక్తనాళాల్లో ప్రవహించేది.

ఇప్పుడా లైబ్రరీ అతని మనస్సుకలా కనిపించలేదు. ఆ గ్రంథాలన్నీ వట్టి అట్టముక్కలుగనూ, కాగితం ముక్కలుగనూ కనిపించినవి. ఆ మేధావులందరూ తనవంటివాళ్ళేననిపించింది. ప్రతి మేధావీ జీవితాన్ని నిర్వచించిన వాళ్ళే, ఎవరికి తోచినవిధంగా వాళ్ళు నిర్వచించారు. కాని తేలిన సారాంశమేమీ కనిపించదు. తెలిసినంతవరకు అందరికీ తెలుసు. ప్రతివారూ దాన్ని గురించే మాట్లాడతారు. తెలియనిదెవరికీ తెలియదు. దాని గురించి ఎవరూ మాట్లాడరు. ఆ మేధావులందరూ తమకు తెలిసిన దాన్నిబట్టి తెలియనిదాన్ని ఊహించినవారే. కాని ఏ ఒక్కరి ఊహకు ఆ తెలియనిదేమీ అందినట్లు కనిపించదు. అందరి ఊహలూ కలుపుకు చూసినా కూడా తెలియనిది తెలియనట్టుగానే ఉండిపోతూ వుంది.

మనుషులు ఊహించవచ్చు. ఊహించకుండా వుండలేరుకూడాను. కాని ఊహించినదాన్ని త్రికరణశుద్ధిగా నమ్మటంవల్ల, యధాతధంగా ఆచరణలో పెట్టాలనుకోవడంవల్ల వస్తోంది చిక్కు. ఊహలూ, సిద్ధాంతాలూ ఏనాటికి జీవితం

కాలేవు. అందువల్ల వాటిమీద ఆధారపడినవారు ఎప్పుడూ జీవితానికి పెడగానే ఉండవలసి వస్తోంది. ఊహలూ-సిద్ధాంతాలూ జీవితానికి వెలుగును చూపించే కరదీపికలు కావచ్చు. కాని కరదీపికలు ఏనాటికీ జీవితం కాలేవు. అందువల్ల మేధావుల ఆలోచనలు మనుష్యుల్ని జీవితంనుంచి తొలగించటానికి మాత్రమే ఉపకరిస్తున్నై. జీవితం జీవితమే. దానికి మరొక పర్యాయపదం లేదు. జీవించుకుంటూ పోవటంకంటే జీవితాన్ని అనుభవించటానికి మరొక మార్గం లేదు.

మేధావుల అండ పోవటంలో గోపాలాన్ని అకస్మాత్తుగా ఒంటరితనం ఆవహించింది. ఈ ప్రపంచంలో తాను దిక్కులేనివాడినయ్యాననే భీతి కలిగింది. ప్రిన్సిపాల్ భార్య కూర్చోపెట్టిన కుర్చీలో కూర్చుని ఏడువ నారంభించాడు. ఆమెకు తన ముఖం చూపించలేక బల్లమీదకు ఒరిగి ముఖాన్ని చేత్తో కప్పుకుని ఏడ్చాడు.

అతనిని ప్రిన్సిపాల్ గారి భార్య మనసారా ఏడ్వనిచ్చింది. అతని ఏడ్పుకు ఏ విధంగానూ అడ్డు రాలేదు. ఓదార్చటానికి అసలే ప్రయత్నించ లేదు. దూరంగా చూస్తూ నుంచుంది. ఏడ్వనివ్వటమే మంచిదని అనుకుని ఉంటుంది. ఒకరిద్దరు విద్యార్థులు పుస్తకాలకోసం వస్తే వారికవి యిచ్చి పంపించింది.

గోపాలం ఏడ్చి ఏడ్చి తెప్పరిల్లాడు. మనస్సు తేటపడింది. హృదయంలోని భారం కన్నీరుగా కడిగి బైటకు వెళ్ళిపోయినట్లనిపించింది. అతని పరిస్థితి గమనిస్తూవున్న ప్రిన్సిపాల్ భార్య అతని దగ్గరకి వెళ్ళి "గోపాలం..." అని పిల్చింది.

గోపాలం తల పైకెత్తి చూశాడు.

"మా యింటికి వెళదాం రా" అన్నది ప్రిన్సిపాల్ గారి భార్య.

"క్లాసుకి వెళ్ళాలి" అన్నాడు గోపాలం.

"వెళ్ళొచ్చులే-" అని లైబ్రరీ పని గుమస్తా కప్పగించి ఆమె బైటకు నడిచింది. గోపాలం కూడా ఆమెను అనుసరించాడు.

కారులో యిద్దరూ ప్రిన్సిపాల్‌గారింటికి వెళ్ళారు.

ఇంట్లో అడుగుపెట్టగానే "భోజనం చేశావా?" అని అడిగిందామె. నిజానికి గోపాలం భోజనం చేయలేదు. భోజనం చేయలేదనే గమనంగాని, చెయ్యాలనిగాని అతనికే కోశానా లేదు. మాట్లాడకుండా కూర్చున్నాడు.

"నేను చేయలేదు" అన్నదామె.

"మీరు భోజనంచేసి రండి" అన్నాడు గోపాలం.

"అలా కాదు, ఇద్దరం కలిసి చేద్దాం"

"నాకు ఆకలి కావటం లేదు"

"తినటం ప్రారంభిస్తే అదే అవుతుంది."

ఇక గోపాలం మాట్లాడటానికి ఆమె అవకాశమివ్వలేదు. వెంటనే బట్లర్ని పిలిచి, తామిద్దరికీ భోజనాలు వడ్డించమని ఆజ్ఞాపించింది.

ఇద్దరూ భోజనాలకు కూర్చున్నారు. భోజనాలు చేస్తున్నంతసేపూ "అది వడ్డించుకో - ఇది వడ్డించుకో" అని ఆమె చెప్పటమూ, వడ్డించడమూ, తప్ప ఆమె ఇంకేమీ మాట్లాడలేదు. ఆమె బలవంతంవల్ల, మొగమాటం వల్ల గోపాలం ఎక్కువగానే తినవలసివచ్చింది. చివరికి "ప్రిన్సిపాల్గారి కోసం ఉంచిన పెరుగు తీసుకురా" అని బట్లర్ని ఆజ్ఞాపించిందామె.

"ప్రిన్సిపాల్గారికి మీగడ పెరుగంటే అమిత యిష్టమని నీకు తెలుసుగా?"

"తెలుసు" అన్నాడు గోపాలం.

"నాకూ యిష్టమే" అన్నదామె.

"మాదేశంలో చాలా మందికి పెరుగంటే యిష్టమే" అన్నాడు గోపాలం.

"నీకో?" అనడిగింది ప్రిన్సిపాల్ గారి భార్య

"నేనిక తినలేను" అన్నాడు గోపాలం.

"ఎందుకు తినలేవు?" అని పెరుగుమీద మీగడ చెమ్చాతో తీసి, గోపాలానికి వడ్డించింది ప్రిన్సిపాల్గారి భార్య.

భోజనాలు ముగిసినై. గోపాలంకోసం ప్రత్యేకం తాంబూలం తెప్పించిందామె. గోపాలం "నాకలవాటు లేదండీ" అంటే "నాకు మాత్రం ఉందా?" అని చెప్పి తాను కూడా వేసుకుంది. అసలే ఆమెవి ఎర్రని పెదిమలు. ఆ ఎర్రని పెదిమలు తమలపాకుతో మరీ ఎర్రనై గోపాలానికి విచిత్రంగా కనిపించినై.

"ఏమిటి చూస్తున్నావ్?" అని అడిగింది ప్రిన్సిపాల్గారి భార్య.

గోపాలం చెప్పాడు. ఆమె నవ్వింది. ఆమెతోపాటు అతనికి నవ్వక తప్పలేదు. ఆమె చూపిన ఆప్యాయతవల్ల, తృప్తికరమైన భోజనంవల్ల అతని ఆవేదన కొంతవరకు తగ్గింది. అంతవరకూ మరే విషయమూ ఎత్తని ప్రిన్సిపాల్గారి భార్య అతన్ని నెమ్మదిగా మాటల్లోకి దింపింది.

"నీ కంటే నేను పెద్దదాన్నా గోపాలం?" అనడిగింది.

"పెద్దవారే."

"అయినప్పుడు నువ్వు నా మాట వినాలి కదా...?"

"వినాలి"

"మరి వింటావా?"

"ఎందుకు విననండీ?"

వాళ్ళిద్దరూ భోజనాల గదిలోంచి, డ్రాయింగు రూంలోకివచ్చి కూర్చున్నారు. వేసివున్న కిటికీ తెరిచింది ప్రిన్సిపాల్‌గారి భార్య. ఆ కిటికీ అవతలవున్న పూలచెట్టు మీదుగా గాలి గదిలోకి రివ్వున వీచింది. గదంతా ఒక్కసారిగా సువాసనతో నిండి పోయింది.

ప్రిన్సిపాల్‌గారి భార్య తాపీగా వచ్చి గోపాలం దగ్గర కూర్చుని, "నీవిట్లా బాధపడటంలో అర్థం లేదు. జనన మరణాలులేని ప్రదేశం ఎక్కడైనా వుందా? నేనీ మధ్య గౌతమబుద్ధుని గురించి ఒక పుస్తకం చదివాను. ఆ పుస్తకంలోని ఒక సంఘటన నన్ను పూర్తిగా ఆకర్షించింది. ఒక స్త్రీ తన బిడ్డను కోల్పోతుంది. గౌతమబుద్ధుని ప్రఖ్యాతి విన్న ఆమె తన బిడ్డను చేతుల్లో పెట్టుకుని, ఆయన చెంతకు తీసుకొచ్చి, పాదాలముందు వుంచి తన బిడ్డకు ప్రాణదానం చేయమని కోరుతుంది. అసలే శోకంతో కుమిలిపోతున్న ఆమెకు నిరాశ కల్పించటం ఆ మహాపురుషునికి యిష్టం లేకపోతుంది. "సరే" అన్నాడు. "నీవు ఏ గృహస్తుని యింట్లో యిటువంటి ఆపద సంభవించలేదో ఆ గృహస్తుని వద్దనుంచి పుడిసెలి బిచ్చం తీసుకు రా- నేను నీ బిడ్డను బ్రతికిస్తాను" అన్నాడు. ఆమె సంతోషించింది. తనకు జరిగిన ఆపదవంటి ఆపదను అనుభవించని గృహస్తు కోసం ప్రతి గడపా తొక్కింది. ఊరంతా తిరిగింది. కాని అటువంటి గృహస్తు ఆమెకు దొరకలేదు. ఎక్కడ దొరుకుతారు? ఇటువంటి ఆపదను అనుభవించని గృహస్తు ఎక్కడ వుంటాడు? అప్పుడామెకు కనువిప్పయింది. "ఈ ఆపద అందరూ అనుభవించేదీ, స్వభావ సిద్ధమైనదీ" అనుకున్నది. ఆమె శోకం వెనువెంటనే ఉపశమించింది. గౌతమబుద్ధుని దగ్గరకొచ్చి తనకు జ్ఞానోదయం కలిగించినందుకు ప్రణమిల్లింది. గౌతమబుద్ధుడు ఆమె బిడ్డను బ్రతికించగలిగాడా?. బ్రతికించగలడనే నేననుకుంటున్నాను. బ్రతికించే మహత్యం ఆయనకు లేదా?... ఉన్నదనే నేననుకుంటాను. అయినా ఆయన ఆ దారి తొక్కదలచలేదు. అలా

బ్రతికించటం ప్రకృతికి విరుద్ధమని ఆయనకు తెలుసు. ప్రకృతికి విరుద్ధమైన చేష్ట ఎవరికీ లాభం కలిగించదనికూడా ఆ మహాత్మునికి తెలుసు. అందుకని ఆమె దుఃఖాన్ని ఉపశమించే మార్గాన్ని చూపి ఊరుకున్నాడు. ఒక వ్యక్తి కోసం విపరీత చర్యలకు దిగిన దానికంటె ఆయన సూచించిన మార్గమే ఉచితమైందని నా కనిపించింది" అన్నది.

గౌతమబుద్ధుని జీవితంలోని సంఘటన గోపాలానికి తెలిసినదే. అయినప్పటికీ ఒక విదేశీయురాలి నోటినుంచి వెలువడిన ఆ మాటలు గోపాలం మనస్సుని ఆకర్షించినై. ఒక వింత ధోరణిలో అతనికి ఉపశాంతిని కలిగించినై. మెదలకుండా వింటూ కూర్చున్నాడు.

"వింటున్నావా గోపాలం?" అనడిగిందామె.

"ఆఁ"

"మనం మమతలు పెంచుకోవలసిందే. మమతలు లేకపోతే ఈ జీవితంలో ఆకర్షణే లేదు. కాని ఆ మమతలు మన జీవితాలను దుఃఖ భూయిష్టం చేయకూడదు. అందుకనే మా పూర్వులు 'ప్రతి జీవికి కొంత నిర్లిప్తత అవసరం' అని చెప్పారు. ఇందులో నీకు తెలియనిదేముంది? అయినా జ్ఞాపకం చేస్తున్నాను" అన్నది ప్రిన్సిపాల్ భార్య.

"అడుగడుక్కీ నేను నా వశం తప్పిపోతున్నానండీ..." అన్నాడు గోపాలం.

"అది నిజమే. కాని నేనొక సంగతి అడుగుతాను చెప్తావా?"

"ఎందుకు చెప్పను?"

"నువ్వెవరికోసమైతే యింత దుఃఖపడుతున్నావో ఆమె బ్రతికుంటే ఇందుకిష్టపడేదేనా? నీ దుఃఖానికి తాను కారకురాలవటం సహించేదేనా? చెప్పు గోపాలం" అనడిగింది.

"లేదు" అన్నాడు గోపాలం.

"మరెందుకు ఆమె యిష్టానికి వ్యతిరేకంగా ప్రవర్తించటం? నీ ప్రవర్తనకు ఆమె ఎక్కడో ఉండి వుంటే ఎంత దురపిల్లుతుందో ఆలోచించావా? తన ఆలోచనలను నీతో చెప్పలేని స్థితిలో నున్నందుకు ఎంత విలపిస్తుందో ఊహించావా?" అన్నది.

ప్రిన్సిపాల్ గారి భార్య అన్న ఈ మాటలకు గోపాలం తటాలున ముఖం పైకెత్తి ఆమె కనులలోకి చూచాడు. ఆమె మాటలో వినిపించని ఆవేదన అతని కామె కన్నులలో కనిపించింది. ఆమె కన్నులు అశృవులతో నిండి వున్నై. కాని ముఖంలో మాత్రం విచారరేఖలు లేవు. గాంభీర్యంలో తొణికిసలాడుతున్న ముఖం, అప్పుడే విచ్చుకుంటున్న ఎర్ర గులాబీ పూల రెమ్మలకు మల్లే ఉన్న ఆమె పెదవులనుంచి మాటలు గాలి అలలకుమల్లే దొర్లుకొస్తూ ఉన్నవి.

"నువ్వొకమాట జ్ఞాపకం ఉంచుకోవాలి గోపాలం" అన్నది ప్రిన్సిపాల్‌గారి భార్య.

"చెప్పండి" అన్నాడు గోపాలం.

"ఈ శరీరాన్ని విడిచిపెట్టినంత మాత్రాన జీవుల యాత్ర పూర్తికాదని మీ వేదాంతం ఘోషిస్తూంది. నా అనుభవం కూడా ఆ మాటే చెప్తూ వుంది. భౌతిక శరీరాల్ని విడిచిపెట్టిన జీవులు ఇతర లోకాలకు వెళ్ళక ముందు కొన్నాళ్ళు పరిసర ప్రాంతాలలో తిరుగుతూ వుంటై. అంటే శరీరాన్ని విడిచిపెట్టినా, ఈ లోకంలోవున్నా, మమతలూ, మమకారాలూ అది వదిలిపెట్టలేదన్న మాట. భూలోక వాసంలోని వాసనలు కొన్నాళ్ళు వాటిని పట్టుకునే వుంటాయి. అందువల్ల వాటికోసం మనం శోకిస్తే అవి క్షోభపడతవి. మన శోకం వాటిని ఎప్పటికప్పుడు భూలోకానికి గుంజుతూ వుంటుంది. వాటి ఊర్థ్వలోక ప్రయాణానికి అడ్డు తగులుతూ ఉంటుంది. అంటే వాటి సహజ పరిణామానికి మనం అడ్డుగోడలు నిర్మిస్తున్నామన్నమాట... ఇటువంటి పనిచేయటం నీకు ధర్మమా గోపాలం" అని అడిగిందామె.

"కాదు... ముమ్మాటికీ కాదు...." అని ఆక్రోశించాడు గోపాలం.

"మరెందుకు నీకీ విచారం"

"తట్టుకోవటం చేతగాక."

"ఇష్టం లేకేమో- ఎప్పుడైనా ఆలోచించావా గోపాలం?"

గోపాలం ఇంతకుముందు ఈ విషయం ఆలోచించని మాట నిజమే. ఇప్పుడాలోచించటం మొదలుపెట్టాడు. మామూలు మనిషి తన వాతావరణాన్ని అధిగమించటానికి ప్రయత్నించడు. దానిని పెనవేసుకుంటాడు. అధిగమించటానికి పట్టుదల, అమోఘమైన కృషి కావాలి. పెనవేసుకోటానికి అటువంటి వేమీ అక్కర లేదు. అది సులభమార్గం. ప్రతి మానవుడు సులభమార్గాన్ని అనుసరించటానికే ప్రయత్నిస్తాడు. తానూ అంతేనేమో అనుకున్నాడు గోపాలం.

అంతలో ప్రిన్సిపాల్ గారు వచ్చారు. గోపాలానికి సంభవించిన ఆపత్తు ప్రిన్సిపాల్‌గారి భార్య ఆయనకు విశదపర్చింది. ఆయన చాలా విచారించి గోపాలం మనస్సును శాంతి పరచటానికి ఎన్నో అనునయ వాక్యాలు చెప్పాడు.

"ఈ సంఘటనలకు మనం అర్థం చెప్పుకోలేము. అర్థం చెప్పుకోలేనంత మాత్రాన దుఃఖంతో కృంగిపోవల్సిన అవసరం ఏముంది?"

"అసలీ సంఘటనలకు అర్థమేలేదేమో! అర్థంలేని వాటికి లొంగిపోవాల్సిన అవసరం ఏముంది?"

"మనమిప్పుడు బాధపడితే రేపు మన పిల్లలు బాధపడుతారు. మనమిప్పుడు ఇటువంటి బాధలను అధిగమిస్తే రేపు మన పిల్లలు అధిగమిస్తారు."

'జీసస్ క్రైస్టు మీ పాపాలను నాకు వదలండి, వాటిని నేను భరిస్తాను' అన్నాడు. అవి మనకు బరువు. ఆయనకు తేలిక. అటువంటి మనస్తత్వాలను మానవుడు పెంచుకోగల్గినప్పుడే ఈ జీవనాన్ని సద్వినియోగపరుచుకున్నవాడు అవుతున్నాడు."

ఈవిధంగా ఆ దంపతులిద్దరూ సాయంకాలంవరకు గోపాలానికి తమకు తోచింది చెపుతూనే వున్నారు. క్రమక్రమేణా గోపాలం వారు చెప్పిన మాటలు వినటమేగాక అవీ, అవీ అడిగి తెలుసుకున్నాడు. ఈ ప్రపంచంలో ఎవరూ ఏమీ కొత్తగా చెప్పలేరు. చెప్పవలసినవన్నీ ఇంతకు ముందు మేధావులు చెప్పే వున్నారు. వాటినే మళ్ళీ మళ్ళీ చెప్పుకుంటూ ఉంటాము. అయితే చెప్పేవాడి మీద మనకున్న గురినిబట్టి అతను చెప్పేమాటలు మనకు అర్థయుతంగా అనిపించి, మన మనసుల నాకర్షిస్తాయి. గోపాలానికి అప్పుడు ఆ పనే జరిగింది. వారు చెప్పిన మాటలకన్న, వారు చూపిన ఆప్యాయతకు అతని మనస్సు శాంతించింది.

సాయంకాలం ఆ దంపతులిద్దరి దగ్గిరా సెలవు తీసికొని అతను హాస్టలుకు బయలుదేరాడు. ఆ దంపతులిద్దరూ అతన్ని గేటుదాకా సాగనంపారు.

"మళ్ళీ రేపు కాలేజీలో కలుసుకుందాం" అన్నది ప్రిన్సిపాల్‌గారి భార్య.

తొమ్మిదవ ప్రకరణము

గోపాలం తల వూపి రోడ్డుమీదకు నడిచాడు. కాలేజీ టవరు అతనికి అనతి దూరంలో కనిపించింది. అది ఆకాశంలోనికి చొచ్చుకుపోవడానికి ప్రయత్నిస్తున్నట్లు అతనికి అనిపించింది. దాన్ని మేఘాలు చుట్టుకొంటున్నాయి. ప్రక్కనున్న

హైస్కూలులో చదువుకుంటున్న ఆడపిల్లలు బాడ్‌మింటన్ ఆడుకుంటున్నారు. ఎదురుగావున్న బస్‌స్టాండులో బస్సులు గందరగోళం చేస్తున్నాయి. చింతతోపులో నుంచి ఒకపిట్ట రివ్వున ఎగిరి పోయింది. మైదానంలో ఫుట్‌బాల్ ఆడుతున్న విద్యార్థులలో ఒకనికి కాలు విరిగింది. గోడమీదవున్న సినిమా పోస్టర్లు అతన్ని వెక్కిరించాయి.

వీటన్నిటినీ తిలకిస్తూ అతను ముందుకు నడిచాడు. అతని పక్కగా చిరుతిళ్ళతో నిండియున్న ఒక తోపుడుబండి వెళ్ళిపోయింది. రోడ్డు పక్కనున్న గుడ్డివాడు కేకలుపెట్టాడు. ఒక విద్యార్థిని సైకిల్‌మీద వెళుతుంటే కిళ్ళీకొట్టు దగ్గరున్న విద్యార్థులు విరగబడి నవ్వారు. మరొక విద్యార్థి సైకిలు అద్దెకు తీసుకొని ఆమె వెంటబడ్డాడు. పక్కనున్న డాబాలో పెద్ద గలాభా జరుగుతోంది. భార్య భర్తను నిందిస్తూ ఉంది. భర్త భార్యను కొడుతున్నాడు. రోడ్డుకు రెండవ పక్కన కూర్చునివున్న చెప్పులు కుట్టే వాడి భార్య భర్తతో సరసాలాడుతూ వుంది. ఒక మేకలమంద అతని కెదురుగా నడుచుకుంటూ వస్తూవుంది. ఆ మేకలకాపరి వెనుకనుంచి నడుస్తూ వాటిని గదుముతున్నాడు. అంతలో ఒక లారీ ఆ మేకలను తారసిల్లింది. తన లారీకి మేకలు దారి యివ్వనందుకు డ్రైవరు కాపరిని నోటికొచ్చినట్లు తిడుతున్నాడు. యువతీ యువకులిద్దరూ ఏవో గుసగుసలాడుకుంటూ గోపాలం పక్కనుంచి నడచి వెళ్ళారు.

గోపాలం వాటి నన్నింటినీ దాటి ముందుకు నడిచాడు. అక్కడొక కాఫీ హోటలు వుంది. దాని ఎదురుగా ఒక బట్టలదుకాణం వుంది. అక్కడ రకరకాల చీరెలు వేళ్ళాడగట్టబడి వున్నాయి. ఫుట్‌పాత్ మీదుగా ఒక పిల్లవాడు తాషామరబా బండిని లాక్కు వెళుతున్నాడు. ఒక పిల్లవాడు తటాలున రోడ్డుమధ్యకొస్తే, కారు కీసుమని ఆగింది. అంతా లబోదిబోమన్నారు. దూరానవున్న చర్చి కొట్టవచ్చినట్లు కనిపించింది.

వాటిని దాటి ముందుకు నడిచాడు గోపాలం. ఆ రోడ్డుకి రెండువైపులా తీర్చిదిద్దినట్లూ, రక్షకభటులకు మల్లేనూ చెట్లు నిలబడి వున్నాయి. రెండెడ్లబండ్లు కట్టుకొని పల్లెటూరి కుటుంబాలు సినిమాకు వెళుతున్నాయి. టౌనులోనుంచి కూడా అనేకమంది సైకిళ్ళమీద వెళుతున్నారు. వెంట వచ్చిన మగవాడు టిక్కెట్లు తేవటానికి వెళ్తే ఆడవాళ్ళు భయపడి దిక్కులు చూస్తున్నారు. వాళ్ళెక్కివచ్చిన బండ్ల ఎద్దులు తాపీగా పడుకొని నెమరువేస్తున్నాయి. తప్పించుకుపోయిన పిల్లవాడికోసం ఒకామె పెద్దగా కేకలుపెడ్తూవుంది. టిక్కెట్లు యిచ్చే కిటికీదగ్గర జనం గుమిగూడి విచ్చల విడిగా

ఒకర్నొకరు తోసుకుంటున్నారు. ఆనాడు అక్కడ ఆడేది సినిమా కాదని గోపాలానికి తెలుసు.

ఆ టౌన్లో అంతకు పదిరోజులు ముందునుంచే బెంగుళూరునుంచి వచ్చిన ఒక కంపెనీవాళ్ళు నాటకాలాడుతున్నారు. ఒక రకం మనుషుల్లో ఈ కంపెనీ చాలా ప్రసిద్ధి చెందింది. పురాణాల్లోని కథావస్తువులు తీసుకొని వాటిల్లోని దృశ్యాలను అద్భుతంగాను, సహజంగాను చూపిస్తున్నదని ఆ కంపెనీ ప్రసిద్ధికెక్కింది. ఆ కంపెనీ ఏ టౌనుకొచ్చినా కనీసం నెలరోజులైనా ఉంటుంది. ఆ నెలరోజుల్లో వాళ్ళు ఒకటి రెండు నాటకాలకన్నా ఎక్కువ వెయ్యరు. ఈసారి కురుక్షేత్రసంగ్రామం, కుమారసంభవం ఆడదల్చారని గోపాలం కర్ణాకర్ణిగా విన్నాడు. వాళ్ళు అన్ని నాటక కంపెనీల్లాగు రాత్రి 9 గంటలకు కాక 6 గంటలకే ప్రారంభిస్తారని అతను విని ఉన్నాడు. కాని అటువంటి నాటకాలకు అతను ఎప్పుడూ వెళ్ళివుండలేదు. అప్పుడున్న పరిస్థితులలో వెళ్ళాలనే అనుకోలేదు.

అసలింతకీ వాళ్ళారోజు ఆడే నాటకం ఏంటో తెలుసుకుందామని ఆ హాలు వైపుకి నడిచాడు. అతనికా విషయం తెలియజేసే వాల్ పోష్టర్లుగాని, బోర్డుగాని అక్కడ లేదు. ఇతర్ల నడగబుద్ధికాలేదు. ఒక వృద్ధువు కర్రపోటు వేసుకుంటూ వెళుతుంటే, ఆయన్నాపి అడిగాడు.

"ఇప్పుడిక్కడ ఆడే నాటకం ఏమిటి?"

ఆ వృద్ధువు ఈ మాత్రమే తెలియదా అన్నట్టు గోపాలాన్ని చూచి 'కుమారసంభవం' అన్నాడు.

"బాగుంటుందా?"

"నేనిది మూడోసారి చూడటం" అన్నాడా వృద్ధువు. "చూడవలసిందేగాని చెప్పటానికి వీల్లేదు. ముఖ్యంగా శివుడు తపస్సు చేసుకునే సీను చూడవలసిందే. మన్మధుడు వేసిన బాణాలకు శివుడు మూడోనేత్రం తెరవటం, అందులోనుంచి బయలుదేరిన అగ్నిజ్వాల మన్మధుడ్ని దహించటం, చూచి తనవి చెందవల్సిందే గాని వర్ణించటానికి వెయ్యితలల ఆదిశేషుని తరంకూడా కాదు.

ఆ వృద్ధుడి ఉత్సాహం గోపాలాన్ని ఆకర్షించింది. ఆయన్ని అంతటితో వదిలి పెట్టదల్చక, "మీరు టిక్కెట్టు కొన్నారా?" అని అడిగాడు గోపాలం. ఆ వృద్ధుడు తన చేతిలోవున్న టిక్కెట్టు చూపి యధాప్రకారం కర్రపోటు వేసుకుంటూ గేట్లో నుంచి హాల్లోకి వెళ్ళాడు.

గోపాలం ఒక్క క్షణం ఆ హాలుచుట్టూ నాటకం చూడటానికి వచ్చిన జనాన్ని తిలకిస్తూ నుంచున్నాడు. కాళిదాసు గోపాలం అభిమాన కవి. ముఖ్యంగా కల్యాణి కింకిణితో స్నేహం కుదిరినప్పటినుంచి అతనికి కాళిదాసుమీద గౌరవం పెరుగుతూ వచ్చింది. అయినప్పటికీ కాళిదాసు వ్రాసిన కావ్యాని ఆ కంపెనీవాళ్ళు ఆడుతుంటే నాటకరూపంలో అతనికి చూడబుద్ధి కాలేదు. ఆ కావ్యాన్ని ఆ కంపెనీవారు ఏ తక్కువ రకం కవితోనో నాటకంగా వ్రాయించి ఉంటారు. ఇక ఆ నాటకం కాళిదాసు ప్రతిభను ఎలా ప్రదర్శించగలుగుతుంది అనుకునేవాడు.

ఇప్పుడు ఈ నాటకంలోని, "ఏ శక్తి ఇంతమంది ప్రజల నాకర్షించిందా?" అని తన్ను తాను ప్రశ్నించుకున్నాడు.

"పోనీ ఒకసారి చూస్తే యేం?" అని అనుకున్నాడు.

టికెట్లు కొనుక్కొని హాలులోకి వెళ్ళాడు.

అతను కొన్నది పెద్దక్లాసు టిక్కెట్టే. అయినప్పటికి అక్కడ కూర్చుంది మామూలు మనుషులే అవటం గోపాలానికి ఆశ్చర్యం కలిగించింది. హాలు ప్రేక్షకులతో కిటకిటలాడుతోంది. తన ప్రక్కన కూర్చున్న ప్రతివారూ ఆ నాటకాన్ని గురించే చర్చించుకుంటున్నారు. వారిలో ఎక్కువమంది ఆ నాటకాన్ని అంతకుముందే రెండు మూడుసార్లు చూసివున్నారని వాళ్ళ మాటల్నిబట్టి గ్రహించాడు. గోపాలం వెనక సీట్లోంచి ఒక పసిపిల్ల తల్లి తొడలమీద కూర్చుని కెవ్వుమని ఏడ్చింది. ముందు తరగతిలోంచి సోడాబుడ్డి తుస్సున కొట్టిన ధ్వని విన్పించింది. ఎవరో "మొదలుపెట్టండోయ్" అని కేక వేశాడు. వేరుశనగలు, బఠానీలు అని కేకలువేస్తూ విరామం లేకుండా ఒకతను కేకలు వేసినవాడు వేసినట్లే వున్నాడు. బెంచీ తరగతిలో కూర్చున్న ఒక మనిషి "ఈ బెంచీలనిండా నల్లులేర్రోయ్" అని కేకవేశాడు.

అది వూరికి కొంచెం పెడగావున్న హాలు. ఆ హాలుకు అందుబాట్లో వున్నవారంతా బీదవాళ్ళే. అందువల్ల ఊళ్ళోవున్న విద్యార్థులు, ఉద్యోగులు ఎవరూ ఆ హాలుకి రారు. ఆ హాలుకు రావటం గోపాలానికి ఇదే మొదటిసారి. అతనికి ఆ హాలు నాటకం హాలుగా కన్పించక, పశువుల కొట్టంగా కన్పించింది.

"ఇక్కడ కాళిదాసు రచించిన కుమారసంభవమా ఆడేది" అనుకున్నాడు తనలో.

అతనికి వుక్క బోసింది. పైన పంకాలు లేవు.

పక్కవానితో మాట్లాడాలనుకున్నాడు.

అతను తనతో మాట్లాడే స్థితిలోలేడు. అతను ఎదురుగా కూర్చున్న వ్యక్తితో "హిమగిరి వేషం వేసే అతన్ని చూడటానికి వచ్చాను. అతడ్ని ఎన్నిసార్లు చూసినా కుతి తీరకుండా ఉంది" అని లొట్టలు వేసుకుంటూ చెప్తున్నాడు.

"అతనిదేముంది? చెప్పుకోవాలంటే శివుని వేషం వేసే అతని నటనా చాతుర్యం చెప్పుకోవాలి. ఆఖరి సీనులో మారువేషం వేసుకొని పార్వతి దగ్గరకు వెళ్ళినప్పుడు ఎంత చాకచక్యంగా నటిస్తాడు! ఎంత చాకచక్యంగా నటిస్తాడు! అంటున్నాడు.

మొదటి గంట కొట్టారు.

రెండవ గంట కొట్టారు

ప్రార్థన పూర్తయింది.

తెరలేచింది.

* * *

కలం క్రాంతి ఆగిపోయింది.
ఈ మహోన్నత రచన ఇక పూర్తి కాదు.
గోపీచంద్ ఇక లేరు.
గోపీచంద్ అమరుడు
గోపీచంద్ రచనలు అమరం
అజరామరం. ★

---

* ప్రథమ ప్రచురణ - *1962*

అలకనంద ప్రచురణలు

ప్రచురణల పట్టిక

నెం.	పుస్తకము	రచయిత	ప్రచురణ సం॥	వెలరూ॥
1.	జీవన స్మృతులు	మధుదండావతే	2006	100
2.	అయోధ్య	పి.వి.నరసింహారావు	2006	175
3.	విద్య-జిడ్డుకృష్ణమూర్తి దృక్పథం	అరుణా మోహన్	2006	50
4.	అంబేద్కర్-వికాస భారతావని దిశగా	గెయిల్ ఆంవెట్	2005	60
5.	మహాశ్వేత	సుధామూర్తి	2006	70
6.	హిమజ్వాల	వడ్డెర చండీదాస్	2005	225
7.	తవచరణం మమశరణం	చెవుటూరి కుసుమకుమారి	2006	85
8.	సంపూర్ణ సూర్యగ్రహణం	సెహగాల్	2005	20
9.	మనస్సును జయించండి	ఏక్‌నాథ్ ఈశ్వరన్	2004	100
10.	వందేమాతరం	సబ్యసాచి భట్టాచార్య	2004	50
11.	సాహసమే నా ఊపిరి-కిరణ్‌బేడి జీవితకథ	పరమేశ్వర్ దంగ్యాల్	2004	150
12.	వ్యాపార రంగంలో ప్రతిభామూర్తులు	దేవాంశుదత్తా	2004	50
13.	సామాజిక రంగంలో ప్రతిభామూర్తులు	శారదా బెయిల్	2005	50
14.	శుక్రుడు-అంతర్యానాలు	పాండ్యా	2005	25
15.	అమ్మమ్మ చదువు	సుధామూర్తి	2004	90
16.	జ్ఞానం-పరిజ్ఞానం	సుధామూర్తి	2005	100
17.	భరతభూమి-నమస్తుభ్యం	సుధామూర్తి	2005	70
18.	అగ్నిపథం	డా॥ అబ్దుల్ కలామ్	2005	60
19.	ఎల్లాప్రగడ సుబ్బారావు	రాజీ నరసింహన్	2005	60
20.	కళా రంగంలో ప్రతిభామూర్తులు	రంజితా అశోక్	2005	50
21.	క్రీడా రంగంలో ప్రతిభామూర్తులు	గులు ఎజికెల్	2005	50
22.	సోనియా ఒక జీవిత కథ	రషీద్ కిద్వాయ్	2004	150
23.	తెల్లకాకి మరిన్ని పిల్లల కథలు	సుధామూర్తి	2007	125
24.	లేని పుస్తకం	సుధామూర్తి	2007	125
25.	పిల్లలతో కలాం కబుర్లు	అబ్దుల్ కలాం	2007	125
26.	దేవుడి భ్రమలో	రిచర్డ్ డాకిన్స్	2007	200
27.	నాకూ వుంది ఒక కల	వర్గీస్ కురియన్	2007	125
28.	Scalling New Heights	Dr.C.NageswaraRao	2007	50
29.	ఆదర్శప్రాయులు		2008	30
30.	అట్టడుగు నుండి అగ్రస్థానం వరకు	యార్లగడ్డలక్ష్మీప్రసాద్	2008	50
31.	మనసు పుస్తకం	అరుణామోహన్	2008	50
32.	కీలుబొమ్మలు	జి.వి.కృష్ణారావు	2008	100
32.	విజయపథం	డా॥సి.వీరేందర్	2008	75
34.	ఇండియా 2020	డా॥ఏ.పి.జె.అబ్దుల్‌కలాం	2008	200
35.	వినియోగదారుడే రాజు	రాజ్యలక్ష్మిరావు	2008	200
36.	ఎం.డి.గారి భార్య	సుధామూర్తి	2008	90

నెం.	పుస్తకము	రచయిత	ప్రచురణ సం॥	వెలరూ॥
37.	సినిమా రచనలు	గోపీచంద్	2010	200
38.	హృదయసీమ	సుధామూర్తి	2010	125
39.	ఋణవిముక్తి	సుధామూర్తి	2010	60
40.	శృంగారామరుకకావ్యము	తాళ్ళపాక తిరువెంగళప్ప	2010	90
41.	శ్రీ షిరిడిసాయిబాబా-ఇతర సద్గురువులు	చంద్రభాను సత్పతి	2009	80
42.	నాదేశం-నా జీవితం	ఎల్.కె.అద్వాని	2008	350
43.	అలుపెరుగని గళం	కంభంపాటి హరిబాబు	2010	495
44.	గోపీచంద్ కథలు-1	కృష్ణాబాయి	2009	200
45.	గోపీచంద్ కథలు-2	కృష్ణాబాయి	2009	200
46.	గోపీచంద్ నవలలు-1	కృష్ణాబాయి	2009	225
47.	గోపీచంద్ నవలలు-2	కృష్ణాబాయి	2009	225
48.	పండిత పరమేశ్వరశాస్త్రి వీలునామా	కృష్ణాబాయి	2009	125
49.	చీకటిగదులు	కృష్ణాబాయి	2009	250
50.	నాటికలు-నాటకాలు	కృష్ణాబాయి	2009	200
51.	సమాలోచన	కృష్ణాబాయి	2009	150
52.	పోస్టుచేయని ఉత్తరాలు	కృష్ణాబాయి	2009	100
53.	తత్వవేత్తలు	కృష్ణాబాయి	2009	225
54.	Tales Retold	Alladi Kuppu Swami	2009	125
55.	Tireless voice Relentless Journey	M.Venkaiah Naidu	2010	495
56.	వైజ్ఞానిక రంగంలో ప్రతిభామూర్తులు	అనంతనారాయణ్	2004	50
57.	మోరీతో మంగళవారాలు	మిచ్ ఆల్బమ్	2005	80
58.	అనుక్షణికం	వడ్డెర చండీదాస్	2005	300
59.	చీకట్లోంచి చీకట్లోకి	వడ్డెర చండీదాస్	2005	50
60.	డాలర్ కోడలు	సుధామూర్తి	2006	70
61.	భూమి	మెల్విన్ గిల్డా బెర్గర్	2006	30
62.	సూర్యుడు	మెల్విన్ గిల్డా బెర్గర్	2006	30
63.	చంద్రుడు	మెల్విన్ గిల్డా బెర్గర్	2006	30
64.	సౌరవ్యవస్థ	మెల్విన్ గిల్డా బెర్గర్	2006	30
65.	సద్గురు పథం	చంద్రభాను సత్పతి	2009	90
66.	ప్రజాస్వామ్యం ఒక పరిచయం	డేవిడ్ బీతం	2009	75
67.	సంగీత ప్రభంజనం- ఎ.ఆర్.రహమాన్	కామినీ మత్తై	2010	125
68.	గోదావరి గాథలు	ఫణికుమార్	2011	75
69.	భారతదేశ చరిత్ర	రొమిలా థాపర్	2011	350
70.	డియర్ ప్రొఫెసర్ ఐన్‌స్టీన్	ఎలీస్ కాలప్రీస్	2011	100
71.	వివేక విస్ఫోటనం	ఫ్రెడ్రిక్ నీషే	2010	90